ഗ്രീൻ ബുക്സ്

പുത്രസൂക്തം

രാജീവ് ശിവശങ്കർ

പത്രപ്രവർത്തകൻ, ഗ്രന്ഥകർത്താവ്.
പത്തനംതിട്ട ജില്ലയിലെ കോന്നി
മങ്ങാരം കാരുവള്ളിൽ വീട്ടിൽ ജനനം.
മാതൃഭൂമി ചെറുകഥാ മൽസരത്തിൽ
പുരസ്കാരജേതാവാണ്.
ആനുകാലികങ്ങളിൽ കഥകൾ എഴുതുന്നു.
കഥ, നോവൽ വിഭാഗങ്ങളിൽ
നിരവധി പുസ്തകങ്ങൾ രചിച്ചിട്ടുണ്ട്.
ഇപ്പോൾ മലയാള മനോരമ
കൊച്ചി യൂണിറ്റിൽ ചീഫ് സബ് എഡിറ്റർ.

നോവൽ

പുത്രസൂക്തം

രാജീവ് ശിവശങ്കർ

ഗ്രീൻ ബുക്സ്

green books private limited
gb building, civil lane road, ayyanthole,
thrissur- 680 003, kerala
ph: +91 487-2381066, 2381039
website: www.greenbooksindia.com
e-mail: info@greenbooksindia.com

(malayalam)
puthrasooktham
(novel)
by
rajiv sivasankar

first published october 2015

cover design : rajesh chalode
cover photo : micael nussbaumer/shutterstock

branches:
thrissur 0487-2422515
palakkad 0491-2546162
kannur 0497-2763038
Thiruvananthapuram 9846670899

isbn : 978-81-8423-451-0

GBPL/698/2015

പുതിയകാലത്തെ കുഞ്ഞുങ്ങളുടെ പ്രകൃതത്തിലെ ചില പ്രത്യേകതകൾ കണ്ടപ്പോൾ ആലോചിച്ച വിഷയമാണ് അച്ഛനും മക്കളും തമ്മിലുള്ള ബന്ധത്തിലെ ചേർച്ചയും ചേർച്ചയില്ലായ്മയും. അച്ഛനും മക്കളും രണ്ടു കാലങ്ങൾ ശ്വസിക്കുന്നവരാണ്. അച്ഛൻ ചവിട്ടിയ മണ്ണിനെപ്പറ്റി മക്കൾക്കും മക്കൾ കുതിക്കാനിരിക്കുന്ന ആകാശത്തെപ്പറ്റി അച്ഛനും ധാരണ കുറയും. സ്വാഭാവികമായും ചിന്തയിലും പ്രവൃത്തിയിലും ആ മാറ്റം പ്രകടമാവും. ആ നിലയ്ക്ക് രണ്ടുകാലങ്ങൾ തമ്മിലുള്ള പാരസ്പര്യത്തിന്റെ കഥ കൂടിയാവുന്നു ഈ നോവൽ. കാഴ്ചകളേയും ചിന്തകളേയും കാലം എങ്ങനെ മാറ്റിവരയ്ക്കുന്നു എന്ന് എന്റേതായ രീതിയിൽ അന്വേഷിക്കാൻ ശ്രമിച്ചിട്ടുണ്ട്. അങ്ങനെ നോക്കുമ്പോൾ ഇതു പുത്രസൂക്തം മാത്രമല്ല, പുരുഷസൂക്തവും കാലസൂക്തവും കൂടിയാവുന്നു.

സുഹൃത്തിന്റെ മകന്റെ പേരും അവന്റെ ഓമനത്തമുള്ള ചില കുസൃതികളും സ്വീകരിച്ചു എന്നതൊഴിച്ചാൽ മാധവന്റെ ജീവിതവുമായി ഈ കഥാപാത്രത്തിനു യാതൊരു ബന്ധവുമില്ലെന്നു കൂടി പറഞ്ഞുകൊള്ളട്ടെ.

രാജീവ് ശിവശങ്കർ

"We think our fathers fools,
so wise we grow.
Our wiser sons,
no doubt will think us so."
-Alexander Pope

എന്റെ കുഞ്ഞുകൂട്ടുകാരൻ മാധവന്.
പൊന്നുവിനും മറിയയ്ക്കും
ജോർജിനും. പിന്നെ,
ലോകത്തെ എല്ലാ അച്ഛൻമാർക്കും
മക്കൾക്കും.

ഒന്ന്

മാധവൻ

ദൈവം പെണ്ണോ ആണോ?

നാല്പത്തിയേഴാംവയസിൽ വന്നു മുട്ടിനിൽക്കുന്ന എന്റെ ജീവിതത്തിൽ ഈ ചോദ്യം പലതവണ ഞാൻ സ്വയം ചോദിച്ചിട്ടുണ്ട്. പെൺപക്ഷത്തുനിന്നും ആൺപക്ഷത്തുനിന്നും മാറിമാറി വാദിച്ചിട്ടുണ്ട്. കലഹിച്ചിട്ടുണ്ട്. പരിഹസിച്ചിട്ടുണ്ട്. ഒടുവിൽ കൃത്യമായൊരുത്തരമില്ലാതെ തലകുനിച്ചിട്ടുമുണ്ട്.

എന്നിട്ടും ഇപ്പോഴിതാ, ആയുരാരോഗ്യ ഹോസ്പിറ്റലിലെ സന്ദർശകമുറിയുടെ കൃത്രിമത്തണുപ്പിലിരിക്കെ ഞാൻ വീണ്ടും അതേ ചോദ്യത്തിലേക്കു ചെന്നൊട്ടുന്നു! മുന്നിൽ ഇളം നീലച്ചുവരിന്റെ ഒത്തനടുവിലെ, കാവിനിറമുള്ള ചതുരത്തിനുള്ളിൽ നിന്ന്, ഉണ്ണിക്കണ്ണൻ എന്നെ നോക്കി കള്ളക്കണ്ണെറിഞ്ഞു ചിരിക്കുന്നു... വെണ്ണയൂട്ടാൻ അരികിൽ കാത്തിരിക്കുന്ന യശോദ മുഖം കറുപ്പിക്കുന്നു. അതുകണ്ടപ്പോൾ ഞാൻ വീണ്ടും ആ ചോദ്യം മനസ്സിലിട്ടുരുട്ടി:

ദൈവം പെണ്ണോ ആണോ?

-ഞാനിപ്പോൾ പെൺപക്ഷത്താണ്. പ്രപഞ്ചത്തിലെ ഓരോ സൃഷ്ടിക്കും പിന്നിൽ പുരുഷകേന്ദ്രീകൃതമായ ഒരു കള്ളത്തരമുണ്ടെന്ന വാദം തെറ്റ്.

-സുഖവും ലഹരിയും വിനോദവുമെല്ലാം ആണിനും, ആർത്തവവും പ്രസവവും വേദനകളുമെല്ലാം പെണ്ണിനും എന്ന വാദം വിഡ്ഢിത്തം.

-വേദനകളല്ല, വിലപ്പെട്ടതെല്ലാമാണ് സൃഷ്ടിയുടെ വേളയിൽ സമർഥയായ പെൺദൈവം സ്വന്തമാക്കിയത്.

അടുത്ത തലമുറ തന്നിലൂടെ വേണമെന്ന വാശി...പുതിയ ജീവൻ തന്റെ കൈയിൽ ഊഞ്ഞാലാടി വളരണമെന്ന പൂതി...അതിനെ എതിരേൽക്കാനായി താൻ ഓരോ മാസവും അടിവയറ്റിലൊരു പുൽക്കൂടൊരുക്കി വച്ചിരുന്നു എന്നു പിന്നീടു സദാ ഓർമപ്പെടുത്താനൊരു വീരവാദം...അങ്ങനെയൊക്കെയായിക്കൂടേ? പാവം പുരുഷനെന്തറിഞ്ഞു? ദൈവം പെണ്ണുതന്നെ!!

ഞാൻ സ്വയം വാദിച്ചു.

അപ്പോഴാണ് ഒരു മാലാഖ വന്നത്. കൂർത്ത നോട്ടം കൊണ്ട് എന്നെ കീറിമുറിച്ച് അവൾ ചോദിച്ചു.

"ടോക്കൺ സെവനല്ലേ?"

"അതേ."

"പ്രഭാകരൻ?"

"അതേ."

"വരൂ. ഡോക്ടർ വെയിറ്റ് ചെയ്യുന്നു."

ഏഴാം ഊഴക്കാരന്റെ അവസരം. ഞാനെഴുന്നേറ്റു. ചുവർച്ചിത്രത്തിൽ നിന്ന് ഉണ്ണിക്കണ്ണൻ മയിൽപ്പീലി വീശി യാത്രാമൊഴി ചൊല്ലി.

ക്ലിനിക്കൽ സൈക്യാട്രിസ്റ്റ് ഡോക്ടർ സുരേന്ദ്രശർമയുടെ മുറിയിലുമുണ്ടായിരുന്നു ഒരു ദൈവം. കൈകളിൽ വീണയും വേദവും ജപമാലയുമേന്തിയ സരസ്വതി. ചിത്രത്തിനുചുറ്റും പ്ലാസ്റ്റിക് പൂക്കൾകൊണ്ടു തീർത്ത മാലയിൽ ചിലന്തി വല കെട്ടിയിരുന്നു.

"ഇരിക്കൂ, മിസ്റ്റർ പ്രഭാകരൻ..."

സൗമ്യമായൊരു ശബ്ദംകൊണ്ട് ഡോക്ടർ സുരേന്ദ്രശർമ്മ എന്നെ പിടിച്ചിരുത്തി.

"എങ്ങനെയുണ്ട് മുറിവ്? ബ്ലീഡിങ്ങുണ്ടോ?"

നെറ്റിയുടെ വലത്ത് പതിച്ചുവച്ച പ്ലാസ്റ്ററിൽ ഞാൻ വിരലോടിച്ചു. മരുന്നിന്റെയും ചോരയുടെയും നനവ് വിരലിനെ നക്കി.

"പഴുക്കുന്നുണ്ടോന്നു സംശയം...നല്ല വേദനയുണ്ട്."

"കമ്പികൊണ്ടു കുത്തിയതല്ലേ...പെയിനുണ്ടാവും...പക്ഷേ, പേടിക്കേണ്ട... ആന്റിബയോട്ടിക് കഴിക്കുമ്പോൾ പഴുക്കില്ല."

ഞാൻ തലകുലുക്കി.

"എന്നിട്ട്... പ്രതി ഇപ്പോളെവിടെ? അവനു സങ്കടമുണ്ടോ?"

ആവശ്യത്തിലേറെ ശബ്ദമുയർത്തി ഡോക്ടർ ചിരിച്ചപ്പോൾ അതിൽ പരിഹാസത്തിന്റെ കിലുക്കം ഞാനറിഞ്ഞു. എല്ലാവർക്കും ചിരിയും തമാശയുമാണ്. തെറ്റിന്റെ ആഴം നിശ്ചയിക്കുന്നതു പ്രായമാണോ? ഒരേ കാര്യം മുതിർന്നവർ ചെയ്യുമ്പോൾ തെറ്റും കുട്ടികൾ ചെയ്യുമ്പോൾ ശരിയുമാകുന്നതെങ്ങനെ?

"എല്ലാവരും കൂടെ വഴക്കുപറഞ്ഞ് അവനെ ഹർട്ട് ചെയ്യരുത്. മൂന്നു വയസ്സുള്ള കുഞ്ഞാണെന്ന് ഓർമ്മവേണം," ഡോക്ടർ ഓർമ്മപ്പെടുത്തി, "ഒന്നും അവൻ അറിഞ്ഞുകൊണ്ടു ചെയ്യുന്നതല്ലല്ലോ...ഒന്നുചോദിക്കട്ടെ, എന്തെങ്കിലും പറഞ്ഞു പ്രൊവോക് ചെയ്തപ്പോഴാണോ അവൻ ആക്രമിച്ചത്?"

കോപത്തിന്റെ ഒരു വിറ എന്റെ ഞരമ്പുകളിലൂടെ തുള്ളിക്കടന്നുപോയി. ഡോക്ടർ ചിരിച്ചു.

"ഓകെ. ഓകെ. റിലാക്സ്. കുട്ടിക്ക് എന്തെങ്കിലും കളിപ്പാട്ടം

കൊടുക്കാതിരുന്നപ്പോഴോ അവനോടു കയർത്തപ്പോഴോ ആയിരുന്നോ എന്നാണുദ്ദേശിച്ചത്?"

"കയർക്കാനാണെങ്കിൽ അതിനേ നേരമുണ്ടാവൂ. അതുകൊണ്ടു കയർക്കാറേ ഇല്ല. ഇതു ഞാൻ രാവിലെ പത്രം വായിച്ചിരിക്കുമ്പോഴായിരുന്നു സംഭവം. മാധവൻ അതുവഴി വന്നു. മോനേ എന്നുവിളിച്ച് മടിയിലിരുത്താൻ ശ്രമിക്കുമ്പോൾ പെട്ടെന്നു കമ്പികൊണ്ടു കുത്തുകയായിരുന്നു."

"അവനു കമ്പി എവിടെനിന്നു കിട്ടി?"

"വീടിനുപിന്നിൽ ബാത്ത് റൂമിന്റെ പണി നടന്നിരുന്നു അടുത്തിടെ. അവിടെനിന്നാവണം."

"കോപത്തോടെയായിരുന്നോ ചിരിച്ചുകൊണ്ടായിരുന്നോ അവൻ കമ്പിയുമായി വന്നത്?"

"കോപത്തോടെയാണെന്നു തോന്നുന്നു."

ഇളം മഞ്ഞ ചിത്രശലഭങ്ങളെ ഉള്ളിലൊളിപ്പിച്ച പളുങ്കുഗോളത്തിനു താഴെനിന്നു കടലാസെടുത്ത് ഡോക്ടർ അതിലെന്തോ കുറിച്ചു. അയാളുടെ തലയിലെ കഷണ്ടിക്കുമേൽ വെളിച്ചത്തിന്റെ ഒരു കഷണം വീണു തിളങ്ങി. കടലാസിനുമേലേക്കു വീണ്ടും ചിത്രശലഭത്തെ കുടിയിരുത്തി ഡോക്ടർ കസേരയിൽ ചാരിയിരുന്നു.

"മാധവന് അടുത്തമാസം മൂന്നുവയസ്സു പൂർത്തിയാകും അല്ലേ? എന്റെ മോളുടെ മോനുണ്ട്. അവനു രണ്ടരവയസ്സാകുന്നതേയുള്ളൂ. എന്നാലും കുരുത്തക്കേടിനു കുറവൊന്നുമില്ല. ഇപ്പോഴത്തെ കുട്ടികൾ പൊതുവേ ഹൈപ്പർ ആക്ടീവാണ്. ചിലപ്പോൾ ഫുഡിന്റെയാകാം...അല്ലെങ്കിൽ പ്രഗ്നൻസി പീരീഡിൽ അമ്മയനുഭവിച്ച ടെൻഷനുകളുടെയാവാം... അതൊക്കെ കണ്ടെത്തേണ്ട കാര്യങ്ങളാണ്. ബൈദ ബൈ ചോദിക്കുന്നതുകൊണ്ടു തെറ്റിദ്ധരിക്കരുത്. നാല്പത്തേഴാം വയസ്സിൽ താങ്കൾക്കു മൂന്നുവയസ്സുള്ള പേരക്കുട്ടി...! അദ്ഭുതം തോന്നുന്നു. മകളുടെ വിവാഹം വളരെ നേരത്തെയായിരുന്നോ?"

"ഉവ്വ്. പതിനെട്ടാം വയസ്സിൽ."

"മിശ്രവിവാഹം അല്ലേ?"

"അതേ."

എട്ടാംക്ലാസ് മുതൽ ശാന്തി പ്രണയിക്കുകയായിരുന്നു എന്നു ഞാൻ പറഞ്ഞില്ല. കാമുകനൊപ്പം ഒളിച്ചോടാൻ പതിനെട്ടുവയസ്സു തികയാൻ കാത്തിരിക്കയായിരുന്നു എന്നും വിവാഹം നടത്തിക്കൊടുത്തിരുന്നില്ലെങ്കിൽ അവൾ ഞങ്ങളെ നാണംകെടുത്തിയേനെ എന്നും പറഞ്ഞില്ല.

"മുസ്ലിമുമായിട്ടുള്ള വിവാഹം...പ്രശ്നങ്ങളുണ്ടായില്ലേ?"

"സ്വാഭാവികമായും."

"എങ്ങനെ അതിജീവിച്ചു?

ഇനിയും അതിജീവിക്കാൻ കഴിഞ്ഞിട്ടില്ലെന്നു ഞാൻ പറഞ്ഞില്ല.

"മകൾ വാശിക്കാരിയായിരുന്നോ?"

"വിവാഹക്കാര്യത്തിൽ."

"പ്രഭാകരന്റെ വിവാഹവും വളരെ നേരത്തെയായിരുന്നുവെന്നു തോന്നുന്നു..."

"അതേ. ഇരുപത്തിനാലാം വയസിൽ."

"അതും പ്രണയമായിരുന്നോ?"

"ഉവ്വ്."

എന്റെ മുഖത്തെ പരുങ്ങൽ കണ്ടാവണം, ഡോക്ടർ വീണ്ടും കള്ളച്ചിരി ചിരിച്ചു. അതുകണ്ടു സംശയത്തോടെ ഞാൻ ചോദിച്ചു:

"എന്റെ മകൾ പത്തൊൻപതാം വയസ്സിൽ പ്രസവിച്ചതുകൊണ്ടാകുമോ മാധവൻ ഇങ്ങനെയായത്?"

"ഹേയ്...അതൊന്നുമല്ല. കുട്ടികൾക്കു കുരുത്തക്കേടുണ്ടാവുന്നതിന് അമ്മയുടെ പ്രായവുമായി ബന്ധമൊന്നുമില്ല."

കുരുത്തക്കേട്...!! എന്റെ മനസ്സ് ഡോക്ടറോടു കലഹിച്ചു. കുട്ടികളുടെ കുരുത്തക്കേടൊക്കെ എനിക്കു മനസ്സിലാകും. പ്രത്യേകിച്ച് ആൺകുട്ടികളാകുമ്പോൾ...പക്ഷേ, അതിനൊക്കെ ഒരു പരിധിയില്ലേ? ഇതു കുരുത്തക്കേടല്ല, ആക്രമണവാസനയാണ്. ഈ വർഷംതന്നെ ഇതു മൂന്നാം തവണയാണു മാധവൻ എന്നെ ആക്രമിക്കുന്നത്. ആദ്യം ഇഷ്ടിക വലിച്ചെറിഞ്ഞ് മുട്ടുചിരട്ട പൊട്ടിച്ച് രണ്ടരമാസം ഹോസ്പിറ്റലിൽ കിടത്തി. പിന്നെ ഒരു സ്റ്റീൽ തവി കൊണ്ട് കരണത്തടിച്ചു. കാതു കേൾക്കുന്നതു ദൈവാധീനംകൊണ്ടുമാത്രം...പക്ഷേ, ഇതൊന്നും ഞാൻ ഡോക്ടറോടു പറഞ്ഞില്ല; നാണക്കേടോർത്ത്. എന്റെ നെറ്റിയുടെ പാതിയെ ഉളികൊണ്ടു കുത്തി, വേദന പുളച്ചുകയറുകയായിരുന്നു.

"വീട്ടിൽ മറ്റാരെയും അവൻ ആക്രമിക്കാറില്ലേ?"

ഡോക്ടർ ചില്ലുഗോളം കൈവെള്ളയിലുരുട്ടി.

"പ്രധാന ഇര ഞാനാണ്. എപ്പോ എങ്ങനെ പെരുമാറുമെന്നു പറയാനാവില്ല. സ്നേഹത്തോടെ കൊഞ്ചിച്ചിരിക്കുമ്പോഴായിരിക്കും ചിലപ്പോൾ മട്ടു മാറുന്നത്."

ദോശ വായിൽവച്ചുകൊടുക്കുന്നതിനിടയിൽ മാധവൻ കഴിഞ്ഞമാസം എന്റെ കണ്ണിൽ സ്പൂൺകൊണ്ടു കുത്തിയതു ഞാൻ ഓർത്തു.

"പൊതുവേ വീട്ടിലെ സ്ത്രീകളോട് ആക്രമണം കുറവാണ് അല്ലേ?"

"അതെ. എന്റെ ഭാര്യ ജലജയെ ഉമ്മകൊടുത്തു കൊല്ലും. അതാണ് എനിക്കു മനസ്സിലാകാത്തത്. എന്നോടുമാത്രം...ഒരുതരം ശത്രുതപോലെ... പൂർവജന്മത്തിലെ ശത്രുക്കളാണു മക്കളായും ചെറുമക്കളായും ജനിക്കുന്നതെന്നൊക്കെ കേട്ടിട്ടുണ്ട്."

ഡോക്ടർക്കു ചിരിപൊട്ടി. കൈവെള്ളയിൽ നിന്നു തിരിച്ചുരുണ്ട ചില്ലുഗോളം മേശയിൽനിന്നു താഴേക്കു ചാടുംമുമ്പ് അദ്ദേഹം സമർഥമായി പിടിച്ചെടുത്തു.

"നോക്കൂ...മിസ്റ്റർ പ്രഭാകരൻ. അങ്ങനെ നിങ്ങളോടു പ്രത്യേക ശത്രുതയൊന്നുമുണ്ടായിട്ടല്ല. ശത്രുത തോന്നേണ്ട പ്രായമൊന്നുമായിട്ടില്ലല്ലോ, അവന്. നിങ്ങൾ സദാ വീട്ടിലുണ്ട്. അവനുമായി വളരെ ഫ്രീയാണ്. കളിക്കൂട്ടുകാരനെന്ന നിലയിലാണ് അവൻ നിങ്ങളെ കാണുന്നത്. കുട്ടികളുടെ ആക്രമണവാസന ഒരു രോഗമാണെന്നൊന്നും കരുതേണ്ട. മുതിരുമ്പോൾ ഇത്തരം കുട്ടികൾ സാധാരണ ശാന്തസ്വഭാവികളായിരിക്കും."

"പറയുമ്പോൾ എളുപ്പമാണ്. എന്റെ മോടെ കുഞ്ഞാണ്. ഒരുപാടു സ്നേഹവും വാൽസല്യവും ഞങ്ങൾക്ക് അവനോടുണ്ട്. എങ്കിലും ചിലപ്പോൾ സഹിക്കാനാവുന്നില്ല."

ഞാനറിയാതെ എന്റെ നെഞ്ചിലെ സങ്കടപ്പക്ഷി കൂടുതുറന്ന് ഗദ്ഗദത്തോടെ പുറത്തേക്കുചാടി.

"ഇന്നലെ രാവിലെ എഴുന്നേറ്റപ്പോൾ അവനെന്താണു ചെയ്തതെന്നറിയാമോ? ഫ്രിഡ്ജ് തുറന്ന് ആറു കോഴിമുട്ടയെടുത്ത് ബെഡിൽ പൊട്ടിച്ചൊഴിച്ചു. മിനിഞ്ഞാന്നു ചോറുംകൂട്ടാനുമെല്ലാം ക്ലോസറ്റിൽ കൊണ്ടുക്കളഞ്ഞു...വിളക്കുകത്തിക്കാൻ വച്ചിരുന്ന വെളിച്ചെണ്ണ അടുക്കളയുടെ നിലത്തു കോരിയൊഴിച്ചു. എന്റെ ഭാര്യ അതിൽ തെന്നിയടിച്ചുവീണു. ഭാഗ്യത്തിന് ഒന്നും പറ്റിയില്ല. വയസു മൂന്നായതേയുള്ളെങ്കിലും വീടു തലതിരിച്ചുവയ്ക്കാൻ അവനു കഴിയും. പേരക്കുട്ടി കാരണം ആശുപത്രീന്നിറങ്ങാൻ നേരമില്ലെന്നു പറഞ്ഞാൽ...ഇവൻ മാത്രമല്ലല്ലോ കുഞ്ഞായിട്ട് ഈ ഭൂമീല്...എന്റെ കുട്ടി മാത്രമെന്താ ഇങ്ങനെ?"

ഡോക്ടർ ഇളംചൂടുള്ള വിരലുകളിൽ ആശ്വാസം പുരട്ടി എന്റെ കൈയിൽ തടവി. പിന്നെ, ചിത്രശലഭക്കൂടിനെ കടലാസിനുമേൽ വെറുതെ തിരിച്ചു. വിരൽത്തുമ്പിനപ്പുറം ചില്ലുമതിലിൽ ഒട്ടിപ്പിടിച്ചിരുന്ന് അവ ചിറകുകൾ ചലിപ്പിക്കുന്നതുപോലെ തോന്നി.

"മാധവനുമായി ഇന്നലെ അവന്റമ്മ വന്നിരുന്നു. എത്ര ക്യൂട്ടാണു മാധവൻ. ഓമനക്കുഞ്ഞ്. സിനിമേൽ അഭിനയിപ്പിച്ചുകൂടേന്നു ഞാൻ ചോദിച്ചു. ഇവിടെ വന്നപ്പോ അവൻ ആദ്യം ചെയ്തതെന്താന്നറിയാമോ, മേശപ്പുറത്തിരുന്ന സാധനങ്ങളെടുത്തു താഴേക്കെറിഞ്ഞു. ചുമ്മാതെ. വിത്തൗട്ട് എനി പ്രൊവോക്കേഷൻ. എത്രയോ കുഞ്ഞുങ്ങളെ ഞാൻ നിത്യവും കാണുന്നു. പക്ഷേ, ഇവന് ഇത്തിരി കുരുത്തക്കേടു കൂടുതലുണ്ടെന്ന് അപ്പോഴേ ഞാൻ ശ്രദ്ധിച്ചു. ഒരു നിമിഷംപോലും അവനു ശാന്തമായിരിക്കാനാവില്ല. കാലുംകൈയും സദാ തുടിച്ചുകൊണ്ടിരിക്കും. പിന്നെ, കുറെയൊക്കെ മുതിർന്നവരുടെയും കുഴപ്പമാണ്. നമ്മളൊക്കെ ആൺകുട്ടികൾക്കു വാങ്ങിക്കൊടുക്കുന്ന കളിപ്പാട്ടങ്ങൾ ശ്രദ്ധിച്ചിട്ടില്ലേ, തോക്ക്... സ്പൈഡർമാൻ സ്റ്റിക്കർ...അല്ലേ? 'രാമാ കിൽഡ് രാവണാ' എന്നതല്ലേ പ്രൈമറി സ്കൂളിലെ വ്യാകരണത്തിന്റെ ആദ്യപാഠം? എന്തുകൊണ്ടു 'രാമാ ലവ്ഡ് സീതാ' എന്നു പഠിപ്പിക്കുന്നില്ല? സിസ്റ്റമേ ശരിയല്ല. നമ്മുടെയൊക്കെയുള്ളിൽ ഒളിച്ചിരിക്കുന്ന ഒരു തീവ്രവാദിയോ അക്രമിയോ ഉണ്ട് എന്നു ചുരുക്കം. നമ്മൾ ബുദ്ധിയും വിവരവുമുള്ളവരായതിനാൽ അതിനെ അടിച്ചൊതുക്കുന്നു. കുട്ടികൾക്ക് ആ ശേഷിയില്ലാത്തതിനാൽ അതു

മറനീക്കി പുറത്തുവരുന്നു അത്രേയുള്ളൂ കാര്യം. ഞാനിന്നലെ ശാന്തിയോടു സംസാരിച്ചു. അവൾക്ക് ഒരുപാടു സങ്കടമുണ്ട്. മരുമകന്റെ പേര് മുജീബ് എന്നല്ലേ? വളരെ ശാന്തപ്രകൃതക്കാരനാണു മുജീബെന്നു മോളു പറഞ്ഞു. കണ്ടിട്ടില്ലേ, മദ്യപിക്കുന്ന അച്ഛന്റെ മക്കൾ ചിലപ്പോൾ മദ്യം തൊടുകയേ ഇല്ല. അതേസമയം, അയാളുടെ ചെറുമക്കൾ തികഞ്ഞ മദ്യപാനികളായിരിക്കുകയും ചെയ്യും. ഇതും അതുപോലെ കരുതിയാൽ മതി. മുജീബ് ഗൾഫിലല്ലേ?"

"അതെ."

"മാധവനുമായി അയാൾ വല്ലപ്പോഴുമെങ്കിലും ഫോണിൽ സംസാരിക്കാറുണ്ടല്ലോ. അല്ലേ?"

ഞാൻ മിണ്ടിയില്ല.

"മുജീബിന്റെ അച്ഛൻ കോളജ് പ്രഫസറായിരുന്നോ?"

"അതെ. വളരെ മാന്യനായ ഒരാൾ. എന്തേ ചോദിച്ചത്?

"സാധാരണ തൊട്ടടുത്ത ജനറേഷനിലേക്കല്ല ജീനിലൂടെ സ്വഭാവം പകർന്നുകിട്ടുക. അപ്പൂപ്പന്റെ സ്വഭാവം ചിലപ്പോൾ പേരക്കുട്ടിക്കു കിട്ടിയേക്കാം. ഇതു പൂർണമായും സയന്റിഫിക് ആയ വ്യൂ ഒന്നുമല്ല. എങ്കിലും പൊതുവേ അങ്ങനെ കണ്ടുവരാറുണ്ട്. ഞാൻ ചോദിക്കുമ്പോൾ മറ്റൊന്നും വിചാരിക്കരുത്. മിസ്റ്റർ പ്രഭാകരന്റെ ബാല്യമെങ്ങനെയായിരുന്നു?"

"ഓ..എന്റെ സ്വഭാവമാണുമാധവനു കിട്ടിയതെന്നാണോ ഡോക്ടർക്ക് അറിയേണ്ടത്. ഇതുകൊള്ളാം...വാദിയെ പ്രതിയാക്കുന്ന കാലമാണല്ലോ. ഞാനെന്റെ അപ്പൂപ്പന്റെ കണ്ണുകുത്തിപ്പൊട്ടിക്കുകയുംകരണക്കുറ്റി അടിച്ചു പറിക്കുകയുമൊന്നും ചെയ്തിട്ടില്ല."

ഡോക്ടർ ഉറക്കെച്ചിരിച്ചു. അതുകണ്ടപ്പോൾ ഞാൻ ചുവരിലേക്കു തലവെട്ടിച്ചു.

"ഓകെ. റിലാക്സ്. ഞാനങ്ങനൊന്നും ഉദ്ദേശിച്ചില്ല. പ്രഭാകരന്റെ അച്ഛൻ എങ്ങനെയുള്ളയാളായിരുന്നു എന്നാണറിയേണ്ടത്. ചീയർഫുൾ? ഓർ വെരി സീരിയസ്?"

എന്റെ ഉള്ളിൽ പൊടുന്നനെ ഒരു റേഡിയോ മൂളി. ആകാശവാണിയുടെ പൊട്ടലും ചീറ്റലും ചിതറി. കുളികഴിഞ്ഞ്, തലമുടി ചീകിയൊതുക്കി, വെള്ളമുണ്ടും തോളത്തു ചുരുട്ടിയിട്ട തോർത്തുമായി അച്ഛൻ പൂമുഖത്തേക്കുവന്നു ചാരുകസേരയിൽ ചാരിക്കിടന്നു.

"പറയൂ. ഹൗ വാസ് ഹീ?"

"ഞാൻ കണ്ട ഏറ്റവും നല്ല മനുഷ്യനായിരുന്നു എന്റെ അച്ഛൻ."

കഥകേൾക്കാനിരിക്കുന്ന കുട്ടിയുടെ കൗതുകത്തോടെ ഡോക്ടർ എന്നെ നോക്കി.

"നല്ല മനുഷ്യൻന്നു പറേമ്പോ നമ്മളു ചെലതൊക്കെ ആ വാക്കിൽ പൊതിഞ്ഞുവയ്ക്കുമല്ലോ. സ്നേഹം, കരുണ, ഉത്തരവാദിത്വം... അങ്ങനെ

യൊക്കെ ചിലത്. അതെല്ലാം വേണ്ട പോലെ പൂരിപ്പിച്ചെടുത്തതായിരുന്നു എന്റെ അച്ഛൻ. അദ്ദേഹം വൈദ്യുതിബോർഡിൽ ഓവർസിയറായിരുന്നു."

"റിയലി? അച്ഛനുമായുള്ള പ്രഭാകരന്റെ ബന്ധമെങ്ങനെയായിരുന്നു?"

എന്റെ ഉള്ളിൽ വീണ്ടും ആകാശവാണി മൂളി. പൊട്ടലിനും ചീറ്റലിനുമപ്പുറം പ്രക്ഷേപണത്തിനു തുടക്കമെറിയിച്ച്, കാതുകൾ കീറി മുറിക്കുന്ന ഒരു ശബ്ദം നിറഞ്ഞു.

"ഞാനൊരു നല്ല മകനായിരുന്നില്ല. എന്നിട്ടും അച്ഛൻ ഒരിക്കൽപ്പോലും എന്നെ വഴക്കു പറഞ്ഞിട്ടില്ല. തല്ലിയിട്ടില്ല. കുറ്റപ്പെടുത്തിയിട്ടില്ല."

"നല്ല മകനായിരുന്നില്ല എന്നു പറഞ്ഞത് എന്തുകൊണ്ടാണ്? തിരിഞ്ഞു നോക്കുമ്പോൾ എന്തെങ്കിലും അരുതാത്തതു ചെയ്തതായി തോന്നുന്നുണ്ടോ?"

കണ്ണടയൂരി ഡോക്ടർ എന്നെ ചുഴിഞ്ഞുനോക്കി. ആ നോട്ടത്തിൽ മനഃശാസ്ത്രജ്ഞന്റെ കാന്തനൂലുകൾ ഞാനറിഞ്ഞു.

തീച്ചൂടേറ്റിട്ടെന്നവണ്ണം എന്റെ ഉടൽ പൊള്ളി. വിയർപ്പിന്റെ പാമ്പാടും ചോലകൾ ഉടലിലാകെ പൊട്ടിയിറങ്ങി. കാൽവെള്ളപോലും നനഞ്ഞു കുതിർന്നു. ഞാനെന്താണു പറയേണ്ടത്? അച്ഛൻ എനിക്കു നെഞ്ചിൽ അമർത്തിവച്ച വിങ്ങലാണെന്നോ? കുറ്റബോധങ്ങളുടെ കരിന്തിരിയാണെന്നോ? അച്ഛനെ ഓർക്കാതെ, അച്ഛനോടു മാപ്പിരക്കാതെ, ഒരു ദിവസംപോലും ഞാൻ ചവിട്ടിക്കടക്കാറില്ല എന്നോ?

"എന്താണാലോചിക്കുന്നത്? വാസ് ഹി എ റോൾമോഡൽ ടു യു?"

ഡോക്ടർ കുറച്ചുകൂടി കൂർത്ത നോട്ടം എന്റെ നേരേ വലിച്ചുകെട്ടി.

"റോൾമോഡലാണോന്നു ചോദിച്ചാൽ...അങ്ങനൊന്നും എനിക്കാകാനാവില്ല. എന്റച്ഛനേപ്പോലെ ഞാൻ എന്റെ മകൾക്കു നല്ലൊരച്ഛനുമല്ല..."

"ഒരുപാടു സ്നേഹമായിരുന്നോ അച്ഛനോട്..."

"ഇപ്പോൾ അതേ എന്നുത്തരം പറയാം. പക്ഷേ, അച്ഛനുള്ളപ്പോൾ അങ്ങനായിരുന്നില്ല. ഞാൻ ഡിഗ്രിക്കു പഠിക്കുമ്പോളാണ് അച്ഛൻ മരിച്ചത്. പിന്നീടാണ് ഞാൻ അച്ഛനെ പഠിക്കാൻ ശ്രമിച്ചത്."

ഡോക്ടർ എന്നെ ഒരിക്കൽക്കൂടി ചുഴിഞ്ഞുനോക്കി.

"പ്രഭാകരന്റെ കുട്ടിക്കാലം സാവകാശം ഒന്നോർത്തെടുക്കൂ. ചിലപ്പോൾ മാധവനെ ഫൈൻട്യൂൺ ചെയ്യാൻ സഹായകമായ ചിലത് അതിൽ നിന്നു കിട്ടിയേക്കാം."

"എന്റെ കുട്ടിക്കാലത്തുനിന്നോ?"

ഞാൻ അമ്പരന്നു.

"യേസ്...സൈക്യാട്രിസ്റ്റിന്റെ ഭ്രാന്തൻ ചിന്തയെന്നു കൂട്ടിയാൽ മതി."

ഡോക്ടർ കണ്ണിറുക്കി ചിരിച്ചുകൊണ്ട് അലിവോടെ കൈനീട്ടി എന്റെ വിരലുകളിൽ തൊട്ടു. വൈദ്യുതാഘാതമേറ്റിട്ടെന്നപോലെ ഞാൻ വിറച്ചു. ഉള്ളകങ്ങൾ കണ്ണാടിപോലെ ഉടയുന്നതു ഞാനറിയുന്നു. കല്ലെറിഞ്ഞോടിച്ച കോഴിക്കൂട്ടം പോലെ ഓർമകൾ എവിടേക്കെല്ലാമോ ചിതറുന്നു...

"ഓർക്കുകാന്നു പറഞ്ഞാൽ..."

"എവിടെ തുടങ്ങണമെന്നല്ലേ? ഇപ്പോൾ ഇവിടിരുന്ന് എല്ലാം ഓർത്തെടുക്കണമെന്നില്ല. വീട്ടിൽപ്പോയി സമാധാനമായിരുന്നിട്ടു മതി. ഓർക്കുന്ന കാര്യങ്ങളും സംഭവങ്ങളും കടലാസിൽ കുറിച്ചിടുക. പ്രഭാകരൻ ഇപ്പോൾ അച്ഛനും മുത്തച്ഛനുമൊക്കെയായ സ്ഥിതിക്ക് കുറച്ചുകൂടി വ്യക്തതയോടെ ഓർമകളെ സമീപിക്കാനാവും. തിരിഞ്ഞുനോക്കുമ്പോൾ മകനെന്നനിലയിൽ ശരിയല്ലാന്നു തോന്നിയ നിമിഷങ്ങൾ...അല്ലെങ്കിൽ അച്ഛനെന്ന നിലയിൽ അദ്ദേഹം ശരിയായിരുന്നില്ലാന്നു തോന്നിയ സംഭവങ്ങൾ... അതൊക്കെയാണ് എനിക്കു വേണ്ടത്."

ഞാൻ തണുത്ത വായുവിനെ നെഞ്ചിലേക്കു വലിച്ചെടുത്തു. ഉള്ളിലൊരു ആകാശം ഇടിഞ്ഞുവീഴുന്നതു ഞാനറിഞ്ഞു. തുലാമഴയുടെ ആരവം കെട്ടഴിയുന്നു. വീഴുന്നു...മഴച്ചാറലിൽ ഞാൻ അടിമുടി നനയുന്നു. അപ്രതീക്ഷിതമായി പൊട്ടുന്ന ഇടിമിന്നലിൽ നടുങ്ങുന്നു.

ഞാനെഴുന്നേറ്റു. ഡോക്ടറുടെ കണ്ണുകൾ കണ്ണടയുടെ ചില്ലുഭിത്തികൾ ഭേദിച്ച് എന്നെ പിന്തുടരുന്നു. തണുപ്പിച്ചെടുക്കുന്ന വായുവിനു നടുവിലും എന്റെ നെഞ്ചിൽ നെരിപ്പോടു പുകയുന്നു.

ഞാൻ തിടുക്കത്തിൽ വാതിൽ വലിച്ചുതുറന്നു.

"എന്റെ അച്ഛൻ പാവമായിരുന്നു. സ്നേഹിക്കാൻ മാത്രമറിയാവുന്ന ഒരു പാവം മനുഷ്യൻ. എന്നിട്ടും..."

"എന്നിട്ടും? "

"അച്ഛൻ മരിക്കണമെന്നു ഞാൻ ആഗ്രഹിച്ചിരുന്നു. ഒരിക്കലല്ല, പലതവണ..."

കണ്ണിലെ നനവ് ഒളിപ്പിച്ച് തിടുക്കത്തിൽ വാതിൽ വലിച്ചടച്ച് ഞാൻ പുറത്തിറങ്ങി. ഈ പ്രായത്തിൽ ഒരു കരച്ചിൽ പരമബോറാകുമെന്ന് എനിക്കറിയാം. ചുവരിലെ ചതുരത്തിലിരുന്ന് ഉണ്ണിക്കണ്ണൻ എന്നെ നോക്കി വീണ്ടും മായയുടെ മയിൽപ്പീലി വീശി. കാലത്തിന്റെ മായാജാലത്തിൽ ഞാൻ ആലിപ്പഴംപോലെ അലിഞ്ഞു.

ജീവികളുടെ പൂർവജന്മങ്ങളും വരും ജന്മങ്ങളും തിരിച്ചറിയാൻസിദ്ധിയുള്ള ശരിപുത്രഎന്ന സന്യാസിശ്രേഷ്ഠനെപ്പറ്റി ആദ്യമായി എന്നോടു പറഞ്ഞത് അച്ഛന്റെ കൂട്ടുകാരൻ ശ്രീധരൻമാഷായിരുന്നു. എപ്പോഴും മുറുക്കിച്ചുവപ്പിച്ചുനടന്ന ശ്രീധരൻമാഷ് ചരിത്രത്തെയും പുരാണത്തെയും എനിക്കെതിരെ സമർത്ഥമായി ഉപയോഗിച്ചു രസിച്ചിരുന്നു. ജീവിതത്തിലെ ഏതു തിരിവിലും, ഏതുനിമിഷവും പ്രത്യക്ഷപ്പെടാവുന്നൊരു ചാട്ടയായി മാഷ് സദാ എന്നെ ഭീഷണിപ്പെടുത്തി. ഉടലിൽ നീറിപ്പിടയുന്ന ചാട്ടവാറടിയുടെ വേദനയിൽ ഞാൻ പച്ചമരംപോലെ കത്തുമ്പോൾ കഥയവസാനിപ്പിച്ച് അവസാനമായി മാഷ് പറയും, 'ഇതൊക്കെ നിന്റെ നന്മയ്ക്കു പറയുന്നതാന്നു കൂട്ടിയാമതി കുഞ്ഞേ... ഒരിക്കൽ നീയിതൊക്കെ ഓർക്കും. ഒരച്ഛനായിക്കഴിയുമ്പോൾ...മക്കളും

കൊച്ചുമക്കളുമൊക്കെ ഉണ്ടാവുമ്പോൾ...അന്നു മാഷ് പറഞ്ഞതൊക്കെ ശരിയെന്നു മനസിലാക്കും. ഓർത്തുവച്ചോളൂ...'

പ്രീഡിഗ്രിക്കു കോളേജിൽ ചേർന്നതിന്റെ തലക്കനത്തിൽ, അമ്പലപ്പറമ്പിന്റെ പടിഞ്ഞാറേ മൂലയിൽ, സന്ധ്യയ്ക്ക് ആരുംകാണാതെ കൂട്ടുകാരോടൊപ്പമിരുന്നു ബീഡിപ്പുക പങ്കുവയ്ക്കുമ്പോഴായിരുന്നു അപ്രതീക്ഷിതമായി ശ്രീധരൻമാഷ് ശരിപുത്രന്റെ കഥയുമായി ഒരിക്കൽ പ്രത്യക്ഷപ്പെട്ടത്. തിടുക്കത്തിൽ ബീഡി ഒളിപ്പിക്കുന്നതിനിടയിൽ കുപ്പായത്തിൽ തീവീണു വട്ടത്തിൽ കിഴിഞ്ഞിറങ്ങി. അതുതല്ലിക്കെടുത്തി, മാഷ് എന്റെ തോളിൽ കൈയിട്ടു മാറ്റിനിർത്തി കഥ പറയുകയായിരുന്നു. മിണ്ടാതെ അതു കേട്ടുനിന്നു.

ശ്രീബുദ്ധന്റെ അടുത്ത ശിഷ്യരിൽ ഒരാളായിരുന്ന ശരിപുത്ര ഒരിക്കൽ മലമുകളിൽ ധ്യാനത്തിനായി വട്ടംകൂട്ടുമ്പോൾ താഴ്‌വരയിലുള്ള ഒരു കുടുംബം അദ്ദേഹത്തിന്റെ ശ്രദ്ധയിൽപ്പെട്ടു. ഒരു ചെറുപ്പക്കാരനും ഭാര്യയും കുഞ്ഞുമടങ്ങുന്നതായിരുന്നു ആ കുടുംബം. ഒരിക്കൽ ചെറുപ്പക്കാരൻ വീടിനു പിന്നിലെ കുളത്തിൽപോയി മീൻ പിടിച്ചു. അതിലെ വലിയ മീൻനോക്കി ഭാര്യ പൊരിച്ചെടുത്തു. മകനെ മടിയിൽവച്ച് അയാൾ പൊരിച്ചമീൻ കൊതിയോടെ കഴിക്കുമ്പോൾ വീട്ടിലെ നായ ഒരുകഷണം മീനിനായി പാത്രത്തിലേക്കു തലനീട്ടി. അയാൾ അതിനെ തൊഴിച്ചോടിച്ചു. ഇതുകണ്ട് ശരിപുത്രയ്ക്കു ചിരിവന്നു.

ചെറുപ്പക്കാരന്റെ മരിച്ചുപോയ അച്ഛനാണ് മീനായി പുനർജനിച്ചിരിക്കുന്നതെന്നും വളർത്തുനായ അയാളുടെ അമ്മയുടെ പുനർജന്മമാണെന്നുമുള്ള അറിവാണ് അദ്ദേഹത്തെ ചിരിപ്പിച്ചത്. മടിയിൽ വച്ചു ലാളിക്കുന്ന മകൻ കഴിഞ്ഞ ജന്മത്തിൽ ആ വീട്ടിൽ എല്ലാവരുടെയും പൊതു ശത്രുവായിരുന്നെന്നും ശരിപുത്ര ആറാം കണ്ണിലൂടെ അറിഞ്ഞു.

വീടിനുപിന്നിലെ കുളത്തിൽ മീൻപിടിക്കുന്നതായിരുന്നു ജീവിച്ചിരിക്കുമ്പോൾ അച്ഛന്റെ ഏറ്റവും പ്രിയപ്പെട്ട വിനോദം. അതുകൊണ്ടു മരണശേഷം അയാൾ, അതേ കുളത്തിൽ മീനായി പുനർജനിച്ചു. അമ്മയാകട്ടെ, വീടുമായി വല്ലാത്ത കെട്ടുപാടുകളുള്ള ആളായിരുന്നു. അതുകൊണ്ടു വളർത്തുനായയായി പുനർജനിച്ചു. ജീവിതത്തിന്റെ മായിക സ്വഭാവത്തെ ഓർമിപ്പിച്ചുകൊണ്ട് ശരിപുത്ര അന്നേരംതന്നെ ഒരു പദ്യം ചമച്ചു. സുഹൃത്തുക്കളും ശത്രുക്കളും സ്ഥിരമല്ലെന്നും ഏതുനിമിഷവും അതു മാറാമെന്നുമുള്ള സത്യം അദ്ദേഹം കവിതയുടെ ചമൽക്കാരത്തിൽ തൂക്കിയിട്ടു.

"ശത്രുവിനെ എപ്പോഴും ശത്രുതയോടെ കാണേണ്ടതില്ല. അതുപോലെ സുഹൃത്തിനോടും അളവിലേറെ അടുപ്പം വേണ്ട. രണ്ടും ബാധ്യതകളാണ്. കെട്ടുകളാണ്. ഇപ്പോൾ നിന്റെ ചുറ്റുമുള്ള സുഹൃത്തുക്കളൊക്കെ കഴിഞ്ഞ ജന്മത്തിൽ ശത്രുക്കളായിരുന്നു എന്നതിൽ സംശയമില്ല"-ശരിപുത്രനെ അനുകരിച്ച് കാണാക്കണ്ണുകൊണ്ട് എന്നെ ചുഴിഞ്ഞുനോക്കി ശ്രീധരൻമാഷ് ഓർമിപ്പിച്ചു.

ഉറ്റസുഹൃത്തിന്റെ മകൻ മീശകുരുക്കുംമുമ്പേ ബീഡിവലിച്ച സംഭവം പൊടിപ്പും തൊങ്ങലും വച്ച് ശ്രീധരൻമാഷ് അച്ഛനെ അറിയിക്കുമെന്നുറപ്പായിരുന്നതിനാൽ അന്നു പേടിച്ചാണു വീട്ടിലേക്കു മടങ്ങിയത്. ബീഡിപ്പുകയുടെ മണം മായിച്ചെടുക്കാൻ വഴിയരികിൽ കണ്ട പച്ചിലകളെല്ലാം ആടിനെപ്പോലെ ചവച്ചുതുപ്പി. പാതിയിരുട്ടിൽ മുഖമൊളിപ്പിച്ചു വീട്ടിൽ ചെല്ലുമ്പോൾ അച്ഛൻ ഇറയത്തുതന്നെയുണ്ടായിരുന്നു. പ്രത്യേകിച്ചൊന്നും സംഭവിക്കാത്തതുപോലെ ഒന്നു നോക്കി. ചിരിച്ചു. ഞാൻ ആശ്വാസത്തോടെ മുറിയിലേക്കുപോയി.

പിറ്റേന്നുരാവിലെ മേശപ്പുറത്ത് രണ്ടുരൂപയും ഒരു കടലാസും. പുകവലിയുടെ കാര്യത്തിൽ ഉപദേശിക്കാൻ അച്ഛന് അർഹതയില്ല. എങ്കിലും പറയട്ടെ, പുകവലി ശീലമാക്കുന്നതു ദോഷം ചെയ്യും. പകരം മിഠായി വാങ്ങിക്കഴിക്കുക.

സ്വയം ഉരുകിയൊലിക്കുംപോലെ എനിക്കുതോന്നി. ഒന്നു വഴക്കുപറഞ്ഞുകൂടേ അച്ഛന്? അല്ലെങ്കിൽ തല്ലിക്കൂടേ? അതുമല്ലെങ്കിൽ അമ്മയോടു പറഞ്ഞ് ബഹളം വച്ചുകൂടേ? എന്തിനാണ് ഇങ്ങനെ സംയമനംകൊണ്ടും സ്നേഹംകൊണ്ടും എന്നെ തോൽപ്പിക്കാൻ ശ്രമിക്കുന്നത്?

ആ നിമിഷം അച്ഛനെ ഞാൻ ശരിക്കും വെറുത്തുപോയി. പിന്നീട് എത്രയെത്ര തവണ...ഒടുവിൽ എനിക്ക് ഒരേയൊരു ശത്രുവേ ഉണ്ടായിരുന്നുള്ളൂ. അത് എന്റെ അച്ഛനായിരുന്നു.

ശ്രീധരൻ മാഷും ശരിപുത്രനെപ്പോലെ അതീന്ദ്രിയ സിദ്ധിയുള്ള ആളായിരുന്നോ? അല്ലെങ്കിൽ എന്റെ ഭാവിയുടെ ചുഴിയും മലരിയും എങ്ങനെ പ്രവചിക്കാൻ കഴിഞ്ഞു?

മാഷ് അന്നു പറഞ്ഞ ശരിപുത്രന്റെ കഥ പാതിച്ചെവികൊണ്ടാണു കേട്ടതെങ്കിലും ഈയിടെയായി സദാ ഞാൻ അതുതന്നെ ഓർത്തുകൊണ്ടിരിക്കുന്നു. മലമുകളിലെ പച്ചോലക്കുടിലിൽനിന്നു ശരിപുത്രനെപ്പോലെ ശ്രീധരൻമാഷ് എന്റെ ജീവിതത്തിലേക്കുനോക്കി കള്ളച്ചിരി ചിരിക്കുന്നതു കണ്ട് രാത്രി ഉറക്കം ഞെട്ടിയുണരുന്നു.

ഇന്നിപ്പോൾ, ശരിപുത്രന്റെ കഥയോർക്കുമ്പോൾ ഞാൻ സംശയിക്കുന്നു, അന്നത്തെ ശത്രുവായിരിക്കുമോ എന്റെ പേരക്കുട്ടിയായി പുനർജനിച്ചിരിക്കുന്നത്?

-മാധവന്റെ ഓരോ നോട്ടത്തിലും എ.എസ് എന്നു കണ്ണാടിക്കരക്കാർ ഓമനപ്പേരിൽ വിളിക്കുന്ന എന്റെ അച്ഛൻ അമ്പാഴത്തേൽ ശിവരാജന്റെ ചൂണ്ടുവിരൽ ഞാൻ കാണുന്നു...

-മാധവൻ നെറ്റിചുളിക്കുന്നത് എന്റെ അച്ഛനെപ്പോലെ...

-ഒരുവശത്തേക്കു തോൾ തളർത്തിയിട്ട് അവൻ നടക്കുന്നത് അച്ഛനെപ്പോലെ...

-ഞാൻ നോക്കാതിരിക്കുമ്പോൾ അവനും അച്ഛനെപ്പോലെ എന്നെ ഉറ്റുനോക്കുന്നത് പലവട്ടം ഞാനറിഞ്ഞു.

-അല്ല. ഇതുമാധവനല്ല, എന്റച്ഛൻതന്നെ...ഉറപ്പ്...കഴിഞ്ഞജന്മം തരാതിരുന്ന ശിക്ഷകളെല്ലാം ഒന്നൊന്നായി തിരിച്ചുതരാൻ വന്നിരിക്കയാണ്. എന്നെ ഒരു പാഠംപഠിപ്പിക്കാൻ അച്ഛൻ ഉറപ്പിച്ചിരിക്കും.

ഞാനിതാരോടു പറയും? എങ്ങനെ പറയും? പറഞ്ഞാൽത്തന്നെ ആരെങ്കിലും വിശ്വസിക്കുമോ?

കൊടുങ്കാറ്റ് അഴിച്ചുവിടുന്ന പങ്കയുടെ താഴെ, അച്ഛന്റെ പഴയ ചാരുകസേരയിൽ കിടന്ന് ഞാൻ നീറി. പുറത്ത്, അടച്ചിട്ട വാതിലിനപ്പുറം മാധവൻ ചവിട്ടിത്തൊഴിക്കുന്നുണ്ട്. മൂന്നുവയസ്സുള്ള ഒരു കുഞ്ഞിന് ഇത്ര ശക്തമായി തൊഴിക്കാനാവുമോ?

ഇത്ര പകയോടെ പിൻതുടരാനാവുമോ?

തുറിച്ചുനോക്കാനോ ആക്രമിക്കാനോ ഇന്ന് എന്നെ കിട്ടാഞ്ഞതിന്റെ കോപം അവന്റെ ഓരോ തൊഴിയിലും ഞാനറിയുന്നു. രാവിലെ അവനുണരുംമുമ്പേ ആശുപത്രിയിലേക്കു പോയതാണ്. മടങ്ങിവന്നപ്പോഴും അവൻ ഉറക്കമായിരുന്നു. അപ്പൂപ്പനെ അന്വേഷിച്ചു നിലവിളിയായിരുന്നു എന്നു ജലജ പറഞ്ഞു.

പേരക്കുട്ടിയെ പേടിച്ച് മുറിയടച്ചിരിക്കേണ്ട ഗതികേട് ലോകത്ത് ഒരപ്പൂപ്പനും ഉണ്ടാകാതിരിക്കട്ടെ. പുറത്തിറങ്ങിയാൽ, കൈയിൽ കിട്ടുന്ന ആയുധം കൊണ്ട് അവൻ ആക്രമിക്കും. മുറ്റത്തിറങ്ങിയാൽ മണ്ണുവാരിയെറിയും...തീൻമേശയിലെങ്കിൽ ചില്ലുപാത്രങ്ങൾ നെഞ്ചിനുനേരെ പറത്തിവിടും. വാതിൽ തഴുതിടാതെ ഉച്ചമയക്കത്തിനൊരുങ്ങിയാൽ പുറത്തുകൂടി നൂണ്ടുകയറി ചുമലിൽ കടിക്കും...അല്ലെങ്കിൽ വെള്ളം ചെപ്പിയിലൊഴിക്കും. മുറി പൂട്ടാതെ പുറത്തിറങ്ങിയാൽ അയയിൽനിന്ന് എന്റെ വസ്ത്രങ്ങൾ വാരിയെടുത്ത് നിലത്തു വലിച്ചിഴയ്ക്കും.

ഇപ്പോഴിതാ, അവൻ വാതിൽക്കൽ വീണ്ടും തൊഴിക്കുന്നു.

ദൈവമേ, അവന്റെ അടുത്ത പദ്ധതി എന്തായിരിക്കാം?

ഇന്നിപ്പോൾ അവന്റെ കൈയിലെ ആയുധമെന്താകാം?

എന്റെ ഏത് അവയവത്തിലാകും അതു തറയ്ക്കുന്നത്?

ആർക്കറിയാം...!

രണ്ട്

ശരികളുടെ അച്ഛൻ

–ഇരട്ടവരയ്ക്കുള്ളിലെ ജീവിതമായിരുന്നു എന്റെ അച്ഛൻ.

-നേർരേഖയിലൂടെ ഒരേവേഗത്തിലോടുന്ന തീവണ്ടി...

-എന്നും ഒരേദിക്കിലുദിക്കുന്ന നക്ഷത്രം...

സ്വിച്ചിട്ടാൽ തെളിയുന്ന വിളക്കുപോലെ കൃത്യമായിരുന്നു ആ ജീവിതം. അമിതവികാരങ്ങൾ ഒരിക്കൽപ്പോലും അതിരിനപ്പുറത്തേക്ക് അച്ഛനെ തള്ളിനീക്കിയില്ല. ഏതു സംഭവബാഹുല്യത്തെയും കൊച്ചു വൃത്തത്തിൽ ഒതുക്കുന്ന അച്ഛന്റെ വാച്ചു പോലെ വികാരരഹിതമായി രുന്നു ആ ജീവിതവും. ആരോ തുറന്നുവച്ച കോംപോസിഷൻ ബുക്കിലെ ശരികൾപോലെ അച്ഛൻ ജീവിതത്തിൽ ശരികളിട്ടുകൊണ്ടേയിരുന്നു.

രാവിലെ എഴുന്നേറ്റാൽ അച്ഛൻ ആദ്യം ചെയ്യുക ഒരുപാടു കാല ത്തിന്റെ പഴക്കം വിളിച്ചുപറയുന്ന, അച്ഛനുമാത്രം വായിക്കാനാവുന്ന ഡയ ലുള്ള വാച്ചിനു കീകൊടുക്കുകയാണ്. ഓർമയായ കാലം മുതൽ കണ്ണു തുറക്കുമ്പോൾ ഞാനാദ്യം കാണുന്ന കാഴ്ച അതായിരുന്നു. ജീവിത ത്തിലേക്കു മൊത്തമുള്ള കീയാണു മുറുക്കുന്നതെന്ന ശ്രദ്ധയോടെയാവും അതു നിർവഹിക്കുക. അതീവശ്രദ്ധയോടെ കാര്യങ്ങൾ ചെയ്യുമ്പോൾ അച്ഛന്റെ നാക്ക് കവിളിന്റെ ഉള്ളടരുകളിൽ മിഠായിപോലെ വന്നുമുട്ടും. പിന്നീടു തിരിഞ്ഞുനോക്കിയപ്പോൾ പലപ്പോഴും ഈ വാച്ച് അച്ഛനു ചേരുന്ന രൂപകമായി എനിക്കു തോന്നിയിട്ടുണ്ട്. കടന്നുപോകുന്ന നിമിഷങ്ങളുടെ തീവ്രത ഒരിക്കലും വാച്ച് ഏറ്റെടുക്കാറില്ലല്ലോ. അച്ഛനും അതുപോലെതന്നെയായിരുന്നു. വാച്ചിന്റെ സൂചി ചലിക്കുംപോലെ ജീവിതത്തിന്റെ വടിവൊത്ത വൃത്തത്തിലൂടെ ചലിച്ചുനീങ്ങി. അച്ഛൻ മരിച്ചപ്പോൾ ഞാനാദ്യം ചെയ്തത് ആ വാച്ചു പൊട്ടിച്ചുനോക്കുകയായി രുന്നു. പഴയ വാച്ചിനുള്ളിൽ വിലപിടിച്ച രത്നങ്ങളുണ്ടാവുമെന്ന് ആരോ പറഞ്ഞുകേട്ട ഓർമയിലായിരുന്നു അത്. അതോ അച്ഛന്റെ കണിശത യോടുള്ള എന്റെ ഉടൻ പ്രതികരണമായിരുന്നോ അത്? സത്യത്തിൽ ഇന്നും എനിക്കറിയില്ല.

ലുബ്ധന്റെ നിധിപോലെ, വാച്ച് സുരക്ഷിതമായി അലമാരയിൽ, മേശയ്ക്കുള്ളിലെ ചെറിയ കടലാസുപെട്ടിയിൽ അടച്ചുകഴിഞ്ഞാൽ അച്ഛൻ കിണറ്റുകരയിലേക്കു നീങ്ങും. അടുത്ത അരങ്ങ് അവിടെയാണ്. പല്ലുതേപ്പ് കലയായല്ല, കലാപമായാണ് അച്ഛൻ കരുതിപ്പോന്നതെന്നു തോന്നുന്നു. സിഗരറ്റ് കറ കറുപ്പിച്ചെടുത്ത പല്ലുകൾ ഒരിക്കലും വെളു ക്കില്ലെന്ന് ഉറപ്പുണ്ടെങ്കിലും ഉപ്പും കുരുമുളകും ചേർത്തു പൊടിച്ചെടുത്ത ഉമിക്കരി വിരലുകളിൽ തൊട്ടെടുത്ത് ആവശ്യത്തിലേറെ ബലം കൊടുത്ത് അച്ഛൻ പല്ലുകളെ തിരുമ്മി നോവിക്കും. തൈത്തെങ്ങിൽനിന്ന് ഓലകീറി, വിരൽത്തുമ്പുകൊണ്ട് ഈർക്കിൽ ചീകിയെടുത്ത് നാക്കു വടിക്കും. പ്രഭാതത്തെ ഞെട്ടിച്ചുകൊണ്ട് ഇതിനിടെ പലതവണ ഓക്കാ നിക്കും. കിണറ്റിന്റെ തൂണിൽ തൂക്കിയിട്ട കണ്ണാടിക്കു പല്ലുകളെ കൊടുത്ത് അച്ഛൻ വെണ്മ പരിശോധിച്ചു തൃപ്തിപ്പെടുന്നതോടെ ആ കലാപം അവസാനിക്കും.

കണ്ണാടിക്കുമുമ്പിൽ ഇരുകവിളുകളും മാറിമാറി ബലൂൺപോലെ വീർ പ്പിച്ചു ഷേവ് ചെയ്യുന്നതാണ് അടുത്ത ഇനം. അതുകഴിഞ്ഞാൽ വിശാല മായ കുളി. അച്ഛൻ കുളിക്കുന്ന സമയംകൊണ്ട് മൂന്നുപേർക്കുകുളിക്കാ മെന്ന് അമ്മയും അച്ഛൻ കുളിക്കാൻ കോരുന്ന വെള്ളംകൊണ്ട് അഞ്ചു പേർക്കു നീന്തിക്കുളിക്കാമെന്ന് അമ്മൂമ്മയും തമാശ പറയാറുണ്ടായിരുന്നു. കുളിക്കുമ്പോൾ വായിൽ വെള്ളം നിറച്ച് വല്ലാത്ത ശബ്ദത്തോടെ കുലു ക്കുഴിയും. കാൽവിരൽ മുതൽ തലവരെ സോപ്പുകൊണ്ടു പതപ്പിച്ചെടുക്കും. ഓരോ ആഴ്ചയിലും കിണറ്റിൻകരയ്ക്കപ്പുറത്തെ കറിവേപ്പിൻചുവട്ടിൽ വീഴുന്ന ചന്ദ്രികസോപ്പിന്റെ കൂടുകൾ ഞാൻ കട്ടിലിനുകീഴിലെ കട്ടിക്കട ലാസുപെട്ടിയിൽശേഖരിച്ചു. അവസാനത്തെ തൊട്ടി കിണറ്റിൽനിന്നു നേരേ കോരി തലയിലേക്കൊഴിക്കുന്നതോടെയാണ് അച്ഛന്റെ കുളി തീരുക. കുട്ടി ക്കാലത്ത് എല്ലാദിവസവും തിണ്ണയിലിരുന്ന് ഞാൻ ഈ കുളി ആസ്വദി ച്ചിരുന്നു. കിണറ്റുപടിയിലേക്ക് കാൽപൊക്കിവച്ച് ചന്ദനനിറമുള്ള തുടയിൽ അച്ഛൻ സോപ്പു തേച്ചു പിടിപ്പിക്കുന്നത്...ഒന്നിനുപിറകെ ഒന്നായി തുരു തുരാ ചെറിയ അലൂമിനിയം പാത്രം ചരുവത്തിൽ മുങ്ങി 'ബ്ലും' എന്ന ശബ്ദമുയർത്തുന്നത്...എല്ലാത്തിനുമൊടുവിൽ നിന്ന നിൽപ്പിൽ മാന്ത്രിക വിദ്യ കൊണ്ടെന്നപോലെ, ഒരു നിമിഷത്തിന്റെ പത്തിലൊന്നു സമയം കൊണ്ട് അദ്ഭുതകരമായി നനഞ്ഞ തോർത്തു മാറി മുണ്ടുടുക്കുന്നത്... എല്ലാം ഒരിക്കലും തീരാത്ത വിസ്മയങ്ങളോടെ ഞാൻ കണ്ടിരുന്നു. വലു താവുമ്പോൾ അച്ഛനെപ്പോലെ കിണറ്റുകരയിൽനിന്നു കുളിക്കാനും ഷേവ് ചെയ്യാനും മാന്ത്രികവേലകൊണ്ടു വസ്ത്രം മാറാനും ഞാൻ കൊതിച്ചു. കുളികഴിഞ്ഞ്, അകന്ന പല്ലുകളുള്ള വലിയ ചീർപ്പുകൊണ്ട് മുടി കോതു മ്പോൾ അച്ഛൻ എന്നെ നോക്കി കുസൃതിയോടെ കണ്ണിറുക്കും.

അമ്മയുടെ അമ്മ-എൺപതുചെന്ന എന്റെ അമ്മൂമ്മ-യൊഴികെ എല്ലാ വരും വീടിനു തൊട്ടടുത്ത പുഴയിൽപോയാണു കുളിച്ചിരുന്നത്. ചായ്ച്ചു കെട്ടിയ കുളിമുറിയുണ്ടായിട്ടും അച്ഛൻ കിണറ്റുകരയിൽ വലിയ ചരുവ ത്തിൽ വെള്ളം കോരിനിറച്ച് പരസ്യമായി കുളിച്ചു. ഒരുപക്ഷേ, ഒളിച്ചു

വയ്ക്കാൻ ജീവിതത്തിൽ ഒന്നുമുണ്ടാവരുതെന്ന് അച്ഛനു നിർബന്ധമുണ്ടായിരുന്നിരിക്കാം.

കുളികഴിഞ്ഞാൽ ചാരുകസേരയിൽ കാലുകൾ ഉയർത്തിവച്ച് അച്ഛൻ പത്രം വായിക്കാനിരിക്കും. വായനയ്ക്കു കൂട്ടിനു തീക്കണ്ണുമായി ചാർമിനാർ സിഗരറ്റുകളുണ്ടാവും. വിരൽത്തുമ്പിൽ സിഗരറ്റില്ലാത്തൊരച്ഛൻ എന്റെ ഓർമയിലില്ല.

പത്രവായന കഴിഞ്ഞാൽ അച്ഛൻ അണിഞ്ഞൊരുങ്ങുകയായി. നീലം വെളുപ്പിച്ചെടുത്ത അടിവസ്ത്രങ്ങൾ ധരിച്ച് തെക്കേമുറിയിൽനിന്നു പൂമുഖത്തേക്കുവരും. അവിടെനിന്നാണു മുണ്ടുടുക്കുക. മുണ്ടിന്റെ കര വലം കാലിനോടു ചേർന്നു താഴെവരെ ഒരേ വീതിയിൽ കിടക്കണമെന്നും കുപ്പായത്തിന്റെ കൈകൾ മുട്ടുവരെ മടക്കിവയ്ക്കണമെന്നും അച്ഛനു നിർബന്ധമായിരുന്നു. കുപ്പായമിടുംമുമ്പ് കുട്ടിക്യൂറാ പൗഡറിന്റെ ഒരടര് പിൻകഴുത്തിലേക്കു ചൊരിയും. അതിനുമേൽ ഒരു വെളുത്ത തൂവാല കോണോടുകോൺ മടക്കി സ്ഥാപിക്കും. കുപ്പായത്തിന്റെ കോളറിൽ അഴുക്കു പുരളാതിരിക്കാനുള്ള അച്ഛന്റെ സൂത്രപ്പണിയാണിത്. പിൻകഴുത്തിൽ പൗഡർ വാരിപ്പൂശുമെങ്കിലും ഒരിക്കൽപ്പോലും അച്ഛൻ മുഖത്തു പൗഡറിടുന്നതു കണ്ടിട്ടില്ല.

അച്ഛൻ എപ്പോഴും ഒരേപോലത്തെ രണ്ടുജോടി ചെരുപ്പുകൾ വാങ്ങി സൂക്ഷിച്ചിരുന്നു. ഒരിക്കലും പുതിയതെന്നു തോന്നിക്കാത്ത, നരച്ച കാക്കി നിറമുള്ള ചെരുപ്പുകളായിരുന്നു അവ. ഒരെണ്ണം തേഞ്ഞുതുടങ്ങുമ്പോൾ അടുത്ത ജോടി വാങ്ങി കിടപ്പുമുറിയിലെ ചുവരിൽ ആണിയടിച്ചു തൂക്കും. പഴയതായിക്കഴിഞ്ഞാൽ ആ ചെരുപ്പ് വീട്ടിൽ ധരിക്കും. പുതിയൊരു നിറം, അല്ലെങ്കിൽ വേറൊരു മോഡൽ ധരിച്ചുനോക്കാൻ ഒരിക്കലും അച്ഛൻ തയാറായില്ല. എപ്പോഴും തനിക്കു വയ്ക്കാനുള്ളത് ഒരേ ചുവടുകളാണെന്ന് ഏറ്റവും നന്നായി അറിയാമായിരുന്നത് അച്ഛനുതന്നെയായിരുന്നല്ലോ.

ഏറ്റവും ആദ്യമേ ഓഫിസിൽ എത്തണമെന്നതും ഏറ്റവും അവസാനമേ അവിടനിന്നിറങ്ങാവൂ എന്നതും അച്ഛന്റെ ജീവിതത്തിലെ നിർബന്ധങ്ങളിലൊന്നായിരുന്നു. ശരികൾ മാത്രം ചെയ്യുന്ന സാർ, ഒരിക്കലും കൈക്കൂലി വാങ്ങാത്ത മാതൃകാജീവനക്കാരൻ തുടങ്ങിയ ബഹുമതികളൊക്കെ അച്ഛന്റെ സ്വകാര്യ അഹങ്കാരങ്ങളായിരുന്നു.

അക്കാലത്തു കാറ്റിന്റെ കൈകളിലായിരുന്നു കണ്ണാടിക്കരയിലെ വൈദ്യുതി. ഒരു കാറ്റടിച്ചാൽ അപ്പോൾ ബൾബ് അണയും. ഏതു നിമിഷവും ഒരു വൈദ്യുതിത്തൂൺ പിഴുതു വീണേക്കാം. ഏതു പാതിരാത്രിയിലും ഒരു പെരുമരം വൈദ്യുതിക്കമ്പികളിലേക്ക് അലറിപ്പതിച്ചേക്കാം. ഒരു ട്രാൻസ്ഫോമർ പൊട്ടിത്തെറിച്ചേക്കാം. ഇക്കാര്യങ്ങളിൽ അച്ഛൻ സദാ ജാഗ്രത പാലിച്ചു. വീട്ടിലിരിക്കുമ്പോൾപോലും വൈദ്യുതി പോയാൽ അവധിദിവസമാണെങ്കിലും അടുത്ത നിമിഷം അച്ഛൻ ഓഫീസിലേക്കു കുതിക്കും. ചിലപ്പോൾ ചിലമ്പുന്ന ഒച്ചയുമായി വൈദ്യുതിബോർഡിന്റെ പൂതലിച്ച ജീപ്പ് അച്ഛനെ തേടിയെത്തും.

രാത്രി ഞങ്ങളുടെയൊക്കെ അത്താഴം കഴിഞ്ഞാലും അച്ഛൻ എത്താറില്ല. സുഭാഷ് കൊട്ടകയിൽ ഫസ്റ്റ്ഷോ വിടുന്നതാണ് അച്ഛന്റെ സമയം. അക്കാലത്തു കൊട്ടകകളിൽ ജനറേറ്ററുണ്ടായിരുന്നില്ല. ഇന്റർവെല്ലിനു മുമ്പ് വൈദ്യുതി പോയാൽ ഒരുനിവൃത്തിയുമില്ലെങ്കിൽ പാസ് കൊടുക്കും. പിറ്റേന്ന് അതുമായി വന്നു സിനിമകാണാം. എന്നാൽ ഇന്റർവെൽ കഴിഞ്ഞാണു വൈദ്യുതി പോകുന്നതെങ്കിൽ പണം പോയതുതന്നെ. അതുകൊണ്ടു, സിനിമാ തുടങ്ങുന്നതിനുമുമ്പു മിക്കവരും പിൻസീറ്റിൽ അച്ഛന്റെ സാന്നിധ്യം ഉറപ്പാക്കിയിരുന്നു. അച്ഛനുണ്ടെങ്കിൽ ഏതുവിധവും വൈദ്യുതി കൊണ്ടുവരും എന്ന് അവർക്കറിയാം.

രാത്രി പടികയറിവരുമ്പോഴേ അച്ഛൻ വെറുതേ നീട്ടിച്ചുമയ്ക്കും. തുപ്പും. പിന്നെ, ചരൽമണ്ണിൽ ചെരുപ്പുരയുന്ന ശബ്ദം...വാതിൽ തുറന്നടയുന്ന ശബ്ദം...കാൽകഴുകുന്ന ശബ്ദം...അടുക്കളയിൽ പാത്രങ്ങൾ കലമ്പുന്ന ശബ്ദം...കിടക്കയിൽക്കിടന്നു ഞാൻ കാതോർക്കും.

"അവനുറങ്ങിയോ?," അച്ഛൻ അടക്കിപ്പിടിച്ച ശബ്ദത്തിൽ അമ്മയോടു ചോദിക്കും, "പാവം..."

അച്ഛൻ സ്വയം പറയും. ഉറക്കത്തിന്റെ പാതിവഴിയിൽ എന്നും അച്ഛന്റെ കുറ്റി രോമങ്ങൾ എന്റെ കവിളുകളെ നോവിച്ചിരുന്നു. മുതിർന്നു എന്നു തോന്നിയ നിമിഷം ഞാനാദ്യം ചെയ്തത്, അച്ഛന്റെ മുഖം എന്റെ കവിളിനു നേരേ തിരിയുന്നതിനു മുമ്പേ തല പുതപ്പിനുള്ളിലേക്കു വലിച്ചു തിരിഞ്ഞു കിടക്കുകയായിരുന്നു. അന്ന് അച്ഛൻ എന്നെ ചുംബിച്ചില്ല. അന്നെന്നല്ല; പിന്നൊരിക്കലും!

ഞങ്ങൾ നാലുപേരായിരുന്നു. എനിക്കു മൂന്നു ചേച്ചിമാർ. ഏറ്റവും മൂത്തത് ഇരട്ടകളായ സുമതിച്ചേച്ചിയും സുമിത്രച്ചേച്ചിയും. തവിട്ടിലും നേട്ടം കൊയ്യാനുള്ള ജാതകപുണ്യവുമായി അവിട്ടം നാളിലാണു ജനിച്ചതെന്ന് അമ്മ അവരെപ്പറ്റി അഭിമാനം കൊള്ളുമ്പോഴെല്ലാം അച്ഛനു ചാവുദോഷവുമായി ജനിച്ച കരിമ്പൂരാടക്കാരനായ എന്നെ അമ്മൂമ്മ സ്നേഹത്തോടെ ചേർത്തു പിടിക്കുമായിരുന്നു. ഇരട്ടകൾക്കു പൊതുവേ കാണാറുള്ള പൊരുത്തങ്ങളൊന്നും സുമതിച്ചേച്ചിക്കും സുമിത്രച്ചേച്ചിക്കും തമ്മിലുണ്ടായിരുന്നില്ല. ഏതാനും മിനിറ്റുകൾക്കു മൂത്തതാണെന്നതിന്റെ തലക്കനം സുമതിച്ചേച്ചി സദാ മുഖത്തും തലയെടുപ്പിലും ഒളിപ്പിച്ചുവച്ചിരുന്നു. സുമതിച്ചേച്ചി കറുത്തു തടിച്ചായിരുന്നെങ്കിൽ സുമിത്രച്ചേച്ചി വെളുത്തുമെലിഞ്ഞായിരുന്നു. വലംകവിളിലെ മറുകും വിടർന്ന കണ്ണുകളും സുമിത്രച്ചേച്ചിയെ സുന്ദരിയാക്കിയെന്ന തിരച്ചറിവ് ഇറുകിപ്പിടിച്ച മുഖംകൊണ്ടും പരിഹാസത്തോടെയുള്ള ചുമൽവെട്ടിക്കലും കൊണ്ടാണ് സുമതിച്ചേച്ചി നേരിട്ടത്.

എന്നേക്കാൾ രണ്ടുവയസിനുമാത്രം മൂത്ത റാണിച്ചേച്ചിയുമായിട്ടായിരുന്നു ഞാൻ സൗഹൃദം വലിച്ചുകെട്ടിയിരുന്നത്. മെലിഞ്ഞ് ഇരുനിറക്കാരിയായ അവൾക്ക് അമ്മയുടെ ഛായയായിരുന്നു. വീട്ടിൽ മറ്റാർക്കുമില്ലാത്ത നുണക്കുഴി അവൾക്കു പതിച്ചുകിട്ടിയത് ചേച്ചിമാരെ ചൊടിപ്പിച്ചു.

വഴക്കുണ്ടാക്കുമ്പോഴെല്ലാം വിരൽകൊണ്ട് നുണക്കുഴിയിൽ അവർ കുത്തി നോവിക്കാൻ മറന്നില്ല. അപ്പോഴെല്ലാം റാണിച്ചേച്ചിക്കു പിന്തുണ പ്രഖ്യാപിച്ച്, 'താടകേ' എന്നുവിളിച്ച് സുമതിച്ചേച്ചിയേയും 'പശുപ്പല്ലീ' എന്നു വിളിച്ച് സുമിത്രച്ചേച്ചിയേയും ഞാൻ തുരത്തിയോടിച്ചു. സുമിത്രച്ചേച്ചിയുടെ അടിപ്പല്ലുകൾക്ക് ശ്രീധരൻമാഷിന്റെ വീട്ടിലെ പശുവിന്റെ അടിപ്പല്ലുകളുമായുള്ള സാദൃശ്യം രഹസ്യമായി കണ്ടെത്തിയത് ജീവിതകാലം മുഴുവൻ അവളെ പരിഹസിക്കാനായി ഞാൻ കരുതിവച്ചിരുന്നു.

റാണിച്ചേച്ചി എനിക്കു തീപ്പെട്ടിപ്പടങ്ങളും സ്റ്റാമ്പുകളും സ്കൂളിൽ നിന്നു കൊണ്ടുവരുകയും എന്റെ പാഠപുസ്തകങ്ങൾ സോവിയറ്റ് യൂണിയന്റെ, മണമുള്ള, തിളങ്ങുന്ന കടലാസ് കൊണ്ടു പൊതിഞ്ഞുതരുകയും ചെയ്തു. പകരം അവൾക്കായി പാട്ടുപുസ്തകങ്ങൾ ശേഖരിച്ചും നോട്ടുബുക്കിൽ സിനിമാപ്പരസ്യങ്ങളുടെ ചിത്രങ്ങൾ ഒട്ടിച്ചുകൊടുത്തും ഞാൻ സൗഹൃദം പൊലിപ്പിച്ചെടുത്തു. എന്നെ പാടാൻ പ്രേരിപ്പിച്ചതു റാണിച്ചേച്ചിയായിരുന്നു. അവൾ എപ്പോഴും ചുണ്ടിലൊരു മൂളിപ്പാട്ടു സൂക്ഷിച്ചുവച്ചിരുന്നു. സാമാന്യം നന്നായി ഞാൻ പാടുമെന്ന അറിവ് എന്നെ പാഠപുസ്തകങ്ങളിൽനിന്നു ക്രമേണ പാട്ടുപുസ്തകങ്ങളിലേക്കു വലിച്ചിട്ടു.

സുമിത്രച്ചേച്ചി സദാ പുസ്തകങ്ങൾക്കു നടുവിലായിരുന്നു. അതുകൊണ്ടു സുമതിച്ചേച്ചിയും പുസ്തകങ്ങൾ തുറന്നുവച്ചു. ഉൾപ്പോരുകൾക്കിടയിലും പ്രായത്തിന്റെ ഒരുമ കൊണ്ടുമാത്രം അവർക്കിരുവർക്കും പങ്കുവയ്ക്കാൻ അവരുടേതായ രഹസ്യങ്ങളുണ്ടായിരുന്നു. ഇടയ്ക്കിടെ അതു പൊട്ടിച്ചിരികളായും കുശുകുശുപ്പുകളായും നാലുപാളികളുള്ള ജനാലയിലൂടെ പുറത്തേക്കു തെറിച്ചുവീണപ്പോഴെല്ലാം റാണിച്ചേച്ചിക്കായി ഞാൻ ഉറക്കെപ്പൊടി. അവഗണനകൊണ്ടും മുഖം വെട്ടിത്തിരിക്കൽ കൊണ്ടും സുമതിച്ചേച്ചിയും സുമിത്രച്ചേച്ചിയും എന്നെ അകറ്റിനിർത്തി. ഭക്ഷണസമയത്തുമാത്രമാണു പലപ്പോഴും ഞങ്ങൾ മുഖാമുഖം കണ്ടത്.

നാലുമുറികളും അടുക്കളയും മാത്രമുള്ള പഴയ വീട്ടിൽ സ്വകാര്യത അനാവശ്യമായി എല്ലാവരും കരുതിയിരുന്നോ? എനിക്കറിയില്ല. തീപ്പെട്ടിക്കൂടിന്റെ വലുപ്പം മാത്രമുള്ള രണ്ടുമുറികളിൽ ഒന്ന് അമ്മൂമ്മയ്ക്ക് അവകാശപ്പെട്ടതായിരുന്നു. ഞാൻ എട്ടാംക്ലാസ്സുവരെയും അമ്മൂമ്മയുടെ പഞ്ഞിക്കിടക്ക പങ്കുവച്ചു. തൊട്ടപ്പുറത്തെ മുറിയിൽ ചേച്ചിമാർ കിടക്കും. രാത്രി വൈകുംവരെ അവിടെനിന്നു വളക്കിലുക്കവും പൊട്ടിച്ചിരിയും കേൾക്കാം. അപ്പോഴെല്ലാം 'അസത്തുക്കൾക്കുറങ്ങരുതോ' എന്നുചോദിച്ച് അമ്മ ശബ്ദമുയർത്തും.

ഊണുമുറിയുടെ ദീർഘചതുരത്തിൽ മുക്കാൽപങ്കും അരിപ്പെട്ടി അപഹരിച്ചിരുന്നു. ഊണുമുറിക്കും അമ്മൂമ്മയുടെ മുറിക്കുംകൂടി പൊതുവായി ഒരു വൈദ്യുതവിളക്കാണ് ഉണ്ടായിരുന്നത്. രണ്ടുമുറിയിലെ സ്വിച്ചുകൾ കൊണ്ടും അതു നിയന്ത്രിക്കാമായിരുന്നെങ്കിലും ഒരിക്കലും അമ്മൂമ്മ സ്വിച്ചിൽ തൊട്ടില്ല. ഏതുനിമിഷവും മരണത്തിലേക്കു കൈപിടിച്ചോടുന്ന രാക്ഷസനെന്ന് അമ്മൂമ്മവൈദ്യുതിയെ ഭയന്നു. പൂമുഖത്തെ

കട്ടിലിലായിരുന്നു അച്ഛന്റെ കിടപ്പ്. അമ്മയ്ക്കും അച്ഛനുംകൂടി കിടക്കാൻ മാത്രം വീതിയുള്ള കട്ടിലായിരുന്നില്ല അത്. പച്ചയും വെള്ളയും പ്ലാസ്റ്റിക് കൊണ്ടു വരിഞ്ഞെടുത്ത പൂക്കൾ ആ കട്ടിലിനെ മനോഹരമാക്കിയിരുന്നു. അവർ രണ്ടുപേരും ഒരേസമയം ഒരേ കട്ടിലിലോ അടുത്തടുത്ത കസേര കളിലോ ഇരിക്കുന്നതായി ഞാൻകണ്ടിട്ടേയില്ല. ഞായറാഴ്ചയുടെ വെയിൽ വട്ടങ്ങളിൽ കാപ്പിച്ചോട്ടിൽ വീടുവച്ചു കളിക്കുമ്പോൾ ഞാനും റാണി ച്ചേച്ചിയും അച്ഛനെയും അമ്മയെയുംപോലെ ആവശ്യത്തിലേറെ അകലം പാലിക്കാൻ പ്രത്യേകം ശ്രദ്ധിച്ചിരുന്നു.

"**അ**മ്മയുടെ പള്ളക്കീഴിൽ വച്ചു വളർത്തിയേന്റെ ദോഷം...."

രണ്ടാംക്ലാസിലെ പതിനൊന്നാം മണിയിൽ വർഗീസ് സാർ പതിവായി എന്നെ പരിഹാസംകൊണ്ടും ശാസനകൊണ്ടും നോവിച്ചു.

വാകപ്പൂക്കൾ മേലാടതൂക്കിയ, പെൺപള്ളിക്കൂടമെന്നു വിളിപ്പേരുള്ള താഴേ സ്കൂൾ എന്നും അരക്ഷിതാവസ്ഥയുടെ ചില്ലുപൊടികൾ എന്റെ വഴിയിൽ തൂകിയിട്ടിരുന്നു. റാണിചേച്ചി രണ്ടു വളവപ്പുറത്തുള്ള മേലേ സ്കൂളിലായിരുന്നു പഠിച്ചത്; സുമിത്രച്ചേച്ചിയും സുമതിച്ചേച്ചിയും പുഴ യ്ക്കക്കരെയുള്ള ഹൈസ്കൂളിലും. രാവിലെ ചോറ്റുപാത്രവും കൈയിൽ തൂക്കി, കാൽവിരൽവരെ മറയ്ക്കുന്ന പച്ചപ്പാവാടയുമുടുത്ത്, മുതിർന്ന വർക്കുമാത്രം കഴിയുന്ന കൗതുകരഹിതമായ കണ്ണുകൾ കടമെടുത്ത് അവർ കടത്തുകടവിലേക്കു പോകുന്നത് ഞാൻ അസൂയയോടെ നോക്കി നിന്നു. നടക്കുമ്പോൾ ഇരുവരുടെയും പിന്നിയിട്ട മുടി അരക്കെട്ടിൽ താളം തല്ലി എന്നെ പരിഹസിച്ചു.

സ്കൂളിലേക്കുപോകാൻ റാണിച്ചേച്ചിയുടെ കൈയുംപിടിച്ചു സന്തോഷ ത്തോടെയാണു ഞാൻ വീട്ടിൽനിന്നിറങ്ങാറുള്ളത്. പക്ഷേ, നിറയെ കൃഷ്ണ കിരീടം പൂത്തുനിൽക്കുന്ന വഴിയരികിലെ പച്ചിലക്കാടു കാണുന്നതോടെ എന്റെ കണ്ണുനിറയും. അവിടെ വഴി തിരിയുകയാണ്. പിന്നെ ഞാനൊറ്റയ്ക്കു വേണം എന്റെ സ്കൂളിലേക്കുപോകാൻ. വേർപിരിയലിന്റെ ആ നിമി ഷത്തെ ഒരിക്കൽപ്പോലും സംയമനത്തോടെ നേരിടാൻ എനിക്കു കഴി ഞ്ഞില്ല.

"റാണിച്ചേച്ചീ പോവല്ലേ...ഇന്നൊരു ദിവസംകൂടി മാത്രം...ന്നെ കൊണ്ടു വിടൂ..."

ഉറക്കെക്കരഞ്ഞ് ഞാൻ ചേച്ചിയുടെ കൈകളിൽ തൂങ്ങും. ക്ലാസിലെ ത്താൻ വൈകുമെന്നതിന്റെ ഭീതി ഒളിപ്പിച്ചുവയ്ക്കാനാവാത്ത പിടയ്ക്കുന്ന കണ്ണുകളോടെ റാണിച്ചേച്ചി എനിക്കു കൂട്ടുവരും.

സ്കൂളിന്റെ പടികാണുന്നതോടെ വീണ്ടും എന്റെ കരച്ചിൽ പൊട്ടി യുടയും. ഉടൽ വിറച്ചുതുടങ്ങും. നെറ്റിയിൽ നിറയെ ചുളിവുകളെയും ചുണ്ടിൽ തേരട്ടയെയും ഒളിപ്പിച്ച വർഗീസ് സാർ, മഞ്ഞൾ പുരട്ടിപൊലി പ്പിച്ചെടുത്ത ചൂരൽ കൈയിലിട്ടു വളച്ചും വായുവിൽ അദൃശ്യനായൊരു ശത്രുവിനോടെന്നപോലെ വീശിയും എന്നെ നോക്കി വരാന്തയിൽത്തന്നെ

നിൽപ്പുണ്ടാകും. എന്റെ കരച്ചിൽ ഉച്ചസ്ഥായിയിലാകുന്നതോടെ ജനാലയ്ക്കപ്പുറത്തുനിന്ന് ഒരു പാടു കുഞ്ഞിക്കണ്ണുകൾ പുറത്തേക്കു പൂമ്പാറ്റച്ചിറകുവിടർത്തി പറന്നുവരും.

"മോളുപൊയ്ക്കോ...ഇവന്റെ കാര്യം ഞാനേറ്റു."

കടും ചുവപ്പുകണ്ണുകൾ എനിക്കുനേരേ കൂർപ്പിച്ചു വർഗീസ് സാർ പറയും.

കുപ്പിവളകൾക്കടിൽ മുറുകുന്ന എന്റെ കൈകൾ അടർത്തിമാറ്റാനും കരച്ചിൽ മുറിക്കാനുമാവാതെ റാണിച്ചേച്ചി ധർമസങ്കടത്തിലാകുമ്പോൾ വർഗീസ് സാർ വടിയുംവീശി മുറ്റത്തേക്കു ചാടിയിറങ്ങും.

"ക്ലാസിപ്പോടീ...കൊഞ്ചിക്കോണ്ടുനിൽക്കാതെ..."

സാർ അലറും. ചേച്ചി തിരിഞ്ഞുനോക്കാതെ ഓടും.

"കണ്ണുതൊടച്ചു ക്ലാസിപ്പോടാ..."

മഞ്ഞച്ചേരയെപ്പോലെ എനിക്കുമുന്നിൽ ആടിയുലയുന്ന ചൂരലിനെ ഭീതിയോടെ നോക്കിയും റാണിച്ചേച്ചിയുടെ അസാന്നിധ്യത്തെ ഗദ്ഗദത്തിലൊതുക്കാൻ ശ്രമിച്ചും ഞാൻ ക്ലാസിലേക്കു പോകും. തിരിഞ്ഞുനോക്കുമ്പോളെല്ലാം വർഗീസ് സാർ ചൂരൽ വിറപ്പിച്ചു പിന്നാലെയുണ്ടാകും. പോകുംവഴി 'ഒന്നു ബി'യുടെ വിജാഗിരിയടർന്ന ജനാലയിലും 'രണ്ടു സി' യുടെ വാതിലിനപ്പുറത്തെ ഉള്ളുപൊള്ളയായ ചുവരിലും ചൂരൽ ഉറക്കെത്തല്ലി ഭയപ്പെടുത്തും.

പറന്നുചിതറുന്ന ചോക്കുപൊടിഎഴുതിമായ്ക്കുന്ന അക്കങ്ങളുടെയും അക്ഷരങ്ങളുടെയും മായാവിദ്യയിലേക്കു നോക്കി, സ്ലേറ്റിന്റെ കരിങ്കറുപ്പിൽ വെറുതേ വിരലോടിച്ച്, കാക്കത്തണ്ടും അണ്ണാംപീച്ചിയും ചിതറിയ ക്ലാസ്സ് മുറിയിൽ ഞാൻ ഒറ്റപ്പെടലിന്റെ ആഴമറിഞ്ഞ് സ്വയം വേവും. ഏകാന്തതയും സങ്കടവും ഓരോ അരമണിക്കൂറിലും എന്നെ മൂത്രം മുട്ടിക്കും.

"എത്രതവണയായാടാ നീ മുള്ളുന്നേ?"

പുറത്തേക്കു പായുന്നതിനിടയിൽ വർഗീസ് സാർ ശാസിക്കും.

രണ്ടാം പീരീഡാവുമ്പോൾ എന്നും എനിക്കു വയറുനോവും.

"എനിക്കിപ്പം തൂറണേ..."

ഞാൻ അലറിക്കരയും. കുട്ടികൾ രസംപിടിച്ച് അതേറ്റുചൊല്ലും.

"ഓടെടാ...പോയി നിന്റെ ചേച്ചിയോടുപറ തൂറിക്കാൻ..."

വർഗീസ് സാർ പുറത്തേക്കു തള്ളിവിടും. മേലേപ്പള്ളിക്കൂടത്തിന്റെ നാലു ബിയുടെ വാതിൽക്കലേക്കു ഞാൻ നെട്ടോട്ടമോടും. പതിനൊന്നുമണിയുടെ പതിവുകാരനെത്തുമ്പോഴേ ക്ലാസ്സിൽ അമർത്തിപ്പിടിച്ച ചിരി നുരയും.

സ്കൂളിൽ കക്കൂസില്ല. വീട്ടിൽവരെ പോയിവരാൻ സമയവുമില്ല. അതിനാൽ സ്കൂളിനു തൊട്ടടുത്ത്, റാണിച്ചേച്ചിയുടെ സഹപാഠിയുടെ വീട്ടിലേക്കാണു പാച്ചിൽ. കക്കൂസിൽപോയിക്കഴിഞ്ഞാൽ തനിയെ കഴുകാൻ എനിക്കറിയില്ല. പിന്നിൽനിന്നു വെള്ളം കോരിയൊഴിച്ചുതരണം. വീട്ടിലും അതു റാണിച്ചേച്ചിയുടെ ജോലിയാണ്.

"എടാ...ഇന്നു നിർത്തിക്കോണം...നാളെ വിളിച്ചാ ഞാൻ വരില്ല... സത്യം..."

മടങ്ങുമ്പോൾ എന്നും റാണിച്ചേച്ചി സങ്കടത്തോടെ പറയും. പക്ഷേ, പിറ്റേന്നും പതിനൊന്നുമണി എന്നെ നാലു ബിയുടെ മുമ്പിൽക്കൊണ്ടു ക്കെട്ടും.

ഇടവപ്പാതി കൊഞ്ചിനിന്നൊരു ദിവസം പതിനൊന്നുമണിയുടെ നെട്ടോട്ടത്തിനു കുറുകേ വർഗീസ് സാർ ചൂരൽ വളച്ചുപിടിച്ചു.

"ക്ലാസിലിരിക്കാൻ വയ്യാഞ്ഞിട്ടല്ലേടാ ഈവേല? കൊറേ നാളായല്ലോ... ഇന്നതു നടപ്പില്ല..കണ്ടോ..."

അലറിക്കരയുന്ന എന്നെ ചൂരൽകൊണ്ടു കുത്തി വർഗീസ് സാർ പ്രഖ്യാപിച്ചു. അതുകേട്ടപ്പോൾ എന്റെ സങ്കടം ഇരട്ടിയായി.

"അത്രയ്ക്കു വയറുനോവുന്നേൽ നീയിവിടുരുന്നു തൂറ്... ഞാൻ കാണട്ടെ, നിന്റെ മിടുക്ക്...."

വർഗീസ് സാർ ക്ലാസ്സിന്റെ ഉമ്മറത്തേക്കു ചൂരൽമുന നീട്ടി വെല്ലുവിളിച്ചു.

ഞാൻ അച്ചടക്കമുള്ള വിദ്യാർഥിയായി നേരേ വാതിൽക്കലേക്കോടി. അനുസരിച്ചില്ലെങ്കിൽ അടിപൊട്ടുമെന്നു ശരിക്കും ഭയമുണ്ടായിരുന്നു. വർഗീസ് സാറിന്റെ ചൂരലിന്റെ മുന പിന്നിൽ എനിക്കുനേരേ നാവുനുണയുന്നതു ഞാനറിഞ്ഞു. കുട്ടികളുടെ അടക്കിപ്പിടിച്ച ചിരിക്കിടയിലും ഒട്ടും മടിക്കാതെ വാതിൽപ്പടിയിൽ ഞാൻ കുന്തിച്ചിരുന്നു. മൂത്രത്തിന്റെ ആദ്യതുള്ളി നിലത്തു വീണു പടർന്നതേയുള്ളൂ, ചന്തിക്ക് അടിപൊട്ടി...

"ഓടെടാ....ഓട്...."

വർഗീസ് സാർ അലറി...

ഞാനോടി.

"അമ്മേടെ പള്ളക്കീഴിൽ വച്ചു വളർത്തിയേന്റെ ഗുണം...."

പിന്നിൽ വർഗീസ് സാറിന്റെ പരുക്കൻ ശബ്ദം ഞാൻ കേട്ടു.

എത്ര ഓടിയിട്ടും തീരാത്ത ദൂരം.....പെരുവഴിയിലൂടെ ഞാൻ അലറിക്കരഞ്ഞുകൊണ്ടിരുന്നു... സങ്കടവും പരിഹാസവും എല്ലാ ഊർജവും ചോർത്തിയെടുത്ത ഉടലുമായി ഓടിയോടി വീട്ടിലേക്കു കയറുമ്പോൾ തൊട്ടിൽപോലെ തോർത്ത് ഇരുകൈകളിലും നീട്ടിപ്പിടിച്ച് അച്ഛൻ എന്നെ കോരിയെടുത്തു. ഒളിച്ചുവച്ച സങ്കടത്തിന്റെ പെരുങ്കടൽ അച്ഛന്റെ ചൂടിൽ ആവിയായിപ്പോകുന്നതു ഞാനറിഞ്ഞു.

എത്രയോ വർഷങ്ങൾക്കുശേഷം പിന്നൊരിക്കൽ അച്ഛൻ തോർത്തിനെ തൊട്ടിലാക്കി എന്നെ കോരിയെടുക്കാൻ വന്നപ്പോൾ ഞാൻ ആ കൈകൾ നിർദ്ദയം തട്ടിമാറ്റി. അന്നു ഞാൻ പുരുഷനായി വളർന്നിരുന്നല്ലോ. എനിക്കു കിടക്കാൻ അച്ഛന്റെ തൊട്ടിൽ മതിയാവുമായിരുന്നില്ലല്ലോ.

–എപ്പോഴും ചിലമ്പുന്ന ഓട്ടുപാത്രമായിരുന്നു അമ്മയെങ്കിൽ സ്വിച്ചിട്ടാൽ മാത്രം തെളിയുന്ന വൈദ്യുതി വിളക്കായിരുന്നു അച്ഛൻ.

–പരാതികളുടെ കൂടാരമായിരുന്നു അമ്മയെങ്കിൽ നിശ്ശബ്ദതയുടെ ആഴമായിരുന്നു അച്ഛൻ.

പക്ഷേ, ഒരിക്കൽപ്പോലും അവർ വഴക്കിട്ടുകണ്ടിട്ടില്ല. അപൂർവം ചിലപ്പോൾ അമ്മയുടെ കലപിലയ്ക്കുനടുവിൽ അച്ഛൻ ക്ഷോഭിക്കുന്നതും ഇത്തിരിനേരം കഴിയുമ്പോൾ എല്ലാം പഴയപടിയാകുന്നതും ശ്രദ്ധിച്ചിട്ടുണ്ട്.

പ്രഭാതഭക്ഷണം ഒരിക്കലും അച്ഛൻ കഴിക്കാറില്ലെങ്കിലും മുടങ്ങാതെ അതിനുള്ള തയ്യാറെടുപ്പ് വീട്ടിൽ അരങ്ങേറിയിരുന്നു. അരിപ്പെട്ടിയാണ് അന്നത്തെ ഊണുമേശ. ആവശ്യത്തിലേറെ അകത്തേക്കു കുഴിഞ്ഞ വെള്ളപ്പിഞ്ഞാണത്തിൽ പുട്ടും പഴവും അമ്മ വിളമ്പിവച്ചിരിക്കും. പക്ഷേ, അച്ഛൻ അതിലേക്കൊന്നു നോക്കുക പോലും ചെയ്യാതെ പാൽച്ചായ മാത്രം കുടിച്ച്, പുറത്തേക്കിറങ്ങും.

"ഇത്തിരി പുട്ടുതിന്നിട്ടു പോയാലെന്താ?"

അമ്മ ചോദിക്കും.

നിരാസം ചിരിയിലൊതുക്കുകയേ ഉള്ളൂ, അച്ഛൻ.

ഭക്ഷണമുണ്ടാക്കുക എന്നതു തന്റെ ചുമതലയായി അമ്മ കണ്ടപ്പോൾത്തന്നെ അതു നിരസിക്കുക എന്നതു തന്റെ അവകാശമായി അച്ഛനും കരുതിയിരിക്കണം.

ഒരേസമയം ഒന്നിലേറെപേർക്ക് ഇരുന്നുകഴിക്കാൻ അരിപ്പെട്ടിയുടെ മുകളിൽ സൗകര്യമില്ലാത്തതിനാൽ കുട്ടികൾക്കൊക്കെ അടുക്കളയിലായിരുന്നു സ്ഥാനം. അമ്മ ഒരിക്കലും ഞങ്ങൾക്കൊപ്പമിരുന്നു കഴിച്ച ഓർമയില്ല. ഒരിക്കലും ഒടുങ്ങാത്ത കലപിലകളും പരിദേവനങ്ങളുമായി അമ്മ അടുക്കളയിൽ ഓടി നടക്കും. എല്ലാവരുടെയും ഭക്ഷണം കഴിയുമ്പോഴാണ് അമ്മൂമ്മയും അമ്മയും കഴിക്കാനിരിക്കുക. പച്ചമുളകും വാളൻപുളിയും ഉള്ളിയും ചെറിയ പിഞ്ഞാണത്തിൽ കൂട്ടിയുടച്ച് അമ്മൂമ്മ തനിക്കുമാത്രമായി ഉപ്പുംമുളക് ഒരുക്കിയിട്ടുണ്ടാവും.

ഞങ്ങൾക്കിരിക്കാനായി അടുക്കളയിൽ പ്രത്യേകം പലകകളുണ്ടായിരുന്നു. പ്ലാവിൻതടിയുടെ മഞ്ഞ നിറഞ്ഞ, ഏറ്റവും മിനുസമുള്ള പലകയ്ക്കായി ഞാനും ഇരട്ടച്ചേച്ചിമാരും സദാ വഴക്കുകൂടി. ചിലപ്പോൾ അവർക്കു കൊടുക്കാതെ ഞാനതു വിറകുപുരയ്ക്കുള്ളിലും അമ്മൂമ്മയുടെ കാൽപ്പെട്ടിക്കീഴിലും ഒളിച്ചുവച്ചു. ചേച്ചിമാർ അതിനായി കരയുകയും അമ്മ എന്നെ ചീത്തപറയുകയും ചെയ്യുന്നതു ഭക്ഷണസമയത്തെ പതിവു കലാപരിപാടിയായിരുന്നു.അമ്മ ഒരിക്കലും പെട്ടിപ്പുറത്തോ പലകപ്പുറത്തോ ഇരുന്നു കണ്ടിട്ടില്ല. ചിരവയായിരുന്നു അമ്മയുടെ ഇരിപ്പിടം. അച്ഛൻ അതിന്റെ പേരിൽ അമ്മയെ സ്വകാര്യമായി 'ചിരവപ്പുറത്തു ഭാരതിയമ്മ' എന്നു വിളിച്ചു കളിയാക്കിയിരുന്നു.

ഉച്ചയൂണിനു ഞാനാണ് സ്കൂളിൽനിന്ന് ആദ്യമോടിയെത്തുക. പിന്നാലെ അച്ഛനുമെത്തും. ചോറും തീയലും മോരുമായിരിക്കും മിക്കപ്പോഴും. ചാള വറുത്തത് വല്ലപ്പോഴുമുള്ള ആഡംബരം. അച്ഛൻ കഴിക്കുന്നതു കാണാൻ മാത്രമായി ഞാൻ ഊണുമുറിയിലെ തറയിലേക്കു പലക നീക്കിയിടും. പച്ചച്ചോർ ഉരുളയുരുട്ടി, തീയലിൽ മുക്കി വായിലേക്കെറിയുന്നതാണ് അച്ഛന്റെ രീതി. അതിനെ അനുകരിക്കാൻ ശ്രമിച്ച് പലപ്പോഴും ഞാൻ പരാജയപ്പെട്ടു. ഞാൻ ഉരുളയുരുട്ടിത്തുടങ്ങുംമുമ്പേ അതുടഞ്ഞുപോകും. അല്ലെങ്കിൽ തീയലും മോരും കൂട്ടിക്കുഴച്ച് എന്റെ ഭക്ഷണം അമ്മ, നേരത്തേ തയാറാക്കിവച്ചിരിക്കും. ഊണുകഴിഞ്ഞ് ഒരു സിഗരറ്റ് വലിച്ചാൽ അടുത്ത നിമിഷം അച്ഛൻ ഓഫീസിലേക്കു പായുകയായി.

പിൽക്കാലത്ത് ജോലിയിൽനിന്നു വിരമിച്ചപ്പോൾ അച്ഛന്റെ ജീവിത ശൈലി പാടേ മാറി. ആദ്യം വായനയിലേക്കു തിരിഞ്ഞു. രാവിലെമുതൽ ചാരുകസേരയിൽ കിടന്ന് ഒറ്റവായനയാണ്. പുറത്തിറങ്ങുമ്പോൾ രണ്ടോ മൂന്നോ വാരികകൾ വാങ്ങും. അവ തുറന്നാൽ ആദ്യതാൾ മുതൽ അവസാന താൾവരെ ഒരേ ഇരിപ്പിൽ, ഒരേ വികാരത്തോടെ വായിക്കും. വായന തീർന്നാൽ അത്താഴം. പിന്നെ ഉറക്കം. ഒരിക്കലും അച്ഛൻ ഏതെങ്കിലും പുസ്തകം വായിക്കുന്നതു കണ്ടിട്ടേയില്ല. വായന എന്നാൽ അച്ഛനു വാരിക മാത്രമായിരുന്നു. വായന മടുത്തപ്പോൾ, മൺവെട്ടിയെടുക്കാത്ത അച്ഛൻ പറമ്പിലേക്കിറങ്ങാൻ ശ്രമിച്ചു.

ദിവസവും ഇരുപതിലേറെ ചാർമിനാറുകൾ അച്ഛൻ വലിച്ചുകൂട്ടി. മുറിയിലെങ്ങും സദാ സിഗരറ്റുപുകയുടെ മണം നിറഞ്ഞു. അച്ഛന്റെ വസ്ത്രങ്ങൾക്ക്, കുടയ്ക്ക്, അച്ഛന്റെ വിരൽതൊട്ട എന്തിനും സിഗരറ്റ് പുകയുടെ മണമായിരുന്നു. ആരും കാണാതെ ഞാൻ ചിലപ്പോൾ അച്ഛന്റെ കുപ്പായത്തിലേക്കു മുഖംചേർത്ത് ആ മണം വലിച്ചെടുത്തു.

അച്ഛൻ തേച്ചുതീർക്കുന്ന സോപ്പിന്റെ കൂടുകൾപോലെ, വലിച്ചുതള്ളുന്ന സിഗരറ്റിന്റെ കൂടുകളും ശേഖരിക്കുന്നത് എന്റെ വിനോദമായിരുന്നു. വലിയ സിമന്റ് ചാക്കിൽ അവ വിറകുപുരയിൽ സൂക്ഷിക്കുകയും സമയം കിട്ടുമ്പോഴൊക്കെ കുടഞ്ഞിട്ട് എണ്ണിത്തിട്ടപ്പെടുത്തുകയും ചെയ്തു. ഒരിക്കൽ തുടരെ ചുമയ്ക്കുകയും കിതയ്ക്കുകയും ചെയ്ത്, അച്ഛൻ കിടക്കയിലേക്കു വീണപ്പോൾ കലിതുള്ളിയ അമ്മ ആദ്യം ചെയ്തത് എന്റെ കരച്ചിലുകളെ അവഗണിച്ച് ചാക്കുകളെല്ലാം പുറത്തേക്കു വലിച്ചിട്ടു തീകൊളുത്തുകയായിരുന്നു. അന്നു പകൽമുഴുവൻ ഞാൻ പട്ടിണികിടന്നു. വൈകുന്നേരം അമ്മൂമ്മയ്ക്കു രഹസ്യമായി നൽകുന്ന ഹോർലിക്സിന്റെ രുചി നുണഞ്ഞ് ഉപവാസമവസാനിപ്പിക്കുമ്പോൾ അമ്മൂമ്മ ചോദിച്ചു.

“എന്തിനായിരുന്നു കുഞ്ഞേ നീ വാശിപിടിച്ചത്?”

“ന്റെ സിഗരറ്റ് കൂടെല്ലാം അമ്മ തീയിട്ടിട്ട്.”

“മോനെന്തിനായിരുന്നു അത്?”

അമ്മൂമ്മ എന്റെ തലയിൽ തലോടി ചോദിച്ചു. എനിക്കുത്തരമില്ലായിരുന്നു. ഞാൻ വെറുതേ കരഞ്ഞു.

മൂന്ന്

ആകാശവാണി

ആകാശവാണി പ്രസവിച്ച വീടായിരുന്നു എന്റേത്. കോടക്കാറ്റിന്റെ ശബ്ദം കടമെടുത്തു കാതിലേക്കു വിസിലൂതി പുലർച്ചയ്ക്കുതന്നെ അതു കൃത്യമായി ഞങ്ങളെ വിളിച്ചുണർത്തി. വന്ദേമാതരത്തിന്റെ പതിഞ്ഞ ഈണംകൊണ്ടു മുഖംകഴുകി നേരേ റേഡിയോക്കുമുന്നിൽ പോയിരിക്കുന്നത് എന്റെ ശീലമായിരുന്നു. സുഭാഷിതം ചൊല്ലിയും വാർത്തകളറിയിച്ചും പാട്ടുപാടിയും ഒപ്പം നടന്ന ആകാശവാണിതന്നെ രാത്രി എന്നെ ഉറക്കാനും കിടത്തി. വീട്ടിലെ ഏറ്റവും പ്രിയപ്പെട്ട അംഗമായും ചിലപ്പോൾ ഏറ്റവുമടുത്ത അഭ്യുദയകാംക്ഷിയായുമൊക്കെ അക്കാലത്ത് അതെന്നും ഞങ്ങളുടെ കൂടെയുണ്ടായിരുന്നു. റേഡിയോ പരിപാടികളുടെ സമയക്രമമാണ് ഞങ്ങളുടെ ദിനസരികളെ നിർണയിച്ചത്. ഡൽഹി വാർത്ത അടുക്കളയിൽ കയറി ചോറു വെന്തോ എന്ന് നോക്കി. സംസ്കൃതം വാർത്ത, 'ഇച്ചെക്കൻ ഇനിയും കുളിക്കുന്നില്ലേ' എന്ന് അമ്മൂമ്മയെ ആശങ്കപ്പെടുത്തി. റേഡിയോ ഒൻപതിന്റെ കീ കീ മുഴക്കുമ്പോൾ അച്ഛൻ കൃത്യമായും വീട്ടിൽനിന്നിറങ്ങിയിരിക്കും.

പൂമുഖത്ത് നാലുകാലുള്ള, എന്റെ ചുമലൊപ്പം ഉയരമുള്ള, തടികൊണ്ടുപണിത നാൽക്കാലിക്കുമേലായിരുന്നു ആകാശവാണിയുടെ അത്ഭുതവീട്. എന്തും പെട്ടിയിലാക്കി സൂക്ഷിക്കാനിഷ്ടപ്പെടുന്ന അച്ഛൻ തേക്കുതടികൊണ്ടുണ്ടാക്കിയ, തുറക്കുകയും അടയ്ക്കുകയും ചെയ്യാവുന്ന പെട്ടിയിൽ റേഡിയോയെ പൊന്നുപോലെ കാത്തുസൂക്ഷിച്ചു. പെട്ടിക്ക് ഒരു കുഞ്ഞുതാക്കോലുമുണ്ടായിരുന്നു.

അതൊരു പഴയ വാൽവുസെറ്റ് റേഡിയോ ആയിരുന്നു. നെറ്റിയിലെ പച്ചനിറമുള്ള അദ്ഭുതവിളക്കിനു നടുവിൽ കറുത്ത ചതുരം തരാതരം പോലെ ചെറുതായും വലുതായും കുസൃതികാട്ടി. പിന്നിലെ ഹാർഡ്ബോർഡിന്റെ ചെറിയ വൃത്തങ്ങളിലൂടെ ഉള്ളിലെ മഞ്ഞവെളിച്ചം പുറത്തേക്കൊഴുകി ചുവരിൽ മഞ്ഞമുട്ടകളുടെ ശൃംഖല തീർത്തു..

മുൻവശത്തെ ചില്ലിനപ്പുറത്തെ തീക്കനൽനിറമുള്ള വെളിച്ചത്തിനു കുറുകേ വലിച്ചുകെട്ടിയ ചരടിനുനടുവിൽ നിവർന്നു നിൽക്കുന്ന

ഈർക്കിൽ പരുവത്തിലുള്ള ചുവന്ന കമ്പി ആലപ്പുഴനിന്നും തിരുവനന്തപുരത്തേക്കും അവിടെനിന്നു തൃശൂരിലേക്കും കോഴിക്കോട്ടേക്കുമൊക്കെ ഞങ്ങളെ കൂട്ടിക്കൊണ്ടുപോവുമായിരുന്നു എങ്കിലും ആലപ്പുഴ നിലയമായിരുന്നു ഞങ്ങൾക്കു സ്വന്തം. ഈറനുണങ്ങാത്ത ചുരുൾമുടിയഴിച്ചിട്ട് റാണിച്ചേച്ചി അതിനുമുന്നിലിരുന്നു ലളിതസംഗീതപാഠം പഠിച്ചു. അച്ഛൻ ഡൽഹി വാർത്തകളിലേക്കു കാതു കൂർപ്പിച്ചു. സുമിത്രച്ചേച്ചിയും സുമതിച്ചേച്ചിയും നിങ്ങളാവശ്യപ്പെട്ട ചലച്ചിത്രഗാനങ്ങളിലെ തങ്ങളുടെ ഇഷ്ടങ്ങൾക്കു പകരം കള്ളച്ചിരി പങ്കുവച്ചു.

രാത്രി ഞങ്ങൾ കൂട്ടായി അമ്മൂമ്മയോടൊപ്പമിരുന്ന് കഥാപ്രസംഗവും നാടകവും കേട്ടു കരയുകയും ചിരിക്കുകയും ചെയ്തു. ദേശീയനാടകോത്സവം വരുമ്പോൾ മുൻകൂട്ടി നാടകങ്ങളുടെ പട്ടികയെഴുതിവച്ച് തയാറെടുപ്പുനടത്തി. കഥകളിപ്പദവും ഇംഗ്ലീഷ് വാർത്തയും വരുമ്പോൾ മാത്രം റേഡിയോ മലയാളദേശം വിട്ട് തമിഴ്മൊഴി തേടിപ്പോയി. അവ രണ്ടും ഞങ്ങൾക്കു കേൾക്കാനുള്ളതാണെന്ന് ആരും കരുതിയില്ല. വടക്കേ ഇന്ത്യയിൽ ജോലി ചെയ്യുന്ന അകന്ന ബന്ധു സുന്ദരേശൻ ഒരിക്കൽ നാട്ടിൽ അവധിക്കുവന്നപ്പോൾ ഹിന്ദിവാർത്തയും ഇംഗ്ലീഷ് വാർത്തയും കേട്ടിരിക്കുന്നതുകണ്ട്, ഞങ്ങൾ അദ്ഭുതപ്പെട്ടു.

ഞായറാഴ്ചകളിൽ ആകാശവാണിയുടെ സമയക്രമത്തിനൊപ്പിച്ച് ചേച്ചിമാരും ഞാനും ജീവിതം ക്രമീകരിച്ചു. വൈകുന്നേരത്ത് ഞാനവരെ ശ്രീലങ്കാപ്രക്ഷേപണ നിലയത്തിലേക്കു കൂട്ടിക്കൊണ്ടുപോയി. ഏറിയും താണും ഉയരുന്ന, ഇന്ത്യൻ മഹാസമുദ്രം താണ്ടിവരുന്ന ശബ്ദത്തിൽ ഉപ്പുമണത്തു. രാത്രി ചലച്ചിത്ര ശബ്ദരേഖകളിൽ പ്രേനസീറും ജയനും ഏറ്റുമുട്ടി.

റേഡിയോക്കുള്ളിൽ ഒരു കുടുംബം താമസിക്കുന്നുണ്ടെന്നു കുട്ടിക്കാലത്തു ഞാൻ തെറ്റിദ്ധരിച്ചിരുന്നു. റേഡിയോയെപ്പറ്റി പറയുമ്പോഴൊക്കെ ആരുടെയോ വീട് എന്നു ഞാൻ സങ്കല്പിക്കുമായിരുന്നു. വല്ലപ്പോഴുമൊരിക്കൽ റേഡിയോയുടെ പിന്നിലെ വിടവിലൂടെ ഒരു പല്ലിയിറങ്ങിവരുമ്പോൾ ഞാൻ നടുങ്ങി. കാലാവസ്ഥാ നിരീക്ഷണം നടത്തി പ്രക്ഷേപണം അവസാനിപ്പിച്ചിട്ടും, അകത്തുനിന്ന് ആരെങ്കിലും പുറത്തിറങ്ങിവരുമെന്ന പ്രതീക്ഷയിൽ പലപ്പോഴും ഞാൻ റേഡിയോക്കുമുന്നിൽ ത്തന്നെ കാത്തിരുന്നു. ഉൽസവത്തിന് അമ്പലത്തിൽ ഉച്ചഭാഷിണി 'ദർശനം പുണ്യദർശനം' പാടുമ്പോൾ, അയ്യോ ഈ യേശുദാസ് എപ്പഴാ ഇതിന്റകത്തൂന്നുപോയേ എന്നു വിസ്മയിച്ച അമ്മൂമ്മയും ഇക്കാര്യത്തിൽ എനിക്കു കൂട്ടുണ്ടായിരുന്നു.

പിൽക്കാലത്ത്, വൈദ്യുതി നിലച്ചാലും കേൾക്കാനാവുന്ന ട്രാൻസിസ്റ്റർ റേഡിയോയുടെ അദ്ഭുതത്തിലേക്ക് സുന്ദരേശൻ ഞങ്ങളെ കൂട്ടിക്കൊണ്ടുപോയെങ്കിലും ആ ചെറിയ ചതുരപ്പെട്ടിയെ ഞാൻ ശത്രുവിനെപ്പോലെ നോക്കി. ആവശ്യത്തിലേറെ പൊങ്ങച്ചം കാട്ടുന്ന നീണ്ടുമെലിഞ്ഞ പുതിയ മർഫി റേഡിയോ പൂമുഖത്ത് ഇടംപിടിച്ചതോടെ പഴയ വാൽവ് റേഡിയോ തട്ടിനു പുറത്തേക്ക് താമസംമാറ്റി. അവിടേക്കു

പ്രവേശനം നിഷിദ്ധമായിരുന്നെങ്കിലും വീട് ഉച്ച മയങ്ങുമ്പോൾ, ആരു മറിയാതെ ജനാലച്ചതുരത്തിൽ പിടിച്ചുകയറി എന്റെ പഴയ വീട്ടുകാരെ കാണാൻ ഞാൻ ചിലപ്പോൾ തട്ടിൻപുറത്തുചെന്നു. തുറന്നിട്ട അതിന്റെ വാതിലിലൂടെ എലിയും പാറ്റയും ഓടിയിറങ്ങുന്നതുകണ്ട് ഞാൻ സങ്കട പ്പെട്ടു.

സുമിത്രച്ചേച്ചി വാങ്ങിയ ടെലിവിഷനിൽ കറുപ്പിലും വെളുപ്പിലും കാഴ്ച കൾ പൂമുഖത്തെ കീഴ്മേൽ മറിക്കുമ്പോൾ, അമ്മൂമ്മ ബോധാബോധ ങ്ങളുടെ നൂൽവരമ്പിൽ, അരണ്ട വെളിച്ചം നിറഞ്ഞ മുറിയിലെ കട്ടിലിൽ ക്കിടന്നു രാമനാമം ജപിക്കുകയായിരുന്നു. ചതുരപ്പെട്ടിയുടെ വിസ്മയ ങ്ങൾ കാണാൻ പാവം എന്റെ അമ്മൂമയ്ക്ക് ഭാഗ്യമുണ്ടായിരുന്നില്ല.

മൂന്നുകിലോമീറ്ററപ്പുറത്തെ, 'അമേരിക്കൻ അമ്മായി'യെന്നു ഞങ്ങൾ വിളിക്കുന്ന ആലീസ് ആന്റിയുടെ വീട്ടിലെ ടിവിയായിരുന്നു അന്നു ഞങ്ങൾക്ക് അദ്ഭുതങ്ങളുടെ അവസാനവാക്ക്. അതൊരു കളർടിവിയാ യിരുന്നു. ഒന്നിനുമേലൊന്നായി മൂന്ന് ഇരുമ്പുപൈപ്പുകൾ പൊക്കിയിട്ടും അതിൽ ചോരയുടെ നിറം പച്ചയായും പുഴയുടെ നിറം വയലറ്റായും കണ്ട ഞങ്ങൾ നിരാശപ്പെട്ടു. ചിത്രങ്ങൾ വ്യക്തമാകാത്തതു മലയുടെ മറവു കൊണ്ടാണെന്നും മരങ്ങളുടെ നിഴൽകൊണ്ടാണെന്നും ആൽത്തറയിലി രുന്ന് ഞങ്ങൾ ശാസ്ത്രരഹസ്യങ്ങൾ കൂലങ്കഷമായി ചർച്ചചെയ്തു.

സുമിത്രച്ചേച്ചിക്ക് അന്നു മദ്രാസിലായിരുന്നു ജോലി. വരവ് മുൻകൂട്ടി അറിയിക്കാഞ്ഞതിനാൽ തിരുവനന്തപുരം മെയിലിൽ റയിൽവേസ്റ്റേ ഷനിൽ വന്നിറങ്ങുന്ന ചേച്ചിയെ സ്വീകരിക്കാൻ ആരും പോയിരുന്നില്ല. വാഹനത്തിനു മുകളിൽ വച്ചുകെട്ടിയ ടിവിയുമായി ടാക്സികാർ വീട്ടു മുറ്റത്തുവന്നുനിന്നപ്പോൾ അയൽപക്കം അവിടേക്കൊഴുകി. പൊങ്ങച്ചത്തെ ഏതെതെല്ലാം വിധത്തിൽ കൊടിപാറിക്കാനാവുമെന്ന പരീക്ഷണവുമായി ഞാൻ വീട്ടിനകത്തേക്കും പുറത്തേക്കും വെരുകിനെപ്പോലെ ഓടിനടന്നു.

അമേരിക്കൻ അമ്മായിയുടെ വീട്ടിൽ ആന്റിനാ ഉയർത്തുന്നതുകണ്ടു പഠിച്ച്, പരീക്ഷണത്തിന് അവസരം നോക്കിയിരുന്ന എന്റെ ചങ്ങാതിക്കൂട്ടം വീട്ടിലേക്കു പാഞ്ഞെത്തി. വൈകുന്നേരം വരെ നീണ്ട യജ്ഞത്തിനൊടു വിൽ ടിവി സ്ക്രീനിൽ അവ്യക്തമായ രൂപങ്ങളും ശബ്ദങ്ങളും കേൾ ക്കായി. അസംഖ്യം കറുത്ത പൊട്ടുകൾ ശാസ്ത്രത്തിന്റെ യുക്തിക്കുമാത്രം നിരക്കുംവിധം വിവിധകോണുകളിലേക്കു ചിട്ടയോടെ ചിതറുകയും പതിയെ മനുഷ്യരൂപങ്ങൾ വ്യക്തമാവുകയും ചെയ്തു. 'ബഹുത്ഖുശീ...' എന്നു പറഞ്ഞ്, ഏതോ സീരിയലിലെ ഏതോ കഥാപാത്രം ഉറക്കെപ്പൊട്ടിച്ചിരിച്ച് ഞങ്ങളുടെ പൂമുഖത്തേക്ക് ഇറങ്ങിവന്നപ്പോൾ മുറിയിലും തൊടിയിലും കൈയടിയും ആർപ്പുവിളിയും മുഴങ്ങി.ചിത്രം തെളിയാതെവരുമോ എന്ന ആശങ്കയിൽ അസ്വസ്ഥതയുടെ ചുവർ ചാരിനിന്ന സുമിത്രച്ചേച്ചിയുടെ മുഖം പൊടുന്നനെ തിളങ്ങി. ടിവി സ്ക്രീനിലെപ്പോലെ മുഖത്തെ അസംഖ്യം പേശികൾ കൂട്ടായി ചലിച്ച് അത്, അഭിമാനത്തിന്റെ അനേകം അലകളെ സൃഷ്ടിച്ചു.

ഞാൻ മുറ്റത്തേക്കിറങ്ങി, മൂന്ന് ഇരുമ്പുകുഴലുകളുടെ മേലേ മീൻ മുള്ളുപോലെ നിലകൊണ്ട ആന്റിനയുടെ തുമ്പിലേക്കു നോക്കി. എന്റെ അഭിമാനത്തിന്റെ ആകാശത്താണതു തലയുയർത്തിനിൽക്കുന്നതെന്നു തോന്നി. ന്യൂഡൽഹിയിലെ പാചകപ്പുരയിൽ ആരൊക്കെയോ വേവിച്ചെടുക്കുന്ന കഥാസന്ദർഭങ്ങളെ ഒട്ടും ചൂടുചോരാതെ നാട്ടിൻപുറത്തെ ഞങ്ങളുടെ പാവം പൂമുഖത്തു കൊണ്ടെത്തിക്കുന്ന ആ മാന്ത്രികയന്ത്രത്തെ തീരാത്ത വിസ്മയങ്ങളോടെ ഞാൻ നോക്കി. ഇരുട്ടിന്റെ അപ്പുറത്തെ കോണിൽനിന്നു ചാർമിനാർ സിഗരറ്റിന്റെ കൊതിപ്പിക്കുന്ന ഗന്ധവുമായി എനിക്കരികിലേക്കു വന്ന അച്ഛൻ പുക ആഞ്ഞുവലിച്ച്, പുള്ളിച്ചേമ്പിന്റെ ഇലകൾക്കിടയിലേക്കു വലിച്ചെറിഞ്ഞു പറഞ്ഞു:

"കണ്ടോ, ചേച്ചി പഠിച്ചു മിടുക്കിയായപ്പോൾ ചെയ്തതു കണ്ടോ. മോനും ഇതുപോലെ വേണം..."

തല കുലുക്കാൻ ലജ്ജ എന്നെ അനുവദിച്ചില്ല. ചേമ്പിലപ്പടർപ്പിനിടയിൽ കിടന്നു പുകയുന്ന സിഗരറ്റ് തീക്കണ്ണു തുറിച്ചുനോക്കുന്നതു ശ്രദ്ധിച്ചു ഞാനവിടെ നിന്നു. ടിവിയിലെ ചിത്രം പൊടുന്നനെ അപ്രത്യക്ഷമായതിന്റെ പേരിൽ പൊടുന്നനെ പൂമുഖത്ത് ഒച്ചപ്പാടുയർന്നപ്പോൾ അച്ഛൻ തിരക്കിട്ട് അവിടേക്കുപോയതു ലാക്കാക്കി ഞാൻ ഇരുട്ടിലേക്കു തലവലിച്ചു.

ടിവിയിൽ കൃത്യമായ ചിത്രം തെളിയാൻ വീണ്ടും നേരംപിടിച്ചു. ഇരുമ്പുപൈപ്പിന്റെ താഴെയുള്ള തുളയിലൂടെ കമ്പിയിട്ടു തിരിച്ചും വശങ്ങളിലേക്കു വലിച്ചുകെട്ടിയ കമ്പികൾ മരങ്ങളിൽ കൂടുതൽ ബലത്തോടെ കെട്ടിയുറപ്പിച്ചും അവസാനം മിഴിവുള്ള ചിത്രത്തെ ചതുരപ്പെട്ടിയിലേക്കു വിളിച്ചുവരുത്തി എന്റെ കൂട്ടുകാർ തൊഴുത്തിന്റെ പിന്നിലേക്കു മാറിനിന്നു രഹസ്യമായി ബീഡിക്കു തീകൊളുത്തുമ്പോൾ പൂമുഖത്തും മുറ്റത്തും സുഭാഷ് കൊട്ടകയിലെ മാറ്റിനിക്കുള്ളത്ര ആളുണ്ടായിരുന്നു.

എന്റെ ജീവിതം തൽക്കാലത്തേക്കെങ്കിലും ടെലിവിഷൻ മാറ്റിമറിച്ചു എന്നതു സത്യം. ഹിന്ദിവാർത്ത വരുമ്പോൾ റേഡിയോ നിർത്തിയിരുന്ന ഞങ്ങൾ ദൂരദർശനിലെ ഹിന്ദിപരിപാടികൾ ഒന്നൊഴിയാതെ, ഒന്നും മനസിലായില്ലെങ്കിലും വിടർന്ന കണ്ണുകളോടെ കണ്ടാസ്വദിച്ചു. 'ചിത്രഹാറും' 'രംഗോളി സൂപ്പർഹിറ്റ് മുക്കാബലാ'യും 'ഹംലോഗും' കഴിഞ്ഞാൽ ഞങ്ങളെ പിടിച്ചിരുത്തിയ ഒന്നായിരുന്നു മനോഹർ ശ്യാം ജോഷി എഴുതി, രമേശ് സിപ്പിയും ജ്യോതി സരൂപും സംവിധാനം ചെയ്ത 'ബുനിയാദ്' എന്ന പരമ്പര. സ്വാതന്ത്ര്യസമര സേനാനിയും ദേശാഭിമാനിയുമായ മാസ്റ്റർ ഹാവേലിറാമിലൂടെ അലോക്നാഥും മംഗളയിലൂടെ കൃത്തികാ ദേശായിയും ഏറെനാൾ ഞങ്ങളുടെ ദിനങ്ങളെ മഥിച്ചു. അവർ കരഞ്ഞപ്പോഴൊക്കെ ഞങ്ങളും കണ്ണുതുടച്ചു. അവർ സന്തോഷിച്ചപ്പോഴൊക്കെ ഞങ്ങളും ചിരിച്ചു. വൈകുന്നേരങ്ങളിൽ തിരുവനന്തപുരം ദൂരദർശന്റെ പരിപാടികൾക്കായി ഞങ്ങൾ കാത്തിരുന്നു. ചിത്രഗീതം മാത്രമല്ല, മലയാള വാർത്തപോലും കലാവിരുന്നായി ആസ്വദിച്ചു. ടിവി കണ്ടുപിടിച്ച ജോൺ ലോഗീ ബയെഡ് സായ്പ് എന്റെ വീട്ടിലെ പൂമുഖത്തെ ആഹ്ലാദം

ഒരിക്കലെങ്കിലും കണ്ടിരുന്നെങ്കിൽ എന്നു ഞാൻ പലപ്പോഴും ആഗ്രഹിച്ചിട്ടുണ്ട്.

സുഭാഷ് കൊട്ടകയിൽ വാതിൽക്കൽ ടിക്കറ്റ് മുറിച്ചുകൊടുക്കാൻ നിൽക്കുന്ന ഗോപിച്ചേട്ടനെപ്പോലെ, എപ്പോഴും വീടിന്റെ വാതിൽക്കലായിരുന്നു എന്റെ നിൽപ്. ഏതുസമയവും ടിവിയിലെ ചിത്രം അവ്യക്തമാവുകയോ ശബ്ദം മാത്രമായി മാറുകയോ ചെയ്തേക്കാം. അപ്പോഴെല്ലാം ഇരുമ്പു പൈപ്പിലെ തുളയിൽ കമ്പികയറ്റി തിരിച്ച്, ജനാലയിലൂടെ തലനീട്ടി നോക്കി, ചിത്രത്തിനും കഥാസന്ദർഭത്തിനും വ്യക്തത വരുത്തേണ്ടത് എന്റെ ചുമതലയായിരുന്നു. പ്രതിസന്ധി നീണ്ടപ്പോഴൊക്കെ സദസ്സ് അക്ഷമയും കുറ്റപ്പെടുത്തലും ഒളിച്ചുവച്ച കണ്ണുകളോടെ എന്നെ നോക്കി. മഴക്കാറുള്ളപ്പോൾ ചിത്രം അവ്യക്തമാവുമെന്നും മഴ പെയ്തുകഴിഞ്ഞാൽ അതു പരമാവധി വ്യക്തത നേടുമെന്നും പതിയെപ്പതിയെ ഞാൻ മനസ്സിലാക്കി. അരമുറി പൈപ്പുകൂടി ഘടിപ്പിച്ച് ഉയർത്തിയാൽ ഇനിയും ചിത്രങ്ങൾ വ്യക്തമായേക്കുമെന്ന കൂട്ടുകാരുടെ വാക്കുകൾ പലതവണ ഞാൻ വീട്ടിൽ ആവർത്തിച്ചിട്ടും ആരും ഗൗനിച്ചില്ല.

സൗഹൃദങ്ങളുടെ മുകളിലാണ് ഞാൻ എന്നും ജീവിതത്തെ കെട്ടിയുറപ്പിച്ചത്. പക്ഷേ, അതറിയാത്ത എന്റെയമ്മ, ഇതിന്റെ പേരിൽ എപ്പോഴും എന്നെ കുറ്റപ്പെടുത്തി. സൗഹൃദങ്ങൾ നേർരേഖയാകണമെന്നായിരുന്നു അമ്മയുടെ ശാഠ്യം. പക്ഷേ, എന്റെ ചങ്ങാത്തങ്ങൾ ഒരിക്കലും അങ്ങനെയായിരുന്നില്ല. അവ വളഞ്ഞുപുളഞ്ഞുമാത്രം സഞ്ചരിച്ചു.അതുകൊണ്ടുതന്നെ അമ്മ അവയെ പാമ്പിനെപ്പോലെ ഭയന്നു.അമ്മയുടെ കാഴ്ചപ്പാടിൽ എന്റെ സുഹൃത്തുക്കൾ പാമ്പുകളെപ്പോലെ വിഷം ചീറ്റുന്നവരായിരുന്നു. എന്റെ ഭാവി ജീവിതത്തെ അവർ വിഷത്തിൽ മുക്കിയെടുക്കുമെന്ന് അമ്മ ഭയന്നു.

"ഇച്ചെക്കനെന്തുഭാവിച്ചാണ്...ഇവനു തരത്തിൽ ചേർന്നവരുമായി കൂട്ടുകൂടിയാൽ പോരേ?"

അമ്മ ഇടയ്ക്കിടെ ഒച്ചവച്ചുകൊണ്ടേയിരുന്നു.

അമ്മയുടെ ആശങ്കയിൽ കഴമ്പുണ്ടായിരുന്നു. കാരണം എന്റെ സുഹൃത്തുക്കൾ മിക്കവരും പ്രായത്തിൽ എന്നേക്കാൾ വളരെ മൂത്തതായിരുന്നു. പണംകൊണ്ടും ആർഭാടജീവിതംകൊണ്ടും വളരെ ദൂരെ നിൽക്കുന്ന, ഒരുവിധത്തിലും എന്നെപ്പോലൊരു ശരാശരിക്കാരനു ചേരാത്ത ചങ്ങാതിമാരായിരുന്നു മറ്റു ചിലർ...ഇനിയുള്ളവരാകട്ടെ, പഠനം പാതിവഴിയിൽ നിർത്തിയവരോ പഠിത്തത്തിൽ ഒട്ടും സാമർഥ്യമില്ലാത്തവരോ ഒക്കെയായിരുന്നു. വിദ്യാഭ്യാസംകൊണ്ടു മാത്രമാണു ജീവിതം കരപറ്റേണ്ടതെന്ന് ഉറച്ചുവിശ്വസിക്കുന്ന അമ്മയ്ക്ക് എന്റെ ഭാവിയെപ്പറ്റി ആശങ്ക തോന്നുന്നതു സ്വാഭാവികം. എങ്കിലും, അമ്മ കരുതിയപോലെ വിഷം ചീറ്റുന്ന പാമ്പുകളായിരുന്നില്ല അവർ. വളഞ്ഞപുളഞ്ഞു സഞ്ചരിക്കുന്നവയെല്ലാം പാമ്പല്ല എന്ന് അമ്മയെ പറഞ്ഞു മനസ്സിലാക്കാൻ ഒരിക്കലും എനിക്കു കഴിഞ്ഞില്ല.

പുഴക്കടവിൽ നീന്തിത്തുടിച്ചു വളർന്നതായിരുന്നു എന്റെ ചങ്ങാത്ത ങ്ങൾ. അമ്പലപ്പറമ്പിലെ ആൽത്തറത്തണലിൽ അവ പുതിയ ആകാശങ്ങൾ തേടിപ്പറന്നു. സിനിമാക്കൊട്ടകയിലെ അരണ്ട വെളിച്ചത്തിൽ ഒരു കുമ്പിൾ നിലക്കടലയിലൂടെ മനസ്സു പങ്കുവച്ചു. ഒന്നുമറിയില്ലെങ്കിലും ലോകത്ത് എന്തിനേയുംപറ്റി ഞങ്ങൾ സംസാരിച്ചുകൊണ്ടേയിരുന്നു. പറഞ്ഞാലും പറഞ്ഞാലും തീരാതെ പിന്നെയും ബാക്കികിടന്ന വിശേഷങ്ങൾ ഉള്ളിനെ ഞെരുക്കി. അമ്പലപ്പറമ്പിൽ തീരാത്ത വിശേഷങ്ങളെ ഞങ്ങൾ പുഴക്കര യിലേക്കു കോരിക്കൊണ്ടുപോയി. വാക്കുകൾക്കു വികാരങ്ങൾ കൈ മാറാൻ കരുത്തുപോരെന്നു തോന്നിയപ്പോൾ ഇളംചൂടുള്ള മണലിൽ, സന്ധ്യയുടെ ആകാശത്തേക്കുനോക്കി മണിക്കൂറുകളോളം ഒന്നും മിണ്ടാതെ കിടന്നു. മിണ്ടുന്നില്ലെങ്കിലും ഞങ്ങൾ നോക്കുന്നത് ഒരേ നക്ഷത്രത്തെയാണെന്ന് ഉറപ്പായിരുന്നു.

സ്കൂൾവിട്ടുവന്നാൽ കാപ്പിപോലും കുടിക്കാതെ ഞാൻ നേരെ അമ്പലപ്പറമ്പിലേക്കോടും. ഇത്തിരിവൈകിയാൽ കൈതക്കാടിനപ്പുറത്തു നിന്നു ചൂളംവിളിയുയരും.

"ചെല്ല്...ഒന്നുംപഠിക്കണ്ടാ...കറങ്ങിനടന്നോ..."

അമ്മ കോപത്തോടെ പറയും. സൗഹൃദങ്ങളിൽനിന്നു വിലക്കാൻ അച്ഛന്റെ ഒരു ശാസനയ്ക്കായി അമ്മ പരമാവധി ശ്രമിച്ചിട്ടും ഫലമുണ്ടായില്ല.

"അവൻ പഠിച്ചോളുമെടീ...നമ്മടെ മോനല്ലേ..."

അച്ഛന്റെ പതിവുപല്ലവി അതായിരുന്നു.

മക്കളെ അത്രമേൽ വിശ്വാസമായിരുന്നു അച്ഛന്. മക്കളെ മാത്രമല്ല, എല്ലാവരേയും. പറമ്പിൽ പണിക്കുവരുന്നവർ കടംചോദിക്കുമ്പോൾ ഒട്ടും മടിക്കാതെ പണം നൽകുകയും പിന്നെ ദിവസങ്ങളോളം അവർ ജോലിക്കുവരാതിരിക്കുകയും ചെയ്യുന്നതു പതിവായിരുന്നു. അപ്പോ ഴൊക്കെ അമ്മ അടുക്കളയിൽ രോഷത്തിന്റെ പുകതുപ്പുകയും അച്ഛൻ ഒന്നുമറിയാത്തപോലെ സിഗരറ്റ് പുകച്ചിരിക്കുകയും ചെയ്തു.

സ്കൂളിലെ വിശേഷങ്ങൾ, പഠിത്തത്തിന്റെ പുരോഗതി ഒന്നും അച്ഛൻ അന്വേഷിച്ചതായി ഓർമയില്ല. പ്രോഗ്രസ് കാർഡ് കൊടുത്താൽ, 'നന്നായി പഠിക്കണം' എന്നു പറഞ്ഞ് മാർക്കുപോലും നോക്കാതെ അച്ഛൻ ഒപ്പിട്ടു തരും. ഒരു നോട്ട് ബുക്ക് ആവശ്യപ്പെട്ടാൽ രണ്ടെണ്ണം വാങ്ങിത്തരും. ഒരു പേന ചോദിച്ചാൽ അരഡസൻ പേന മുൻപിലെത്തും.

അച്ഛന്റെ വിശ്വാസത്തോടു ചേച്ചിമാർ എപ്പോഴും കൂറുപുലർത്തി. ഞാൻമാത്രം അച്ഛനെ പരാജയപ്പെടുത്തിക്കൊണ്ടേയിരുന്നു. അതറിഞ്ഞില്ല എന്നു നടിച്ച്, സങ്കടം ഒളിച്ചുവച്ച് അച്ഛൻ എന്നോടു ചിരിച്ചു.

ഭക്ഷണവേളയിലാണ് അമ്മ ചോറിനൊപ്പം കുറ്റപ്പെടുത്തലുകളും കുട ഞ്ഞിട്ടിരുന്നത്.

"ഒരുത്തനെങ്കിലുമുണ്ടോടാ നിന്റെ കൂട്ടുകാരിൽ കൊള്ളാവുന്നവരാ യിട്ട്? നീ ആ ചന്ദ്രമോഹനെ കണ്ടുപഠിക്ക്...നിന്റെ കൂട്ടു കണ്ടടം നെരങ്ങി

നടക്കുവാണോന്നു നോക്കിക്കാട്ടെ....അതെങ്ങനാ അവന്റച്ഛന് ഉത്തരവാദിത്തമുണ്ട്..."

അമ്മ വാക്കുകൾ ശൂന്യാകാശത്തേക്കു വിക്ഷേപിച്ചുകൊണ്ടേയിരിക്കും. അമ്മയുടെ എല്ലാ വാക്ശരങ്ങളും എന്നെ ചന്ദ്രമോഹനിലേക്കു തൊടുത്തുവിടുന്ന വിക്ഷേപിണികളായിരുന്നു.

താരതമ്യമാണു ജീവിതത്തിലെ ഏറ്റവും വലിയ അധിക്ഷേപം. അതു ജീവിതത്തിന്റെ സുഖം നശിപ്പിക്കും. ഒന്നുപോലെ ഒന്നേയുള്ളൂ. മറ്റൊന്നിനെക്കൂടി അതുപോലെയാക്കാനുള്ള ശ്രമമാണു താരതമ്യം. അമ്മ എപ്പോഴും ശ്രമിച്ചത് അതിനായിരുന്നു.

അച്ഛന്റെ ഉറ്റസുഹൃത്ത് ശ്രീധരൻമാഷിന്റെ മകനായിരുന്നു ചന്ദ്രമോഹൻ. എന്നേക്കാൾ ഏതാനും വയസ്സിനു മൂപ്പുള്ള അവനുമായിട്ടായിരുന്നു എന്നും താരതമ്യം. എന്നെ തോൽപ്പിക്കാൻ വേണ്ടി മാത്രമാണ് അവൻ പഠിക്കുന്നതെന്നുതോന്നും. പരീക്ഷയുടെ മാർക്കുമായി ആദ്യം അവൻ ഓടിയെത്തിയത് എന്റെ വീട്ടുമുറ്റത്തേക്കായിരുന്നു. തനിക്കു മുഴുവൻ മാർക്കു കിട്ടി എന്ന സന്തോഷത്തേക്കാൾ അവനെ ത്രസിപ്പിച്ചത് എനിക്കു മാർക്കു കുറഞ്ഞു എന്നതായിരുന്നു. ചാരന്റെ ചൂഴ്ന്നെടുക്കുന്ന നോട്ടംകൊണ്ടു തരംകിട്ടുമ്പോഴെല്ലാം അവൻ എന്നെ കുത്തി നോവിച്ചു.

എന്റെ വീടിനു തൊട്ടപ്പുറമായിരുന്നു ചന്ദ്രമോഹന്റെ വീട്. രാവിലെ പുറംതിണ്ണയിലിരുന്ന് ആവശ്യത്തിലേറെ ശബ്ദമുയർത്തി അവൻ പാഠപുസ്തകം വായിക്കുമ്പോൾ ഞാൻ റേഡിയോയിൽ സംസ്കൃതം വാർത്തയുടെ 'സംപ്രതി വാർത്താഹാം ശ്രൂയന്താ'മിന്റെ സ്വരഭംഗി കേട്ടിരിക്കുകയാവും. 'പ്രവാചകോ ബലദേവാനന്ദസാഗര' എന്ന അമരവാണിയുടെ നീട്ടലും കുറുക്കലും ഒരു പാട്ടുപോലെ അക്കാലത്ത് എന്നെ ആവേശിച്ചിരുന്നു.

"നീ ഇതും കേട്ടോണ്ടിരുന്നോ...ആമ്പിള്ളാരു പഠിച്ചു മാർക്കുവാങ്ങുന്നതു കണ്ടാലും നാണമില്ലല്ലോ..."

സുമതിച്ചേച്ചി രോഷത്തോടെ പറയും.

അമ്മ കഴിഞ്ഞാൽ സുമതിച്ചേച്ചിയാണ് എപ്പോഴും കുറ്റപ്പെടുത്തൽകൊണ്ട് എന്നെ കീറിമുറിച്ചത്. ഏറ്റവും മൂത്തതെന്ന അഹങ്കാരവും അധികാരവും അവളെ സദാ വാചാലയാക്കി. സുമതിച്ചേച്ചിയുടെ ഓരോ വാക്കിലും പിടിച്ച് അമ്മ എനിക്കെതിരേ കൂടുതൽ ഊർജത്തോടെ പ്രഹരിച്ചു. എന്നേക്കാൾ ആറു വയസു മൂപ്പുള്ള സുമതിച്ചേച്ചിയെ ഞാൻ ഒരു ദുർമന്ത്രവാദിയെപ്പോലെ നോക്കി. എന്നാൽ സുമിത്രച്ചേച്ചി എന്നോട് ഇക്കാര്യത്തിൽ ഏറെ കാരുണ്യം കാട്ടി. സദാ കണ്ണാടിക്കുമുന്നിലിരുന്ന് സ്വയം അനുരാഗബദ്ധയായ ചേച്ചിക്ക് ചാന്തും കൺമഷിയും വാങ്ങാൻ എന്റെ സഹായം ആവശ്യമുണ്ടായിരുന്നു.

ഞായറാഴ്ചകളിൽ ഉച്ചതിരിഞ്ഞാൽ, വായനിറയെ മുറുക്കാൻ ചുവപ്പുമായി ശ്രീധരൻമാഷ് അച്ഛനെ തേടിവരും. ചരിത്രവും പുരാണവുംകൊണ്ടാണ് ശ്രീധരൻമാഷ് ജീവിതത്തെ പൂരിപ്പിച്ചത്. ഏതു

സംഭവത്തേയും ചരിത്രത്തിലെയോ പുരാണത്തിലെയോ സമാനസന്ദർഭവുമായി കൂട്ടിക്കെട്ടാൻ മാഷിനു പ്രത്യേക മിടുക്കായിരുന്നു. ഞങ്ങൾ സ്കൂളിൽ രഹസ്യമായി മാഷിനെ 'പഞ്ചതന്ത്രം' എന്നുവിളിച്ചു. അടക്കാനാവാത്ത ദേഷ്യംവന്നപ്പോളെല്ലാം 'പഞ്ചതന്ത്രത്തിന്റെ മോനേ' എന്നു വിളിച്ച് ഞാൻ ചന്ദ്രമോഹനെ ചൊടിപ്പിക്കുകയും പ്രതികാരമായി തരം കിട്ടുമ്പോളൊക്കെ അവൻ എന്നെ ചുവരോടുചേർത്ത് ഞെരുക്കുകയും ചെയ്തു.

"പുന്നാമോ നരകാദ്യസ്മ
ത്രായതേ പിതരം സുത:
തസ്മാൽ പുത്ര ഇതി പ്രോക്ത:
സ്വയമേവ സ്വയംഭുവാ...," ബലദേവാനന്ദസാഗരയുടെ ശബ്ദം കടമെടുത്ത് ശ്രീധരൻ മാഷ് ചോദിക്കും,"തനിക്കു മനസിലായോടോ സംഗതി? പും എന്നൊരു നരകമുണ്ട്. സന്താനമില്ലാത്ത അച്ഛൻ ആ നരകത്തിൽ ചെന്നുപതിക്കും. അതിൽനിന്ന് അച്ഛനെ രക്ഷിക്കുന്നവനാണു പുത്രൻ. പും നരകത്തിൽനിന്നു ത്രാണനം ചെയ്യുന്നവൻ. പുത്രന്മാർ പന്ത്രണ്ടുതരത്തിലുണ്ടെന്നാണു മനുസ്മൃതി പറയുന്നത്. താനതിലേതിൽ പെടുമെടോ"

മുറ്റത്തിന്റെ അതിരിലേക്കു നീട്ടിത്തുപ്പി ശ്രീധരൻമാഷ് പൂമുഖത്തേക്കു കയറുമ്പോഴേ അമ്മൂമ്മ ഇടപെടും.

"എന്താ ശ്രീധരാ, ന്റെ കൊച്ചിനൊരു കുഴപ്പം ഇങ്ങനൊക്കെ പറയാൻ?"

"ഒന്നുമില്ല. പുത്രന്റെ കടമ ഓർമിപ്പിച്ചൂന്നുമാത്രം."

"ഇങ്ങനെ ഓർമിപ്പിക്കുന്നതു കേട്ടാത്തോന്നുമല്ലോ ഇവന്റച്ഛൻ ഇപ്പോ ഏതാണ്ടു നരകത്തിലാന്ന്..."

"അവന്റെ പരീക്ഷേടെ മാർക്കുകണ്ടപ്പോ പറഞ്ഞുപോയതാ അമ്മേ. മൂന്നുപെങ്ങന്മാർക്ക് ഇവനൊരാങ്ങളയല്ലേ ഉള്ളൂ? നാളെ ഇവൻ വേണം അതുങ്ങളെ പോറ്റാൻ..."

അമ്മൂമ്മ മുറുക്കാൻ ചെല്ലം നീക്കിവച്ച്, എന്റെ തലയിൽ തലോടും.

"കാലം ചെല്ലട്ടെ ശ്രീധരാ...നമ്മക്കു കാണാം...ആര് ആർക്കൊക്കെയാ ഉപകരിക്കുന്നതെന്ന്..."

പൊടുന്നനെ ഉത്തരത്തിന്റെ കാണാക്കോണിലിരുന്ന് എനിക്കുവേണ്ടി ഒരു പല്ലി ചിലച്ചു. അമ്മൂമ്മ അവിടേക്കു ചെവി കൂർപ്പിച്ച് ശ്രീധരൻ മാഷിനെ നോക്കി പറഞ്ഞു:

"കേട്ടില്ലേ? വാസ്തവം..."

അമ്മൂമ്മയുടെ പ്രവചനങ്ങൾക്കു കൂട്ടിന് എപ്പോഴും ഒരു പല്ലി ഉത്തരത്തിനിടയിൽ ഒളിച്ചുനടപ്പുണ്ടായിരുന്നു. അനിശ്ചിതത്വത്തിന്റെ ഓരോ തിരിവിലും അതു തന്റെ ഇടപെടൽ കൊണ്ട് ജീവിതത്തെ അർത്ഥപൂർണമാക്കി. അപ്പോഴെല്ലാം, അമ്മൂമ്മ അതിനെ അനുഭാവപൂർവം നോക്കി.

അമ്മൂമ്മയുടെ വാക്കുകളുടെ പ്രവചനസ്വഭാവം വർഷങ്ങൾക്കുശേഷം അദ്ഭുതത്തോടെ ഞാൻ അനുഭവച്ചറിഞ്ഞു. എന്റെ മകളുടെ വിവാഹത്തിനു ക്ഷണിക്കാനായി ശ്രീധരൻമാഷിനെ തേടിച്ചെന്നപ്പോഴായിരുന്നു അത്. മെലിഞ്ഞു വിളറി കോലംകെട്ട ആ രൂപം പഴയ മാഷിന്റെ വിദൂര സാമ്യംപോലും സൂക്ഷിച്ചിരുന്നില്ല. വിറയ്ക്കുന്ന കൈകൾകൊണ്ട് എന്റെ കൈയിൽ തലോടി മാഷ് വിതുമ്പി:

"എന്റെ പേരക്കുട്ടീടെ കല്യാണത്തിന് ഒന്നുകൂടണമെന്നത് എന്റെ വല്യ ആഗ്രഹമായിരുന്നു. അതു നടക്കില്ല."

കഥയറിയാതെ ഞാൻ മാഷിനെ തുറിച്ചുനോക്കി. എന്റെ കണ്ണിലെ ചോദ്യച്ചിഹ്നം വായിച്ചെടുത്ത് മാഷ് പറഞ്ഞു:

"താനൊന്നുമറിഞ്ഞില്ല അല്ലേ? ടൗണിലേക്കു താമസം മാറ്റിയതുകൊണ്ടാ ഇവിടത്തെ വിശേഷങ്ങൾ അറിയാതെ പോയത്. ചന്ദ്രമോഹനിപ്പോ പഴേ ആളല്ല കുഞ്ഞേ...എന്നുവച്ചാ പഠിച്ചുപഠിച്ച് ബോധമുദിക്കുന്നതിനു പകരം അവൻ കെട്ടുപോയി. ഇല്ലാത്ത കാശുമൊടക്കി എൻജിനീയറിങ് കോളേജിൽ പറഞ്ഞയച്ചതു വല്യ പ്രതീക്ഷയോടെയാ...എന്നിട്ടെന്താ....ജോലീക്കേറിയപ്പഴേ വീട്ടുകാരെപ്പോലും അറിയിക്കാതെ പെണ്ണുകെട്ടിയതു കുഞ്ഞിനറിയാമല്ലോ. ഇപ്പോ അവനായി...അവന്റെ പാടായി. അവരു സുഖമായി മറുനാട്ടിലെങ്ങാണ്ടു കഴിയുന്നുണ്ടെന്നു കേൾക്കുന്നു. അവന്റെ കുഞ്ഞുങ്ങളെപ്പോലും ഞാൻ കണ്ടിട്ടില്ല. ടൗണിൽ അവന്റെ കൂടെ ജോലി ചെയ്യുന്നവരുടെയൊക്കെ വീട്ടിൽ വിരുന്നു വന്നാലും ഇത്രടം വരെ വരില്ല. എന്തിനു പറേന്നു, അവന്റനിയത്തീടെ കല്യാണത്തിനു പോലും സംബന്ധിച്ചില്ല. കൊടുക്കാനൊള്ളതൊക്കെ എണ്ണിക്കൊടുത്തതാ. പക്ഷേ, അവനിപ്പോ ഈ വീടും പറമ്പുംകൂടെ വേണം. ഞാൻ കൊടുക്കുമോ? തോന്നിയപോലെ ജീവിക്കട്ടെ.... വയസ്സായിക്കഴിഞ്ഞാൽ എന്തിനാ തന്തേം തള്ളേം.. അല്ലേ? പെൻഷൻകാശൊള്ളതുകൊണ്ട് ഞങ്ങളു വലിയ മുട്ടില്ലാതെ കഴിഞ്ഞുപോകുന്നു. അച്ഛനെ നരകത്തീന്നു രക്ഷിക്കുന്നവനല്ല, നരകത്തിലേക്കു വലിച്ചെറിഞ്ഞവനാ എന്റെ മോൻ....

പുറംതിണ്ണയിലിരുന്നു തുറിച്ച കണ്ണുകൾകൊണ്ടു ചന്ദ്രമോഹൻ ചുഴിഞ്ഞുനോക്കുന്നതായി എനിക്കുതോന്നി. മാഷിന്റെ മുഖം എന്നെ വല്ലാതെ വേദനിപ്പിച്ചു. ഞാനപ്പോൾ എന്റെ അച്ഛനെ ഓർത്തു.

ഒക്ടോബർ രണ്ടിനു തുടങ്ങുന്ന സേവനവാരമാണ് ഉലക്കമേൽ പോലും കിടക്കാനാവുന്ന ചങ്ങാത്തത്തിന്റെ ഒരുമയെപ്പറ്റി ആദ്യമായി എനിക്കു പറഞ്ഞുതന്നത്. സേവനവാരം അന്നു കൂട്ടായ്മയുടെ ആവേശമായിരുന്നു. ഒരാഴ്ച നീളുന്ന ഗാന്ധിജയന്തി ആഘോഷവേളയിൽ ഞങ്ങൾ പള്ളിക്കൂടത്തിന്റെ മതിലുകൾ കടന്ന് പുറം ലോകത്തേക്ക് ആവേശത്തോടെ കുതിച്ചു. പാഠപുസ്തകംതൊടേണ്ടതില്ല എന്ന സന്തോഷം ആവേശത്തെ ഇരട്ടിപ്പിച്ചു. മൺവെട്ടിയും കുന്താലിയുമായാണ് ആ ദിവസങ്ങളിൽ രാവിലെ വീട്ടിൽ നിന്നിറങ്ങുക. സ്കൂളും പരിസരവും ശുചീകരിച്ചു

തുടങ്ങുന്ന സേവനവാരാഘോഷം പിന്നീടു വഴിവെട്ടലും പുഴക്കടവു വൃത്തിയാക്കലുമൊക്കെയായി വലുതാവും. നാട്ടിൻപുറത്തെ കാടു പിടിച്ച വെട്ടുവഴികളിലേക്ക് ആർപ്പുവിളിയോടെ ഞങ്ങൾ മുന്നേറും. സമീപ ത്തുള്ള വീട്ടുകാരുടെ വകയായിരിക്കും ഉച്ചഭക്ഷണം. വാഴയിലയിൽ വിളമ്പിയ, പുഴുങ്ങിയ കപ്പയും ചേമ്പും കാച്ചിലും വെട്ടുവഴിയുടെ ഓര ത്തിരുന്നു കഴിക്കും. കൂട്ടിനു കടുംകാപ്പിയും.

വാരാഘോഷം അവസാനിക്കുന്നത് സ്കൂളിലെ വൻസദ്യവട്ടത്തോടെ യാണ്. കുട്ടികളെല്ലാം വീട്ടിൽനിന്നു നാളികേരമോ ചേനയോ കാച്ചിലോ എന്താണുള്ളതെന്നുവച്ചാൽ അവ മുൻകൂട്ടി കൊണ്ടുവരണം. അധ്യാ പകരും നാട്ടുകാരും ചേർന്നാണു പാചകം. ഒരാണ്ടത്തേക്കു മൊത്തം കാത്തുവയ്ക്കാനുള്ള മധുരവുമായാണ് പായസം വടിച്ചുകുടിച്ച് ഇലമടക്കി ഞങ്ങൾ എഴുന്നേൽക്കുന്നത്.

സേവനവാരത്തിൽ ഒരുമിച്ചു മൺകുട്ട പിടിച്ചവരും തലച്ചുമടെടുത്ത വരുമൊക്കെയായി അതിനകം ആഴത്തിലുള്ള സൗഹൃദം രൂപപ്പെട്ടിരിക്കും. പിന്നീടു സ്കൂൾ വിടുമ്പോഴെല്ലാം പരസ്പരം കണ്ടെത്തുകയും ഞങ്ങൾ സൗഹൃദത്തിന്റെ ചരടുകൾ പരസ്പരം കൂട്ടിമുറുക്കുകയും ചെയ്തു. അക്കാലത്ത് എന്റെ സൗഹൃദപ്പട്ടികയിൽ ഇടം പിടിച്ചവനാണ് സുധി. പൂച്ചക്കണ്ണുകളും കൈവെള്ളയിലെ വലിയ മറുകും അവനെ വേറിട്ട കണ്ണോടെ നോക്കാൻ എന്നെ പ്രേരിപ്പിച്ചു. ഗുജറാത്തിലായിരുന്നു സുധി യുടെ കുടുംബം. നാട്ടിലെ തറവാട്ടിൽ അപ്പൂപ്പനോടും അമ്മൂമ്മയോടുമൊപ്പ മായിരുന്നു അവന്റെ താമസം. ആറാം ക്ലാസിലെ പരീക്ഷയ്ക്കു തൊട്ടു പിന്നാലെ, അച്ഛന്റെ ജോലിസ്ഥലത്തേക്കു മടങ്ങിയ അവനെ പിന്നീടു കണ്ടത് എത്രയോ വർഷങ്ങൾക്കുശേഷമായിരുന്നു. പക്ഷേ, തലേന്നു വൈകുന്നേരം പിരിഞ്ഞതുപോലെ അവൻ അന്നെന്നെ കെട്ടിപ്പിടിച്ചു.

നാലാംക്ലാസിലെ സേവനവാരം എനിക്കുമറക്കാനാവില്ല. എന്റെ ചിത്രം ആദ്യമായും അവസാനമായും ഒരു പത്രത്തിൽ അച്ചടിച്ചുവന്നത് അന്നായിരുന്നു. 'സേവനവാരാഘോഷത്തിന്റെ ഭാഗമായി നാരായണ പുരം ചന്ത വൃത്തിയാക്കുന്ന കണ്ണാടിക്കര ഗവ.എൽപി സ്കൂൾ വിദ്യാർ ഥികൾ' എന്ന കുനുകുനാ അക്ഷരങ്ങൾക്കുമേലേ മൺവെട്ടിയുമായി ക്യാമറയിലേക്കു തുറിച്ചുനോക്കി നിന്ന ഒൻപതുവയസുകാരന്റെ മുഖം എവിടെവച്ചാണ് എനിക്കു നഷ്ടമായത് എന്ന് അറിയില്ല.

സേവനവാരം ചന്തയിൽ അരങ്ങേറിയ വൈകുന്നേരം ഞാൻ വീട്ടി ലെത്തിയത് ഉടൽനിറയെ അഴുക്കും മീൻചന്തയുടെ ഗന്ധവുമായാണ്.

"കുളിച്ചിട്ടു വീട്ടിക്കേറിയാ മതി.... ഒരു സേവനക്കാരൻ വന്നേക്കുന്നു."

അമ്മ മൂക്കുപൊത്തി.

ഞാൻ കിണറ്റുകരയിലേക്കു നടക്കുമ്പോൾ സുമതിച്ചേച്ചി ഓടിവന്നു ചന്തിക്കൊരു തല്ലുതന്നു.

"കിണറ്റുകര വൃത്തികേടാക്കാതെ ആറ്റിപ്പോയി കുളിക്കെടാ..."

"തോർത്തു താ..."

ഞാൻ ഗദ്ഗദത്തെ തൊണ്ടക്കുഴിയിലൊളിപ്പിക്കാൻ ശ്രമിച്ചു.

"അയ്യെടാ...മീൻചന്തേലെ ചേറു തൊടയ്ക്കാനിവിടെ തോർത്തൊന്നുമില്ല. പോയി തേക്കിലവച്ചു തൊടയ്ക്ക്."

സുമതിച്ചേച്ചി പരിഹസിച്ചു.

"അവനൊറ്റയ്ക്കെങ്ങനാടീ കൊച്ചേ ആറ്റിപ്പോന്നേ...? നീയൂടെ കൂട്ടിനു ചെല്ല്..."

അമ്മൂമ്മ അടുക്കളത്തിണ്ണയിലിരുന്നു വിളിച്ചുപറഞ്ഞതു കേട്ടില്ലെന്നു നടിച്ച് സുമതിച്ചേച്ചി തിടുക്കത്തിൽ അകത്തേക്കുപോയി.

കരച്ചിലിന്റെ ഒരു കീറ് അറിയാതെ എന്റെ ഉള്ളിൽ നിന്നടർന്നുവീണു. അടുത്തനിമിഷം അതു നിലയില്ലാക്കയമായി പടർന്നു. അപ്പോഴാണ് അച്ഛൻ അകത്തുനിന്നോടിവന്നത്. അച്ഛന്റെ കൈയിൽ തോർത്തും ഒരു കുപ്പിയുമുണ്ടായിരുന്നു.

"മോൻ വാ..."

അച്ഛൻ എന്റെ കൈ പിടിച്ചു കിണറ്റുകരയിലേക്കു നടത്തി. തൊട്ടിയിൽ നിന്നു വെള്ളം കോരി തലവഴി കുത്തിയൊഴിച്ചു. പിന്നെ കുപ്പി തുറന്ന് കാൽവിരലുകളിൽ രൂക്ഷഗന്ധമുള്ള ഒരു ദ്രാവകമൊഴിച്ചു.

"ചന്തയിലപ്പിടി അഴുക്കാ...മീൻവെള്ളോം ചള്ളേം... കാലിൽ വളം കടിക്കേണ്ട...ഈ ലോഷനിട്ടു കഴുകിയാ അഴുക്കെല്ലാം പോകും..."

കാലുകൾ ഉരച്ചുകഴുകാൻ നിർബന്ധിച്ച് അച്ഛൻ വീണ്ടും തൊട്ടി കിണറ്റിലേക്കെറിയുമ്പോൾ അമ്മ അടുക്കളവാതിലിൽനിന്നു പുറത്തേക്കു തലയിട്ട് ഉറക്കെച്ചിലമ്പി.

"ആ കടവിലോട്ടു പോയിരുന്നേല് മുങ്ങിക്കുളിക്കാമായിരുന്നു. ഇതെത്ര തൊട്ടി വെള്ളമെന്നുവച്ചാ കോരുന്നേ..."

"നീയല്ലല്ലോ കോരുന്നത്?"

അച്ഛൻ തിരിഞ്ഞുനോക്കാതെ ക്ഷോഭിച്ചു.

"നിന്റെ കൂടൊള്ള മറ്റുപിള്ളേരൊക്കെ ഇങ്ങനാന്നോ വീട്ടിച്ചെന്നു കേറിയേന്ന് എനിക്കൊന്നറിയണം. സേവനംന്നു വച്ചാൽ മുന്നും പിന്നും നോക്കാതെ ചെളിക്കകത്തു ചാടിയങ്ങിറങ്ങുവാന്നോടാ? ആവുന്നോരു പണിയട്ടെ. നീയെന്തിനാ ചെയ്യണേ? നോക്കീം കണ്ടുമൊക്കെ നിന്നാപ്പോരേ? അതിനുംവേണം മിടുക്ക്..."

അമ്മ ശാസിച്ചു.

തല തോർത്തിത്തരുമ്പോൾ അച്ഛൻ മെല്ലെ പറഞ്ഞു.

"അമ്മ പറഞ്ഞതു ശരിയല്ല. ഏതുജോലിയും ചെയ്യുമ്പോൾ ആത്മാർത്ഥമായിത്തന്നെ ചെയ്യണം. എല്ലാ ജോലിക്കും അതിന്റേതായ മാന്യതയുണ്ട്."

ചന്ദ്രികസോപ്പിന്റെ കുമുകുമാ മണം എന്റെ ഉടലിനു സമ്മാനിച്ച് അച്ഛൻ മടങ്ങുമ്പോൾ ഞാൻ അഭിമാനത്തോടെ നോക്കി. എന്റച്ഛൻ എത്ര ശരിയാണെന്ന് സ്വയം പറഞ്ഞു.

പിന്നീട്, ഒരുപാടു വർഷങ്ങൾക്കു ശേഷം എന്റെ മകൾ ശാന്തി ഇതേ വാക്കുകൾ വേറൊരു സാഹചര്യത്തിൽ, ജീവിതത്തിന്റെ വേറൊരു തിരിവിൽ എന്നോടു പറഞ്ഞു: “അച്ഛൻ പറയുന്നതു ശരിയല്ല. എല്ലാ ജോലിക്കും അതിന്റേതായ മാന്യതയുണ്ട്.”

അന്നു ഞാൻ ആലോചിച്ചു:

എനിക്ക് എന്റച്ഛൻ ശരിയായിരുന്നു.

പക്ഷേ, എന്റെ മകൾക്ക് അവളുടെ അച്ഛൻ ശരിയായി തോന്നുന്നില്ല.

പ്രശ്നം അച്ഛന്റെയോ മാറുന്ന കാലത്തിന്റെയോ?

നാല്

മെയിൻസ്വിച്ച്

ആയിരം കണ്ണുകളുള്ള അവസരവാദിയായ കടൽക്കിഴവനെപ്പോലെയാണു സമൂഹം. ഓരോരുത്തരേയും കാണാൻ സമൂഹത്തിനു വെവ്വേറെ കണ്ണുകളുണ്ട്. അവിവാഹിതനെ നോക്കുന്ന കണ്ണുകൊണ്ടല്ല, നാലു കെട്ടിയ പുരുഷനെ നോക്കുന്നത്. അംഗവൈകല്യം വന്നൊരാളെ നോക്കുന്നതുപോലെയല്ല ഗുസ്തിക്കാരനെ നോക്കുന്നത്. കുഷ്ഠരോഗിയെക്കാണുംപോലെയല്ല രത്നവ്യാപാരിയെ കാണുന്നത്. മൂന്നു സഹോദരിമാരുടെ ഏക സഹോദരനെക്കാണാൻ സ്വാഭാവികമായും സമൂഹത്തിനു വേറിട്ട ചില കാഴ്ചക്കോണുകളുണ്ടായിരുന്നു. സുന്ദരിമാരായ സഹോദരിമാരുള്ള ആങ്ങളമാർ അനുഭവിക്കുന്ന പ്രത്യേക പരിഗണന പലയിടത്തുനിന്നും എനിക്കുകിട്ടി. സുമിത്രച്ചേച്ചിയോടും റാണിച്ചേച്ചിയോടുമൊപ്പം കവലയിലൂടെ വരുമ്പോൾ ഉപ്പുപെട്ടിക്കപ്പുറത്തുനിന്നും മുറുക്കാൻ കടയുടെ ഉള്ളിൽനിന്നുമൊക്കെ 'പ്രഭേ.....'എന്ന വിളി എന്നെ തേടി പറന്നുവന്നു. റാണിച്ചേച്ചി അതു ഗൗനിച്ചിരുന്നതേയില്ല. പക്ഷേ, സുമിത്രച്ചേച്ചിയാണെങ്കിൽ ശബ്ദംകേട്ട് ഞാൻ തിരിഞ്ഞുനോക്കാൻ തുടങ്ങുമ്പോൾ എന്റെ കൈത്തണ്ടയിൽ രോഷത്തോടെ അമർത്തി നുള്ളി തിടുക്കത്തിൽ നടക്കും. 'പ്രഭേ നിൽക്ക് ചോദിക്കട്ടെ' എന്നു പറഞ്ഞ് ശബ്ദങ്ങൾ പിന്നാലെ പാഞ്ഞുവരുമ്പോൾ സുമിത്രച്ചേച്ചി എന്റെ കൈ വെട്ടിച്ച് ഓടും.

"ഈ വായിനോക്കികളുമായിട്ടൊക്കെ നിനക്കെങ്ങനാടാ പരിചയം?"

വീട്ടിൽ വന്നു കയറുന്നപാടേ സുമിത്രച്ചേച്ചി ചോദ്യം ചെയ്യും. ഇവരിൽ പലരേയും എനിക്ക് അറിയുകപോലുമില്ലെന്ന് ആണയിട്ടാലും ചേച്ചി വിശ്വസിക്കില്ല. സുമതിച്ചേച്ചിയോടൊപ്പം പോകുമ്പോൾ പക്ഷേ, ഒരിക്കൽപ്പോലും 'പ്രഭേ വിളി' എന്നെ തേടിവന്നിട്ടില്ല. ചേച്ചിമാരോടൊപ്പം പോകുമ്പോൾ കുശലം പറയാൻ ശ്രമിക്കുന്നവർ തന്നെ തനിച്ചു സ്കൂളിൽ പോകുമ്പോൾ എന്നെ കണ്ട ഭാവം നടിക്കാറില്ലെന്നതും കുറച്ചുകൂടി മുതിർന്നപ്പോൾ ഞാൻ ശ്രദ്ധിച്ചു.

താഴ്ന്ന ക്ലാസിൽ പഠിക്കുമ്പോൾ കവലയിലെ കുട്ടിക്കൂറാപൗഡ റിന്റെ മണമുള്ള ചേട്ടന്മാരിൽചിലർ എന്നെ ആവശ്യത്തിലേറെ താലോലി ക്കുകയും കൈനിറയെ മിഠായി സമ്മാനിക്കുകയും ചെയ്ത് അദ്ഭുത പ്പെടുത്തിയിരുന്നു. അവരിലൊരാൾ ഒരിക്കൽ സുമിത്രച്ചേച്ചിക്കു കൈ മാറാനായി എന്റെ കൈയിൽ ഒരു കത്തു തന്നയച്ചതു വീട്ടിൽ ഭൂകമ്പം സൃഷ്ടിച്ചു. റാണിച്ചേച്ചി സ്കൂളിൽനിന്നു വരുമ്പോൾ അവരിലാരോ ചൂള മിട്ട് കമന്റടിച്ചതും പുലിവാലായി. ഇതോടെ റാണിച്ചേച്ചിയും ഞാനും ശ്രീധരൻമാഷിന്റെ മകൻ ചന്ദ്രമോഹനോടൊപ്പം സ്കൂളിൽ പോവുകയും വരുകയും ചെയ്താൽ മതിയെന്ന അലംഘനീയമായ ഉത്തരവ് അമ്മ പുറപ്പെടുവിച്ചു. തരംകിട്ടുമ്പോഴെല്ലാം ജനാലപ്പഴുതിലൂടെ ചേച്ചിമാരെ ഒളിഞ്ഞുനോക്കാൻ ശ്രദ്ധിച്ചിരുന്ന ചന്ദ്രമോഹനാകട്ടെ, അമ്പാഴത്തേലെ സുന്ദരിക്കുട്ടിയുടെ രക്ഷകനെന്ന പദവി അന്തസ്സായിക്കരുതി. തങ്ങളേ ക്കാൾ ഏതാനും വയസ്സിനുമാത്രം ഇളപ്പമായ ചന്ദ്രമോഹനെ ഇള്ളാക്കുട്ടി യെന്ന മട്ടിൽക്കണ്ട് ചേച്ചിമാർ അവഗണിച്ചപ്പോൾ അവൻ മുഴുവൻ ശ്രദ്ധയും റാണിച്ചേച്ചിയിൽ പതിപ്പിച്ചു. റാണിച്ചേച്ചിയാകട്ടെ, സദാ അവനെ അവഗണിച്ചു. 'വൃത്തികെട്ടവൻ...' 'വായിന്നോക്കി...' 'അലവലാതി' തുട ങ്ങിയ പദങ്ങൾ ചന്ദ്രമോഹനെക്കുറിച്ചു സംസാരിക്കുമ്പോൾ ഉപയോഗി ക്കാനായി റാണിച്ചേച്ചി കരുതിവച്ചിരുന്നു.

സ്കൂളിലേക്കു പോകുമ്പോൾ ഞാൻ കൂടെയുള്ളതു ചന്ദ്രമോഹനെ അലോസരപ്പെടുത്തി. എന്തെങ്കിലുമൊക്കെ കാര്യങ്ങൾ പറഞ്ഞ് എന്നെ ഒഴിവാക്കാൻ എപ്പോഴും അവൻ ശ്രമിച്ചു. അപ്പോഴൊക്കെ റാണിച്ചേച്ചി മറുതന്ത്രങ്ങൾ പ്രയോഗിച്ച് എന്നെ അവളോടു ചേർത്തുനിർത്തി. ക്രമേണ ചന്ദ്രമോഹന് എന്നോടു വൈരമായി, തരംകിട്ടുമ്പോളൊക്കെ എന്നെ കൂവളത്തിൻമുള്ളുകൊണ്ടു കുത്തുകയും വീട്ടിൽ പറഞ്ഞാൽ ശരിപ്പെടു ത്തുമെന്നു ഭീഷണിപ്പെടുത്തുകയും ചെയ്തു. ചന്ദ്രമോഹന്റെ സ്വഭാവ ത്തിലെ ക്രൂരത പലപ്പോഴും നേരിട്ടനുഭവിച്ചിട്ടുള്ളതിനാൽ ഞാൻ ആരോടും പറയാതെ വേദന അമർത്തി. ആരും കാണാതെ ചോരപ്പൊടി പ്പുകൾ കുപ്പായത്തിലൊളിപ്പിച്ചു. റാണിച്ചേച്ചിയുടെ പുസ്തകസഞ്ചിയിൽ രഹസ്യമായി രണ്ടുതവണ അവൻ കത്തെഴുതിവയ്ക്കുകയും അതു തുറന്നുവായിക്കുകപോലും ചെയ്യാതെ പിറ്റേന്നുതന്നെ അവൾ എന്റെ കൈവശം ചന്ദ്രമോഹനു മടക്കിത്തന്നയയ്ക്കുകയും ചെയ്തതോടെ അവൻ ഇളിഭ്യത മറയ്ക്കാൻ എന്റെ നേരേ ശത്രുതയുടെ കൂരമ്പുകൾ ഉപയോ ഗിച്ചു. അച്ഛനും ശ്രീധരൻമാഷുമായുള്ള അടുത്ത ബന്ധവും അയൽപ്പക്ക ങ്ങൾ തമ്മിലുള്ള ഇഴയടുപ്പവും മൂലം അവനെതിരേ പരാതി പറയാനാ വാത്ത സ്ഥിതിയായിരുന്നു. അഥവാ പറഞ്ഞാൽത്തന്നെ അക്കാലത്ത് അതാരും മുഖവിലയ്ക്ക് എടുക്കുമായിരുന്നില്ലെന്നുറപ്പ്. ചന്ദ്രമോഹനെ പേരുചൊല്ലി വിളിക്കുന്നത് അവസാനിപ്പിക്കാനും പകരം 'ചേട്ടാ' വിളി പ്പിക്കാനും വീട്ടിൽ കുറേക്കാലം അമ്മ എന്നോടു വഴക്കിട്ടതാണ്. അവ സാനം ചന്ദ്രമോഹന്റെ അമ്മ സുലോചനച്ചേച്ചി ഇടപെട്ട് അമ്മയെ പിന്തിരിപ്പിക്കുകയായിരുന്നു.

"പിള്ളേരല്ലേ...ചേച്ചീ...അവരെന്തെങ്കിലുമൊക്കെ വിളിക്കട്ടെ. ഞാനെന്റെ ചേച്ചിയെ പത്താം ക്ലാസുവരെയും എടീന്നല്ലാതെ വിളിച്ചിട്ടില്ല."

അടുക്കളത്തിണ്ണയിലിരുന്നു വരിക്കച്ചക്ക വെട്ടിപ്പിളർക്കുന്ന അമ്മയോട് സുലോചനച്ചേച്ചി പറഞ്ഞു. അമ്മ അസ്വസ്ഥതയോടെ സുലോചനച്ചേച്ചിയെ നോക്കി.

നേരിട്ട് ഏറ്റുമുട്ടാനുള്ള കൈക്കരുത്തില്ലാത്തതുകൊണ്ട് സ്കൂളിൽ കൂട്ടുകാരെക്കൊണ്ട് ചന്ദ്രമോഹനെ 'പഞ്ചതന്ത്രത്തിന്റെ മോനേ'യെന്നു വിളിപ്പിക്കുകയും അവൻ പോകുന്നവഴിയിലെ ചുവരിൽ മഞ്ഞൾ കൊണ്ട് 'ഇന്നുമുതൽ കോന്നി സുഭാഷ് കൊട്ടകയിൽ പഞ്ചതന്ത്രം-മൂന്നു കളികൾ' എന്നെഴുതിയിടുകയും ചെയ്യുന്നത് അവനെ കൂടുതൽ പ്രകോപിപ്പിച്ചു. അതിനു പ്രതികാരമായി, റാണിച്ചേച്ചിയിൽനിന്ന് അവനെ അകറ്റിനിർത്താൻ ഞാൻ എത്രത്തോളം ശ്രമിച്ചോ, അത്രത്തോളം സ്വന്തം സഹോദരി ആശയിൽനിന്ന് എന്നെ അകറ്റാൻ അവനും ശ്രമിച്ചു. ഞാനും ആശയും എന്തെങ്കിലും തമാശ പറയുന്നതു കണ്ടാൽത്തന്നെ ദൂരെനിന്ന് അവൻ പാഞ്ഞുവരികയും കൂവളത്തിൻമുള്ള് എന്റെ കൈത്തണ്ടയിൽ ചുവപ്പു വരയ്ക്കുകയും ചെയ്തു. ആശയ്ക്കും ചേട്ടനെ പേടിയായിരുന്നു. ഇതേ സമയം, വീട്ടിൽ അവൻ നല്ലകുട്ടിയെന്നു പേരെടുത്തിരുന്നു. ചന്ദ്രമോഹനെക്കണ്ടു പഠിക്ക്...എന്ന് എല്ലാ രക്ഷാകർത്താക്കളെക്കൊണ്ടും മക്കളോടു പറയാൻ പ്രേരിപ്പിക്കുംവിധം അവൻ കൂടുതൽ മാർക്കു വാങ്ങി പഠിക്കുകയും വൈകുന്നേരങ്ങളിൽ വീട്ടുവളപ്പിലെ ജാതിമരങ്ങൾക്കു മുടങ്ങാതെ വെള്ളം തേവുകയും നാളികേരമിടുമ്പോൾ മടിയില്ലാതെ വീട്ടുമുറ്റത്തു പെറുക്കിക്കൂട്ടുകയും ചെയ്തു.

സ്കൂളിൽ കിളിമാസ്സും കോട്ടയും കളിക്കുമ്പോൾ അവന്റെ നേതൃത്വത്തിലുള്ള മുതിർന്ന കുട്ടികളുടെ സംഘം എനിക്കെതിരേ സംഘടിതമായി ഒച്ചവയ്ക്കുകയും കായികമൽസരങ്ങളിൽ പങ്കെടുക്കുമ്പോൾ എന്നെ കൂവിത്തോൽപ്പിക്കുകയും ചെയ്തു. എന്നെങ്കിലുമൊരിക്കൽ അവനെ ജീവിതംകൊണ്ടു പരാജയപ്പെടുത്താനും കണ്ണീരണിയിക്കാനും കൈത്തണ്ടയിൽ കൂവളമുള്ളുകൊണ്ടു ചുവപ്പുവരയിടാനും ഞാൻ അക്കാലത്ത് ആഗ്രഹിച്ചിരുന്നു.

കുറച്ചുകൂടി മുതിർന്നപ്പോൾ സിനിമയുടെ ഒരു ചരട് ഞങ്ങളെ പരസ്പരം കൂട്ടിക്കെട്ടി. സിനിമയ്ക്കും സ്വപ്നത്തിനുമിടയിലെ ദുരന്തത്തിന്റെ പേരായിരുന്നല്ലോ എനിക്കു കുറേക്കാലത്തേക്കു ജീവിതം.

"**അ**ച്ഛൻ സ്നേഹിക്കുന്ന മക്കളും അച്ഛനെ സ്നേഹിക്കുന്ന മക്കളും. ജീവിതത്തിൽ ഇങ്ങനെ രണ്ടുതരം അച്ഛന്മാരുണ്ട്" -കറുത്തുതടിച്ച ചുണ്ടുകൾ പുറത്തേക്കു നീട്ടിയെറിയുന്ന ചോരച്ചുവപ്പിനൊപ്പം ശ്രീധരൻമാഷ് പതിവായി അമ്പാഴത്തേലിലെ മുറ്റത്ത് ഉപേക്ഷിച്ചുപോവാറുള്ള വാചകങ്ങളായിരുന്നു ഇവ. ഈ വാചകം ഉരുവിടുമ്പോഴെല്ലാം ശ്രീധരൻമാഷിന്റെ

കണ്ണുകൾ എന്റെ വീടിനു മൂന്നുവീടു വടക്ക് മാഞ്ഞാലിലെ വീട്ടുമുറ്റത്തേക്ക് ഊഞ്ഞാലാടുന്നതു ശ്രദ്ധിച്ചിട്ടുണ്ട്. അപ്പോഴെല്ലാം അമ്മൂമ്മ താടിക്കു കൈകൊടുത്ത് പറയും: "ദൈവനിയോഗം...ദൈവനിയോഗം."

മാഞ്ഞാലിലെ വീട്ടിൽ ഒരു രഹസ്യമുണ്ടായിരുന്നു. ഭാര്യ മരിച്ച ഭാസ്കരപ്പണിക്കർ ഒറ്റയ്ക്കു താമസിക്കുന്ന വീട്ടുവളപ്പിലേക്കു കുട്ടികൾക്കു പ്രവേശനമുണ്ടായിരുന്നില്ല. അറിയാതെ ആരെങ്കിലും തൊടിയിലോ മറ്റോ ചെന്നുപെട്ടാൽ എഴുപതാം വയസ്സിന്റെ ക്ഷീണം മറന്ന് അയാൾ കല്ലെറിഞ്ഞ് ഓടിക്കുമായിരുന്നു. സന്ധ്യയ്ക്കുതന്നെ മുറ്റത്ത് ഇരുട്ടുവിരിച്ച് ഉറക്കം തൂങ്ങിത്തുടങ്ങുന്ന ആ വീടിനെ അമ്മയും അമ്മൂമ്മയുമെല്ലാം വെറുപ്പോടെയാണു നോക്കിയിരുന്നത്. പീളകെട്ടിയ കൺപീലികളോടെയും ഊരി ചുമലിലിട്ട കുപ്പായത്തോടെയും ഭാസ്കരപ്പണിക്കരെ ഇടയ്ക്കിടെ വെട്ടുവഴിയുടെ വെളുമ്പിൽവച്ചു കാണാറുണ്ടെങ്കിലും അയാൾ ആരെയും ശ്രദ്ധിച്ചില്ല.

പേരമരച്ചില്ലകൾക്കിടയിൽ വെളിച്ചത്തിന്റെ തോരണങ്ങൾ തൂക്കിയിട്ട്, അപ്രതീക്ഷിതമായി ചിലപ്പോൾ മാഞ്ഞാലിലെ വീട് രാത്രി പ്രകാശം കൊണ്ടു നിറയും. മുറിക്കുള്ളിൽനിന്ന് മുഹമ്മദ് റാഫിയും ലതാമങ്കേഷ്കറും ഉറക്കെപ്പാടും. അതുകേട്ടു വടക്കേമുറ്റത്തേക്കോടിയിറങ്ങിയാൽ അടുത്തനിമിഷം അമ്മ അലറും:

"എന്തോ കാണാനാടാ ഓടുന്നേ..."

"പാട്ട്..."

ഞാൻ പരുങ്ങും.

"ഒരു പാട്ടും കൂത്തും...വൈകുന്നേരമാകട്ടെ...നമുക്കു കാണാമല്ലോ തനിസ്വരൂപം...കേറിപ്പോടാ അകത്ത്."

അമ്മ അലറും.

"അവനോന്റെ വീട്ടിൽ കേട്ടാപ്പോരേ പാട്ട്? എന്തിനാണു കരക്കാരെ കേൾപ്പിക്കാനായി മൈക്കു വയ്ക്കുന്നത്?"

വാഴക്കൈ കൊത്തിയൊടിക്കുന്ന കാക്കയോട് അമ്മ ചോദിക്കും. അറിയാത്ത ഭാഷയിലെ കേൾക്കാത്ത ഈണത്തിനു കാതോർത്ത് ഞാൻ ചളിപ്പോടെ തിരിച്ചു മുറിയിലേക്കു കയറും. വൈകുന്നേരം സ്കൂൾ വിട്ടുവരുമ്പോഴും റാഫിയും ലതാമങ്കേഷ്കറും ഗാനമേള അവസാനിപ്പിച്ചിട്ടുണ്ടാവില്ല.

"ഇന്നു മുറിക്കകത്തിരുന്നു പഠിച്ചാമതി," സന്ധ്യവിളക്കണയുമ്പോൾ അമ്മ മുന്നറിയിപ്പു തരും, "പിന്നൊരു കാര്യം. എന്തു ശബ്ദം കേട്ടാലും മുറിക്കകത്തിരുന്നോണം പിള്ളേര്...കേട്ടല്ലോ?"

ഞാനും റാണിച്ചേച്ചിയും പരസ്പരം നോക്കി ഉദ്വേഗം പങ്കുവയ്ക്കും.

"അറിഞ്ഞില്ലേ? അവിടെ ദാസപ്പൻ ചേട്ടൻ വന്നിട്ടുണ്ട്."

റാണിച്ചേച്ചി അടക്കം പറയും.

"മിണ്ടാതിരിയെടീ...പിള്ളേര് പിള്ളേരടെ നെലയ്ക്കുനിക്ക്, വല്യകാര്യ ങ്ങളുപറയാതെ."

തലയ്ക്കു ചുറ്റും കാതുകളുള്ള അമ്മ അടുക്കളമുറ്റത്തുനിന്ന് ഒച്ച വയ്ക്കും. അതോടെ റാണിച്ചേച്ചി പുസ്തകത്തിലേക്കു മുഖം പൂഴ്ത്തും. സ്കൂളിൽ പോകുമ്പോൾ പലവട്ടം ഞാൻ ചോദിച്ചിട്ടും പേടികൊണ്ടോ കൃത്യമായി അറിയാത്തതുകൊണ്ടോ, റാണിച്ചേച്ചി മാഞ്ഞാലിലെരഹസ്യം വെളിപ്പെടുത്തിയില്ല. പാഠപുസ്തകം തുറന്നടച്ചും ഗുണനപ്പട്ടിക തിരിച്ചും മറിച്ചും ചൊല്ലിയും ഞാൻ ചുവർ ചാരിയിരിക്കുമെങ്കിലും കാതുകൾ റാഫിക്കും ലതാമങ്കേഷ്കർക്കും നൽകിയിരിക്കയാവും. ഇരുട്ടു മറച്ച തൊടി യുടെ കാണാവടിവുകളിൽനിന്നു ചീവീടുകൾ രാത്രിയിലേക്കു തൊണ്ട തുറന്നുവയ്ക്കുമ്പോൾ പൊട്ടിപ്പോകുന്ന പാട്ടിന്റെ ഇഴകൾക്കായി ഞാൻ ചെവിവട്ടം പിടിക്കും. അപ്പോഴാണു റാഫിയുടെ ശബ്ദസുഗന്ധത്തിനു മേലേ കാറ്റ് ആദ്യത്തെ നിലവിളിയുമായി ഓടിയെത്തുന്നത്.

"ഉം...അവിടെ കച്ചേരി തുടങ്ങി....എന്റെ ദൈവമേ...എന്തൊരു കഷ്ട മാണിത്..."

അമ്മ പാതകത്തിനു ചോട്ടിൽനിന്നു നെഞ്ചത്തടിക്കും. ആ മുഹൂർത്ത ത്തിനു കാത്തിരുന്നിട്ടെന്നവണ്ണം സുമതിച്ചേച്ചിയും സുമിത്രച്ചേച്ചിയും നിമിഷനേരംകൊണ്ടു വടക്കുവശത്തേക്കുള്ള ജനാലകളെല്ലാം അടച്ചു പൂട്ടും. അമ്മൂമ്മ പതിവിലേറെ ഉച്ചത്തിൽ രാമനാമം ജപിക്കും. ജനാല യുടെ ചെറിയ വിടവിലൂടെ അരിച്ചെത്തുന്ന മഞ്ഞവെളിച്ചത്തിലേക്കു ഞാൻ കണ്ണു കൂർപ്പിക്കെ നിലവിളിയുടെ ശബ്ദം കൂടുതൽ ശക്തമാകും. "അയ്യോ...എന്നെ കൊല്ലല്ലേ...."എന്ന് ആരോ വിളിച്ചുകൂവും. ക്രമേണ അതു നായയുടെ മോങ്ങൽപോലെ ദയനീയമാകും.

"ദൈവം ഇതൊന്നും കാണുന്നില്ലേ? കണ്ടാരുന്നെങ്കില് ഈ ദാസ പ്പന്റെ തലേല് എന്നേ ഇടിത്തീ വീണേനേ.."

രാമനാമം മുറിച്ച് അമ്മൂമ്മ ഇരുട്ടിനോടു പരാതിപ്പെടും.

"കുട്ടൻ ഇതൊന്നും കേൾക്കണ്ട. ചെവീല് പഞ്ഞിവച്ചോ...."

അമ്മൂമ്മ എന്നെ നോക്കി വാൽസല്യത്തോടെ ചിരിക്കും.

രാത്രി അമ്മൂമ്മയുടെ കട്ടിലിന്റെ അരികുപറ്റി കിടക്കുമ്പോഴും മാഞ്ഞാ ലിലെ നിലവിളി അവസാനിച്ചിട്ടുണ്ടാവില്ല. ക്രമേണ അതു ദുർബലമായി ഇരുട്ടിൽ ലയിക്കും. രാവിലെ ഉണരുമ്പോഴേ ഞാൻ വടക്കേമുറ്റത്തുചെന്ന് മാഞ്ഞാലിലേക്കു പാളിനോക്കും. അവിടെ പ്രത്യേകിച്ച് ഒന്നും കാണാനു ണ്ടാവില്ല. സ്കൂളിൽ പോകുന്നതിനുമുമ്പുതന്നെ വീണ്ടും വിവിധഭാരതി പാടിത്തുടങ്ങുകയും ചെയ്യും. അടുത്ത ഏതാനും ദിവസം രാത്രി പാട്ടു മാത്രം. അതുകഴിയുമ്പോൾ വീണ്ടും കേൾക്കാം നിലവിളി.

ഒരു രാത്രി,നേരമേറെ ഇരുട്ടിയിട്ടും നിലവിളിയുടെ ഒച്ചതാഴാഞ്ഞപ്പോൾ ശ്രീധരൻമാഷ് ആകെ അസ്വസ്ഥനായി, ഇടത്തും വലത്തും ചുമലുകളി ലേക്കു കട്ടിക്കരയുള്ള തോർത്തു മാറിമാറി വീശി, അച്ഛനെ തേടിവന്നു.

"നമ്മക്കങ്ങോട്ടു ചെന്നാലോ ശിവരാജന്നായരേ..."

തോർത്തു നീട്ടിക്കുടഞ്ഞു ശ്രീധരൻമാഷ് ചോദിച്ചു.

"ചെന്നിട്ട്? പണ്ടൊന്നു ചെന്നതു മറന്നോ...."

അച്ഛൻ കസേരയിൽ ചാരിക്കിടന്ന് ഇരുട്ടിനു കളിക്കാൻ സിഗരറ്റ് പുകയുടെ വെള്ളിവട്ടങ്ങൾ സമ്മാനിച്ചു നിസ്സംഗമായി ചോദിച്ചു.

"മറന്നിട്ടൊന്നുമല്ല. എത്ര നേരമാ ഈ കരച്ചിലു കേട്ടോണ്ടിരിക്കുക. പണ്ടത്തേപ്പോലെ പൊലീസിലൊരു പരാതി കൊടുത്താലോന്നാ ഞാനാലോചിക്കുന്നേ...."

"എന്തിന്? അവൻ വീട്ടിക്കേറിവന്നു തെറിവിളിക്കുന്നതു കേൾക്കാനോ? പറേമ്പോ പട്ടാളക്കാരനാ. പൊലീസുകാര് കേസൊന്നും ചാർജ്ചെയ്യില്ല."

"എന്നാലും ഇതു കടുപ്പമാ...കണ്ണിച്ചോരയില്ലാത്ത നാറി..."

ശ്രീധരൻമാഷ് മുറ്റത്തേക്കു നീട്ടിത്തുപ്പി അരമതിലിലിരുന്നു കാലാട്ടി. കാലിന്റെ ആയത്തിനൊപ്പിച്ച് കഴുത്തിലെ രുദ്രാക്ഷമാല പൊക്കിൾക്കുഴിയിൽ ഇക്കിളിയിട്ടു.

നാലാംക്ലാസിൽ പഠിക്കുമ്പോൾ ചന്ദ്രമോഹനിൽനിന്നാണ് ആദ്യമായി മാഞ്ഞാലിലെ രഹസ്യം യാദൃച്ഛികമായി ഞാനറിഞ്ഞത്. അന്നു റാണിച്ചേച്ചി പല്ലുവേദനകാരണം സ്കൂളിലേക്കു പോന്നില്ല. അതറിയാതെ ചന്ദ്രമോഹൻ യാത്രതുടങ്ങുമ്പോഴേ എന്നോടു തട്ടിക്കേറി.

"എന്തിയേടാ അവള്? നിന്റെ കണ്ണുവെട്ടിച്ച് നേരത്തേ പോയോ?"

"ഇല്ല. ഇന്നുവരുന്നില്ല."

"ഇന്നലത്തെ കരച്ചിലുകേട്ട് പേടിച്ചതാണോടാ?"

ചന്ദ്രമോഹൻ എന്നെ പിടിച്ചുനിർത്തി

"അല്ല. പല്ലുവേദനയാ."

"സത്യം?"

"സത്യം."

"ഞാനിന്നലെ രാത്രി ഒരുകുന്തോം പഠിച്ചില്ല," ചന്ദ്രമോഹൻ കൂട്ടുകാരോടു പറഞ്ഞു, "എങ്ങനെ പഠിക്കാനാ? അങ്ങേരടെ കരച്ചിലു നിന്നിട്ടു വേണ്ടേ?"

"ദാസപ്പൻചേട്ടൻ ഇന്നലെ ശരിക്കു ചത്തൂന്നാ തോന്നുന്നേ...മുറ്റത്തു ചോരകെടപ്പുണ്ട്."

മാഞ്ഞാലിലെ വീടിനുമുമ്പിലെ വെട്ടുവഴിയിലൂടെ സ്കൂളിലേക്കു വരുന്ന സതീശൻ പറഞ്ഞു.

"അയ്യോ. കഷ്ടം..."

ചന്ദ്രമോഹൻ മുഖം ചുളിച്ചു.

"മാഞ്ഞാലിലെ മുറ്റത്തെന്താ?"

ഞാൻ നിഷ്കളങ്കമായി ചോദിച്ചു.

"പോടാ മണ്ടാ. ദെവസോം കച്ചേരി കേട്ടിട്ടും ഇതുവരെ നിനക്കൊന്നും പിടികിട്ടിയില്ലേ?"

ചന്ദ്രമോഹൻ എന്റെ തലയിൽ വിരൽ വളച്ചു ഞോടി.

"എടാ...അവിടെ ദാസപ്പൻചേട്ടൻ അയാടെ തന്തേ തല്ലുന്ന കരച്ചിലാ കേൾക്കുന്നേ..."

"ആരെ? പണിക്കരെയോ?"

"പിന്നല്ലാതെ?"

"അച്ഛനെ തല്ലുമോ?"

"ആ.... ദാസപ്പൻ ചേട്ടൻ ആരേം തല്ലും. ചോദിക്കാൻ ചെന്നാൽ അയാളു തോക്കെടുത്തു വെടിവയ്ക്കും."

"തോക്കൊണ്ടോ ദാസപ്പൻ ചേട്ടന്റെ കൈയിൽ?"

"പട്ടാളക്കാരന്റെ കൈയിൽ പിന്നെ തോക്കില്ലേടാ..."

ചന്ദ്രമോഹൻ എന്നെ പരിഹസിച്ച് വീണ്ടും ഞോടി. അതുകണ്ടു കുട്ടികൾ കൂട്ടച്ചിരി ചിരിച്ചെങ്കിലും ഏറെനാൾ കടംകഥപോലെ മനസ്സിലിട്ടുരുട്ടിയ രഹസ്യത്തിനുത്തരം കിട്ടിയതിൽ ഞാൻ സന്തോഷിച്ചു. രഹസ്യം ഞാനറിഞ്ഞെന്നുറപ്പായപ്പോൾ റാണിച്ചേച്ചി കഥ പൂരിപ്പിച്ചു. പണിക്കർ പണ്ടു ഭാര്യയെ തൊഴിച്ചുകൊന്നതാണത്രേ. പട്ടാളത്തിൽനിന്ന് അവധിക്കു വരുമ്പോഴൊക്കെ ദാസപ്പൻചേട്ടൻ അച്ഛനു മദ്യംകൊടുത്തു സൽക്കരിക്കുകയും തലയ്ക്കു പിടിച്ചുകഴിഞ്ഞാൽ ജനാലയിൽ കെട്ടിയിട്ട് പൊതിരെ തല്ലുകയും ചെയ്യും.

"അച്ഛനെ തല്ലുമോ മക്കള്?"

ഉത്തരം കിട്ടാച്ചോദ്യം ഞാൻ റാണിച്ചേച്ചിക്കു മുന്നിലേക്കും എറിഞ്ഞു.

"ഉം തല്ലും. തന്തയ്ക്കു പിറക്കാത്ത ചില അശ്രീകരങ്ങള്."

ഭസ്മക്കുടുക്കയോടു നെറ്റിയിലേക്കൊരു വെള്ളിവര കടംവാങ്ങി അമ്മൂമ്മ പറഞ്ഞു. എനിക്കു വിശ്വസിക്കാനായില്ല. ശരിപുത്രന്റെ ആറാം കണ്ണില്ലാത്തതിനാൽ ജീവിതത്തിന്റെ മലമുകളിൽ നിന്നു നോക്കുമ്പോൾ എന്റെ താഴ്വാരം ശൂന്യമായിരുന്നു. കാലം ഒളിപ്പിച്ചുവച്ച തേങ്ങൽ ഞാനന്നു കേൾക്കാതെപോയി.

ഇക്കഥയറിഞ്ഞതുമുതൽ ശ്രീധരൻമാഷിന്റെ വാചകം ഞാൻ പുതുക്കി. 'ജീവിതത്തിൽ രണ്ടുതരം മക്കളുണ്ട്. അച്ഛനെ സ്നേഹിക്കുന്ന മക്കളും അച്ഛനെ വെറുക്കുന്ന മക്കളും.

ആകാശവാണിയിലെ നിങ്ങളാവശ്യപ്പെട്ട ചലച്ചിത്രഗാനങ്ങൾക്കു നട്ടുച്ചയെ വീതംവച്ചുകൊടുത്ത് റാണിച്ചേച്ചിയും സുമതിച്ചേച്ചിയും മൽസരിച്ച് പാട്ടെഴുതിയെടുക്കുന്നതിനിടയിലാണ് ഒരു ഞായറാഴ്ച, റബ്ബർപന്തുപോലെ എന്തോ ഒന്നു മുറ്റത്തുവന്നുവീണത്.

"അയ്യോ പിള്ളാരേ ഓടിവന്നേ" എന്ന് അമ്മൂമ്മ നിലവിളിച്ചപ്പോൾ ഞങ്ങൾ ഒന്നായി അവിടേക്കോടി.മുറ്റത്ത് കൂനിക്കൂടിക്കിടന്ന രൂപം ചുണ്ട നക്കി..."വെള്ളം വെള്ളം..."

"അയ്യോ ഇതു മാഞ്ഞാലിലെ പണിക്കരല്ലേ....ഭഗവാനേ...," അമ്മൂമ്മ അലമുറയിട്ടു. "പിള്ളേരേ ഇത്തിരി കഞ്ഞിവെള്ളമെടുത്തോണ്ടുവാ..."

ശബ്ദംകേട്ടു പടിഞ്ഞാറേത്തൊടിയിൽനിന്ന് അച്ഛനും തെക്കേ മുറ്റത്തുനിന്നു ശ്രീധരൻമാഷും ഓടിയെത്തി. കരി പൊട്ടുകുത്തിയ വലിയ കോപ്പയിൽ അമ്മ കൊണ്ടുവന്ന ഇളംചൂടുള്ള കഞ്ഞിവെള്ളം ഇരുകൈയും നീട്ടിവാങ്ങി മടമടാ കുടിച്ച് പണിക്കർ പേരമരത്തിൽ ചാരിയിരുന്നു. നീല സർപ്പങ്ങളിഴയുംപോലെ ഉടലിലാകെ തലങ്ങും വിലങ്ങും പാടുകളായിരുന്നു. മുഖത്തു കണ്ണിനുതാഴെ, ഇറുത്തുകൂട്ടിയ തെച്ചിപ്പൂക്കൾ പോലെ ചോര കട്ടപിടിച്ചു കിടന്നു. അച്ഛനും ശ്രീധരൻമാഷും പരിഭ്രാന്തിയോടെ അയാളെ പിടിച്ചെഴുന്നേൽപ്പിക്കാൻ ശ്രമിച്ചു. ഈ നിമിഷം മുറ്റത്തുവീണു മരിക്കുമോ എന്ന ഭീതി അവരുടെ ചലനങ്ങളെ ധൃതിപ്പെടുത്തിയിരുന്നു.

"ഇനീം...."

പണിക്കരുടെ ചുണ്ടുകൾ ചലിച്ചു.

"ഭാരതീ...ഇനീം വെള്ളംകൊണ്ടുവാ..."

അച്ഛൻ വിളിച്ചുപറഞ്ഞു. അമ്മ അരിശത്തോടെ അടുക്കളയിലേക്കോടി.

"സൽക്കരിക്കാൻ നിക്കാതെ എത്രേം വേഗം പറഞ്ഞുവിടാൻ നോക്ക്."

സ്റ്റീൽ പാത്രം കൈമാറുന്നതിനിടയിൽ അമ്മ അച്ഛനോടു രഹസ്യം പറഞ്ഞു.

"മിണ്ടാതിരിയെടീ..." അച്ഛൻ ശാസിച്ചു, "വയ്യാത്ത മനുഷ്യന് ഇത്തിരി വെള്ളംകൊടുക്കാൻ സമ്മതിക്കില്ലേ?"

"കൊടുത്തോ...ദാസപ്പൻ വന്നു ചീത്തവിളിക്കുന്നതുകൂടി കേട്ടോണം..."

അമ്മ മുഖം കറുപ്പിച്ച് അടുക്കളത്തിണ്ണയിലേക്കു തിരക്കിട്ടുപോയി

"വയ്യാ...കുഞ്ഞേ...ബെൽറ്റിട്ടടിച്ചു ചതച്ചു എന്നെ....ഭയങ്കര പരവേശം..."

ചോര ചുവപ്പിച്ച ചുണ്ടുകൾ പിളർത്തി പണിക്കർ പിറുപിറുത്തു.

"ഇത്തിരിക്കഞ്ഞി കുടിക്കാനെടുക്കട്ടേ?"

പണിക്കർക്കരികിലേക്കു കുന്തിച്ചിരുന്ന് അച്ഛൻ സ്നേഹത്തോടെ ചോദിച്ചു.

"വേണ്ട...ചെക്കൻ കണ്ടാൽ അതുമതി...ഞാൻ പോവാ..."

ചോരപുരണ്ട മുണ്ട് അഴിഞ്ഞുപോകാതെ തിരുപ്പിടിച്ച് അയാൾ നിലത്തു കൈ കുത്തിയെഴുന്നേറ്റപ്പോൾ പുറത്തെ മുറിവുകളിൽനിന്ന് മാംസം പിളർന്നുമാറി.

"ഞാൻ വന്നൂന്ന് ആരുമറിയണ്ടാ. അവൻ സിഗരറ്റ് വാങ്ങിക്കാൻ പോയ തക്കത്തിന് എറങ്ങിയതാ..."

കാതോർത്താൽ മാത്രം കേൾക്കാവുന്നത്ര ദുർബലമായ ശബ്ദത്തിൽ അയാൾ പറഞ്ഞു.

"ദാസപ്പൻ അവധിക്കു വരുമ്പോ നിങ്ങൾക്കു വീട്ടീന്നു മാറിനിൽക്കരുതോ?"

ശ്രീധരൻമാഷ് ചോദിച്ചു.

"അതിന് അവൻ വരുന്നതു മുൻകൂട്ടി അറിയിച്ചിട്ടല്ലല്ലോ. വന്നുകഴിഞ്ഞാപ്പിന്നെ വീട്ടീന്നു പൊറത്തെറങ്ങത്തുമില്ല. എന്റെ ദാക്ഷായണി മാസം തെകയാതെ പ്രസവിച്ച കുഞ്ഞാ. പൊന്നേ പൊടിയന്നു താലോലിച്ചു വളർത്തിയതാ...എന്നിട്ടാ ഇപ്പോ....എന്നെ അവൻ കൊല്ലും കുഞ്ഞേ ഉറപ്പാ...ഇഞ്ചിഞ്ചായി കൊല്ലും."

പേരമരത്തിൽനിന്നു കൈകളെ അടർത്തിയെടുത്ത് അടയ്ക്കാമരത്തെയും പിന്നീടുകൊന്നത്തെങ്ങിനെയും ഉടലിനുതുണയാക്കി അയാൾ നടന്നുനീങ്ങിയപ്പോൾ സുമിത്രച്ചേച്ചി ചോദിച്ചു:

"സത്യമായിട്ടും ഇയാൾ ഭാര്യയെ തൊഴിച്ചുകൊന്നതാണോ?"

"ആർക്കറിയാം," അമ്മൂമ്മ പറഞ്ഞു, "മഞ്ഞപ്പിത്തം വന്നു ചത്താതാന്നാ പറേന്നേ..."

"കഷ്ടം..."

റാണിച്ചേച്ചിയുടെ കണ്ണുനിറഞ്ഞു.

കാക്കത്തണ്ടുചെടിയിൽ വീണ ചോരക്കറ ഉണങ്ങുന്നതിനുമുമ്പ് അന്നു വൈകുന്നേരം പടിക്കൽനിന്ന് ആരോ ചിരട്ടയുരയ്ക്കുന്ന ശബ്ദത്തിൽ കാറി.

"നിന്റെ മെയിൻസ്വിച്ച് വീട്ടിലൊണ്ടോടാ ചെക്കാ?"

തലയുയർത്തുമ്പോൾ ആറടിനീളത്തിൽ ഇറുകിയ ടീഷർട്ടിൽ മസിലുകളെ വിറപ്പിച്ച്, അതാ,ദാസപ്പൻ ചേട്ടൻ. കറുത്തപാന്റ്സും കട്ടിബെൽറ്റും. ഈ ബെൽറ്റു കൊണ്ടാവുമോ പണിക്കരെ തലങ്ങും വിലങ്ങും തല്ലിയത്? എനിക്കു പേടിയല്ല, വെറുപ്പാണു തോന്നിയത്.

"എടാ...മെയിൻസ്വിച്ച് വീട്ടിലൊണ്ടോന്ന്?"

അയാൾ വീണ്ടും കാറി. കഥയറിയാതെ ഞാൻ കണ്ണുരുട്ടി.

"എടാ നിന്റെ തന്തപ്പടി വീട്ടിലൊണ്ടോന്ന്."

"ഇല്ല. കവലേപ്പോയി."

"അമ്മയൊണ്ടോ?"

"ഒണ്ട്."

"എന്നാ വിളി."

ദാസപ്പൻ ചേട്ടൻ മുറ്റത്തേക്കു കയറി. അയാളുടെ കൈയിൽ തോക്കില്ലെന്ന് ഒരിക്കൽക്കൂടി ഉറപ്പുവരുത്തി ഞാൻ അടുക്കളയിലേക്കോടി.

"ദാസപ്പനോ? നമ്മടെ മുറ്റത്തോ?" എന്നു നടുങ്ങി, ആലിലവിറ ആവേശിച്ച ഉടലോടെ അമ്മയും തൊട്ടുപിന്നാലെ നാരായണ ജപിച്ച്

അമ്മൂമ്മയും മുറ്റത്തേക്കിറങ്ങി. വേലിക്കപ്പുറം നിന്നു സുലോചനച്ചേച്ചിയും ചന്ദ്രമോഹനും തലനീട്ടി. ശ്രീധരൻമാഷും അച്ഛനൊപ്പം പുറത്തുപോയിരിക്കയാണെന്നതിന്റെ പരിഭ്രമം സുലോചനച്ചേച്ചിയുടെ മുഖത്തു വിയർപ്പായി പൊടിയുന്നുണ്ടായിരുന്നു.

"ഭാരതിച്ചേച്ചിയേ...എന്തൊക്കെയുണ്ടു വിശേഷം?"

ദാസപ്പൻചേട്ടൻ തിണ്ണയിലേക്കു ചാരിയിരുന്നു ചോദിച്ചു. അമ്മ ഉമിനീരിറക്കി. ജനാലപ്പഴുതിനപ്പുറം മൂന്നുജോടിക്കണ്ണുകൾ തിളങ്ങുന്നതു ഞാൻ കണ്ടു.

"ഞാൻ വന്നതു യാത്ര പറയാനാ..."എല്ലാവരെയും മാറിമാറി നോക്കി ദാസപ്പൻചേട്ടൻ പറഞ്ഞു, "എനിക്കു ഡെറാഡൂണിലേക്ക് സ്ഥലംമാറ്റമാ. അച്ഛനേം കൂടെ കൊണ്ടുപോവുകയാ...."

അമ്മയും അമ്മൂമ്മയും കണ്ണിൽക്കണ്ണിൽ നോക്കി.

"ഇവിടെ ഒറ്റയ്ക്കുനിന്നാ ശരിയാവൂല്ല. കള്ളുംകുടിച്ചു നടക്കും."

"എന്നാ പോകുന്നേ?"

ദാസപ്പനും അച്ഛനും നാടുവിടുന്നതിന്റെ സന്തോഷമാണോ എങ്ങനെയോ സംഭരിച്ച ധൈര്യമാണോ അമ്മയെക്കൊണ്ടു ചോദിപ്പിച്ചതെന്നറിയില്ല.

"നാളെ. നാളെ വൈകുന്നേരം പോകും. അപ്പോ ഇനി യാത്രയില്ല. കൊച്ചാട്ടനോടും പറഞ്ഞേക്കണേ ചേച്ചീ..."

ടീ ഷർട്ട് താഴെക്കു വലിച്ചിട്ട് ദാസപ്പൻചേട്ടൻ എഴുന്നേൽക്കുമ്പോൾ അപ്രതീക്ഷിതമായി എന്റെയരികിലേക്കുവന്ന് തലയിൽ തട്ടി.

"നീ പഠിക്കുമോടാ?"

ഞാൻ തല കുലുക്കി.

"നേരാന്നോ ഭാരതിച്ചേച്ചീ...ഇവൻ പഠിക്കാൻ മിടുക്കനാന്നോ?"

അമ്മ ശരിവയ്ക്കുന്ന ഭാവത്തിൽ ചിരിച്ചു.

"ഉം. പഠിക്കണം. എന്നിട്ടു പട്ടാളത്തിച്ചേരണം. വല്യ തോക്കുമായിട്ടു ശത്രുക്കളെ തുരുതുരുതുരാ വെടിവച്ചിടണം. കേട്ടോ?"

ഞാൻ മൂളി.

"മിടുക്കൻ."

സ്വന്തം അച്ഛന്റെ ഉടലിൽനിന്നിറ്റിയ ചോരക്കറ പുര കാക്കത്തണ്ടു ചെടിയെ കാൽക്കീഴിൽ ചതച്ചരച്ചു ഷൂ നടന്നുനീങ്ങുമ്പോൾ അമ്മയും അമ്മൂമ്മയും നീട്ടിശ്വസിച്ചു.

"കാണുമ്പോ എത്ര മാന്യൻ...അല്ലേ അമ്മേ?"

ജനാലയിലൂടെ തലനീട്ടി സുമതിച്ചേച്ചി ചോദിച്ചു.

"മാന്യൻ. ശവം..."

അമ്മ പല്ലിറുമ്മി.

പിറ്റേന്നു രാവിലെ പ്രഭാതഭേരിയുടെ അറിയിപ്പിന് റേഡിയോയ്ക്കു മുമ്പിൽ അച്ഛൻ കാതോർത്തിരിക്കുമ്പോൾ ശ്രീധരൻമാഷാണ് ഓടിവന്നു പറഞ്ഞത്:

"അറിഞ്ഞോ, മാഞ്ഞാലിലെ പണിക്കരു മരിച്ചു."

അച്ഛൻ റേഡിയോ നിർത്തി, പെട്ടി പൂട്ടി,എഴുന്നേറ്റു.

"ചത്തതാന്നോ കൊന്നതാന്നോന്ന് ആർക്കറിയാം?"

ശ്രീധരൻമാഷ് പതിയെപ്പറഞ്ഞു.

ഞാൻ മാഞ്ഞാലിലെ മുറ്റത്തേക്കു നോക്കി. വിവരമറിഞ്ഞ് ആരൊക്കെയോ എത്തിയിട്ടുണ്ട്.

'എന്നെ അവൻ കൊല്ലും കുഞ്ഞേ ഉറപ്പാ... ഇഞ്ചിഞ്ചായി കൊല്ലും...'

കഫനൂൽകെട്ടിയ ദുർബലമായ ശബ്ദം കാതിൽ മുഴങ്ങുന്നതുപോലെ എനിക്കുതോന്നി. പുലരിക്കാറ്റ് തലയാട്ടിക്കളിപ്പിക്കുന്ന വാഴയിലകൾക്കും തെങ്ങോലകൾക്കും ഇടയിലൂടെ ഞാൻ കണ്ടു, ഭാസ്കരപ്പണിക്കർ ഉരുളയുരുട്ടിക്കൊടുത്തു കൊഴുപ്പിച്ചെടുത്ത ആറടിനീളമുള്ള ഉടലിൽ ദാസപ്പൻചേട്ടൻമുറ്റത്തു നിവർന്നുനിൽക്കുന്നത്. മുറ്റത്തുകിടന്ന വെള്ളാരങ്കല്ലെടുത്ത്, ഞാൻ പേരച്ചില്ലയിലെ കിളിപ്പാതിക്ക് ഒരേറുകൊടുത്തു.

"മെയിൻസ്വിച്ച്..."

ദാസപ്പൻചേട്ടൻ വീടിന്റെ പടിയിറങ്ങിയനിമിഷം തന്നെ ചന്ദ്രമോഹൻ എന്റച്ഛനൊരു പേരിട്ടു.

"മെയിൻ സ്വിച്ച്...മെയിൻസ്വിച്ച്..."

മാഞ്ഞാലിലെ മരണംമണക്കുന്ന വീട്ടുമുറ്റത്തു നിൽക്കുമ്പോഴും പിറ്റേന്നു സ്കൂളിലേക്കു പോകുമ്പോഴും അവൻ എന്നെ നോക്കി പരിഹാസച്ചിരിയോടെ പറഞ്ഞുകൊണ്ടേയിരുന്നു. 'പഞ്ചതന്ത്രത്തിന്റെ മോനേ' എന്ന വിളിക്കു പകരമായി സ്കൂളിലെ മൂത്രപ്പുരയുടെ ചുവരിലും 'നാലു എ'യുടെ ബ്ലാക്ക് ബോർഡിലുമെല്ലാം ആ വാക്കു തെളിഞ്ഞു-'മെയിൻ സ്വിച്ച്.'

കരിമേഘക്കോളുമായാണ് ഞാനന്നു വീട്ടിലെത്തിയത്. റാണിച്ചേച്ചിയെ കണ്ടതോടെ ആരുംകാണാതെ ഞാൻ കരച്ചിൽ കെട്ടഴിച്ചിട്ടു.

"നാണമില്ലേടാ കരയാൻ," സംഭവമറിഞ്ഞ് റാണിച്ചേച്ചി ശാസിച്ചു, "നമ്മടച്ഛൻ ഇലക്ട്രിസിറ്റീലായതുകൊണ്ടാരിക്കും അയാളങ്ങനെ വിളിച്ചേ...അതങ്ങോട്ടു പറഞ്ഞുമനസിലാക്കിക്കൊടുക്ക് ആ അലവലാതിക്ക്...അല്ലേലും ഈ വീടിന്റെ മെയിൻസ്വിച്ചല്ല്യോ അച്ഛൻ....അവന്റെ വീട്ടിൽ മാഷല്ലാരിക്കും. ചെലപ്പോ സുലോചനച്ചേച്ചിയാരിക്കും...."

റാണിച്ചേച്ചിയും ഞാനും പൊട്ടിച്ചിരിച്ചു.

സുമിത്രച്ചേച്ചി പിൽക്കാലത്തു കോളേജ് വർത്തമാനങ്ങൾ പങ്കുവച്ചു തുടങ്ങിയപ്പോളാണറിഞ്ഞത്, എന്റച്ഛനു മാത്രമുള്ള പേരല്ല മെയിൻസ്വിച്ചെന്നത്. അക്കാലത്തെ പുതുയുവത്വം സ്വന്തം അച്ഛനെ വിളിക്കാൻ പല

പേരുകൾ ഉപയോഗിച്ചിരുന്നു. മെയിൻസ്വിച്ച്, ഹെഡ്മാസ്റ്റർ, കോടാലി, വെൺചാമരം....

പിൽക്കാലത്ത് അധ്യാപകവേഷമണിയാൻ നിർബന്ധിതനായപ്പോൾ പത്താംക്ലാസിലെ കുട്ടികളോടു ഞാൻ ചോദിച്ചു. പക്ഷേ, അവർക്ക് ഉത്തരമില്ലായിരുന്നു.

"വലുതാവുമ്പോൾ അച്ഛനെ മാതൃകയാക്കണമെന്ന് ആഗ്രഹിക്കുന്നവർ കൈ ഉയർത്തൂ..."

ഞാൻ നിർദേശിച്ചു. നാല്പത്തിയൊന്നു കുട്ടികളുള്ള ക്ലാസ്മുറി ഉച്ചയുടെ ആവിച്ചൂടിൽ വിയർത്തു.

"വേഗം...വേഗം കൈ ഉയർത്തൂ..."

ഞാൻ തിടുക്കം കൂട്ടി. ഒരുകൈയും ഉയർന്നില്ല. എന്റെ മനസ്സൊന്നുലഞ്ഞു.

"എങ്കിൽ, അച്ഛനാണു നിങ്ങളുടെ ജീവിതത്തിലെ പ്രധാന തടസ്സം എന്നു കരുതുന്നവർ കൈ ഉയർത്തൂ...കാണട്ടെ...?"

ഞാൻ കൗതുകത്തോടെ വീണ്ടും നിർദേശിച്ചു. ആൺകുട്ടികളുടെ നിരയൊന്നാകെ കൈയുയർത്തിയപ്പോൾ ഞാൻ നടുങ്ങി.

വീട്ടിലെത്തി, ജലജയോട് ഇതിനെപ്പറ്റി പറയുമ്പോൾ അവൾ ചിരിച്ചു.

"നമുക്ക് ആൺകുട്ടിയാവാഞ്ഞതു ഭാഗ്യംന്നു വിചാരിച്ചോ..."എന്റെ നിശ്വസത്തിനുമേലേ ജലജ കള്ളക്കണ്ണെറിഞ്ഞു, "നമ്മളുടെ മോളോടു കൂടി ഈ ചോദ്യം ചോദിച്ചുനോക്കിയാലോ..."

"അയ്യോ വേണ്ട..."

ഞാൻ ചിരിച്ചുകൊണ്ടു വിലക്കി.

"അവളച്ഛനെ വിളിക്കുന്ന പേരെന്താന്നറിയുമോ?"

കുസൃതിച്ചിരിയോടെ ജലജ ചോദിച്ചു.

"അച്ഛൻന്നല്ലേ?"

"അതല്ല. മറ്റുകുട്ടികളോട് അച്ഛനെപ്പറ്റി പറയുമ്പോൾ ഉപയോഗിക്കുന്ന പേര്..."

"മെയിൻസ്വിച്ച്? തന്തപ്പടി? ഹെഡ്മാസ്റ്റർ?"

"അതൊന്നുമല്ല...എങ്കിൽ എത്ര നന്നായിരുന്നു."

ജലജ കുണുങ്ങിച്ചിരിച്ചു.

"പിന്നെ? "

ആകാംക്ഷകൊണ്ട് എനിക്കു ശ്വാസം മുട്ടി.

"ശശി."

"എന്ത്?"

"ശശിയെന്ന്...."

ചിരിക്കണോ കരയണോ എന്നറിയാതെ ഞാൻ അതേപടിയിരുന്നു.

അഞ്ച്

സ്വർഗത്തിന്റെ നിറം

"അച്ഛനെയാണോ അമ്മയെയാണോ കൂടുതലിഷ്ടം?"

എക്കാലത്തും ലോകത്തെ എല്ലാ കുഞ്ഞുങ്ങളെയും പ്രതിസന്ധിയിലാക്കാൻ മുതിർന്നവർ കരുതിവയ്ക്കാറുള്ള ചോദ്യമാണിത്. അച്ഛനെയാണ് ഇഷ്ടമെന്നു പറഞ്ഞാൽ അമ്മയും അമ്മയെയാണ് ഇഷ്ടമെന്നു പറഞ്ഞാൽ അച്ഛനും പിണങ്ങുമെന്നറിയാവുന്ന മിടുക്കരായ കുഞ്ഞുങ്ങൾ 'രണ്ടു പേരെയും' എന്നു തന്ത്രപരമായി ഉത്തരം പറഞ്ഞു തടിയൂരും. എന്റെ മകൾ ശാന്തി കുഞ്ഞായിരുന്നപ്പോൾ ഇതേ ചോദ്യം ഞാനവളോടും ചോദിച്ചു.

"അച്ഛനെയാണോ അമ്മയെയാണോ കൂടുതലിഷ്ടം?"

ആദ്യം അവൾ മിണ്ടിയില്ല. ചോദ്യം പലതവണ ആവർത്തിച്ചപ്പോൾ മുതിർന്നവരെപ്പോലെ നെറ്റിചുളിച്ച് ആ മൂന്നുവയസ്സുകാരി എന്നെ ചുഴിഞ്ഞു നോക്കിയിട്ടു ചോദിച്ചു.

"അച്ഛനാരെയാ കൂടുതലിഷ്ടം?"

ഞാൻ തലകുനിച്ചു. എത്ര സമർഥമായ എതിർചോദ്യം!! ഞാനവളെ അഭിമാനത്തോടെ നെഞ്ചോടു ചേർത്തുപിടിച്ചു.

എന്നാൽ കഴിഞ്ഞദിവസം ശാന്തി ഇതേചോദ്യം അവളുടെ മകൻ മാധവനോടു ചോദിക്കുന്നതു ഞാൻ കേട്ടു.

"അച്ഛനെയാണോ അമ്മയേയാണോ മോനു കൂടുതലിഷ്ടം?"

ഒട്ടും ആലോചിക്കാതെ അവൻ ഉത്തരം ഒറ്റവാക്കിലൊതുക്കി: "പോടീ..."

അകത്തെ മുറിയിലിരുന്നു ഞാൻ ചിരിയമർത്തി. എത്ര ബാലിശമാണു ചോദ്യമെന്നു മനസിലാക്കിയിട്ടാണോ അതോ നിങ്ങളുടെയൊക്കെ ചോദ്യത്തിന് ഉത്തരംപറയാൻ തനിക്കു തെല്ലും ബാധ്യതയില്ലെന്നുറപ്പിച്ചിട്ടാണോ മൂന്നുവയസുകാരന്റെ ഈ മറുപടിയെന്ന് എനിക്കറിയില്ല.

ലോകം എത്രവേഗം മാറുന്നോ അതിനൊപ്പം മനുഷ്യന്റെ മനസ്സും മാറിക്കൊണ്ടിരിക്കുകയാണെന്ന് എനിക്കു തോന്നാറുണ്ട്. പണ്ടും ഇന്നും ഒരു മണിക്കൂർ അറുപതു മിനിറ്റുതന്നെയാണ്. പക്ഷേ, എന്റെ കുട്ടിക്കാലത്ത്

ഒരുമണിക്കൂർകൊണ്ടു ചെയ്യാനാവുന്ന കാര്യങ്ങൾക്കു പരിമിതിയുണ്ടായിരുന്നു. ഏറിയാൽ വീട്ടിലറിയാതെ ടൗണിലേക്കൊരു ബസ് യാത്ര...അല്ലെങ്കിൽ പുഴക്കടവിലെ ഈറ്റക്കാടിന്റെ മറവിലിരുന്നു ബീഡിപ്പുക പങ്കിടൽ... പക്ഷേ, ഇന്നോ? ഒരു മൊബൈൽഫോണും ഇന്റർനെറ്റ് കണക്ഷനുമുണ്ടെങ്കിൽ ലോകം മാറ്റിമറിക്കാൻ ഒരുമണിക്കൂർ പോയിട്ട് ഒരുമിനിറ്റ് വേണ്ട. ഞാനും എന്റെ തലമുറയും കണ്ട അദ്ഭുതങ്ങളൊന്നും അദ്ഭുതങ്ങളേ ആയിരുന്നില്ലെന്ന് ഇന്നറിയുന്നു. കഴിഞ്ഞ പത്തുവർഷംകൊണ്ടു ലോകം മാറിയതിനേക്കാൾ എത്രയോ ഇരട്ടിവേഗത്തിലാകാം വരുന്ന രണ്ടു വർഷംകൊണ്ടു മാറാൻപോകുന്നത്! ഇതെല്ലാം എനിക്കു മനസ്സിലാകും...ശാസ്ത്രം വളരുന്നതും ആയുസ്സുകൂടുന്നതും വനങ്ങൾ ഇല്ലാതാകുന്നതും എന്തിന്, ഓസോൺപാളിയിലെ വിള്ളൽപോലും.... പക്ഷേ, മനുഷ്യബന്ധങ്ങളിലുണ്ടാകുന്ന മാറ്റം എനിക്കു മനസ്സിലാകുന്നതേയില്ല. എന്തിന്? എന്തുകൊണ്ട്?

ഞാനിതേപ്പറ്റി എന്റെ ഭാര്യ ജലജയോടു പറയുമ്പോഴെല്ലാം അവൾ കളിയാക്കും:

"പ്രഭയ്ക്കു വയസ്സായിത്തുടങ്ങി...അതാ ഇങ്ങനൊക്കെ ചിന്തിക്കുന്നത്..."

"ആണോ?"

ഞാൻ സ്വയം ചോദിക്കും.

എന്തെല്ലാം മാറിയാലും ഒരിക്കലും മാറരുതാത്തതല്ലേ ബന്ധങ്ങൾ? സംസ്കാരമുള്ള ഒരു തലമുറ ബന്ധങ്ങളെ ആഴത്തിൽ താലോലിക്കുന്നവരായിരിക്കണ്ടേ? ഞാനങ്ങനെ ആലോചിച്ചിരുന്നു കാടുകയറും.

ആകർഷിക്കുകയും വികർഷിക്കുകയും ചെയ്യാൻ കഴിവുള്ള കാന്തമാണ് ഈ ലോകത്തെ ഓരോ അച്ഛനും. കുട്ടിക്കാലത്തു മക്കൾ അച്ഛനിലേക്കു ചെന്നൊട്ടുന്നു. ആൺകുട്ടികളെങ്കിൽ അവർക്ക് അച്ഛൻ ധീരോദാത്തനാവുന്നു. പെൺകുട്ടികളെങ്കിൽ ലോകത്തെ ഏറ്റവും നല്ല പുരുഷൻ അവർക്ക് അച്ഛനല്ലാതെ മറ്റാരുമല്ല. വീടിന്റെ നാഥൻ അച്ഛനാണെന്നും അച്ഛന്റേതാണ് അധികാരത്തിന്റെ അവസാനവാക്കെന്നും മനസ്സിലാക്കുന്ന മക്കൾ അച്ഛനെ തീവ്രമായി സ്നേഹിക്കുന്നു. അച്ഛന്റെ ഇഷ്ടം അവരുടെയും ഇഷ്ടമാവുകയും അതുകൊണ്ടുതന്നെ അവരുടെ ഇഷ്ടം അച്ഛന്റെ ഇഷ്ടമായി മാറുകയും ചെയ്യുന്നു. അങ്ങനെ, അച്ഛന്റെ മനസ്സറിയുന്ന മക്കളും മക്കളുടെ മനസ്സറിയുന്ന അച്ഛനും വീട്ടകത്തെ സ്നേഹസിന്ദൂരം കൊണ്ടു തുടുപ്പിക്കുന്നു. പക്ഷേ, കൗമാരമാകുമ്പോൾ മക്കൾക്ക് ചിറകുമുളയ്ക്കുന്നു. സ്വന്തം ഇഷ്ടങ്ങളുണ്ടാകുന്നു...അച്ഛനറിഞ്ഞാൽ ശാസിച്ചേക്കാവുന്ന കുസൃതികളും കുറുമ്പുകളുമുണ്ടാവുന്നു. സ്വാഭാവികമായും മക്കൾ അച്ഛനിൽനിന്നു വികർഷിക്കപ്പെടുന്നു. ആൺകുട്ടികളുടെ കൗമാരം അച്ഛനെ ശത്രുവായി പരസ്യമായി പ്രഖ്യാപിക്കുമ്പോൾ പെൺകുട്ടികൾ അച്ഛനു മുഖംകൊടുക്കാതെ ഒളിക്കുന്നു. അങ്ങനെ കുടുംബം സ്നേഹമില്ലാത്ത വലിയ കുട്ടികളുടെ വീടായിമാറുന്നു. തങ്ങൾ ചവിട്ടിയ കനലും

മഞ്ഞും ഒരിക്കൽ അച്ഛനും ചവിട്ടിയതാണ് എന്നു മക്കൾ സമ്മതിക്കുകയേയില്ല. തന്റെ ജീവിതവും ഒരിക്കൽ കാറ്റും കോളുമടങ്ങിയ കൗമാരത്തിന്റെ കപ്പൽച്ചാലിലൂടെ സഞ്ചരിച്ചിരുന്നു എന്ന് അച്ഛനും ഓർമിക്കില്ല. ഈ അകൽച്ചയെ ജനറേഷൻ ഗ്യാപ് എന്നുവിളിച്ച് മക്കൾ അതിന് ആഴം കൂട്ടുമ്പോൾ അച്ഛൻ അതിനെ നിസാരമായി കണ്ടു മുഖം വീർപ്പിക്കും. ഇവർക്കിടയിൽ അമ്മ എന്നും നിശ്ശബ്ദ സാന്നിധ്യമായി നിലനിൽക്കും. അവർക്കു നിലപാടുണ്ട്. പക്ഷേ, പരസ്യമാക്കാൻ വയ്യ. അച്ഛനേയും മക്കളേയും അവർക്ക് ആവശ്യമുണ്ട്. എനിക്കും ശാന്തിക്കുമിടയിൽ ജലജയും പലപ്പോഴും ഇങ്ങനെ നിശ്ശബ്ദയായി അടുക്കളയുടെ ഇരുട്ടിലൊളിക്കുകയോ ഒതുങ്ങുകയോ ചെയ്തു.

ശാന്തിയുടെ വളർച്ചയുടെ ഓരോ നിമിഷത്തിലും അവളുടെ നിഴലായി ഞാൻ ഒപ്പമുണ്ടായിരുന്നു.

-എന്റച്ഛൻ ഒരിക്കലും സ്കൂൾവിട്ടുവരുന്ന എനിക്കായി വീട്ടുപടിക്കൽ കാത്തുനിന്നിട്ടില്ല; പക്ഷേ, ഞാൻ നിന്നു.

- എന്റച്ഛൻ ഒരിക്കലും ചങ്ങാത്തത്തിന്റെ പാലത്തിൽ എന്നെ കൈപിടിച്ചു കൊണ്ടുപോയില്ല; പക്ഷേ, ഞാൻ എന്റെ മകളെ ഏറ്റവും നല്ല സുഹൃത്തായി കരുതി.

-എന്റച്ഛൻ വീട്ടിലെ നിർണായകമായ കാര്യങ്ങളിലൊന്നിലും എന്നോട് അഭിപ്രായം ചോദിച്ചില്ല. പക്ഷേ, ഞാൻ ശാന്തിയുടെ അഭിപ്രായമറിഞ്ഞേ എന്തും ചെയ്തുള്ളൂ.

അച്ഛൻ എന്ന വാക്കുകൊണ്ട് പഴയകാലം പണിതിട്ട അകൽച്ചയുടെയും ബഹുമാനത്തിന്റെയും കരിങ്കൽമതിൽദൂരം പൊളിച്ചെറിയാൻ ഞാൻ പരമാവധി ശ്രമിച്ചു. താങ്ങുവേണ്ട മുല്ലവള്ളിയാകരുത്, പകരം താങ്ങാവുന്ന ചന്ദനമരമാകണം അവരെന്നു ഞാൻ ആഗ്രഹിച്ചു.

“നീ പഠിച്ചു വലിയ ഉദ്യോഗസ്ഥയാകണമെന്നോ ഒരുപാടു പണം സമ്പാദിക്കണമെന്നോ ഒന്നും മോഹിക്കുകയും മനക്കോട്ട കെട്ടുകയും ചെയ്യുന്ന ഒരച്ഛനല്ല ഞാൻ”, ശാന്തിയോടു പലപ്പോഴും ഞാൻ പറഞ്ഞിരുന്നു, “പക്ഷേ, ഒരു നല്ല മനുഷ്യനാകണം. മറ്റൊരാളുടെ ദുഃഖം കണ്ടാൽ മനസ്സലിയണം. മറ്റൊരാളുടെ സന്തോഷത്തിൽ പങ്കുചേരാനും ഒരു ഫലിതം കേട്ടാൽ തുറന്നു ചിരിക്കാനും മനസ്സുവേണം.”

തമാശ കേട്ടിട്ടെന്നപോലെ അപ്പോഴെല്ലാം ശാന്തി പൊട്ടിച്ചിരിക്കുമായിരുന്നു. അവളെ നല്ല മനുഷ്യസ്ത്രീയാക്കാനും ഭാവിയിൽ അവളുടെ മക്കൾക്ക് ഏറ്റവും പ്രിയപ്പെട്ട അമ്മയാക്കാനും ഞാൻ ശ്രദ്ധിച്ചിരുന്നു. ഏറ്റവും മികച്ച പുസ്തകങ്ങൾ, സിനിമ...ഒക്കെ ഞാനവൾക്കു സമ്മാനിച്ചു.

ഏഴിൽപഠിക്കുമ്പോൾ ഒരു സഹപാഠി ചുംബനം എറിഞ്ഞു കൊടുത്തതു ശാന്തി ആദ്യം പറഞ്ഞത് എന്നോടാണ്. ഒൻപതിൽ പഠിക്കുമ്പോൾ അവൾക്കു കിട്ടിയ ആദ്യത്തെ പ്രണയലേഖനം വായിച്ചതു ഞാനാണ്.

എന്നിട്ടും....

2010 ജനുവരി 25ന്റെ ഓർമകൾ ആ നടുക്കത്തിന്റെ തീവ്രത ഒട്ടും ചോരാതെ ഇപ്പോഴും അതേപടി സൂക്ഷിക്കുന്നു. അന്നു ചോരക്കുഴലുകളിലേറ്റ സമ്മർദം ഇന്നും എന്നെ വിട്ടുപോയിട്ടില്ല.

അതൊരു തിങ്കളാഴ്ചയായിരുന്നു. ഞാൻ അധ്യാപക ജോലിയിൽ പ്രവേശിച്ചിട്ടു കൃത്യം ഇരുപതു വർഷം തികയുന്ന ദിവസം. ഉച്ചവെയിൽച്ചൂടു മറന്ന് ഞാൻ ജീവിതത്തിന്റെ ശിഷ്ടങ്ങൾ കണക്കുകൂട്ടി വീട്ടിലിരിക്കയായിരുന്നു. ജലജ ഏറെ നാളുകൾക്കുശേഷം അവളുടെ വീട്ടിലേക്കു പോയിരിക്കുന്നു. ശാന്തി ബിരുദപ്രവേശനത്തിന്റെ കലാലയ ലഹരിയിൽ. എന്റെ അമ്മ അകത്തെ മുറിയിൽ ടിവിക്കു മുന്നിലുണ്ട്. അമ്മയ്ക്കുവേണ്ടി മാത്രമായി ഞാനൊരു ടിവി വച്ചുകൊടുത്തിരുന്നു. മുഴുവൻസമയവും അമ്മ അതിനുമുന്നിലാണ്.

കണ്ണാടിക്കരയോടു വിട ചൊല്ലി ഞാൻ കൊച്ചിയിൽ താമസം തുടങ്ങിയിട്ട് ഏഴുവർഷം കഴിഞ്ഞിരിക്കുന്നു. നഗരത്തിന്റെ അതിരിൽ, ഇനിയും നാട്ടിൻപുറത്തിന്റെ പച്ചപ്പു കൈമോശം വന്നിട്ടില്ലാത്ത പ്രദേശത്തായിരുന്നു പുതിയ വീട്. ജനാലയിൽകൂടി നോക്കിയാൽ, അമിതവിനയത്തോടെ തലകുമ്പിട്ടുനിൽക്കുന്ന നിരനിരയായ ഓടിട്ട വീടുകൾക്കിടയിലൂടെ നിരത്തിന്റെ അങ്ങേയറ്റംവരെ കാണാം. കവലയിലെ ആൾക്കൂട്ടങ്ങളും രാഷ്ട്രീയസംഘടനകളുടെ പ്രകടനങ്ങളുമൊക്കെ ഇവിടിരുന്നാൽ അവ്യക്തമെങ്കിലും രസകരമായ നിഴൽനാടകം പോലെ ആസ്വദിക്കാം.

ഉച്ചവെയിലിനു മൂർച്ച കുറഞ്ഞപ്പോൾ ഞാൻ ജനാലയ്ക്കരികിലേക്കു കസേരവലിച്ച് പുറത്തേക്കു നോക്കിയിരിക്കയായിരുന്നു. അപ്പോഴാണു വഴിയുടെ അങ്ങേയറ്റത്ത് കവലയിൽനിന്നു തെല്ലുമാറി ഒരുസംഘം ബൈക്കുകൾ വന്നു നിന്നത്. എല്ലാം ചെറുപ്പക്കാരുടെ സംഘം. എനിക്കവരോട് അസൂയ തോന്നി. ആകാശത്തെയും ഭൂമിയെയും മാത്രം സാക്ഷിയാക്കി ഏതു ലോകത്തേക്കും പറക്കാവുന്ന പ്രായം...ഞാനവരെത്തന്നെ നോക്കിനിൽക്കെ കടുംചുവന്ന നിറമുള്ള ബൈക്കിനു പിന്നിൽനിന്ന് ഒരു പെൺകുട്ടിയിറങ്ങി. എല്ലാവരും യാത്രപറഞ്ഞു പിരിഞ്ഞ്, അവൾ തനിയെ മുമ്പോട്ടു നടന്നപ്പോഴാണ് അതു ശാന്തിയാണെന്നു ഞാനറിഞ്ഞത്. ഇതെന്തുപറ്റി സഹപാഠികളെല്ലാംകൂടി കൊണ്ടാക്കാൻ? എന്തുകൊണ്ടാണ് ഇവിടെവരെ വന്നിട്ടും കൂട്ടുകാരാരും വീട്ടിലേക്കുകയറാതെ മടങ്ങിയത്? എന്തുകൊണ്ടാണ് ഇന്നവൾ ഇത്ര നേരത്തേ കോളേജുവിട്ടുവന്നത്? ഒരുപാടു ചോദ്യങ്ങൾ എന്റെ മനസ്സിലൂടെ അകന്നുപോകുന്ന ബൈക്കുകളുടെ ഇരമ്പത്തിനൊപ്പം ചിതറി.

വീട്ടിലേക്കു കയറിവരുമ്പോൾ ദൂരെനിന്നേ ശാന്തി ജനാലയിലേക്കു നോക്കുന്നതും മുഖത്തെ വിയർപ്പൊപ്പുന്നതും ഞാൻ ശ്രദ്ധിച്ചു. അവളുടെ നടത്തത്തിലും ഭാവത്തിലും എനിക്കപരിചിതമായ എന്തോ ഒന്നു ഞാൻ മണത്തു. അവൾ എത്തുംമുൻപേ ഞാൻ വാതിൽ തുറന്നുപിടിച്ചു. എന്നെ കണ്ട് അവൾ ചിരിക്കാനൊരു പാഴ്ശ്രമം നടത്തി. അവളുടെ മുഖം വല്ലാതെ വലിഞ്ഞുമുറുകിയിരുന്നു.

"എന്തുപറ്റി?"

ഞാൻ ഉത്കണ്ഠയോടെ തിരക്കി.

"ഒന്നുമില്ല."

"പിന്നെന്താ കൂട്ടുകാരെല്ലാരും കൂടി കൊണ്ടാക്കിയത്? ഇന്നു ക്ലാസില്ലേ?"

അവൾ ഒന്നും മിണ്ടാതെ പുസ്തകസഞ്ചി മേശയിലേക്കു വലിച്ചെറിഞ്ഞ് തീൻമുറിയിലേക്കു പോവുകയും ഫ്രിഡ്ജ് തുറന്ന് തണുത്ത വെള്ളം വായിലേക്കു കമിഴ്ത്തുകയും ചെയ്യുന്നതുകണ്ടപ്പോൾ എന്റെ ആകാംക്ഷ വർധിച്ചു. ഞാൻ പിന്നാലെ ചെന്നു.

"എന്താ അച്ഛനെന്നെ കള്ളനെപ്പോലെ വാച്ച് ചെയ്യുന്നത്?"

അവൾ അസഹിഷ്ണുതയോടെ ചോദിച്ചു. ഞാൻ ചിരിച്ചു.

"നിനക്കങ്ങനെ തോന്നിയെങ്കിൽ സോറി."

ഞാൻ ഇളിഭ്യനായി മടങ്ങിവന്നു ജനാലയ്ക്കരികിലെ എന്റെ ഇരിപ്പിടത്തിലമർന്നു. അരുതാത്തതെന്തോ പറ്റിയിട്ടുണ്ട് എന്നെനിക്കുറപ്പാണ്. പക്ഷേ, എന്തുകൊണ്ടാണ് മറ്റാരിക്കലുമില്ലാത്തപോലെ അവളത് എന്നിൽ നിന്നു മറച്ചുപിടിക്കുന്നത്? ഞാനാലോചിച്ചു.

പൊടുന്നനെ അവളുടെ മൊബൈൽഫോൺ ശബ്ദിച്ചു. ശാന്തി ഫോണിനരികിലേക്കോടി. അടക്കിപ്പിടിച്ച ശബ്ദത്തിൽ അവൾ ആരോടോ സംസാരിച്ചു. ഇടയ്ക്കു രണ്ടുതവണ എന്നെ തിരിഞ്ഞുനോക്കുകയും ഉമിനീരിറക്കുകയും ചെയ്യുന്നതു ഞാൻ ശ്രദ്ധിച്ചു. ഇതൊക്കെ എനിക്കപരിചിതമായ അവളുടെ ഭാവങ്ങളാണ്. ഇന്നലെവരെ കണ്ട എന്റെ മകളല്ല, ഇപ്പോൾ എനിക്കുമുന്നിൽ നിൽക്കുന്നത്. ജലജ ഇപ്പോളുണ്ടായിരുന്നെങ്കിൽ ഒരുപക്ഷേ, ശാന്തി ഇങ്ങനെയൊക്കെത്തന്നെയായിരുന്നിരിക്കുമോ പെരുമാറുക?

അവളെ ശ്രദ്ധിക്കുന്നില്ലെന്നു ഭാവിച്ച്, എന്നാൽ കണ്ണും കാതും മുഴുവൻ അവൾക്കു കൊടുത്ത്, കസേരയിലേക്കു തലചായ്ച്ച് ഞാൻ കണ്ണടച്ചിരുന്നു. ശാന്തിയുടെ പാദചലനങ്ങൾ എനിക്കരികിലേക്കു പതിയെ വരുന്നതു ഞാനറിഞ്ഞു. ഞാൻ കണ്ണുതുറക്കാതെ അതേ ഇരിപ്പിരുന്നു. താളം തെറ്റിപ്പിടയുന്ന അവളുടെ ശ്വാസനിശ്വാസങ്ങൾ എന്നോടെന്തോ പറയാൻ തിടുക്കപ്പെടുന്നത് എനിക്കു മനസിലാവുന്നു.

"അച്ഛാ..."

ശാന്തി എന്നെ തൊട്ടുവിളിച്ചു. അവളുടെ കൈപ്പടം വിയർത്തു നനഞ്ഞിരുന്നു. ഞാൻ കണ്ണുതുറക്കുമ്പോൾ അവൾ എനിക്കെതിരേ കസേര വലിച്ചിരുന്നു.

"അച്ഛാ... ഞാനൊരു കാര്യം പറയുമ്പോൾ അച്ഛൻ വയലന്റാവരുത്..."

അവൾ ഷാളിന്റെ തുമ്പുകൊണ്ടു മുഖത്തെ വിയർപ്പൊപ്പി എന്നെ സൂക്ഷിച്ചുനോക്കി. ഞാൻ പ്രതികരിച്ചതേയില്ല. അതേസമയം, ഇവളെന്താണു പറയാൻപോകുന്നതെന്ന ഉദ്വേഗം എന്റെ ഉടലിൽ തരംഗങ്ങളുയർത്തി.

“അച്ഛൻ കേൾക്കുന്നുണ്ടോ?”

“ഉം. ”

“ഞാനിതു പറഞ്ഞുകഴിയുമ്പോളും അച്ചരൻ ഇതുപോലെതന്നെ ഇരിക്കണം.എന്നോടു ദേഷ്യംതോന്നരുത്...”

“പറയൂ...”

“എന്റെ...എന്റെ രജിസ്റ്റർ മാര്യേജ് കഴിഞ്ഞു.”

അവിശ്വാസം എന്റെ കണ്ണുകളെ പുറത്തേക്കു തള്ളിയിട്ടു. വെയിൽ തീ പോലെ കണ്ണിലേക്ക് ഇരമ്പിക്കയറി... കാൽച്ചുവട്ടിൽനിന്നു ഭൂമി വഴുതിമാറി.

“അച്ഛനോടു പറഞ്ഞാൽ സമ്മതിക്കില്ലെന്നുറപ്പായിരുന്നു. അതു കൊണ്ടാണ്... പക്ഷേ, ഞാൻ ഒളിച്ചോടുകയുമൊന്നുമില്ല. അച്ഛൻ മറ്റുള്ള വരെ പറഞ്ഞുസമ്മതിപ്പിക്കണം. ഞങ്ങളുടെ വിവാഹം നടത്തിത്തരണം. അതിനുവേണ്ടിയുള്ള ഒരു കുറുക്കുവഴിയായി മാത്രം റജിസ്റ്റർ വിവാ ഹത്തെ കണ്ടാൽ മതി... അച്ഛൻ കേൾക്കുന്നുണ്ടോ? ”

ശാന്തി എന്നെ തട്ടിവിളിച്ചു.

ഞാനൊന്നും കേൾക്കുന്നുണ്ടായിരുന്നില്ല. കണ്ണാടിക്കരയുടെ നടുവി ലൂടെ അലറിവിളിച്ച് ഓടുകയായിരുന്നു ഞാൻ...ആരൊക്കെയോ എന്നെ പിന്നിൽനിന്നു വിളിക്കുന്നുണ്ട്. എവിടെയൊക്കെയോ അലമുറകൾ ഉയരു ന്നുണ്ട്...സുമതിച്ചേച്ചി ദൂരെനിന്ന് എന്നെനോക്കി ഉറക്കെച്ചിരിക്കുന്നു ...അമ്മൂമ്മയുടെയും അച്ഛന്റെയും മണം എന്നെ ചൂഴ്ന്നു...ഞാൻ കസേര യിലേക്കു തല ചേർത്തുകിടന്നു. ഉള്ളിൽ ഒരു കണ്ണാടിയുടഞ്ഞു ചില്ലു കൾ മുത്തുകൾ പോലെ ചിതറുന്നതു ഞാനറിഞ്ഞു.

‘മകൾ ഒരാളെ പ്രണയിക്കുന്നു എന്നറിയുമ്പോൾ അച്ഛനു രണ്ടുരീതി യിൽ അതിനെ കാണാം. ഒന്നുകിൽ, താൻ പകർന്നു നൽകിയ സ്നേഹം, ഒട്ടും ചോരാതെ മകൾ മറ്റൊരാൾക്കു നൽകിയതിനെച്ചൊല്ലി അഭിമാ നിക്കാം. അല്ലെങ്കിൽ മകൾ ഇഷ്ടപ്പെടുന്നയാളെ ശത്രുവായിക്കാണാം. ഏതാണു ശരിയെന്നും ഏതുവേണമെന്നും അച്ഛനു തീരുമാനിക്കാം...’

വരയിട്ട കടലാസിൽ കറുത്തമഷികൊണ്ടു കുനുകുനെ എഴുതിയ കടലാസ് ജലജ ഒരിക്കൽക്കൂടി എന്നെ വായിച്ചുകേൾപ്പിച്ചു.

“നമ്മടെ മോൾക്ക് ഇങ്ങനെയൊക്കെ എങ്ങനെഴുതാൻ കഴിഞ്ഞു പ്രഭേ?”

അവൾ എന്റെ നെഞ്ചിലേക്കു ചാഞ്ഞു കിടന്നു തേങ്ങി.

രണ്ടുദിവസമായി ഞാൻ ശാന്തിയോടു സംസാരിച്ചിട്ട്. ഭക്ഷണമേശ യിൽപ്പോലും കഴിയുന്നതും മുഖാമുഖം ഒഴിവാക്കുകയും അവഗണിക്കു ന്നതായി തിരിച്ചറിയുകയും ചെയ്തപ്പോൾ ശാന്തി എനിക്കെഴുതിവച്ച കത്തായിരുന്നു അത്. നാലുപേജുള്ള ആ കത്തിൽ നിറയെ പ്രണയ ത്തിന്റെ സാധ്യതകളെക്കുറിച്ചും മാറുന്ന ലോകത്തെക്കുറിച്ചുമുള്ള ചിന്ത കളായിരുന്നു. പുതിയ കാലത്തിനു നിരക്കാത്ത നീതിബോധം വച്ചുപുലർ ത്തുന്ന പഴഞ്ചൻ അച്ഛനെ പഠിപ്പിക്കാനുള്ള ശ്രമമായിരുന്നു അതിലെ ഓരോ വാക്കും.

“നമ്മളെന്തുചെയ്യും പ്രഭേ? എങ്ങനെ ആൾക്കാരുടെ മുഖത്തുനോക്കും? നമ്മളുടെ അശ്രദ്ധകൊണ്ടാണിതെന്ന് എല്ലാരും പറയില്ലേ? പതിനെട്ടു വയസു തികഞ്ഞതല്ലേയുള്ളു അവൾക്ക്? അവളെങ്ങനെ ജീവിക്കും ജോലി യില്ലാതെ?”

ജലജ ചോദിച്ചുകൊണ്ടേയിരുന്നു. രണ്ടുദിവസമായി അവൾ ഒരേ വാക്കുകൾ തിരിച്ചും മറിച്ചും കുലുക്കിയെറിഞ്ഞ് പുതിയൊരുത്തരത്തിനു ശ്രമിക്കുകയാണ്.

“സ്വന്തം മകളെ നേർവഴിക്കു നടത്താൻകഴിയാത്ത ടീച്ചറാണോ ഇനി ഞങ്ങടെ മക്കളെ ഗുണദോഷിക്കാൻ വരുന്നത് എന്നു പാരന്റ്സൊക്കെ ചോദിക്കില്ലേ? ഞാനിനി സ്കൂളിൽ പോകുന്നില്ല. സുഷമടീച്ചറും എൽസമ്മ ടീച്ചറുമൊക്കെയറിഞ്ഞാൽ എന്തുചെയ്യും? എന്താ അവരോടു പറയാൻ ഒരു മറുപടി...എനിക്കുവയ്യ പ്രഭേ...”

ജലജ തോരാമഴയായി. സത്യത്തിൽ ജലജയുടെ വേദനയേക്കാൾ എന്നെ നോവിച്ചുകൊണ്ടിരുന്നത് എന്റെ അമ്മയുടെ ചതിയായിരുന്നു.

“ആരുമറിയാതെ രഹസ്യമായി ഒന്നും ഞാൻ ചെയ്തിട്ടില്ല. മുജീബു മായി ഞാൻ ഇഷ്ടത്തിലാണ്. എല്ലാക്കഥയും അമ്മൂമ്മയ്ക്കറിയാം.”

ജലജ പൊട്ടിത്തെറിച്ചപ്പോൾ ശാന്തി തുറന്നുപറച്ചിലിലൂടെ സ്വയം ന്യായീകരിച്ചു.

“നേരാണോ അമ്മേ? അമ്മയറിഞ്ഞായിരുന്നോ എല്ലാം?”

ജലജ അലറിക്കരഞ്ഞ് അമ്മയുടെ നേരേ തിരിഞ്ഞു.

“ഇത്ര സങ്കടപ്പെടാൻ ഇപ്പോ ഇവിടെന്താ പറ്റിയേ? അവളാരുടെ യെങ്കിലും കൂടെ ഓടിപ്പോയോ? ഇല്ലല്ലോ? പിന്നെന്താ?”

ടിവിയിൽനിന്നു മുഖമെടുക്കാതെ അമ്മ ചോദിച്ചു.

“എന്നാലും അമ്മയറിഞ്ഞിട്ട് ഒരുവാക്കു പറഞ്ഞില്ലല്ലോ...”

അമ്മ മുഖം വെട്ടിച്ചുകാട്ടി, റിമോട്ടെടുത്ത് ടിവിയിലൂടെ തേരു തെളിച്ചു.

“ഇന്നലെ ഇവളു രജിസ്റ്ററു ചെയ്യാൻ പോകുന്നതും അമ്മയറിഞ്ഞ താണോ? സത്യം പറ...”

അമ്മ അതു ശ്രദ്ധിക്കാതെ ടിവിയിലേക്കുറ്റുനോക്കി. ഒരുപക്ഷേ, വീട്ടി നുള്ളിലെ സംഭവങ്ങളെല്ലാം ടിവി സീരിയലിലെ രംഗങ്ങൾ പോലെ മാത്ര മാകാം അമ്മ കണ്ടിരിക്കുക...ആർക്കറിയാം?

ശാന്തിയും എന്റെയമ്മയും തമ്മിൽ ആഴത്തിലുള്ള ബന്ധമായിരുന്നു. ശാന്തിയെ കൊഞ്ചിക്കാനും കഥപറഞ്ഞിരിക്കാനും എപ്പോഴും അമ്മ കൂടെ യുണ്ടായിരുന്നു. പുരാണം വായിക്കേണ്ട സമയത്ത് സിനിമാ മാസിക കളിൽ മുഖം പൂഴ്ത്തിയിരിക്കുന്ന അമ്മ, ശാന്തിക്കും കൂട്ടുകാർക്കും ന്യൂ ജനറേഷൻ അമ്മൂമ്മയായിരുന്നു.

“ധന്വന്തരം കുഴമ്പും തേച്ച്, പൊടിയരിക്കഞ്ഞീം കഴിച്ചിരിക്കുന്ന അമ്മൂമ്മമാരെയല്ലേ നിങ്ങൾ കണ്ടിട്ടുള്ളൂ”, സഹപാഠികൾ വീട്ടിൽ

വിരുന്നെത്തുമ്പോൾ ശാന്തി അഭിമാനപൂർവം അമ്മൂമ്മയുടെ ചുമലിൽ കൈയിട്ടുനിന്നു ചോദിക്കും, "എന്നാൽ എന്റെ അമ്മൂമ്മയങ്ങനെയല്ല... എന്റമ്മൂമ്മയ്ക്ക് ഏറ്റവുമിഷ്ടം പൊറോട്ടയും ബിരിയാണിയുമാണ് അറിയുമോ? നോ ഷുഗർ...നോ പ്രഷർ...ഷീ ഈസ് സോ ഹെൽത്തി.."

കൂട്ടുകാർ ഉറക്കെ കൈയടിക്കും.

"തീർന്നില്ല, പ്രേംനസീറും ഷീലേമൊന്നുമല്ല, കുഞ്ചാക്കോ ബോബനും ദിലീപുമൊക്കെയാ എന്റമ്മൂമ്മേടെ ഹീറോസ്....സീമേടെ മോളുടെ പേരൊന്നു ചോദിച്ചേ.... അല്ലെങ്കിൽ മേനക കല്യാണം കഴിച്ചതെന്നാന്നു ചോദിച്ചേ....ഉത്തരം റെഡി...."

"വൗ...."

കൗമാരക്കൂട്ടം വീണ്ടും ആർപ്പുവിളിക്കും.

ഐസ്ക്രീമും നുണഞ്ഞ്, ടിവിക്കുമുന്നിൽ ശാന്തിക്കും കൂട്ടുകാർക്കുമൊപ്പം മറ്റൊരു കൗമാരക്കാരിയായി അമ്മയും കൂടും. ശാന്തി ഇഷ്ടപ്പെട്ടതൊക്കെ അമ്മയും ഇഷ്ടപ്പെട്ടു; അതു ഭക്ഷണമായാലും സംഗീതമായാലും സിനിമയായാലും, ഇപ്പോഴിതാ പ്രണയമായിട്ടും.

"എന്റെ പ്രഭേ, ആ ചെക്കൻ ഇവിടെ വന്നിട്ടുണ്ടെന്ന്...അമ്മയുമായി സംസാരിച്ചിരുന്നിട്ടുണ്ടെന്ന്...രാവിലെ പോകുമ്പോൾ ശാന്തിക്കു കൂട്ടിന് അമ്മയിവിടുണ്ടല്ലോ എന്നതായിരുന്നു എന്റെ ഏക സമാധാനം. എന്നിട്ടിപ്പോ അതാണു വിനയായത്...ഈശ്വരാ...എനിക്കുവയ്യ..."

ജലജ വീണ്ടും കരഞ്ഞു. എന്റെ മൗനമാണ് അവളെ കൂടുതൽ ഭ്രാന്തുപിടിപ്പിക്കുന്നത് എന്ന് എനിക്കറിയാം. എന്താണു പറയേണ്ടത്? എന്താണു ചെയ്യേണ്ടത്? ഒന്നും എനിക്കറിയില്ല...തീ പിടിച്ചൊരു ആത്മാവുമായി ഞാൻ എവിടെയൊക്കെയോ അലഞ്ഞുകൊണ്ടിരിക്കയാണ്. ഞാൻ ചതിക്കപ്പെട്ടിരിക്കയാണ്...എന്റെ സൗഹൃദം...സ്നേഹം...വാൽസല്യം ...എല്ലാം മുതലെടുത്ത് എന്റെ മകൾ എന്നെ വിഡ്ഢിയാക്കിയിരിക്കുന്നു. ഇനി അവളോടെന്തു പറയാൻ? അല്ലെങ്കിൽത്തന്നെ പറഞ്ഞിട്ടെന്ത്?

ഞാൻ കണ്ണടച്ചു കമിഴ്ന്നു കിടന്നു.

ഇറാൻ ചലച്ചിത്ര സംവിധായകനായ മജീദ് മജീദി ഞങ്ങൾക്കു കുടുംബത്തിലെ അംഗത്തെപ്പോലെയായിരുന്നു. എന്റെ മകൾ ശാന്തി വാവിട്ടു കരഞ്ഞ ആദ്യത്തെ സിനിമ മജീദ് മജീദിയുടെ 'കളർ ഓഫ് പാരഡൈസ്' ആയിരുന്നു. കാഴ്ചയില്ലാത്ത മുഹമ്മദ് എന്ന ബാലന്റെ ജീവിതം അവളെ വല്ലാതെ ഉലച്ചു. ജന്മനാ അന്ധനായ മുഹമ്മദിന്റെ ഏറ്റവും വലിയ ആഗ്രഹം ദൈവത്തെ കാണുകയെന്നതായിരുന്നു. സ്കൂൾ അവധിക്കു വീട്ടിലേക്കുപോകാൻ മുഹമ്മദ് കാത്തിരിക്കുകയായിരുന്നെങ്കിലും രണ്ടാം വിവാഹത്തിനൊരുങ്ങുകയായിരുന്ന അച്ഛനു താൽപര്യമില്ലായിരുന്നു. മകന്റെ അന്ധത പെൺവീട്ടുകാർ ദുഃശകുനമായി കാണുമോ എന്നതായിരുന്നു അയാളുടെ പേടി. അയാൾ മകനെ രഹസ്യമായി ഗ്രാമത്തിൽ നിന്നു വളരെദൂരെയൊരിടത്ത്, അന്ധനായ ഒരു മരപ്പണിക്കാരനൊപ്പം

ജോലി പരിശീലിക്കാനായി കൊണ്ടാക്കി. എന്നിട്ടും അയാളുടെ വിവാഹം മുടങ്ങി.

നിരാശനായ അയാൾ മകനെ തിരികെ വിളിച്ചുകൊണ്ടു വരുംവഴി മുഹമ്മദ് കാലിടറി പുഴയിൽവീണു. എന്നും തനിക്കൊരു ബാധ്യതയായ മകനെ രക്ഷപ്പെടുത്തണോ വേണ്ടയോ എന്ന് അച്ഛൻ ഒരുനിമിഷം ശങ്കിച്ചു. പക്ഷേ, അവസാനം അയാൾ മുഹമ്മദിനെ രക്ഷിക്കുകതന്നെ ചെയ്തു. സിനിമയുടെ അന്ത്യത്തിൽ മുഹമ്മദ് മരിക്കുകയാണോ ജീവിക്കുകയാണോ എന്നുറപ്പില്ലാതെ പലതവണ ശാന്തി ആ സിനിമ നിറകണ്ണുകളോടെ കാണുകയും ഓരോ തവണയും മുഹമ്മദിനെ കൂടുതൽ കൂടുതൽ സ്നേഹിക്കുകയും ചെയ്തു.

"മുഹമ്മദിനിപ്പോ കാഴ്ച കിട്ടിക്കാണുമോ അച്ഛാ..."

ദിവസവും രാവിലെ എഴുന്നേൽക്കുമ്പോൾ ശാന്തിആദ്യം ചോദിക്കുന്ന ചോദ്യങ്ങളിലൊന്നായിരുന്നു ഇത്. മുഹമ്മദിനു കാഴ്ച കിട്ടിയെന്നും അവൻ സുഖമായി ജീവിക്കുകയാണെന്നുമുള്ള എന്റെ മറുപടി അവളെ തൃപ്തിപ്പെടുത്തുമെങ്കിലും 'ഇപ്പോൾ അവൻ എത്ര വലുതായിക്കാണും', 'മീശ മുളച്ചിട്ടുണ്ടാകുമോ' എന്നിങ്ങനെ ഓരോരോ ചോദ്യങ്ങൾകൊണ്ട് അവൾ എന്നുമെന്നെ വീർപ്പുമുട്ടിച്ചു.

"ഇതൊക്കെ സിനിമയാണെന്നു ശാന്തിക്കു മനസ്സിലാവുന്നില്ലേ?"

ജലജ ഒരു ദിവസം എന്നോടു ചോദിച്ചു.

"കുട്ടികൾ അങ്ങനെയൊക്കെയാണെടോ... ഭാവനയുടെ ലോകത്താണ് അവർ കഴിയുന്നത്."

"ഇതിത്തിരി കൂടിപ്പോയീന്നാ തോന്നുന്നത്."

"ഉം?"

"വലുതാവുമ്പോൾ മുഹമ്മദിനെ കല്യാണം കഴിക്കുമെന്നാ ഇപ്പോൾ അവളു പറയുന്നേ..."

ഞാനുറക്കെ ചിരിച്ചു.

"അവനങ്ങ് ഇറാനിലല്ലേ? നീ പേടിക്കണ്ട..."

ജലജ മുഖം വീർപ്പിച്ചു.

ശാന്തിയെ സ്വാധീനിച്ച മറ്റൊരു സിനിമ മജീദ് മജീദിയുടെ തന്നെ 'ചിൽഡ്രൻസ് ഓഫ് ഹെവൻ' ആയിരുന്നു. ദാരിദ്ര്യത്തിന്റെ നടുവിൽ, ഒരു ജോഡി പാദരക്ഷകൾക്കായി ജീവിതം നെട്ടോട്ടമാക്കിയ അലിയുടെയും അവന്റെ കുഞ്ഞനിയത്തി സാറയുടെയും കഥ ശാന്തിയെ വല്ലാതെ പിടിച്ചുലച്ചു. അലിയെപ്പോലൊരു ചേട്ടനെ വേണമെന്നു പറഞ്ഞ് അവൾ പലപ്പോഴും കരയുകപോലും ചെയ്തു. രാത്രിയിൽ അരികിൽ കിടക്കുമ്പോഴെല്ലാം ഉറങ്ങാൻ അവൾക്ക് അലിയുടെ പുതിയ കഥകൾ വേണമായിരുന്നു. അതിനായി ഞാൻ അലിക്കുവേണ്ടി പുതിയ ഓട്ടമൽസരങ്ങളും വിജയകിരീടങ്ങളും സൃഷ്ടിച്ചു.

ശാന്തി സ്വയം കണ്ടെത്തിയ അവളുടെ ജീവിതപങ്കാളിയെ കാണാൻ, ജലജയുടെ നിർബന്ധത്തിനു വഴങ്ങി യാത്രതിരിച്ചപ്പോൾ കാറിലിരുന്നു ഞാനും ജലജയും പങ്കുവച്ചതെല്ലാം ശാന്തിയുടെ കുട്ടിക്കാലത്തിന്റെ മഞ്ചാടിമണികളായിരുന്നു.

"പ്രഭേ...മുജീബിനെ കാണുമ്പോൾ വെറുതെ ദേഷ്യപ്പെടരുത്..." ജലജ ഒരിക്കൽക്കൂടി എന്നെ ഓർമിപ്പിച്ചു, "അല്ലെങ്കിൽത്തന്നെ എന്തിനാണു ദേഷ്യപ്പെടുന്നത്? അവൾ അവൾക്കിഷ്ടമുള്ള ഒരാളെ കണ്ടു. ഇഷ്ടപ്പെട്ടി ല്ലെങ്കിലും നമ്മൾ ഇനി അയാളെ ഉൾക്കൊണ്ടേ മതിയാവൂ...."

ജലജയുടെ മുഖം ഗൗരവം കൊണ്ടു ചുവന്നു. സ്ത്രീകൾക്ക് എത്ര വേഗം മാറാൻ കഴിയുന്നു എന്നു ഞാനോർത്തു. തലേന്നുരാത്രിയും തല യിണയിൽ മുഖംപൂഴ്ത്തി തേങ്ങിക്കരഞ്ഞവളാണ് ഇപ്പോൾ എന്നെ ഉപ ദേശിക്കുന്നത്! ഞാനൊന്നും മിണ്ടിയില്ല.

ബാല്യത്തിലേ അമ്മച്ചൂടറിയാതെ വളർന്നിട്ടും മുജീബ് തികച്ചും ശാന്തനായ ചെറുപ്പക്കാരനായിരുന്നു, ആദ്യകാഴ്ചയിൽ. എവിടെയൊ ക്കെയോ പലതവണ കണ്ടു പരിചയിച്ചതുപോലൊരു മുഖം...കട്ടിമീശ. തിളങ്ങുന്ന കണ്ണുകൾ. ചെറിയ പ്രായത്തിൽത്തന്നെ ബിസിനസ്സിലേക്കി റങ്ങിയ അവന്റെ മുഖത്ത് കണക്കുകൂട്ടലുകളുടെ പക്വത ഞാൻ വായിച്ചെടുത്തു. ചായകുടി കഴിഞ്ഞ് ഞാൻ രഹസ്യമായി അവനോടു ചോദിച്ചു.

"എന്തിനായിരുന്നു മുജീബ് ഈ എടുത്തുചാട്ടം? അവൾക്കു പതി നെട്ടു വയസ്സായതല്ലേയുള്ളൂ?"

"അത്...ശാന്തിയുടെ നിർബന്ധമായിരുന്നു."

"എന്തിന്?"

"അച്ഛൻ സമ്മതിച്ചില്ലെങ്കിൽ എന്നു പേടിച്ചിട്ട്..."

ഞാൻ മിണ്ടിയില്ല.

"അച്ഛനെ എതിർത്ത് ഒന്നും ചെയ്യാൻ അവൾക്കു കഴിയില്ല. സത്യം", മുജീബ് എന്റെ കൈകളിൽ സ്വാതന്ത്ര്യത്തോടെ കടന്നുപിടിച്ചു, "അച്ഛൻ ക്ഷമിക്കണം. ഞങ്ങളോടു ദേഷ്യം തോന്നരുത്.."

ഞാനവന്റെ ചുമലിൽ തലോടി.

"ശരിക്കും എന്താണു മുജീബിന്റെ ബിസിനസ്?"

"റിയൽ എസ്റ്റേറ്റ്."

"കുടുംബം പുലർത്താനുള്ള വരുമാനമൊക്കെ ഈ ബിസിനസിൽ നിന്നു കിട്ടുമോ?"

"കുഴപ്പമില്ല. പച്ചപിടിച്ചുവരുന്നു."

"അവളെ വേദനിപ്പിക്കരുത്. ഒറ്റ മകളുടെ ചില ശാഠ്യങ്ങളുണ്ടാകാം."

മുജീബ് ചിരിച്ചു.

മടങ്ങിപ്പോരുമ്പോൾ എനിക്കു ശാന്തിയോട് തെല്ലും ദേഷ്യമില്ലായിരുന്നു. അവളോടു മിണ്ടാതിരുന്നതും വാശികാട്ടിയതും തെറ്റായിപ്പോയി എന്നുതോന്നി.

ജലജ എന്റെ കൈപ്പടത്തിനുമേൽ കൈവച്ചു.

"ദേഷ്യംപോയോ?"

അവൾ ചോദിച്ചു. ഞാൻ ചിരിച്ചു.

"പ്രഭ ശ്രദ്ധിച്ചോ? മുജീബിന് ആരുടെയെങ്കിലും ഛായ തോന്നുന്നുണ്ടോ?"

"ആരുടെ?"

"ഓർത്തുനോക്കൂ...."

"എവിടെയൊക്കെയോ കണ്ടപോലെ തോന്നി.പക്ഷേ..."

"എവിടെയൊക്കെയോ അല്ല...അങ്ങ്...ഇറാനിൽ..."

എനിക്കൊന്നും മനസ്സിലായില്ല.

"ഇനിയും പിടികിട്ടിയില്ലേ? കളർ ഓഫ് പാരഡൈസ് ഇത്രവേഗം മറന്നോ?"

ജലജ പൊട്ടിച്ചിരിച്ചു. സത്യം. എന്തുകൊണ്ടു ഞാനിതു നേരത്തേ മനസ്സിലാക്കിയില്ല.

"മുഹമ്മദിന്റെ അമ്മയും പണ്ടേ മരിച്ചതാണ്."

"ഈശ്വരാ..."

ഞാനറിയാതെ നെഞ്ചത്തു കൈവച്ചു.

ആറ്

ഒഴുകാതെ ഒഴുകി, പുഴ

പുഴയെ കേന്ദ്രീകരിച്ചായിരുന്നു കണ്ണാടിക്കരയിലെ ഞങ്ങളുടെ കുട്ടിക്കാലം. തുണിയലക്കാൻ, കന്നാലിയെ കുളിപ്പിക്കാൻ, പുരമേയാനുള്ള ഓലക്കെട്ടു വെള്ളത്തിലിടാൻ, നേരംപോക്കിനു നീന്തിക്കളിക്കാൻ... എല്ലാം പുഴയായിരുന്നു ആശ്രയം. കല്യാണപ്പിറ്റേന്നു വലിയ വാർപ്പുകളും പാത്രങ്ങളും പുഴയിൽ കഴുകിയെടുക്കുന്നവരും തീണ്ടാരി കുളിക്കുന്ന ദിവസം വീട്ടിലെ മുഴുവൻ അംഗങ്ങളുടെയും നാലുനാളത്തെ വസ്ത്രങ്ങളുടെ ഭാണ്ഡങ്ങളുമായെത്തുന്ന പെണ്ണുങ്ങളും പതിവുകാഴ്ചയായിരുന്നു. വേനൽക്കാലത്ത്, ഞായറാഴ്ചകളിൽ ചന്തമൈതാനത്തിനപ്പുറത്തുനിന്ന് മുസ്ലിംകുടുംബങ്ങൾ കൂട്ടത്തോടെ ചിരിയും ബഹളവുമായി വന്ന് പുഴ കലക്കിമറിച്ചു പോവും. കുളിയുടെ ഇടവേളകളിൽ കൊറിച്ചുരസിക്കാൻ അരിമുറുക്കും നിലക്കടലയും കരുതാൻ അവർ മറന്നില്ല. ഉടുത്തിരിക്കുന്ന തോർത്തൊഴികെ ബാക്കിയെല്ലാം നനച്ചു പിഴിഞ്ഞ് പുഴമണ്ണിൽ ഉണക്കാൻ വിരിച്ചിടും. രാവിലെ കടവിലെത്തുന്ന സംഘം ഉച്ചതിരിഞ്ഞാണു മടങ്ങുക.

സ്കൂളുള്ള ദിവസങ്ങളിൽ ഇരട്ടച്ചേച്ചിമാർ രാവിലേതന്നെ പുഴയിലേക്കോടും. റാണിച്ചേച്ചിയെ പിന്നീടു നിർബന്ധിച്ചുവേണം പറഞ്ഞയയ്ക്കാൻ. പലപ്പോഴും കൂട്ടിനു ഞാനും പോകും. ആണുങ്ങൾക്കും പെണ്ണുങ്ങൾക്കും പ്രത്യേക കടവുകളുണ്ടായിരുന്നെങ്കിലും കുട്ടിയായ എനിക്കു പെണ്ണുങ്ങളുടെ കടവിലായിരുന്നു കുളിക്കാൻ അനുമതി. സമപ്രായക്കാരായ കൂട്ടുകാർ കളിയാക്കുന്നതിനാൽ ഇതിനേച്ചൊല്ലി ഞാനേറെ ലജ്ജിച്ചിരുന്നെങ്കിലും തനിയെ ആൺകടവിലേക്കുവിടാൻ മടിച്ച് അമ്മ എന്നെ ചിറകിനടിയിൽ ഒളിപ്പിച്ചു.

പെണ്ണുങ്ങളുടെ കുളിക്കടവിനു പടവുകളും വസ്ത്രങ്ങൾ നിരത്തിവയ്ക്കാൻ കൈമതിലുമുണ്ടായിരുന്നു. പുഴനടുവിലേക്കിറങ്ങിയാലും പരമാവധി ചുമലറ്റം വെള്ളം മാത്രം. തുണിയലക്കാനുള്ള കല്ലുകളിൽ ശ്രീകൃഷ്ണനും ദ്വാരപാലകരും ഒളിച്ചിരുന്നു. കൃഷ്ണന്റമ്പലം നിർമിച്ച കാലത്ത് അപൂർണത കാരണം ഉപേക്ഷിച്ച ശില്പങ്ങളാണതെന്നായിരുന്നു കേൾവി. അതെന്തായാലും തീണ്ടാരിത്തുണിപോലും കള്ളക്കൃഷ്ണന്റെ മാറിൽ അടിച്ചുനനയ്ക്കാൻ അക്കാലത്ത് ആരും മടിച്ചില്ല. അടിത്തട്ടിൽ ആറടി

നീളമുള്ള ഒരു വലിയ കല്ലിൽ കെട്ടിപ്പിണയുന്ന നാഗങ്ങളുടെ ശില്പ മുള്ളത് പിന്നൊരിക്കൽ മുങ്ങാംകുഴി നേരത്ത് ഞാൻ കണ്ടെത്തി. പുഴയ്ക്കടിയിലേക്കു മുങ്ങി അതിൽച്ചെന്നിരുന്നു മൂത്രമൊഴിക്കുന്നത് എന്റെ സ്വകാര്യ രസങ്ങളിലൊന്നായിരുന്നു.

പെണ്ണുങ്ങളുടെ കടവിൽ ആണുങ്ങൾക്കു കുളിക്കാൻ പ്രത്യേക സമയം നിശ്ചയിച്ചിരുന്നു. പെൺമണവും അവർ അവശേഷിപ്പിച്ചുപോയ മഞ്ഞളും താളിയും ഉടഞ്ഞ വളപ്പൊട്ടുകളും പൊട്ടിച്ചിരിയുടെ ബാക്കിയും ആഴത്തിലനുഭവിച്ചും അശ്ലീലം പങ്കുവച്ചും പുരുഷകൗമാരം അവിടങ്ങളിൽ കുളിയെ സ്വകാര്യരതിയാക്കിമാറ്റി. വല്ലപ്പോഴുമൊരിക്കൽ സമയം തെറ്റി കുളിക്കാനെത്തിയ ഒറ്റപ്പെട്ട പെണ്ണുങ്ങൾ ആൺചൂരറിഞ്ഞും ഉടൽവടിവിൽ ഒളിഞ്ഞുനോക്കിയും 'അയ്യോ' എന്നു നടുങ്ങി പിന്നാക്കം പോയി കുളി തീരാനായി അമ്പലപ്പടിയിൽ കാത്തിരുന്നു.

ആണുങ്ങളുടെ കുളിക്കടവ് ആഴംകൊണ്ടും തെന്നുന്ന ചെങ്കൽത്തിട്ട കൊണ്ടും പൗരുഷത്തെ വെല്ലുവിളിച്ചു. മംഗലം കടവിൽനിന്നാൽ താഴത്തെ പെൺകടവുകാണാം. മുട്ടറ്റം വെള്ളത്തിൽ നീന്തിത്തുടിക്കുന്ന സ്വർണ മൽസ്യവടിവുകൾ കാണാം. കാട്ടുവള്ളിയിൽ ഊഞ്ഞാലാടിയും, ചെങ്കൽത്തിട്ടയിൽനിന്നു മൂന്നും നാലും കരണം മറിഞ്ഞു വെള്ളത്തിലേക്കു ചാടിയും പുരുഷന്മാർ പെൺകടവിന്റെ ശ്രദ്ധയാകർഷിച്ചു. ഊഞ്ഞാലിൽ നിന്നു നീർപ്പരപ്പിലേക്കു ചാടിവീഴുമ്പോൾ വല്ലപ്പോഴുമൊരിക്കൽ ആണിന്റെ ഉടുവസ്ത്രം കാറ്റു കട്ടെടുക്കുകയും പെൺകടവിൽനിന്നു കൂട്ടച്ചിരിയുയരുകയും ചെയ്തു. ലജ്ജ ആഴങ്ങളിലേക്കു താഴ്ത്തിയ തല ഉയർത്താൻ മടിച്ച് ശ്വാസത്തിന്റെ അവസാനത്തെ തുള്ളിയും വലിച്ചെടുത്ത് അപ്പോൾ അവർ കയത്തിനടിയിലെ പൊടിമണലിനെ ഉമ്മവച്ചിരുന്നു. ആറാൾ താഴ്ച്ചയിലേക്കു മുങ്ങാംകുഴിയിട്ടു മിനിറ്റുകളോളം ശ്വാസംപിടിച്ചു കിടന്നും ശവംപോലെ പുഴപ്പരപ്പിൽ ഒഴുകിപ്പോകുന്ന വിദ്യ അവതരിപ്പിച്ചും മറ്റുചിലർ പെണ്ണുങ്ങളെ അമ്പരിപ്പിക്കുമായിരുന്നു.

പെൺകടവിൽ അമ്മയോടൊപ്പമായിരുന്നു എന്റെ കുളി. നുണയും കൊതിയും രഹസ്യങ്ങളും പങ്കുവച്ച് പെണ്ണുങ്ങൾ തുണി അലക്കിപ്പിഴിഞ്ഞെടുക്കുമ്പോൾ, ഉടലിൽ മുട്ടിയുരുമ്മുന്ന മാനത്തുകണ്ണികളെ ആട്ടിയോടിച്ചും ഇരുകൈകളും കൂട്ടിയടുപ്പിച്ചു നീർപ്പരപ്പിൽ പടക്കംപൊട്ടിച്ചും ഞാൻ മുട്ടറ്റം വെള്ളത്തിൽ മുങ്ങിക്കിടക്കും. സോപ്പു തേപ്പിക്കാൻ അമ്മ വിളിക്കുമ്പോൾ ഒരുകൂട്ടം പെണ്ണുങ്ങൾക്കു നടുവിൽ, ലജ്ജയുടെ നൂൽക്ഷണം പോലുമില്ലാതെ വിവസ്ത്രനായി എനിക്കു നിൽക്കേണ്ടിവന്നു. വടക്കെച്ചെരുവിൽനിന്നു വന്ന ശ്യാമളച്ചേച്ചി എന്നെ നീന്താൻ പഠിപ്പിച്ചപ്പോൾ മുരിപ്പിൽനിന്നു വന്ന സുവർണച്ചേച്ചി മുങ്ങാംകുഴിയിടാൻ പഠിപ്പിച്ചു. ശ്യാമളച്ചേച്ചിയുടെ മുലയ്ക്കുമേൽ കെട്ടിവച്ച മുണ്ടിൽ മാനത്തുകണ്ണിയെപ്പോലെ പറ്റിപ്പിടിച്ചിരുന്ന് ഞാൻ നീർപ്പാളികൾക്കുമേൽ തെന്നിനീങ്ങി.

ഒരു സ്ത്രീയുടെ ലൈംഗികാവയവം ആദ്യമായി ഞാൻ കാണുന്നത്, ജലപ്പരപ്പിനടിയിൽവച്ചാണ്. സുലോചനച്ചേച്ചിയുടെ വീട്ടിൽ വിരുന്നുവന്ന കൗമാരക്കാരിയായ പേരറിയാത്ത ഒരു പെൺകുട്ടിയുടേതായിരുന്നു, അത്.

വെള്ളത്തിന്റെ ചില്ലുജാലകത്തിനപ്പുറം, നെടുകേ മുറിച്ചുവച്ച മാതള നാരകംപോലെ അതെന്റെ ശ്രദ്ധയെ ക്ഷണിച്ചു. ആദ്യമായി കാണുന്ന കൗതുകം പിന്നെയും കാണാൻ എന്നെ സ്വകാര്യമായി പ്രേരിപ്പിച്ചു. നീർപ്പരപ്പിനടിയിൽ ശ്വാസംപിടിച്ചുകിടന്നും അവൾക്കടിയിലൂടെ മലർന്നുനീന്തിക്കടന്നും ഞാൻ അതു പല കോണിൽനിന്നു നോക്കിക്കണ്ടു. പിന്നീട്, ഏതുപെണ്ണു പുഴയിലിറങ്ങിയാലും പുഴയ്ക്കടിയിലേക്കൂളിയിടുന്നത് എന്റെ പതിവായി...സ്ത്രീയോനികളുടെ പലതരം മണിച്ചിത്രത്താഴുകൾ... ഇരുട്ട് ഒളിച്ചിരിക്കുന്ന ഇഞ്ചക്കാടുകൾ...പൂമ്പൊടി കാത്തിരിക്കുന്ന കാട്ടുവള്ളികൾ... പെണ്ണുടലിന്റെ ചേലും ചരിവും കോണും പലതരത്തിൽ ഞാൻ മനസിൽ കുറിച്ചുവച്ചു.

ചന്തമൈതാനത്തിനപ്പുറത്തുനിന്നു വല്ലപ്പോഴും കുളിക്കാനെത്തുന്ന നാണിവല്യമ്മയാണ്, ഒരു സ്ത്രീ പുരുഷനെ നോക്കുംപോലെ എന്നെ ആദ്യമായി നോക്കിയത്. ഉടൽനിറയെ കുഴമ്പുപുരട്ടി, ഇഞ്ചയും പയറുപൊടിയുമായി അവർ പുഴയിലേക്കിറങ്ങിയപ്പോൾ പതിവുപോലെ ഞാൻ മുങ്ങാംകുഴിയുടെ ആഴം തേടി. കഴുത്തറ്റം വെള്ളത്തിൽ നീർപ്പരപ്പിനു തൊട്ടുതാഴെ ഊഞ്ഞാലാടിയ അവരുടെ മുലകൾ എന്നെ വിഭ്രമിപ്പിച്ചു. പെൺമുലകൾ പടവലങ്ങാപോലെ താഴേക്കു നീട്ടിവളർത്താവുന്ന ഒന്നാണെന്ന അറിവ് എന്നെ കാലങ്ങളോളം ഇക്കിളിപ്പെടുത്തിക്കൊണ്ടേയിരുന്നു. വെള്ളത്തിനടിയിലേക്കു വീണ്ടും മുങ്ങാംകുഴിയിടുമ്പോഴാണു നാണിവല്യമ്മയുടെ സ്ത്രീയോനി അതീതങ്ങളിലേക്കു തുറക്കുന്ന ഒരു തുരങ്കംപോലെ എന്റെ കൺമുന്നിൽ വിവൃതമാക്കപ്പെട്ടത്. അപ്പൂപ്പൻതാടിപോലെ നരച്ച മുടിച്ചുരുളുകൾക്കിടയിൽ അതു കുരുങ്ങിക്കിടന്നു. മുള്ളുമുരിക്കിലേക്കും കാക്കകൊത്തി പാതിയാക്കിയ കൂഴച്ചക്കയിലേക്കുമൊക്കെ ഉപമകൊണ്ട് ഞാനതിനെ കൂട്ടിക്കെട്ടുമ്പോൾ അപ്രതീക്ഷിതമായി നാണിവല്യമ്മ എന്റെ മുടിയിൽ പിടിച്ചുവലിച്ചുയർത്തി.

"എണീക്കെടാ കള്ളച്ചെക്കാ..."

വധശിക്ഷയ്ക്കു വിധി കാത്തുനിൽക്കുന്ന തടവുപുള്ളിയെപ്പോലെ എന്റെ തല അവരുടെ കൈകളിൽ കിടന്നു പിടച്ചു. അവരെന്നെ ജലപ്പരപ്പിനു മേലേക്ക് എടുത്തുയർത്തി. പൗരുഷത്തെ എവിടെയും ഒളിപ്പിക്കാനാവാതെ, സ്വയം എരിഞ്ഞും കരഞ്ഞും വിവസ്ത്രനായി ഞാൻ അവരുടെ കൺമുന്നിൽക്കിടന്നു പിടച്ചു. നാണിവല്യമ്മ എന്റെ പുരുഷത്വത്തിലേക്കു സൂക്ഷിച്ചുനോക്കി, ഉറക്കെപ്പറഞ്ഞു:

"ഭാരതീ, ഈ ചെക്കനെ ഇനി പെണ്ണുങ്ങടെ കടവിൽ കൊണ്ടുവരണ്ടാ കേട്ടോ..."

കുത്തിപ്പിഴിഞ്ഞുകൊണ്ടിരുന്ന കൈലിമുണ്ട് കല്ലിലേക്കു രോഷത്തോടെ വലിച്ചെറിഞ്ഞ് അമ്മയെന്നെ രൂക്ഷമായി നോക്കി. പെട്ടെന്നു വിവസ്ത്രയാക്കപ്പെട്ടതുപോലെ പെണ്ണുങ്ങൾ മാറത്തു കൈ പിണച്ചുവച്ച് എന്നെ ഒളികണ്ണെറിഞ്ഞു. അന്നു കുളിച്ചുകയറുമ്പോൾ ആദ്യമായി, അമ്മയെനിക്ക് ഒരു തോർത്തുടുക്കാൻ തന്നു. വീട്ടിൽവരുംവരെ അമ്മ വെറുതേ ശുണ്ഠിയെടുത്തുകൊണ്ടിരുന്നു. ഉച്ചയ്ക്ക് അച്ഛൻ വന്നപ്പോൾ

അമ്മയെന്തൊക്കെയോ പിറുപിറുക്കുന്നതു ഞാൻ ശ്രദ്ധിച്ചു. പിറ്റേന്നു രാവിലെ 'പെണ്ണുങ്ങളു കുളിക്കാനെത്തുന്നേനു മുമ്പേ വേഗം കുളിച്ചു വാ' എന്നുപറഞ്ഞ് അമ്മ എന്നെ കിടക്കപ്പായയിൽനിന്നു തട്ടിയുണർത്തി. തലേന്നത്തെ സംഭവത്തിന്റെ ചെടിപ്പിൽ ഞാൻ അലസനായി തിരിഞ്ഞു കിടന്നപ്പോൾ അച്ഛൻ മുറ്റത്തുനിന്ന് എന്നെ വിളിച്ചു, "മോനേ വാ..."

കണ്ണുതിരുമ്മി ഞാൻ ചെല്ലുമ്പോൾ തോർത്തുമായി അച്ഛൻ കാത്തുനിൽക്കയാണ്. അച്ഛൻ എന്നെ ആൺകടവിലേക്കു നടത്തി. ചെങ്കൽത്തറയിൽ തെന്നാതെ കൈപിടിച്ചു വെള്ളത്തിലേക്കിറക്കി. നീന്തിത്തുടിച്ച് കുളിച്ചുതീരുന്നതുവരെ അച്ഛൻ കരയിൽനിന്നു. ഒരിക്കൽപ്പോലും വെള്ളത്തിലിറങ്ങുകയോ കാൽപ്പാദമെങ്കിലും നനയ്ക്കുകയോ ചെയ്തില്ല. തിരിച്ചുവന്നു ഞാൻ കുപ്പായം മാറുമ്പോൾ കിണറ്റുകരയിൽ കപ്പി കരയുന്നതുകേട്ടു. സ്കൂളിൽ പോകാനിറങ്ങുമ്പോൾ അച്ഛൻ പിൻവിളി വിളിച്ച് എന്നെ അടുത്തുനിർത്തി, കൈതപ്പൂ മണക്കുന്ന ഒരു കറുത്ത കരയൻ മുണ്ടുനീട്ടി.

"മോൻ ഇനി ഇതുടുത്തു സ്കൂളിൽ പോയാൽ മതി,കേട്ടോ..."

എനിക്കെന്റെ കാതുകളെ വിശ്വസിക്കാൻ കഴിഞ്ഞില്ല. എത്രയോ നാളായി ഞാൻ കൊതിക്കുന്നതാണിത്. എത്രയോ തവണ അമ്മയോട് ഇതിന്റെ പേരിൽ മുഷിഞ്ഞിട്ടുള്ളതാണ്. മുണ്ട് കൈയിലേറ്റുവാങ്ങിയ ഒറ്റ നിമിഷത്തിൽ ഞാൻ മനസ്സുകൊണ്ടു വിരാട് പുരുഷനായി വളർന്നു. ഇന്നുവരെ നോക്കാത്തത്ര സ്നേഹാദരവോടെ ഞാൻ അച്ഛനെ നോക്കി. അങ്ങനെ എട്ടാം ക്ലാസിൽ ഞാൻ ആദ്യമായി മുണ്ടുടുത്തു. എത്രയോ വർഷങ്ങൾക്കു ശേഷം, അച്ഛന്റെ തണുത്തുശോഷിച്ചു മൂത്രം മണക്കുന്ന ശവം ഇറയത്ത് ഇറക്കിക്കിടത്തുമ്പോൾ യാദൃച്ഛികമെങ്കിലും കരിമ്പൂരാടക്കാരൻ പുതപ്പിക്കാൻ തിരഞ്ഞെടുത്തത് ഒരു കറുത്തകരയൻ മുണ്ടുതന്നെയായിരുന്നു.

അമ്പലപ്പടവിലെ ആൽത്തണലിലിരുന്നാൽ ദൂരെ പുഴയുടെ മറുകരയിലെ കരിമ്പിൻപൂക്കളുടെ പൂകമഞ്ഞുതൊപ്പി കാണാം. മഴക്കാലത്ത് ആൽത്തറയോളം ഇഴഞ്ഞെത്തി കരുത്തുകാട്ടുന്ന പുഴ വേനലിൽ നന്നേ ദുർബലയാകും. പെണ്ണുങ്ങളുടെ കുളിക്കടവിലൂടെ അപ്പോൾ അക്കരയിലേക്ക് ആൾസഞ്ചാരമുണ്ടാകും. ആഴ്ചച്ചന്തയിൽനിന്നു തലച്ചുമടു നിറയെ സാധനങ്ങളുമായി മടങ്ങുന്ന പുരുഷന്മാരും സിനിമാ കണ്ടു കലങ്ങിയ കണ്ണുമായി മടങ്ങുന്ന കുടുംബങ്ങളും, പാലം ചുറ്റിപ്പോകാൻ മടിച്ച് ബസിറങ്ങി കുറുക്കുവഴിതേടുന്ന പാരലൽ കോളേജ് വിദ്യാർഥികളും ഒക്കെ അമ്പലപ്പടിക്കൽ വന്നു നെഞ്ചത്തുകൈവച്ചു പ്രാർഥിച്ച് പുഴക്കടവിലേക്കു നടക്കും.

പാരലൽ കോളജ് അന്നു പ്രണയത്തിന്റെ പാഠശാലകളായിരുന്നു. എന്റെ ചങ്ങാതിമാർ പലരും പ്രണയലേഖനങ്ങളുമായി അവിടെ ചുറ്റിത്തിരിഞ്ഞിരുന്നു. തടിമറയുടെ വിടവിലൂടെ പിടഞ്ഞുണരുന്ന കണ്ണുകളായോ ഉച്ചയൂണിനു കൈകഴുകാൻ പോകുമ്പോൾ പലവട്ടം തിരിയുന്ന മുഖലാവണ്യമായോ ഒക്കെ അവരുടെ പ്രണയങ്ങൾ തിടംവച്ചു. അവരിൽ ചിലർ വൈകുന്നേരത്തെ ക്ലാസ്സുകഴിഞ്ഞ് പുഴകടക്കാനെത്തുമ്പോൾ ആൽത്തറത്തണുപ്പിലേക്കു നോക്കി പൊടുന്നനെ വികാരതരളിതരായി.

ചില്ലുപാത്രത്തിൽ പിടിച്ചിട്ട പുഴമീനിനെപ്പോലെ അവരുടെ കണ്ണുകൾ പിടച്ചു. കുപ്പായക്കീശയിൽനിന്നു ചീപ്പെടുത്തു തിടുക്കത്തിൽ മുടിചീകിയും മുണ്ടിൻതുമ്പുകൊണ്ടു വിയർപ്പുതുടച്ചും മീശത്തുമ്പിൽ നാവുനക്കിയും എന്റെ ചങ്ങാതിമാർ അപ്പോൾ ആൽത്തറയിൽ പൂത്തുലയും. അമർത്തിച്ചിരിച്ചും ഇടയ്ക്കു തിരിഞ്ഞുനോക്കിയും പെൺകുട്ടികൾ പുഴയിലേക്കിറങ്ങിമറഞ്ഞാൽ അടുത്ത നിമിഷം എന്റെ കൂട്ടുകാർ മുണ്ടുമാടിക്കുത്തി പായുകയായി. കരിയിലപ്പടർപ്പുകൾക്കിടയിൽ കരിമൂർഖൻ ഇണചേരുന്ന വാരിക്കാട്ടെ പറമ്പിലൂടെ കുറുക്കുകയറി കുതികുതിച്ച് അവർ മുളങ്കാട്ടിനപ്പുറത്തെ പൊന്തക്കാട്ടിനു മറഞ്ഞ് പുഴയിലേക്കു പാളിനോക്കും.

പുഴയ്ക്കു നടുവിൽ ആഴമുണ്ട്. അരയറ്റം തുണി പൊന്തിക്കാതെ അവിടം കടക്കാനാവില്ല. പൊന്തക്കാടിന്റെ മറവിലിരുന്നാൽ ആ കാഴ്ച വ്യക്തമാണ്. പ്രണയത്തിന്റെ ഉടമസ്ഥത ആർക്കായിരുന്നാലും ഈ കാഴ്ച വീതിച്ചെടുക്കുന്നതിൽ ഞങ്ങൾക്കിടയിൽ സമഭാവനയുണ്ടായിരുന്നു. പഞ്ചാരമണലിന്റെ മറുകര ചവിട്ടി, കാൽകഴുകി ചെരുപ്പുകളിട്ട്, ഉടുവസ്ത്രം താഴ്ത്തി കരിമ്പിൻതോട്ടത്തിനു കുറുക്കുകയറി അവർ മറയുന്നതുവരെ ഞങ്ങൾ ശ്വാസത്തെ ഉള്ളിൽ കെട്ടിയിട്ട് അതേ ഇരിപ്പിരുന്നു. അടുത്ത ദിവസം വീണ്ടും അവർ വരുന്നതുവരെ പറഞ്ഞുരസിക്കാനും ഓർത്തുനുണയാനുമുള്ള കാഴ്ചകൾ ചുരുങ്ങിയ സമയം കൊണ്ട് ഞങ്ങൾ സമ്പാദിച്ചു.

പുഷ്പയും ദീപയും ജാനകിച്ചേച്ചിയും സുഭാഷിണിയുമൊക്കെ അക്കരെയിക്കരെ പോകുന്ന സമയം ഞങ്ങൾക്കു കാണാപ്പാഠമായിരുന്നു. നേരംതെറ്റി അവർ എത്തിയാൽ ചൂളംകുത്തി കൂട്ടുകാരെ തൊട്ടടുത്ത വീടുകളിൽനിന്നു വിളിച്ചുവരുത്താൻ ശ്രദ്ധിച്ചു.

രാത്രികളിൽ പുഴ ഞങ്ങൾക്കു മായികമായ വേറൊരു കാഴ്ച കരുതിവച്ചിരുന്നു. സുഭാഷ് കൊട്ടകയിലെ ഒൻപതുമണിയുടെ ഫസ്റ്റ് ഷോ കഴിഞ്ഞു മടങ്ങുന്ന ലക്ഷംവീടുകോളനിയിലെ പെണ്ണുങ്ങളുടെ സംഘമായിരുന്നു ഞങ്ങളുടെ വിരുന്ന്. ഒന്നുകിൽ പാൽനിലാവിന്റെ പകൽവെട്ടം. അല്ലെങ്കിൽ ചൂട്ടുകറ്റവീശി സംഘം തെളിച്ചുതരുന്ന തീവെളിച്ചം. ഏതായാലും കാഴ്ച വ്യക്തമായിരുന്നു. ഇരുൾക്കറുപ്പിൽ തുടവടിവുകൾ പുഴയിൽ നീർമുത്തുകൾ തീർക്കുന്നതു ഞങ്ങൾ കൊതിയോടെ നോക്കിനിന്നു. പുഴവെള്ളമായും പുഴപ്പരപ്പിലെ മീനായും രാത്രി സ്വപ്നങ്ങളിൽ ഞങ്ങൾ നീന്തിത്തുടിച്ചു. പെൺകടവിലെ നിന്നുപോയ കുളി എനിക്കു നഷ്ടപ്പെടുത്തിയ മാതളനാരകങ്ങളും അഗാധഗഹ്വരങ്ങളും ഇഞ്ചക്കാടുകളും പിന്നെയും അങ്ങനെ എന്നെ തേടിവന്നു.

അങ്ങനെയാണ് ഒൻപതാം ക്ലാസിന്റെ വലിയ അവധിക്ക് ഞാൻ എന്നേക്കാൾ പത്തുവയസിനു മൂത്ത ജാനകിച്ചേച്ചിയെ പ്രണയിച്ചത്; അവർ പോലും അറിയാതെ!

കണ്ണാടിക്കരയിലെ എല്ലാവരുടെയും ജീവിതത്തിലൂടെ പുഴ ഒഴുകുന്നുണ്ടായിരുന്നു; എന്നും. പലപ്പോഴും ജീവിതത്തിനു സമാന്തരമായി.

ചിലപ്പോൾ ജീവിതത്തെ നെടുകെ മുറിച്ച്. വേനലിൽ പുഴ വറ്റിവരണ്ട്, പൊട്ടിവീണ വെള്ളിയരഞ്ഞാണംപോലെ ചുരുണ്ടപ്പോൾ കണ്ണാടിക്കരയുടെ ജീവിതവും ഉണങ്ങിച്ചുരുണ്ടു. തുലാമഴയിൽ നിന്നു ഗർഭം ധരിച്ചു ധീരയായ കാമുകിയായി പുഴ ആർത്തു ചിരിച്ചൊഴുകിയപ്പോൾ ഞങ്ങളുടെ ജീവിതവും അതുപോലെ ആർത്തിരമ്പി.

പുരുഷനു പുഴ കരുത്തിന്റെയും ആഘോഷത്തിന്റെയും കാമാതുരമായ ഒളിച്ചുനോട്ടത്തിന്റെയും മാത്രം വേദിയായിരുന്നു. പക്ഷേ, പെണ്ണിനാകട്ടെ, പുഴ ജീവിതത്തിന്റെ മായികക്കണ്ണാടിയായിരുന്നു. വരുംകാല സ്വപ്നങ്ങളുടെ മിന്നൽത്തിളക്കങ്ങൾ അവൾ പുഴക്കണ്ണാടിയിലാണ് ആദ്യമറിഞ്ഞത്. വേനൽക്കാലത്തു പുഴ മുറിച്ചുകടക്കുന്ന ചെറുപ്പക്കാരന്റെ തുറിച്ചുനോട്ടത്തിലൂടെയാണ് താനും പെണ്ണായെന്നു കണ്ണാടിക്കരയിലെ പെണ്ണു സ്വയം ബോധ്യപ്പെട്ടത്. പുഴയ്ക്കക്കരെ കരിമ്പിൻകാട്ടിൽ ഒളിച്ചിരിക്കുന്ന തലകളുടെ സാന്നിധ്യമറിഞ്ഞപ്പോഴാണ് അവൾ തന്റെ അഴകളവുകളെക്കുറിച്ച് ആശങ്കപ്പെട്ടത്. ജീവിതം വേദനിപ്പിച്ചപ്പോഴൊക്കെ അവൾ പുഴയിൽ കണ്ണീരു കലർത്തി. പ്രണയം ചതിച്ചപ്പോൾ പുഴയുടെ ആഴത്തിൽ ശ്വാസമടക്കിപ്പിടിച്ചു ജീവിതം പാതിവഴിയിൽ മുറിച്ചു.

സുമിത്രച്ചേച്ചി ബിരുദപഠനത്തിനു നഗരത്തിലെ കോളജിൽ ചേർന്നതോടെ ഇരട്ടച്ചേച്ചിമാർക്കു നടുവിലൂടെ പുഴ ഒഴുകിത്തുടങ്ങിയതു ഞാൻ ശ്രദ്ധിച്ചിരുന്നു. അന്നുവരെ ജീവിതം കണ്ണാടി നോക്കിയായിരുന്നു സുമതിച്ചേച്ചിയുടെ ജീവിതം. സുമിത്രച്ചേച്ചി നീല ദാവണിചുറ്റുമ്പോൾ സുമതിച്ചേച്ചിയും നീല ദാവണിചുറ്റി. സുമിത്രച്ചേച്ചി മുടി രണ്ടായി പിന്നിയിടുമ്പോൾ സുമതിച്ചേച്ചിയും അങ്ങനെതന്നെ ചെയ്തു. ഒരേ വേഷമണിയിച്ചും ഒരേ കമ്മലണിയിച്ചും കുട്ടിക്കാലത്ത് ഇരട്ടകളെ കൗതുകത്തിന്റെ തനിപ്പകർപ്പുകളായി അലങ്കരിച്ചെടുത്തത് എല്ലാവരും ആസ്വദിച്ചെങ്കിലും മുതിർന്നപ്പോൾ ഈ അനുകരണം അരോചകമായി. പ്രത്യേകിച്ചും സുമിത്രച്ചേച്ചിക്ക്. ഒരിക്കലും ഒരേ വേഷമണിയാതിരിക്കാനും ഒരേപോലെ പൊട്ടു തൊടാതിരിക്കാനുമൊക്കെ സുമിത്രച്ചേച്ചി എത്രത്തോളം ശ്രദ്ധിച്ചോ, അതിന്റെ എത്രയോ ഇരട്ടി അതങ്ങനെതന്നെയാകാൻ സുമതിച്ചേച്ചി ശ്രദ്ധിച്ചു. പക്ഷേ, പഠനത്തിൽ സുമിത്രച്ചേച്ചിയെ അനുകരിക്കാൻ ഒരിക്കലും സുമതിച്ചേച്ചിക്കു കഴിഞ്ഞില്ല.

"രണ്ടും എന്റെ വയറ്റിൽ പിറന്നതാന്നു പറഞ്ഞിട്ടെന്താ...ഒരുത്തിക്ക് അരണേടെ ബുദ്ധിയായിപ്പോയി..."

അമ്മ സദാ പരിഹസിക്കുകയും വിലപിക്കുകയും ചെയ്തു.

സ്കൂളിൽനിന്നു വരുമ്പോൾ സുമിത്രച്ചേച്ചി ആദ്യമേ ഓടിയെത്തിയാൽ അന്നു പരീക്ഷയുടെ മാർക്കറിഞ്ഞു എന്നുറപ്പ്. വഴിയരികിലെ കാക്കയോടും പൂച്ചയോടും പച്ചിലപ്പടർപ്പിനോടുപോലും പരാതികൾ പറഞ്ഞും പരിഭവിച്ചും മുഖംവീർപ്പിച്ചും ഒരുപാടുവൈകിയാവും സുമതിച്ചേച്ചി വരിക. വന്നു കയറുമ്പോഴേ അമ്മ ചോദിക്കും.

"നിന്റെ പരീക്ഷപ്പേപ്പർ കിട്ടിയില്ലേടീ?"

സുമതിച്ചേച്ചി മുഖം വെട്ടിക്കും.

“അവടെ മോന്ത കണ്ടില്ലേ...ഇന്നും ആനമൊട്ടേം വാങ്ങിച്ചോണ്ടായിരിക്കും വന്നേക്കുന്നേ...നീ പോയി സുമിത്രേടെ ചന്തി കടി....”

അമ്മ പൊട്ടിത്തെറിക്കും. അകത്തെ മുറിയിൽനിന്ന് അമ്മൂമ്മയുടെ ‘ഭാരതീ....’ എന്ന താക്കീതൊട്ടിച്ചുവച്ച നീട്ടിവിളിയോടെ അരങ്ങൊഴിഞ്ഞ് അമ്മ അടുക്കളയിലേക്കും സുമിത്രച്ചേച്ചിയെ ജ്വലിക്കുന്ന കണ്ണോടെ നോക്കി സുമതിച്ചേച്ചി അമർത്തിച്ചവിട്ടി ഭൂമിയെ കുലുക്കി മുറിയിലേക്കും മറയും.

പരീക്ഷയടുക്കുമ്പോൾ പുറത്തേക്കിറങ്ങാൻ മടിച്ച് പലപ്പോഴും സുമതിച്ചേച്ചി സ്കൂളിൽ പോയില്ല. പരീക്ഷകളുടെ ദിവസം വയറുവേദന നടിച്ച് മുറിയടച്ചിരുന്നു. ഉയർന്ന മാർക്കോടെ സുമിത്രച്ചേച്ചി പത്താംക്ലാസ് ജയിച്ചപ്പോൾ സുമതിച്ചേച്ചി കഷ്ടിച്ചു കടന്നുകൂടി. കോളജിൽ സുമിത്രച്ചേച്ചിക്കു പ്രവേശനം ഉറപ്പായപ്പോൾ സുമതിച്ചേച്ചി ശരിക്കും ഭ്രാന്തിയായി. സുമിത്രച്ചേച്ചിയുടെ പുസ്തകങ്ങളും വസ്ത്രങ്ങളുമെല്ലാം വാരിവലിച്ചെറിഞ്ഞു. ചാന്തും പൗഡറും ജനാലയിലൂടെ പുറത്തേക്കു തൂവി. ഒരുദിവസം മുഴുവൻ മുറിക്കുള്ളിൽ വാതിലടച്ചിരുന്നു. കരച്ചിലിന്റെയും ഉണ്ണാവ്രതത്തിന്റെയും നിർബന്ധത്തിനുവഴങ്ങി ഒടുവിൽ അച്ഛൻ, സുമതിച്ചേച്ചിയെയും സുമിത്രച്ചേച്ചിയോടൊപ്പം കോളജിൽ പ്രീഡിഗ്രിക്കു ചേർത്തു. കോളേജിൽ ചേർന്നതോടെ സുമതിച്ചേച്ചിയുടെ ജീവിതം പാടേ മാറി. അവർ സദാ കണ്ണാടിക്കുമുന്നിലായി. മുറിയിൽ കസ്തൂരിമഞ്ഞളിന്റെയുംപാൽപ്പാടയുടെയും തേനിന്റെയും നറുമണം സദാ കെട്ടിനിന്നു.

“മോന്തേം വെളുപ്പിച്ചോണ്ടിരുന്നോ...”

ഇടയ്ക്കിടെ അമ്മ ഭീഷണിപ്പെടുത്തി.

സുമിത്രച്ചേച്ചിയുടെ സൗന്ദര്യം സുമതിച്ചേച്ചിയെ ഭ്രാന്തുപിടിപ്പിച്ചു. വലിയ വട്ടപ്പൊട്ടുകൊണ്ടും നീട്ടിയെഴുതിയ കൺമഷിവാലുകൊണ്ടും സൗന്ദര്യം സൃഷ്ടിക്കാനുള്ള ശ്രമം പരിഹാസ്യമായി. കണ്ണാടി നോക്കുമ്പോഴൊക്കെ സുമതിച്ചേച്ചിയുടെ കൺകോണിൽ ഒരുതുള്ളിനീരു തിളങ്ങി. സങ്കടം കോപമായും മുഖംവെട്ടിത്തിരിക്കലായും സുമതിച്ചേച്ചി സദാ പ്രകടിപ്പിച്ചു തുടങ്ങിയതോടെ വീട്ടിലെ ജീവിതം ദുസ്സഹമായി. കോളേജിൽ ആരോ സുമിത്രച്ചേച്ചിക്കു പ്രണയലേഖനം കൊടുത്തതറിഞ്ഞതോടെ സുമതിച്ചേച്ചിയുടെ ജീവിതം പിന്നെയും അട്ടിമറിക്കപ്പെട്ടു. ലോകം മുഴുവൻ സുമിത്രച്ചേച്ചിക്കൊപ്പമാണെന്നും തനിക്കെതിരെ ആരൊക്കെയോ ഗൂഢാലോചന നടത്തിക്കൊണ്ടിരിക്കുകയാണെന്നുമൊക്കെ സുമതിച്ചേച്ചി സങ്കല്പിച്ചു. എന്നെയും റാണിച്ചേച്ചിയേയുമൊക്കെപ്പോലുംസുമിത്രച്ചേച്ചിയുടെ ചാരഗണത്തിൽപ്പെടുത്തി വെറുതേ വഴക്കിട്ടു. അക്കാലത്താണ് ഒരിക്കൽ സുമിത്രച്ചേച്ചിയുടെ ജീവിതത്തെ പുഴ തൊട്ടുവിളിച്ചത്.

സുമതിച്ചേച്ചിയെപ്പോലെ മുഖംവീർപ്പിച്ച കർക്കടകപ്പകലിന്റെ പുലരിയായിരുന്നു, അത്. ഇടുങ്ങിയ മുറിയിലൊളിപ്പിച്ച നാലുദിവസത്തെ തീണ്ടാരി രഹസ്യത്തിന്റെ അസ്വാരസ്യങ്ങളെ പുഴയിൽ കഴുകിയെടുക്കാൻ സുമിത്രച്ചേച്ചി രാവിലെതന്നെ ബക്കറ്റ് നിറയെ തുണിയുമായി പുഴയിലേക്കോടി.

തീണ്ടാരിയായാൽ പെണ്ണുങ്ങൾക്കു താമസിക്കാൻ വിറകുപുരയോടു ചേർന്ന ഇടുങ്ങിയ ചായ്പാണ് ആശ്രയം. അവിടെ, കയറുവരിഞ്ഞ പഴയ കട്ടിലിൽ കമിഴ്ന്നുകിടന്നു പഴയ വാരികകൾ വായിക്കാം, പെണ്ണായിപ്പോയതിനു ദൈവത്തെ ശപിക്കാം. വീട്ടിൽ മറ്റാരെയും തൊടാൻ അവർക്ക് അനുവാദമില്ല. അടുക്കളയുടെ ഏഴയലത്തുപോലും പ്രവേശനമില്ല. ഭക്ഷണം കഴിച്ചാൽ പാത്രം കഴുകി, വരാന്തയിൽ കമഴ്ത്തിവയ്ക്കണം. ഇടയ്ക്ക് അശോകാരിഷ്ടവുമായി അമ്മൂമ്മ വിറകുപുരയിൽ ചെന്നു പറയും:

"കണ്ണടച്ചിതങ്ങു കുടിച്ചോ...വേദന പമ്പകടക്കും..."

ഇടയ്ക്ക് ഞാനെങ്ങാനും അതുവഴി ഒളിച്ചും പാത്തും ചെന്നാൽ, അപ്പോൾ തുടങ്ങും അമ്മയുടെ ശകാരം.

"എന്തിനാടാ ഇവിടെ ചുറ്റിത്തിരിയുന്നേ? അപ്പുറത്തെങ്ങാനും പോയിരിക്കരുതോ? അതെങ്ങനാ...ഒന്നുമറിയണ്ടല്ലോ നിനക്കൊക്കെ... ഇങ്ങനെ ഞെളിഞ്ഞുനടന്നാൽ മതിയല്ലോ...സങ്കടോം കഷ്ടപ്പാടുമെല്ലാം പെണ്ണുങ്ങക്ക്...സുഖോം സന്തോഷോമെല്ലാം ആണുങ്ങൾക്ക്...ദൈവം മഹാ കള്ളനാ..."

തീണ്ടാരി ഒരു മഹാരോഗമാണെന്നും അതു പകരുമെന്നും അക്കാലത്തു ഞാൻ ഭയന്നിരുന്നു. പക്ഷേ, റാണിച്ചേച്ചിയാകട്ടെ, തീണ്ടാരിയാകുന്ന ദിവസത്തിനുവേണ്ടി കാത്തിരിക്കയായിരുന്നു. വേദനയും ഒറ്റപ്പെടുത്തലും കൊണ്ട് അതിരുകെട്ടിത്തിരിക്കുന്ന ആ ജീവിതത്തെ ഇങ്ങനെ സ്നേഹിക്കാൻ കഴിയുന്നതെങ്ങനെ എന്ന് എനിക്കു മനസിലായതേയില്ല.

"അതൊന്നും പറഞ്ഞാൽ നിനക്കു മനസിലാവത്തില്ലെടാ പൊട്ടാ... അതിനു പെണ്ണാകണം..."

റാണിച്ചേച്ചിയുടെ വിശദീകരണം ചിരിയുടെഅകമ്പടിയോടെയാകും.

ഇരട്ടച്ചേച്ചിമാർ വയസറിയിച്ച ദിവസം വീട്ടിൽ ആഘോഷമായിരുന്നു. പുതുപ്പെണ്ണുങ്ങളെപ്പോലെ അണിഞ്ഞൊരുങ്ങിയ അവരെ കാണാൻ പലഹാരങ്ങളുമായി ബന്ധുക്കളും അയൽപക്കക്കാരും വന്നു. അതുവരെയില്ലാത്തൊരു നാണവും ചുവപ്പും അവരുടെ മുഖത്തേക്കു പൊടുന്നനെ ഇരച്ചുകയറി. കണ്ണുകളിൽ വല്ലാത്തൊരു തിളക്കം ഇറ്റിനിന്നു. വിറകുപുരയിലെ ആദ്യത്തെ വാസം അഭിമാനത്തോടെയാണ് അവർ സ്വീകരിച്ചത്. പക്ഷേ, പെട്ടെന്നുതന്നെ അവർ ആ ജീവിതം വെറുത്തു. മാസത്തിലെ നാലു നാളുകളെ ഉൽക്കാപതനംപോലെ അവർ ഭീതിയോടെ കണ്ടു.

അമ്മ തീണ്ടാരിയാകുമ്പോഴായിരുന്നു അടുക്കളയിലെ അങ്കം. അന്നു വീട്ടുചുമതല അമ്മൂമ്മയ്ക്കാണ്. സുമിത്രച്ചേച്ചിയും സുമതിച്ചേച്ചിയുംകൂടിയാണു പാചകം. ലോകം വെട്ടിപ്പിടിച്ച ഭാവമായിരിക്കും അപ്പോൾ അവരുടെ മുഖത്ത്. പക്ഷേ, അവരുടെ സ്വാതന്ത്ര്യം തന്റെ സൗജന്യമാണെന്നു സദാ ഓർമിപ്പിച്ചുകൊണ്ടു വിറകുപുരയിൽക്കിടന്ന് അമ്മ നിർദേശങ്ങൾ നൽകിക്കൊണ്ടേയിരിക്കും. അന്ന് അടുക്കളയിലേക്കു ചെല്ലാൻ എനിക്കു പേടിയാണ്. ഓരോ ചലനത്തിലും തങ്ങളുടെ അധികാരം പ്രകടമാക്കിയായിരിക്കും ഇരട്ടച്ചേച്ചിമാർ എന്നോടു പെരുമാറുന്നത്.

കർക്കടകമഴച്ചാറലിനുനടുവിലൂടെ സുമിത്രച്ചേച്ചി തീണ്ടാരികുളിക്കാൻ പുഴയിലേക്കോടുമ്പോൾ അമ്മ സുമതിച്ചേച്ചിയോടു വിളിച്ചുപറഞ്ഞു:

"നീയൂടെച്ചെല്ലെടീ.... കടവിലിപ്പോ ആരും കാണില്ല."

മുഖത്തു പപ്പായക്കഷണം പുരട്ടി, കണ്ണാടിനോക്കിയിരിക്കുന്ന സുമതി ച്ചേച്ചി പക്ഷേ, കേട്ടഭാവം നടിച്ചില്ല.

"എന്താടീ...പറഞ്ഞതു കേട്ടില്ലേ? അതെങ്ങനാ, അനുസരണ പണ്ടേ യില്ലല്ലോ...ഈ മൂശേട്ടസ്വഭാവം കൊണ്ടാ നിനക്കു കൃത്യമായിട്ടു തീണ്ടാരി വരാത്തേ...മനസ്സു നന്നായിരിക്കണം...പോയി സുമിത്രേടെ ചന്തികടി..."

അമ്മ ചീറും.

"ഭാരതീ..."

അടുക്കളവരാന്തയിൽനിന്ന് അമ്മൂമ്മ താക്കീതുനൽകും.

"പിന്നെ പറയാതിരിക്കുന്നതെങ്ങനാമ്മേ?...സുമിത്രയ്ക്ക് തീണ്ടാരി കൃത്യം. ഇവൾക്കു തോന്നുംപോലെ. രണ്ടും എന്റെ വയറ്റീന്ന് ഒരേസമയ ത്തൊണ്ടായതല്ലേ...മനസ്സൂടെ നന്നായിരിക്കണം ഇതിനൊക്കെ... റാണീ... നീയൊന്നു ചെല്ലെടീ സുമിത്രേടെകൂടെ..."

കേൾക്കാത്ത താമസം, റാണിച്ചേച്ചി പുഴയിലേക്കോടി. ഇത്തിരി കഴിഞ്ഞ് അതേവേഗത്തിൽ മടങ്ങിയെത്തി.

"എന്താടീ..."

അമ്മ ചീറി.

"അപ്പറത്തെ സുലോചനച്ചേച്ചിയൊണ്ടു കടവിൽ.."

"അതുകൊണ്ട്...? നിനക്കവിടെനിന്നു സുമിത്രയെ ഒന്നു സഹായി ക്കരുതോ? നിന്റെ ചേച്ചിയല്ല്യോടീ അവള്? തുണി പിഴിഞ്ഞെടുത്താ അതെ ങ്കിലും വാങ്ങിച്ചോണ്ടുവാ...മഴയാന്നുപറഞ്ഞു മടിച്ചിരിക്കാതെ നിനക്കൂടെ മുങ്ങിക്കുളിച്ചാലെന്താ?"

ഞാൻ കോക്കിരി കാട്ടിയതു കണ്ടില്ലെന്നു നടിച്ച്, മനസ്സില്ലാ മനസ്സോടെ റാണിച്ചേച്ചി വീണ്ടും കടവിലേക്കു മടങ്ങി. എനിക്കു ചിരിവന്നു. മഴനൂലു കളെ പൊട്ടിച്ച്, അച്ഛൻ കിണറ്റുകരയിലേക്കു നടക്കുന്നതും കുളിക്കുന്നതും പിന്നെ, കാലൻകുട നിവർത്തി ഓഫീസിലേക്കു പോകുന്നതും നോക്കി ഞാൻ ഏറെനേരം ഇറയത്തിരുന്നു. സുമതിച്ചേച്ചി പപ്പായക്കറ ചുളുക്കിയ മുഖവു മായി വരാനിരിക്കുന്ന സൗന്ദര്യത്തിന്റെ സാധ്യതകളെ, കണ്ണാടിച്ചരിവിലൂടെ പരിശോധിച്ചും ഒളികണ്ണിട്ട് ഇടയ്ക്കിടെ എന്നെ നോക്കിയും അതേ ഇരുപ്പു തുടർന്നു. അപ്പോഴാണു റാണിച്ചേച്ചി ഓടിക്കിതച്ച് വീണ്ടും വന്നത്.

"സുമിത്രച്ചേച്ചി വെള്ളത്തി വീണു..."

പടിക്കൽവച്ചേ അവൾ വിളിച്ചുകൂവി. 'അയ്യോ' എന്നു വീടു നടുങ്ങി. അലറിവിളിച്ച് അടുക്കളയിൽനിന്നൊരു സ്റ്റീൽച്ചരുവം വരാന്തയിലൂടെ മുറ്റത്തേക്കോടിയിറങ്ങി. സുമതിച്ചേച്ചി ചാടിയെഴുന്നേറ്റു.

അപ്പോഴേക്കും ശ്രീധരൻമാഷിന്റെ ഭാര്യ സുലോചനച്ചേച്ചിയും അവ രുടെ കൈ പിടിച്ച്, കരഞ്ഞുകലങ്ങിയ കണ്ണുകളുമായി സുമിത്രച്ചേച്ചിയും

കുളിക്കടവിൽനിന്നു പാതിയുടൽനനവോടെ മറ്റുചിലരും വീട്ടുപടിക്കലെത്തിയിരുന്നു.

'എന്തുപറ്റിമോളേ 'എന്നു ചോദിച്ച് അമ്മ സുമിത്രച്ചേച്ചിയെ കെട്ടിപ്പിടിച്ചു.

"ഓ...ഭാഗ്യത്തിന് ഒന്നും പറ്റിയില്ല...," സുലോചനച്ചേച്ചി പറഞ്ഞു, "അക്കേരേലെ ആ കൃഷ്ണദാസ് ആ സമയത്ത് അതുവഴി വന്നതുകൊണ്ടു രക്ഷപ്പെട്ടു."

"ആര്?"

"മൈലാടുംപാറേലെ പുരുഷോത്തമൻ കൊച്ചാട്ടന്റെ മകൻ കൃഷ്ണദാസില്ല്യോ?"

"പട്ടാളത്തിലൊള്ള?"

"ആ അതുതന്നെ."

"എന്റീശ്വരാ..".

അമ്മ നെഞ്ചത്തു കൈവച്ചു പ്രാർഥിച്ചു.

"മഴക്കാലത്തു പൊഴേലെറങ്ങുമ്പോ സൂക്ഷിക്കണംന്നു ഞാനെപ്പഴും പറേന്നതാ...നീന്തലറിയാമെന്നു പറഞ്ഞിട്ടൊന്നും ഒരു കാര്യോമില്ല. അടീലെ ചുഴി ചെലപ്പോ കാലേച്ചുറ്റി വലിച്ചോണ്ടങ്ങുപോകും...."

അമ്മൂമ്മ കനത്ത സ്വരത്തിൽ പറഞ്ഞു. മുറുക്കാൻ നീട്ടുത്തുപ്പി, വേച്ചുവേച്ച് ചാറ്റൽമഴയത്തേക്കിറങ്ങിയ അമ്മൂമ്മ സുമിത്രച്ചേച്ചിയുടെ കൈയിൽ പിടിച്ചു.'അമ്മൂമ്മേ' എന്നു വിളിച്ച്, സുമിത്രച്ചേച്ചി അവരോടൊട്ടി.

"കരയണ്ടാ...ഒന്നുംപറ്റിയില്ലല്ലോ...കൃഷ്ണന്റമ്പലത്തിൽ ഒരു നെയ്‌വിളക്കുകൊളുത്താൻ മറക്കണ്ട. മോളു പോയി വേഷം മാറി കോളേജിൽ പോകാൻ നോക്ക്..."

അമ്മൂമ്മ സുമിത്രച്ചേച്ചിയുടെ കൈപിടിച്ചു വീട്ടിനുള്ളിലേക്കു നടന്നു.

"എന്റെ ഭാരതീ ഒന്നും പറേണ്ട...", അമ്മൂമ്മ പോയി എന്നുറപ്പാക്കി, സുലോചനച്ചേച്ചി അടുക്കളമുറ്റത്തേക്ക് അമ്മയെ വലിച്ചുമാറ്റിനിർത്തി അടക്കം പറഞ്ഞു, "ഞാൻ തുണി കുത്തിപ്പിഴിഞ്ഞോണ്ടു നിൽക്കുവാരുന്നു. ഇവളു പുതപ്പ് ഒലച്ചു പിഴിയാനായിട്ട് വെള്ളത്തിലേക്കിറങ്ങിയതു മണലുവാരിയ കുഴീലോട്ടാ...നിന്ന നിൽപ്പിൽ കാലുതെന്നി...നല്ല കുത്തൊഴുക്ക്....സുലോചനച്ചേച്ചീന്നൊള്ള വിളികേട്ടു ഞാൻ നോക്കുമ്പോ, സുമിത്ര താഴോട്ടൊഴുകിപ്പോവാ...എന്റെ തലയങ്ങു പെരുത്തു...അയ്യോ രക്ഷിക്കണേന്നു ഞാൻ അലറിയപ്പോളാ ദൈവം പറഞ്ഞയച്ചപോലെ അക്കരെ കടവീന്നു കൃഷ്ണദാസ് വെള്ളത്തിലേക്കു ചാടിയത്...പട്ടാളക്കാരന്റെ കരുത്തല്ല്യോ... കണ്ണടച്ചുതുറക്കുന്ന നേരംകൊണ്ട് അയാൾ ഇക്കരെയെത്തി...സുമിത്രേം തോളേവച്ച് നീന്തിയൊരു വരവ്...ഈ സിനിമേലൊക്കെ കാണുന്നപോലെ....ഹോ...അപ്പഴാ സമാധാനമായത്..."

"അങ്ങേരടെ കൈലികൊണ്ടു സുമിത്രച്ചേച്ചിയെ പൊതപ്പിച്ചു..."

റാണിച്ചേച്ചി ശബ്ദംതാഴ്ത്തി നാണത്തോടെ സുമതിച്ചേച്ചിയോടു രഹസ്യം പങ്കുവച്ചു.

"ആര്? ആ പട്ടാളക്കാരനോ?"

"ഉം...വെള്ളത്തിവീണപ്പോ സുമിത്രച്ചേച്ചീടെ തുണിയൊഴുകിപ്പോയി.."

സുമതിച്ചേച്ചീടെ കൈയിൽനിന്നു കണ്ണാടി നിലത്തേക്കു വഴുതി.

"സത്യമാണോ നീ പറേന്നേ?"

സുമതിച്ചേച്ചി ശ്വാസമിടിപ്പിനു കടിഞ്ഞാണിട്ടു.

"സത്യം..."

റാണിച്ചേച്ചി ആണയിട്ടു.

'അയ്യേ...നാണക്കേട്..."

ഞാൻ മൂക്കത്തുവിരൽവച്ചു.

അടുത്ത നിമിഷം കരിമൂർഖൻപോലെ ചീറി, സുമതിച്ചേച്ചി അകത്തേക്കു പാഞ്ഞിഴഞ്ഞുപോയി. റോസ് നിറമുള്ള ചതുരത്തിനുള്ളിൽ രണ്ടായി പിളർന്ന കണ്ണാടി കൈയിലെടുത്ത്, 'നമ്മടെ കണ്ണാടി പൊട്ടിയെടാ' എന്നു പറഞ്ഞു റാണിച്ചേച്ചി സങ്കടപ്പെട്ടു.

കൃത്യം ഒരാഴ്ച കഴിഞ്ഞ്, എഴുപതുവയസ്സുചെന്ന നാറാണൻ ചിലമ്പിച്ച തന്റെ ശബ്ദം കൊണ്ട് പുലരിയെ കൂവിത്തോൽപ്പിച്ച് വീട്ടുമുറ്റത്തു വന്നപ്പോൾ അമ്മയും അമ്മൂമ്മയും മുറ്റത്തേക്കിറങ്ങി.

"കൂൂൂൂൂൂയ്...കുഞ്ഞിന്റമ്മോ...ദേ...സുമതിക്കൊച്ചിനെ പൊഴേന്നു നാറാണൻ രക്ഷിച്ചിരിക്കുന്നു..."

"അയ്യോ...എന്തുപറ്റി നാറാണാ?"

അമ്മ ഓടിയെത്തുമ്പോൾ നനഞ്ഞ ഉടലുമായി സുമതിച്ചേച്ചി ഉറക്കെക്കരഞ്ഞ് മുറിയിലേക്കോടുകയായിരുന്നു.

"എന്തെങ്കിലുമൊക്കെ പറ്റിയേനേ...ഞാനൊണ്ടാരുന്നതുകൊണ്ട് ഭാഗ്യത്തിന് ഒന്നും പറ്റിയില്ല..."

മുറുക്കാൻ ചുവപ്പിച്ച തടിച്ച ചുണ്ടുകളിൽ നാവുഴിഞ്ഞ് നാറാണൻവീണ്ടും കൂവി...കറുപ്പു കട്ടകെട്ടിയ അയാളുടെ പല്ലുകൾ പുറത്തേക്കുന്തിവന്നു.

"പശൂനെ കുളിപ്പിച്ചോണ്ടു ഞാൻ താഴത്തെക്കടവിൽ നിൽക്കുവാരുന്നു....നിലവിളികേട്ടു നോക്കുമ്പോ കൊച്ചു കാലുതെറ്റി വെള്ളത്തിൽ വീണുകിടക്കുവാ...കടവിൽ വേറെ ആരുമില്ല. രക്ഷിക്കണേന്നു പറഞ്ഞ് കൊച്ചു വലിയവായിൽ കരയുന്നു...അക്കരെക്കടവില് ആ പട്ടാളക്കാരൻ മാത്രമൊണ്ട്...നിലവിളികേട്ട് അയാളെടുത്തു ചാടുന്നേനുമുമ്പേ ഞാൻ ചാടി...നമ്മടെ കൊച്ചു പൊഴേ വീണാൽ രക്ഷിക്കാൻ അക്കരക്കാരു വേണോ? ഇതുനല്ല കൂത്ത്...നാറാണനു വെശക്കുന്നു...വല്ലതും തന്നാട്ടെ...കുഞ്ഞിന്റച്ഛനോടു പറഞ്ഞ് ഇത്തിരിക്കാശും തന്നേപറ്റൂ..."

പിന്നീട്, വെട്ടിയിട്ട വാഴയിലയിൽ ഒരുഡസൻ ചൂട് ഇഡ്ഢലി രണ്ടായി മുറിച്ച് മുളകുചമ്മന്തിയിൽ മുക്കിയെടുത്തു നാറാണൻ വായിലേക്കിടുമ്പോൾ അകത്തെ മുറിയിൽ സുമതിച്ചേച്ചി ഉറക്കെച്ചിണുങ്ങി...

"ഒരു രക്ഷകൻ വന്നേക്കുന്നു...കെളവനു വേറൊരു പണീമില്ല..."

ഏഴ്

പായസമധുരം

പത്തവതാരങ്ങളുടെ അപാരസാധ്യതകളെ ഉള്ളിൽ ഒളിപ്പിക്കുമ്പോഴും, നിഷ്കളങ്കനായി പാൽക്കടലിൽ ശയിക്കുന്ന ദൈവത്തെപ്പോലെയായിരുന്നു അമ്പാഴത്തേലെ പെണ്ണുങ്ങൾ എന്ന നിരീക്ഷണം പായസം അപ്പൂപ്പന്റെ സ്വന്തമായിരുന്നു.

"ദുർഗയാകണോ? ആവും... മഹാകാളിയാകണോ? ആവും. അതല്ല, മഹാലക്ഷ്മിയാകണോ അതും എളുപ്പം. കേട്ടിട്ടില്ലേ, ഉണ്ണായി വാര്യർ ചൊല്ലിയത്...ദാരു തന്റെ പരിണാമേ, കില നാരിതന്റെ മനമാമേ എന്നു ചൊല്ലുന്നു ചിലർ, കല്ലെന്നും ചിലർ...മനസ്സിലായോ? പെണ്ണിന്റെ മനസ്സ് മരംകൊണ്ടോ കല്ലുകൊണ്ടോ ഒക്കെ ഉണ്ടാക്കിയതാണെന്ന്..."

അമ്പാഴത്തേലെ അടുക്കളയുടെയപ്പുറം വടക്കേ മുറ്റത്തു കൂട്ടിയ അടുപ്പുകല്ലിനുമേൽ പായസക്കൂട്ടിനെ ചട്ടുകത്തുമ്പിൽ ഒരുക്കിയെടുക്കുമ്പോൾ, അടുപ്പിൽനിന്നു പൊട്ടിയുയരുന്ന തീനാമ്പുകളെ നോക്കി തെല്ലപ്പുറത്തു തിണ്ണയിലിരിക്കുന്ന എന്റെ മുമ്പിൽ രഹസ്യമായി പായസമപ്പൂപ്പൻ കഥകളിപ്പദമാടും കുട്ടിയായിരിക്കുമ്പോഴും മുതിർന്നവരോടെന്നെ മട്ടിൽ എന്നോടു സംസാരിച്ചിരുന്ന ഒരേയൊരാൾ പായസമപ്പൂപ്പനായിരുന്നു.

അമ്മൂമ്മയ്ക്കുപോലും ഇഴപിരിച്ചെടുക്കാൻ കഴിയാത്ത, അപ്പൂപ്പന്റെ കുടുംബത്തിലെ അകന്ന ചാർച്ചയുടെ കണ്ണിയായിരുന്നു പായസമപ്പൂപ്പൻ. അയാളുടെ ശരിപ്പേര് അമ്മൂമ്മയ്ക്കും അറിയില്ല. ഞങ്ങൾ ചോദിക്കുമ്പോൾ ഓരോ തവണയും 'ഉണ്ണായിവാര്യർ' എന്നും 'ഇരയിമ്മൻതമ്പി'യെന്നുമൊക്കെ ഓരോ പേരു പറഞ്ഞു പായസമപ്പൂപ്പൻ ഞങ്ങളെ കബളിപ്പിച്ചു. ഉത്സവപ്പറമ്പുകളിലെ വർണക്കൊഴുപ്പുകൾക്കും കഥകളിയരങ്ങുകൾക്കും സ്വന്തം ജീവിതത്തിന്റെ പകുതിയും പകുത്തുകൊടുത്ത പായസമപ്പൂപ്പൻ അൻപത്തിയൊന്നാം വയസ്സിലാണു ഇരുപത്തിരണ്ടുകാരിയായ സരോജത്തെ വിവാഹം ചെയ്തത്. രവിക്കുട്ടനുണ്ടാകാൻ പിന്നെയും മൂന്നുവർഷം പിടിച്ചു. കുടുംബത്തിലെവിടെയും ഏതുവിശേഷത്തിനും പായസമുണ്ടാക്കുന്ന ചുമതല സ്വയം ഏറ്റെടുത്തനിമിഷം മുതൽ കുട്ടികളും മുതിർന്നവരുമെല്ലാം പായസമപ്പൂപ്പൻ എന്ന വിളിപ്പേര് അദ്ദേഹത്തിനു ചാർത്തി

ക്കൊടുത്തു. ഓരോരുത്തരുടെയും പിറന്നാളും വിവാഹവാർഷികവു മൊക്കെ പായസമപ്പൂപ്പനു കാണാപ്പാഠമാണ്. കഥകളിപ്പദത്തിന്റെ കൈ പിടിച്ചു പായസമപ്പൂപ്പൻ പടികയറി വരുമ്പോളാണു പലപ്പോഴും വിശേഷ ദിവസത്തെപ്പറ്റി വീട്ടുകാർ പോലും ഓർക്കുന്നത്. ഇത്തിരി ജ്യോതിഷവും കൈനോട്ടവുംകൂടി വശമുണ്ടായിരുന്നതിനാൽ അമ്മൂമ്മയ്ക്ക് പായസ മപ്പൂപ്പനെ വലിയ കാര്യമായിരുന്നു. ദശാകാലത്തിന്റെ നാഴികവിനാഴിക കൾ കൃത്യമായി കണക്കാക്കി അമ്മൂമ്മയെ വയ്യാത്തകാലത്തും മഠത്തിൽ ക്കാവമ്പലത്തിലേക്ക് ഓടിച്ചിരുന്നതു പായസമപ്പൂപ്പനായിരുന്നു എന്നതു രഹസ്യമല്ല. സുമതിച്ചേച്ചിയും സുമിത്രച്ചേച്ചിയും അമ്മ കാണാതെ ചെമ്പരത്തിച്ചുവപ്പുള്ള കൈപ്പടങ്ങൾ നീട്ടിപ്പിടിച്ച്, പായസമപ്പൂപ്പനു പിന്നാലെ കൊഞ്ചിനടക്കുമായിരുന്നു. വന്നാൽ ഒരാഴ്ച തങ്ങിയിട്ടേ പായസമപ്പൂപ്പൻ മടങ്ങൂ എന്നതുകൊണ്ട് അമ്മ പലപ്പോഴും മുഖം കറുപ്പിക്കാറുണ്ടായിരു ന്നെങ്കിലും പോകുംമുമ്പു രഹസ്യമായി പായസമപ്പൂപ്പനു മുമ്പിൽ കൈ പ്പടം മലർത്തിപ്പിടിച്ച് ഭാവിയുടെ ഇടംവലം തിരിവുകളെക്കുറിച്ച് ആശങ്ക പ്പെടുന്നതു ഞാൻ കണ്ടിട്ടുണ്ട്.

കരിങ്കല്ലിനുമുന്നിൽപ്പോലും കഥ വിളമ്പുന്ന സ്വഭാവക്കാരനായ പായസ മപ്പൂപ്പൻ വന്നാൽ, സന്ധ്യകളിൽ നല്ല അരങ്ങാണ്. ചുറ്റിസഞ്ചരിച്ച ക്ഷേത്ര ങ്ങളുടെ ചരിത്രവും കഥകളിയരങ്ങിന്റെ ഭാവവിസ്മയങ്ങളും എല്ലാംകൂടി ഞങ്ങൾക്കു നടുവിലേക്കു കുടഞ്ഞിടും. 'അയ്യോ, ഇന്നാർക്കും അത്താഴം വേണ്ടേ...'എന്നു ചോദിച്ച് അമ്മ ഒച്ചവയ്ക്കുന്നതുവരെ, വിശപ്പും ദാഹ വുമറിയാതെ ഞങ്ങളെല്ലാവരും പായസമപ്പൂപ്പനുചുറ്റും കൂടും. കഥ പറ യുമ്പോഴെല്ലാം പായസമപ്പൂപ്പന്റെ മടിയിൽ ചാരിക്കിടന്ന് രവിക്കുട്ടൻ എന്നെ നോക്കി വെറുതേ ചിരിക്കും. കഥയുടെ വഴിത്തിരിവിൽ മുഖമുദ്രകളുടെ കാഴ്ചഅനിവാര്യമെന്നു തോന്നിത്തുടങ്ങുമ്പോൾ അവനെഴുന്നേറ്റ് അമ്മൂ മ്മയുടെ മടിയിലിരിക്കും.

വൈകിയുണ്ടായ മകനായതുകൊണ്ടു പായസമപ്പൂപ്പൻ മാത്രമല്ല, എല്ലാവരും രവിക്കുട്ടനു വാൽസല്യം കോരിക്കൊടുത്തിരുന്നു. അച്ഛനും മകനും തമ്മിൽ വല്ലാത്തൊരു ബന്ധമായിരുന്നു. രവിക്കുട്ടനും പായസ മപ്പൂപ്പനുംകൂടി പോകുന്നതുകണ്ടാൽ അപ്പൂപ്പനും കൊച്ചുമകനുമെന്നേ ആരും കരുതൂ. രവിക്കുട്ടനുണ്ടായി രണ്ടാംവർഷം ഭാര്യ സരോജം പായസ മപ്പൂപ്പനെ ഉപേക്ഷിച്ചുപോയി. പിന്നെ അവന് എല്ലാം പായസമപ്പൂപ്പനായി രുന്നു. സദാ അവരൊരുമിച്ചായി നടപ്പും കിടപ്പും. ഒരേസമയം രവിക്കുട്ടന് അമ്മയും അച്ഛനും മുത്തച്ഛനുമായി, പായസമപ്പൂപ്പൻ. അകന്നിരിക്കേണ്ടി വരുമെന്ന ഭയംകൊണ്ടുമാത്രം രവിക്കുട്ടനെ സ്കൂളിൽ അയച്ചില്ല. പക്ഷേ, തനിക്കറിയാവുന്നതെല്ലാം മകനു പകർന്നുകൊടുക്കാൻ പായസമപ്പൂപ്പൻ മറന്നില്ല. സ്കൂളിൽപഠിക്കുന്ന എന്നേക്കാൾ നന്നായി അക്ഷരമെഴുതാനും വായിക്കാനും ചെറിയ പ്രായത്തിലേ രവിക്കുട്ടനു കഴിയുമായിരുന്നു.

രവിക്കുട്ടനുമുന്നിൽ പായസമപ്പൂപ്പൻ കൂടുതൽ വാചാലനായിരുന്നു. മുതിർന്നവരോടു സംസാരിക്കുംപോലെ ലോകത്തെ ഏതുവിഷയത്തെ പ്പറ്റിയും അയാൾ മകനോടു സംസാരിക്കും. കുട്ടികൾ പായസമപ്പൂപ്പന്റെ

തോന്ന്യാസങ്ങൾ കേട്ടിരിക്കുന്നതിനു വീട്ടിൽ പരസ്യമായ വിലക്കു കല്പി ച്ചിട്ടുണ്ടെങ്കിലും അപ്പൂപ്പന്റെ തലവെട്ടം കണ്ടാൽ അടുത്തനിമിഷം ഞാൻ മുറ്റത്തേക്കോടിയെത്തുമായിരുന്നു. പായസത്തിനായി ചിരണ്ടിയിട്ട ശർ ക്കരയിൽ തേങ്ങതിരുമ്മി വാഴയിലയിൽ നിരത്തി, പായസമപ്പൂപ്പൻ എനിക്കും രവിക്കുട്ടനും നീട്ടും. ഞങ്ങളതുമായി തിണ്ണയിൽ മുട്ടിയുരുമ്മി യിരിക്കും. എന്നേക്കാൾ രണ്ടുവയസിന് ഇളപ്പമായിരുന്നു രവിക്കുട്ടനെങ്കിലും ഞാൻ കണ്ടതിനേക്കാൾ കാഴ്ചകളുടെ തിളക്കങ്ങളും ഞാൻ അറിഞ്ഞ തിനേക്കാൾ അറിവിന്റെ ഭാരവും അവന്റെ ഭാവങ്ങളിലൊളിച്ചുകിടന്നു.

എന്റെ പത്താം പിറന്നാളിനു തലേന്നു വൈകുന്നേരം പായസമപ്പൂപ്പൻ പടികടന്നെത്തിയപ്പോഴേ അമ്മ അമ്മൂമ്മയോട് കലമ്പിത്തുടങ്ങിയിരുന്നു.

“നല്ല നേരത്താ അങ്ങേരെ കെട്ടിയെടുത്തേക്കുന്നേ...തനിച്ചാന്നേൽ വേണ്ടില്ല...ആ കൊച്ചുകുരിപ്പുമൊണ്ട്. ഇനി അവർക്കൂടെ വച്ചുവിളമ്പണം.”

“പതുക്കെപ്പറ.”

അമ്മൂമ്മ ശാസിച്ചു.

“പിന്നെ പറയാതെങ്ങനാ..എനിക്കു വയറുവേദന തൊടങ്ങി. മിക്ക വാറും ഇന്നുതന്നെ തീണ്ടാരിയാവുന്ന ലക്ഷണമാ...”

“പഷ്ട്...”

അമ്മൂമ്മ മുറ്റത്തേക്കു നീട്ടിത്തുപ്പി.

“അമ്മ പറേന്നേ കേട്ടാത്തോന്നും ഞാനറിഞ്ഞോണ്ടു വിളിച്ചുവരു ത്തിയതാന്ന്.”

അമ്മ വീണ്ടും മുഖം വീർപ്പിച്ചു.“എന്നാലും ചെക്കന്റെ പിറന്നാളല്ലേ... ഇത്തിരി പായസമില്ലാതെങ്ങനാ?”

“ആരൊരുക്കുമെന്നാ അമ്മ പറേന്നേ?”

“അതൊക്കെ അങ്ങേരു ചെയ്തോളും.”

“ദേ...അമ്മേ, എന്നെക്കൊണ്ടൊന്നും പറയിക്കരുത്,” കാടിവെള്ളം കോപത്തിന്റെ കരുത്തോടെ മുറ്റത്തെ കലത്തിലേക്കു കുത്തിയൊഴിച്ച് അമ്മ തലവെട്ടിച്ചു, “അങ്ങേരു പായസം വയ്ക്കും. പക്ഷേ, എല്ലാം അടു പ്പിച്ചുകൊടുക്കാതെ പറ്റുമോ? ശർക്കരേം തേങ്ങേമൊക്കെ തനിയെ നടന്നു ചെല്ലുമോ?”

“അതൊക്കെയങ്ങു നടക്കും,” അമ്മൂമ്മ അരിഞ്ഞുകൂട്ടിയ ശർക്കര പ്പുകയില വായിലേക്കു തിരുകിക്കൊണ്ടുപറഞ്ഞു, “സുമതീം സുമിത്രേ മില്ലേ ഇവിടെ? അവരു ചെയ്തോളും.”

“അവരു ചെയ്യും...വല്ലോം ഒണ്ടാക്കിവച്ചാ വന്നു നക്കും...”

മുരിങ്ങയിലയൊടിക്കാൻ വടക്കേമുറ്റത്തേക്കോടുന്നതിനിടയിൽ അമ്മ അടിവയറ്റിൽ തടവിക്കൊണ്ടു ചീറി.

പിറ്റേന്നു രാവിലെ വാർപ്പെടുക്കാൻ പായസമപ്പൂപ്പൻ മച്ചിൽ കയറു മ്പോൾ അമ്മ വിറകുപുരയിലെ കയറ്റുകട്ടിലിൽ വീണുകഴിഞ്ഞിരുന്നു.

"പത്താം പെറന്നാളൊന്നും ആഘോഷിക്കാൻ ഇവിടെ പാങ്ങില്ല പായസമപ്പൂപ്പാ...അടുത്ത കൊല്ലം മുതൽ ഇതു വേണ്ടാ. അമ്മേടെ പെറന്നാള്...അതു മാത്രം ആഘോഷിച്ചാമതി."

വിറകുപുരയിലെ ഇരുട്ട് സംസാരിച്ചു.

"എന്റെ പെറന്നാളിന് അടുത്ത തവണേം പായസം വയ്ക്കണം."

ഞാൻ വിളിച്ചു പറഞ്ഞു.

"പായസം...കൊറെ പായസം വച്ചു നക്കിത്തിന്നാമതിയല്ലോ....നീ മാത്രമല്ല, എനിക്കു പിള്ളേര്..."

'മിണ്ടണ്ടാ, താൻ പായസം വച്ചുതരാമെന്ന്' പായസമപ്പൂപ്പൻ കാട്ടിയ കൈമുദ്രയിൽ എന്റെ കരച്ചിൽ നിലച്ചു.

"നിന്റമ്മ കാണാതെ തിന്നോ...," ഉണക്കമുന്തിരിയുടെയും കശുവണ്ടിപ്പരിപ്പിന്റെയും കഷണങ്ങൾ ശർക്കരപുരണ്ട വിരലുകൾകൊണ്ടു വാഴയിലയിലേക്കു ചൊരിഞ്ഞ് പായസമപ്പൂപ്പൻ പറഞ്ഞു, "ഭാരതി ഇന്ന് എടത്തൂടാ എണീറ്റേന്നു തോന്നുന്നു...കണ്ടില്ലേ കാളിയെപ്പോലിരിക്കുന്നേ?? ആരെപ്പോലെ?"

"കാളി..."

ഞാൻ പറഞ്ഞു.

"അതുതന്നെ...ഭദ്രകാളീടെ അതേ മുഖമല്ലേ അവൾക്കിപ്പോ? ഒന്നു നോക്കിക്കേ..."

ഞാനും രവിക്കുട്ടനും ചിരിയമർത്തി ജനാലപ്പഴുതിലൂടെ അമ്മയെ ഒളിഞ്ഞുനോക്കി.

പായസമപ്പൂപ്പൻ പറഞ്ഞതു ശരിയായിരുന്നു. വിറകുപുരയുടെ ഇരുട്ടിൽ കയറ്റുകട്ടിയിൽ കിടന്ന അമ്മയുടെ മുഖം കടന്നൽ കുത്തിയപോലെയായിരുന്നു. തീണ്ടാരിയാകുമ്പോഴെല്ലാം അമ്മയുടെ മുഖം അങ്ങനെയായിരുന്നു. എല്ലാവരോടും കോപമാണപ്പോൾ. ചേച്ചിമാരെ 'മൂശേട്ടേ' എന്നും എന്നെ 'തലതെറിച്ചവനേ' എന്നും ശകാരിച്ചുകൊണ്ടേയിരിക്കും. ചിലപ്പോൾ അതുകേട്ടു കരയുന്ന എന്നെ അമ്മൂമ്മ കൽക്കണ്ടത്തുണ്ടുകൾ തന്നു സമാധാനിപ്പിക്കും.

"ഇന്നെന്താ ഭാരതിക്ക്? വെറുതേ ചാടിക്കടിക്കാൻ വരുവല്ലേ..."

അമ്മൂമ്മയുടെ വെറ്റിലച്ചെല്ലത്തിൽനിന്നു സ്വാതന്ത്ര്യത്തോടെ തളിർവെറ്റില തിരഞ്ഞെടുത്തു വാസനച്ചുണ്ണാമ്പുകൊണ്ടു കുറിവരയ്ക്കുന്ന പായസമപ്പൂപ്പൻ പതിയെ അമ്മൂമ്മയോടു ചോദിച്ചു.

"ദേഷ്യം കൊണ്ടല്ലെടോ...അവൾക്ക് തീണ്ടാരിയാ...ഈ സമയത്ത ങ്ങനാ.."

"എന്നാലും...ഇതിത്തിരി കടുപ്പമാ..." പായസമപ്പൂപ്പൻ തിടുക്കത്തിൽ അടയ്ക്കയരിഞ്ഞു വായിലേക്കു തള്ളി, അടുപ്പിനടുത്തേക്കു മടങ്ങി. വാർപ്പിനു നാണച്ചിരി സമ്മാനിച്ച് ചട്ടുകം കൊണ്ട് ഇക്കിളിയിട്ട് പായസമപ്പൂപ്പൻ എന്റെ നേരേ തിരിഞ്ഞ് അടക്കിപ്പിടിച്ച ശബ്ദത്തിൽ പറഞ്ഞു, "അല്ലേലും

അമ്പാഴത്തേലെ പെണ്ണുങ്ങളൊക്കെ പണ്ടുമുതലേ ഇങ്ങനാ...ചുമ്മാ കെടന്നു ചീറും."

ഞാൻ കൈവെള്ളയിൽ പറ്റിയ ശർക്കരപ്പൊടി നക്കിനുണഞ്ഞു മധുരിക്കുന്ന ചിരി ചിരിച്ചു.

"അമ്പാഴത്തേലല്ലാതെ, ലോകത്തെടെങ്കിലും കെട്ടിയോന്മാര് അച്ചിവീട്ടിൽ വന്നു താമസിക്കുമോ? നിങ്ങളു പറ..." വലിയ വിറകുകഷണങ്ങൾ അടുപ്പിനു കീഴിലേക്കു തള്ളി, തീ ചുവപ്പിച്ച മുഖം തോർത്തുകൊണ്ടു തുടച്ചു പായസമപ്പൂപ്പൻ പറഞ്ഞു, "പണ്ടു നിന്റപ്പൂപ്പൻ അമ്മൂമ്മേടെ വീട്ടിൽ വന്നു പൊറുത്തു. ഇപ്പോ, ദേ നിന്റച്ഛൻ ഭാരതീടെ കൂടെ കെട്ടിക്കേറിവന്നു. ഭാരതീടെ രണ്ടനിയത്തിമാരുടേം കെട്ടിയോന്മാര് അവനോന്റെ നാട്ടിൽ ഒരുതുണ്ടുഭൂമി വാങ്ങി കൂരകൂട്ടാതെ, അച്ചിവീട്ടിലേക്കു കെട്ടിയെടുത്തു. എന്താ കാര്യം? അമ്പാഴത്തേലെ പെണ്ണുങ്ങടെ മിടുക്കു തന്നെ...പക്ഷേ, നിന്റച്ഛനൊരു പാവമാ കേട്ടോ...അല്ല...ആണുങ്ങളെല്ലാം പാവമാ...പെണ്ണുങ്ങളാ ഭരണം....കലികാലം..."

"പിള്ളാരോടു തോന്നിവാസം പറഞ്ഞിരിക്കാതെ, വെയിലൊറയ്ക്കുന്നേനുമുമ്പു പായസം വാങ്ങാൻ നോക്ക് പായസമപ്പൂപ്പാ..."

പായസമപ്പൂപ്പന്റെ കുശുകുശുപ്പ് മണത്തറിഞ്ഞു വിറകുപുരയിൽനിന്ന് അമ്മ ഉച്ചത്തിൽ വിളിച്ചുപറഞ്ഞു.

"പായസം വേവാനും വാങ്ങാനും ഒക്കെ ഒരു നേരമുണ്ട്, ഭാരതിയേ... ചുമ്മാതങ്ങു ചെയ്യാനൊക്കുമോ?"

"എന്നാ നല്ലനേരം നോക്കി വാങ്ങിയാമതി..."

അമ്മ ചീറി.

പായസമപ്പൂപ്പൻ രവിക്കുട്ടനെ നോക്കി വായപൊത്തിച്ചിരിച്ചു.

"വെറുതേ ദേഷ്യം...പാവം എന്നോടെന്തിനാ ഈ കൊച്ചിങ്ങനെ കലഹിക്കുന്നേ?" പായസമപ്പൂപ്പൻ എന്നെ നോക്കി കൈമുദ്രകാട്ടി ഈണത്തിൽ പാടി, "അന്തകവൈരി പാദചിന്തനം കുറകയോ? ബന്ധമെന്തെനിക്കേവം സന്താപം വരുവാൻ?"

അടുപ്പിലെ ചാരം പറന്നുപറ്റിയ, ചുള്ളിക്കമ്പുപോലുള്ള കാലുകൾ പതിയെ ചുവടുവയ്ക്കുന്നതുകണ്ടു ഞാൻ വായപൊത്തിച്ചിരിച്ചു.

"**ആ**ദ്യം മകനെയോർത്ത് അച്ഛൻ സങ്കടപ്പെടും. പിന്നെ അച്ഛനെയോർത്തു മകൻ നീറും ജീവിതകാലം മുഴുവൻ. അത്രയേ പറയുന്നുള്ളൂ, തൽക്കാലം."

അമ്മൂമ്മ പാതികുടിച്ചു ബാക്കിതന്ന പാൽഗ്ലാസിന്റെ അടിത്തട്ടിൽ കുഴഞ്ഞുകിടന്ന ഹോർലിക്സിന്റെ അവസാനത്തെ കുഴമ്പും വിരൽകൊണ്ടു തോണ്ടിയെടുത്തു നാവിൽ തൊടുമ്പോൾ, വാൽസല്യത്തോടെ എന്റെ തലയിൽ തടവി, പായസമപ്പൂപ്പൻ അമ്മൂമ്മയോടു പറഞ്ഞു.

"ശിവരാജൻനായർഎന്തെങ്കിലും അരുതാത്തതു പറഞ്ഞൂന്നുപറഞ്ഞ്, താൻ എന്റെ കൊച്ചിനെ ശപിക്കല്ലേ..."

അമ്മൂമ്മ ആശങ്കപ്പെട്ടു.

“അയ്യയ്യോ...ശപിക്കാനോ? അങ്ങേരു പഞ്ചപാവം. ഞാൻ പറയാനുള്ളതു പറഞ്ഞു. ശിവരാജൻകുഞ്ഞും പറഞ്ഞു. അതവിടെ തീർന്നു. ചിലകാര്യങ്ങളു ചൂണ്ടിക്കാണിക്കാനേ നമുക്കുപറ്റൂ... ഒരു കല്ലു വഴീക്കെടപ്പുണ്ട്, കാലു തട്ടുംന്നു പറയാം. പക്ഷേ, ആ കല്ലെടുത്തു മാറ്റിവയ്ക്കാൻ അധികാരമില്ല.”

“എടോ, താൻ ആധിപിടിപ്പിക്കാതെ, കാര്യം തെളിച്ചുപറ.”

അമ്മൂമ്മ പിന്നെയും പരവശയായി.

കഥയൊന്നും മനസ്സിലാകാതെ, ഞാൻ വിരൽത്തുമ്പിലെ ഹോർലിക്സ് രവിക്കുട്ടന്റെ ചുണ്ടിലൊട്ടിച്ച്, അവന്റെ കൈയും പിടിച്ചു തൊടിയിലേക്കോടുമ്പോൾ, “പാവം കുട്ടി,”എന്നു പറഞ്ഞ് പായസമപ്പൂപ്പൻ അമ്മൂമ്മയ്ക്കരികിലേക്കു പലകയിട്ടിരുന്നു.

മൂന്നാംക്ലാസിലെ വേനൽപ്പൂട്ടിന്റെ കാലമായിരുന്നു അത്. സ്കൂളടച്ചപ്പോഴേ രവിക്കുട്ടൻ വീട്ടിലെത്തി. വെയിലിനുപോലും മാമ്പഴ മണം നൽകി, തൊടിയിലെങ്ങും നാട്ടുമാങ്ങാ പൊഴിയുന്നകാലം. ഓരോ കാറ്റിന്റെയും കൈപിടിച്ച് ഞാനും രവിക്കുട്ടനും തൊടിയിലേക്കോടി. ചിലപ്പോൾ ഞങ്ങളെ തോൽപ്പിച്ചു റാണിച്ചേച്ചി കാറ്റിനേക്കാൾ മുമ്പേ പാഞ്ഞു. അണ്ണാൻ കയറിയ മരച്ചില്ലയുടെ ചലനരഹസ്യങ്ങൾക്കു കാതോർത്ത് ഞങ്ങൾ മയിലാപ്പൂമാവിനു ചോട്ടിൽ നിൽക്കുമ്പോഴാണ് ഒരു രാവിലെ, പടിക്കൽ കന്നാലി കരഞ്ഞത്. നോക്കുമ്പോൾ, ഇളം തവിട്ടുനിറമുള്ള ഒരു പശുക്കിടാവിന്റെ കയറിനുതുമ്പിൽ പിടിച്ച് അച്ഛൻ. ഞാനും റാണിച്ചേച്ചിയും അച്ഛനരികിലേക്കോടി.

“അയ്യാ...പശു...പശു...”

ഞങ്ങൾ അച്ഛനുചുറ്റും വട്ടം ചവിട്ടി. ശബ്ദം പരിഭ്രമിപ്പിച്ച പശുക്കിടാവ് കയറു പൊട്ടിച്ച് തൊടിയിലേക്കോടാൻ തിടുക്കപ്പെട്ടു.

“ഇതെവിടുന്നാ?”

അമ്മ അടുക്കളമുറ്റത്തേക്കിറങ്ങിവന്നു.

“അതൊക്കെ കിട്ടി.”

അച്ഛൻ അഭിമാനത്തോടെ ചിരിച്ചു.

“കിട്ടീന്നു പറഞ്ഞാൽ?”

“വാങ്ങിച്ചതാടീ...”

“എന്റീശ്വരാ...ആരു നോക്കും ഇതിനെ? അമ്മേ. ഇതുകണ്ടില്ലേ...”

അമ്മ തുണയ്ക്കായി അമ്മൂമ്മയെ കൂട്ടുപിടിച്ചു.

“ഇതെന്തൊരു സ്വഭാവമാ... ഒന്നുമാലോചിക്കാതെ ഇങ്ങനെ...”

അമ്മ അച്ഛനോടു ചിണുങ്ങി. മുറ്റത്തെ പേരമരത്തിൽ പശുക്കിടാവിനെ കെട്ടി, കൈകഴുകുന്നതിനിടയിൽ അച്ഛൻ തല വെട്ടിച്ചു.

"എന്താ ഇത്ര ആലോചിക്കാൻ? ഒരു പശുക്കിടാവിനെ തരത്തിനു കിട്ടി, കൊണ്ടുവന്നു."

"ഇതിനെ ആരു നോക്കുംന്നു വിചാരിച്ചാ? അല്ലെങ്കിത്തന്നെ ഇതിനെ കെട്ടാനൊരു എരുത്തിലുണ്ടോ ഇവിടെ?"

"അതൊക്കെ പണിയാം."

"എത്ര നിസാരമായിട്ടാ പറയുന്നേ... അടുക്കളേന്നിറങ്ങാൻ നേരമില്ലാത്ത ഞാൻ വേണമിനി ഇതിനെ കുളിപ്പിക്കാനും ഇതിനു പുല്ലരിയാനും നടക്കാൻ അല്ലേ?"

അമ്മ കരച്ചിലിന്റെ വക്കിലെത്തി.

"ഞങ്ങളു നോക്കിക്കോളാമമ്മേ.... പശൂനെ ഞ ങ്ങളു നോക്കിക്കോളാം."

ഞാനും റാണിച്ചേച്ചിയും പശുവിനെ താലോലിച്ചു. അരമുള്ള മൂക്ക് ഞങ്ങളുടെ മേലേ ഉരസി മണം പിടിച്ചും ചെവികൾ നിരന്തരം ചലിപ്പിച്ചും പശുക്കുട്ടി പെട്ടെന്നുതന്നെ ഞങ്ങളോടിണങ്ങി.

"പോ പിള്ളാരേ... നിങ്ങളു നോക്കി..." അമ്മ ശബ്ദമുയർത്തി, "ആരുടെ കൈയീന്നാവാങ്ങിയേന്നുവച്ചാൽ അവർക്കങ്ങു കൊണ്ടുക്കൊടുത്താട്ടേ..."

അമ്മ അച്ഛനെ അനുനയിപ്പിക്കാൻ ശ്രമിച്ചു.

"പശു വീടിനൊരു ഐശ്വര്യമാടീ...കളയണ്ട."

അമ്മൂമ്മ അടുക്കളത്തിണ്ണയിൽ വന്നിരുന്നു പശുക്കിടാവിനെ കണ്ണെടുക്കാതെ നോക്കി അമ്മയോടു പറഞ്ഞു.

"അമ്മയിതെന്തറിഞ്ഞോണ്ടാ?"

അമ്മ ചീറി.

"അച്ഛാ... ഈ പശൂനെ ഞങ്ങക്കു വേണം... തിരിച്ചുകൊടുക്കല്ലേ..."

ഞാനും റാണിച്ചേച്ചിയും അച്ഛന്റെ കൈ പിടിച്ചു വലിച്ചു.

"നിങ്ങളെടുത്തോ... പക്ഷേ, എന്നും പുല്ലരിഞ്ഞുകൊടുക്കണം. കുളിപ്പിക്കണം. സമ്മതിച്ചോ?" അച്ഛൻ ചോദിച്ചു.

"സമ്മതിച്ചു. സമ്മതിച്ചു."

ഞാൻ ഉറക്കെപ്പറഞ്ഞു.

"ഇതിപ്പോ പള്ളിക്കൂടം അവധിയല്ല്യോ ഭാരതീ... പിള്ളാരൊക്കെക്കൂടെ നോക്കിക്കോളും. സ്കൂളു തൊറക്കുമ്പോ... അതന്നേരം നമ്മക്ക് ആലോചിക്കാം."

അമ്മൂമ്മ പറഞ്ഞു.

"അമ്മേം പിള്ളേരുംകൂടെ നോക്കും. ഞാൻ നോക്കത്തില്ല..."

അമ്മ കലിതുള്ളി അകത്തേക്കു പാഞ്ഞു.

പിറ്റേന്നുച്ചതിരിഞ്ഞ്, അച്ഛൻ രണ്ടു പണിക്കാരുമായെത്തി വടക്കേ മുറ്റത്തു തൊഴുത്തിന്റെ പണി തുടങ്ങുമ്പോളാണു പായസമപ്പൂപ്പൻ പടി കടന്നെത്തുന്നത്.

"ദെന്താ ഇവിടെ പരിപാടി?"

പായസമപ്പൂപ്പൻ കൗതുകത്തോടെ അച്ഛനോടു ചോദിച്ചു.

"ഒരു പശുക്കിടാവിനെ കിട്ടി. തൽക്കാലത്തേക്കൊരു തൊഴുത്ത് തട്ടിക്കൂട്ടാമെന്നു കരുതി."

"ഇവിടെയോ?" പായസമപ്പൂപ്പൻ നെറ്റി ചുളിച്ചു, "ഇതു സ്ഥാനം നന്നല്ലല്ലോ ശിവരാജൻകുഞ്ഞേ..."

"എന്താ കുഴപ്പം."

"നന്നല്ല. അതുതന്നെ."

പണിക്കാർ പൊടുന്നനെ ജോലി നിർത്തി അച്ഛനെ തുറിച്ചുനോക്കി. ജോലി തുടരാനാംഗ്യം കാട്ടി അച്ഛൻ ചിരിച്ചുകൊണ്ടു പായസമപ്പൂപ്പനോടു പറഞ്ഞു:

"നാൽക്കാലിക്കു കേറിക്കിടക്കാനൊരു കൂര പണിയുമ്പോ അതിനു സ്ഥാനം നോക്കണോ?...കാട്ടിൽ ചുറ്റിനടന്നകാലത്ത് മൃഗങ്ങളൊക്കെ സ്ഥാനോം നേരോം നോക്കിയാരുന്നോ ജീവിച്ചേ? എനിക്കിതിലൊന്നും വിശ്വാസമില്ല പായസമപ്പൂപ്പാ."

"അങ്ങനല്ല, കുഞ്ഞേ... വാസസ്ഥാനത്തോടു ചേർന്ന് മറ്റൊരു വാസസ്ഥാനം പണിയുമ്പോ, കന്നാലിക്കായാലും മനുഷ്യനായാലും അതിനു ചില ചിട്ടകളുണ്ട്."

ഓടിവന്നു കൈയിൽ ചുറ്റിയ രവിക്കുട്ടനെ ചേർത്തുപിടിച്ചു പായസമപ്പൂപ്പൻ പറഞ്ഞു.

"ഒരു തൊഴുത്തുപണിയുമ്പോ പിണങ്ങുന്ന ദൈവമാണെങ്കിൽ അങ്ങു പിണങ്ങട്ടെ."

അച്ഛൻ പരിഹസിച്ചു.

പായസമപ്പൂപ്പന്റെ മുഖം തുടുത്തു. ഇല്ലാത്ത മുറുക്കാൻ നീട്ടിത്തുപ്പി, പായസമപ്പൂപ്പൻ തിടുക്കത്തിൽ അമ്മൂമ്മയ്ക്കരികിലേക്കു നടന്നു.

"കന്നാലി വാഴില്ല ഇവിടെ.നോക്കിക്കോ... എന്തും ഇരിക്കേണ്ടിടത്തിരിക്കണം. ഇല്ലെങ്കിൽ അധികപ്പറ്റാ. അതു തൊഴുത്തായാലും മനുഷ്യനായാലും..."

വെറ്റിലച്ചെല്ലം അടുത്തേക്കു വലിച്ച് പായസമപ്പൂപ്പൻ പറഞ്ഞു. അപ്പോഴാണ് അമ്മൂമ്മയുടെ കൈയിലെ സ്റ്റീൽ ഗ്ലാസിലെ ഹോർലിക്സ് മണമറിഞ്ഞ് ഞാൻ അവിടേക്കോടിച്ചെന്നത്.

"സത്യമാണോ?"

അമ്മൂമ്മ പരിഭ്രമിച്ചു.

"പിന്നല്ലാതെ?"

"അയ്യോ... ശിവരാജൻനായരേ.."

അമ്മൂമ്മ ഉറക്കെ വിളിക്കാനായുമ്പോൾ പായസമപ്പൂപ്പൻ കൈയെടുത്തു വിലക്കി.

"വേണ്ട. അയാടെ മനസു മാറ്റാനാവില്ല. തീരുമാനിച്ചാ തീരുമാനിച്ചതാ. അതാ പ്രകൃതം."

"പാവമാടോ..."

അമ്മൂമ്മ പറഞ്ഞു.

"അതുപിന്നെ എനിക്കറിയരുതോ? ഞാൻ പറഞ്ഞതു ശിവരാജൻ കുഞ്ഞിനു വിശ്വാസമായില്ല. പാവത്തിനു പറ്റാൻ പോകുന്നതു ഞാൻ പറയട്ടെ, ആദ്യം മകനെയോർത്ത് അച്ഛൻ സങ്കടപ്പെടും. പിന്നെ അച്ഛനെയോർത്ത് മകൻ നീറും ജീവിതകാലം മുഴുവൻ. അത്രയേ പറയുന്നുള്ളൂ, തൽക്കാലം."

രവിക്കുട്ടന്റെ കൈപിടിച്ചു തൊടിയിലേക്കോടുമ്പോഴും പായസമപ്പൂപ്പന്റെ വാക്കുകൾ എന്റെ കാതിൽ മുഴങ്ങി. പായസമപ്പൂപ്പൻ പറഞ്ഞത് എന്റെച്ഛനെക്കുറിച്ചുതന്നെയായിരിക്കുമോ? തൊഴുത്തുമേയാനുള്ള ഓല അടുക്കിവയ്ക്കുന്ന അച്ഛനെ അതിരില്ലാത്ത സ്നേഹത്തോടെ ഞാൻ തലതിരിച്ചു നോക്കി. മാമ്പഴമണമുള്ള മയിലാപ്പൂമാവിന്റെ തണലിൽ നിൽക്കുമ്പോഴും എന്റെ മനസ് പായസമപ്പൂപ്പന്റെ വാക്കുകളിൽ ഉടക്കിക്കിടക്കുകയായിരുന്നു. ഞാൻ വീണ്ടും വടക്കേത്തിണ്ണയിലേക്കോടി. മുറുക്കാൻ ചെല്ലം ചുവരിനരികിലെ പെട്ടിക്കുതാഴേക്കു നിരക്കിവച്ച് പായസമപ്പൂപ്പൻ എഴുന്നേൽക്കുകയായിരുന്നു അപ്പോൾ.

"വരാനിരിക്കുന്ന കാര്യങ്ങളാണ്. ചിലത് എങ്ങും തൊടാതെ ഇങ്ങനൊക്കെ പറയാനേ പാടുള്ളൂ... അതാ ശാസ്ത്രം. പക്ഷേ, നടന്നതുപോലെ എനിക്കതു കാണാം. ഒരുനാളും നിരൂപിതമല്ലേ ഉദന്തമിതൊരുനാളും നിരൂപിതമല്ലേ...."

"കഥകളിപ്പദം ചൊല്ലാൻ കണ്ട നേരം."

അമ്മൂമ്മ പിറുപിറുത്തു.

പായസമപ്പൂപ്പൻ അതു കേൾക്കാതെ, എന്റെ നിറുകയിൽ വാൽസല്യത്തോടെ തലോടി പദം ചൊല്ലി...

"ഉന്മാദം കൊണ്ടു ചെയ്ത കന്മഷം ക്ഷമിക്ക നീ...."

അമ്മൂമ്മയുടെ കണ്ണിലെ നനവ് എന്നെ മാടിവിളിച്ചു.

"എന്റെ കുട്ടൻ വാ... അമ്മൂമ്മേടെ അടുത്തിരി..."

അമ്മൂമ്മ എന്നെ ഭസ്മം മണക്കുന്ന ഉടലിനോടു ചേർത്തിരുത്തി.

കൃത്യം ഒരാഴ്ച കഴിഞ്ഞ്, ഒരു സന്ധ്യയിൽ വല്ലാത്തൊരു നിലവിളിയോടെ നന്ദിനിയെന്നു ഞങ്ങൾ പേരിട്ടുവിളിച്ച പശുക്കിടാവ്,

വാൽസല്യത്തിന്റെ ചരടുപൊട്ടിച്ച്, പച്ചപ്പുല്ലിന്റെ പാതിരുചി വായിൽ ബാക്കിവച്ച്, തൊഴുത്തിൽ കുഴഞ്ഞുവീണപ്പോൾ എല്ലാവരുമവിടേക്കോടി.

വായിൽനിന്നു പതയും നുരയും ഒഴുക്കുന്ന നന്ദിനിയുടെ തലയിൽ തടവി, ശ്രീധരൻമാഷിന്റെ ഭാര്യ സുലോചനച്ചേച്ചിയാണ് "വിഷം തീണ്ടിയതാണെന്നു തോന്നുന്നല്ലോ ഭാരതീ..." എന്ന് ആദ്യം സംശയം ഉന്നയിച്ചത്,

"അയ്യോ...," അമ്മ നിലവിളിച്ചു, "ഞാന്നനേ പറഞ്ഞതാ, ഇതിനെയൊന്നും ഈ വീട്ടിൽ വേണ്ടെന്ന്..."

രാത്രി, നന്ദിനിയെ കുഴിച്ചിടാൻ തെക്കേ തൊടിയിൽ മണ്ണുമാന്തുന്ന പണിക്കാർക്ക് റാന്തലുമായി കൂട്ടുനിൽക്കുന്ന അച്ഛനെ ജനാലയിലൂടെ നോക്കിയിരിക്കെ അമ്മൂമ്മ പിന്നിൽനിന്നു വന്ന് എന്നെ കെട്ടിപ്പിടിച്ചു.

"പായസമപ്പൂപ്പൻ പറഞ്ഞത് അച്ചട്ടായല്ലോ ന്റെ കുട്ടാ..."

അമ്മൂമ്മയുടെ വാക്കുകളെ ശരിവച്ച്, മച്ചിന്റെ ഇരുട്ടിലെവിടെനിന്നോ പല്ലിചിലച്ചപ്പോൾ അമ്മൂമ്മയുടെ കൈകൾ എന്റെയുടലിൽ മുറുകി. ആ നെഞ്ച് ഇരട്ടിവേഗത്തിൽ പിടയ്ക്കുന്നതറിഞ്ഞ് എന്റെ ഉള്ളും നീറി.

ജലജയുടെ പ്രസവത്തിന്റെ ആശങ്കകൾ വാട്ടിയെടുത്ത മനസ്സുമായി ആശുപത്രിയിൽ ചുറ്റിത്തിരിയുമ്പോഴാണ്, ഒരുപാടുകാലങ്ങൾക്കുശേഷം ഒരു നട്ടുച്ചയിൽ രവിക്കുട്ടനെ കണ്ടത്. അവനോടിവന്നു.

"നീയെന്താ ഇവിടെ?"

ഞാൻ ചോദിച്ചു.

"അച്ഛൻ ഇവിടെ അഡ്മിറ്റാ."

"എന്തുപറ്റി?"

അവന്റെ മുഖമാകെ ചുളുങ്ങിയിരുന്നു.

"വയ്യ. ക്ഷീണം. വയസ്സു കുറെയായില്ലേ?"

"ഏതു മുറിയിലാ?"

"ജനറൽ വാർഡിലാ..."

"ഞാൻ വരാം. ജലജേടെ പ്രസവമൊന്നു കഴിഞ്ഞോട്ടെ."

ഞാൻ കീശയിൽനിന്ന് ഒരുപിടി നോട്ടെടുത്ത് അവനുനീട്ടി.

"ഇതുവച്ചോളൂ..."

നിറകണ്ണോടെ രവിക്കുട്ടൻ അതുവാങ്ങി. ഞാൻ ലേബർ റൂമിനു മുന്നിലെ ഇരിപ്പിടത്തിലേക്കു മടങ്ങി. തലേന്നു രാത്രി ലേബർറൂമിൽ കയറ്റിയിട്ടും ജലജ ഇനിയും പ്രസവിച്ചിരുന്നില്ല. ഓരോ തവണ ലേബർ റൂമിന്റെ വാതിൽ കരയുമ്പോഴും ഞാൻ ഉദ്വേഗത്തോടെ അവിടേക്കോടി.

"സാറു ചുമ്മാ തിരക്കുകൂട്ടുവാ...ഇതു ബേബി ഫ്രണ്ട്‌ലി ഹോസ്പിറ്റലല്ലേ? അവരു നോർമൽ ഡെലിവറിക്കു മാക്സിമം ശ്രമിക്കും."

തൊട്ടടുത്ത കസേരയിലിരുന്ന ചെറുപ്പക്കാരൻ പറഞ്ഞു. ഞാൻ പിന്നെയും ഇരിപ്പിടത്തിലേക്കു ചുരുണ്ടു. ഓരോ മിനിറ്റിലും രണ്ടുതവണ കരയുന്ന പങ്ക... നരച്ച ചുവരിൽ ഇടയ്ക്കിടെ വീഴുന്ന അപ്പുറത്തെ ബ്ലോക്കിൽനിന്നുള്ള വെളിച്ചത്തിന്റെ ചതുരങ്ങൾ... നാഴികമണിയുടെ കീഴിൽ, പങ്കയുടെ കാറ്റിൽ ഉലയുന്ന വലയിൽ തപസ്സിരിക്കുന്ന ചിലന്തി... ഇടനാഴിക്കപ്പുറം സന്ദർശകരുടെ ചെരുപ്പുരയുന്ന മുഴക്കം...ഇടയ്ക്ക് എവിടെയോ കുട്ടികളുടെ കരച്ചിൽ...കാഴ്ചകളും കേൾവികളും മടുപ്പിച്ചപ്പോൾ രാത്രി ഞാൻ എഴുന്നേറ്റ് ജനറൽ വാർഡിലേക്കു നടന്നു. നീണ്ട ഹാളിന്റെ മൂലയിൽ, പച്ചവിരിയണിഞ്ഞ കിടക്കയ്ക്കരികെ, കസേരയിൽ കുമ്പിട്ടിരിക്കുന്ന രവിക്കുട്ടനെ ദൂരെനിന്നേ കണ്ടു.

"പ്രസവിച്ചോ?"

രവിക്കുട്ടൻ ആകാംക്ഷയോടെ ചോദിച്ചു.

"ഇല്ല. വൈകുമെന്നു തോന്നുന്നു."

"നിനക്കു നല്ല ടെൻഷനുണ്ടല്ലോ."

രവിക്കുട്ടൻ എന്റെ ചുമലിൽ തലോടി. എത്രയോ വർഷങ്ങളുടെ അകൽച്ച ആ സ്പർശം നിമിഷനേരംകൊണ്ട് ഉടച്ചുകളഞ്ഞു. ഒന്നും പറയാഞ്ഞിട്ടും എല്ലാ വിശേഷങ്ങളും ആ വിരൽത്തുമ്പു കൈമാറി.

"ആരാ മോനേ?"

കിടക്കയിൽ ചുരുണ്ടുകൂടിയ പുതപ്പിനടിയിൽനിന്നു പതിഞ്ഞൊരു ശബ്ദം. സൂക്ഷിച്ചുനോക്കുമ്പോൾ, പായസമപ്പൂപ്പന്റെ വിദൂരസാദൃശ്യം പോലും വായിച്ചെടുക്കാനാവാത്ത വിളറിയൊരു മുഖം.

"പ്രഭയാ...അമ്പാഴത്തേലേ..."

അച്ഛന്റെ കാതിനരികിലേക്കു ചുണ്ടടുപ്പിച്ച് അവൻ ഉച്ചത്തിൽ പറഞ്ഞു.

"ഉറക്കെപ്പറയണം. കേൾവിക്കേയുള്ളൂ ഇത്തിരി പ്രശ്നം."

രവിക്കുട്ടൻ എന്റെ കൈ ബലമായി പായസമപ്പൂപ്പന്റെ കൈയിലേക്കു തൊടീച്ചു.

"ഓർമയൊക്കെ?"

ഞാൻ ചോദിച്ചു.

"അതേയുള്ളൂ," രവികുട്ടൻ ചിരിച്ചു. "നളചരിതം ഇപ്പഴും കാണാപ്പാഠം ചൊല്ലും."

പറഞ്ഞുതീർന്നില്ല, അതിനുമുമ്പേ, പതിഞ്ഞ സ്വരം മുഴങ്ങി:

"അലസതാ വിലസിതമതിനാൽ ഞാനുറങ്ങിനേൻ

അലമലം പരിഹാസ കലവികളാലേ....."

ഞാൻ പായസമപ്പൂപ്പന്റെ പൂതലിച്ച കൈപ്പടത്തിൽ വിരൽ മുറുക്കി.

"കേട്ടില്ലേ."

രവിക്കുട്ടൻ പുരികത്തുമ്പു വളച്ചു ചിരിച്ചു.

"എന്താ ഇവിടെ? എന്നെ കാണാൻ വന്നതാന്നോ?"

സ്പർശത്തിൽ സ്നേഹത്തിന്റെ ചൂടുപകർന്ന് പായസമപ്പൂപ്പൻ ചോദിച്ചു. ഞാൻ മൂളി.

"പ്രഭേടെ ഭാര്യേ ഇവിടെ പ്രസവത്തിനു കയറ്റിയിരിക്കയാ..."

രവിക്കുട്ടൻ ഉറക്കെപ്പറഞ്ഞു. അപ്പുറത്തെ കിടക്കയിൽനിന്നു കുറെ തലകൾ എന്നെ തിരിഞ്ഞുനോക്കി.

"പാതിയും പുമാനു പതിയെന്നു വേദശാസ്ത്രാദി ബോധമുള്ളവർകൾ ചൊല്ലിടുന്നു...." പായസമപ്പൂപ്പൻ വീണ്ടും നളചരിതത്തിന്റെ കൂട്ടുപിടിച്ച്, എന്നെ ചുഴിഞ്ഞുനോക്കി ചോദിച്ചു, "കല്യാണത്തിനൊന്നും താൻ വിളിച്ചില്ലല്ലോടോ..."

"പെട്ടെന്നായിരുന്നു."

"എനിക്കറിയാം...എല്ലാമറിയാം...ചുമ്മാ പറഞ്ഞെന്നേയുള്ളൂ...."

വെയിൽകാണാതെ വിളറിയ മഞ്ഞ വിരലുകൾകൊണ്ട് പായസമപ്പൂപ്പൻ എന്തോ കണക്കുകൂട്ടി.

"ധൃതിപ്പെടേണ്ട കാര്യമില്ല. തന്റെ നാളു പൂരാടം. ഇന്നു പൂരം...നാളെ ഉച്ചയ്ക്ക് പന്ത്രണ്ടിനുമുമ്പു പേറെടുക്കാം. ഉത്രത്തിന്റെ ആദ്യത്തെ കാല്."

ഞാൻ കൗതുകത്തോടെ രവിക്കുട്ടനെ ഒളിഞ്ഞുനോക്കി. അവൻ ചിരിച്ചു.

"മോളായിരിക്കും. മിടുക്കി. പക്ഷേ...അച്ഛനെ നോവിക്കും."

രവിക്കുട്ടൻ പുതപ്പിന്റെ തുമ്പുകൊണ്ട് അച്ഛന്റെ ചുണ്ടുതുടയ്ക്കാൻ ശ്രമിക്കുന്നതായി അഭിനയിച്ച് വാക്കുകളെ വിലക്കി.

"മാറെടാ മോനേ... ഞാൻ പറയട്ടെ." പായസമപ്പൂപ്പൻ രവിക്കുട്ടന്റെ വിരലുകളെ തട്ടിമാറ്റി, "കർമ്മഫലം എന്നൊന്നുണ്ട്. ഞാനീ പ്രായത്തിലും മേലോട്ടെടുക്കാതെ ഇങ്ങനെ കിടക്കുന്നതും എന്റെ കൊച്ച് എനിക്കു കൂട്ടിരിക്കുന്നതുമൊക്കെ അതുകൊണ്ടാ. അച്ഛനിപ്പഴും നിന്റെ മനസ്സിനെ നീറ്റുന്നില്ലേ കുഞ്ഞേ? ഇനീം നീറും. കിടക്കുന്നു, പിന്നേം കണ്ണീർ."

അപ്പുറത്തെ കിടക്കകളിൽ നിന്നു പിന്നെയും കണ്ണുകൾ എനിക്കരികിലേക്ക് ഉരുണ്ടുവന്നു. എവിടെയോ ഒരു സ്റ്റീൽപാത്രം നിലത്തുവീണു നിലവിളിച്ചു. മുഖം എവിടെയൊളിപ്പിക്കണമെന്നറിയാതെ ഞാൻ പകച്ചു.

" അച്ഛാ പതുക്കെ. മതി. അച്ഛൻ കിടക്ക്."

രവിക്കുട്ടൻ ബലമായി അച്ഛന്റെ വായപൊത്തി.

"ഞാൻ പറേട്ടെടാ...ഇനി ചിലപ്പോ പറയാൻ എനിക്കൊത്തില്ലെന്നു വരും...അച്ഛനെ ഒത്തിരി നോവിച്ചവനാ....ഇപ്പോ, സ്വന്തം മോടെ പ്രസവത്തിനു കാത്തിരിക്കുമ്പോ, കുഞ്ഞേ നീ മനസ്സിലാക്കണം, അച്ഛന്റെ മനസെന്താന്ന്...കുഞ്ഞിനെ പാലൂട്ടാൻ ദൈവം അമ്മമാർക്ക് അവയവം കൊടുത്തൂന്നേയുള്ളൂ...ശരിക്കും അച്ഛന്റെ മനസ്സാണു പാൽക്കടൽ..."ഒന്നും എനിക്ക് മനസ്സിലായില്ല.

"നീ വാ..."

രവിക്കുട്ടൻ എന്നെ ബലമായി പിടിച്ചെഴുന്നേല്പിച്ചു പുറത്തേക്കു നടത്തി.

"ഒന്നുംവിചാരിക്കരുത്...അച്ഛനിപ്പോ എന്നോടും ഇങ്ങനൊക്കെയാ സംസാരിക്കുന്നേ..."

രവിക്കുട്ടന്റെ ശബ്ദമിടറി.

പിറ്റേന്നുച്ചയ്ക്ക് ശാന്തിയുടെ പിറവിയുടെ ആഹ്ലാദംലഡുവിന്റെ മധുരത്തിൽ പൊതിഞ്ഞ് ഞാൻ പായസമപ്പൂപ്പനരികിലേക്കോടുമ്പോൾ കിടക്കയ്ക്കുചുറ്റും ആൾക്കൂട്ടമായിരുന്നു.

"മൂപ്പീന്നു പോയി..."

തലേന്ന് എന്നെ തുറിച്ചുനോക്കിയ മുഖങ്ങളിലൊന്നു പറഞ്ഞു.

"ഇന്നലെ പകല് ആളു നല്ല ഉഷാറായിരുന്നു. പക്ഷേ, പാതിരാത്രിയായപ്പോ കഥമാറി...പെട്ടെന്നൊരു ശ്വാസംമുട്ടൽ...തിയറ്ററീന്ന് ഇപ്പോ പൊതിഞ്ഞുകൊണ്ടുക്കിടത്തിയതേയുള്ളൂ..."

എന്റയുള്ളിലൊരു ചെണ്ടയിരമ്പി. പച്ചയും കറുപ്പും കലങ്ങി.

നട്ടുച്ച. പന്ത്രണ്ടുമണിക്ക് ഒരുമിനിറ്റു ബാക്കി. പെൺകുട്ടി. ഉത്രം നാൾ.

'അതീതകാലങ്ങളുടെ രഹസ്യമറിയുന്ന ശരിപുത്രാ....വിട....'

ഞാൻ മനസ്സിൽ പറഞ്ഞു. കുന്നുകളുടെ നിറുകയിൽനിന്ന് പായസമപ്പൂപ്പൻ കാലത്തിന്റെ താഴ്വരയിലേക്കു കൂർപ്പിച്ചുനോക്കുന്നതു ഞാൻ ഉൾക്കണ്ണിൽ കണ്ടു.

•

എട്ട്

വീട്, ഒരു കൊട്ടക

ജീവിതത്തെ പൂരിപ്പിക്കാൻ എന്തെങ്കിലുമൊന്നു നമുക്കു കൂട്ടുവേണം. സ്വപ്നങ്ങൾ, പുസ്തകങ്ങൾ, പ്രണയം, സംഗീതം, കല...അങ്ങനെ ചിലത്. കുട്ടിക്കാലത്ത് കുറേക്കാലം എനിക്കതു സിനിമയായിരുന്നു. ഞാൻ എന്റെ ജീവിതത്തെ സിനിമയോടു ചാരിവച്ചു. അല്ലെങ്കിൽ സിനിമയെ ജീവിതത്തോടു കൂട്ടിക്കെട്ടി. പലപ്പോഴും സിനിമ എന്റെ ജീവിതത്തിലേക്കിറങ്ങി വന്നു. ആരോ സംവിധാനം ചെയ്യുന്ന സിനിമയിലെ കഥാപാത്രങ്ങളാണു ചുറ്റിനുമെന്നുതോന്നി. സിനിമയുമായി ബന്ധപ്പെട്ടുമാത്രമേ അക്കാലത്തെ ഏതു സംഭവത്തെയും എനിക്ക് ഓർത്തെടുക്കാനാവൂ.

എല്ലാദിവസവും ഓഫീസ് വിട്ടാൽ അച്ഛൻ സിനിമയ്ക്കുപോയിരുന്നു. ഒരേ സിനിമ പലതവണ കാണുന്നതിൽ അച്ഛനു തെല്ലും മടുപ്പുതോന്നിയിരുന്നില്ല. വൈദ്യുതിബോർഡ് ജീവനക്കാരനായിരുന്നതിനാൽ സിനിമാക്കൊട്ടകളിൽ അച്ഛനു പ്രവേശനം സൗജന്യമായിരുന്നു. മാസത്തിൽ പലതവണ ഞങ്ങൾ കുടുംബത്തോടെ സിനിമ കാണാൻ പോയി. അപ്പോഴെല്ലാം കാഴ്ചയുടെ കലയെ അച്ഛനും ചേച്ചിമാരും കലാപമാക്കിമാറ്റിയിരുന്നു. വീട്ടിൽനിന്നു കഷ്ടിച്ച് രണ്ടു കിലോമീറ്ററകലെ മീൻചന്തയ്ക്കു നടുവിലായിരുന്നു സുഭാഷ്കൊട്ടക. ഓലമേഞ്ഞ അതിന്റെ മേല്പുരയ്ക്കിടയിൽനിന്ന് ഉച്ചഭാഷിണി വാശിയോടെ ഉറക്കെപ്പാടുന്നതു വീട്ടിൽ കേൾക്കാമായിരുന്നു. എന്നും ഒരേ ക്രമത്തിലായിരുന്നു പാട്ടുകൾ. അക്കാലത്ത് എനിക്കതു കാണാപ്പാഠമായിരുന്നു.

കൊട്ടകയ്ക്കുള്ളിൽ മീൻചന്തയുടെ കെട്ടനാറ്റമായിരുന്നു. നിലത്തു വിരിച്ച പൂഴിമണ്ണിനുമേലേക്കു കാറിത്തുപ്പിയും കെട്ടുപോയ ബീഡിക്കു തീകൊളുത്തിയും കപ്പലണ്ടികൊറിച്ചും നാട്ടുകാർ സിനിമകണ്ടു ചിരിക്കുകയും കരയുകയും വൈദ്യുതി നിലച്ചപ്പോഴൊക്കെ കൂവുകയും ചെയ്തു. ഇടവേളകളിൽ പാട്ടുപുസ്തകവും സോഡയുമായി കച്ചവടക്കാർ കയറിയിറങ്ങി. ചാരായലഹരി തലയ്ക്കുപിടിച്ച രസികന്മാർ അരണ്ട വെളിച്ചത്തിൽ പാട്ടുപുസ്തകം തുറന്നുവച്ചു രാഗവിസ്താരം നടത്തുകയും അപ്പുറത്തെ ചാരുബഞ്ചിലിരുന്നു ചിലർ കൂവുകയും ചെയ്തു.

മൂന്നുകിലോമീറ്ററകലെ കുറച്ചുകൂടി ഭേദപ്പെട്ട ദേവി തിയറ്ററുണ്ട്. തടിയിൽ ചതുരങ്ങൾ കൊത്തിയെടുത്ത ബാൽക്കണിയും ചാരിയിരിക്കാൻ കുഷനിട്ട ചുവന്ന സീറ്റുകളുമുള്ള അവിടെ നിലം സിമന്റിട്ടതായിരുന്നു. തലയ്ക്കുമേലേ കറുത്ത ടാർപ്പാളിനടിയിൽ ആരുമറിയാതെ, ശബ്ദത്തെ പലമടങ്ങായി പെരുപ്പിക്കുന്ന സ്പീക്കറുകൾ ഒളിപ്പിച്ചുവച്ചിരുന്നു. ജയനെ പ്രേംനസീർ തല്ലുമ്പോൾ പൊടുന്നനെ അവ ശബ്ദിക്കുകയും നടുക്കത്തിന്റെ വൈദ്യുതിപ്രസരം കാണികളുടെ സിരകളിലൂടെ കയറ്റിവിടുകയും ചെയ്തു. ഒളിച്ചിരിക്കുന്ന ഉച്ചഭാഷിണികളെക്കുറിച്ചു സദാ സ്വയം ഓർമപ്പെടുത്തിക്കൊണ്ടിരുന്നിട്ടും പ്രേതങ്ങൾ തേർവാഴ്ച നടത്തിയ 'അഗ്നിവ്യൂഹ'വും 'ലിസ'യുമൊക്കെ കണ്ടു ഞങ്ങൾ ഞെട്ടിവിറച്ചു കരച്ചിലിനോളം പോന്ന നിലവിളിയുയർത്തി.

കുട്ടിക്കാലത്തു വീട്ടുകാരോടൊപ്പം മാത്രമായിരുന്നു എന്റെ സിനിമാകാണൽ. നടന്നാണുപോവുക. ടിക്കറ്റുമായി അച്ഛൻ കൊട്ടകയിൽ കാത്തുനിൽക്കും. അഥവാ അച്ഛൻ സമയത്ത് എത്തിയില്ലെങ്കിലും അകത്തുകടന്നിരിക്കാൻ ഞങ്ങൾക്കു സ്വാതന്ത്ര്യമുണ്ടായിരുന്നു. എല്ലാ സിനിമകളും മുടങ്ങാതെ പലതവണ കാണുന്ന അച്ഛൻ, ഏതുസിനിമയെക്കുറിച്ച് അഭിപ്രായം ചോദിച്ചാലും അതു 'തരക്കേടില്ല' എന്ന പല്ലവിയിൽ ഒതുക്കുമായിരുന്നതിനാൽ തിരഞ്ഞെടുപ്പിന്റെ നിർണായക ചുമതല സുമിത്രച്ചേച്ചിക്കും സുമതിച്ചേച്ചിക്കുമായിരുന്നു. വൈകുന്നേരം ആറരയ്ക്കുതുടങ്ങുന്ന ഫസ്റ്റ് ഷോക്കായിരുന്നു പൊതുവേ കുടുംബങ്ങൾ പോകാറുള്ളത്.

സിനിമയ്ക്കുപോകുന്ന ദിവസം രാവിലെ മുതലേ വീട്ടിൽ തയ്യാറെടുപ്പുതുടങ്ങും. വൈകുന്നേരത്തേക്കുള്ള ചോറും കൂട്ടാനും നേരത്തേ വയ്ക്കും. ചേച്ചിമാർ സ്കൂളിൽനിന്നു പതിവിലും നേരത്തേ വരികയും അടുക്കളജോലികളിൽ അമ്മയെ സഹായിക്കുകയും ചെയ്യും. അമ്മൂമ്മയെ വീട്ടിലിരുത്തിയിട്ടാണു പോവുക. അമ്മൂമ്മ ഒരിക്കലും സിനിമ കാണാൻ ഇഷ്ടപ്പെട്ടില്ല. എന്നിട്ടും അച്ഛൻ നിർബന്ധിച്ച്, 'കുമാരസംഭവ'വും സ്വാമി അയ്യപ്പനും' 'ശ്രീമദ്ഭഗവദ്ഗീത'യും കാണാൻ കൂട്ടിക്കൊണ്ടുപോയി. സിനിമ തീരുന്നതുവരെ കൂപ്പുകൈയോടെ ഇരുന്നതല്ലാതെ അമ്മൂമ്മ പ്രതികരിച്ചതേയില്ല. 'രാമൻ ശ്രീരാമൻ, ജ്ഞാനയോധ്യവിട്ടൊരു രാമൻ' എന്ന ജയചന്ദ്രന്റെ പാട്ടു റേഡിയോയിൽ കേട്ട് 'അയോധ്യ' സിനിമകാണിക്കാൻ അമ്മൂമ്മയെ കൊണ്ടുപോയെങ്കിലും സിനിമ തുടങ്ങിയപ്പോൾ അതിൽ ശ്രീരാമനും സീതയും അയോധ്യയുമൊന്നുമില്ലെന്നും വെറും കുടുംബകഥയാണെന്നു റിഞ്ഞ് അമ്മൂമ്മ തിരികെപ്പോരാൻ വാശിപിടിച്ചു. വന്ന സ്ഥിതിക്ക് സിനിമാ കണ്ടിട്ടുപോകാമെന്ന് അമ്മയും ചേച്ചിമാരും നിർബന്ധിച്ചു. സിനിമ തീരുംവരെ തല കുനിച്ചുപിടിച്ച് അമ്മൂമ്മ ഒരേയിരിപ്പിരുന്നു. അമ്മൂമ്മയില്ലാതെ പിന്നീടു സിനിമയ്ക്കുപോയപ്പോഴെല്ലാം ഇക്കഥ പങ്കുവച്ചു ഞങ്ങൾ ചിരിച്ചു.

സിനിമാ കഴിഞ്ഞു കൊട്ടകയിൽനിന്നിറങ്ങുമ്പോൾത്തന്നെ അച്ഛൻ സിനിമയുടെ കഥ ഉറക്കെ പറഞ്ഞുതുടങ്ങും. പലതവണ സിനിമ

കണ്ടതിനാൽ ഓരോ രംഗവും ചിട്ടയോടെ ഓർത്തെടുക്കാൻ അച്ഛന് എളുപ്പമാണ്. വരാൻപോകുന്ന പൂരം നന്നായി അറിയാവുന്നതിനാൽ അമ്മയുടെ കൈവിടുവിച്ച് ഞാനും റാണിച്ചേച്ചിയും മുന്നിലേക്കോടും.

നീണ്ട കാലൻകുട കൈയിൽ വട്ടംകറക്കി, അച്ഛൻ കഥയിലെ ശരിതെറ്റുകളെ വിലയിരുത്തിത്തുടങ്ങുമ്പോൾ ചേച്ചിമാരും അമ്മയും ഇരുട്ടിനുമാത്രം കാണാനാവുന്ന നോട്ടങ്ങൾ പരസ്പരം കൈമാറും. സിനിമയെ ജീവിതത്തിലെ പല സമാനസന്ദർഭങ്ങളിലേക്കും വലിച്ചുകെട്ടി ഗുണപാഠങ്ങൾ ചുരന്നെടുത്ത് അച്ഛൻ വെട്ടിയവഴിയുടെ രാത്രിമൗനത്തിലേക്കു തെറ്റിത്തെറുപ്പിക്കും. സിനിമയിലെ വില്ലന്റെ ഭാഗത്തുനിന്നും വീട്ടുവേലക്കാരന്റെ ഭാഗത്തുനിന്നുമൊക്കെ കഥാഗതിയെ വേറിട്ടരീതിയിൽ അച്ഛൻ വായിച്ചെടുക്കും. ആദ്യം അമ്മയും പിന്നാലെ ചേച്ചിമാരും എതിർന്യായം നിരത്തി അച്ഛന്റെ വാദങ്ങളെ ഖണ്ഡിച്ച് അടർക്കളത്തിലേക്കിറങ്ങും. കൂട്ടത്തിൽ ഇളപ്പമായിരുന്നതിനാലും ഞങ്ങൾക്കു സ്വന്തമായി അഭിപ്രായങ്ങളുണ്ടെന്ന് ആരും കരുതാഞ്ഞതിനാലും ഞാനും റാണിച്ചേച്ചിയും ചലച്ചിത്രസംവാദത്തിൽനിന്നു വളരെയകന്ന് അവർക്കു മുമ്പിലായി സിനിമയിലെ കഥാസന്ദർഭത്തെ അനുകരിച്ച് കൈകോർത്തു നടക്കും.

കണ്ണാടിക്കരയുടെ രാത്രിക്കു നീളം കൂടുതലായതിനാൽ, വഴിയരികിലെ മിക്കവീടുകളും ഇരുട്ടുപുതച്ചിട്ടുണ്ടാവും. അസമയത്തെ കാൽപ്പെരുമാറ്റമറിഞ്ഞു പൊന്തക്കാട്ടിൽനിന്നു ചിലപ്പോൾ ഒരു വാവൽ പറന്നുപൊങ്ങുകയോ പന്നിയെലി നിരത്തുമുറിച്ചോടുകയോ ചെയ്തപ്പോഴൊക്കെ, അച്ചരൻ ചെരുപ്പുശക്തമായി നിലത്തടിച്ചു ശബ്ദമുണ്ടാക്കി അവയെ കൂടുതൽ ദൂരേക്കു തുരത്തി.

വീടടുക്കാറാവുമ്പോഴേക്കും അച്ഛന്റെയും അമ്മയുടെയും ചേച്ചിമാരുടെയും സംവാദം വലിയ തർക്കത്തിലേക്കു കൂപ്പുകുത്തും. പഴയകണ്ണുകളോടെ ലോകത്തെ നോക്കിയിട്ടാണ് അച്ഛൻ പക്ഷംപിടിക്കുന്നതെന്നു ചേച്ചിമാരും ലോകംകണ്ടു കാര്യഗൗരവം വന്നിട്ടില്ലാത്തതിനാലാണു ചേച്ചിമാർ ബാലിശമായി സംസാരിക്കുന്നതെന്ന് അച്ഛനും രണ്ടുകൂട്ടരും യഥാർഥപ്രശ്നം കണ്ടില്ലെന്ന് അമ്മയും കടുപ്പക്കാരാകും. ചീവിടുകളുടെ കരച്ചിലിനൊപ്പം പതിയെപ്പതിയെ വളർന്നുവലുതാവുന്ന സംവാദം ഒടുക്കം വലിയ പൊട്ടിത്തെറിയിൽ അവസാനിക്കും. അച്ഛൻ പറയുന്നതു മണ്ടത്തരമെന്നു ചേച്ചിമാർ. പിള്ളേർക്ക് അഹമ്മതിയെന്ന് അമ്മ. അമ്മയ്ക്കും മക്കൾക്കും വിവരമില്ലെന്ന് അച്ഛൻ. സിനിമയിലെ ക്ലൈമാക്സിനു തൊട്ടുമുമ്പത്തെ കൂട്ടപ്പൊരിച്ചിലിൽ കൊട്ടക നിശ്ശബ്ദമാകുന്നതുപോലെ രാത്രി പൊടുന്നനെ മൗനത്തിൽ മുങ്ങും. ഇരുട്ടുവരച്ചിട്ട വീടിന്റെ നിഴൽ ദൂരെ കാണുമ്പോഴേ, എന്റെയും റാണിച്ചേച്ചിയുടെയും കൈച്ചങ്ങല നിർദയം പൊട്ടിച്ച്, ഞങ്ങൾക്കിടയിലൂടെ, കരച്ചിലിന്റെ ഒരു വലിയ ചീളുവലിച്ചെറിഞ്ഞുചേച്ചിമാർ വീട്ടിലേക്കോടിക്കയറും. 'എന്തു പറ്റീ'ന്നു ചോദിച്ചു കള്ളച്ചിരി ചിരിക്കുന്ന അമ്മൂമ്മയെ തള്ളിമാറ്റി, 'അച്ഛന്റെ കൂടെ മേലാൽ ഇനി ഞങ്ങൾ സിനിമയ്ക്കില്ല' എന്നു പ്രഖ്യാപിച്ച്, അത്താഴംപോലും കഴിക്കാതെ

സുമിത്രേച്ചിയും സുമതിച്ചേച്ചിയും മുറിയിൽ കയറി കതകടയ്ക്കും. അതോടെ അമ്മയ്ക്കു കലികയറും.

“രാവിലെ നിന്നെയൊക്കെ ഞാൻ പഴങ്കഞ്ഞി കുടിപ്പിക്കും കണ്ടോ...”

അമ്മ വാശിയോടെ പാത്രങ്ങൾ വലിച്ചടയ്ക്കും.

“ഓരോരുത്തരു സിനിമാ പിടിച്ചും സിനിമേല് അഭിനയിച്ചും കാശൊണ്ടാക്കുന്നു. ഇവിടെ ചെലര് അതുംകണ്ടേച്ചുവന്നു പട്ടിണികിടക്കുന്നു. ഇതെന്തൊരു കൂത്ത്...പിള്ളേരേ...അത്താഴപ്പട്ടിണി കിടക്കാതെ വല്ലോം വന്നു കഴിക്ക്...”

അമ്മൂമ്മ അനുനയിപ്പിക്കും.

“അവരു വരുന്നില്ലേ വരണ്ടാ. നിങ്ങളുവാ കൊച്ചുങ്ങളേ...”

ചേച്ചിമാരുടെ മുറിയുടെ വാതിൽ തുറക്കാത്തതിന്റെ ദേഷ്യം തിടുക്കത്തിലുള്ള നാമംജപിക്കലിലൂടെ ഒതുക്കി, അടഞ്ഞവാതിലിനുമുന്നിൽ നിന്നു മടങ്ങുമ്പോൾ അമ്മൂമ്മ എന്നെയും റാണിച്ചേച്ചിയെയും വിളിക്കും. കഥാഗതിയിൽ പങ്കാളിത്തമില്ലാത്ത ഞാനും റാണിച്ചേച്ചിയും അപ്പോൾത്തന്നെ അടുക്കളയിൽ ഇടംപിടിക്കും. പക്ഷേ, അത്താഴം വിളമ്പാൻ മടിച്ച് അമ്മ അരിശം വേവിച്ച് അടുക്കളയിൽ അങ്ങോട്ടുമിങ്ങോട്ടും നടക്കുകയേ ഉള്ളൂ.

കുളി കഴിഞ്ഞ് എത്തുമ്പോഴേക്കും അച്ഛൻ ശാന്തനായിക്കഴിഞ്ഞിരിക്കും. തന്റെ നിലപാടിലുള്ള സംശയമോ ചേച്ചിമാരുടെ ഉണ്ണാവ്രതം സൃഷ്ടിക്കുന്ന പ്രതിസന്ധിയോ, ഏതാണ് അച്ഛനെ പുനർവിചാരത്തിനു പ്രേരിപ്പിക്കുന്നതെന്നു വ്യക്തമല്ല. അടുക്കളവാതിലിൽവന്ന് അച്ഛൻ അവസാനമായി ദുർബലമായ ശബ്ദത്തിൽ അമ്മൂമ്മയോട് സിനിമയുടെ കഥ ചുരുക്കത്തിൽ വിവരിക്കും. എന്നിട്ടു നിലപാടുകളുടെ ശരിതെറ്റുകൾ നിരത്തിചോദിക്കും.

“അമ്മ, പറ....ആരാ ശരി?”

“ഇത്തരം കഥയൊണ്ടാക്കി മനുഷേനെ പറ്റിക്കുന്ന സിനിമാക്കാരു തന്നെയാ ശരി... ഇങ്ങനെ വല്ലോമാണോ ശിവരാജൻനായരേ ജീവിതത്തിൽ നടക്കുന്നേ? സത്യം പറ...”

അത്രയും നേരം പൊരിഞ്ഞ തർക്കത്തിനുവഴിവച്ച സിനിമയെ നിസ്സാരമാക്കി, മൺപിഞ്ഞാണിയിൽ ഉപ്പിനും മുളകിനും പുളിക്കുമൊപ്പം ചേർത്തു പിഴിഞ്ഞ്, കൈ വെള്ള മുണ്ടിന്റെ തുമ്പിൽ തുടച്ച് അമ്മൂമ്മ ചിരിക്കും. അടുത്തനിമിഷം പാതകത്തിന്റെ അടിയിലെവിടെയോ അമ്മൂമ്മയുടെ വാക്കുകൾക്കായി കാതോർത്തിരിക്കുന്ന പല്ലി ഉറക്കെച്ചിലയ്ക്കും.

“ചെല്ല്...പിള്ളാരെ വിളിക്ക്...അത്താഴം കഴിച്ചേച്ചു തർക്കിക്ക്...”

അമ്മൂമ്മയുടെ അലംഘനീയമായ കല്പന സ്വീകരിച്ച്, കുനിഞ്ഞ ശിരസ്സോടെ, അച്ഛൻ ചേച്ചിമാരുടെ മുറിയുടെ വാതിൽക്കൽ പോയി തട്ടേണ്ട താമസം, പുറത്തെ സംഭാഷണം അടക്കിപ്പിടിച്ച ശ്വാസത്തോടെ അതുവരെ കേട്ടിരുന്ന മുറി, വാതിൽ മലർക്കെത്തുറക്കുകയായി.

"നിങ്ങളു കരഞ്ഞതെന്തിനാ...മണ്ടിപ്പിള്ളേര്..."

അച്ഛൻ ചേച്ചിമാരെ ചേർത്തുപിടിച്ച് അടുക്കളയിലേക്കു നടക്കും. അതിനിടയിൽ എന്നെ നോക്കി ആരുംകാണാതെ കണ്ണിറുക്കും.

അച്ഛന്റെ കൂടെ സിനിമയ്ക്കുപോകില്ലെന്ന പ്രഖ്യാപനം അടുത്ത തവണയും ലംഘിക്കപ്പെടും. വെട്ടുവഴിയുടെ ശാന്തതയെ ഉടച്ച് അന്നും തർക്കങ്ങൾ അരങ്ങേറും. കരച്ചിലിനെ ആദ്യമേ വീട്ടിലേക്കു പറഞ്ഞയച്ച്, ചേച്ചിമാർ മുഖം വീർപ്പിച്ച് അമ്മൂമ്മയ്ക്കുമുന്നിലൂടെ കടന്നുപോകുന്നതിനിടയിൽ വീണ്ടും പ്രതിജ്ഞചൊല്ലും.വാതിലടയും. രാത്രി അത്താഴത്തിനുമുമ്പ് വീണ്ടും അച്ഛൻ ശരിതെറ്റുകൾ വിലയിരുത്തും. പ്രേംനസീറിനെ അനുകരിച്ചുള്ള 'മണ്ടിപ്പെണ്ണേ' വിളിയോടെ അന്നും കഥ തീരും. അമ്മൂമ്മയുടെ മരണം വരെയും ഈ കഥ വീടിന്റെ തിരശ്ശീലയിൽ ഇതേ വിധമോടി. പിന്നെ, എല്ലാം തകിടം മറിഞ്ഞു.

മലയാള സിനിമ ഞങ്ങളുടെ ഇഷ്ടങ്ങളെ പകുത്തെടുത്തിരുന്നു. അമ്മയ്ക്കു ഷീല. സുമതിച്ചേച്ചിക്കു ശ്രീദേവി. സുമിത്രച്ചേച്ചിക്കു ശോഭ. എനിക്കു ജയൻ. റാണിച്ചേച്ചിക്കു പ്രത്യേകിച്ചാരോടും ഇഷ്ടമില്ലായിരുന്നെങ്കിൽ അച്ഛന് എല്ലാവരോടും ഇഷ്ടം മാത്രമായിരുന്നു. ചേച്ചിമാർക്ക് എഴുതിപ്പഠിക്കാൻവേണ്ടി അച്ഛൻ ഓഫിസിൽനിന്നു കൊണ്ടുവരാറുള്ള, നോട്ടുബുക്കിന്റെ ഇരട്ടി നീളമുള്ള വലിയ ബുക്കുകളിൽ സുമിത്രച്ചേച്ചിയും സുമതിച്ചേച്ചിയും തങ്ങളുടെ സ്വപ്നറാണിമാരുടെ ചിത്രങ്ങൾ വെട്ടിയൊട്ടിച്ചു. റാണിച്ചേച്ചി വിറകുപുരയിൽ തള്ളിക്കളഞ്ഞ പഴയ പലവക ബുക്കിലായിരുന്നു എന്റെ ചിത്രശേഖരം. നാനയിൽനിന്നും സിനിമാ മാസികയിൽനിന്നും എല്ലാവർക്കുമാവശ്യമായ ചിത്രങ്ങൾ പരതിയെടുക്കുന്നത് എന്റെ ജോലിയായിരുന്നു. ഒരേ പേജിന്റെ രണ്ടുവശങ്ങളിൽ ശോഭയും ശ്രീദേവിയും പ്രത്യക്ഷപ്പെട്ടാൽ അന്നു വീട്ടിൽ യുദ്ധമായി. ശോഭയുടെയും ശ്രീദേവിയുടെയും പോരാട്ടത്തിനിടയിൽ എന്റെ പാവം ജയനു പലപ്പോഴും കൈയും കാലും നഷ്ടപ്പെട്ടു. എന്നിട്ടും ശേഷിക്കുന്നതു ഞാൻ സൂക്ഷ്മതയോടെ വെട്ടിയെടുത്തു ശേഖരിച്ചു. വീട്ടിൽ അതിഥികളെത്തിയാൽ ഞങ്ങൾ മൽസരബുദ്ധിയോടെ ചിത്രശേഖരങ്ങൾ അവർക്കുമുന്നിൽ നിരത്തുമായിരുന്നു.

'എന്റെ നീലാകാശ'ത്തിലെയും 'ബന്ധന'ത്തിലെയും 'ശാലിനി എന്റെ കൂട്ടുകാരി'യിലെയുമൊക്കെ രംഗങ്ങൾക്കു താഴെ, സിനിമയിൽനിന്ന് ഓർത്തെടുത്ത സംഭാഷണങ്ങൾകൂടി എഴുതിവച്ച് ശോഭയുടെ സിനിമാജീവിതത്തെ സുമിത്രച്ചേച്ചി കൂടുതൽ പൊലിപ്പിച്ചെടുത്തപ്പോൾ സുമിത്രച്ചേച്ചിക്കുമാത്രമല്ല, ഒരുപക്ഷേ, ശോഭയ്ക്കുപോലും ഒരിക്കലും സ്വപ്നംകാണാനാവാത്ത വേഷക്കൊഴുപ്പുകളുടെ ധാരാളിത്തത്തോടെ സുമതിച്ചേച്ചിയുടെ ശ്രീദേവി വട്ടമുഖത്തിൽ നിറയെ ചിരിപതിപ്പിച്ച്, ഹിറ്റ് സിനിമാഗാനങ്ങളുടെ ദൃശ്യാവിഷ്കാരങ്ങളിലൂടെ ബുക്കിൽ നിറഞ്ഞു. വേണുനാഗവള്ളിയും സുകുമാരനും രവിമേനോനുമൊക്കെ ആഭിജാത്യത്തിന്റെ അകലത്തിൽ നിന്ന് അന്തസോടെ ശോഭയുടെ കണ്ണുകളിലേക്കു

നോക്കി പ്രണയിച്ചപ്പോൾ ശ്രീദേവി കമലഹാസന്റെ മടിയിൽക്കിടന്നും നെഞ്ചത്തൊട്ടിയും പ്രണയത്തെ ആഘോഷമാക്കി.

ശ്രീദേവിയുടെ സൗന്ദര്യത്തെ വാഴ്ത്തിയപ്പോഴെല്ലാം സുമതിച്ചേച്ചിയുടെ കണ്ണിൽ വല്ലാത്തൊരു ഭാവം നിറയുന്നതു ഞാൻ ശ്രദ്ധിച്ചു. കറുത്തു തടിച്ച തന്റെ ഉടലിനോടുള്ള മതിപ്പില്ലായ്മകൊണ്ടാണ് അതെന്ന് ആദ്യമൊക്കെ ഞാൻ കരുതിയിരുന്നെങ്കിലും അതങ്ങനെയല്ലെന്നു പിന്നീടു മനസ്സിലാക്കി. സുമിത്രച്ചേച്ചിയുടെ സൗന്ദര്യത്തിനെതിരെ സുമതിച്ചേച്ചി ഉയർത്തിക്കൊണ്ടുവന്ന ബിംബമായിരുന്നു ശ്രീദേവി. ശ്രീദേവിയുടെ സൗന്ദര്യത്തെ വാഴ്ത്തിയപ്പോഴെല്ലാം പരോക്ഷമായി സുമിത്രച്ചേച്ചിയുടെ സൗന്ദര്യത്തെ ഇകഴ്ത്തുകയും ശ്രീദേവിയുടെ ഉയരത്തെ പരാമർശിച്ചപ്പോഴെല്ലാം സുമിത്രച്ചേച്ചിയുടെ ഉയരമില്ലായ്മയെ പരിഹസിക്കുകയുമായിരുന്നു സുമതിച്ചേച്ചി. ഒരിക്കൽ ഞാനതു തുറന്നു പറഞ്ഞപ്പോൾ. സുമതിച്ചേച്ചി എന്നെ പൊള്ളുന്ന നോട്ടം നോക്കി.

“അതേ. അതുതന്നെ കാര്യം. വെളുത്തുമെലിഞ്ഞിരിക്കുന്നതല്ല, സൗന്ദര്യം... സദാസമയോം കണ്ണാടീടെ മുമ്പിലിരുന്നാലൊന്നും സുന്ദരിയാവില്ല. പെണ്ണായാൽ ദേ...ഇങ്ങനെയിരിക്കണം... എന്താ നിറം... എന്താ ഉയരം...”

സിനിമാമാസികയുടെ സെന്റർസ്പ്രെഡിലെ ശ്രീദേവിയുടെ വലിയ വർണചിത്രത്തിലേക്കു വിരൽചൂണ്ടി സുമതിച്ചേച്ചി ഉറക്കെപ്പറഞ്ഞു.

“ദേവിമാരെപ്പോലിരിക്കുന്നു.”

അമ്മൂമ്മ കൗതുകത്തോടെ അതിലേക്കു നോക്കി.

“ദേവിയേപ്പോലെ തന്നാ അമ്മൂമ്മേ... കുമാരസംഭവത്തിൽ പണ്ടു മുരുകനായിട്ടഭിനയിച്ച കുഞ്ഞാ ഇത്... അന്നേ ഈ മുഖം കണ്ടാൽ ആരും നോക്കിയിരുന്നുപോവുമായിരുന്നു.”

“ഈശ്വരാ... ആ കുഞ്ഞാന്നോ ഇത്?”

എല്ലായ്പ്പോഴും അമ്മൂമ്മ വിസ്മയം കൂറും.

“മുരുകന്റെ അനുഗ്രഹമാ കുഞ്ഞേ... അല്ലാതെങ്ങനാ ഇങ്ങനെ സൗന്ദര്യം കിട്ടുന്നേ?”

അമ്മൂമ്മ ചിത്രത്തിൽ ആദരവോടെ തൊട്ടുതലോടി പറയും. അതു കേട്ടു സുമതിച്ചേച്ചിയുടെ മുഖം വെള്ളിത്തിരശീലപോലെ തിളങ്ങും. അമ്മൂമ്മ കണ്ട അപൂർവം സിനിമകളിലൊന്നു കുമാരസംഭവമായതിലും അതിൽ ശ്രീദേവി അഭിനയിച്ചതിലും ഏറ്റവുമഭിമാനിച്ചതു സുമതിച്ചേച്ചിയായിരിക്കണം.

“എന്റെ ശോഭ ഗ്ലാമറിലല്ല... അഭിനയത്തിലാ ശ്രദ്ധിക്കുന്നേ... നാട്ടിൻപുറത്തു നമ്മടെ വീട്ടിലൊള്ള ആരാണ്ടാന്നു തോന്നത്തില്ലേ അമ്മൂമ്മേ ഈ ഫോട്ടോ കണ്ടാൽ?”

വെളുത്ത കോട്ടൻസാരി ചുറ്റി, ചമ്പകപ്പൂച്ചിരിയോടെ നിൽക്കുന്ന

ശോഭയുടെ ചിത്രം മുമ്പിലേക്കു നീക്കിവച്ച് സുമിത്രച്ചേച്ചി അമ്മൂമ്മയോടു ചോദിക്കും.

"വാസ്തവം... അമ്മൂമ്മ മുറുക്കാൻ നീട്ടിത്തുപ്പും, സിനിമാ നടിയാന്നു തോന്നത്തേയില്ല...നിന്റെ നല്ല ഛായയൊണ്ടു കേട്ടോ... നിന്നേപ്പോലെ വെളുത്തുമെലിഞ്ഞിരിക്കുന്നു..."

സുമിത്രച്ചേച്ചി അതുകേട്ടു തരളിതയായി തലതാഴ്ത്തും.

"നിങ്ങടെയൊക്കെ കണ്ണെവിടാ? കഷ്ടം..." എന്നു പരിഹസിച്ച് സുമതി ച്ചേച്ചി അടുത്തനിമിഷം തന്റെ തടിച്ച ബുക്കും വലിച്ചെടുത്ത് കാലടി കൾ അമർത്തിച്ചവിട്ടി സ്ഥലംവിടും.

അമ്മൂമ്മ മാത്രമല്ല, അമ്മയും റാണിച്ചേച്ചിയുമൊക്കെ സുമിത്ര ച്ചേച്ചിക്കു ശോഭയുടെ ഛായ കല്പിച്ചിരുന്നു. ഞാൻ പക്ഷേ, റാണിച്ചേച്ചി യിലാണു ശോഭയുടെ മുഖം കണ്ണാടി കണ്ടത്. ഞാനതൊരിക്കലും അ വളോടു പറഞ്ഞില്ല.

ശോഭയും സംവിധായകൻ ബാലുമഹേന്ദ്രയും പ്രണയത്തിലാണെന്നു സിനിമാമാസിക വെളിപ്പെടുത്തിയ ദിവസം സുമിത്രച്ചേച്ചി ഉറങ്ങിയില്ല.

"അവളൊരു പാവം പൊട്ടിപ്പെണ്ണാ അമ്മേ...അല്ലെങ്കിൽ ഇത്രയും പ്രായമുള്ളൊരാളെ..."

സുമിത്രച്ചേച്ചി കണ്ണുനിറച്ചുകൊണ്ട് അമ്മയോടു പറഞ്ഞു.

"അതു ശ്രീദേവിയെ കണ്ടുപഠിക്കണം. കമലഹാസനുമായി എന്തു മാച്ചാ..."

സിനിമയിൽനിന്നും ഗോസിപ്പുകളിൽനിന്നും കടമെടുത്ത പ്രണയ ത്തിന്റെ ബലത്തിൽ സുമതിച്ചേച്ചി പറഞ്ഞു.

'അഴിയാത്ത കോലങ്ങളി'ലെയും 'മൂടുപനി'യിലെയും ശോഭയുടെ തമിഴ്മുഖകാന്തികളിൽ വിറയ്ക്കുന്ന വിരൽകൊണ്ടുതലോടി സുമിത്ര ച്ചേച്ചി അടക്കിയ സ്വരത്തിൽ ശോഭയുടെ ചിത്രത്തോടു ചോദിച്ചു.

"നിന്നെ കണ്ടില്ലേ, കമലഹാസൻ?"

അതുകേട്ടു സുമതിച്ചേച്ചി പരിഹാസത്തോടെ വായപൊത്തിച്ചിരിച്ചു.

പ്രീഡിഗ്രിക്കു മികച്ച വിജയം നേടി, സുമിത്രച്ചേച്ചി നഗരത്തിലെ കോള ജിലേക്കു ബിരുദപഠനത്തിനു പോയതോടെ സുമതിച്ചേച്ചിയുടെ ചിരി നിന്നു. തട്ടിമുട്ടിയെങ്കിലും പ്രീഡിഗ്രി ജയിച്ചിരുന്നെങ്കിൽ സുമതിച്ചേച്ചിയെ എങ്ങനെയെങ്കിലും അച്ഛൻ നഗരത്തിലെ കോളേജിലയച്ചേനേ.

"സിനിമാ നടിമാരടെ പടോമൊട്ടിച്ചു നടന്നപ്പഴേ ഞാൻ പറഞ്ഞതാ... വല്ലോം പഠിക്കണമെന്ന്..."

അമ്മ അടുക്കളെക്കലത്തിനോടും അടുപ്പിനോടും കിണറ്റുകരയോടും ഓർമിപ്പിച്ചുകൊണ്ടേയിരുന്നു.

"ഞാൻ മാത്രമല്ലല്ലോ...അവളും പടമൊട്ടിച്ചോണ്ടു നടന്നതല്ലേ?"

സുമതിച്ചേച്ചി പൊട്ടിത്തെറിച്ചു.

"അവളു പക്ഷേ, സ്വന്തം കാര്യം നോക്കിയേച്ചാരുന്നു...നീയോ? നിന്റെ ശ്രീദേവിയോടു പറ പരീക്ഷ ജയിപ്പിക്കാൻ... വല്യ ദേവിയാന്നല്ല്യോ പറേന്നേ...

അമ്മയുടെ കോപം അടുപ്പിനെ ആളിക്കത്തിക്കുമ്പോൾ സുമതിച്ചേച്ചി നിറകണ്ണോടെ മുറിയിലേക്കോടി.

"ഇപ്പോ കരഞ്ഞോണ്ടുനടക്കുന്നു...ശവം...പോയി സുമിത്രേടെ ചന്തി കടിക്കട്ടെ അവള്..."

അമ്മ ചിലമ്പും.

"അങ്ങനൊന്നും പറയാതെ ഭാരതീ..."

അമ്മൂമ്മ ഇടപെട്ടു.

"എങ്ങനെ പറയാതിരിക്കും അമ്മേ? നല്ല ദെണ്ണമൊണ്ട്. രണ്ടുപേരും എന്റെ വയറ്റിലു പെറന്നതല്ലേ? ഒന്നോ രണ്ടോ നിമിഷത്തിന്റെ വ്യത്യാസ മല്ലേയുള്ളൂ? രണ്ടുപേർക്കും പഠിക്കാൻ ഒരേ സൗകര്യമല്ലായിരുന്നോ? എന്നിട്ട് ഒരാളുമാത്രം...കരക്കാരെന്തു പറയും? ബുദ്ധിയില്ലാഞ്ഞിട്ടാന്നോ? ഇവടെ തലവര..."

അടുപ്പിൻചൂടു പൊള്ളിച്ച മുഖത്തേക്കു വെള്ളം ചെപ്പി, കരിപിടിച്ച തോർത്തു കൊണ്ടു തുടച്ച്, സമർത്ഥമായി കണ്ണീരൊളിപ്പിച്ചുകൊണ്ട് അമ്മ പറഞ്ഞു.

ആദ്യമായി വീടുവിട്ടു കോളജ് ഹോസ്റ്റലിലേക്കു താമസം മാറ്റുന്ന സുമിത്രച്ചേച്ചിയെ ഞാനും റാണിച്ചേച്ചിയും ആദരവോടെ നോക്കി. ഏത്ത യ്ക്കാ ഉപ്പേരിയും അച്ചപ്പവും അച്ചാറുമൊക്കെ പ്ലാസ്റ്റിക് കൂടുകളിൽ പൊതിഞ്ഞുകെട്ടി അമ്മയും അമ്മൂമ്മയും ചേർന്നു ബാഗിൽ നിറച്ചപ്പോ ഴെല്ലാം സുമതിച്ചേച്ചി മുറിയടച്ചു രാത്രിയുടെ ഇരുട്ടുമായിഅകത്തിരുന്നു.

"ഒന്നിറങ്ങിവാടീ കൊച്ചേ...ഇനി കരഞ്ഞിട്ടെന്താ?"

അടഞ്ഞ വാതിലിലേക്കു നോക്കി അമ്മൂമ്മ ഇടയ്ക്കിടെ പല്ലവി പാടി.

പുലർച്ചെ നാലുമണിയുടെ ബസിൽ യാത്ര തിരിക്കാൻ സുമിത്രചേച്ചി കെട്ടും ഭാണ്ഡവുമായി ഇറങ്ങിയപ്പോഴും സുമതിച്ചേച്ചി കതകു തുറന്നില്ല.

"സുമതീ...കതകു തുറക്ക്...ഞാൻ പോകുവാ...,"സുമിത്രച്ചേച്ചി ഗദ്ഗദ ത്തോടെ വാതിലിനുവെളിയിൽ നിന്നു പറഞ്ഞു, "എന്തിനാ എന്നോടു ദേഷ്യം? അടുത്തതവണ പരീക്ഷ ജയിച്ചാൽ നിനക്കും കോളേജിൽ ചേരാ മല്ലോ..."

'നേരംപോയി' എന്നു തിരക്കുകൂട്ടി, അച്ഛൻ ബാഗുമായി നടന്നപ്പോൾ മനസ്സില്ലാമനസ്സോടെ സുമിത്രച്ചേച്ചി ദാവണിത്തുമ്പുകൊണ്ടു കണ്ണുതുടച്ച് പിന്നാലെ ചെന്നു. പടിയിറങ്ങുന്നതിനു തൊട്ടുമുമ്പ്, ബാഗിൽനിന്ന് ഒരു കടലാസെടുത്ത് എന്റെ കൈയിൽ രഹസ്യമായിത്തന്നിട്ടു പറഞ്ഞു:

"ഇതവൾക്കു കൊടുത്തേരെ...ഇന്നാളിൽ സിനിമാമാസികേൽ വന്ന പടമാ...അവളെ കാണിക്കാതൊളിച്ചുവച്ചിരുന്നതാ..."

ഞാനതു കൗതുകത്തോടെ തുറന്നു. കടുംപച്ച സാരിയുടുത്തു ശിലാവിഗ്രഹംപോലെ കൽമണ്ഡപത്തിൽ ചാരിയിരിക്കുന്ന ശ്രീദേവി എന്നെ നോക്കി കണ്ണിറുക്കി.

അന്നു രാത്രി ഞാനാ ചിത്രം സുമതിച്ചേച്ചിക്കു നീട്ടിയപ്പോൾ അതു തട്ടിത്തെറിപ്പിച്ച്, എന്നെ നോട്ടംകൊണ്ടു കീറിമുറിച്ച് അവൾകൊടുങ്കാറ്റുപോലെ പറന്നുപോയി. അതുകണ്ട അച്ഛൻ സുമതിച്ചേച്ചിക്കരികിലേക്കു ചെന്നു പറഞ്ഞു:

"മോളേ... ഒരു പരീക്ഷയിൽ തോറ്റൂന്നുവച്ച് ജീവിതത്തിൽ തോറ്റൂന്ന് അർഥമില്ല. "ഇനീമുണ്ടല്ലോ അവസരം."

"എനിക്കിനി പഠിക്കണ്ടാ അച്ഛാ."

"പിന്നെ?"

അച്ഛൻ അമ്പരപ്പോടെ ചോദിച്ചു. ഉറക്കെക്കരഞ്ഞ് സുമതിച്ചേച്ചി മുറിക്കുള്ളിലേക്കോടി. മുഖത്തെ വാട്ടം എന്നിൽനിന്നൊളിപ്പിക്കാൻ അച്ഛൻ നീട്ടിച്ചുമച്ചു.

സുമതിച്ചേച്ചി പിന്നീടു ചിരിച്ചുകണ്ടത് കൃത്യമായി പറഞ്ഞാൽ, 1980 മേയ് ഒന്നിനായിരുന്നു. ഉർവശി ശോഭ പതിനേഴാം വയസിൽ ജീവനൊടുക്കിയ കഥ പറഞ്ഞു റേഡിയോ കരഞ്ഞപ്പോൾ. മുറിയ്ക്കുള്ളിൽനിന്ന് ഓടിയിറങ്ങിയ സുമതിച്ചേച്ചി പൊട്ടിച്ചിരിച്ചു മുറ്റത്തുകൂടി തലങ്ങും വിലങ്ങും ഓടി.

"മരണമറിഞ്ഞ് ഒരാളു സന്തോഷിക്കുന്നതു ജീവിതത്തിലാദ്യം കാണുകയാ..."

അമ്മ കിണറ്റുകരയിൽനിന്ന് ഉറക്കെപ്പറഞ്ഞതു സുമതിച്ചേച്ചി ശ്രദ്ധിച്ചതേയില്ല.

നഗരത്തിലെ കലാലയം സുമിത്രച്ചേച്ചിയുടെ അഭിരുചികളെ മാറ്റിമറിച്ചു. ഓരോ അവധിക്കു വരുമ്പോഴും സുമിത്രച്ചേച്ചി പുതിയ ആഭരണങ്ങൾ കൊണ്ടും പുതിയ തരത്തിലുള്ള പൊട്ടുകൊണ്ടും അവ അടയാളപ്പെടുത്തി. പക്ഷേ, മടങ്ങിപ്പോകുമ്പോൾ അവയെല്ലാം സുമതിച്ചേച്ചിക്കു സമ്മാനിച്ചു. എന്നിട്ടും പിന്നീടൊരിക്കലും അവരുടെ ബന്ധം കുട്ടിക്കാലത്തിന്റെ ഊഷ്മളത വീണ്ടെടുത്തില്ല.

കോളേജ് ഹോസ്റ്റലിൽനിന്നു മാസത്തിലൊരിക്കൽ കൊണ്ടുപോയി കാണിക്കുന്ന സിനിമയുടെ വികാരനിർഭരമായ കഥാമുഹൂർത്തങ്ങൾ ഓരോ തവണയും വീട്ടിലെത്തുമ്പോൾ ഞങ്ങൾക്കായി സുമിത്രച്ചേച്ചി കരുതിവച്ചിരുന്നു. മുഷിഞ്ഞ മുഖവുമായി ആട്ടുകല്ലിൽ അരിയരയ്ക്കുന്ന സുമതിച്ചേച്ചിക്കും സഹായത്തിനു കൂടിയ റാണിച്ചേച്ചിക്കും മുന്നിൽ ആ കഥ തിരശീലയിലേതിനേക്കാൾ നാടകീയതയോടെ സുമിത്രച്ചേച്ചി പങ്കുവച്ചു. 'ശാലിനി എന്റെ കൂട്ടുകാരി'യുടെ കഥ പറയുമ്പോൾ സുമിത്രച്ചേച്ചി ശാലിനിയായി. 'ഇടവേള'യുടെ കഥ പറയുമ്പോൾ മാളുവായി. 'ഉൾക്കടലി'ന്റെ കഥയിൽ റീനയായി. നായികമാരുടെ കണ്ണീരും നിശ്വാസങ്ങളും

ഉൾത്താപങ്ങൾ പോലും ചേച്ചി പങ്കുവച്ചു. ബ്രെയിൻട്യൂമർ വന്നു ശാലിനി മരിച്ചപ്പോൾ റാണിച്ചേച്ചിയുടെ കണ്ണു കലങ്ങി. 'ഇടവേള'യിലെ രവി ചതുപ്പിൽ താണുമറഞ്ഞപ്പോൾ എത്ര നിയന്ത്രിച്ചിട്ടും സുമതിച്ചേച്ചി പോലും അലറിവിളിച്ചു.

അപ്പോഴെല്ലാം, 'കള്ളക്കഥ പറഞ്ഞ് എന്തിനാടീ പിള്ളേരെ കരയിക്കുന്നേ' എന്നു ചോദിച്ച് അമ്മ കലഹിച്ചു.

"കള്ളക്കഥയൊന്നുമല്ല. അമ്മ കേൾക്കാഞ്ഞതുകൊണ്ടാ... കേട്ടുനോക്കണം. അപ്പോ അറിയാം..."

റാണിച്ചേച്ചി വഴക്കിടും.

"പിന്നേ... ഞാൻ കഥേം കേട്ടോണ്ടിരുന്നാൽ വിശക്കുന്നൂന്നു പറഞ്ഞു കേറിവരുമ്പോ നീയൊക്കെ അമ്മിക്കല്ലു പുഴുങ്ങിത്തിന്നുമോ?"

"അമ്മ കാണാത്ത സിനിമയായതിന്റെ അസൂയയാ..."

"പിന്നേ... അസൂയ... നമ്മടെ കൊട്ടകേല് വരുമല്ലോ..."

"ഉം വരും.വരും.. പത്തുവർഷം കഴിഞ്ഞ്..."

റാണിച്ചേച്ചി തിരിച്ചടിക്കും.

സിനിമയുടെ ഓരോ രംഗവും ഇത്ര കൃത്യമായി സുമിത്രച്ചേച്ചി എങ്ങനെ ഓർത്തുവയ്ക്കുന്നു എന്നു ഞാൻ വിസ്മയിച്ചിട്ടുണ്ട്. എന്നെങ്കിലുമൊരിക്കൽ സുമിത്രച്ചേച്ചി വലിയ സിനിമാസംവിധായികയോ തിരക്കഥാകൃത്തോ ആകും എന്ന് അക്കാലത്തു ഞാൻ കരുതിയിരുന്നു.

ഇടവേളയുടെ കൃത്യം നാടകീയതയിൽതന്നെ സിനിമാക്കഥ മുറിക്കുകയും അത്താഴസമയത്തേക്കുവരെ ഉദ്വേഗത്തെ വളരാൻ വിടുകയും ചെയ്യുന്നതു സുമിത്രച്ചേച്ചിയുടെ പതിവു കലാതന്ത്രമായിരുന്നു. സിനിമയുടെ ക്ലൈമാക്സ് അറിയാൻവേണ്ടിമാത്രം, എന്നാൽ കാരണമതാണെന്നു സൂചനപോലും തരാതെ അപ്പോഴൊക്കെ സുമതിച്ചേച്ചി അടുക്കളയിൽ ചുറ്റിത്തിരിയുകയും കഥ തീരുമ്പോൾ പൊടുന്നനെ മുറിക്കുള്ളിലേക്കു തലവലിക്കുകയും ചെയ്തു.

ഞാൻ കേൾക്കാൻ പാടില്ലാത്ത കഥാ സന്ദർഭങ്ങൾ വരുമ്പോൾ കറിവേപ്പിലയൊടിക്കാനെന്നോ വെള്ളംകോരാനെന്നോ എന്തെങ്കിലും കാരണം പറഞ്ഞു സുമിത്രച്ചേച്ചി എന്നെ മുറ്റത്തേക്കോടിച്ചു. തിരിച്ചുവരുമ്പോഴേക്കും കഥയുടെ നിർണായകമായ തിരിവിനെപ്പറ്റി വ്യക്തമാകാതെ ഞാൻ ഇരുട്ടിൽത്തപ്പി. പിന്നീടു രഹസ്യമായി റാണിച്ചേച്ചിയാണു കഥയുടെ ചുരുൾ എനിക്കുമുമ്പിൽ നിവർത്തിയിടുന്നത്. റാണിച്ചേച്ചി തന്നെയാണു പിന്നീടൊരിക്കൽ, സുമിത്രച്ചേച്ചിയുടെ രഹസ്യപ്രണയവും എന്നോടു പങ്കുവച്ചത്.

"ആരാ ആൾ?"

ഞാൻ കൗതുകത്തോടെ ചോദിച്ചു.

"വേണു നാഗവള്ളി."

"സിനിമേലെ?"

"ഉം...അതുതന്നെ...ഭയങ്കരിഷ്ടമാ...അയാളെ കിട്ടിയാൽ കല്യാണം കഴിക്കുംന്ന്...ആരോടും പറയല്ലേ...."

"നിന്നോടാരാ പറഞ്ഞേ?"

"അപ്പുറത്തെ ശാരദച്ചേച്ചിയോടു കുളിക്കടവിൽവച്ചു പറേന്നതു ഞാൻ കേട്ടതാ...വേണു നാഗവള്ളി സുമിത്രച്ചേച്ചിക്കു നല്ലോണ്ണം ചേരും അല്ലേ? സുന്ദരനാ.."

"സുന്ദരനൊക്കെയാ. പക്ഷേ, അടിക്കാനും ഇടിക്കാനുമൊന്നുമറിയില്ല... ഗുണ്ടകളു സുമിത്രച്ചേച്ചിയെ ആക്രമിക്കാൻ വന്നാൽ പേടിച്ചോടും. ജയ നായിരുന്നെങ്കിൽ...."

റാണിച്ചേച്ചി ഒന്നുംമിണ്ടിയില്ല. എന്തായാലും ആ നിമിഷം മുതൽ ഞാൻ വേണുനാഗവള്ളിയെയും സ്നേഹിച്ചു. 'ഉൾക്കടൽ' സിനിമ ദേവി തീയേറ്ററിൽ വന്നപ്പോൾ ഞാനതു രണ്ടുതവണ കണ്ടു. രാഹുലന്റെയും റീനയുടെയും പ്രണയം എന്റേതുകൂടിയായി അനുഭവിച്ചു. 'എത്ര കണ്ടാലും മടുപ്പുതോന്നാത്ത കടലിന്റെ സൗന്ദര്യംപോലെ,എത്ര കേട്ടാലും മതി വരാത്ത സംഗീതത്തിന്റെ മാധുര്യം പോലെ' എന്നു വടിവൊത്ത അക്ഷര ങ്ങളിലെഴുതിയ 'ഉൾക്കടൽ' സിനിമയുടെനോട്ടീസ് എന്റെ നോട്ടുബുക്കിൽ സൂക്ഷിക്കുകയും സമയംകിട്ടുമ്പോഴെല്ലാം വേണു നാഗവള്ളിയെ ഒളിഞ്ഞു നോക്കുകയും ചെയ്തു. സത്യമായും സുമിത്രച്ചേച്ചിയുടെ വിവാഹ നിശ്ചയംവരെയും ഞാൻ അവരുടെ പ്രണയം സത്യമെന്നു വിചാരിച്ചു.

ഒമ്പത്

പ്രണയദർശിനി

ഒരാളെ മറ്റൊരാളിലേക്കു മനസ്സുകൊണ്ടു വലിച്ചുകെട്ടുന്ന തേൻ നൂലാണോ പ്രണയം?

ജീവിതത്തെ ഒന്നാകെ ഒറ്റവാതിലിലേക്കു ചേർത്തുപിടിക്കുന്ന വികാരമാണോ പ്രണയം?

മറ്റൊന്നിനും പകരംവയ്ക്കാനാവാത്ത ഒരാൾക്കുവേണ്ടിയുള്ള അന്വേഷണമാണോ പ്രണയം?

പലർക്കും ഇങ്ങനെയൊക്കെ ആയിരിക്കാം. പക്ഷേ, റാണിച്ചേച്ചിക്ക് ഒരിക്കലും അതങ്ങനെയായിരുന്നില്ല.

വീട്ടിൽ മറ്റാർക്കും പതിച്ചുകിട്ടിയിട്ടില്ലാത്ത നുണക്കുഴിയിൽ റാണിച്ചേച്ചി ഒരുപാടുപേരെ വീഴ്ത്തി. ഓരോ വർഷവും ഓരോരുത്തരെ പ്രണയിച്ചു. ചിലപ്പോൾ ഒരേസമയം രണ്ടിലേറെപ്പേരെ...

റാണിച്ചേച്ചിയുടെ പ്രണയം എന്നെ എന്നും അദ്ഭുതപ്പെടുത്തി. രഹസ്യക്കോട്ടകൾകൊണ്ടു കെട്ടിയതായിരുന്നില്ല, അത്. ആരറിഞ്ഞാലും അവൾക്കു പ്രശ്നവുമില്ലായിരുന്നു.

"അച്ഛൻവീട്ടിലെ പാരമ്പര്യമാ... എന്റെ വീട്ടിലാർക്കും ഇത്തരം സൂക്കേടില്ല..."

റാണിച്ചേച്ചിയുടെ നോട്ടുബുക്കിൽനിന്നു പുതിയ പ്രണയലേഖനം കണ്ടുപിടിച്ചപ്പോഴെല്ലാം അമ്മ പിറുപിറുത്തു. അച്ഛന്റെ ഒരേയൊരു സഹോദരി, ജാതിയിൽ താണ ഒരാളുമായി ഒളിച്ചോടി വിവാഹം കഴിച്ചതായിരുന്നത്രേ. പ്രണയത്തിന്റെ ശരിതെറ്റുകളെ വിലയിരുത്താൻ ശേഷിയില്ലാഞ്ഞിട്ടോ എന്തോ, റാണിച്ചേച്ചിയുടെ സ്വഭാവത്തിൽ അച്ഛൻ എപ്പോഴും മൗനം പാലിച്ചു. സുമതിച്ചേച്ചി ഇടയ്ക്കിടെ ഇതിന്റെ പേരിൽ അവളോടു മുഷിയാറുണ്ടായിരുന്നെങ്കിലും നുണക്കുഴിപ്പൂക്കളെ പൊടുന്നനെ വിരിയിച്ചും കൺകോണിൽ ഒരു 'പോടീ പോ' ആംഗ്യം ഒളിപ്പിച്ചും റാണിച്ചേച്ചി അതിനെ അവഗണിച്ചു.

തനിക്കു കിട്ടുന്ന അസംഖ്യം പ്രണയലേഖനങ്ങൾ, തൊട്ടാൽ കരുകരാ ശബ്ദം കേൾപ്പിക്കുന്ന ഒരു പഴയ പ്ലാസ്റ്റിക് സഞ്ചിയിൽ റാണി

ച്ചേച്ചി സൂക്ഷിച്ചു. ഇടയ്ക്ക് ഞങ്ങൾ മാത്രമുള്ള സ്വകാര്യനേരങ്ങൾക്കു നടുവിലേക്ക് അവൾ ആ സഞ്ചി കുടഞ്ഞിടുകയും പ്രണയഭരിതമായ അസംഖ്യം അക്ഷരക്കൂട്ടുകളെ താലോലിക്കുകയും ചെയ്യുമായിരുന്നു. 'പാവം എന്റെ സുമേഷ്...' 'കള്ളൻ സന്തോഷ്..." 'ഭയങ്കരൻ റോയി' എന്നിങ്ങനെ ഓരോ കത്തുമെടുത്തു തുറന്നുനോക്കി, പഴയ കാമുകരെ നിർമമതയോടെ അനുസ്മരിക്കുന്നത് കൗതുകത്തോടെയും അതിലേറെ ചിരിയോടെയും ഞാൻ നോക്കിക്കാണുമായിരുന്നു. അന്ന് ഏതു പ്രണയത്തെയും ഞാൻ തമാശയോടെയാണു പരിഗണിച്ചത്. സുമതിച്ചേച്ചിയും സുമിത്രച്ചേച്ചിയും പ്രണയത്തിന്റെ ഒരേ നൂലിൽപിടിച്ചു പട്ടം പറത്താനൊരുങ്ങിയപ്പോൾ പക്ഷേ, എന്റെ പേടി ആകാശംമുട്ടി.

കുളിക്കടവിൽ ചുഴിയിൽനിന്നു കോരിയെടുത്ത നിമിഷം മുതൽ പട്ടാളക്കാരൻ കൃഷ്ണദാസ് സുമിത്രച്ചേച്ചിയിൽ അനുരാഗബദ്ധനായിരുന്നു. സിനിമാതാരങ്ങളെ അനുകരിച്ച്, ബെൽബോട്ടം പാന്റ്സും ഷർട്ടും കൂളിങ് ഗ്ലാസും ധരിച്ച്, അമ്പലപ്പടിയിലിരുന്ന് അയാൾ മൂളിപ്പാട്ടുപാടി. 'ഇനിവെള്ളത്തിവീഴുമ്പോ നേരത്തേ അറിയിക്കണേ' എന്നു കളിയാക്കി. കോളേജിലെ അവധിക്ക് ചേച്ചി വീട്ടിൽ വരുമ്പോഴെല്ലാം കൃഷ്ണദാസും കൃത്യമായി അവധിയെടുത്ത് സെക്കന്തരാബാദിൽനിന്നു നാട്ടിലെത്തി അമ്പലപ്പടിയിലൊട്ടി.

"ഇതെന്തൊരു ശല്യമാ...ആ വായിന്നോക്കി...എന്നെ വിടുന്ന മട്ടില്ല...."

സുമിത്രച്ചേച്ചി അമ്മൂമ്മയോടു പരാതി പറഞ്ഞു.

"കാണാൻകൊള്ളാവുന്ന പിള്ളാരടെ പൊറകേ ആമ്പിള്ളാരു ചൂളോം കുത്തി നടക്കുന്നതു പുതിയ കാര്യമൊന്നുമല്ല കുഞ്ഞേ....നീ ഗൗനിക്കണ്ട....ഈ കഞ്ഞി വേവില്ലാന്നറിയുമ്പോ താനേ പൊയ്ക്കോളും."

അമ്മൂമ്മ സമാധാനിപ്പിച്ചു.

കൃഷ്ണദാസിനെ സുമിത്രച്ചേച്ചി അവഗണിച്ചപ്പോൾ സുമതിച്ചേച്ചി സ്വയം അയാളിലേക്കു വഴിവെട്ടാൻ ശ്രമിച്ചു. കൃഷ്ണദാസ് അമ്പലപ്പടിയിലിരിക്കുന്ന സമയംനോക്കി അതുവഴി കുളിക്കടവിലേക്കു കുണുങ്ങിപ്പോയി. അനുരാഗം നുരയ്ക്കുന്ന നോട്ടംകൊണ്ട് അയാളെ തിരിഞ്ഞുനോക്കി. വൈകുന്നേരങ്ങളിൽ അമ്മൂമ്മയുടെ പഴയ സെറ്റുമുണ്ടുടുത്ത് അമ്പലത്തിൽ ദീപാരാധന തൊഴാൻ പോയി. കൃഷ്ണദാസ് തന്നെ താത്പര്യത്തോടെ നോക്കിയപ്പോൾ സുമതിച്ചേച്ചി ശിവനു കൂവളത്തിൻമാലകെട്ടി. അയാൾ ഒരുകണ്ണടച്ചു വഷളൻ ചിരി ചിരിച്ചപ്പോൾ കൃഷ്ണനു നെയ്പായസം നേദിച്ചു. ആദ്യമായി അയാൾ കുശലം പറഞ്ഞപ്പോൾ അടിമുടി പൂത്തുലയുകയും ഒരു പകൽ മുഴുവൻ അതോർത്തു ചിരിച്ചു നടക്കുകയും കണ്ണാടിക്കുമുമ്പിലിരിക്കുകയും ചെയ്തു. അവധി കഴിഞ്ഞു കൃഷ്ണദാസ് മടങ്ങിയപ്പോൾ സുമതിച്ചേച്ചി വിധവയുടെ ശൂന്യമായ കണ്ണുകൾ കടമെടുത്തു. കുളിക്കടവിലേക്കു പോകാതായി. ഉടുത്തൊരുങ്ങാതായി. നേരാംവണ്ണം ഭക്ഷണംപോലും കഴിക്കാതായി.

"പട്ടാളക്കാരനുമായി സുമതിച്ചേച്ചി പ്രേമത്തിലാ..."

റാണിച്ചേച്ചി കള്ളച്ചിരിയോടെ ഒരിക്കൽ എന്നോട് ആ രഹസ്യം പങ്കുവച്ചു.

"സത്യം?"

"ഉം. അപ്പോ സുമിത്രച്ചേച്ചിയോ?"

"സുമിത്രച്ചേച്ചിയെയാ ആദ്യം പ്രേമിച്ചേ. പക്ഷേ, ചേച്ചിക്കു വേണുനാഗവള്ളിയില്ലേ? പിന്നെന്തിനാ ഇങ്ങേർ?"

വേണുനാഗവള്ളിയേയും കൃഷ്ണദാസിനെയും മനസ്സിലെ രണ്ടു കസേരകളിൽ മുഖാമുഖമിരുത്തി ഞാൻ അടിമുടി പരിശോധിച്ചു.

"കൃഷ്ണദാസിനു പക്ഷേ, വേണുനാഗവള്ളിയേക്കാൾ മസിലൊണ്ട്. തോക്കുകൊണ്ടു വെടിവയ്ക്കാനുമറിയാം..."

ഞാൻ ആവേശത്തോടെ പറഞ്ഞു.

"പോടാ പൊട്ടാ...പൊട്ടക്കുണാപ്പൻ..."

റാണിച്ചേച്ചി രോഷത്തോടെ എന്റെ കവിളിൽകുത്തി അടുക്കളയിലേക്കു പോയി. ഊണുമുറിയുടെ വാതിൽക്കലിരുന്നു കണ്ണാടിനോക്കുന്ന സുമതിച്ചേച്ചിയെ ഞാൻ പുതിയ കണ്ണുകളോടെ നോക്കി. ഞാൻ നോക്കുന്നതറിഞ്ഞു സുമതിച്ചേച്ചി കണ്ണാടി മാറ്റി എന്റെനേരേ പുരികത്തുമ്പു വളപ്പിച്ച് ചോദ്യച്ചിഹ്നമുയർത്തി. ഒന്നുമില്ലെന്നു ചുമൽ കുലുക്കി ഞാൻ മുറ്റത്തേക്കോടി.

അന്നുരാത്രി, ഞാൻ റേഡിയോയിൽ 'കണ്ടതുംകേട്ടതും' കാത്തിരിക്കുമ്പോളായിരുന്നു, അടക്കിപ്പിടിച്ച ശബ്ദത്തിൽ അമ്മ അച്ഛനോട് ഇതേപ്പറ്റി സംസാരിക്കുന്നതു കേട്ടത്.

"ഈ കൊച്ചിന്റെ ഇരുപ്പുകണ്ടിട്ട് എനിക്കു പേടിവരുന്നു."

"എന്തുപറ്റി അവൾക്ക്..."

ഡ്രൈക്ലീനിങ്ങിനു കൊടുക്കാനുള്ള കുപ്പായങ്ങൾ അടുക്കി പ്ലാസ്റ്റിക് കൂടിലാക്കുന്നതിനിടയിൽ അച്ഛൻ തിരിഞ്ഞുനോക്കാതെ ചോദിച്ചു.

"അവൾക്ക് ആ പട്ടാളക്കാരനെ കെട്ടണമെന്ന്..."

"ആരെ?"

"മൈലാടുംപാറേലെ പുരുഷോത്തമൻകൊച്ചാട്ടന്റെ ചെക്കൻ കൃഷ്ണദാസിനെ."

"അതിനവൾക്കു കെട്ടാൻ പ്രായമായോ?"

കൈയിലെടുത്ത കുപ്പായം മേശമേലേക്കിട്ട് അച്ഛൻ അദ്ഭുതത്തോടെ തലതിരിച്ചു.

"പ്രായമൊക്കെയായി. പഠിക്കാൻ കൊള്ളാത്തതിനെ വെറുതെ വീട്ടിൽ നിർത്തീട്ടെന്താ?"

"എന്നാലും..."

"ഒരെന്നാലുമില്ല.ആ ചെക്കനു ജോലിയൊണ്ട്. വീട്ടിലും പ്രാരബ്ധ മൊന്നുമില്ല. ഒന്നാലോചിച്ചുകൂടേ?

"പിള്ളേരു രണ്ടിനേം ഒരുമിച്ച് ഒരുപന്തലിൽ വച്ചു മാലയിടീക്കണ മെന്നായിരുന്നു എന്റെ മോഹം..."

അച്ഛൻ താടി തടവി.

"ആ മോഹമൊക്കെ എനിക്കുമൊണ്ടായിരുന്നു. പക്ഷേ, സുമിത്ര ഇനി ജോലികിട്ടാതെ കെട്ടുമോ? അല്ലെങ്കിൽത്തന്നെ അവൾക്ക് അവളുടെ തരത്തിനു ചേരുന്ന ഒരു ബന്ധം കിട്ടണ്ടേ? അതുവരെ ഇവളിവിടെ വെറുതേ വീട്ടിൽ കുത്തിയിരുന്നു മൂശേട്ടകെട്ടും. നാളെത്തന്നെ മൈലാടും പാറേവരെ ഒന്നു പോയിട്ടുവന്നാട്ടെ."

"ഞാൻ അങ്ങോട്ടു പോണോ?"

"പിന്നല്ലാതെ? പെൺപിള്ളാരടെ തന്ത കല്യാണാലോചനേമായിട്ടു ചെല്ലുന്നതില് എന്താ തെറ്റ്."

"പക്ഷേ, അതിന് ആ ചെക്കന് ഇവളെ ഇഷ്ടമാണോന്നറിയാതെ..."

അതൊക്ക ഞാൻ സൂത്രത്തിലറിഞ്ഞു, ആരെങ്കിലും കേൾക്കു ന്നുണ്ടോ എന്ന് അമ്മ ചുറ്റുവട്ടത്തു കണ്ണെറിഞ്ഞു. ഒന്നും കേൾക്കുന്നി ല്ലെന്ന ഭാവത്തിൽ ഞാൻ ആകാശവാണിക്കു സ്വയം സമർപ്പിച്ചു. അമ്മ അച്ഛനരികിലേക്കു കുറേക്കൂടി നീങ്ങിനിന്നു പറഞ്ഞു:

"അവരു തമ്മിൽ വല്ലാത്തൊരിഷ്ടത്തിലാ..."

"എന്ന് അവളു പറഞ്ഞോ?"

"ഇല്ല. ഞാൻ സ്വപ്നം കണ്ടു... ഇതെന്തൊരു ചോദ്യം. അവളു പറ യാതെ ഞാനറിയുമോ?"

അമ്മ കയർത്തു.

"എല്ലാരുമായിട്ട് ഒന്നാലോചിച്ചിട്ട്..."

"ആരുമായിട്ടാലോചിക്കാനാ... ഒന്നുംവേണ്ട.... മുട്ടാപ്പോക്കു പറയാൻ നൂറുപേരു കാണും. നമ്മടെ കാര്യം നമ്മളുതന്നെ നോക്കണം..."

"ഉം..."

അച്ഛൻ വരാന്തയിലേക്കിറങ്ങി. ഇരുട്ടിൽ തീനീളം മിന്നുന്നതും ചാർ മിനാർ പുകയുന്നതും ഞാനറിഞ്ഞു.

പിറ്റേന്നു സ്കൂളിൽനിന്നു വരുമ്പോൾ മരണവീടിന്റെ മൗനം കൊണ്ടാണു വീട് എന്നെ എതിരേറ്റത്. അടുക്കളവാതിൽ അടഞ്ഞുകിട ക്കുന്നു. അമ്മ അകത്തെ മുറിയിൽ കിടക്കുന്നു. മുറുക്കാൻ ചവയ്ക്കാൻ പോലും മറന്ന് അമ്മൂമ്മ ചുവരിൽ ചാരിയിരിക്കുന്നു. സുമതിച്ചേച്ചിയുടെ മുറിയുടെ വാതിൽ അകത്തുനിന്നു തഴുതിട്ടിരിക്കുകയായിരുന്നു. ആയിരം കാലുള്ള തേരട്ടപോലെ എന്തോ ദുരൂഹത മുറിയിലൂടെ ഇഴഞ്ഞുനീങ്ങു ന്നതു ഞാനറിഞ്ഞു.

"എന്തുപറ്റി?"

വടക്കേമുറ്റത്തെ പേരമരത്തിൽചാരിനിന്നു പേരയ്ക്കാ കടിക്കുന്ന റാണിച്ചേച്ചിയോടു ഞാൻ രഹസ്യമായി ചോദിച്ചു.

"പ്രേമം പൊളിഞ്ഞു."

"എന്നുവച്ചാൽ?"

"പട്ടാളക്കാരനു സുമതിച്ചേച്ചിയെ വേണ്ടെന്ന്."

"പിന്നെ ഇഷ്ടമാരുന്നൂന്നു പറഞ്ഞതോ."

"അയാൾക്കിഷ്ടം സുമിത്രച്ചേച്ചിയെ ആണെന്ന്. സുമിത്രച്ചേച്ചിയെ വിവാഹം കഴിക്കാൻ റെഡിയാണെന്ന്..."

"എന്നിട്ട്?"

"എന്നിട്ടെന്താ... അച്ഛൻ നാണിച്ചു മടങ്ങിപ്പോന്നു. സുമതിച്ചേച്ചി ഇതറിഞ്ഞു മണ്ണെണ്ണയെടുത്തു കുടിക്കാൻ നോക്കി."

"അയ്യോ..."

"ഒന്നും പറ്റിയില്ല. അതിനുമുമ്പേ അമ്മ മണ്ണെണ്ണക്കുപ്പി തട്ടിക്കളഞ്ഞു."

റാണിച്ചേച്ചി നിസ്സാരമായി പറഞ്ഞു.

പ്രണയം ജീവിക്കാൻ മാത്രമുള്ളതല്ല, മരിക്കാനുംകൂടിയുള്ളതാണെന്ന് അന്നു ഞാനറിഞ്ഞു.

ചാറ്റൽമഴ തണുപ്പിച്ചെടുത്ത വൈകുന്നേരങ്ങളിലൊന്നിൽ, വേണുനാഗവള്ളിയുടെ ചിത്രപ്പുസ്തകം തുറന്നുവച്ചു സുമിത്രച്ചേച്ചി ഒരിക്കൽ പ്രഖ്യാപിച്ചു, "ഞാനൊരിക്കലും സിഗരറ്റ് വലിക്കുകേം കള്ളുകുടിക്കുകേം ചെയ്യുന്നൊരുത്തനെ കെട്ടത്തില്ല."

"ഞാനും."

സുമതിച്ചേച്ചിയും പിന്തുണച്ചു.

"ഹോ...സിഗരറ്റിന്റെ വൃത്തികെട്ട മണം എങ്ങനെ സഹിക്കും?"

"അതേയതേ...", സുമിത്രച്ചേച്ചി തലകുലുക്കി എനിക്കെതിരേ തിരിയും, "നീ വലുതാവുമ്പോ സിഗരറ്റ് വലിക്കുമോടാ?"

"ഇല്ല."

"വലിക്കരുത്. പെണ്ണുങ്ങളു ശപിക്കും. സിഗരറ്റും വേണ്ട കള്ളും വേണ്ട. കേട്ടല്ലോ..."

ഞാൻ തലകുലുക്കി.

"നല്ലകുട്ടിയായിട്ടു പഠിച്ചുവളർന്നാൽ, അപ്പുറത്തെ ആശയെ നിനക്കു കെട്ടിച്ചുതരാം. അവളു നല്ല കൊച്ചാ...എന്തുഭംഗിയാ അവടെ ചിരിക്ക്."

സുമതിച്ചേച്ചി പ്രഖ്യാപിച്ചു.ഞാൻ നാണത്തോടെ തലകുനിച്ചു. ശ്രീധരൻമാഷിന്റെ മകളായിരുന്നു ആശ. എന്നേക്കാൾ മൂന്നുവയസ്സിളപ്പം. ആശപാവമായിരുന്നെങ്കിലും ചന്ദ്രമോഹനോടുള്ള നീരസം

കൊണ്ടു ഞാനവളെ അവഗണിക്കുകയായിരുന്നു പതിവ്. പക്ഷേ, സുമതിച്ചേച്ചിയുടെ പ്രഖ്യാപനം കേട്ട നിമിഷം മുതൽ ഞാൻ ആശയെ എന്റെ സ്വന്തമെന്നു പരിഗണിച്ചുതുടങ്ങി.

"സുമതിച്ചേച്ചി പറേന്നേ നീ കേൾക്കണ്ട", രാത്രി, ആരും കാണാതെ റാണിച്ചേച്ചി എന്നോടു പറഞ്ഞു," നീ ആശേ കെട്ടണ്ട. അവളു നിനക്കു ചേരില്ല."

"അതെന്താ?"

"ചേരില്ല. അതുതന്നെ."

"ഞാൻ ആരേം കല്യാണം കഴിക്കത്തില്ല."

"അവളെ കെട്ടേണ്ടെന്നു പറഞ്ഞതുകൊണ്ടാണോ? പൊട്ടൻ."

"അതല്ല. കല്യാണം കഴിക്കുന്നെ എനിക്കിഷ്ടമല്ല."

"ബ്രഹ്മചാരിയായിക്കഴിയാനാണോ? അതാ നിനക്കു നല്ലത്. അല്ലെങ്കിലും നിനക്കു മീശപോലും മുളയ്ക്കുമെന്ന് എനിക്കുതോന്നുന്നില്ല."

റാണിച്ചേച്ചി പരിഹസിച്ചു.

"പക്ഷേ, നീ വലുതാവുമ്പോ സിഗരറ്റുവലിക്കണം. കള്ളും കുടിക്കണം. അതൊക്കെ ആണുങ്ങൾക്കു പറഞ്ഞിട്ടൊള്ളതാ...സമ്മതിച്ചോ."

ഞാൻ തല കുലുക്കി.

പിൽക്കാലത്ത്, ലഹരിക്കെതിരേ കുരിശുയുദ്ധം പ്രഖ്യാപിച്ച സതീശൻ ചേട്ടനുമായുള്ള വിവാഹത്തിനു റാണിച്ചേച്ചി സമ്മതം മൂളിയപ്പോൾ, മനഃപൂർവം എന്റെ കട്ടിമീശയിൽ തലോടി ഞാൻ ചോദിച്ചു:

"അയ്യേ... അയാളു സിഗരറ്റുവലിക്കുകേം കള്ളുകുടിക്കുകേം ഒന്നും ചെയ്യാത്ത ഒരുപോങ്ങനല്ലേടീ..."

"പോടാ. അതു നല്ലതല്ലേ...?"

"പക്ഷേ, പണ്ടു നീ ഇങ്ങനല്ലല്ലോ പറഞ്ഞത്?"

"നീ വലിക്കുകേം കുടിക്കുകേം ചെയ്യണമെന്നല്ലേ പറഞ്ഞത്? അല്ലാതെ എന്റെ ഭർത്താവ് ചെയ്യണമെന്നല്ലല്ലോ?"

നുണക്കുഴിച്ചിരിയോടെ റാണിച്ചേച്ചി എന്റെ മീശത്തുമ്പിൽ പിടിച്ചു വലിച്ചു

"നീ ആരെയെങ്കിലും പ്രണയിച്ചു കല്യാണം കഴിക്കുമെന്നാ ഞാൻ കരുതിയത്."

"അയ്യേ... നീയെന്തിനാ അങ്ങനെ വിചാരിച്ചേ? പ്രണയിച്ചു കല്യാണം കഴിക്കാൻ എന്റെ പട്ടി പോകും."

"പിന്നെന്തിനാ നീ ഓരോരുത്തരെ പ്രണയിച്ചേ?"

"അതു ചുമ്മാ. നിനക്കു മനസ്സിലാവില്ല."

എന്റെ വയറ്റത്തു കുസൃതിയോടെ കുത്തി റാണിച്ചേച്ചി പോയപ്പോൾ പെണ്ണ് എന്ന അദ്ഭുതസൃഷ്ടിയെപ്പറ്റി ഞാൻ ഒരിക്കൽക്കൂടി കൗതുകം കൊണ്ടു.

അടുപ്പം തോന്നിയവരെയൊക്കെ പ്രണയിച്ച് ജീവിതം ആഘോഷമാക്കിയ റാണിച്ചേച്ചി, പക്ഷേ, വിവാഹത്തോടെ ഏറ്റവും നല്ല കുടുംബിനിയായി. ഞാൻ ജീവിതത്തിൽ കണ്ട ഏറ്റവും നല്ല ഭാര്യയും ഭർത്താവും റാണിച്ചേച്ചിയും സതീശൻചേട്ടനുമാണ് എന്നു പറയാൻ എനിക്കു മടിയില്ല. ശ്രീധരൻമാഷിന്റെയും സുലോചനച്ചേച്ചിയുടെയും ദാമ്പത്യം കാമാതുരമായിരുന്നെങ്കിൽ റാണിച്ചേച്ചിയുടെയും സതീശൻ ചേട്ടന്റെയും ദാമ്പത്യം ആദർശപരമായിരുന്നു. സ്നേഹവും പരസ്പരധാരണയുമായിരുന്നു അതിന്റെ ഊടും പാവും. ഇതേപ്പറ്റി ഒരിക്കൽ ഞാൻ സുമിത്രച്ചേച്ചിയോടു പറഞ്ഞപ്പോൾ അവളെന്നെ തീക്കണ്ണുകൊണ്ടുകുത്തി.

"കള്ളുകുടിക്കുകേം പുകവലിക്കുകേമൊക്കെ ചെയ്യാത്തവരെ ആണുങ്ങളെന്നല്ല പറേണ്ടേ...ആ സതീശന്റെ ചുണ്ടുകണ്ടില്ലേ... ചൊമചൊമാന്ന്... അയ്യേ..."

"ആണുങ്ങളായാൽ എന്നെപ്പോലിരിക്കണം, അല്ലേടീ...."

നഗരത്തിലെ ഫ്ളാറ്റിന്റെ സിറ്റൗട്ടിലിരുന്ന് അവധിദിനത്തിലെ പ്രഭാതത്തെ മദ്യംകൊണ്ടു കുളിപ്പിച്ചെടുക്കുന്ന മഹാദേവൻ ചേട്ടൻ, സിഗരറ്റ് പുകയുടെ വട്ടങ്ങളെ തുരുതുരാ പറത്തിവിട്ട്, ഉറക്കെച്ചിരിച്ചു പറഞ്ഞു.

കഥയിലെ ഭൂതത്തിന്റെ വായിൽനിന്നെന്നപോലെ ഓരോ ചിരിത്തുണ്ടിനുമൊപ്പം പുകവട്ടങ്ങൾ പറത്തിവിടുന്ന ഭർത്താവിനെ കുസൃതിയോടെ നോക്കി സുമിത്രച്ചേച്ചി അഭിമാനത്തോടെ തലകുലുക്കി. ഞാനപ്പോൾ ആലോചിക്കുകയായിരുന്നു, ദൈവം ആണോ പെണ്ണോ?

പ്രണയത്തിനു കണ്ണില്ലെന്ന് അമ്മൂമ്മ എപ്പോഴും പറയാറുണ്ടായിരുന്നതു വെറുതെയാണെന്നു ഞാനറിഞ്ഞതു തിരുവനന്തപുരത്തു പഠനത്തിനായി കാൽകുത്തിയ ദിവസമായിരുന്നു. പ്രണയത്തിനു കണ്ണുകളേ ഉള്ളൂ എന്നും എല്ലാ കണ്ണുകളിലും തെളിയുന്നത് ഒരാൾ മാത്രമാണെന്നും ഞാനന്നു മനസ്സിലാക്കി. പ്രണയിക്കുന്നവൻ ആയിരം കണ്ണുകൾ കൊണ്ടാണു പ്രണയിനിയെ നോക്കുന്നതെന്നും അവന്റെ ആകാശവും ഭൂമിയും പ്രണയം മാത്രമാണെന്നും ഞാൻ തിരിച്ചറിഞ്ഞു.

പ്രീഡിഗ്രി കഷ്ടിച്ചു ജയിച്ച എന്നെ തിരുവനന്തപുരത്തു പഠിക്കാൻ വിടണമെന്നതു സുമിത്രച്ചേച്ചിയുടെ നിർബന്ധമായിരുന്നു. എന്നെ എൻജിനീയറാക്കാനായിരുന്നു അവളുടെ ആഗ്രഹം. ഇത്രയും കുറഞ്ഞമാർക്കുകൊണ്ട് എവിടെയും എൻജിനീയറിങ്ങിനു പ്രവേശനം ലഭിക്കില്ലെന്നുറപ്പായപ്പോൾ തിരുവനന്തപുരത്ത് എഎംഐഇ എന്ന കോഴ്സ് പഠിക്കാൻ എന്നെ പറഞ്ഞയച്ചു. അസോസിയേറ്റ് മെംബർഷിപ് ഓഫ് ദ ഇൻസ്റ്റിറ്റ്യൂഷൻ ഓഫ് എൻജിനീയേഴ്സ് എന്നതാണ് എഎംഐഇയുടെ പൂർണരൂപം എന്നല്ലാതെ ആ കോഴ്സിനെക്കുറിച്ച് ഇന്നും എനിക്കൊന്നും അറിയില്ല. മൂന്നരവർഷത്തെ പഠനത്തിനിടയിൽ വിരലിലെണ്ണാവുന്ന ദിവസങ്ങളിലേ ഞാൻ ക്ലാസിൽ പോയിട്ടുള്ളൂ.

കോളേജ് കാമ്പസും തമാശകളും പ്രതീക്ഷിച്ചുചെന്ന എന്നെ ചാര നിറം പൂശിയ ആ രണ്ടുനിലക്കെട്ടിടം അമ്പേ നിരാശപ്പെടുത്തി. ചെന്നു ചേർന്നതു സായംകാല കോഴ്സിനാണെന്നു മനസ്സിലാക്കിയതുതന്നെ വളരെ വൈകി. പോളിടെക്നിക്ക് ജയിച്ച് ജോലി നേടിയ കുറേപ്പേർ സ്ഥാനക്കയറ്റത്തിനുള്ള കുറുക്കുവഴിയായി ഉപയോഗിക്കുന്ന പഠനമുറ യാണിതെന്നു ക്രമേണ ഞാനറിഞ്ഞു. ഒറ്റമുറിയിലെ മഞ്ഞവെളിച്ചത്തിനു കീഴെ, കൂടുതൽ മെച്ചപ്പെട്ട ജീവിതം സ്വപ്നംകാണുന്ന മധ്യവയസ്കർ ക്കിടയിൽ ഒറ്റുകൊടുക്കപ്പെട്ടവനെപ്പോലെ ഞാനിരുന്നു. എനിക്കറിയാവുന്ന ഒരു കാര്യംപോലും ആരും അവിടെ പരാമർശിച്ചുകണ്ടില്ല. കടുകട്ടി വിഷ യങ്ങൾ... തടിച്ച പുസ്തകങ്ങൾ... പൊട്ടിച്ചെടുക്കാനാവാത്ത സൂത്രവാക്യ ങ്ങൾ.... ഈ കോഴ്സ് എനിക്കു ചേരില്ലെന്നു ഞാൻ ആദ്യമേ ഉറപ്പിച്ചു.

നാട്ടിൻപുറത്തിന്റെ നാട്ടുപച്ചകളുമായി ചെന്ന എനിക്കുമുമ്പിൽ തല സ്ഥാന നഗരം അദ്ഭുതങ്ങളുടെ ലോകം തുറന്നിട്ടു. ആയിരം കൈകൾ കൊണ്ട് അതെന്നെ നാലുപാടുംനിന്നു മാടിവിളിച്ചു. വിളിച്ചിടത്തേക്കൊക്കെ ഞാൻ ഓടിച്ചെന്നു. രാവിലെ നഗരത്തിലിറങ്ങിയാൽ രാത്രിയായാലും തിരിച്ചുകയറാൻ തോന്നില്ല. നഗരഹൃദയത്തിൽനിന്നു മാറിയുള്ള ഇടു ങ്ങിയ തെരുവിൽ, എന്റെ സ്വപ്നങ്ങളുടെ പരിമിതി വച്ചുനോക്കിയാൽ ഏറക്കുറെ ആഡംബരപൂർണമായ ഒരു ലോഡ്ജിലായിരുന്നു പാർപ്പ്. രാഷ്ട്രീയം കളിച്ച് കോളേജ് പഠനം ഉഴപ്പിയവരും വക്കീലാകാൻ കോട്ടു തുന്നി പരീക്ഷയെഴുതി നരകിക്കുന്നവരും ഐസിഡബ്ല്യുഎ, സിഎ തുട ങ്ങിയ രാവണൻകോട്ടയിൽ കയറി ശ്വാസമുട്ടുന്നവരുമൊക്കെയായിരുന്നു അവിടത്തെ താമസക്കാർ. എല്ലാവരും പണക്കാർ. രാവിലെയും ഉച്ചയ്ക്കും വേഷം മാറുന്നവർ. സ്വന്തമായി ബൈക്കും ടേപ്പ് റെക്കോർഡറുമുള്ളവർ. എല്ലാവരുമായും അടുക്കണമെന്ന് ആഗ്രഹിച്ചെങ്കിലും നാട്ടിൻപുറത്തെ വിനീതമായ തൊട്ടാവാടിച്ചെടിപോലെ തൊടുംമുമ്പേ വാടി ഞാൻ അവ രുടെ ജീവിതത്തിന്റെ പാതയോരത്തുനിന്നു. അച്ചൻകോവിൽ എന്ന കു ഗ്രാമത്തിലെ പണക്കൊഴുപ്പ് തലസ്ഥാനനഗരിയിൽ ബിരുദപഠനത്തിനായി പറഞ്ഞയച്ച രാഘവനില്ലായിരുന്നെങ്കിൽ ചെന്ന ദിവസംതന്നെ ഞാൻ ആ ലോഡ്ജിൽനിന്നു കെട്ടുകെട്ടിയേനേ. നാട്ടിൻപുറത്തുകാരനായി രുന്നെങ്കിലും രാഘവൻ തൊട്ടാവാടിയായിരുന്നില്ല, ഇങ്ങോട്ടൊന്നു മുട്ടി യാൽ രണ്ടുമുട്ട് അങ്ങോട്ടുകൊടുക്കുന്ന ചൊറിയണമായിരുന്നു. ബാഗ് താഴെവച്ച്, സൂക്ഷിച്ചുചെലവഴിക്കണമെന്ന നോട്ടത്തോടെ പണമെണ്ണി ത്തന്ന് അച്ഛൻ മടങ്ങിയപ്പോൾ അവൻ ചോദിച്ചു:

"എത്രരൂപാ തന്നു മൂപ്പിലാൻ?"

"അഞ്ഞൂറ്."

പരിചയപ്പെട്ടതിന്റെ അടുത്ത നിമിഷം എന്റച്ഛനെ മൂപ്പിലാൻ എന്നു പരിഹസിച്ചതിന്റെ അമർഷം ജനാലയിലൂടെ പുറത്തേക്കു നോക്കി പറത്തി ക്കളഞ്ഞു ഞാൻ.

"കോപ്പ്. അഞ്ഞൂറുരൂപകൊണ്ട് എങ്ങനെ ഒരുമാസം കഴിയും?"

ഞാൻ ഭയന്നു. ഇത്രയും പണം ഇതാദ്യമായാണ് എന്റെ കൈയിൽ വരുന്നത്. അഞ്ചുനൂറുരൂപാനോട്ടുകൾകൊണ്ട് ലോകം വിലയ്ക്കുവാങ്ങാനാവുമെന്നു ഞാൻ അഹങ്കരിച്ചിരുന്നു. എന്റെ മുഖത്തെ വാട്ടം കണ്ട് രാഘവൻ ചിരിച്ചു.

"തിരുവനന്തപുരത്ത് ആദ്യമായിട്ടാണോ?"

"അതേ.

"നന്നായി."

ഞാൻ ചിരിക്കാൻ ശ്രമിച്ചു.

ഉച്ചയൂണിനു വീട്ടിൽനിന്നു കെട്ടിത്തന്നയച്ച പൊതിച്ചോറഴിക്കാൻ തുടങ്ങിയപ്പോൾ രാഘവൻ ചൊടിച്ചു.

"കൊണ്ടുക്കളയെടാ വളിച്ച ചോറ്. നാറുന്നു."

ഞാൻ പെട്ടെന്ന് ഇല മടക്കി.

"നമ്മക്കു പൊറത്തുപോയി പൊറോട്ടേം ചിക്കനും കഴിക്കാം. കാശിന്റെ കാര്യമോർത്തുവിഷമിക്കണ്ട. എന്റെ ചെലവ്."

എനിക്ക് ഏറ്റവും പ്രിയപ്പെട്ട തേങ്ങാച്ചമ്മന്തിയും ഉരുളക്കിഴങ്ങു മെഴുക്കുപുരട്ടിയുംവച്ച് പുലർച്ചെ അമ്മ കെട്ടിത്തന്നപൊതിച്ചോറ് വേസ്റ്റ് ബാസ്കറ്റിലേക്കു വലിച്ചെറിഞ്ഞ് കൈകഴുകി ഞാൻ രാഘവനൊപ്പം പുറത്തിറങ്ങി. രാഘവന്റെ അച്ഛന് അച്ചൻകോവിലിൽ വലിയ പലചരക്കുകടയാണെന്നും തിരുവനന്തപുരത്തു ചാലയിൽ അവർക്ക് പണമിടപാടുള്ള വ്യാപാരസ്ഥാപനങ്ങളുണ്ടെന്നും കൈയിലെ കാശുതീരുമ്പോഴെല്ലാം അവിടെച്ചെന്നു പണം ചോദിച്ചാൽ മതിയെന്നും അവൻ പറഞ്ഞപ്പോൾ ഞാൻ അസൂയയോടെ നോക്കി.

"നമ്മടെയൊക്കെ മൂപ്പിലാമ്മാരുടെ കൈയിൽ പൂത്ത കാശൊണ്ടെടാ... ഇല്ലാന്നൊക്കെ ചുമ്മാ അഭിനയിക്കുന്നതാ..."

ഞാൻ തലകുലുക്കി. ഊണുകഴിഞ്ഞപ്പോൾ രാഘവൻ ചോദിച്ചു:

"നമ്മക്കൊരു സിനിമയ്ക്കു പോയാലോ?"

"ഇപ്പളോ?"

"ഉം. നമ്മടവിടുത്തേപ്പോലല്ല, ഇവിടെ എപ്പളും സിനിമയാടാ..."

"ഏതു സിനിമയ്ക്കാ പോകുന്നേ..."

"നീ വാ..."

അവനെന്റെ കൈപിടിച്ചോടി. തമ്പാനൂരിന്റെ തിരക്കുകൾ മുറിച്ചു കടന്ന് ശ്രീപദ്മനാഭ തിയറ്ററിനു മുമ്പിലെത്തിയപ്പോൾ ഞാൻ കണ്ടു, കാക്കിക്കുപ്പായവുമായി ചുവരുമുഴുവൻ നിറഞ്ഞുനിൽക്കുന്ന മോഹൻലാലിനെ. 'ഇവിടെ തുടങ്ങുന്നു' -അതായിരുന്നു സിനിമയുടെ പേര്. എല്ലാ അർത്ഥത്തിലും അത് എന്റെ ജീവിതത്തിന്റെ വേറിട്ടൊരു തുടക്കമായിരുന്നു.

ചിരിക്കുമ്പോൾ മുടമ്പല്ലുള്ള രോഹിണി എന്ന നടിയുടെ ഓമനത്തം പണ്ടേ എനിക്കിഷ്ടമായിരുന്നു. സുഭാഷ്കൊട്ടകയിൽ നാലുവാരമോടിയ 'കുയിലിനെത്തേടി' കണ്ടതുമുതൽ സ്വകാര്യമായി രോഹിണിയെ ഞാൻ ഒരുപാട് ഇഷ്ടപ്പെട്ടു. ബ്രഹ്മചര്യമോഹം ഊർന്നുപോകുന്ന നിമിഷങ്ങളിൽ രോഹിണിയെപ്പോലൊരു പെണ്ണിനെ പ്രണയിക്കാനും വിവാഹം കഴിക്കാനും ഞാൻ ആഗ്രഹിച്ചു. വാരികകളിൽ അച്ചടിച്ചുവന്ന രോഹിണിയുടെ വർണചിത്രം രാത്രിയുടെ ഇരുളിൽഎന്നെ കൊതിപ്പിച്ചു. 'ഇവിടെ തുടങ്ങുന്നു' എന്ന സിനിമയിൽ കൃഷ്ണകുമാർ എന്ന മോഹൻലാലിന്റെ ഓമനപ്പെങ്ങളായി രോഹിണി വന്നപ്പോൾ ഞാൻ നെഞ്ചിടിപ്പിന്റെ വേഗമളന്നു. ബാബു എന്ന റഹ്മാൻ അവളെ പ്രണയിച്ചപ്പോൾ ഞാൻ വേദനിച്ചു. ഒരുസംഘം ആൾക്കാർ അവളെ ബലാൽക്കാരം ചെയ്തപ്പോൾ കണ്ടിരിക്കാനാവാതെ തലകുനിച്ചു. അപ്പോഴാണു തൊട്ടപ്പുറത്തെ സീറ്റിൽ നിന്നു തേങ്ങലിന്റെ ഒരു ചീള് എന്റെ നെഞ്ചിൽ കൊണ്ടത്. സിനിമ തുടങ്ങിക്കഴിഞ്ഞ് ഓടിവന്നു കയറുകയായിരുന്നതിനാൽ അതുവരെ തൊട്ടപ്പുറത്തെ ഇരിപ്പിടങ്ങളിൽ ആരെന്നുപോലും ഞാൻ ശ്രദ്ധിച്ചിരുന്നില്ല. കൺകോണിലൂടെ നോക്കിയപ്പോൾ.... കറുത്തുമെലിഞ്ഞൊരു പെൺകുട്ടി... റഹ്മാനെ തല്ലിച്ചതയ്ക്കുന്നതു സഹിക്കാതെ അവൾ കരയുകയാണ്. ഞാൻ നോക്കുന്നു എന്നറിഞ്ഞപ്പോൾ ലജ്ജയോടെ അവൾ കണ്ണുതുടച്ചു ചിരിക്കാൻ ശ്രമിച്ചു. രോഹിണിയുടേതുപോലൊരു മുടമ്പല്ലിൽ ആ ചിരി തിളങ്ങി.... ആ നിമിഷം... എനിക്കറിയാത്ത എന്തൊക്കെയോ വികാരങ്ങളുടെ ഒരു കൊടുങ്കാറ്റ് നെഞ്ചിലേക്ക് ആർത്തിരമ്പിക്കയറി...

"കഴിയുമ്പോൾ പറയണേ..."

അവൾ ശബ്ദമടക്കി എന്നോടു പറഞ്ഞു.

ഞാനവളെത്തന്നെ നോക്കിയിരുന്നു. കറുപ്പിന് ഇത്രയും സൗന്ദര്യം ഞാനാദ്യമായി കാണുകയാണ്. കറുപ്പിന്റെ രാജ്യത്തുചെന്നാൽ അവളെ ദേവതയായി ആരാധിക്കുമെന്നുറപ്പ്. ഇത്രയും തിളങ്ങുന്ന കണ്ണുകൾ ഇതുവരെ ഞാൻ കണ്ടിട്ടേയില്ല. ഇത്രയും ഓമനിക്കാൻ പോരുന്ന ഒരു മുഖം എനിക്കിതാദ്യമാണ്. 'ഇത്രയും നാൾ നീ കാത്തിരുന്ന എന്റെ പെണ്ണ് ഇതാ' എന്ന് ആരോ എന്റെയുള്ളിലിരുന്നു വിളിച്ചുപറഞ്ഞു. ഞാൻ അവളെത്തന്നെ നോക്കിയിരുന്നു. പിന്നെ ഞാൻ സിനിമ കണ്ടില്ല. മോഹൻലാലിന്റെ പ്രതികാരവും കൂട്ടത്തല്ലും അറിഞ്ഞില്ല. പാളം തെറ്റിയ എന്റെ നോട്ടം കണ്ട് അവൾ പരിഭ്രമിക്കുകയും ആദ്യംഅദ്ഭുതത്തോടെയും പിന്നെ ഈർഷ്യയോടെയും എന്നെ നോക്കുകയും തലവെട്ടിക്കുകയും ചെയ്തു. സിനിമ കഴിഞ്ഞു മടങ്ങുമ്പോൾ പലതവണ അവൾ എന്നെ തിരിഞ്ഞുനോക്കി. അപ്പോഴെല്ലാം മായികമായൊരു ലഹരി ഞാൻ ഉള്ളറിഞ്ഞു.

പിറ്റേന്നുമുതൽ എന്റെ ശ്രമം അവളെ കണ്ടുപിടിക്കുകയെന്നതായിരുന്നു. ആരെന്നറിയില്ല. ഏതെന്നറിയില്ല. എന്നിട്ടും ശ്രമം തുടർന്നു.

മാസങ്ങൾനീണ്ട ശ്രമത്തിനൊടുവിൽ ചാലക്കമ്പോളത്തിലെ പൂക്കടകളി ലൊന്നിൽ വേറിട്ടൊരു പൂവായി അവളെ കണ്ടപ്പോൾ ഞാൻ നിർവൃതി യുടെ കൈലാസം ചവിട്ടി. വഴിതെറ്റിയ ശൂന്യാകാശപേടകത്തെയെന്ന പോലെ അവളെന്നെ നോക്കി. ചിരിക്കാനോ പരിചയപ്പെടാനോ എനിക്കു ധൈര്യമില്ലായിരുന്നു. അവളേക്കാൾ മുതിർന്ന ഒരു പെണ്ണിനൊപ്പം അവൾ കിഴക്കേക്കോട്ടനിന്ന് ഓട്ടോറിക്ഷ പിടിച്ചപ്പോൾ ഞാനും തൊട്ടുപിന്നാലെ ഓട്ടോറിക്ഷയിൽ പിൻതുടർന്നു. പൂമ്പാറ്റയുടെ വലിയ ചിത്രം പതിച്ച ഓട്ടോയുടെ പിന്നിലെ കണ്ണാടിച്ചതുരത്തിലൂടെ പുറത്തേക്കു തെന്നി വീഴുന്ന അവളുടെ നോട്ടം എന്നെ തരളിതനാക്കി. നഗരത്തിരക്കുകൾ ക്കിടയിലൂടെ പൂമ്പാറ്റ പറന്ന്, ഞാൻ താമസിക്കുന്ന ലോഡ്ജിന്റെ വഴിയേ പോയപ്പോൾ എന്റെ മനസിൽ കാറ്റു വിസിലൂതി. പവർഹൗസ് റോഡിൽ, നേരേപോയ ഓട്ടോറിക്ഷ ഉച്ചയൂണിനു ഞങ്ങൾ പോകാറുള്ള സലാം ഹോട്ടലിനപ്പുറം ചെന്നുനിന്നപ്പോൾ അവൾ പുറത്തിറങ്ങി ഗേറ്റുതുറന്ന് വീട്ടിനുള്ളിലേക്കോടി. തൊട്ടടുത്തുകിടന്ന ഈ നിധി തേടിയാണോ ഭൂമി യുടെ അറ്റംവരെ സഞ്ചരിച്ചതെന്നു ഞാൻ വിസ്മയിച്ചു. എത്രയോ തവണ ഇതിനു മുന്നിലൂടെ ഹോട്ടലിലേക്കു പോയിട്ടും ഒരിക്കൽപ്പോലും അവളുടെ വീട് എന്നെ തൊട്ടുവിളിച്ചില്ലല്ലോ എന്നു സങ്കടപ്പെട്ടു. ഇവിടെനിന്നു നോക്കുമ്പോൾ ദൂരെ എന്റെ ലോഡ്ജിന്റെ ടെറസ്സിൽ വിരിച്ചിട്ട വസ്ത്ര ങ്ങൾ പതാകപോലെ പാറുന്നതുകാണാം.

ചന്ദ്രനിൽ കാൽകുത്തിയ നീൽ ആംസ്ട്രോങ്ങിനുമാത്രം മനസ്സിലാ വുന്ന ആഹ്ലാദത്തിന്റെ വേലിയേറ്റങ്ങൾ ഹൃദയത്തിലറിഞ്ഞ് ഞാൻ ലോഡ്ജിലേക്കു മടങ്ങി ടെറസ്സിലേക്കോടിക്കയറി. അതാ, അങ്ങുദൂരെ, താഴെ, പുഴപോലെ വളഞ്ഞൊഴുകുന്ന നിരത്തിനുചേർന്ന്, പേരമരം തണലിട്ട മുറ്റത്ത് അവളുടെ വീട് എന്നെ നോക്കി കള്ളച്ചിരി ചിരിക്കുന്നു. പക്ഷേ, ഇവിടെനിന്നാൽ മുറ്റത്തിന്റെ പഞ്ചാരമണൽച്ചതുരം കാണാമെ ന്നല്ലാതെ ഒന്നും വ്യക്തമല്ല. നിരാശയോടെ ഞാൻ മുറിയിലേക്കു മടങ്ങു മ്പോൾ എവിടെയോ ചാർമിനാർ മണത്തു. ഓടിയെത്തുമ്പോൾ മുറിയുടെ വാതിൽക്കൽ അച്ഛൻ.

" എവിടെപ്പോയി? എക്സ്ട്രാ ക്ലാസുണ്ടായിരുന്നോ?''

ഞാൻ മറുപടി പറയാതെ തിടുക്കത്തിൽ വാതിൽ തുറന്നു.

"കത്തുകാണാഞ്ഞ് നിന്റമ്മ സ്വൈരംതരുന്നില്ല. അതുകൊണ്ടു വന്ന താണ്. വല്ലപ്പോഴും ഒരു കത്ത് എഴുതിക്കൂടേ?''

ഞാൻ തലകുലുക്കി.

"അച്ഛൻ ഇരിക്കുന്നില്ലേ?''

"ഇല്ല. രണ്ടരയ്ക്കൊരു ഫാസ്റ്റുണ്ട്. അതു പിടിച്ചാൽ ഇരുട്ടുന്നേനു മുമ്പു വീട്ടിലെത്താം. കാശൊക്കെ സൂക്ഷിച്ചു ചെലവാക്കണം.''

"ഉവ്വ്.''

"അപ്പോ ഞാനിറങ്ങട്ടെ.''

അച്ഛൻ പുറത്തിറങ്ങിയപ്പോൾ ഞാൻ വാതിൽ ചാരി ഒപ്പം ചെന്നു. യാത്ര പറയുമ്പോൾ ഞാൻ വിളിച്ചു.

"അച്ഛാ..."

"എന്താ മോനേ?"

"എനിക്കിത്തിരി പണം വേണം."

മുഖത്തെ ഞെട്ടൽ അച്ഛൻ സമർഥമായി മറച്ചു.

"പുസ്തകങ്ങൾ വാങ്ങാനുണ്ടാവും അല്ലേ?"

"ഉം.."

അച്ഛൻ കുപ്പായം പൊന്തിച്ച് മുണ്ടിന്റെ മടിയിൽനിന്നു പ്ലാസ്റ്റിക് കടലാസിൽ ചുരുട്ടിവച്ച ഒരുപിടി നോട്ടുകളെടുത്ത് എനിക്കു നീട്ടി.

"സൂക്ഷിച്ചു ചെലവാക്കണം. അച്ഛന്റെ ശമ്പളംകൊണ്ടുവേണം എല്ലാം നടക്കാൻ. അതോർമവേണം...."

വിറയ്ക്കുന്ന സ്വരത്തിൽ അച്ഛൻ പറഞ്ഞു. ഞാൻ തലകുലുക്കി.

അച്ഛൻ മടങ്ങിയ നിമിഷം ഞാൻ ചാലക്കമ്പോളത്തിലേക്കോടി.

എനിക്കൊരു ദൂരദർശിനിവേണം.

അതിലൂടെ എന്റെ നക്ഷത്രത്തെ കാണണം.

വിളക്കുമരം കാണണം.

സ്വപ്നത്തിലൂടെ അവിടേക്കു കപ്പലോട്ടണം.

എന്റെ വഴി...

എനിക്കുമാത്രമുള്ള കടൽ...

ഞാൻ തുഴഞ്ഞടുക്കേണ്ട അഴിമുഖം.

അതുമാത്രമായി എന്റെ ചിന്ത.

പത്ത്

കുബേരന്റെ വിധി

"ജീവിതത്തെക്കുറിച്ചുള്ള അച്ഛന്റെ കാഴ്ചപ്പാടേ ശരിയല്ല."

മുതിർന്നപ്പോൾ എന്റെ മകൾ ശാന്തി ഒരിക്കൽ എന്നെ പരിഹസിച്ചു. കഥയറിയാതെ ഞാൻ നെറ്റി ചുളിച്ചു.

"ഞാൻ ചോദിക്കട്ടെ, അച്ഛന് എത്ര രൂപാ ശമ്പളം കിട്ടും?"

ശാന്തി എനിക്കരികിൽ കസേരവലിച്ചിട്ടിരുന്നു. ഞാൻ മറുപടി ചിരിയിലൊതുക്കി.

"പറയൂ...എത്ര കിട്ടും?"

"എന്താ കാര്യം?"

"അതുപറയാം. ചോദിച്ചതു പറയൂ."

ഞാൻ എന്റെ ശമ്പളം പറഞ്ഞു.

"അമ്മയ്ക്കോ? "

"എനിക്കറിയില്ല."

"അമ്മയുടെ ശമ്പളം ചോദിച്ചിട്ടില്ലേ ഇതുവരെ?"

അവൾ അദ്ഭുതത്തോടെ കണ്ണുമിഴിച്ചു. ഇല്ലെന്നു ഞാൻ തലവെട്ടിച്ചു.

"ബെസ്റ്റ് ഫാമിലി! പക്ഷേ, എനിക്കറിയാം അമ്മയുടെ ശമ്പളം... ഓകെ. അച്ഛന് എത്ര ശമ്പളമുണ്ടെന്ന് അമ്മയ്ക്കറിയാമോ?"

"അറിയാമായിരിക്കണം."

"അറിയാമായിരിക്കണമെന്നല്ല. അറിയാം. ഇല്ലേ അമ്മേ?"

ഞായറാഴ്ചയുടെ സ്വാതന്ത്ര്യത്തെ ടിവിയ്ക്കു പങ്കുവച്ചുകൊടുത്തു സോഫയിൽ ചാരിക്കിടക്കുന്ന ജലജ തലതിരിച്ചുനോക്കി. ശാന്തി ജലജയ്ക്കരികിൽ ചെന്നിരുന്നു വിരലുകളിൽ ഞൊട്ടയിട്ടു. അമിത സ്നേഹപ്രകടനത്തിന്റെ അസ്വസ്ഥതയോടെ ജലജ കൈ പിൻവലിച്ചു.

"രണ്ടുപേർക്കും കൂടി ഇത്രയും ശമ്പളമുണ്ടായിട്ടാണോ ഇങ്ങനെ ജീവിക്കുന്നത്?"

ശാന്തി എന്നെയും ജലജയേയും മാറിമാറി നോക്കി.

"ഇങ്ങനെ ജീവിക്കുന്നതെന്നു ചോദിച്ചാൽ എങ്ങനെ?"

ഞാൻ കണ്ണടയൂരി മേശപ്പുറത്തുവച്ചു.

"ഇങ്ങനെതന്നെ. ഇതൊരു ജീവിതമാണോ അച്ഛാ? അടിച്ചുപൊളിച്ചു ജീവിക്കാനുള്ള ശമ്പളം നിങ്ങൾക്കുണ്ട്. ഒരേയൊരു മകളേയുള്ളൂ. പിന്നെന്താ പ്രശ്നം?"

"നമ്മൾ ഇപ്പോൾ ജീവിക്കുന്നതിനെന്താ കുഴപ്പം?"

ടിവിയുടെ ശബ്ദം കുറച്ചു ജലജ നിവർന്നിരുന്നു. ശാന്തി പുച്ഛം ചുണ്ടിൻതുമ്പിൽ കൊളുത്തിയിട്ടു ചിരിച്ചു.

"ഇതിനു ജീവിതം എന്നല്ല, കഴിഞ്ഞുകൂടൽ എന്നാണു പേര്."

"ഓഹോ...കഴിഞ്ഞുകൂടലാണ് അല്ലേടീ? നിനക്ക് എല്ലാമുള്ളതിന്റെ സൂക്കേടാ ഇത്...," ജലജ രോഷത്തോടെ എഴുന്നേറ്റു, "ഞങ്ങള് അടിച്ചു പൊളിച്ചു ജീവിച്ചിരുന്നെങ്കിൽ നിനക്ക് ഇങ്ങനൊരു ജീവിതമുണ്ടാകുമാ യിരുന്നില്ല. സീറോയീന്നു തുടങ്ങിയതാ ഞങ്ങൾ...നിന്റെ പ്രായത്തിൽ ഞങ്ങളൊക്കെ ജീവിച്ചത് എങ്ങനായിരുന്നൂന്നു നിനക്കറിയില്ല..."

"ചുമ്മാതിരിയമ്മേ... ഇതൊക്കെ എല്ലാ അച്ഛനുമമ്മേം മക്കളോടു പറയുന്നപല്ലവിയാ... നിങ്ങളു ജീവിച്ച കാലമല്ല ഇത്..."

"നിനക്കെന്തിന്റെ കുറവാ ഉള്ളത്? അലമാര തുറന്നുനോക്ക്... എത്ര ജോടി ഡ്രസ്സാ അതിൽ? നീ ചോദിച്ചത് എന്തെങ്കിലും ഇതുവരെ ഞങ്ങളു വാങ്ങിത്തരാതിരുന്നിട്ടുണ്ടോ? എന്നിട്ടാ പറേന്നേ... ഇതൊന്നുമല്ല ജീവിത മെന്ന്... കേട്ടില്ലേ പ്രഭേ ഇവളു പറേന്നേ... പ്രഭയെന്താ മിണ്ടാത്തേ?"

ജലജ എന്റെ നേരേ രോഷത്തോടെ നോക്കി. എന്തു പറയണമെന്ന് എനിക്കറിയില്ലായിരുന്നു. ഞാൻ ശാന്തിയെ അരികിലേക്കു വിളിച്ചു.

"മോളേ, നിറയെ ഭക്ഷണം മുന്നിലുള്ളപ്പോൾ ദാരിദ്ര്യത്തിന്റെ സങ്കടം മനസിലാവില്ല. ആഗ്രഹിക്കുന്നതൊക്കെ കിട്ടുക എന്നതു മഹാഭാഗ്യമാണ്. നിനക്കതിന്റെ വില ഇപ്പോൾ മനസിലാവാത്തതുകൊണ്ടാണ്..."

ശാന്തി പരിഹാസച്ചിരിയോടെ എന്നെ ചുഴിഞ്ഞുനോക്കി അവളുടെ മുറിയിലേക്ക് അമർത്തിച്ചവിട്ടി നടന്നുപോയി. അവളുടെ മനസിൽ എന്താണെന്ന് എനിക്കു മനസിലായതേ ഇല്ല.

രാത്രി, കിടപ്പുമുറിയിൽ ജലജയുടെ കണ്ണീരൊട്ടിപ്പിടിച്ചു. ഒരു മുഷിഞ്ഞ തുണിപോലെ, അവൾ കിടക്കയുടെ കോണിൽ ചുരുണ്ടു കിടന്നു.

"കേട്ടില്ലേ പ്രഭേ, നമ്മളുടെ മോൾ പറയുന്നത്... അവൾക്കെന്താ ഇല്ലാ ത്തത്? നമ്മളെന്താ അവൾക്കു കൊടുക്കാത്തത്? സ്നേഹം... സ്വാതന്ത്ര്യം... വായിക്കാൻ ഇഷ്ടംപോലെ പുസ്തകം... സിനിമകാണണമെന്നു തോന്നുമ്പോ സിനിമ... പക്ഷേ, ഇന്നവൾ എന്റെ മുഖത്തുനോക്കി പറ യുകയാണു പ്രഭേ, പുസ്തകം നൽകുന്നതും സിനിമ കാണിക്കുന്നതുമല്ല,

ജീവിതമെന്ന്... മടീലിരുത്തി കൊഞ്ചിക്കുന്നതല്ല, സ്നേഹമെന്ന്.... നമ്മ ളെന്തു തെറ്റാണ് അവളോടുചെയ്തതെന്ന് എനിക്കു മനസ്സിലാവുന്നില്ല... ഈ കൊച്ചിന് നമ്മളോട് ഒരു സ്നേഹോമില്ല പ്രഭേ... സത്യം... എനി ക്കൊരുപാടു വിഷമമുണ്ട്...."

തലയിണയിലേക്കു തലചേർത്തു ജലജ തേങ്ങിക്കൊണ്ടേയിരുന്നു. നീലപ്പൂക്കളുള്ള കിടക്കവിരിയിൽ കണ്ണീർ നനഞ്ഞ പൊട്ടുകൾ കുത്തി.

"സത്യത്തിൽ എന്താ അവളുടെ പ്രശ്നം?"

"എനിക്കറിയില്ല പ്രഭേ."

"ചോദിച്ചില്ലേ?"

"ചോദിച്ചു. അവളിപ്പോൾ എന്നെ ശത്രുവിനെപ്പോലെയാണു കാണു ന്നത്... ഒട്ടും സ്നേഹമില്ലാതെയാണു പെരുമാറുന്നത്."

"അതൊക്കെ തന്റെ തോന്നലാണ്. അവൾ വളരുന്ന പ്രായമല്ലേ?"

ഞാൻ കിടക്കയിലിരുന്നു.

"നമ്മളും ഈ പ്രായം കഴിഞ്ഞല്ലേ വന്നത്? നമ്മൾക്കു മനസ്സിലാകാ ത്തതെന്താ ഈ പ്രായത്തിലുള്ളത്..."

കണ്ണീർ തുടച്ച്, തിരിഞ്ഞുകിടന്ന് ജലജ രോഷത്തോടെ ചോദിച്ചു. ഞാനവളെ കൗതുകത്തോടെ നോക്കി. ഇന്നലെ എന്റെ മുമ്പിൽ നാണം കുണുങ്ങിനിന്ന പെണ്ണാണ്...വെയിലുപോലും ജീവിതം വാട്ടുമോ എന്നു പേടിച്ചു കുടപിടിച്ചു നടന്നവളാണ്...ഒരു ചാറ്റൽമഴയിൽപ്പോലും പ്രളയ ത്തെ ഭയന്നവളാണ്...ഇന്ന് അമ്മയായപ്പോൾ അവൾ എത്ര മാറിയിരി ക്കുന്നു.

"കാലം മാറി ജലജേ..,"ഞാൻ പറഞ്ഞു, "അച്ഛന്റേം അമ്മേടേം ശമ്പളം കണക്കാക്കി ഭാവിജീവിതം പ്ലാൻ ചെയ്യുന്ന കുട്ടികളാണ് ഇന്ന ത്തേത്... നമ്മളുടെ മകളായിട്ടുമാത്രമല്ല, ഭാവിയെപ്പറ്റി ആശങ്കപ്പെടുന്ന ഒരു സ്ത്രീയായിക്കൂടി അവളെ കാണണം..."

ഞാൻ എഴുന്നേറ്റു മേശ തുറന്നു. കഴിഞ്ഞദിവസം അതിലൊളിപ്പിച്ചു വച്ച സിഗരറ്റ് പായ്ക്കറ്റിനു പരതി. വീട്ടിൽ സാധാരണ ഞാൻ പുകവലി ക്കാറില്ലാത്തതാണ്. ജലജയ്ക്ക് അത് ഒട്ടും ഇഷ്ടമല്ല.

"വലിച്ചുകൂട്ടിക്കോ...പ്രഭയ്ക്കു സിഗരറ്റു വലിക്കാൻ ഇന്നൊരു കാരണം കിട്ടി..."

കിടക്കയിൽ കിടന്നു ജലജ പിറുപിറുത്തു. ഞാൻ വാതിൽ മെല്ലെ ചാരി വരാന്തയിൽ ചെന്നിരുന്നു സിഗരറ്റിനു തീകൊളുത്തി. മായികമായ വഴക്കത്തോടെ പുകച്ചുരുൾ കാറ്റിനെ കബളിപ്പിച്ചു പറന്നുപൊന്തി. എന്റെ നെഞ്ചിലെന്തോ വിങ്ങിത്തുടങ്ങുന്നതു ഞാനറിഞ്ഞു. എത്ര കരുതുന്നോ, അത്രത്തോളം വഴുതുന്ന ജീവിതമാണല്ലോ എന്റേത് എന്ന സങ്കടം എന്നി ലേക്കു നീറിപ്പിടിക്കാൻ തുടങ്ങിയിരിക്കുന്നു. ശരിപുത്രന്റെ ദൂരക്കാഴ്ച കളുമായി പായസമപ്പൂപ്പൻ പണ്ടു പറഞ്ഞതൊക്കെ എന്റെയുള്ളിൽ തികട്ടി.

പഠിച്ചു പഠിച്ചു വലിയ പണക്കാരനാവണമെന്നുപദേശിച്ചു പണ്ട് അമ്മൂമ്മ ഇടയ്ക്കിടെ എന്നോടൊരു കഥപറയുമായിരുന്നു; കുബേരന്റെ കഥ. പ്രപഞ്ചത്തിലെ ഏറ്റവും വലിയ പണക്കാരനാവാനായിരുന്നു വിശ്രവസ്സിന്റെ പുത്രൻ കുബേരന്റെ മോഹം. അതിനായി അയാൾ പതിനായിരം വർഷം ജലത്തിൽ തലകീഴായിനിന്നു ബ്രഹ്മാവിനെ തപസു ചെയ്തു. എന്നിട്ടും ബ്രഹ്മാവു പ്രത്യക്ഷപ്പെട്ടില്ല. പിന്നീടു പഞ്ചാഗ്നി മധ്യത്തിൽ ഒറ്റക്കാലിൽ നിന്നായി തപസ്സ്. അപ്പോൾ ബ്രഹ്മാവ് അവതരിച്ചു. തനിക്ക് ലോകപാലകനാകണമെന്നും ധനത്തിന്റെ ഉടമസ്ഥത വേണമെന്നും കുബേരൻ വരം ചോദിച്ചു. അതുകേട്ടു ബ്രഹ്മാവ് കുബേരന് ആഢംബരത്തിന്റെ അവസാനവാക്കായ ശംഖനിധി, പത്മനിധി, പുഷ്പകവിമാനം എന്നിവ നൽകി അഷ്ടദിക്പാലന്മാരിലൊരാളായി വാഴിച്ചു.

“അതുകൊണ്ടു മക്കളേ... നീയും വലുതായി ഒത്തിരിയൊത്തിരി കാശൊണ്ടാക്കി വല്യ കൊട്ടാരത്തിൽ സുഖമായിട്ടു കഴിയണം.... അച്ഛനൊരു പുഷ്പക വിമാനം വാങ്ങിക്കൊടുക്കണം...അമ്മയ്ക്കു പത്മനിധി മതി...”

“അമ്മൂമ്മയ്ക്കോ?”

ഞാൻ ചോദിക്കും.

“അതൊന്നും കാണാൻ അമ്മൂമ്മയ്ക്കു ഭാഗ്യമുണ്ടാവില്ല കുഞ്ഞേ...”

നനഞ്ഞ കണ്ണ് അമ്മൂമ്മ സന്ധ്യയുടെ ചുവപ്പിൽ ഒളിപ്പിക്കും.

അന്നൊരിക്കൽ ക്ലാസിൽ ആരാകാനാണ് ആഗ്രഹമെന്നു ശ്രീധരൻ മാഷ് എന്നോടു ചോദിച്ചപ്പോൾ കുബേരനാകണം എന്നു പറഞ്ഞത് അമ്മൂമ്മയുടെ സ്വപ്നത്തിന്റെ നിറങ്ങൾ ഒപ്പിയെടുത്താണ്.

“ആരാടാ കുബേരൻ?”

മാഷ് കള്ളച്ചിരിയോടെ ചോദിച്ചു.

“വിശ്രവസ്സിന്റെ മോൻ. വല്യ പണക്കാരനായിരുന്നു.”

“ഉം.... ഇതൊക്കെയാരു പറഞ്ഞുതന്നു?”

“അമ്മൂമ്മ.”

“കുബേരന്റെ കാശൊക്കെ ആമ്പിള്ളാരു മോഷ്ടിച്ചോണ്ടുപോയതു നിന്റമ്മൂമ്മ പറഞ്ഞുതന്നില്ലേ?”

ശ്രീധരൻമാഷ് അടുത്തുവന്നു നെഞ്ചത്തുകുത്തി.

“എന്നാ കേട്ടോ... ഒരിക്കൽ കുബേരന്റെ ധനമെല്ലാം ശുക്രൻ മോഷ്ടിച്ചോണ്ടുപോയി...”, കഥപറച്ചിലിനു കൂട്ടിനു കാൽപ്പാദം ചലിപ്പിക്കാൻ പാകത്തിനു മാഷ് മേശമേലേക്കു കയറിയിരുന്നു.

“എന്നിട്ടെന്താ പറ്റിയേന്നറിയാമോ? കുബേരൻ ഓടിച്ചെന്നു പരമശിവനോടു സങ്കടം പറഞ്ഞു. ശുക്രനെ കൊല്ലാൻ ശിവൻ ശൂലമെടുത്തു.

അപ്പോളതാ, ശുക്രൻ ശൂലത്തിന്റെ തുമ്പിൽ കേറിയിരുന്ന് അതിനെ കീഴോട്ടു താഴ്ത്തി. അപ്പോൾ ശിവൻ ശുക്രനെയെടുത്ത് ഒരേറു കൊടുത്തു. ശുക്രൻ ഇങ്ങനെ ആകാശത്തുപൊങ്ങിത്താണു ചെന്നു വീണതു ശിവന്റെ കൈയിൽ. പോ ദൂരേന്നു പറഞ്ഞ് പിന്നേം ഭഗവാനൊരേറുകൊടുത്തു. അപ്പോ ശുക്രനെന്തുചെയ്തെന്നറിയാമോ നേരേ ശിവന്റെ വായിൽക്കൂടി വയറ്റിൽ ചെന്നുവീണു. പുറത്തേക്കു വരാനുള്ള വഴികാണാതെ അവിടങ്ങനെ ചുറ്റിത്തിരിഞ്ഞു. ശുക്രൻ വെളിയിൽ വന്നാൽ കുത്തിക്കൊല്ലാനായി ശിവൻ ശൂലവുമായി കാത്തുനിന്നു. ഒത്തിരിനേരം കഴിഞ്ഞപ്പോൾ ശുക്രൻ പതിയെ വെളിയിലേക്കു തല നീട്ടി. കൊല്ലാൻ തുടങ്ങിയ ശിവനെ പാർവതി തടഞ്ഞു. സ്വന്തം വയറ്റീന്നു വന്ന ശുക്രനെ മകനായിട്ടു കാണണമെന്നും അച്ഛൻ മകനെ കൊല്ലാറില്ലല്ലോ എന്നും വാദിച്ചു. അതോടെ ശിവൻ ശുക്രനെ വെറുതേ വിട്ടു. കുബേരനു കാശുപോയതു മിച്ചം... ശുക്രനാകട്ടെ, പിന്നിടു മേരു പർവതത്തിന്റെ മുകളിൽ സുഖസമൃദ്ധമായി കഴിഞ്ഞു. രത്നങ്ങളും സമ്പത്തുമൊക്കെ അയാളുടെ അധീനതയിലായി. നിന്റെ ഈ പണക്കാരൻ കുബേരനുണ്ടല്ലോ, അയാൾ പണം ശുക്രനോടു കടം വാങ്ങിയാണു കഴിഞ്ഞുകൂടിയത്... വയസുകാലത്ത് ഈ ശുക്രൻ എല്ലാമുപേക്ഷിച്ച് വാനപ്രസ്ഥം സ്വീകരിച്ചു...അതും ഓർക്കണം...സമ്പത്ത് ഒരിക്കലും സ്ഥിരമല്ല. പണമല്ല, ജീവിതത്തിൽ വലുത്...അതിലും വലുതായ ഒരുപാടുകാര്യങ്ങളുണ്ട്. സ്നേഹം...ദയ...വിശ്വാസം...അറിവ്...അങ്ങനെയെന്തെല്ലാം എന്തെല്ലാം...

ശ്രീധരൻമാഷ് കഥയവസാനിപ്പിച്ച് മുനയുള്ള നോട്ടംകൊണ്ട് എന്നെ കുത്തിയപ്പോൾ ഞാൻ തലകുനിച്ചു. അന്നു വൈകുന്നേരം ഞാൻ സ്കൂൾ വിട്ടു ചെല്ലുമ്പോൾ അച്ഛനോട് ഉറക്കെ കഥപറഞ്ഞ്, പൊട്ടിച്ചിരിച്ച് മുറുക്കിച്ചുവപ്പിച്ച ചിരിയുമായി മാഷ് പൂമുഖത്തുണ്ടായിരുന്നു. അരുമയായി നോക്കിയ അച്ഛനെ അവഗണിച്ച് അകത്തേക്ക് ഓടിക്കയറുമ്പോൾ മാഷിന്റെ അടക്കിപ്പിടിച്ച ചിരി എന്നെ പിന്തുടരുന്നതു ഞാനറിഞ്ഞു. 'എന്തുപറ്റി പ്രഭേ' എന്നു ചോദിച്ച് അമ്മൂമ്മ കിന്നരിക്കാൻ വന്നപ്പോൾ 'എന്നോടു മിണ്ടണ്ട' എന്നു പറഞ്ഞു ഞാൻ കുതറി.

ഓണക്കാലത്ത് അച്ഛൻ എനിക്കു വാങ്ങിത്തന്ന റബ്ബർ പന്തുകളെ അമ്മ ആർഭാടമെന്നു വിളിച്ചു. വല്ലപ്പോഴുമൊരിക്കൽ അച്ഛൻ ഞങ്ങൾക്കായി സമ്മാനിച്ചിരുന്ന നിലക്കടലക്കുമ്പിളിനെ ദുഷ്ച്ചെലവെന്നു കുറ്റപ്പെടുത്തി.

"എന്തിനാ ഇങ്ങനെ കാശുകളേന്നേ? ഇവിടെന്താ ഇതുങ്ങൾക്കു കഴിക്കാനൊന്നുമില്ലേ?"

അമ്മ കലമ്പും. മറുപടിയായി അച്ഛൻ ചിരിക്കുകയേ ഉള്ളൂ.

ഉപമകളും ഉൽപ്രേക്ഷകളും ചേരാത്ത ജീവിതമായിരുന്നു അച്ഛന്റേത്. അച്ഛൻ ഒരിക്കലും ആർഭാടക്കാരനോ ദുഷ്ച്ചെലവുകാരനോ ആയിരുന്നില്ല.

സർക്കാർ ശമ്പളംകൊണ്ടു മാത്രം ജീവിക്കുന്ന ശരാശരിക്കാരൻ. റബ്ബർ പോലെ അതിനെ വലിച്ചുനീട്ടി മാസാവസാനം വരെ എത്തിക്കുന്നതിലായിരുന്നു അച്ഛന്റെ മിടുക്ക്. ചേച്ചിമാരുടെ പഠനം. വീട്ടുസാമാനങ്ങൾ. അമ്മൂമ്മയ്ക്കു കുഴമ്പുമുതൽ ഹോർലിക്സ് വരെ... വീട്ടിൽ ഒന്നിനും മുട്ടില്ലായിരുന്നു. പക്ഷേ, ഒരിക്കലും ആഡംബരങ്ങളുടെ തിളക്കങ്ങൾ ഉണ്ടായിരുന്നുമില്ല. അക്കാലത്ത് ഒരാളുടെമാത്രം ശമ്പളം കൊണ്ട് അച്ഛൻ എങ്ങനെ ജീവിതം വൃത്തത്തിലൊതുക്കി എന്നു ഞാൻ ആലോചിച്ചു വിസ്മയിച്ചത് ജോലികിട്ടി ജീവിച്ചുതുടങ്ങിയപ്പോഴായിരുന്നു. അച്ഛന്റെ മരണശേഷം അലമാര അടുക്കിപ്പെറുക്കുമ്പോൾ എനിക്കുകിട്ടിയ വലിയ ഡയറികളിലൊന്നിൽ വീട്ടു ചെലവിന്റെ കണക്കുകളായിരുന്നു. ഓരോ പൈസയുടെയും വരവും പോക്കും അതിൽ വടിവൊത്ത അക്ഷരങ്ങളിൽ കുറിച്ചിട്ടിരുന്നു. എനിക്കൊരു റബ്ബർ പന്തു വാങ്ങിച്ചെങ്കിൽ അത്... റാണിച്ചേച്ചിക്ക് കുപ്പിവള വാങ്ങിയെങ്കിൽ അതും... കുറേ രാത്രികളിൽ കഥയോ നോവലോ വായിക്കുന്ന കൗതുകത്തോടെ ആ ഡയറി ഞാൻ ഉറക്കത്തിനു തീറെഴുതിക്കൊടുത്തു. ഓരോ താളുമറിക്കുമ്പോഴും അച്ഛനോടുള്ള ആദരവും വിസ്മയവും ഏറിവന്നു.

ഞാനോർക്കുന്നു, ഓണക്കാലത്ത് അച്ഛനെനിക്കു സമ്മാനിച്ചിരുന്ന തിളങ്ങുന്ന കുപ്പായങ്ങളെ. തിളക്കംകൊണ്ടുമാത്രം അതു ക്ലാസ് മുറിയിലെ മറ്റു കുപ്പായങ്ങളിൽനിന്നു വേറിട്ടുനിന്നു. കുപ്പായം തയ്ച്ചുകിട്ടുമ്പോൾ അച്ഛൻതന്നെ എന്നെ അതു ധരിപ്പിക്കും. കുപ്പായക്കോളറിനുപിന്നിൽ കുട്ടിക്കൂറാ പൗഡർ പൂശും. സ്വകാര്യമായി അലമാരയിൽ സൂക്ഷിച്ചിരിക്കുന്ന ചോരച്ചുവപ്പുള്ള ഹെയർ ഓയിലിന്റെ ഒരു തുള്ളി കൈവെള്ളകളിൽ കൂട്ടിത്തിരുമ്മി മുടിയിഴകളിൽ പുരട്ടും. ഉച്ചിയുടെ നടുവിൽ വകുപ്പെടുത്ത് മുടി കൃത്യമായി ഇരുവശത്തേക്കും ചീകിയൊതുക്കും. സ്കൂളിലേക്കുപോകാൻ അഭിമാനത്തോടെ ഞാൻ ഇറങ്ങുമ്പോൾ സുമിത്രച്ചേച്ചിയും സുമതിച്ചേച്ചിയും വാതിലിനു മറഞ്ഞുനിന്നു കോമാളിയെക്കാണുംപോലെ എന്നെ നോക്കി ചിരിക്കും. പക്ഷേ, ഞാനതു ഗൗനിച്ചതേയില്ല.

വസ്ത്രങ്ങൾ തിരഞ്ഞെടുക്കാൻ ഒരിക്കലും അച്ഛനു വശമുണ്ടായിരുന്നില്ല. അച്ഛന്റെ കുപ്പായങ്ങളെല്ലാം വെളുത്തതോ ചന്ദനനിറമുള്ളതോ ആയിരുന്നു. ആദ്യത്തെ ശമ്പളംകൊണ്ടു സുമിത്രച്ചേച്ചി അച്ഛനു വാങ്ങിക്കൊടുത്ത ഇളം നീല കളങ്ങളുള്ള കുപ്പായത്തുണി, അനർഹമായ കളിപ്പാട്ടം കിട്ടിയ കുട്ടിയെപ്പോലെ തിരിച്ചുംമറിച്ചും നോക്കിയിരുന്നതു ഞാനോർക്കുന്നു.

“വേണുനാഗവള്ളി, ഉൾക്കടലിൽ ഇട്ട അതേ ഡിസൈനാ...”

ചേച്ചി അഭിമാനത്തോടെ പറഞ്ഞു. അച്ഛൻ നിഷ്കളങ്കമായി ചിരിച്ചു. അച്ഛന്റെ മരണശേഷം, അലമാരയിൽനിന്നു കിട്ടിയ നിധികളിൽ ആ കുപ്പായത്തുണിയുമുണ്ടായിരുന്നു. ഇളം പച്ചനിറമുള്ള അതേ കവറിൽ, അതേ പുത്തൻ മണത്തോടെ...

വർഷത്തിലൊരിക്കൽ റേഷൻകടയിൽനിന്നു മീറ്റർ കണക്കിനു മുറിച്ചു കിട്ടുന്ന കടുംപച്ചത്തുണിയിൽനിന്നു തുന്നിയെടുക്കുന്ന പെറ്റിക്കോട്ടു കളായിരുന്നു ചേച്ചിമാർക്ക് അച്ഛന്റെ സമ്മാനം. അമ്മൂമ്മയ്ക്ക് ഓണ ത്തിന് ഒരു മുണ്ടെടുക്കുന്നതൊഴിച്ചാൽ മറ്റാർക്കും അച്ഛൻ തുണിയെടു ക്കാറില്ലായിരുന്നു.

“നിങ്ങടെ ഫാഷനൊന്നും അച്ഛനറിയില്ല മക്കളേ... കാശുതരാം... ഇഷ്ടമുള്ളതു വാങ്ങിക്കോ...അമ്മയ്ക്കും എന്താന്നുവച്ചാ വാങ്ങി ക്കൊടുക്ക്...”

സുമതിച്ചേച്ചിയുടെ കൈയിൽ പണം എണ്ണിക്കൊടുക്കുമ്പോൾ അച്ഛൻ പറയും.

അക്കാലത്ത് ഒരിക്കലും ഞാനതു തിരിച്ചറിഞ്ഞില്ലെങ്കിലും പണമല്ല ജീവിതത്തിൽ ഏറ്റവും പ്രധാനം എന്ന് അച്ഛൻ എന്നെ നിശ്ശബ്ദം ഓർമി പ്പിച്ചുകൊണ്ടേയിരിക്കയായിരുന്നു എന്നു തോന്നുന്നു. ജോലി അന്വേഷി ക്കാൻവേണ്ടിമാത്രം നഗരത്തിലെ ഹോസ്റ്റലിൽ തമ്പടിച്ച സുമിത്ര ച്ചേച്ചിയും പഠനത്തിനെന്ന പേരിൽ തിരുവനന്തപുരത്തേക്കു വണ്ടി കയറിയ എന്റെ കുത്തഴിഞ്ഞ ജീവിതവും, പെൻഷൻതുക കൊണ്ടു ജീവിതം വളച്ചുകെട്ടേണ്ട കാലത്ത് അച്ഛനെ നന്നേ ഞെരുക്കിയിരുന്നി രിക്കണം. അച്ഛന്റെ ഡയറിയിലെ കണക്കുകൾ പറയുന്നത്, മുന്നുവർഷ മായി മുപ്പത്തിയേഴായിരത്തി അറുനൂറ്റിപ്പന്ത്രണ്ടു രൂപ ഞാൻ തിരുവനന്ത പുരത്തെ പഠനത്തിനായി തുലച്ചു എന്നാണ്. അതു വായിച്ചനിമിഷം മുതൽ കുറേ ദിവസങ്ങളിലേക്ക് എന്റെ ഉറക്കം നഷ്ടപ്പെട്ടു. അച്ഛൻ എന്നെ ച്ചൊല്ലി എത്രമാത്രം സങ്കടപ്പെട്ടു എന്നു ഞാൻ തിരിച്ചറിഞ്ഞു.

ഒരിക്കൽ അച്ഛൻ എന്നോടു പറഞ്ഞിട്ടുണ്ട്, കഷ്ടപ്പാടുകൾ നിറഞ്ഞ അച്ഛന്റെ ബാല്യത്തെപ്പറ്റി. കോട്ടയത്തിനടുത്ത്, ജാതിമരത്തോട്ടം കൊണ്ട് അടയാളപ്പെടുത്തിയ വലിയ തറവാട്ടിലായിരുന്നു അച്ഛന്റെ ജനനം. അച്ഛന്റെ അച്ഛൻ വലിയ മദ്യപാനിയായിരുന്നു. കുടിക്കുക മാത്രമല്ല, കൂടെ യുള്ളവരെയെല്ലാം മദ്യത്തിൽ ആറാടിക്കുകയും ചെയ്യുന്ന ആഡംബര ജീവിതമായിരുന്നു അദ്ദേഹത്തിന്റേത്. മക്കളുടെ ഒരുകാര്യത്തിലും അയാൾ ശ്രദ്ധിച്ചില്ല. അതുകൊണ്ടുതന്നെ അച്ഛനൊഴികെയുള്ള മക്കളെല്ലാം അക്ഷരം കൂട്ടിവായിക്കാൻപോലുമറിയാതെ ജീവിതം പിച്ചവച്ചു. വീട്ടിൽ നിന്നു പാൽവിറ്റുകിട്ടുന്ന പണംകൊണ്ടാണ് അച്ഛൻ പഠിച്ചത്. വീട്ടിലെ അവസ്ഥ പൊറുതിമുട്ടിച്ചപ്പോൾ എട്ടാംക്ലാസിൽ വച്ചു വീടുവിട്ട അച്ഛൻ പിന്നീടൊരിക്കലും വീട്ടിലേക്കു മടങ്ങിയതേയില്ല. വൈദ്യുതിബോർഡിൽ ലൈൻമാനായി കയറിയ അച്ഛൻ പതിയെപ്പതിയെ പടികൾ ചവിട്ടിക്കയറു കയായിരുന്നു.

അപ്പൂപ്പന്റെ മരണശേഷം, അച്ഛന്റെ സ്വത്തുക്കൾക്കായി സഹോദര ന്മാരിൽ ചിലർ ഇടയ്ക്കിടെ നാടകനടന്മാരെ അനുകരിച്ച് തുടരെ ചുമച്ചു ക്ഷയരോഗം അഭിനയിച്ചും അവശത നടിച്ചും വീട്ടിൽ കയറിയിറങ്ങിയതു ഞാനോർക്കുന്നു. അച്ഛൻ തന്റെ സ്വത്തുക്കളെല്ലാം സഹോദരന്മാർക്ക്

എഴുതിക്കൊടുത്തതോടെ ആ വരവു നിലച്ചു. അസുഖം ബാധിച്ച് അച്ഛനെ കോട്ടയം മെഡിക്കൽ കോളജിൽ കൊണ്ടുപോകുമ്പോൾ കാറിലിരുന്നു പുറത്തേക്കു വിരൽചൂണ്ടി അമ്മ പറഞ്ഞു:

"ദോ... ആ കുരിശുനിൽക്കുന്നതിനപ്പുറത്തെ വലിയ ഹോട്ടൽ കണ്ടോ... അതും അതിനപ്പുറത്തെ റബ്ബർ തോട്ടവും നിൻ്റച്ഛന്റെ സ്ഥലമായിരുന്നു."

ഞാൻ നടുങ്ങി.

"കോട്ടയം മെഡിക്കൽ കോളേജിനു തൊട്ടടുത്ത് ഇത്രയും സ്ഥലം...!! ദൈവമേ, ഇന്നതുണ്ടായിരുന്നെങ്കിൽ നമ്മൾ ലക്ഷപ്രഭുക്കളായിരുന്നേനേ..."

ഞാൻ പറഞ്ഞു. അതുകേട്ടു വേദന വാട്ടിയ കണ്ണുകൾകൊണ്ട് അച്ഛൻ എന്നെ നിസഹായമായി നോക്കി.

"അർഹിക്കാത്തതൊന്നും നമുക്കുവേണ്ട കുഞ്ഞേ..."

അച്ഛന്റെ ചുണ്ടുകൾ പറയാതെ പറഞ്ഞു.

മെഡിക്കൽ കോളജിലെ പച്ചനിറമുള്ള ചുവരുകളിലേക്കു നോക്കി വേദന വിഴുങ്ങി അച്ഛൻ കിടന്ന ദിവസങ്ങളിലെല്ലാം ഞാൻ അച്ഛന്റേതായിരുന്ന ആ സ്ഥലം സന്ദർശിച്ചു. അവിടത്തെ ഹോട്ടലിൽനിന്നു ഭക്ഷണം വാങ്ങിക്കഴിച്ചശേഷം പണംകൊടുക്കുമ്പോൾ, ഞാൻ കടക്കാരനോടു നിശ്ശബ്ദം പറഞ്ഞു, "ഹേയ്, മനുഷ്യാ... താനറിയുന്നോ, ഈ സ്ഥലത്തിന്റെ ഉടമയാണു ഞാൻ. എൻ്റച്ഛന്റെ കാരുണ്യം സമ്മാനിച്ച സ്ഥലത്താണു നിന്റെയീ മട്ടുപ്പാവു പണിതുയർത്തിയിരിക്കുന്നത്. നീയെനിക്ക് ആയുഷ്കാലം മുഴുവൻ സൗജന്യമായി ഭക്ഷണം തരാൻ ബാധ്യതപ്പെട്ടവനാണ്..."

ഓർക്കുമ്പോൾ എനിക്കു ചിരിവരും. സാമ്രാജ്യം നഷ്ടപ്പെട്ട രാജകുമാരനാണു ഞാൻ... ആരറിയുന്നു എന്റെ സങ്കടങ്ങൾ...

സുമിത്രച്ചേച്ചിയുടെ കല്യാണമുറപ്പിച്ചതിന്റെ പിറ്റേന്ന്, ജോലികിട്ടിയപ്പോൾ ചേച്ചി വാങ്ങിയ പുതിയ തീൻമേശയ്ക്കുമുമ്പിൽ കസേരവലിച്ചിട്ടിരുന്ന് അച്ഛനും പിന്നൊരിക്കൽ പണമില്ലാത്തതിന്റെ സങ്കടം പങ്കുവച്ചു.

"ചെറുക്കൻ പൊന്നും പണോമൊന്നും ചോദിക്കുന്നില്ല. പക്ഷേ, കെട്ടിച്ചിറക്കിവിടുമ്പോൾ അവൾക്കെന്തെങ്കിലും കൊടുക്കണ്ടേ...അച്ഛൻ നിസ്സഹായനാണു മോനേ...നിങ്ങളെ പഠിപ്പിക്കാൻ വേണ്ടി അച്ഛന്റെ കൈയിലുള്ളതെല്ലാം ചെലവഴിച്ചു. ഇപ്പോൾ ഒരു പൈസ പോലുമില്ല... നമ്മളെന്തു ചെയ്യും."

"ഇപ്പോ കരഞ്ഞിട്ടെന്താ...ആയകാലത്ത് ഉണ്ടാക്കണമാരുന്നു...." അമ്മ അടുക്കളയിൽനിന്നു കലിയും കരിയും പുരണ്ട വാക്കുകൾകൊണ്ട് അച്ഛനെ എറിഞ്ഞു..."കൂടെ ജോലി ചെയ്തവരെല്ലാം കാശൊണ്ടാക്കി... ദേ...ആ സാജൻസാറിനെയൊക്കെ നോക്കിയേ...ഏക്കറുകണക്കിനാ

വസ്തു വാങ്ങിക്കൂട്ടിയേക്കുന്നേ...ഇവിടൊരാളുമാത്രം ആദർശോം പ്രസംഗിച്ചുനടന്നു...ഇപ്പോ അനുഭവിച്ചോ..."

"കൈക്കൂലി വാങ്ങി സമ്പാദിക്കാൻ എന്നെ കിട്ടില്ല. അന്നു മറ്റുള്ളോരെ പറ്റിച്ച് ഒരു പൈസ വാങ്ങാത്തതുകൊണ്ട് ഇപ്പോൾ അന്തസ്സായി കഴിയാം..."

അച്ഛൻ അടുക്കളച്ചുമരിനെ നോക്കി ശബ്ദമുയർത്തി.

"എന്നാൽ ആദർശോം പറഞ്ഞോണ്ടിരുന്നോ...കാശില്ലാന്നു മിണ്ടരുത്..."

അമ്മ വീണ്ടും അടുക്കളമുറ്റത്തുനിന്ന് ഒച്ചവച്ചു.

"ആഭരണങ്ങളൊന്നും?"

ഞാൻ മടിച്ചുമടിച്ചു ചോദിച്ചു.

"അമ്മയുടെ കൈയിൽ കാണും. അച്ഛൻ ഇന്നുവരെ ഒന്നും പണയം വയ്ക്കുകയോ വിൽക്കുകയോ ചെയ്തിട്ടില്ല. പക്ഷേ, സ്വർണമെല്ലാംകൂടി അവൾക്കുകൊടുത്താൽ അടുത്തവളുടെ കല്യാണത്തിനു പിന്നെന്തു ചെയ്യും..."

അച്ഛന്റെ കണ്ണുകൾ നനയുന്നതുകണ്ടപ്പോൾ എനിക്കു ദേഷ്യം തോന്നി. ഒരു ജീവിതകാലം മുഴുവൻ ജീവിച്ചിട്ട്, ആദ്യത്തെ മകളുടെ വിവാഹത്തിനു പണം കരുതിവച്ചില്ലെന്നുപറഞ്ഞാൽ... എനിക്കതു മനസ്സിലാക്കാൻ കഴിഞ്ഞില്ല...

തീൻമുറിയുടെ അരണ്ട വെളിച്ചത്തിനു നടുവിൽ അച്ഛനെ ഉപേക്ഷിച്ച് ഞാൻ പുറത്തിറങ്ങി. പിന്നിൽ അച്ഛന്റെ ഹൃദയം മെഴുകുതിരിയായി ഉരുകി വീഴുന്നതു ഞാനറിഞ്ഞതേയില്ല.

അമ്മൂമ്മയുടെ മുറിയിൽ പുസ്തകച്ചതുരത്തിനോളം പോന്ന ഒരു തകരപ്പെട്ടിയുണ്ടായിരുന്നു. അമ്മൂമ്മയുടെ സമ്പാദ്യങ്ങളെല്ലാം അതിനുള്ളിലായിരുന്നു. നിറം മങ്ങിയ ഒരു കണ്ണടക്കൂട്, ശബരിമല അയ്യപ്പന്റെ ലോക്കറ്റ്, ഭസ്മം നിറച്ച കൊച്ചു കുപ്പി, പിന്നെ പ്ലാസ്റ്റിക് കടലാസിൽ പൊതിഞ്ഞുവച്ച ഏതാനും നാണയങ്ങളും. അവിടുന്നുമിവിടുന്നും ബാക്കി കിട്ടുന്ന നാണയങ്ങൾ അമ്മൂമ്മ സുരക്ഷിതമായി പൊതിഞ്ഞു വയ്ക്കുന്നതാണ്. ഇടയ്ക്കിടെ അത്താഴം കഴിഞ്ഞ് അമ്മൂമ്മ അതെടുത്ത് എണ്ണിത്തിട്ടപ്പെടുത്തുന്നതുകാണാം. എനിക്കു രഹസ്യമായി ആരുമറിയാതെ വല്ലപ്പോഴും നാലണാത്തുട്ടു തരും. അന്ന് ഇരുപത്തഞ്ചുപൈസ ഉണ്ടെങ്കിൽ അഞ്ചു നാരങ്ങാ മിഠായിവാങ്ങാം. പത്തുപൈസയുണ്ടെങ്കിൽ റബ്ബർ നൂലിൽ ഊഞ്ഞാലാടുന്ന അണുഗുണ്ടുമിഠായിയോ പുകവലിക്കുകയാണെന്നു തോന്നിപ്പിക്കുംവിധം മറ്റുള്ളവരെ കബളിപ്പിക്കാവുന്ന സിഗരറ്റ് മിഠായിയോ കിട്ടും.

സൈക്കിൾ പഠനം തുടങ്ങിയ കാലത്താണ് എന്റെ ജീവിതം കൂടുതൽ മധുരപൂർണമായത്. കവലയിലെ നാഥന്റെ കടയിൽ അച്ഛനു പറ്റാണ്.

നാഥനാണു സൈക്കിൾ വാടകയ്ക്കുകൊടുക്കുന്നത്. വെട്ടുവഴിമുഴുവൻ ചുറ്റി, കാൽ മുട്ടിലും കൈത്തണ്ടയിലും ചോരച്ചുവപ്പുകളുമായി സൈക്കിൾ മടക്കിക്കൊടുക്കാനെത്തുമ്പോൾ നാഥൻ എനിക്കൊരു സോഡാ പൊട്ടിച്ചുതരും. അന്നത്തെ പ്രായത്തിൽ സോഡാ വലിയൊരാഡംബരമാണ്. അകത്തുനിന്നു നുരച്ചിറങ്ങുന്ന കുമിളകളിൽ അലിഞ്ഞ്, കടുംനീലനിറമുള്ള ഗോലിയിൽ നോക്കി ഞാനതു മെല്ലെ നുണച്ചിറക്കും. സൈക്കിൾ പഠനം കഴിഞ്ഞപ്പോഴും ഞാൻ സ്കൂൾ വിട്ടുവരുമ്പോൾ നാഥന്റെ പീടികയിൽ കയറുക പതിവായി. സോഡ, നാരങ്ങാ മിഠായി, കപ്പലണ്ടിമിഠായി...നാഥൻ ഓരോ ദിവസവും ഓരോതരം മധുരത്താൽ എന്നെ സൽക്കരിച്ചു. മാസാവസാനം പറ്റുതീർക്കുമ്പോൾ അച്ഛൻ നടുങ്ങി.

“ഇനി നാഥന്റെ കടയിൽനിന്ന് ഒന്നും വാങ്ങണ്ടാ. ഞാൻ അവിടത്തെ പറ്റു നിർത്തി.”

അച്ഛൻ എന്നോടു പറഞ്ഞു. ഞാനതുകേട്ടു സങ്കടപ്പെട്ടു.

“എത്ര രൂപേടെ മുട്ടായിയാടാ നീ അവിടുന്നുവാങ്ങിച്ചേ...ഈശ്വരാ നീ ഈ കുടംബം മുടിക്കുമല്ലോ...”

അമ്മ എന്റെതലയ്ക്കൊരു മേടുതന്ന് ചിലമ്പി.

“അവൻ വാങ്ങിച്ചിട്ടൊന്നുമാവില്ലെടീ...അയാളു ചുമ്മാ എഴുതിക്കൂട്ടിയതായിരിക്കും...”

അച്ഛൻ അനുകമ്പയോടെ എന്നെ നോക്കി. ഞാൻ കണ്ണുനിറയെ സങ്കടവുമായി അമ്മൂമ്മയുടെ കട്ടിലിൽപോയിക്കിടന്നു. അമ്മൂമ്മ ചുണ്ണാമ്പുമണമുള്ള കൈകൾകൊണ്ട് എന്നെ തലോടി.

“എന്റെ കുട്ടന് അമ്മൂമ്മ നാലണ തരുമല്ലോ...എന്തു മൊട്ടായി വേണമെങ്കിലും മോൻ വാങ്ങിച്ചോ...”

അമ്മൂമ്മ എന്നെ നോക്കി, പല്ലില്ലാത്ത മോണകാട്ടി ചിരിച്ചു.

ഗൃഹാതുരത്വത്തിന്റെ ചീഞ്ഞുനാറുന്ന ഓർമകൾ ഉള്ളിൽ പുളച്ചപ്പോൾ പിൽക്കാലത്തൊരിക്കൽ, ഒരുപാടു ദൂരം നടന്ന് നഗരത്തിലെ ഒരു കടയിൽനിന്ന് അന്നത്തെ നാരങ്ങാ മിഠായിയുടെ ഏകദേശ മാതൃകയിൽ കുറെയെണ്ണം സംഘടിപ്പിച്ച് ഞാൻ എന്റെ പേരക്കിടാവു മാധവനു സമ്മാനിച്ചു. അവനതു വായിലിട്ട്, തൊട്ടടുത്ത നിമിഷം തുപ്പിയെറിഞ്ഞു.

“പോടാ...”

അടുത്തു കിടന്ന കല്ലെടുത്ത് അവനെന്നെ എറിഞ്ഞോടിച്ചു.

“അച്ഛനിതെന്തിന്റെ കേടാ...ഇവിടെ ചോക്കലേറ്റു കെട്ടുകണക്കിനിരിക്കുന്നു അതിന്റേടേലാ...”

ശാന്തി ചൊടിച്ചു. ഞാൻ ലജ്ജയോടെ തല കുനിച്ചു. ചോക്കലേറ്റ് എന്നു കേട്ടതോടെ മാധവൻ മുറ്റത്തുനിന്നോടിയെത്തി ‘ചോക്കലേറ്റ് ചോക്കലേറ്റ്... എന്നു പറഞ്ഞ് ബഹളം കൂട്ടി.

"കിടന്നുകാറാതെ. തരാം..."

ശാന്തി ഫ്രിഡ്ജ് തുറന്ന് ഒരുപിടി ചോക്കലേറ്റുകൾ അവന്റെ കുഞ്ഞിക്കൈകളിലേക്കു വിതറി.

"ചോദിക്കുന്നതൊക്കെ വാരിക്കോരി തന്നിട്ടാ നിനക്കീ അഹമ്മതി...," മാധവനെ നോക്കി അവൾ പറഞ്ഞു, "സിനിമാ കാണണമെന്നു പറേമ്പോ സിനിമ...പുസ്തകംന്നുപറേമ്പോ പുസ്തകം.... എത്ര സിനിമേടെ സിഡിയാ കുത്തിയൊരച്ചു മേശേടെ കീഴിൽ ഇട്ടിരിക്കുന്നതെന്നു നോക്കിയേ അച്ഛാ... കളറിങ് ബുക്കെല്ലാം കീറി വലിച്ചെറിഞ്ഞിരിക്കയാ..."

ശാന്തി മാധവനെ നോക്കി ശുണ്ഠിയെടുത്തതു കേട്ടാണു ജലജ അകത്തേ മുറിയിൽനിന്നു തിടുക്കത്തിൽ പുറത്തേക്കുവന്നത്.

"മക്കളെ സിനിമാ കാണിക്കുന്നതും അവർക്കു പുസ്തകം വാങ്ങിക്കൊടുക്കുന്നതുമൊന്നുമല്ലല്ലോ മോളേ ജീവിതം...."

ജലജയുടെ വാക്കുകൾ കേട്ടു വൈദ്യുതാഘാതമേറ്റപോലെ ശാന്തി വിറച്ചു. എത്രയോ വർഷങ്ങൾക്കുശേഷം ആ വാക്കുകൾ തിളച്ചൂടോടെ അവളെ തേടിയെത്തിയിരിക്കുന്നു. അടുത്ത നിമിഷം ശാന്തി വാൽസല്യത്തോടെ ജലജയുടെ തോളിൽ കൈയിട്ടു.

"അമ്മയിനിയും ഇതൊന്നും മറന്നിട്ടില്ല അല്ലേ... അതന്ന്, ഒരിക്കലും ഞങ്ങടെ കല്യാണം അച്ഛനും അമ്മേം നടത്തിത്തരാൻ പോണില്ലാന്ന് മുജീബ് എന്നോടു ബെറ്റുവച്ച ദേഷ്യത്തിനു ഞാൻ അറിയാതെ പറഞ്ഞതല്ലേ...സോാാാറി...."

ജലജയെ ചേർത്തുപിടിച്ചു ശാന്തി കവിളിൽ ചുംബിച്ചു.

ഞാനതുകണ്ടു കണ്ണുനിറച്ചു.

പതിനൊന്ന്

തീയുണർച്ചകൾ

"എന്റച്ഛൻ ഒരിക്കലും എന്റമ്മയെ ഇതുപോലെ ഉമ്മവച്ചിട്ടുണ്ടാവില്ല."

-സുഭാഷ് കൊട്ടകയുടെ തിളയ്ക്കുന്ന ഉച്ചച്ചൂടിൽ, വിയർപ്പു മുത്തുമണികൾ അണിയിച്ചൊരു പെണ്ണിന്റെ തുറിച്ചുകയറുന്ന നോട്ടം ഞങ്ങളുടെ ഉടലിനെ പിന്നെയും ചുട്ടുപൊള്ളിക്കുന്ന നിമിഷങ്ങളിലൊന്നിൽ അലക്സ് എന്റെ തുടയിൽ നുള്ളിക്കൊണ്ടു പറഞ്ഞു. നനഞ്ഞ തുടയിലെ അവന്റെ വിരൽസ്പർശം എന്നെ അലോസരപ്പെടുത്തി. ഞാൻ ആ കൈ തട്ടിക്കളഞ്ഞു. തിരശ്ശീലയിൽ ആണുടലിനുമേൽ പെണ്ണു തീ പടർത്തുകയായിരുന്നു. കൊട്ടകയൊന്നാകെ വികാരം വീർപ്പടക്കി സീൽക്കാരം മുഴക്കി. ആരോ ഒരാൾ ഏതോ മൂലയിൽനിന്നു സഹിക്കാവാതെ രതികൂജനം മുഴക്കി. ഇരുട്ട് പല കോണിൽനിന്നും അതിനെ പ്രതിഫലിപ്പിച്ചു.

സിനിമ കഴിഞ്ഞു മടങ്ങുമ്പോൾ അലക്സിന്റെ വാക്കുകളെക്കുറിച്ചു തന്നെയായിരുന്നു ഞാൻ ആലോചിച്ചത്. അച്ഛൻ എങ്ങനെയായിരിക്കും അമ്മയെ സ്നേഹിച്ചത്? കാമിച്ചത്? ഉമ്മവച്ചത്? എങ്ങനെയായിരുന്നിരിക്കും അവരുടെ ആദ്യരാത്രി?

അച്ഛനെ ഒരു കാമുകനായോ പ്രണയാതുരനായോ സങ്കല്പിക്കാൻ പോലും എനിക്കു കഴിഞ്ഞില്ല. അച്ഛന്റെയും അമ്മയുടെയും ഇടയിൽ പ്രണയത്തിന്റെ ഒരു നൂൽക്കെട്ട് ഇന്നുവരെ ഞാൻ കണ്ടിട്ടില്ല. രണ്ടുപേരും രണ്ടുലോകങ്ങളിൽ സമാന്തരമായി സഞ്ചരിച്ചു. അച്ഛൻ വൈദ്യുതി മീറ്ററിനെക്കുറിച്ചുള്ള അസംഖ്യം പരാതിക്കത്തുകളിൽ തല വിയർത്തപ്പോൾ അമ്മ, പിറ്റേന്നത്തെ ഉച്ചയൂണിനു തീയൽ വേണോ അതോ അവിയൽ മതിയോ എന്നതിനെക്കുറിച്ച് ആശങ്കപ്പെട്ടു. ഏതെങ്കിലും വിവാഹച്ചടങ്ങിൽ പങ്കെടുക്കുമ്പോഴോ സിനിമയ്ക്കുപോകുമ്പോഴോ മാത്രമേ അമ്മയെ അണിഞ്ഞൊരുങ്ങിക്കണ്ടിട്ടുള്ളൂ. അതുതന്നെ തികച്ചും ലളിതമായിരുന്നു. വീട്ടിൽ എപ്പോഴും കരിപിടിച്ച മുഖവും വേഷവുമായിരുന്നു അമ്മയുടെ അടയാളം.

തൊട്ടയൽപക്കത്തെ അച്ഛന്റെ സുഹൃത്ത് ശ്രീധരൻമാഷിന്റെയും സുലോചനച്ചേച്ചിയുടെയും ജീവിതം ഞാൻ അസൂയയോടെ നോക്കിയിട്ടുണ്ട്. ആദ്യരാത്രിക്കു പിറ്റേന്നു മണിയറയിൽനിന്നിറങ്ങുന്ന പുതുപ്പെണ്ണിന്റെ കൊതിപ്പിക്കുന്ന ആലസ്യമായിരുന്നു സുലോചനച്ചേച്ചിക്കെപ്പോഴും. ഏതുനിമിഷവും അഴിമുഖത്തേക്കു കുതിക്കാൻ അടയാളം കാട്ടുന്ന വിളക്കുമരംപോലെ ഒരു വഷളൻ ചിരി അവർ ചുണ്ടിൽ സൂക്ഷിച്ചു. ശ്രീധരൻ മാഷാകട്ടെ, വലക്കുടുക്കുകൾകൊണ്ടു സുലോചനച്ചേച്ചിയെ തന്നിലേക്കു പിടിച്ചുവലിച്ചിടാൻ പോരുന്ന കുസൃതി സദാ കണ്ണുകളിൽ ഒളിപ്പിച്ചുവച്ചു. വീട്ടുമുറ്റത്തിരുന്നു നാട്ടുവർത്തമാനം പറയുമ്പോഴും ശ്രീധരൻമാഷിന്റെ കണ്ണുകൾ ഇടയ്ക്കിടെ സുലോചനച്ചേച്ചിയുടെ കണ്ണുകളിൽ പോയി കുരുങ്ങുകയും അപ്പോഴെല്ലാം അവർ കുണുങ്ങിച്ചിരിക്കുകയും ചെയ്തു. അതു കണ്ടപ്പോഴെല്ലാം, എന്റെ കൺമുമ്പിൽവച്ച് അവർ കെട്ടിപ്പിടിക്കുമോയെന്നു ഞാൻ ഭയന്നു. കടുകോ മല്ലിയോ വാങ്ങാൻ അമ്മയുടെ നിർബന്ധം എന്നെ ചന്ദ്രമോഹന്റെ വീട്ടിലേക്ക് ഓടിച്ചുവിട്ടപ്പോഴൊക്കെ കിണറ്റുകരയ്ക്കപ്പുറത്തെ കറിവേപ്പിന്റെ മറവിലോ അടുക്കളത്തിണ്ണയുടെ ചരിവിലോ, ശ്രീധരൻമാഷിൽനിന്ന് അടർന്നുമാറുന്ന സുലോചനച്ചേച്ചിയെ പലതവണ കണ്ടിട്ടുണ്ട്. അപ്പോഴൊക്കെ കുറ്റബോധത്തോടെ ഞാൻ തലവെട്ടിത്തിരിക്കുമെങ്കിലും അറിയാതെ പിന്നെയും സുലോചനച്ചേച്ചിയുടെ കള്ളച്ചിരിയിലേക്കു ചെന്നൊട്ടി.

സുഭാഷ് കൊട്ടകയുടെ ഉച്ചച്ചൂടിൽ രതി എന്റെയുള്ളിൽ ഫണം വിടർത്തിയ നിമിഷം മുതൽ, കാണുന്ന ഏതു പെണ്ണിലും ഞാൻ നീലച്ചിത്രങ്ങളിലെ നടികളുടെ കണ്ണുകളും നനഞ്ഞ ചുണ്ടുകളും തേടിക്കൊണ്ടിരുന്നു. എനിക്ക് ഉറക്കം നഷ്ടപ്പെട്ടു. രാത്രികളിൽ പുരുഷത്വത്തിന്റെ ഉണർച്ചകൾ തേടി എന്റെ വിരലുകൾ അടിവയറ്റിനുതാഴെ തൊട്ടുരുമ്മുമ്പോൾ അതു തിരശ്ശീലയിൽ കെട്ടിപ്പിണയുന്ന പെണ്ണിന്റേതെന്നു ഞാൻ കല്പിച്ചെടുത്തു.

ചന്തദിവസങ്ങളിൽ സുഭാഷ് കൊട്ടകയിൽ നീലച്ചിത്രങ്ങൾ പ്രദർശിപ്പിച്ചുതുടങ്ങിയത് ആയിടെയായിരുന്നു. കവലയിൽ പീടികകളുടെ മുന്നിലെ ചാക്കുകൊണ്ടു മെനഞ്ഞ ബോർഡിൽ ചാരിനിന്ന് ബ്ലൗസിന്റെ കുടുക്കൂരി, അതുവരെ കണ്ടിട്ടില്ലാത്ത മുഖമുള്ള ഒരുപറ്റം നായികമാർ കുറേദിവസമായി കണ്ണാടിക്കരയിലെ ചെറുപ്പക്കാരെ വശ്യമായി നോക്കുന്നുണ്ടായിരുന്നു. എന്റെ നാട്ടിലെ ഏറ്റവും സമ്പന്നനായ ഫീലിപ്പോസ് മുതലാളിയുടെ മകൻ അലക്സായിരുന്നു അക്കാലത്തെ എന്റെ ഉറ്റ ചങ്ങാതി. എന്റെ കോളേജിനുതൊട്ടടുത്തുള്ള പാരലൽ കോളേജിലായിരുന്നു അവന്റെ പഠനം. ഞാൻ പഠിക്കുന്ന കോളേജിൽ ചുറ്റിക്കറങ്ങാനും പെണ്ണുങ്ങളെ വലവീശിപ്പിടിക്കാനും. അവൻ എന്റെ ചങ്ങാത്തം കടമെടുത്തു. പകരം അവനെന്നെ അതുവരെയറിയാത്ത അഴിമുഖങ്ങളിലേക്കും കടൽച്ചൊരുക്കുകളിലേക്കും കൂട്ടിക്കൊണ്ടുപോയി. സ്കൂട്ടറിലും ചിലപ്പോൾ ജീപ്പിലും ചുറ്റിയടിക്കുന്ന അലക്സിന് ആരാധകരേറെയായിരുന്നു. അവന്റെ ചങ്ങാത്തം എനിക്കും പൊങ്ങച്ചമായിരുന്നു.

പ്രീഡിഗ്രിക്കാണു പഠിക്കുന്നതെങ്കിലും അവന് എന്നേക്കാൾ നാലുവയസ്സ് മൂപ്പുണ്ടായിരുന്നു. പ്രായത്തേക്കാൾ വളർച്ചയുള്ള മുറ്റിയ ശരീരത്തിൽ കട്ടിരോമങ്ങൾ മുള്ളുപോലെ എഴുന്നുനിന്നു. കോളേജിലേക്കുള്ള എന്റെ പോക്കും വരവും മിക്കവാറും അവന്റെ വണ്ടിയിലായി. കാറ്റാടിമരങ്ങൾ ക്കിടയിലൂടെ, കോളേജിലേക്കുള്ള വഴിയേ തെന്നിവരുന്ന കാറ്റിൽ പെൺ മണം നുകർന്നു സ്കൂട്ടറിൽ സഞ്ചരിക്കുന്ന നിമിഷങ്ങളിൽ വഴിയിൽ കാണുന്ന എല്ലാ പെണ്ണുങ്ങൾക്കും അവൻ കീറിപ്പറിക്കുന്ന നോട്ടം സമ്മാനിക്കും. എക്സ്റേ രശ്മികൾപോലെ പെണ്ണിന്റെ നെഞ്ചുതുളച്ച് അകത്തേക്കു കയറുന്ന അവന്റെ നോട്ടത്തെ പെണ്ണുങ്ങൾ പുസ്തക ക്കെട്ടു നെഞ്ചത്തേക്കുയർത്തിവച്ചു പ്രതിരോധിക്കുകയും ശിരസ്സിനെ കുനിച്ചോടിക്കുന്ന നാണത്തെ ആഘോഷിക്കുകയും ചെയ്യുന്നതു ഞാൻ അദ്ഭുതത്തോടെ കണ്ടു. സ്ത്രീശരീരത്തിന്റെ ക്ഷേത്രഗണിതത്തെപ്പറ്റി അവനാണ് ആദ്യമായി എന്നോടു വെളിപ്പെടുത്തിയത്. മാസമുറയെ ന്തെന്നും പെണ്ണിന്റെ സുരക്ഷിതകാലം ഏതൊക്കെയെന്നും പറഞ്ഞു തന്നത് അവനാണ്. ഓരോ പെണ്ണിനും ഓരോ മണമുണ്ടെന്നും ഓരോ മണവും ഓരോ ചൂണ്ടുപലകകളാണെന്നും പഠിപ്പിച്ചുതന്നതും അവ നാണ്. സ്ത്രീകളുടെ മുലകളിലായിരുന്നു അവനു കമ്പം. ഏതു പെണ്ണിനെ ക്കണ്ടാലും അവൻ ഒറ്റനോട്ടത്തിൽ മുലയളവു ഗണിച്ചെടുക്കും.

"പെണ്ണിനെന്തിനാണു രണ്ടു മുലയെന്നു നിനക്കറിയാമോ?"

ഒരിക്കൽ അലക്സ് എന്നോടു ചോദിച്ചു.

"കുഞ്ഞുങ്ങൾക്കു പാലുകൊടുക്കാൻ."

"പോടാ. എങ്കിൽ ഒരു മുലപോരേ?"

"പക്ഷേ, മനുഷ്യർക്കു രണ്ടു കണ്ണും രണ്ടു കാതുമുണ്ടല്ലോ. അതു പോലെ രണ്ടുമുലയും"

ഞാൻ വാദിച്ചു.

"അതേ. അതുകൊണ്ടുതന്നെയാണു ചോദിച്ചത്. രണ്ടുകണ്ണും രണ്ടു കാതും ഉള്ളതുപോലെ രണ്ടു മുലകൾ തന്നതിനും പ്രധാനപ്പെട്ട ഒരു കാരണമുണ്ട്. കണ്ണും കാതുംപോലെ പ്രധാനമാണു മുലയും. കുഞ്ഞിനു മുലകൊടുക്കാനാണെങ്കിൽ ഒരെണ്ണംപോരേ? "

അവന്റെ യുക്തിയിൽ കാര്യമുണ്ടെന്ന് എനിക്കു തോന്നി. എന്തിനാ യിരിക്കും സ്ത്രീകൾക്കു രണ്ടുമുല? ഒറ്റമുലയുള്ള സ്ത്രീയെ ഞാൻ സങ്കല്പിച്ചുനോക്കി. സുലോചനച്ചേച്ചി കിണറ്റുകരയുടെ മറവിൽനിന്ന് ഒറ്റമുല തടവി ശ്രീധരൻമാഷിനെ നോക്കുന്നതും മാഷ് ചുണ്ടു നന യ്ക്കുന്നതും ഞാൻ കണ്ടു. അലക്സ് സ്കൂട്ടർ നിർത്തി സ്റ്റാൻഡിൽ വച്ച്, തൊട്ടടുത്ത കലുങ്കിലിരുന്നു.

"എടാ...ഇതിനൊക്കെ ഒരു ശാസ്ത്രമുണ്ട്. നൂറുകിലോയുള്ള പുരു ഷൻ മുപ്പതുകിലോയുള്ള ഒരു പെണ്ണുമായി സെക്സ് നടത്തുന്നു എന്നു വിചാരിക്കുക."

"വിചാരിച്ചു."

“അവന്റെ ഭാരംകൊണ്ട് ആ പെണ്ണു തവിടുപൊടിയാവില്ലേ? അവടെ നെഞ്ചുംകൂട് ഒടിഞ്ഞുപോവില്ലേ? ഹൃദയം ചതഞ്ഞുപോവില്ലേ? നീ ആലോചിക്ക്.”

“ഉവ്വ്.”

“അപ്പോ, അവളെ സംരക്ഷിക്കാനുള്ള ഒരു ഷോക് അബ്സോർബ റാണു മുല... മനസ്സിലായോ? ദേ, നോക്ക്, ഈ വണ്ടീടെ കീഴിലെ ഷോക്ക് അബ്സോർബർ കണ്ടിട്ടില്ലേ... അതുപോലെ...”

അവൻ സ്കൂട്ടറിനടിയിലേക്കു വിരൽചൂണ്ടി. അവനെ മനസ്സുകൊണ്ടു നമിക്കുമ്പോളാണു ഞങ്ങൾക്കെതിരെയുള്ള പീടികയുടെ ചുവരിൽ ‘ശില’ യുടെ പോസ്റ്ററൊട്ടിക്കാൻ സുഭാഷ് കൊട്ടകയിലെ കപ്പലണ്ടിവിൽപ്പന ക്കാരൻ പങ്കു വന്നത്. ചുവരിൽ പതിച്ച പോസ്റ്ററിന്റെ പാതിയിൽ ഒരു ജോടി മുലകളുടെ കൂർപ്പു കണ്ട നിമിഷം, അലക്സ് കലുങ്കിൽനിന്നു ചാടിയിറങ്ങി അതിനടുത്തേക്കോടി. പിന്നെ അതേ വേഗത്തിൽ തിരിച്ചു വന്നു സ്കൂട്ടർ സ്റ്റാൻഡിൽനിന്നിറക്കി.

“എടാ... ശില... നല്ല തുണ്ടുപടമാണ്... നാനേല് ഞാൻ വായിച്ചിട്ടുണ്ട്. ഇപ്പോ പോയാ മാറ്റിനി കാണാം.”

“അയ്യോ...ക്ലാസ്...”

“പോടാ... എന്തോന്നു ക്ലാസ്... നീ വാ...”

അലക്സ് വണ്ടി വെട്ടിച്ചു തിരിച്ചു.

“സുഭാഷ് തീയേറ്ററിൽ ചെലപ്പോ അച്ഛൻ കാണും... ഇല്ലെങ്കിൽ അച്ഛനെ അറിയുന്ന ആരെങ്കിലും... കണ്ടാൽ...”

വിയർപ്പു നനച്ച എന്റെ ചുണ്ടുകൾ വിറയ്ക്കുന്നുണ്ടായിരുന്നു.

“കണ്ടാലെന്താ? അവരും സിനിമ കാണാൻ വന്നതുതന്നെയല്ലേ? പിന്നെന്താ പേടിക്കാൻ.... അല്ല... നീയിതുവരെ തുണ്ടുപടങ്ങളു കണ്ടി ട്ടില്ലേ?”

അവിശ്വാസം ചെമ്പരത്തിപ്പൂപോലെ വിടർത്തിയ കണ്ണുകളോടെ അലക്സ് ചോദിച്ചു. ഞാൻ തലകുനിച്ചു.

“എന്തുപടം?”

“തുണ്ടുപടം. സെക്സൊള്ള പടം.”

“ഉംഉം.”

ഞാൻ നാണിച്ചു. അലക്സ് ബലമായി എന്റെ മുഖം പിടച്ചുയർത്തി.

“സത്യമായിട്ടുമില്ല?”

“ഇല്ല.”

“അപ്പോ, ഒരു പെണ്ണിനെ ഇതുവരെ തൊട്ടിട്ടുമില്ലേ?”

“ഇല്ല.”

“എന്നാൽ ഈ നിമിഷം മുതൽ ഞാൻ നിന്റെ ഗുരു.... വാ എന്റെ കൂടെ... ഒടുക്കത്തെ മുലയുള്ള ശിലേലെ പെണ്ണിനെ നീയൊന്നുകാണ്...”

അലക്സ് എന്റെ കൈകളെ കത്രികപ്പൂട്ടിട്ടുപൂട്ടി സ്കൂട്ടറിലേക്കു വലിച്ചുകയറ്റി. 1984 ഒക്ടോബർ 31നായിരുന്നു ആ സംഭവം. ആദ്യമായി ഒരു പെണ്ണിന്റെ നഗ്നത തിരശ്ശീലയിൽ കണ്ട ദിവസം കൃത്യമായി ഓർത്തു വയ്ക്കാൻ എനിക്ക് ഒന്നിലേറെ കാരണങ്ങളുണ്ട്.

കമിഴ്ത്തിവച്ച ചൂടുപാത്രത്തിനുള്ളിലെ പുഴുക്കമായിരുന്നു കൊട്ടകയിൽ. വരാനിരിക്കുന്ന നിമിഷങ്ങളുടെ ആവേഗം ഏറ്റുവാങ്ങി പങ്കകൾ കൂടുതൽ വേഗത്തിൽ ചുറ്റിത്തിരിഞ്ഞിട്ടും ഞാൻ വിയർത്തു. പരിചയമുഖങ്ങളുണ്ടാവരുതേ എന്നു പ്രാർഥിച്ച്, കണ്ണടയ്ക്കുന്ന വേഗത്തിൽ കൊട്ടകയ്ക്കുള്ളിലെ ഇരുട്ടിലേക്കൂളിയിടാൻ ശ്രമിച്ചിട്ടും ടിക്കറ്റ് മുറിച്ചു കടത്തിവിടുന്ന ഗോപിച്ചേട്ടൻ എന്നെ കണ്ടു എന്നുറപ്പ്. നരച്ച ഇരുട്ടിൽ മുഖം പൊത്തിപ്പിടിച്ച്, വിരലുകൾക്കിടയിലൂടെ ചുറ്റുപാടും ഒളികണ്ണിട്ടു നോക്കുമ്പോൾ ചെറുപ്പക്കാരേക്കാൾ കൂടുതൽ തലനരച്ചവരാണു ചുറ്റും. തൊട്ടടുത്തിരിക്കുന്നവർക്കുപോലും മുഖം കൊടുക്കാതെ തലകുനിച്ചിരിക്കുന്നവരാണു പലരും. സിനിമാ തുടങ്ങാൻ വൈകിയപ്പോൾ കൊട്ടകയ്ക്കുള്ളിൽ അക്ഷമ കൂവിവിളിച്ചു. നീരുപിഴിഞ്ഞ നാരങ്ങാത്തോടുപോലെ ഡൽഹിയുടെ തെരുവുകളിൽ വിറങ്ങലിച്ചു കിടക്കുന്ന മനുഷ്യരുടെ ദൃശ്യങ്ങളുമായി ഇന്ത്യയുടെ ദാരിദ്ര്യത്തിന്റെ കണക്കുപറഞ്ഞ് ന്യൂസ് റീൽ ചലിച്ചുതുടങ്ങിയപ്പോൾ പ്രതിഷേധം അലർച്ചയായി. രാജ്യം താണ്ടാനിരിക്കുന്ന മുൾവഴിത്താരകളെ പാതിവഴിയിൽ മുറിച്ച്, നെഞ്ചിനുതാഴേക്കു വെട്ടിയിറക്കിയ ബ്ലൗസ് ധരിച്ചു കള്ളനോട്ടങ്ങളുമായി, പൊടുന്നനെ പെണ്ണുങ്ങൾ തിരശ്ശീലയിൽ നിറഞ്ഞു. നട്ടുച്ചയുടെ വേവിലും നെഞ്ചിടിപ്പിന്റെ കുതറലിനുമിടയിൽ പെണ്ണ് അവയവങ്ങൾ മാത്രമായി തിരശ്ശീലയിൽ നിറഞ്ഞപ്പോൾ ഞാൻ കസേരക്കൈയിൽ തിരുപ്പിടിച്ചു. പാപബോധത്തിന്റെ ഒരു പിടയൽ അപ്പോഴും ഇടനെഞ്ച് ഒളിച്ചുവച്ചിരുന്നു.

“ച്ഛേ...ബോറ്...ചൂടൻസാധനമൊന്നും വരുന്നില്ലല്ലോടാ...”

അലക്സ് അക്ഷമനായി. കാണുന്നതെല്ലാം എനിക്കു പുതുമയായതിനാലും അവ എന്റെ ഉടലിനെ ചുട്ടുപൊള്ളിക്കുന്നതിനാലും അലക്സിന്റെ അക്ഷമ എന്തിനെന്ന് എനിക്കു മനസ്സിലായതേയില്ല.

“ഇതു ഗംഭീരമാന്നു വിചാരിച്ചിരിക്കുവാണോ നീ... ഇതൊന്നുമല്ല മോനേ.... ഇപ്പോ വരും നോക്കിക്കോ...”

അലക്സ് വിരൽ ഞൊട്ടയിട്ടു കസേരയിൽ ചാരിയിരുന്നു. ഇടവേളയ്ക്കു തൊട്ടുമുമ്പുവരെയും ഇടയ്ക്കിടെ അക്ഷമ അവന്റെ ഞൊട്ടകൾ ഇട്ടുകൊണ്ടേയിരുന്നതു ഞാനറിഞ്ഞു. ഇടവേളയ്ക്കുതൊട്ടുമുമ്പ് പെട്ടെന്നു സൂര്യവെളിച്ചത്തിന്റെ മിന്നായങ്ങളുമായി വാതിലുകൾതുറക്കപ്പെടുകയും ആരൊക്കെയോ തിടുക്കത്തിൽ അകത്തേക്കു പ്രവേശിക്കുകയും ചെയ്തതോടെ എനിക്കറിയാത്തൊരു വിനിമയതരംഗം ഇരിപ്പിടങ്ങളിൽനിന്ന് ഇരിപ്പിടങ്ങളിലേക്കു കൈമാറ്റം ചെയ്യപ്പെടുകയായി.

“ഇപ്പോ തുണ്ടിടും....”

അലക്സ് കാതിൽ മന്ത്രിച്ചു.

കഥയറിയാതെ ഞാൻ കണ്ണുമിഴിച്ചു.

“എടാ പൊട്ടാ... സെക്സ് ഫിലിം... തീയേറ്ററുകാര് നല്ലനേരം നോക്കി വെട്ടിക്കേറ്റുന്ന എക്സ്ട്രാ ഫിറ്റിങ്സ്...”

“ഇപ്പോ ഇടുമെന്ന് എങ്ങനറിയാം?”

“പുറത്തുനിന്നവരെല്ലാം അകത്തേക്കു വന്നതുകണ്ടില്ലേ...?”

വീർപ്പടക്കി ഞാൻ ചുറ്റും നോക്കി. ശരിയാണ്. വാതിൽക്കൽ ചെറിയൊരു ജനക്കൂട്ടം തന്നെയുണ്ട്. നരച്ച ഇരുട്ടിലും, തിരശ്ശീലയിലേക്കു കുത്തിനിറുത്തിയ കണ്ണുകളിൽ വല്ലാത്തൊരു വിശപ്പിന്റെ തീ എനിക്കു തിരിച്ചറിയാനാവുന്നു. പ്രൊജക്ടർ റൂമിൽ ചുവരിലെ ചതുരക്കണ്ണികൾക്കപ്പുറം ആരൊക്കെയോ തിക്കിത്തിരക്കുന്നു. തിരശ്ശീലയിൽ വെളിച്ചത്തിന്റെ ഒരു പൊട്ടിത്തെറിയുണ്ടാവുകയും അതുവരെ സിനിമയിൽക്കണ്ടിട്ടില്ലാത്തൊരു പുരുഷനും സ്ത്രീയും കിടക്കയിൽ കെട്ടിപ്പുണരുകയും ചെയ്തതോടെ കൊട്ടക മഹാമൗനത്തിന്റെ കൊടുമുടി കയറി. അടുത്ത കുറേ നിമിഷങ്ങൾ സംഭവിക്കുന്നതെന്തെന്ന് എനിക്കു മനസ്സിലായതേയില്ല. ആണു പെണ്ണിനെയും പെണ്ണ് ആണിനെയും കാട്ടുമൃഗങ്ങളെപ്പോലെ കടിച്ചുകീറുകയും പോരാടുകയും ചെയ്തു. കുളിക്കടവിന്റെ ചില്ലുവാതിലുകൾക്കപ്പുറം കണ്ട ഒതളങ്ങാത്തോടുകളുടെ രഹസ്യകവാടങ്ങൾ എനിക്കുമുന്നിൽ മായികമായൊരു വലിപ്പത്തിൽ വിജൃംഭിച്ചു. അലക്സ് കസേരയിലിരുന്നു ഞെളിപിരികൊള്ളുന്നതു ഞാനറിഞ്ഞു. വിയർത്തു കുളിച്ച് സ്ത്രീയുടൽ കിടക്കയുടെ കോണിലേക്കു തിരിഞ്ഞുകിടന്നതോടെ ഇടവേളയുടെ വരവറിയിച്ചു തീയേറ്ററിൽ വെളിച്ചം ഒഴുകിയെത്തുകയും ചെരിപ്പുകൾ നിലത്തുരഞ്ഞു കരയുകയും ചെയ്തു.

“എനിക്കു മൂത്രമൊഴിക്കണം...”

ഞാൻ പതിയെ അലക്സിന്റെ കാതിൽ പറഞ്ഞു.

“ഇപ്പോവേണ്ട. പുറത്തു നിന്റെ പരിചയക്കാരുകാണും. പടം തുടങ്ങിക്കഴിഞ്ഞാൽ നമുക്കു സ്ഥലംവിടാം.”

“അയ്യോ സിനിമാ മൊത്തം കാണണ്ടേ..?”

“പോടാ പൊട്ടാ.. കാണേണ്ടതൊക്കെ കണ്ടുകഴിഞ്ഞില്ലേ...”

അലക്സ് കള്ളച്ചിരി ചിരിച്ചു.

ഇടവേള കഴിഞ്ഞു സിനിമതുടങ്ങിയപ്പോൾ കൊട്ടകയിൽ പകുതിപ്പേർപോലുമുണ്ടായിരുന്നില്ല. വാതിൽ തള്ളിത്തുറന്നു ഞങ്ങൾ പുറത്തിറങ്ങാൻ തുടങ്ങുമ്പോളാണു രണ്ടാമത്തെ നിരയ്ക്കപ്പുറം ഞാനാ മുഖം കണ്ടത്... ശ്രീധരൻമാഷ്....

ഞാൻ തിടുക്കത്തിൽ പുറത്തുചാടി. കൊട്ടകയുടെ പിന്നിലെ, മൂത്രം മണക്കുന്ന മണൽച്ചതുരത്തിൽനിന്നു സ്കൂട്ടർ തള്ളിയിറക്കാൻ അലക്സിനെ സഹായിക്കുമ്പോൾ ഞാൻ ചോദിച്ചു, “എന്നാലും ശ്രീധരൻ മാഷൊക്കെ ഇത്തരം സിനിമകാണുമോ? അതും പട്ടാപ്പകല്...”

"എന്താ കണ്ടാല്...," അലക്സ് മറുചോദ്യം ചോദിച്ചു..."സെക്സ് ഒരു വലിയ സംഭവമാടാ...നിനക്കറിയാത്തതുകൊണ്ടാ..."

സുലോചനച്ചേച്ചിക്കൊപ്പം കെട്ടിമറിയുന്ന ശ്രീധരൻമാഷിനെ മനസ്സിന്റെ വെള്ളിത്തിരയിൽ സങ്കല്പിച്ചു ഞാൻ വണ്ടിക്കു പിന്നിലിരിക്കുമ്പോൾ കപ്പലണ്ടിവില്പനക്കാരൻ പങ്കു ഓടിയണച്ച് എതിരേ വരുന്നുണ്ടായിരുന്നു.

"അറിഞ്ഞോ? ഇന്ദിരാഗാന്ധി മരിച്ചു... ആരാണ്ടു വെടിവച്ചുകൊന്നു...."

അലക്സ് 'അയ്യോ' എന്നലറി.

അലക്സിന്റെ ഒരേയൊരു പെങ്ങൾ സിസിലി പ്രസവിച്ച ദിവസമാണ് ഞാനും അലക്സും സുഭാഷ് കൊട്ടകയിൽ 'ഉൽപ്പത്തി' സിനിമ കാണുന്നത്. സിസിലി നിലവിളിയുടെ കൂടുതുറന്നുവിട്ട പകലിനു നടുവിൽ, മരുന്നുമണക്കുന്ന ആശുപത്രി വരാന്തയിൽ നിന്ന് അലക്സ് ഞെളിപിരികൊണ്ടു.

"പ്രസവം വല്ലാത്തൊരു സംഭവമാടാ... ഈ കരച്ചിലു കണ്ടുനിൽക്കാൻ എനിക്കുവയ്യ...നമ്മക്കെങ്ങോട്ടേലും മുങ്ങാം..."

അലക്സ് സ്കൂട്ടർ ഇരപ്പിച്ചു.

"ഈ വേദനയനുഭവിക്കാനാണോ പെണ്ണുങ്ങളു കട്ടിലേക്കിടന്നു സുഖിക്കുന്നത്?"

ഞാൻ ചോദിച്ചു.

"പോടാ..."

അലക്സ് എന്നെ പുരികക്കൊടി വിറപ്പിച്ചു പരിഹസിച്ചു.

'ഉൽപ്പത്തി' സിനിമയിലെ പ്രമീളയുടെ തടിച്ച ചുണ്ടുകളും കാമം പൂത്തിരി കത്തുന്ന ചിരിയും കാണുന്നതുവരെ 'ശില'യിലെ കറുത്ത പെണ്ണിനെ ഞാൻ മനസ്സുകൊണ്ടു പ്രണയിച്ചിരുന്നു. എന്നാൽ ബാലൻ കെ.നായരുടെ കൈയിൽ റബ്ബർപോലെ വഴങ്ങുന്ന പ്രമീളയെ കണ്ട നിമിഷം മുതൽ എന്റെ പ്രണയവും ദാഹവും അവളിലേക്കൊഴുകി.

"നമ്മക്കു മദ്രാസിലേക്ക് ഒളിച്ചോടിയാലോ?"

ഞാൻ അലക്സിനോടു രഹസ്യമായി ചോദിച്ചു. അവനെന്നെ അമ്പരപ്പോടെ നോക്കി.

"എന്തിന്? പ്രമീളയെ കാണാനോ?"

ഞാൻ തല കുലുക്കി.

"ഇതൊക്കെയെന്തോന്നിരിക്കുന്നു... നീ വീട്ടിൽ വാ... എന്റെ കൈയിൽ നല്ലൊന്നാന്തരം വീഡിയോകളുണ്ട്. നല്ല വെളുത്തുതുടുത്ത മദാമ്മമാരുടെ... ഇതുപോലൊന്നുമല്ല... മൂന്നുംനാലും ആണുങ്ങള് ഒരേസമയം പെണ്ണിന്റെ കൂടെ കിടന്നു പുളയുന്നതുകാണാം..."

"സത്യം?.."

"അതേടാ...നീ ഒരിക്കൽ വാ..."

അലക്സ് പറഞ്ഞതു സത്യമാണെന്നു ഞാനറിഞ്ഞു. കോളേജിൽ നിന്നു നേരേ അലക്സിന്റെ വീട്ടിലേക്കു പോവുന്നതു പിന്നെ പതിവായി. അവനു വീട്ടിൽ സ്വന്തമായൊരു മുറിയും ടിവിയും വിസിആറുമുള്ളത് എന്നെ അദ്ഭുതപ്പെടുത്തി.

"നിനക്കിതുപോലെ ഒരു പെണ്ണിന്റെ കൂടെ കിടക്കണോ?"

സിഗരറ്റ് പുകച്ചുരുളുകളെ ജനാലയിലൂടെ സൂക്ഷ്മതയോടെ പുറത്തേക്കു തുറന്നുവിട്ട് അലക്സ് ഒരിക്കൽ എന്നോടു ചോദിച്ചു.

"ആരാ?"

"വേണോ വേണ്ടേ?...അതു പറ."

"വേണം."

"കൊച്ചുകള്ളാ...", അലക്സ് എന്റെ കവിളിൽ കുത്തി, "ഞങ്ങക്ക് മുക്കുഴീല് റബ്ബർതോട്ടമുണ്ട്. അവിടൊരു ചേച്ചിയൊണ്ട്. അന്ന. നിന്റെ പ്രമീള തോറ്റുപോകും. എന്റെ അപ്പന്റേം ചേട്ടായീടേമൊക്കെ പഴേ എർത്താ..."

"അപ്പന്റെ കൂടെ കെടന്ന പെണ്ണ് നിന്റെ കൂടേം..."

ഞാൻ ചോദിച്ചുപോയി. അലക്സിന്റെ മുഖം പൊടുന്നനെ വിളറി. പിന്നെ അതു കാക്കപ്പൂപോലെ തുടുത്തു.

"അതൊക്കെയെന്റെ വാശിയാടാ... എന്റപ്പനെ നിനക്കറിയില്ലല്ലോ... മഹാ തറയാ... അമ്മച്ചീടെ മുമ്പിലുവച്ചുപോലും അങ്ങേരു വേറെ പെണ്ണുങ്ങടെകൂടെ കിടക്കും... അപ്പോ ഇങ്ങനൊക്കെ ചിലതു ചെയ്തില്ലേല് എനിക്കു മനഃസമാധാനമുണ്ടാവില്ല... അതുപോട്ടെ... നീ ദിവസം നിശ്ചയിച്ചോ നമ്മക്കു പോകാം..."

അങ്ങനെയാണ് ചന്നംപിന്നം മഴ പെയ്യുന്നൊരു പ്രഭാതത്തിൽ അലക്സിന്റെ ജീപ്പിൽ ഞങ്ങൾ മുക്കുഴിക്കു തിരിച്ചത്.തലേന്നു രാത്രിമുതലേ എനിക്ക് എരിപൊരി സഞ്ചാരമായിരുന്നു. ചേച്ചിമാരുടെയും അമ്മയുടെയും മുന്നിൽ പാപബോധം എന്റെ തലയെ താഴേക്ക് ഒടിച്ചിട്ടു.

"എന്താടാ നിന്റെ മുഖത്തൊരു കള്ളത്തരം?"

സുമിത്രച്ചേച്ചി പലതവണ ചോദിച്ചു. അപ്പോഴൊക്കെ ഞാൻ ഉമിനീരിറക്കി. റാണിച്ചേച്ചിയോടെങ്കിലും പറയണമെന്നുണ്ടായിരുന്നു. പക്ഷേ, പ്രതികരണം എങ്ങനെയാകുമെന്നു ഭയന്നു ഞാനതു നെഞ്ചിലൊതുക്കി.

"പേടിയുണ്ടോ?"

വളഞ്ഞുപുളഞ്ഞ വഴിത്താരയിലൂടെ വണ്ടി കിതച്ചു കയറ്റം കയറുമ്പോൾ അലക്സ് ചോദിച്ചു. ഞാൻ ചിരിവരാച്ചിരി ചിരിച്ചു. ആൾസഞ്ചാരമില്ലാത്ത വഴിയായിരുന്നു അത്. റബ്ബർ മരങ്ങൾ അതിരിട്ട വഴിയ്ക്കു നടുവിലൂടെ വല്ലപ്പോഴുമൊരിക്കൽ ഒരു നായയോ പൂച്ചയോ ചാടിക്കടന്നു

പോയി. വണ്ടി നിർത്തി, റബ്ബർ മരച്ചോട്ടിനപ്പുറം തിരിഞ്ഞുനിന്നു മൂത്ര മൊഴിക്കുന്ന ഇടവേളയിൽ അലക്സ് പറഞ്ഞു, "ഇവിടെ വരെയാ നമ്മടെ തോട്ടം. ഇനി അങ്ങോട്ട് അന്നേടെ വീട്ടിലേക്കു പോകുന്ന വഴിയാ. ആരെ ങ്കിലും ചോദിച്ചാൽ ചുമ്മാ പൊട്ടൻകളിച്ചു നിന്നോണം."

"അതെന്താ?"

"എടാ മണ്ടാ... അന്നേം അവടമ്മ സാലീംഇവിടത്തെ അറിയപ്പെടുന്ന ഉരുപ്പടികളാ... പക്ഷേ, നാട്ടുകാരെ അടുപ്പിക്കത്തില്ല. അപ്പോ അവർക്കി ത്തിരി ചൊറിച്ചിലു കാണുമെന്നു കൂട്ടിക്കോ...."വീണ്ടും വണ്ടി സ്റ്റാർട്ടു ചെയ്തിരപ്പിക്കുമ്പോൾ അവൻ പറഞ്ഞു, "പോകുന്നവഴി ഒരു ചെറിയ കാപ്പിക്കടയുണ്ട്. അവടപ്പന്റെയാ... അയാൾക്കെന്തെങ്കിലും ചില്ലറ കൊടുത്തിട്ടുവേണം പോകാൻ... അല്ലെങ്കിൽ അങ്ങേരിടയ്ക്കു കേറിവന്ന് അലമ്പാക്കും."

എന്റെ നെഞ്ചിൽ വീണ്ടും വിറയുടെ തുമ്പി ചിറകടിച്ചു. അതു മനസ്സി ലാക്കിയിട്ടെന്നവണ്ണം അലക്സ് ചിരിച്ചു.

ഓലകുത്തിമറച്ച്, ചാക്കുകൊണ്ടു മേഞ്ഞ ഒരു ചെറിയ കൂര ദൂരെ നിന്നേ കാണായി. കടയുടെ മുന്നിലെ ബെഞ്ചിൽ ആരോ ഇരിപ്പുണ്ട്. അലക്സ് വണ്ടിനിർത്തി, എന്നെ അർഥവത്തായി നോക്കി കടയ്ക്ക കത്തേക്കു പോയി. തിളങ്ങുന്ന കഷണ്ടിത്തല തടവി ഒരാൾ ഓടി വരി കയും അവരിരുവരും കടയുടെ മൂലയിലെ ഇരുളിലേക്കു മാറുകയും ചെയ്യുമ്പോഴാണ് അതുവരെ ബെഞ്ചിലിരുന്ന ഒരാൾ അവജ്ഞയോടെ തൊട്ടവാടിച്ചെടിയിലേക്കു നീട്ടിത്തുപ്പി എഴുന്നേറ്റത്. വഴിയരികിലെ കമ്മ്യൂണിസ്റ്റ് പച്ചകളിൽ തൂങ്ങിക്കിടന്ന ഒരു പുഴുവിനെ ഇലയോടെ പറിച്ചു കാട്ടിലേക്കെറിഞ്ഞ് അയാൾ തലയുയർത്തിയത് എന്റെ മുഖത്തേ ക്കായിരുന്നു. പെട്ടെന്നു തലകുനിക്കുന്നതിനിടയിൽ ഞാൻ ഞെട്ടലോടെ യോർത്തു, ഈ മനുഷ്യനെ എവിടെയോ കണ്ടിട്ടുണ്ടല്ലോ എന്ന്... അയാൾ അടുത്തേക്കു വന്നപ്പോൾ ഞാൻ നെഞ്ചിൽ കടലിരമ്പമറിഞ്ഞു.

"കൊച്ചേതാടാ?"

ജീപ്പിന്റെ വെളുമ്പിൽ പിടിച്ച് അയാളെന്നെ ചുഴിഞ്ഞുനോക്കി...

ആരാണിയാൾ? എവിടെയാണ് ഈ മുഖം ഞാൻ മുമ്പു കണ്ടത്?.. ഓർമയുടെ മരത്തലപ്പിൽ പിടിച്ചു ഞാൻ തുടരെ കുലുക്കി... പക്ഷേ, പിടികിട്ടുന്നില്ല.

"കറന്റാപ്പീസിലെശിവരാജൻസാറിന്റെ മോനാന്നോ? അതേ മുഖം...."

ഞാൻ നടുങ്ങി.

"നീ ശിവരാജൻസാറിന്റെ ചെക്കൻതന്നെ... ഓഹാ... അതുപറ... എടാ... കുഞ്ഞേ.., ഞാനവിടെ ലൈൻമാനാരുന്നു. ലംബോധരൻന്നു പറേം... പെൻഷൻപറ്റുന്നേനു മുമ്പു കുഞ്ഞിന്റെ വീട്ടിൽ പലതവണ വന്നിട്ടൊണ്ട്. കുഞ്ഞന്നു കൊച്ചാ..."

ഞാൻ വിയർത്തുരുകി.

"ശിവരാജൻസാറിന്റെ ചെക്കനെന്നതാ ഇവിടെ കാര്യം?"

"കൂട്ടുകാരന്റെ കൂടെ വന്നതാ."

എന്റെ ചുണ്ടുകൾ വാക്കുകളെ അടർത്തിയിട്ടു.

"ആ നസ്രാണിച്ചെക്കനോ.... പഷ്ട് കൂട്ട്... ആ പെഴച്ചപെണ്ണിന്റവിടെ വന്നതാരിക്കും അവൻ. ഇവിടെക്കെടന്നു ചുറ്റിത്തിരിയാതെ വീട്ടിപ്പോ കൊച്ചേ..."

ഞാൻ മടിച്ചുനിന്നപ്പോൾ അയാൾ അലറി:

"പോകാൻ..."

അലക്സ് തിരിച്ചുവരാൻ കാത്തുനിൽക്കാതെ ഞാൻ ജീപ്പിൽ നിന്നിറങ്ങി റബ്ബർ മരങ്ങൾക്കിടയിലൂടെ തിരക്കിട്ടുനടന്നു... അല്ല ഓടി.... ഒരുപാടു ദൂരങ്ങൾക്കപ്പുറം, പിന്നിൽ നീട്ടിഹോണടിച്ച് അലക്സിന്റെ ജീപ്പ് അലറിക്കുതിച്ചുവന്നു നിൽക്കുമ്പോൾ ഞാൻ കിതയ്ക്കുകയായിരുന്നു...

"എന്താ പറ്റിയേ? ആ ലംബോധരനെന്താ പറഞ്ഞേ?"

"അയാൾക്ക് അച്ചനെ അറിയാം..."

ഞാൻ കരച്ചിലോളം പോന്ന ശബ്ദത്തിൽ പറഞ്ഞു...

"കോപ്പിലെ ഒരച്ചൻ.."

അലക്സ് പൊന്തക്കാട്ടിലേക്കു നീട്ടിത്തുപ്പി. വെറുപ്പുറയുന്ന മനസ്സോടെ അലക്സ് അന്നു പറഞ്ഞ ആ വാചകം ഒരായിരംതവണ പിന്നീടു കുത്തഴിഞ്ഞ ജീവിതം എന്നെക്കൊണ്ടു പറയിച്ചു.

രതിച്ചേച്ചിയെ പപ്പു പ്രണയിച്ചതു മുഴുവനായി കാണാൻ എനിക്കു ഭാഗ്യമുണ്ടായില്ല. 'രതിനിർവേദം' സുഭാഷ് കൊട്ടകയിൽ കളിക്കുമ്പോൾ വീട്ടിലാരും ആ സിനിമ കാണണമെന്ന് ആഗ്രഹിച്ചില്ല. ഇനി അഥവാ ആരെങ്കിലും പോയാലും ആറാം ക്ലാസിൽ പഠിക്കുന്ന എന്നെ കൂട്ടുമായിരുന്നില്ല. ജയഭാരതിയെ വാരിപ്പുണർന്നുനിൽക്കുന്ന കൃഷ്ണചന്ദ്രന്റെ ചിത്രം പതിച്ച പോസ്റ്ററുകൾ കാണുമ്പോഴൊക്കെ ചേച്ചിമാർ 'അയ്യേ' എന്നു പറഞ്ഞു കണ്ണുവെട്ടിച്ചിരുന്നു. ഓരോ സിനിമയും പലവട്ടം കാണുന്ന അച്ഛൻ രതിനിർവേദം ഓടിയ ഒരാഴ്ചമുഴുവൻ രാത്രി വീട്ടിലിരുന്നു.

"താനെന്താടോ പതിവില്ലാതെ വീട്ടിൽ കുത്തിയിരിക്കുന്നേ?"

ശ്രീധരൻമാഷ് ഒരു വൈകുന്നേരം അതിരിനപ്പുറം നിന്ന് അച്ഛനോടു ചോദിച്ചു.

"ഓ..ചുമ്മാ..."

"ഇന്നു സിനിമയ്ക്കു പോയില്ലേ?"

"ഇല്ല."

"അതെന്താ?"

"കാണാൻ കൊള്ളാവുന്ന സിനിമയൊന്നുമില്ലല്ലോ."

"രതിനിർവേദം മോശം പടമാ? ഒന്നാന്തരംസിനിമയല്ലേ..."ശ്രീധരൻ മാഷ് അതിരിനിപ്പുറത്തേക്കു വന്ന് അടക്കം പറഞ്ഞു, "ഇത്തരം സിനിമയൊക്കെയല്ലേ കാണണ്ടേ....?"

അച്ഛൻ അതു ശ്രദ്ധിക്കാതെ മുറ്റത്തെ പുല്ലു പിഴുതുകൊണ്ടിരുന്നു.

അതൊരു മഴക്കാലമായിരുന്നു. ഇലത്തലപ്പുകളെ വലിച്ചൊടിച്ച് ഇടയ്ക്കിടെ കാറ്റുവീശുകയും വൈദ്യുതി ഒളിച്ചുകളിക്കുകയും ചെയ്ത ദിവസങ്ങൾ. വൈദ്യുതിവിളക്കണഞ്ഞപ്പോഴെല്ലാം അച്ഛൻ അസ്വസ്ഥനാവുകയും ഓഫീസിലേക്കു പോകാൻ തിരക്കിട്ടു കുപ്പായം ധരിക്കുകയും ചെയ്തു. അപ്പോഴേക്കും അടുത്ത കാറ്റു വൈദ്യുതിയുമായി തിരിച്ചുവരികയും അച്ഛൻ കുപ്പായമഴിച്ചിടുകയും ചെയ്തു.

റേഷൻകടയിൽ ഗോതമ്പുവന്നിട്ടുണ്ടെന്നറിഞ്ഞ് അതുവാങ്ങാൻ അമ്മ എന്നെ തിടുക്കം കൂട്ടിക്കൊണ്ടിരിക്കയായിരുന്നു. സൈക്കിൾ വാങ്ങിയപ്പോൾ മുതൽ ഇത്തരം ചുമതലകളൊക്കെ എനിക്കാണ്. കാക്കിത്തുണികൊണ്ടുതുന്നിയ സഞ്ചിയുമായി ഞാൻ സൈക്കിളിനടുത്തേക്കോടുമ്പോൾ അച്ഛൻ ചോദിച്ചു.

"ഈ ത്രിസന്ധ്യക്കാണോ കടയിൽ പോകുന്നേ?"

"ഉച്ചമുതൽ ചെക്കനോടു പറേന്നതാ... കേക്കണ്ടേ..."

അടുക്കളവരാന്തയിലിരുന്നു തേങ്ങാ ചിരണ്ടുന്ന അമ്മ ചീറി. പെട്ടെന്നു വൈദ്യുതി വിളക്കണഞ്ഞു.

"കണ്ടോ...കറന്റുംപോയി. ഇനി നാളെ വാങ്ങാം..."

അച്ഛൻ പറഞ്ഞു.

"നമ്മടെ സമയത്തു ചെന്നാലവിടെ ഗോതമ്പു കാണത്തില്ല. നീ പോ ചെറുക്കാ... സൈക്കിളേലല്ലേ.... കണ്ണടച്ചുതുറക്കുന്ന നേരം കൊണ്ടിങ്ങെത്താം..."

തേങ്ങ പാത്രത്തിൽ കമിഴ്ത്തിവച്ച് അമ്മ പൂമുഖത്തേക്കുവന്നു.

"സൈക്കിളിൽ പോകണ്ട", അച്ഛൻ കസേരയിൽനിന്നെഴുന്നേറ്റു, "മഴപെയ്തുതെന്നിക്കിടക്കുവാ വഴിയെല്ലാം. ഞാനും വരാം. നമ്മക്കു നടന്നുപോകാം."

അമ്മയുടെ മുഖത്തെ കറുപ്പു കണ്ടില്ലെന്നു നടിച്ച് അച്ഛൻ എന്റെ കൈപിടിച്ചു നടക്കുമ്പോൾ അമ്മ പിന്നിൽനിന്നു പിറുപിറുത്തു, "പൊടിക്കുഞ്ഞല്ലേ, പിച്ചനടത്താൻ..."

കെട്ടിനിന്ന ചെളിവെള്ളം ചാടിക്കടന്നു ഞങ്ങൾ വഴിയിലേക്കിറങ്ങുമ്പോൾവൈദ്യുതിവിളക്കുതെളിഞ്ഞു. അടുത്തനിമിഷം വീണ്ടും അതണഞ്ഞു.

"ലൈൻ ഡ്രിപ്പാവുകയാണല്ലോ... പ്രശ്നമാകുന്ന ലക്ഷണമാണ്..."

നിരത്തിനുമേലേകൂടി വലിച്ചുകെട്ടിയ വൈദ്യുതിക്കമ്പികളിലേക്കു നോക്കി അച്ഛൻ ആത്മഗതം നടത്തി. റേഷൻ കടയിലെത്തുമ്പോഴേക്കും പൊട്ടിച്ചൊഴിഞ്ഞ കോഴിമുട്ടയിൽനിന്നെന്നപോലെ, വൈദ്യുതത്തൂണുകൾക്കുതാഴെ നിരത്തിൽ മഞ്ഞവെളിച്ചം പരന്നിരുന്നു.

"ഇതു നമ്പാനൊക്കുമെന്നു തോന്നുന്നില്ല. ലക്ഷണം കണ്ടിട്ട് ഇനീം കറന്റുപോകുന്ന മട്ടാ..."

പെട്രോമാക്സ് കെടുത്താൻ തുനിയുമ്പോൾ റേഷൻകടക്കാരൻ തോമസിനോട് അച്ഛൻ പറഞ്ഞു. അതുകേട്ടു തോമസ് പെട്രോമാക്സ് കെടുത്താതെ തിരിതാഴ്ത്തിവച്ചു. അച്ഛന്റെ വാക്കുകൾ അച്ചട്ടായി. ഗോതമ്പുസഞ്ചിയുമായി എന്റെ കൈപിടിച്ചു വീണ്ടും നിരത്തിലേക്കിറങ്ങിയതേയുള്ളൂ, പിന്നെയും വഴിവിളക്കണഞ്ഞു. ഇരുട്ടിനു കൂട്ടിന് എവിടെനിന്നോ ഒരു മഴ പാറിവന്നു. ഞങ്ങൾ വീണ്ടും കടവരാന്തയിലേക്കു കയറി.

"കണ്ടോ... സൈക്കിളിൽ വന്നാൽ കുഴയത്തില്ലായിരുന്നോ? "

നെറ്റിയിലെ മഴത്തുള്ളി, കൈലേസുകൊണ്ടുതുടച്ച് അച്ഛൻ ചോദിച്ചു.

"സൈക്കിളിന് ഒരു ഡൈനാമോ വയ്ക്കണം."

അച്ഛൻ പറഞ്ഞു. അതുകേട്ടു ഞാൻ സന്തോഷിച്ചു. ഏറെനാളായി ഞാനും ആഗ്രഹിക്കുന്നതാണത്. മുമ്പിലെ വലിയ വിളക്കുകൂടാതെ, ബ്രേയ്ക്ക് പിടിക്കുമ്പോൾ തെളിയുന്ന ഒരു ചുവന്ന ലൈറ്റും പിൻചക്രത്തിൽ വയ്ക്കണമെന്നു ഞാൻ ഉറപ്പിച്ചു. നിരാലംബതയുടെ പ്രതീകം പോലെ, ഇരുളിൽ അതിവിനയത്തോടെ തലകുനിച്ചുനിൽക്കുന്ന വൈദ്യുതിവിളക്കിൽനിന്നു മഴയുടെ തുള്ളികൾ ഇറ്റി. വൈദ്യുതക്കമ്പിയിൽ കുരുങ്ങിക്കിടന്ന ഒരു വാവലിന്റെ ചിറക് ഏതുനിമിഷവും അറ്റുവീഴുമെന്നു തോന്നിപ്പിച്ചു കാറ്റിൽ ഉലഞ്ഞു. പെട്ടെന്നാണു വടക്കുനിന്ന് ഒരു കാർ തിടുക്കത്തിൽ നിരത്തിലൂടെ വന്നുതെല്ലപ്പുറത്തുനിൽക്കുകയും പതിയെ പിന്നോട്ടുവരികയും ചെയ്തത്.

"ശിവരാജൻസാറേ രക്ഷിക്കണം..."

സുഭാഷ് കൊട്ടകയുടെ നടത്തിപ്പുകാരൻ കൈമൾ മഴമറന്ന്, അച്ഛനരികിലേക്കോടിവന്നു.

"കൂടൽ ഫീഡറിലെ കമ്പി പൊട്ടിയെന്നാ കേൾക്കുന്നേ... വേറെ ലൈൻ വലിച്ചു കറന്റുതന്നില്ലേൽ രണ്ടുഷോയും മുടങ്ങും. സാറു രക്ഷിക്കണം..."

ഗോതമ്പുസഞ്ചിയെയും എന്നെയും മാറിമാറിനോക്കി ആശങ്കപ്പെടുന്ന അച്ഛനുമുമ്പിൽ കാറിന്റെ വാതിൽ തുറന്നിടുകയും എന്നെയും കൈസഞ്ചിയേയും ഒരേ പ്രാധാന്യത്തോടെ ഇരു കൈകളിൽതൂക്കിയെടുത്തു നിമിഷനേരം കൊണ്ടു കാറിലേക്കു വയ്ക്കുകയും ചെയ്ത് കൈമൾ വണ്ടി വിട്ടു.

"സാറിനെ ഓഫീസിലേക്കു വിട്ടിട്ട് മോനെ ഞാൻ വീട്ടിലാക്കിക്കോളാം", അയാൾ വെളുക്കെച്ചിരിച്ച് അച്ഛനെ സമാധാനിപ്പിച്ചു, "തിരക്കു കൂട്ടുന്നതെന്തിനാന്നുവച്ചാൽ തീയേറ്ററ് ഹൗസ്ഫുള്ളാ... പാസുകൊടുത്തയച്ചാൽ മുതലാവത്തില്ല. സിറ്റീല് ഓടിത്തീരുംമുമ്പേ കാശെറക്കി പിടിച്ച പിടിയാലെ പടം കൊണ്ടുവന്നതാണു ഞാൻ. പത്മരാജന്റെ പടമാണേ... പിള്ളേര് ഇടിച്ചുകേറുംന്ന് ഒറപ്പാരുന്നു."

"ഇതിനാ ഞാൻ പറേന്നേ... ഒരു ജനറേറ്റർ വാങ്ങിവയ്ക്കാൻ..."

അച്ഛൻ കയർത്തു.

"എന്റെ സാറേ... ആഗ്രഹമില്ലാഞ്ഞിട്ടാണോ... കാശെത്ര വേണംന്നു വച്ചാ... പിന്നെ ഡീസലും മണ്ണെണ്ണേം വേറേ... വല്ലപ്പോഴുമാ ഇങ്ങനൊരു പടം കൊട്ടക നെറഞ്ഞോടുന്നേ... അതുമറക്കല്ലേ..."

കൈമൾ പിന്നെയും എന്തൊക്കെയോ സംസാരിച്ചുകൊണ്ടിരുന്നു. അച്ഛൻ പ്രതികരിച്ചതേയില്ല. വൈദ്യുതി ഓഫിസിൽ ചെന്നപാടേ അച്ഛൻ തിരക്കിലായി. അകത്തു ഫോൺ നിരന്തരം മണിമുഴങ്ങുകയും മുറ്റത്ത് ഓഫീസ് ജീപ്പ് ഇരമ്പുകയും ചെയ്യുന്നുണ്ടായിരുന്നു.

"അച്ഛൻ വന്നോളും. പേടിക്കണ്ടാ... കൊട്ടകേലൊന്നു തലകാണിച്ചിട്ട് മോനേ ഞാൻ വീട്ടിക്കൊണ്ടുവിടാം കേട്ടോ..."

കാർ തിരിക്കുമ്പോൾ കൈമൾ എന്നെ സമാധാനിപ്പിച്ചു. ഞങ്ങൾ സുഭാഷ് കൊട്ടകയിലെത്തിയപ്പോഴേക്കും വൈദ്യുതി തിരിച്ചെത്തി. എന്നെ കാറിലുപേക്ഷിച്ച് കൈമൾ തിരക്കിട്ട് ടിക്കറ്റ് കൗണ്ടറിലേക്കുപോയി. സിനിമ തുടങ്ങിക്കഴിഞ്ഞിരുന്നു. ഇടയ്ക്കിടെ തുറന്നടയുന്ന വാതിലിലൂടെ വെളിച്ചത്തിന്റെ കീറുകൾ പുറത്തേക്കു തെന്നിത്തെറിച്ചുവീഴുന്നതു കൊതിയോടെ ഞാൻ നോക്കി. കാറിലിരുന്നുമടുത്തപ്പോൾ പതിയെ ഞാൻ പുറത്തിറങ്ങി ആദ്യം കൊട്ടകയുടെ വരാന്തയിലും പിന്നീട് വാതിൽമറവിലും ചെന്നുനിന്നു.

"വേണേല്, വാതിലിന്റപ്പറത്തുനിന്നു കണ്ടോ..."

ടിക്കറ്റ് മുറിച്ചുകൊടുക്കാൻ നിന്ന എന്നേക്കാൾ രണ്ടുവയസുമൂപ്പുള്ള ചെക്കൻ പറഞ്ഞു.

ഞാൻ അകത്തേക്കു തെന്നിക്കയറി. തിരശ്ശീല മുഴുവൻ നിറഞ്ഞുനിന്നതു ജയഭാരതിയുടെ ചുണ്ടുകളുടെ നനവായിരുന്നു. അലസ ചലനം കൊണ്ടും, നിദ്ര കാത്തിരിക്കുന്ന കണ്ണുകൾ കൊണ്ടും അവർ കൊട്ടകയിൽ ചുഴലിക്കാറ്റുകൾ സൃഷ്ടിക്കുന്നതു കൗതുകത്തോടെ ഞാൻ നോക്കി. രതിയുടെ ഉടലിന്റെ നിമ്നോന്നതങ്ങളിലേക്കു പപ്പു കണ്ണുകൂർപ്പിക്കുന്നതു നുണഞ്ഞു നിൽക്കെ പിന്നിൽനിന്നാരോ എന്നെ ബലമായി പിടിച്ചുവലിച്ചു. നോക്കുമ്പോൾ കൊട്ടകയിലെ പതിവു ടിക്കറ്റുമുറിക്കാരൻ ഗോപിച്ചേട്ടനാണ്.

"നിന്റച്ഛൻപോലും ഈ സിനിമ കാണാൻ വന്നില്ല. അപ്പഴാ...നീ...,"

എന്നെ പുറത്തേക്കു വലിച്ചുകൊണ്ട് അയാൾ പറഞ്ഞു, "ദേ, കൈമൾ സാറു വണ്ടീമെരപ്പിച്ചോണ്ടു നിൽക്കുന്നു... വീട്ടിപ്പോ ചെക്കാ..."

ഞാൻ കാറിലേക്കോടി. രതിച്ചേച്ചിയുടെ നനഞ്ഞ ചുണ്ടുകൾ പിന്നിൽ എന്നെ ഉമ്മവയ്ക്കുന്നതു ഞാനറിഞ്ഞു. പിന്നീട് എത്രയോ വർഷം ആ ചുണ്ടുകൾ പപ്പുവിനെയെന്നപോലെ എന്നെയും പിന്തുടർന്നു.

ചരിത്രത്തിന്റെ അനിവാര്യമായ യാദൃച്ഛികതപോലെ, ഒരുപാടു വർഷങ്ങൾക്കുശേഷം, എന്റെ മകൾ ശാന്തിയുടെ വിവാഹശേഷം നഗരത്തിലെ ചതഞ്ഞ വൈകുന്നേരങ്ങളിലൊന്നിലേക്ക് അവൾ എന്നെ ഒരിക്കൽ ഫോൺചെയ്തുണർത്തി.

"അച്ഛാ... നൊസ്റ്റാൾജിയ ഒന്നുണർത്താൻ താൽപര്യമുണ്ടോ?"

"എന്താ കാര്യം?"

"നമ്മക്കിന്നൊരു സിനിമയ്ക്കുപോകാം. മുജീബ് ടിക്കറ്റ് റിസർവ് ചെയ്തിട്ടുണ്ട്."

"ഏതാ ഫിലിം?"

"രതിനിർവേദം..."

ഞാനൊന്നു നടുങ്ങിയോ?

"ഇതു പണ്ടത്തെ രതിനിർവേദമല്ല. ശ്വേതാമേനോന്റെ രതിനിർവേദം...അതല്ലേ പറഞ്ഞത്, പഴയ ഓർമകളൊക്കെ അച്ഛനൊന്നു പുതുക്കിയെടുക്കാമെന്ന്... അച്ഛന്റെ കാലത്തൊക്കെ രതിച്ചേച്ചി ചെറുപ്പക്കാരുടെ സ്വന്തമല്ലായിരുന്നോ? എനിക്കറിയാം."

ഞാൻ ചിരിച്ചു. പക്ഷേ, പോയില്ല. എന്റച്ഛൻ കാണാനിഷ്ടപ്പെടാഞ്ഞ ഒരു സിനിമ ഞാനും കാണേണ്ടെന്നുറപ്പിച്ചു. അല്ലെങ്കിലും കുട്ടിക്കാലത്ത് ആഗ്രഹിച്ച ചോക്കലേറ്റ് വയസ്സുകാലത്തു കിട്ടിയിട്ടെന്തു കാര്യം?

പന്ത്രണ്ട്

ചങ്ങാത്തപ്പാതി

A best friend is someone who you can talk to,
who won't judge you,
loves you for you,
and, most of all,
makes you feel like you are worth something...

എന്റെ മകൾ ശാന്തി എനിക്കായി ആരംഭിച്ച ഫെയ്സ്ബുക്ക് അക്കൗണ്ടിൽ അവൾതന്നെ പോസ്റ്റ് ചെയ്ത കമന്റ് ആണിത്. ഫെയ്സ്ബുക്ക് അക്കൗണ്ട് തുറക്കാത്തതിന്റെ പേരിൽ ഏറെക്കാലമായി അവൾ എന്നെ പരിഹസിച്ചുകൊണ്ടിരിക്കുകയായിരുന്നു.

"അച്ഛാ, ജീവിക്കുമ്പോൾ കാലത്തിനൊപ്പം ജീവിക്കണം," രാവിലെ ഭക്ഷണമേശയിലിരിക്കുമ്പോൾ അവൾ ഉപദേശിക്കും, "സ്കൂൾ-വീട്, വീട്-സ്കൂൾ ഇങ്ങനെ ഒരേ റൂട്ടിൽ സഞ്ചരിക്കുന്നതിൽ എന്താണൊരു ത്രിൽ? അതുകൊണ്ടാണു പറയുന്നത് അച്ഛൻ ഒരു ഫെയ്സ്ബുക്ക് അക്കൗണ്ട് തുടങ്ങാൻ."

"തുടങ്ങിയിട്ട്? "

ഞാൻ വിഡ്ഢിയെപ്പോലെ അവളെ നോക്കി.

"ഇക്കാര്യം ഞാൻ പലവട്ടം വിശദീകരിച്ചതല്ലേ? അച്ഛന്റെ പഴയ ഫ്രണ്ട്സിനെ തപ്പിയെടുക്കാം.... അല്ലെങ്കിൽ പുതിയ ഫ്രണ്ട്സിനെ കണ്ടുപിടിക്കാം. അവരുമായി ചാറ്റ് ചെയ്യാം..."

ചൂടുദോശ കോപത്തോടെ എന്റെ പാത്രത്തിലേക്കിട്ട് ശാന്തി പറഞ്ഞു.

"ഇനി ഈ പ്രായത്തിൽ പുതിയ ഫ്രണ്ട്സിനെ കിട്ടിയിട്ടെന്തിനാ?"

ഞാൻ ചോദിച്ചു.

"ഇതാ അച്ഛന്റെ കുഴപ്പം... ഒട്ടും ഫ്ളെക്സിബിലിറ്റിയില്ല... സൗഹൃദം ഏതു പ്രായത്തിലും നല്ലതല്ലേ?," അവൾ കള്ളച്ചിരിയോടെ

എനിക്കരികിലേക്കു കുനിഞ്ഞു പതിയെ പറഞ്ഞു, " അമ്മയറിയാതെ ഒരു സുന്ദരിയെ ഫെയ്സ്ബുക്ക് ഫ്രണ്ടായി കിട്ടിയാൽ പുളിക്കുമോ?"

"നീ പോടീ ചുമ്മാതെ അച്ഛനെ വട്ടാക്കാതെ...," എതിർവശത്തെ കസേരയിലിരുന്നു ജലജ, ശാന്തിയെ ശാസിച്ചു.

"എന്റമ്മേ... ഇങ്ങനെന്തെങ്കിലും ചെയ്തില്ലെങ്കിൽ അച്ഛൻ പഴഞ്ച നായിപ്പോവില്ലേ? ഇന്നത്തെ ലോകത്തു ജീവിക്കുമ്പോൾ ഇന്നത്തെ പ്പോലെ ശ്വസിക്കണ്ടേ...?" കള്ളച്ചിരി തുടച്ചുകളയാതെ ശാന്തി ന്യായീ കരിച്ചു, "ഒരു ഫെയ്സ്ബുക്ക് അക്കൗണ്ട് തുടങ്ങിയാൽ ലോകം ഇടിഞ്ഞു വീഴുകയൊന്നുമില്ലല്ലോ. അമ്മയോടു പറഞ്ഞപ്പോ എന്നെ കൊല്ലാൻ വരുവല്ലായിരുന്നോ? അച്ഛനെങ്കിലും പുതിയ കാലത്തിന്റെ പൾസ് അറി യണ്ടേ?"

അങ്ങനെയാണ് ഞാൻ ഫെയ്സ്ബുക്കിലേക്കു കയറിയത്. ടെറസിലെ പൂച്ചെടികൾക്കു ചാരെ നിർത്തി അവൾ തന്നെ എന്നെ മൊബൈൽ ക്യാമറയിൽ പകർത്തി അതു പ്രൊഫൈൽ പിക്ചറാക്കി. അവളുടെ തന്നെ കുറേ സുഹൃത്തുക്കൾക്കു ഫ്രണ്ട്സ് റിക്വസ്റ്റുമയച്ചു.

"അച്ഛൻ നോക്കിക്കോ....സുഹൃത്തുക്കൾ എത്ര പേരാ വരാൻ പോകുന്നതെന്ന്.... എല്ലാവരോടും ഹായ് പറയണം... താങ്ക്സ് പറയണം... വിശേഷങ്ങൾ പങ്കുവയ്ക്കണം."

"എന്തു വിശേഷം പങ്കുവയ്ക്കാൻ? അല്ലെങ്കിലും നേരിട്ട് അറിയാ ത്തവരോട് എങ്ങനെ മനസ്സു തുറക്കും?"

"ഇങ്ങനെയൊക്കെയല്ലേ, പരസ്പരം അറിയുന്നത്. ജസ്റ്റ് ട്രൈ ദിസ്..."

ശാന്തി ഈർഷ്യയോടെ പറഞ്ഞു.

ഫെയ്സ്ബുക്കിന്റെ നീലച്ചതുരത്തെ ഞാൻ വിസ്മയത്തോടെ നോക്കി. എനിക്കായി ശാന്തി അയച്ച ഫ്രണ്ട്സ് റിക്വസ്റ്റ് ആരൊ ക്കെയോ സ്വീകരിച്ചിരിക്കുന്നു. ആരൊക്കെയോ കമന്റുകൾ ഇട്ടിരിക്കുന്നു. മാധവനെ ഒക്കത്തേന്തി ഞാൻ നിൽക്കുന്ന ഫോട്ടോയ്ക്ക് ഒരുപാടു ലൈക്കുകൾ.... സുശാന്തി, ജിസ്സ, ലത, ആരവ്, രോഹിത് മേനോൻ, ശീതൾ പി.നായർ... ആരറിയുന്നു, ഇവരെയൊക്കെ? ആർക്കറിയാം ഇതെല്ലാം ശരിയായ പേരുതന്നെയാണോ എന്ന്... പലരുടെയും പ്രൊഫൈൽ പിക്ചറിന്റെ സ്ഥാനത്തു പൂക്കളും ഇലകളും മാത്രമേ യുള്ളൂ. സ്വന്തം മുഖംപോലും വെളിപ്പെടുത്താൻ തയ്യാറാകാത്ത ഒരാൾക്ക് എങ്ങനെ മനസ്സു വെളിപ്പെടുത്താനാകും? അല്ലെങ്കിൽത്തന്നെ സുഹൃത്തുക്കളുടെ എണ്ണം കൂട്ടിയിട്ട് എന്താണു മെച്ചം? ഞാനിങ്ങനെ ഓരോന്നാലോചിച്ച് കണ്ണാടിക്കരയിലെ എന്റെ സൗഹൃദങ്ങളിലേക്കു തെന്നിപ്പോയി. അവരൊക്കെ ഇന്നെവിടെ? അവരും ഉണ്ടാവുമോ ഫെയ്സ്ബുക്കിന്റെ ചതുരത്തിൽ... ആർക്കറിയാം... ഞാൻ അലക്സിന്റെ പേര് സേർച്ച് ചെയ്തു. നിമിഷനേരത്തിനുള്ളിൽ ഒരുപാട് അല്ക്സുമാരെ

സൈബർലോകത്തുനിന്ന് ഫെയ്സ്ബുക്ക് തപ്പിയെടുത്തു നിരത്തി. മിഷിഗണിൽനിന്ന് അലക്സ് ചാക്കോ, നെയ്യാറ്റിൻകരയിൽനിന്ന് അല്ക്സ് കുരുവിള... ചെന്നൈയിൽനിന്ന് വേറൊരു അലക്സ് ചാക്കോ... എനിക്കു ഭ്രാന്തു പിടിച്ചു.

എങ്ങനെ കണ്ടുപിടിക്കും, എന്റെ അലക്സിനെ? കണ്ണാടിക്കരയിൽ നിന്നു ഞങ്ങൾ പിരിഞ്ഞതു സ്നേഹത്തോടെയായിരുന്നില്ല. ചരിപ്പും കാലായിലെ ഫീലിപ്പോസ് മുതലാളിയുടെ മകൻ അലക്സിനോട് എന്റെ വീട്ടിലാർക്കും പഥ്യമായിരുന്നില്ല. അവൻ വീട്ടിൽ കയറിവന്നപ്പോഴൊക്കെ അമ്മ പെട്ടെന്ന് വാതിൽ ചാരുകയും ചേച്ചിമാർ അടുക്കളമുറ്റത്തേക്കു മറയുകയും ചെയ്തു.

"നീ എന്തിനാടാ ആ പണക്കാരൻ ചെക്കന്റെ ചന്തീംകടിച്ചു നട ക്കുന്നേ? എപ്പോ നോക്കിയാലും അവന്റെ വാലുപോലെ നടക്കുന്നതിൽ എന്താ ഇത്ര അന്തസ്സ്?"

ഊണുമേശയിൽ അമ്മ എപ്പോഴും കലാപമഴിച്ചുവിട്ടു. അപ്പോഴൊക്കെ ഞാനൊന്നും മിണ്ടാതെ തല കുനിച്ചിരുന്നതേയുള്ളു.

"സ്വന്തം അമ്മേ ചവിട്ടിക്കൊല്ലാൻ നോക്കിയ തന്തേടെ മോനാ... ചാവു ന്നേനുമുമ്പ് അവരനുഭവിച്ചതുകേട്ടാ തലയിൽ കൈവച്ചിരുന്നുപോകും... പണത്തിന്റെ പത്രാസല്ലാതെ വേറെന്താ അവനുള്ളത്?"

അമ്മയുടെ ഗിരിപ്രഭാഷണത്തെ കീറി മുറിച്ച്, വീട്ടുപടിക്കൽനിന്ന് അലക്സിന്റെ സ്കൂട്ടർ ഹോൺ മുഴക്കും. അതു കേൾക്കേണ്ട താമസം, ഞാൻ ഭക്ഷണമേശയ്ക്കുമുന്നിൽനിന്ന് ഇറങ്ങിയോടും.

"ഇത്രേം പറഞ്ഞത് അവന്റെ ചെവീക്കേറിയോന്നു നോക്കിയാട്ടെ.... നീ നോക്കിക്കോ... അവൻ നിന്റെ ജീവിതം കുളം കോരും..."

പിന്നിൽനിന്ന് അമ്മയുടെ ശാപവാക്കുകൾ വന്നു തൊടുമ്പോഴേക്കും ഞങ്ങൾ സ്കൂട്ടറിൽ യാത്ര തിരിച്ചിട്ടുണ്ടാവും.

"നിന്റമ്മയ്ക്കെന്താടാ എന്നോടിത്ര കലിപ്പ്?"

വീട്ടുപടിക്കൽനിന്നു മടങ്ങുമ്പോഴെല്ലാം അലക്സ് എന്നോടു ചോദിക്കും. ഞാൻ മൗനം വിഴുങ്ങിയിരിക്കും.

"എന്തോ ഒണ്ട്... പെണ്ണുങ്ങടെ കാര്യമല്ലേ... അവരടെ മനസ്സിലെന്തു തേങ്ങയാന്നറിയാൻ പറ്റില്ല. പക്ഷേ. നിന്റച്ഛൻ എത്ര മാന്യനാ... എന്നെ കാണുമ്പോ ചിരിക്കും... കുശലം പറേം... എന്റെ കൂടെ നടക്കുന്നതിന് അച്ഛൻ നിന്നെ വഴക്കൊന്നും പറയാറില്ലല്ലോ. ഉവ്വോ?"

"ഇല്ല."

"അതാണ്. അങ്ങേർക്ക് മനുഷ്യരെ മനസിലാക്കാൻ കഴിയും. അങ്ങനെ വേണം ആണുങ്ങള്...."

അലക്സ് ഇതു പറഞ്ഞ്, ഏതാണ്ട് ആറു മാസങ്ങൾക്കു ശേഷം ഞാൻ അലക്സുമായി പിണങ്ങിയെന്നറിഞ്ഞ് അച്ഛൻ എന്നോടു പറഞ്ഞു:

"ഏതു നിമിഷവും ഇതു സംഭവിക്കുമെന്ന് എനിക്കറിയാമായിരുന്നു. കൂട്ടുകാരെ തിരഞ്ഞെടുക്കുന്നതു സൂക്ഷിച്ചുവേണം. മനുഷ്യരെ മനസ്സിലാക്കാൻ കഴിയണം."

ഞാനതു കേട്ടു മുഖം വെട്ടിച്ചു.

തന്റെ ഏറ്റവും ബെസ്റ്റ് ഫ്രണ്ടെന്നു ശാന്തി സദാ പുകഴ്ത്താറുണ്ടായിരുന്ന അവളുടെ സുഹൃത്ത് കിരൺ അപമര്യാദയായി പെരുമാറിയതിന്റെ പേരിൽ എന്നത്തേക്കുമായി ആ ബന്ധം മുറിച്ചെറിഞ്ഞ ദിവസം, ഞാനും അവളോടു പറഞ്ഞു:

"എനിക്കറിയാമായിരുന്നു, നിങ്ങൾ തമ്മിൽ ചേരില്ലെന്ന്... ഏതു നിമിഷവും ഈ ബന്ധം ബ്രേയ്ക്കാവുമെന്ന്... സുഹൃത്തുക്കളെ തിരഞ്ഞെടുക്കുമ്പോൾ സൂക്ഷിക്കണം..."

ഞാനതു പറഞ്ഞതും അവൾ പൊട്ടിത്തെറിച്ചു.

"ഇതറിയാമായിരുന്നെങ്കിൽ എന്തുകൊണ്ട് അച്ഛനതു നേരത്തേ പറഞ്ഞില്ല... എന്തുകൊണ്ടു വാൺ ചെയ്തില്ല... യൂ ചീറ്റഡ്... എല്ലാം കഴിഞ്ഞപ്പോൾ ഉപദേശിക്കാൻ വന്നിരിക്കുന്നു..."

മേശപ്പുറത്തിരുന്ന കാപ്പിക്കപ്പ് നിലത്തേക്കു വലിച്ചെറിഞ്ഞ് ശാന്തി അലറി. പിന്നെ എന്റെ നെഞ്ചത്തേക്കുവീണു പൊട്ടിക്കരഞ്ഞു. അവളെ അടർത്തിമാറ്റി നിശ്ശബ്ദനായി ഞാൻ പൂമുഖത്തേക്കു മടങ്ങി. അന്നതു പറഞ്ഞിരുന്നെങ്കിൽ മോളേ, നീ എന്നെ വെറുത്തേനേ എന്നു ഞാൻ പറഞ്ഞില്ല, നിന്റെ ഇഷ്ടങ്ങളായിരുന്നു എനിക്കു പ്രധാനമെന്ന് ഓർമിപ്പിച്ചില്ല... എന്റച്ഛൻ എന്നോടു പറയാതെ പണ്ടു മനസ്സിൽ സൂക്ഷിച്ച അതേ വാക്കുകളെ ഞാനും സ്നേഹത്തിന്റെ പച്ചിലക്കൂട്ടിനുള്ളിൽ ഒളിപ്പിച്ചു.

ശാന്തിയുടെ ശകാരം കേട്ട്, അടുക്കള വാതിലിനപ്പുറം നിന്നെത്തിനോക്കിയ ജലജയുടെ മുഖത്തേക്കു കുറ്റവാളിയെപ്പോലെ നോക്കി, തല കുനിച്ചു ഞാൻ നടന്നു. രാത്രി ജലജ എന്നോടു പറഞ്ഞു: "കുട്ടികൾ എന്നും കുട്ടികളല്ല. പ്രഭ അതു മറക്കുന്നു, പലപ്പോഴും...."

ശരിയാണ്. ഞാൻ മറക്കുന്നു; പലതും.

ഇന്നത്തെ കൗമാരം പൊയ്ക്കാലിൽ നടക്കുന്നവയാണെന്ന് ഒരിക്കൽ ഞാൻ പരിഹസിച്ചപ്പോൾ ശാന്തിയും കൂട്ടുകാരും സംഘമായി എന്നെ എതിർത്തു.

"ഇന്നത്തെ ജീവിതം ശരിയല്ല. ഇന്നത്തെ സൗഹൃദം ശരിയല്ല. ഇന്നത്തെ പ്രണയം ശരിയല്ല... എന്തെല്ലാം ആരോപണങ്ങളാണ്. പ്രായമായവരുടെയെല്ലാം വിചാരം അവരുടെ കാലമായിരുന്നു ശരിയെന്നാണ്. അച്ഛനും ഇങ്ങനെ ചിന്തിക്കുന്നതു കഷ്ടമാണ്."

കവിളിൽ കാക്കപ്പുള്ളിയുള്ള ശാന്തിയുടെ കൂട്ടുകാരി റെയ്ച്ചൽ

മൊബൈൽഫോണിനെ താലോലിച്ചുകൊണ്ട്, ആവശ്യത്തിലേറെ ഉച്ചത്തിൽ എന്നോടു കയർത്തു

"അങ്ങനെ പറയുന്നതിലും തോന്നുന്നതിലും എന്താണു തെറ്റ്?," ഞാൻ ചോദിച്ചു, "ഞാൻ എന്റെ കാലവും നിങ്ങളുടെ കാലവും കണ്ടവനാണ്. അപ്പോൾ എനിക്കു താരതമ്യം ചെയ്യാം. നിങ്ങൾക്കു പക്ഷേ, എന്റെ കാലത്തെപ്പറ്റിയും കൗമാരത്തെപ്പറ്റിയും എന്തറിയാം?"

"ഞങ്ങൾക്കറിയാം. പണ്ടത്തെ സിനിമ കണ്ടാൽ മതിയല്ലോ അതിനേപ്പറ്റി അറിയാൻ. എന്തൊരു ബോറായിരുന്നു അന്ന്. പെണ്ണിനോട് ധൈര്യമായി ഒരു ലവ് യൂ പോലും പറയാൻ കഴിയാത്ത ആ കാലമാണോ ഗംഭീരം എന്ന് അച്ഛൻ പറയുന്നത്..."

റെയ്ച്ചൽ തർക്കത്തിനുള്ള ഒരുക്കത്തിൽത്തന്നെയായിരുന്നു.

"പക്ഷേ, ലവ് യൂ പറയാതെ മനസ്സറിയാൻ കഴിവുള്ളവരായിരുന്നു അന്ന്. ലവ് യൂ പറഞ്ഞെങ്കിൽ അതു മുഴുവൻ ജീവിതകാലത്തേക്കുമുള്ള ലവ് യൂ ആയിരുന്നു താനും."

"എല്ലാ പ്രണയവും വിവാഹത്തിൽ കൊണ്ടുക്കെട്ടണമെന്ന് എന്തിനാണു വാശി. എന്തായാലും എനിക്കില്ല... അല്ലേടീ..."

റെയ്ച്ചൽ ശാന്തിയെ നോക്കി കണ്ണടച്ചു ചിരിച്ചു. റെയ്ച്ചലിന്റെ നാലാമത്തെ പ്രണയവും അറ്റുപോയതിനെപ്പറ്റി തലേന്നു ശാന്തി പറഞ്ഞതു ഞാനോർത്തു.

"ആണും പെണ്ണും മിണ്ടിപ്പോയാൽ പ്രണയമെന്നു വിധിയെഴുതുന്ന ആ കാലത്തു ജീവിക്കാൻ കഴിയാഞ്ഞതു ഞങ്ങടെ ഭാഗ്യം. അച്ഛൻ ഞങ്ങടെ റിലേഷൻസ് നോക്കൂ... ആണും പെണ്ണും എന്ന ജെൻഡർ ക്ലാസിഫിക്കേഷനൊന്നും ഞങ്ങൾക്കിടയിലില്ല. മനസ്സുകൊണ്ടാണു ഞങ്ങൾ ഇഷ്ടപ്പെടുന്നത്. ശരീരം കൊണ്ടല്ല."

പക്ഷേ, കിരൺ അങ്ങനെയായിരുന്നില്ലെന്നു നിങ്ങൾതന്നെയല്ലേ പറഞ്ഞത്....

"അവനെപ്പറ്റി ഒറ്റയക്ഷരം മിണ്ടിപ്പോകരുത്...,"ശാന്തി കസേര തള്ളി നീക്കിയെഴുന്നേറ്റു..." ആ ചാപ്റ്റർ ക്ലോസ് ചെയ്തതാണ്."

ഞാൻ ചിരിച്ചു.

"അച്ഛനെന്നുമുതലാ ഇത്ര പുണ്യാളനായത്?" ശാന്തി കൂർപ്പിച്ചെടുത്ത നോട്ടത്തോടെ ചോദിച്ചു, "അമ്മൂമ്മ പറഞ്ഞ് എനിക്കറിയാം അച്ഛന്റെ ചെറുപ്പകാലമൊക്കെ."

എന്റെ മകളുടെ നോട്ടം പ്രതിരോധിക്കാനാവാതെ ഞാൻ പുറത്തേക്കു കണ്ണുകളെ പറഞ്ഞുവിട്ടു. പത്തുമണിവെയിൽ ജനാലയിലൂടെ പതുങ്ങി നോക്കുന്നു. ഇളം നീല ചിത്രശലഭങ്ങളെ തുന്നിയ തിരശ്ശീലയെ അതു വെളിച്ചം കൊണ്ടു കഴുകിയെടുക്കുന്നു. എന്റെ മുഖത്തെ ചളിപ്പു കണ്ടാകാം, റെയ്ച്ചൽ എനിക്കരികിലേക്കു നീങ്ങിയിരുന്നു.

"അച്ഛാ, സൗഹൃദങ്ങളിൽ നല്ലതും ചീത്തയുമുണ്ടാകാം. അത് അച്ഛന്റെ കാലത്തുമുണ്ട്. ഫെയ്സ് ബുക്ക് സൗഹൃദങ്ങളെക്കണ്ടാണ് അച്ഛൻ ഞങ്ങളെ വിലയിരുത്തുന്നത്. ഒരു ട്രെയിനിൽ യാത്ര ചെയ്യുമ്പോൾ കുറേപ്പേരെ പരിചയപ്പെടാറില്ലേ, നമ്മൾ. അവരിൽ ചിലരുമായി ചിലപ്പോൾ പിന്നീട് അടുത്ത ബന്ധവും ഉണ്ടാകാം? ഫെയ്സ്ബുക്കിനെയും അങ്ങനെ കരുതിയാൽ മതി."

റെയ്ച്ചൽ ശാന്തയായി പറഞ്ഞു. ഫെയ്സ്ബുക്കിനെ ട്രെയിനുമായി കൂട്ടിക്കെട്ടിയ ആ ഉപമ എനിക്കിഷ്ടപ്പെട്ടു. ശാന്തിക്കു മുഖം കൊടുക്കാതെ ഞാൻ പൂമുഖത്തേക്കു നടന്നു. കുട്ടികളെ കുട്ടികളായി എപ്പോഴും കാണരുതെന്നു ജലജ പറയുന്നതു ഞാൻ മറന്നുപോകുന്നു. ശാന്തി എപ്പോഴും കാര്യങ്ങൾ മുഖത്തടിച്ചപോലെ പറയുന്ന സ്വഭാവക്കാരിയാണ്. ആരാണ് ഒപ്പമിരിക്കുന്നതെന്നോ എവിടെവച്ചാണു സംസാരിക്കുന്നതെന്നോ ഒന്നും അവൾ നോക്കാറില്ല. കോപം വാക്കുകളിൽ കടുംചായം പൂശിയെന്നു തോന്നിയാൽ ഇത്തിരികഴിഞ്ഞു മാപ്പുപറയാനും അവൾ മടിക്കാറില്ല. അഞ്ചുമിനിറ്റ് ശാന്തിയുമായോ അവളുടെ കൂട്ടുകാരുമായോ സംസാരിക്കാൻ ഞാനോ ജലജയോ മുതിർന്നാൽ അതു വഴക്കിലേ തീരൂ... ഇതായിരിക്കുമോ ജനറേഷൻ ഗ്യാപ്? പക്ഷേ, എൺപതുകഴിഞ്ഞ എന്റെ അമ്മ അവരുമായി എത്രനേരം ഇടപഴകിയാലും ഈ വിടവ് ഉണ്ടാകാത്തത് എന്തുകൊണ്ട്? അപ്പോൾ തലമുറകൾക്കിടയിലല്ല, മനസ്സുകൾക്കിടയിലാണു വിടവ്. രണ്ടു മനസ്സുകൾക്കിടയിൽ ആഴം സൃഷ്ടിക്കുന്നതെന്താകാം? എനിക്കും ജലജയ്ക്കുമില്ലാത്ത എന്താണ് എന്റെ അമ്മയ്ക്കുള്ളത്? അഥവാ, അമ്മയ്ക്കുള്ള എന്താണ് എനിക്കും എന്റെ ഭാര്യയ്ക്കുമില്ലാത്തത്?

"പിന്നേ, അച്ഛനു ഞാനൊരു ഫ്രണ്ട് റിക്വസ്റ്റ് അയച്ചിട്ടുണ്ട്... കേട്ടോ... ഇതുവരെ അക്സപ്റ്റ് ചെയ്തിട്ടില്ല... കഷ്ടമുണ്ട്..."

റെയ്ച്ചൽ പിന്നിൽനിന്നു വിളിച്ചുപറഞ്ഞു. തിരിഞ്ഞുനോക്കുമ്പോൾ, കാക്കപ്പുള്ളിക്കവിളിൽ കള്ളച്ചിരിയുടെ നുണക്കുഴി.... ഞാനപ്പോൾ റാണിച്ചേച്ചിയെ ഓർത്തുപോയി.

റെയ്ച്ചൽ പറയുന്നതെല്ലാം ശരിയാകാം. സൗഹൃദങ്ങളിൽ എന്നും നല്ലതും ചീത്തയും ഉണ്ടായിരുന്നു. അലക്സുമായുള്ള ബന്ധം മുറിച്ചിട്ടതു ഞാനോർത്തു. സിൽക്ക്സ്മിതയുടെ വർണചിത്രങ്ങൾ കണ്ടു കൊതിച്ചു ഞങ്ങൾ 'ഒറ്റയാൻ' കാണാൻ സിറ്റിയിലെ തീയേറ്ററിൽ പോയ ദിവസമായിരുന്നു അത്. മടങ്ങിവരുംവഴി വഴിയോരത്തെ ഇംപാലാ ഹോട്ടലിൽ കയറി ചായകുടിച്ചിരിക്കുമ്പോഴാണു ഞാൻ ചോദിച്ചത്.

"അലക്സേ നീ ആരെയെങ്കിലും പ്രേമിച്ചിട്ടുണ്ടോ?"

"പ്രേമമോ? ഞാനോ?"

അദ്ഭുതം കൊടികെട്ടിയ മിഴികളോടെ അലക്സ് എന്നെ നോക്കി.

"ഉം?"

"അതൊന്നും എനിക്കു പറഞ്ഞിട്ടുള്ളതല്ല. ഒരു പെണ്ണിനേം മണപ്പിച്ചോണ്ട് തേരാപ്പാരാ നടക്കുകാന്നു പറഞ്ഞാൽ... അതൊന്നും ആണുങ്ങൾക്കു ചേർന്നതല്ല..."

"പിന്നെ?"

"ഓരോ ദിവസവും കിടക്കയിൽ ഓരോ പെണ്ണ്... അതാണെന്റെ സ്വപ്നം..."

"അയ്യോ... ഇരുട്ടായാൽ ഏതു പെണ്ണായാലെന്ത്?"

"ആഹാ... നീയും കാര്യങ്ങൾ പഠിച്ചുവരുന്നല്ലോ....," അലക്സ് അഭിനന്ദനത്തോടെ എന്നെ നോക്കി...."എന്നാൽ നീ കരുതുന്നതുപോലെയല്ല. പെണ്ണുങ്ങടെ ശരീരത്തിനുള്ളിൽ അവളെ കൊതിക്കാനും കൊതിപ്പിക്കാനും സ്നേഹിക്കാനും ഉമ്മവയ്ക്കാനുമൊക്കെ പ്രേരിപ്പിക്കുന്ന ഒരു പാടു ഹോർമോണുകളുണ്ട്. അതൊക്കെ ഓരോ പെണ്ണിലും ഓരോ തരത്തിലായിരിക്കും."

ചൂടുചായയുടെ മുകളിലെ പതനിരപ്പിൽ തടഞ്ഞുനിന്ന തേയിലപ്പൊടി വിരൽത്തുമ്പുതൊട്ടെടുത്തു മേശവക്കിൽ പതിപ്പിച്ച് അലക്സ് വിശദീകരിച്ചു.

"ഞാനൊരിക്കലും കല്യാണം കഴിച്ചു കുഞ്ഞുകുട്ടി പരാധീനങ്ങളുമായി കഴിയില്ല. ഞാൻ ഷിപ്പിൽ ജോലി സംഘടിപ്പിക്കും. എന്നിട്ടു ചുറ്റിയടിച്ചു നടക്കും. എല്ലാ രാജ്യത്തും സഞ്ചരിക്കും. എല്ലാത്തരം പെണ്ണുങ്ങളുമായും ഇടപഴകും. "

കടലോളങ്ങളിൽ ഉലയുന്ന കപ്പലിന്റെ കൊടിക്കൂറ ഞാനവന്റെ കൺകോണിൽ കണ്ടു. കടൽത്തീര നഗരങ്ങളിൽ നാവികർക്കായി കാത്തിരിക്കുന്ന സുന്ദരിമാരുടെ വളക്കിലുക്കം ഞാനറിഞ്ഞു.

"ദേ, ഞാൻ കവലയിലേ വിടൂ...നിന്റമ്മേടെ തെറി കേൾക്കാൻ എനിക്കുവയ്യ."

കണ്ണാടിക്കരയിലേക്കു വരുമ്പോൾ അലക്സ് മുന്നറിയിപ്പു നൽകി. അതു സമ്മതിച്ചാൽ മതിയായിരുന്നു. എങ്കിൽ ഒരുപക്ഷേ ഞങ്ങൾക്കിടയിലെ സൗഹൃദം അതേപടി തുടരുമായിരുന്നു. പക്ഷേ, ഞാൻ പറഞ്ഞതിങ്ങനെ:

"എനിക്കുവയ്യ, ഈ വെയിലത്ത് അവിടെവരെ നടക്കാൻ... നീ എന്നെ കൊണ്ടുവിട്ടേ പറ്റൂ..."

"പക്ഷേ, നിന്റമ്മ വല്ലതും പറഞ്ഞാൽ ഞാനും തിരിച്ചുപറേം കേട്ടോ..."

ഞാൻ ചിരിച്ചു.

വീട്ടിലേക്കുള്ള വഴിയിലേക്കു തിരിയുമ്പോഴാണു സുമിത്രച്ചേച്ചിയുമായി എന്തോ ഫലിതം പങ്കുവച്ചതിന്റെ തുടർച്ചയായി ഉറക്കെ പൊട്ടിച്ചിരിച്ചു റാണിച്ചേച്ചി വഴിയിലേക്കോടിയിറങ്ങിയത്. അലക്സ് പെട്ടെന്നു ബ്രേക്ക് ചവിട്ടിയതുകൊണ്ടുമാത്രം സ്കൂട്ടർ തെന്നിനിന്നു.

"എന്താടീ ഇത്? കണ്ണുകാണത്തില്ലേ?"

ഞാൻ കയർത്തു.

"സോറി..."

റാണിച്ചേച്ചി ചുണ്ടിനുമുകളിലെ വിയർപ്പുതുടച്ച്, അലക്സിനെ ഒളികണ്ണിട്ടുനോക്കി പെട്ടെന്ന് അകത്തേക്കോടി. അലക്സ് അതേവഴിയിലൂടെ കണ്ണുകൾകൊണ്ടു പിന്തുടർന്നു.

"നിന്റെ റാണിച്ചേച്ചി നല്ല ചരക്കാണല്ലോടാ...നല്ല മുല..."

അലക്സ് പറഞ്ഞുതീർന്നില്ല. കൈവീശി ഞാൻ ഒറ്റയടി കൊടുത്തു. വീട്ടുമുറ്റത്തേക്കു നടക്കുമ്പോൾ, നിലത്തുനിന്നു പൊക്കിയെടുക്കാനുള്ള ശ്രമത്തിനിടയിൽ സ്കൂട്ടർ വല്ലാതെ ഇരമ്പുന്നതു കേട്ടു. ഞാൻ തിരിഞ്ഞുനോക്കിയതേയില്ല.

ജലദോഷം അവധിദിവസത്തിൽ തളച്ചിട്ട ആലസ്യത്തെ കുടഞ്ഞെറിയാൻ ഒരുദിവസം ഞാൻ വെറുതേ എന്റെ ഫെയ്സ്ബുക്ക് തുറന്നു. സൗഹൃദം വലിച്ചുകെട്ടുന്ന നിമിഷം കാത്തു കുറേ റിക്വസ്റ്റുകൾ അതിൽ കിടന്നിരുന്നു. മിക്കവയും ശാന്തിയുടെ കൂട്ടുകാരുടേതാണ്. എന്റെ ഫെയ്സ്ബുക്ക് അക്കൗണ്ട് അവൾ ആഘോഷമാക്കിമാറ്റിയിരുന്നല്ലോ. ഞാനോരോ റിക്വസ്റ്റിനും സമ്മതം മൂളി. അടുത്തനിമിഷം നന്ദിയറിയിച്ചുള്ള സന്ദേശങ്ങൾ പറന്നെത്തി. പനിക്കു കൂട്ടിരിക്കാമെന്നു പറഞ്ഞ ജലജയെ നിർബന്ധിച്ചു ജോലിക്കു പറഞ്ഞുവിട്ടതു നന്നായി. ഇല്ലെങ്കിൽ ഫെയ്സ്ബുക്കിൽ കൂടുകൂട്ടുന്ന എന്നെ അവൾ പരിഹസിച്ചുചിരിച്ചേനേ.

അലക്സിനൊരു ഫെയ്സ്ബുക്ക് അക്കൗണ്ട് ഇല്ലാതെവരുമോ? അവനിപ്പോൾ ഏതു കപ്പൽച്ചാലിലായിരിക്കും? അതോ ഏതെങ്കിലും തുറമുഖനഗരത്തിൽ പെണ്ണിന്റെ ചൂടുപറ്റിക്കിടക്കുകയാവുമോ? മുംബൈയിലെ ഏതോ ഷിപ്പിങ് കമ്പനിയിൽ അവനു ജോലികിട്ടിയെന്നു ഞാനറിഞ്ഞിരുന്നു. അലക്സുമാരുടെ പട്ടികയിലൂടെ വീണ്ടും ഞാൻ പരതി... പലരുടെയും ഓഫീസ് വിലാസങ്ങളേയുള്ളൂ. കണ്ണാടിക്കരയെ ആരും വിലാസമായി അംഗീകരിച്ചിട്ടില്ല. ഷിപ്പിങ് കമ്പനിയിൽ ജോലി ചെയ്യുന്ന നാല് അലക്സുമാരെ ഞാനൊടുവിൽ കണ്ടെത്തി. അതിൽ രണ്ടുപേർക്കു പ്രൊഫൈൽ ഫോട്ടോയുണ്ട്. അതുരണ്ടും ഞാനറിയുന്ന അലക്സല്ല. മറ്റു രണ്ട് അലക്സുമാർ കടലിൽ നങ്കൂരമിട്ട കപ്പലിന്റെ ചിത്രംകൊണ്ടാണു സ്വയം അടയാളപ്പെടുത്തിയിരിക്കുന്നത്. അവർക്കു ഞാനോരോ റിക്വസ്റ്റിട്ടു. ആകാശത്തിന്റെ അടരുകൾക്കപ്പുറത്തേക്ക് എന്റെ സന്ദേശം പഴയ ചങ്ങാതിയെത്തേടി മിസൈൽക്കുതിപ്പുനടത്തുന്നതു ഞാൻ ഭാവനയിൽ കണ്ടു. ഭൂപടങ്ങൾ കല്പിച്ചെടുത്ത രാജ്യങ്ങളുടെ അതിരുകൾ ഭേദിച്ച് അവ സൗഹൃദത്തിന്റെ ഭൂമിക തേടി പായട്ടെ... കസേരയിലിരുന്ന് ഒന്നു കണ്ണടച്ചതേയുള്ളൂ, അപ്പോഴതാ സന്ദേശമണി മുഴങ്ങി. നോക്കുമ്പോൾ റെയ്ച്ചലിന്റെ സന്ദേശമാണ്. ഫ്രണ്ട് റിക്വസ്റ്റ് അംഗീകരിച്ചതിനുള്ള നന്ദിയായിരുന്നു അത്.

acha..thanks...u r gr8

ഞാൻ വെറുതേ ഒരു നന്ദി ടൈപ്പ് ചെയ്തു. ഉടൻ വന്നു അടുത്ത സന്ദേശം.

u r so handsome...

ഞാൻ വീണ്ടും നന്ദി പറഞ്ഞു. പിന്നീട് മെസേജുകളുടെ പ്രവാഹമായിരുന്നു.................

never treat me as ur daughters friend...

....

we r good frieds..

....

We can share everything

....

I lv uuuu

....

realy i lv u....ummma....santhi ariyanda...

....

umma again

....

അടുത്ത നിമിഷം ഫോൺ ഓഫാക്കി ഞാൻ വിറങ്ങലിച്ചിരുന്നുപോയി. റെയ്ച്ചലിന്റെ കാക്കപ്പുള്ളിക്കവിളിലെ നുണക്കുഴി എന്നെ നോക്കി ചിരിക്കുന്നതു ഞാൻ കണ്ടു... മൊബൈൽഫോണിൽനിന്നു തലയുയർത്തുന്ന ഓരോ നിമിഷവും അവൾ എന്നെ ഉറ്റുനോക്കിയത് ഇപ്പോൾ ഞാനോർക്കുന്നു... എന്റെ നീലക്കുപ്പായം ഗംഭീരമെന്നു പ്രശംസിച്ചത്.... മീശയുടെ തുമ്പുവെട്ടിയില്ലെന്ന് ഓർമിപ്പിച്ചത്.... ഒരുപക്ഷേ, തൊട്ടപ്പുറത്തെ മുറിയിൽ ശാന്തിയുടെ കൺമുന്നിലിരുന്നുകൊണ്ടാകാം അവളീ മെസേജുകൾ പറത്തിവിട്ടത്... ദൈവമേ.... എന്താണീ കുട്ടികൾക്ക്? എനിക്കുവേണ്ട, ഈ ഫെയ്സ്ബുക്ക് ബന്ധങ്ങൾ... ഞാനുറപ്പിച്ചു. ഇനി റെയ്ച്ചലിനെ എങ്ങനെ നോക്കും? ജലജയോടുപോലും ഇതു പങ്കുവയ്ക്കാനാവില്ലല്ലോ എന്നു ഞാൻ സങ്കടപ്പെട്ടു. അകത്തു പൊട്ടിച്ചിരികൾ കേട്ടു. പുറത്തിറങ്ങാൻ മടിച്ച് ഞാൻ കസേരയിൽത്തന്നെ ചുരുണ്ടു. വാതിൽ തട്ടിത്തുറന്ന് അവൾ അകത്തേക്കു വരുമോ എന്നുപോലും ഞാൻ ഭയന്നു.

പുറത്തു വെയിൽ വിളഞ്ഞുതുടങ്ങിയിരുന്നു. അനന്തതയിലേക്കു നീളുന്ന വിരാമചിഹ്നം പോലെ റോഡ് കറുത്തനെഞ്ചു വിടർത്തി കിടക്കുന്നു. ആവശ്യത്തിലേറെ മണിമുഴക്കി പച്ചക്കറിവണ്ടിയും മീൻവണ്ടിയും നിരത്തിലൂടെ സങ്കടപ്പെട്ടോടുന്നു.

ഒന്നുമയങ്ങിയെന്നു തോന്നുന്നു. ഒരുപാടു നേരം കഴിഞ്ഞു. അസുഖ വിവരമറിയാൻ ഒരുപക്ഷേ, ജലജ വിളിച്ചുകാണും. ഭയത്തോടെ വീണ്ടും ഫോൺ ഓണാക്കുമ്പോൾ അതിൽ നിരവധി മിസ്ഡ് കോളുകൾ സങ്കടപ്പെടുന്നുണ്ടായിരുന്നു. ഒരേ നമ്പരിൽനിന്നുള്ള കോളുകൾ. പരിചയമില്ലാത്ത നമ്പർ. അതേ നമ്പരിൽനിന്ന് ഒരു സന്ദേശവും പെട്ടിയിലുണ്ടായിരുന്നു. ഞാനതു തുറന്നു.

As we grow up, we realize it is less important to have lots of friends, and more important to have real ones.

ആരാണിത്? ഒരുപക്ഷേ, റെയ്ച്ചൽ മറ്റേതെങ്കിലും നമ്പരിൽ നിന്നയച്ചതാവുമോ? പക്ഷേ, സന്ദേശത്തിന്റെ സ്വഭാവം കൊണ്ട് അതിനു സാധ്യതയില്ല. വേറെയാര്? ഞാൻ ആ നമ്പരിലേക്കു വിളിച്ചു. എൻഗേജ്ഡ് ആയിരുന്നു. മറുവിളിക്കു കാത്തു കസേരയിൽ ചാരിയിരുന്നു. ഏറെ നേരം കഴിഞ്ഞപ്പോൾ വീണ്ടും മണിമുഴങ്ങി. ഫോണെടുക്കുമ്പോൾ എന്തുകൊണ്ടോ എന്റെ കൈ വിറയ്ക്കുന്നുണ്ടായിരുന്നു.

"പ്രഭയങ്കിൾ ആണോ ഇത്?"

കൊഞ്ചിച്ചെടുത്ത മലയാളമൊഴി എന്നോടു ചോദിച്ചു.

"അതേല്ലോ..."

ഞാനും വാക്കിൽ വാൽസല്യം കോരിയൊഴിച്ചു.

"എന്നെയറിയാമോ?"

"ഇല്ലല്ലോ."

"ഞാൻ സിൽവിയ."

"മോളെവിടുന്നാ വിളിക്കുന്നേ?"

"ദൂരേന്ന്... അങ്കിളിനു പ്രമീളച്ചേച്ചിയെ അറിയാമോ?"

"ആരെ?"

"പ്രമീളച്ചേച്ചി..."

"മോളാരെയാ വിളിക്കുന്നേ?"

"അങ്കിളിനു സ്മിതച്ചേച്ചിയെ അറിയാമോ?"

"ആരെ..."

"ഞാൻ പപ്പായ്ക്കു കൊടുക്കാം..."

ആരോ പൊട്ടിച്ചിരിക്കുന്നതിന്റെയും ഫോൺ കൈമാറുന്നതിന്റെയും കിലുക്കങ്ങൾ.

"എടാ നിനക്കു പ്രമീളേം സിൽക്കു സ്മിതേമറിയില്ല അല്ലേ....?"

അടുത്ത നിമിഷം എന്റെ നെഞ്ചുപിടച്ചു. ഉള്ളിൽ അടക്കിപ്പിടിച്ച ശ്വാസം കിതച്ചു. കാൽത്തുടകൾ വിറച്ചു.

"ദൈവമേ... അലക്സ്.... എടാ അലക്സേ..."

"അതേടാ.... ഐ ആം അലക്സ്..."

"നീയെവിടെയാ? എങ്ങനെ കിട്ടി നമ്പർ?"

"ഫെയ്സ്ബുക്കിൽനിന്ന്... ഞാനിപ്പോൾ നാട്ടിലുണ്ട്. നീയെവിടെയാ താമസം? കൃത്യമായി പറ..."

ഞാൻ വിലാസം പറഞ്ഞുകൊടുത്തു.

രണ്ടുദിവസം കഴിഞ്ഞപ്പോൾ വഴിമുഴുവൻ നിറഞ്ഞ വലിയൊരു വെളുത്ത കാറിൽ അലക്സ് വന്നിറങ്ങി. അവൻ പണ്ടത്തേക്കാൾ തടിച്ചിരുന്നു. തലയെ കഷണ്ടി വെളുപ്പിക്കാൻ തുടങ്ങിയിരുന്നു. ഒരുപക്ഷേ, പെരുവഴിയിൽ അവനെ മുഖാമുഖം കണ്ടാലും ഞാൻ അറിയില്ലായിരുന്നു. അലക്സ് ഓടിവന്ന് എന്നെ കെട്ടിപ്പിടിക്കുമ്പോൾ കണ്ണാടിക്കരയുടെ സ്പന്ദനം ഞാൻ വിരൽത്തുമ്പിലറിഞ്ഞു.

"ഇത് എന്റെ ഭാര്യ... ജിസ്സി.."

കാതിൽ വലിയ വളയങ്ങളും കൈകളിൽ നിറയെ മൈലാഞ്ചിവരകളുമണിഞ്ഞ നീണ്ടുമെലിഞ്ഞൊരു സുന്ദരി കാറിന്റെ പിൻസീറ്റിൽ നിന്നിറങ്ങി. ചിരപരിചയത്തിന്റെ സ്വാതന്ത്ര്യത്തോടെ അവളെന്റെ കൈയിൽ പിടിച്ചു.

"എന്നും പറയാറുണ്ട്, കൂട്ടുകാരനെപ്പറ്റി. എല്ലാ കഥേം ഞങ്ങൾക്കറിയാം... കേട്ടോ..."

അവൾ കള്ളച്ചിരിയോടെ ജലജയെ നുള്ളി.

"മോളെവിടെ? സിൽവിയ?"

ഞാൻ ആകാംക്ഷയോടെ വീണ്ടും കാറിനുള്ളിലേക്കു നോക്കി.

"പറയാം... നീ ആദ്യം ഞങ്ങളെ അകത്തേക്കുവിളിച്ചിരുത്തെടാ..."

അലക്സ് എന്നെ ചുഴിഞ്ഞുനോക്കി.

"നീ കല്യാണം കഴിക്കില്ലെന്നു പറഞ്ഞിട്ട്...?"

ജലജയും ജിസ്സിയും അകത്തേക്കു പോയപ്പോൾ ഞാൻ അലക്സിനെ തോണ്ടി.

"കഴിക്കില്ലായിരുന്നു. ഇവളെ കണ്ടില്ലായിരുന്നെങ്കിൽ..."

"ഹോ...അപ്പോ ലവ് മാര്യേജായിരുന്നോ?"

"യേസ്... ലേറ്റ് മാര്യേജ് എന്നാ പറയണ്ടേ."

"നീയെന്താ മക്കളെ കൊണ്ടുവരാഞ്ഞേ? എത്ര മക്കളാ നിനക്ക്?"

"രണ്ടുപേർ. ഞാനിപ്പോ മുംബൈയിലാ. മൂത്തതു മോൻ. അവനവിടെ പഠിക്കുന്നു രണ്ടാമത്തേത് മോൾ..."

അവൻ മൊബൈൽ ഫോൺ എനിക്കുനേരേ നീട്ടി. അലക്സിന്റെ അതേ കണ്ണുകളോടെ, എന്നാൽ ജിസ്സിയുടെ ചിരിയോടെ പന്ത്രണ്ടു വയസുകാരി പെൺകുട്ടി കിടക്കയിൽ കിടന്ന് എന്നെ നോക്കിച്ചിരിച്ചു.

"അവൾക്കു സുഖമില്ല. ബൈ ബർത്ത്. എല്ലാത്തിനും ആരെങ്കിലും സഹായത്തിനുവേണം.. ഞങ്ങൾ നാലുദിവസം മുമ്പാ എത്തിയത്.

വന്നപ്പോൾ മുതൽ അവൾക്കു നല്ല പനി. ക്ലൈമറ്റ് ചേഞ്ചിന്റെയാകാം. അതാ കൊണ്ടുവരാഞ്ഞത്. ”

പയർവള്ളിപോലെ പിണഞ്ഞുകിടക്കുന്ന അവളുടെ കാലുകളിലേക്കും ഉടഞ്ഞ ശംഖുപോലുള്ള ഉടലിലേക്കും നോക്കിയിരിക്കെ എന്റെ കണ്ണുനനഞ്ഞു.

“പറഞ്ഞാൽ നീ വിശ്വസിക്കില്ല. ഇവളുടെ ചിരിയും കളിയുമാണ് ഇപ്പോഴത്തെ ഞങ്ങളുടെ സന്തോഷം. ഞാൻ മോളെ വിളിക്കാം. സംസാരിക്കൂ... അവൾക്കു സന്തോഷമാകും.”

അലക്സ് ഫോൺ ഡയൽചെയ്ത് എനിക്കു നീട്ടി...

“അങ്കിൾ...”

അങ്ങേത്തലയ്ക്കൽ നിന്നു മലയാളം കൊഞ്ചി. ഞങ്ങൾ ഒരുപാടു നേരം സംസാരിച്ചു.

“അങ്കിൾ ഇങ്ങോട്ടുവാ... എന്നെ കാണണ്ടേ...”

സംഭാഷണത്തിനൊടുവിൽ അവൾ ചോദിച്ചു. ചെല്ലാമെന്നു ഞാൻ വാക്കുകൊടുത്തു.

“ഉമ്മ...”

അവൾ പറഞ്ഞു.

“ഉമ്മ.”

ഞാനും പ്രതികരിച്ചു.

അത്രയും സ്നേഹം നിറഞ്ഞ ഒരുമ്മ ഇന്നുവരെ ജീവിതത്തിൽ എനിക്കു കിട്ടുകയോ ഞാൻ കൊടുക്കുകയോ ചെയ്തിട്ടില്ല.

ഉച്ചയൂണുകഴിഞ്ഞു പോകാൻ കാറിൽ കയറുമ്പോൾ അലക്സ് കള്ളച്ചിരിയോടെ ചോദിച്ചു:

“നിന്റെ സുന്ദരി റാണിച്ചേച്ചിയിപ്പോ എവിടെ?”

ഞാൻ തമാശയ്ക്ക് അവന്റെ നേരേ കൈയുയർത്തി. എല്ലാക്കഥയും അറിയാവുന്ന ജിസ്സിയും ജലജയും പൊട്ടിച്ചിരിച്ചു.

കാർ അകന്നപ്പോൾ എന്റെ കണ്ണു നിറഞ്ഞിരുന്നു. ജലജ എന്നെ ചേർത്തുപിടിച്ചു.

അലക്സ് രണ്ടുദിവസം മുമ്പ് എനിക്കയച്ച ഫോൺസന്ദേശം ഞാൻ ഒരിക്കൽക്കൂടി തുറന്നു നോക്കി:

As we grow up, we realize it is less important to have lots of friends, and more important to have real ones.

പതിമൂന്ന്

സാരോപദേശം

അപ്പൂപ്പൻതാടിക്കൊപ്പം പറക്കാനുള്ള കുട്ടിക്കാലത്തിന്റെ മനസ്സ് എപ്പോഴാണു മനുഷ്യനു നഷ്ടമാകുന്നത്?

ബാല്യത്തിന്റെ ചിരിയും കളിയുമൊക്കെ മുതിരുമ്പോൾ എവിടേക്കാണു പോകുന്നത്?

നെറ്റിയിൽ നീളൻ ചുളിവുകൾ വീഴ്ത്തി വലിയകാര്യങ്ങൾ ചർച്ച ചെയ്യാനും ഉപദേശങ്ങളുടെ കെട്ടഴിച്ചിട്ടു മഹാനാകാനും കുട്ടികളെ ശാസിക്കാനുമൊക്കെ യോഗ്യരായെന്നു മുതിർന്നവർ അഭിനയിക്കുന്നത് എന്തിന്റെ അടിസ്ഥാനത്തിലാണ്?

പലപ്പോഴും ഞാൻ ആലോചിച്ചിട്ടുണ്ട്.

പ്രായമേറുന്നതിനൊപ്പം പക്വതയുമേറും എന്നുപറയുന്നതു പൊളിയാണെന്നു പ്രായമായപ്പോൾ ഞാൻ തിരിച്ചറിഞ്ഞു. എട്ടാം ക്ലാസിൽ പഠിക്കുമ്പോൾ എന്തായിരുന്നോ, അതുതന്നെയാണ് നാല്പത്തേഴാം വയസ്സിലും ഞാൻ. ഒരു വർണക്കടലാസ് ഇപ്പോഴും എന്റെ മനസ്സിനെ തൊട്ടുവിളിക്കാറുണ്ട്. നീലാകാശത്തിൽ തുള്ളുന്ന ഒരു പട്ടം ഇപ്പോഴും എന്റെ മനസ്സിനെ കെട്ടുപൊട്ടിച്ചുവിടാറുണ്ട്. പുഴയും കാറ്റും പൂമണവുമെല്ലാം കുട്ടിക്കാലത്തിന്റെ പരിസരങ്ങളെ ഇപ്പോഴും എന്റെയുള്ളിൽ സൃഷ്ടിച്ചെടുക്കാറുണ്ട്. ഭർത്താവ്, അച്ഛൻ തുടങ്ങിയ പദവികളൊന്നും എന്റെ ജീവിതത്തിന്റെ അടിസ്ഥാനരുചികളെ മാറ്റിയിട്ടില്ല. പക്വത എന്നതു വെറുമൊരു കുപ്പായം മാത്രമാണെന്നു ഞാൻ തിരിച്ചറിയുന്നു. ഈ പ്രായത്തിൽ ഇങ്ങനെചെയ്താൽ മറ്റുള്ളവർ എന്തുവിചാരിക്കും എന്നു ഭയന്ന് മനുഷ്യൻ എടുത്തണിയുന്ന നിറംകെട്ട കുപ്പായം. കഥകേട്ടുമൂളുന്ന ഒരു കൊച്ചുകുട്ടി എന്നും അവന്റെയുള്ളിലുണ്ടാവും. ഊഞ്ഞാലിൽ ഇല കടിച്ചെടുക്കുന്ന ഒരായം എപ്പോഴും നെഞ്ചിനെ തുടിപ്പിക്കുന്നുണ്ടാവും. പക്ഷേ, അവൻ മനസ്സിനോടു കല്പിക്കും, “അടങ്ങൂ... അടങ്ങിയിരിക്കൂ.... നീയിപ്പോൾ കൊച്ചുകുട്ടിയല്ല...”

പക്ഷേ, എൺപത്തിയേഴാം വയസ്സിലും പാവം എന്റെയമ്മൂമ്മ കൊത്തങ്കല്ലുകളിക്കാൻ ഇഷ്ടപ്പെട്ടിരുന്നു. മുറ്റത്തു കൂനിയിരിക്കാൻ

കാൽമുട്ടുകൾ വിസമ്മതിച്ചപ്പോൾ, വെട്ടുകല്ലുകൾക്കുമുകളിൽ, പൂഴി മണ്ണിലേക്കു കാൽനീട്ടിയിരുന്നു കളിച്ചു. അപ്പോഴൊക്കെ അമ്മ അടുക്കള ത്തിണ്ണയിൽനിന്നു പാത്രം കഴുകിയ വെള്ളംകൊണ്ടു പൂവൻവാഴകളെ എറിഞ്ഞു കുളിപ്പിച്ചു രോഷംകൊണ്ടു.

"ഈ അമ്മയ്ക്കന്താ, പ്രാന്താ? കല്ലുകളിക്കാൻ പറ്റിയ പ്രായം..."

അമ്മൂമ്മ കേട്ട ഭാവം നടിക്കാതെ കുനിഞ്ഞിരിക്കും. അതുകാണു മ്പോൾ അമ്മയുടെ കോപമിരട്ടിക്കും. പാത്രങ്ങളെ ആവശ്യമില്ലാതെ കൂട്ടിയുരസി കരയിച്ച് അമ്മ അകത്തേക്കു പോകുമ്പോൾ അമ്മൂമ്മ മെല്ലെ തിരിഞ്ഞുനോക്കി അടക്കം പറയും:

"പ്രാന്താത്രേ... അവൾക്കാ പ്രാന്ത്... എനിക്കാവുമാരുന്നെങ്കിൽ ഞാൻ അക്കും കിളിത്തട്ടും ഒക്കെ കളിച്ചേനേ... അതിനെന്താ ഇത്ര കുഴപ്പം?"

സുമതിച്ചേച്ചിയും സുമിത്രച്ചേച്ചിയുമൊക്കെ അതുകേട്ടു ചിരി യടക്കും.

ഇരട്ടച്ചേച്ചിമാർ വാങ്ങുന്ന പൊട്ടും ചാന്തും അമ്മൂമ്മ കൗതുകത്തോടെ കൈയിലെടുത്തു തിരിച്ചും മറിച്ചും നോക്കും. കൺമഷിയുടെ ഒരു നുള്ളു കൺകോണിലെഴുതി കുളിർമ നുകരും. ശ്രീധരൻമാഷിന്റെ വീട്ടുമുറ്റത്തു നിന്നു രഹസ്യമായി സംഘടിപ്പിച്ചു റാണിച്ചേച്ചി ചൂടുന്ന റോസാപ്പൂക്കൾ മുടിയിഴകൾക്കുള്ളിൽനിന്ന് ഊരിയെടുത്ത് അമ്മൂമ്മ തന്റെ നരച്ച മുടി യിഴകളോടുചേർക്കും. ഞങ്ങളതുകണ്ടു ചിരിയമർത്തും.

"ചിരിക്കണ്ട... പച്ചില വീഴുമ്പോ പഴുത്തില ചിരിക്കും." അമ്മൂമ്മ സങ്കടത്തോടെ പറയും, "നിങ്ങളെപ്പോലെ പൂവുചൂടി, അണിഞ്ഞൊരു ങ്ങിനടന്ന കാലമുണ്ടായിരുന്നു, മക്കളേ അമ്മൂമ്മയ്ക്കും. നാളെ നിങ്ങളും കൊച്ചുമക്കളും പൂചൂടിയതു നോക്കി ഇതുതന്നെ പറയും..."

"എന്നാൽ, ഈ പൂവ് അമ്മൂമ്മയെടുത്തോ..."

നിഷ്കളങ്കതയുടെ ആകാശം തെളിയുന്ന കണ്ണുകളോടെ റാണി ച്ചേച്ചി പറയും.

"വേണ്ട... മോളു വച്ചോ... അമ്മൂമ്മയ്ക്കു വേണ്ട."

"അമ്മൂമ്മയ്ക്കെന്താ പൂ വച്ചാല്?"

"അമ്മൂമ്മയ്ക്കു കുഴപ്പമൊന്നുമില്ല. പക്ഷേ, ആൾക്കാരു ചിരിക്കും. കേട്ടോ... പല്ലിചൊല്ലി."

അമ്മൂമ്മ മുഖം കുനിച്ച് പെട്ടെന്ന് ഞങ്ങൾക്കിടയിൽനിന്ന് അടർന്നു മാറും. ഉത്തരത്തിനടിയിലെ പല്ലിയെ നോക്കി ഞാൻ തിണ്ണയിലേ ക്കോടും.

രാത്രി ഒപ്പം കിടക്കുമ്പോൾ. തൊടിയിലും പുഴയോരത്തും ഓടിനട ന്നതിന്റെ അവശേഷിപ്പുകൾ എന്റെ കാൽമുട്ടിൽ ചോരച്ചുവപ്പായും തുട കളിൽ നീലവരകളായും അടയാളപ്പെടുത്തിയതിൽ ആരുമറിയാതെ അമ്മൂമ്മ മരുന്നു പുരട്ടിത്തരും.

"നീ ഓടിക്കോടാ കുട്ടാ.... ഓടാവുന്നിടത്തോളം ഓടിക്കളിക്ക്... ഓടാവുന്ന കാലത്തോളം മിടുമിടുക്കനായി ഓട്..."

മുറുക്കാന്റെ മണമുള്ള ഉമ്മകൾകൊണ്ട് അമ്മൂമ്മ എന്നെ ഇക്കിളിപ്പെടുത്തും.

അമ്മൂമ്മയുടെ നിലപാടിനു നേരേ വിരുദ്ധമായിരുന്നു മക്കൾ നാലുപേരുടെയും ജീവിതം. കാപട്യത്തിനുമേൽ കാപട്യം അടുക്കിയാണ് അവർ ജീവിതം കെട്ടിപ്പൊക്കിയത്. ഇന്നലെവരെ കൂടെ നിന്നൊരാളെ പെട്ടെന്നു കണ്ടില്ലെന്നു നടിക്കാനും ഇതുവരെ അകറ്റിനിർത്തിയൊരാളെ പെട്ടെന്നു നെഞ്ചോടുചേർക്കാനും അവർക്കു തെല്ലും പ്രയാസമുണ്ടായിരുന്നില്ല.

മനോഭാവത്തിലെ ഇത്തരം കാപട്യങ്ങൾ ജീവിതത്തെ മഹാദുരന്തമാക്കിയതിനു തെളിവായിരുന്നു, എന്റെ അമ്മാവൻ. അമ്മയുടെ ഒരേയൊരു ജ്യേഷ്ഠൻ. മൂന്നുപെണ്ണുങ്ങളുടെ ഒരേയൊരാങ്ങളയെന്ന പദവി അമ്മാവനെ ഉത്തവാദിത്വങ്ങളുടെ ഭാരം ചുമപ്പിച്ചിരുന്നു. വീട്ടിൽനിന്നു സൈക്കിളിൽ ചുറ്റിക്കറങ്ങിയെത്താവുന്ന ദൂരത്തായിരുന്നു അമ്മാവന്റെയും രണ്ടു കുഞ്ഞമ്മമാരുടെയും വീട്. കറിവേപ്പിലയ്ക്കുവേണ്ടിയും പച്ചമുളകിനുവേണ്ടിയും അമ്മ എന്നെ ഇടയ്ക്കിടെ അവിടേക്കു സൈക്കിൾ ചവിട്ടിക്കുമായിരുന്നു.

ഒരുമുറി വരിക്കച്ചക്കയും ഒരുകെട്ടു പരദൂഷണവുമായി കുഞ്ഞമ്മമാരിലാരെങ്കിലും പടികയറിയെത്തിയാൽ അടുക്കളവരാന്തയിൽ കുശുകുശുപ്പുയരും. രാഷ്ട്രപുനർനിർമാണത്തിൽ പങ്കാളിയാകുന്ന ഗൗരവത്തോടെ അമ്മ അവർക്കിടയിൽ തലപ്പൊക്കത്തോടെയിരിക്കും. മക്കളാരെങ്കിലും വന്നാൽ പക്ഷേ, ആ നിമിഷം അമ്മൂമ്മ അകത്തേ മുറിയിലേക്കോ തൊടിയിലേക്കോ വലിയും.

അമ്മയും കുഞ്ഞമ്മമാരും പരസ്പരം സ്നേഹം അഭിനയിച്ചെങ്കിലും വെറുപ്പിന്റെ ഒരാഴം അവർക്കിടയിലുണ്ടായിരുന്നു. അമ്മാവനാകട്ടെ, ആവശ്യമില്ലാത്ത തലക്കനത്തോടെ ഇടയ്ക്കു പടികടന്നുവരികയും ഇറയത്തെ ചാരുകസേരയിൽ കാരണവരുടെ അധികാരത്തിലേക്കു തല ചായ്ച്ചു കിടക്കുകയും ചെയ്തു. തെങ്ങു വാടിയതിനും കപ്പത്തണ്ടൊടിഞ്ഞതിനും മുറ്റത്തു പുല്ലുവളർന്നതിനും ആരോടെന്നില്ലാതെ ചീത്ത പറയും. "വീടും തൊടിയും വൃത്തിയാക്കിയിടാൻ ഇനിയെന്നാ നിങ്ങളൊക്കെ പഠിക്കുക?"

അമ്മാവൻ ശബ്ദമുയർത്തുമ്പോൾ തണുപ്പിക്കാൻ മുറുക്കാൻ ചെല്ലവുമായി അമ്മൂമ്മ ഹാജരാവും. ഏതെങ്കിലുമൊരു പ്രശ്നത്തിന്റെ നൂൽത്തുമ്പിൽ പിടിച്ചായിരിക്കും സംസാരത്തിന്റെ തുടക്കം. ഒരിക്കലും ഹർഷാരവങ്ങൾ ആവശ്യപ്പെടാത്ത ഏകപക്ഷീയമായ ആയുധമാണ് അമ്മാവന്റെ സംസാരം. ഉടനേ പോകണമെന്നു തിടുക്കം പ്രകടിപ്പിച്ചു വരുന്ന അമ്മാവൻ പോകുന്നതു ചിലപ്പോൾ ഉച്ചയൂണും കഴിഞ്ഞ് ഒന്നു മയങ്ങി, വൈകുന്നേരച്ചായയും കുടിച്ചായിരിക്കും. അതിനിടയിൽ

വലിയൊരു കഥ പറഞ്ഞവസാനിപ്പിച്ചിട്ടുണ്ടാവും. പക്ഷേ, കഥയുടെ പൂർണരൂപം ആരും കേട്ടിട്ടുണ്ടാവില്ല. ആദ്യം അമ്മൂമ്മയാവും ശ്രോതാവ്. കഥകേട്ടു മടുക്കുമ്പോൾ, 'ഭാരതീ...' എന്നു വിളിച്ച്, അമ്മയെ അരങ്ങത്തേക്കു വലിച്ചിട്ട് അമ്മൂമ്മ വിദഗ്ധമായി തടിതപ്പും. കഥയുടെ ബാക്കി അമ്മയ്ക്കാണു വിളമ്പുക. ആര്, എന്ത്, ഏത് എന്നൊന്നുമറിയാതെ, കഥയുടെ ചമൽക്കാരമറിയാതെ, അരിക്കലത്തിലെ തിളയെപ്പറ്റിയും ഉച്ചയൂണിനു തീയലിനു തിരുമ്മിവച്ച തേങ്ങയെപ്പറ്റിയും ആശങ്കപ്പെട്ടും, കൈയിലെ അരപ്പ് അടിമുണ്ടിൽ തൂത്തുതുടച്ചും അമ്മ അവിടിരിക്കും. ഇതിനിടെ, സുമിത്രേച്ചിയുടെ തലവെട്ടം കണ്ടാൽ ആ നിമിഷം അമ്മയും അടുക്കളയിലേക്കു നൂണ്ടു രക്ഷപ്പെടും. അവസാനം നറുക്കു വീഴുക എനിക്കായിരിക്കും. വേറെയാരെയും ഏല്പിച്ചു രക്ഷപ്പെടാൻ വഴിയില്ലാത്തതിനാൽ വലയിൽ വീണ പ്രാണിപോലെ ഞാനവിടെ കുടുങ്ങിക്കിടക്കും. ഊണു കാലമാവുമ്പോൾ തീൻമേശപ്പുറത്തു കഥയുടെ രണ്ടാം ഭാഗം തുടരും. ഒടുവിൽ, ഉച്ചമയക്കം അമ്മാവനെ കൈപിടിച്ചുകൊണ്ടു പോകുന്നതോടെ അതു നിലയ്ക്കുകയും അമ്മൂമ്മയും അമ്മയും ദീർഘനിശ്വാസം വിടുകയും ചെയ്യും.

അമ്മയ്ക്കും കുഞ്ഞമ്മമാർക്കും ഭയമുള്ള ഒരേയൊരാൾ അമ്മാവനായിരുന്നു. 'ചേട്ടൻ' എന്നു തികച്ചുപറയില്ല, അവർ. പെങ്ങന്മാരെ പഠിപ്പിച്ചതും ജോലിവാങ്ങിക്കൊടുത്തതുമൊക്കെ അമ്മാവന്റെ മിടുക്കായി എണ്ണപ്പെട്ടു. എന്റെയമ്മ മാത്രമാണു ജോലിയില്ലാതെ വീട്ടിലിരുന്നത്. അതിന്റെ മൂശേട്ട ജീവിതകാലം മുഴുവൻ മറയില്ലാതെ അമ്മ പ്രകടിപ്പിക്കുകയും ചെയ്തു. പഠിക്കാൻ കൊള്ളാഞ്ഞിട്ടാണു ഭാരതിയെ വീട്ടിലിരുത്തിയതെന്ന് അമ്മൂമ്മയും വീട്ടുകാര്യം നോക്കാൻ പരീക്ഷയിൽ തന്നെ തോൽപ്പിച്ചു പടിയ്ക്കകത്തിരുത്തുകയായിരുന്നുവെന്ന് അമ്മയും ഇടയ്ക്കിടെ ആരോപണങ്ങൾകൊണ്ടു കൊത്തങ്കല്ലുകളിച്ചു.

സർപ്പംപോലെ വളയാനും ഇരുതലകൾകൊണ്ടു കൊത്താനുമുള്ള തറവാടിന്റെ രക്തപ്പൊരുത്തം ആദ്യം കണ്ടത് അമ്മാവന്റെ മകൻ ക്രിസ്ത്യാനിപ്പെണ്ണിനെ പ്രണയിച്ചപ്പോളാണ്.

'കണക്കായിപ്പോയി. എല്ലാരേം ചട്ടം പഠിപ്പിച്ചു നടക്കുന്ന ചേട്ടനിതു തന്നെവേണ'മെന്ന് പെങ്ങന്മാർ ഒരേശബ്ദത്തിൽ കുശുകുശുത്തു. പിന്നീടു കരളിനു ദീനമായി അമ്മാവൻ കിടപ്പായപ്പോൾ, കടപ്പാടിന്റെ കണക്കുകൾ കുടുക്ക പൊട്ടിച്ചിട്ട് എണ്ണിത്തിട്ടപ്പെടുത്തിയതും ഇവർതന്നെയായിരുന്നു.

"അസുഖം വന്നൂന്നുവച്ച്, എപ്പളുമെപ്പളും കാശുംകൊണ്ട് ഓടിച്ചെല്ലാൻ നമ്മളെന്താ നിധി കുഴിച്ചിട്ടിരിക്കുന്നോ? "

സന്ധ്യയുടെ ഇരുട്ടിൽ അടുക്കളമുറ്റത്തുനിന്നു കുഞ്ഞമ്മമാർ തീക്കൊള്ളികൊണ്ടു പുറം ചൊറിയുമ്പോൾ അച്ഛൻ ഇറയത്ത് പ്രൊവിഡന്റ് ഫണ്ട് വായ്പയുടെ അവസാനത്തെ തുട്ടും എണ്ണിത്തിട്ടപ്പെടുത്തുകയായിരുന്നു. അച്ഛന്റെ പണംകൊണ്ടാണ്, അമ്മാവനെ മെഡിക്കൽ കോളേജ്

ആശുപത്രിയിൽ ചികിൽസിച്ചത്. മൂന്നുമാസം ജനറൽവാർഡിൽ കിടന്ന് അമ്മാവൻ നരകയാതന അനുഭവിച്ചു. നിസ്സഹായതയുടെ കടലാഴങ്ങൾ കണ്ണിനുള്ളിൽ ചുഴിതിരിഞ്ഞു. മരിക്കുന്നതിനു മണിക്കൂറുകൾക്കുമുമ്പ്, കഥ പറഞ്ഞു മനുഷ്യരെ മടുപ്പിച്ച ചുണ്ടുകൾ കൊണ്ട് എന്നെ മൃദുവായി വിളിച്ചു. ഞാനോടിച്ചെന്നു.

"നിന്റമ്മയുടെ കല്യാണത്തിന് എനിക്ക് ഒട്ടും സമ്മതമുണ്ടായിരുന്നില്ല. എതിർപ്പു ഞാൻ ഒളിച്ചുവച്ചുമില്ല. എന്റച്ഛന്റെ ഒറ്റവാശിക്കാണു കല്യാണം നടന്നത്. ശിവരാജൻനായർക്കും അതൊക്കെയറിയാം. തരംകിട്ടിയപ്പോഴൊക്കെ ഞാനയാളെ കുത്തിനോവിച്ചിട്ടേയുള്ളൂ. എന്നിട്ടും എനിക്കൊരാപത്തു വന്നപ്പോ... അയാളേ ഉണ്ടായിരുന്നുള്ളൂ. പ്രഭേ...നിന്റച്ഛൻ... മനുഷ്യനല്ല, ദൈവമാണ്...." അമ്മാവൻ കഫം ചിലമ്പിച്ച സ്വരത്തോടെ പറഞ്ഞു.

ജീവിതത്തിലാദ്യമായി അമ്മാവന്റെ കണ്ണുനിറഞ്ഞതു ഞാൻ കണ്ടു. വിറയ്ക്കുന്ന വിരലുകൊണ്ട് അമ്മാവൻ എന്റെ ചുമലിൽ കൈനീട്ടിത്തൊട്ടു... ഇനിയുമെന്തൊക്കെയോ പറയാൻ ബാക്കിയുണ്ടെന്നപോലെ ചുണ്ടുകൾ വിറയ്ക്കുന്നുണ്ടായിരുന്നു. ഞാൻ പക്ഷേ, വികാരത്തിന്റെ ഒരു തുള്ളിപോലും നനയ്ക്കാത്ത കണ്ണുകളോടെ അമ്മാവനെ നോക്കി നിന്നു.

ദൈവവും മനുഷ്യനും തമ്മിലുള്ള വ്യത്യാസത്തെപ്പറ്റി ബോധ്യം വന്നിട്ടില്ലാത്തതിനാൽ ഞാൻ മുഖം തിരിച്ചു കണ്ണുകളെ ജനാലയിലൂടെ പുറത്തേക്കു പറഞ്ഞയച്ചു.

"**അ**ളിയന്മാരു മൂന്നാ എനിക്ക്...പക്ഷേ, അതിൽ ആണായിട്ട് ഒന്നേയുള്ളൂ... നിന്റച്ഛൻ...," അച്ഛനുമായി മനസുകൊണ്ട് അടുപ്പമില്ലാതിരുന്ന കാലത്തും ഒരിക്കൽ അമ്മാവൻ എന്നോടു പറഞ്ഞു, "അതുകൊണ്ടു ഞാൻ പറയുകയാ അങ്ങേരെ വിഷമിപ്പിക്കരുത്. ഇല്ലാത്ത കാശുമുടക്കിയാ നിന്നെ പഠിപ്പിക്കാനയക്കുന്നത്. പഠിക്കണം. നിന്റെ ഇവിടത്തെ ചുറ്റിക്കളികളൊക്കെ എനിക്കു നന്നായിട്ടറിയാം. അതുകൊണ്ടാ പറേന്നതെന്നു കൂട്ടിക്കോ."

ഞാൻ തലകുനിച്ചു. പഠനത്തിനായി തിരുവനന്തപുരത്തേക്കു പോകുന്നതിനു തലേന്ന് അമ്മാവന്റെ അനുഗ്രഹം വാങ്ങാൻ ചെന്നതായിരുന്നു ഞാൻ.

"യയാതീം പുരൂമൊന്നുമാകണ്ട... ഔറംഗസീബും ഷാജഹാനുമാകാതിരുന്നാൽ മതി. പ്രഭയ്ക്കു മനസിലായോ ഞാൻ പറേന്നത്?"

മുറ്റത്തേക്കു നീട്ടിത്തുപ്പി അമ്മാവൻ എന്നെ നോക്കി നെറ്റി ചുളിച്ചു. യാത്രയ്ക്കുള്ള ഒരുക്കമൊന്നുമായിട്ടില്ല. ആദ്യമായി വീടു വിട്ടുനിൽക്കുന്നതായതിനാൽ എന്തൊക്കെ കരുതണം എന്നു തിട്ടമില്ല. അതിന്റെ അങ്കലാപ്പിൽ തലകുലുക്കാൻ മറന്ന എന്നെ നോക്കി അമ്മാവൻ വീണ്ടും നെറ്റി ചുളിച്ചു.

“നീ ചരിത്രം പഠിച്ചതല്ലേ? പിന്നെന്താ ഷാജഹാന്റെ കഥയറിയാത്തേ?”

സമയവും സന്ദർഭവും നോക്കാതെ കഥയുടെ കെട്ടു കുടഞ്ഞിടുന്ന അമ്മാവൻ അപ്പോഴേക്കും കഥയെ തൊപ്പിക്കുള്ളിൽനിന്നു പുറത്തെടുത്തു കഴിഞ്ഞിരുന്നു.

“മകനെ ഷാജഹാൻ ബഹാദൂർന്നാ വിളിച്ചേ. ബഹാദൂർന്നു വച്ചാൽ എന്താന്ന് അറിയാമോ? ധീരൻന്ന്. കൊച്ചുന്നാളൊരിക്കൽ ആനയുമായിട്ട് മകൻ ഇടഞ്ഞു ജയിച്ചതിനാണ് അങ്ങനെ പേരിട്ടത്. എന്നിട്ടെന്താ, അധികാരം തലയ്ക്കുപിടിച്ചപ്പോൾ ഇതേ മകൻതന്നെ അച്ഛനെ ജയിലിലടച്ചു. ഔറംഗസീബ് അധികാരത്തിൽ കയറിയ ദിവസംമുതൽ മരിക്കും വരെ അച്ഛനും മകനും മുഖാമുഖം കണ്ടില്ല. പെണ്ണും പണവും അധികാരവും മനുഷ്യനെ മാറ്റിമറിക്കും. മനുഷ്യനല്ലാതാക്കും. അതു സദാ ഓർമവേണം. അതിൽനിന്നു രക്ഷപ്പെടണമെങ്കിൽ നല്ല മനസ്സുണ്ടാവണം. മനസ്സിൽ നന്മയുണ്ടാവണം. നിന്റച്ഛനതുണ്ട്. നിന്റെ മനസ്സിലും അതു വേണം. അച്ഛന്മാരുടെ മനസു മക്കളറിയുന്നില്ല. ഉവ്വോ? നല്ല അച്ഛനാവുകാന്നു പറഞ്ഞാൽ എളുപ്പമല്ല. ഭഗവാനുപോലും പറ്റിയില്ല. ഏതു ഭഗവാന്?”

അമ്മാവൻ വീണ്ടും എന്നെ നോക്കി നെറ്റിയിൽ വരവീഴ്ത്തി.

“ശ്രീരാമനേ... ശ്രീരാമൻ നല്ല മകനും ഭർത്താവുമായിരിക്കാം. പക്ഷേ, ഒരിക്കലും നല്ല അച്ഛനായിരുന്നില്ല. ശ്രീരാമന്റെ മക്കൾ ലവനും കുശനും കുട്ടിക്കാലത്ത് അച്ഛന്റെ കരുതൽ കിട്ടിയിട്ടേയില്ല. ഏറ്റവും നല്ല അച്ഛനും മകനും ആരായിരുന്നൂന്നറിയാമോ? ഞാൻ പറയും അത് ഛാന്ദോക്യോപനിഷത്തിലെ ശ്വേതകേതുവും ഉദ്ദാലകനുമാണെന്ന്. അല്ലെങ്കിൽ കഠോപനിഷത്തിലെ വജ്രവസും നചികേതസും. അക്കഥ കേട്ടിട്ടുണ്ടോ നീ?”

അടുത്ത കഥയ്ക്കുമുമ്പായി വെറ്റയുടെ പാതിയിൽ ചുണ്ണാമ്പു വരച്ചു തുടങ്ങുന്നതുകണ്ടു ഞാൻ തിടുക്കം കൂട്ടി.

“ കൊണ്ടുപോകാനുള്ളതൊന്നും പായ്ക്കു ചെയ്തിട്ടില്ല. ചെന്നിട്ടു വേണം....”

“ഉവ്വോ? എന്നാൽ പൊയ്ക്കോളൂ...പറഞ്ഞതെല്ലാം ഓർമയിരിക്കട്ടെ...”

വലംകൈയുയർത്തി അമ്മാവൻ അനുഗ്രഹിച്ചപ്പോൾ ചുണ്ണാമ്പു പുരണ്ട നടുവിരൽ എന്നെ നോക്കി കൊഞ്ഞനം കുത്തുന്നതുപോലെ തോന്നി. ഞാൻ സൈക്കിൾ തിരിക്കുമ്പോൾ പിന്നിൽ അമ്മാവൻ അമ്മായിയെ കഥകൊണ്ടു വരിഞ്ഞുകെട്ടുന്നതുകേട്ടു...

“നീ കേട്ടിട്ടുണ്ടോടീ ശ്വേതകേതൂന്റേം ഉദ്ദാലകന്റേം കഥ?”

അമ്മായിയുടെ മറുപടി കേൾക്കുംമുമ്പേ ഞാൻ നിരത്തിലെത്തി.

രാത്രി വീട്ടിൽ, സുമിത്രച്ചേച്ചി തന്ന, സിബ്ബ് വിട്ട കടുംചുവപ്പു ബാഗ് ചാക്കുസൂചികൊണ്ടു തയ്ച്ചെടുക്കുന്ന റാണിച്ചേച്ചിയോട് ഞാൻ അമ്മാവന്റെ കഥയിൽനിന്നോടിരക്ഷപ്പെട്ടത് അഭിമാനത്തോടെ പറയുന്നതുകേട്ട് അമ്മൂമ്മ പറഞ്ഞു:

"അച്ഛനും മകനും തമ്മിലുള്ള ബന്ധത്തേപ്പറ്റി പറയാൻ അവനേറെ കാണും."

"അതെന്താ?"

"അതങ്ങനാ... നിന്റമ്മയോടു ചോദിച്ചാമതി... കേട്ടോ... പല്ലി ചൊല്ലി... സത്യം"

ഉത്തരത്തിനപ്പുറത്തുനിന്നുയർന്ന 'ചിൽചിലിലേ'ക്കു ചെവിതുറന്നു പിടിച്ച് അമ്മൂമ്മ അകത്തേക്കുപോയി.

പ്ലാസ്റ്റിക് കൂടുകളിൽ കായ വറുത്തതും ഉണ്ണിയപ്പവും നിറച്ച് ബാഗിലേക്കു തിരുകുന്നതിനിടയിൽ അമ്മ പറഞ്ഞു:

"ലോകത്തൊള്ള അച്ഛന്മാരെല്ലാം നിങ്ങടച്ഛനേപ്പോലെ പാവങ്ങളല്ല. അതുതന്നെ കാര്യം."

ഞാനും റാണിച്ചേച്ചിയും കണ്ണിൽക്കണ്ണിൽ നോക്കി.

"ഞങ്ങടച്ഛനൊരു വല്ലാത്ത സാധനമാരുന്നു പിള്ളാരേ.... വെട്ടൊന്ന് മുറി രണ്ട്... അതാരുന്നു സ്വഭാവം... ന്റമ്മയെ ഒത്തിരി കണ്ണീരു കുടിപ്പിച്ചതാ. വായിത്തോന്നിയതു വിളിച്ചുപറേം.... ദേഷ്യംവന്നാ വീടുവിട്ടങ്ങു പോകും... പിന്നെ ചെലപ്പോ കാണുന്നതു മാസങ്ങളു കഴിഞ്ഞിട്ടാ."

"അമ്മാവനുമായിട്ടെന്തായിരുന്നു അപ്പൂപ്പനു പ്രശ്നം?"

"എന്നും പ്രശ്നമല്ലാരുന്നോ... തമ്മിൽച്ചേരില്ല... അതുതന്നെ കാര്യം. അച്ഛൻ ആരേം അംഗീകരിക്കത്തില്ലല്ലോ. ഏട്ടൻ വലിയ സാമൂഹ്യപ്രവർത്തകനൊക്കെയാരുന്നു അന്ന്. കഥേമെഴുതുമായിരുന്നു. വാരികേലൊക്കെ ഏട്ടന്റെ കവിതഅച്ചടിച്ചുവരും. ഞങ്ങൾക്കു സ്കൂളിലേക്കു തിരുവാതിരപ്പാട്ടെഴുതിത്തരുന്നതൊക്കെ ഏട്ടനായിരുന്നു. പക്ഷേ, ഏട്ടൻ കഥേം കവിതേമെഴുതുന്നത് അച്ഛനിഷ്ടമല്ലായിരുന്നു. ഏട്ടനെ അംഗീകരിക്കത്തില്ല. പൊട്ടക്കവി എന്നൊക്കെപ്പറഞ്ഞ് എപ്പഴും പരിഹസിക്കുമായിരുന്നു."

"അതെന്തിനാ?

"അതങ്ങനാ. ഓരോ തന്തമാര് മക്കളു പ്രശസ്തരാവുമ്പോ സന്തോഷിക്കുകയാ ചെയ്യുക. എന്റച്ഛൻ നേരേ തിരിച്ചായിരുന്നു. എന്തിനാന്നു ചോദിച്ചാ... എനിക്കറിയാമ്മേല..."

"ഞാൻ പറയാം," പെട്ടെന്ന് അവിടേക്കു വന്ന അമ്മൂമ്മ വല്ലാത്തൊരു മുഖഭാവത്തോടെ പറഞ്ഞു, "അങ്ങേരു പണ്ടു കവിതേം കഥേമൊക്കെ എഴുതി തോറ്റു തുന്നം പാടിയൊരാളാ... അതിന്റെ ചൊരുക്കാ... അല്ലാതെന്ത്.... എന്റെ കുഞ്ഞിനെ ഒരുപാടു വേദനിപ്പിച്ചതാ... വല്ലപ്പോഴുമൊരിക്കലാ അത്താഴമുണ്ണാൻ രണ്ടുപേരുംകൂടിരിക്കുന്നത്. അപ്പോ തൊടങ്ങും തർക്കം. കാളിദാസനാന്നോ വാല്മീകിയാന്നോ വലിയ കവീന്നു ചോദിക്കും അങ്ങേര്. അവൻ അവന്റെ ഭാഗം പറേം... പിന്നതിന്റെ പേരിൽ തർക്കമായി വഴക്കായി. പാത്രം വലിച്ചേറായി... അവനെ ഒരുപിടി വറ്റു കഴിപ്പിക്കാൻ സമ്മതിക്കത്തില്ലെന്നു പറഞ്ഞാ മതിയല്ലോ.

സത്യത്തിൽ അങ്ങേർക്കു കാളിദാസനേം അറിയില്ല വാല്മീകിയേം അറിയില്ല. ഒരിക്കൽപ്പോലും ഒരു പുസ്തകം മുഴുവൻ വായിച്ചു ഞാൻ കണ്ടിട്ടുമില്ല. പക്ഷേ, എല്ലാമറിയാമെന്നൊരു വിചാരമാ...എന്തു ചെയ്യും?"

അന്യരാരുടെയോ കഥ പറയുന്ന രസത്തോടെ അമ്മൂമ്മ കുലുങ്ങി ച്ചിരിച്ചു.

"നല്ലച്ഛന്മാർ എങ്ങനെയാവണമെന്നു പറഞ്ഞ് അന്ന് ഏട്ടനൊരു കവിതയെഴുതി. ഉദ്ദാലകൻന്നോ ശ്വേതകേതൂന്നോ ഒക്കെപ്പറഞ്ഞ അച്ഛന്റേം മോന്റേം കഥയായിരുന്നു അത്."

ഒരിക്കലും ആ കവിത വായിച്ചിട്ടില്ലെന്നു വിളിച്ചു പറയുന്ന കണ്ണുക ളോടെ അമ്മ കൂട്ടിച്ചേർത്തു.

"ന്റെ കുഞ്ഞ് പ്രസംഗിക്കാൻ പോകും. രാത്രീല് തിരിച്ചുവരുമ്പോ അങ്ങേര് കതകുതൊറക്കില്ല. തൊറക്കാൻ എന്നെ സമ്മതിക്കത്തുമില്ല. എത്ര ദിവസം അവൻ വരാന്തേല് തണുപ്പത്തു കെടന്നൊറങ്ങീരിക്കുന്നു. പാവം...പക്ഷേ, മരിക്കാൻ കെടക്കുമ്പോ അവനെ കാണണമെന്നു വലിയ ആഗ്രഹമാരുന്നു. അവൻ വന്നില്ല. അക്കാര്യത്തിൽ മാത്രം അവൻ തര വഴിക്കേടു കാണിച്ചു. ചെലപ്പോ അസുഖം ഇത്രേംകൂടീന്ന് അവനറി ഞ്ഞില്ലാരിക്കും."

രാത്രി ഞാൻ അമ്മൂമ്മയോടു രഹസ്യത്തിൽ ചോദിച്ചു, "ശ്വേത കേതൂന്റെ കഥ അമ്മൂമ്മയ്ക്കറിയാമോ?"

"എന്റെ കുഞ്ഞേ...അതൊക്കെ മറന്നുപോയിരിക്കുന്നു. നീ വല്ല പുസ്തകത്തിലും നോക്ക്..."

അമ്മൂമ്മ കണ്ണടച്ചുകിടന്നു. മറന്നതായിരുന്നോ, മറക്കാൻ ശ്രമിക്കു ന്നതായിരുന്നോ? അറിയില്ല. മകനും ഭർത്താവിനുമിടയിൽ ഞെരിഞ്ഞു പോയ ഒരു ജീവിതം വാർധക്യത്തിലും കൊത്തങ്കല്ലുകളിക്കുന്നതിൽ പിന്നീട് എനിക്ക് തെല്ലും അദ്ഭുതം തോന്നിയില്ല. എല്ലാ കുടുംബങ്ങളി ലെയും എല്ലാ ബന്ധങ്ങളും അച്ഛന്റെ നിലപാടുകളെ ആശ്രയിച്ചാണല്ലോ എന്നു ഞാനോർത്തു.

സർക്കാർ ജോലിയിൽനിന്ന് അച്ഛൻ പെൻഷനാവുന്നതിനു തലേന്നു രാവിലെ ശ്രീധരൻമാഷ് പതിവില്ലാതെ വീട്ടുമുറ്റത്തുവന്ന് ഉറക്കെ സംസ്കൃതശ്ലോകം ചൊല്ലി.

"തസ്മാദസക്ത: സതതം കാര്യം കർമസമാചര

അസക്തോ ഹ്യാചരൻ കർമം പരമാപ്നോതി പൂരുഷ:

കേട്ടിട്ടില്ലേ ശിവരാജൻനായരേ? നിസംഗമായി എപ്പോഴും കർമം ചെയ്യുക. അങ്ങനെ ചെയ്യുന്നയാൾ പരമപദം പ്രാപിക്കും."

ശ്രീധരൻമാഷ് മുറ്റത്തിറമ്പത്തേക്കു നീട്ടിത്തുപ്പി ചുണ്ടു തുടച്ചപ്പോൾ അച്ഛൻ ചിരിച്ചു.

"എനിക്കു തൽക്കാലം പരമപദം പ്രാപിക്കണ്ട."

ശ്രീധരൻമാഷും ഉറക്കെച്ചിരിച്ചു.

"ഇന്നല്ലേ റിട്ടയർമെന്റ്? എന്താ ഇനി പരിപാടി? എപ്പോ ചോദിക്കുമ്പോഴും ഒന്നുമാലോചിച്ചില്ലാന്നു പറയുമല്ലോ... ഇപ്പോഴും തീരുമാനമെടുത്തില്ലേ താൻ?"

മുറ്റത്തേക്കു കാൽനീട്ടി ശ്രീധരൻമാഷ് അരത്തിണ്ണയിലിരുന്നു.

"ചില ആലോചനയുണ്ട്."

"എന്താ?"

"കൃഷിയിലേക്കു തിരിഞ്ഞാലോന്നാ...."

"കൃഷി കൊള്ളാം. പക്ഷേ, അതിനു തനിക്കു കൃഷിയറിയാമോ?"

"പഠിക്കണം.പഠിക്കാവുന്നതല്ലേയുള്ളൂ?"

"എന്താ ഇപ്പോ കൃഷീലോട്ടു തിരിയാനൊരു പൂതി?"

"ഒന്നുമില്ല. ഭാരതീടെ ചേട്ടൻ മരിച്ചതിൽപ്പിന്നെ ആ പറമ്പു കണ്ടിട്ടുണ്ടോ? മൊത്തം കാടുകേറി. കണ്ടാൽ കഷ്ടംതോന്നും. എങ്ങനെ കിടന്ന പറമ്പാ..."

"ശരിയാ...,"ശ്രീധരൻമാഷ് വീണ്ടും നീട്ടിത്തുപ്പി, "താനിപ്പോൾ ഈ വീടിന്റെ മാത്രമല്ല, തറവാടിന്റെ തന്നെ ഗൃഹനാഥനായല്ലോ...അല്ലേ? ഞാനതങ്ങുമറന്നുപോയി."

അമ്മാവന്റെ മരണം അച്ഛനെ കൂടുതൽ കർമനിരതനും ജാഗരൂകനുമാക്കിയതു ഞങ്ങളും ശ്രദ്ധിച്ചിരുന്നു. അമ്മയുടെ രണ്ടനിയത്തിമാരുടെയും ചേട്ടന്റെ വേഷംകൂടി അച്ഛനെടുത്തണിഞ്ഞു. പെൻഷനായപ്പോൾ അച്ഛൻ അമ്മാവന്റെ വീടിന്റെ കാര്യംമാത്രമല്ല, കുഞ്ഞമ്മമാരുടെ വീടിന്റെ പുറംചുമതലകൾകൂടി ചുമലിലേറ്റി. ചിറ്റപ്പൻമാർ രണ്ടും ജോലിക്കാരായിരുന്നതിനാൽ അവിടത്തെ പറമ്പിലെ കൃഷിയുടെ കാര്യങ്ങൾ അച്ഛനു വിട്ടുകൊടുക്കാൻ അവർക്കുസന്തോഷമേ ഉണ്ടായിരുന്നുള്ളൂ. സ്വന്തംവീട്ടിലെ പറമ്പായിത്തന്നെ മറ്റുപറമ്പുകളെയും അച്ഛൻ കണ്ടു. വെട്ടിനും കിളയ്ക്കും ഊഴംവച്ചു പണിക്കാരെ നാലിടത്തായി വീതിച്ചു. വാഴവിത്തു വാങ്ങാനും ചേനവിത്തു വാങ്ങാനും പുലർച്ചെതന്നെ പണിക്കാരെയും കൂട്ടി പാടത്തിനക്കരെ പോയി. ചുരുക്കത്തിൽ ജോലിയുണ്ടായിരുന്നതിനേക്കാൾ തിരക്കിലായി പെൻഷൻപറ്റിയ അച്ഛൻ.

"ഈ അച്ഛനെന്തിന്റെ കേടാ... അമ്മാവന്റവിടത്തെ കാര്യം പോട്ടെ. കുഞ്ഞമ്മാരടെ വീട്ടിലെ കാര്യം ചിറ്റപ്പന്മാരു നോക്കത്തില്ലേ?"

സുമിത്രച്ചേച്ചി അമ്മയോടു കൊതിക്കെറുവു പറഞ്ഞു.

"റേഷനരി വാങ്ങാൻ പോകുന്നു, മണ്ണെണ്ണ വാങ്ങാൻ പോകുന്നു, കൃഷിയിറക്കാൻ പോകുന്നു, കറന്റുചാർജടയ്ക്കാൻ പോകുന്നു... ഇത്രേം സേവനത്തിന്റെ കാര്യമൊന്നുമില്ല."

അടുക്കളത്തിണ്ണയ്ക്കിരുന്നു സുമിത്രച്ചേച്ചി പിറുപിറുത്തു.

"പെൻഷൻ പറ്റിയപ്പോഴെങ്കിലും ഇത്തിരി വിശ്രമിച്ചൂകൂടേ?"

ഒടുവിൽ മടിച്ചു മടിച്ച് അമ്മ അച്ഛനോടു ചോദിച്ചു.

"ചുമ്മാതിരിക്കാൻ എനിക്കു വയ്യെടീ.... നന്നാവുമ്പോൾ എല്ലാരും നന്നായിത്തന്നെ കിടക്കട്ടെ... അല്ലെങ്കിലും സ്വന്തം അനിയത്തീടെ കാര്യങ്ങളു നോക്കാൻ എനിക്കവസരമുണ്ടായില്ലല്ലോ... ഇതൊക്കെ ഒരു സന്തോഷമല്ലേ..."

അച്ഛൻ ചിരിച്ചു.

"ഒരു സോഷ്യലിസ്റ്റ്..."

സുമിത്രച്ചേച്ചി കള്ളച്ചിരിയോടെ എന്നോടു പറഞ്ഞു.

അച്ഛന് അങ്ങനൊക്കെയേ പെരുമാറാൻ കഴിയൂ എന്ന് എനിക്കറിയാമായിരുന്നു. ഉത്തരവാദിത്വങ്ങൾ ഏറ്റെടുക്കുക എന്നത് അധികാരം ആസ്വദിക്കുന്നതുപോലെ ഒരുതരം ലഹരിയാണെന്നും അവ മനുഷ്യനെ ജീവിതത്തോടു കൂടുതൽ ചേർത്തുവയ്ക്കുമെന്നും ഞാൻ ചിന്തിച്ചു തുടങ്ങിയ കാലമായിരുന്നു അത്. ഇതുപോലെ ഉത്തരവാദിത്തങ്ങൾ ഏറ്റെടുക്കാനും വീടുപുലർത്താനും ഞാനും ആഗ്രഹിച്ചു. പക്ഷേ, മുതിർന്നിട്ടും വീട്ടിൽ ഒരിക്കലും എന്നെ പുരുഷനായി അംഗീകരിച്ചില്ല.

എന്റെ കൂട്ടുകാരിൽ പലരുടെയും അച്ഛൻ ചെറുപ്പത്തിലേ മരിച്ചിരുന്നു. ആൽത്തറയിൽ വൈകുന്നേരവർത്തമാനത്തിനു ഞാൻ നേരത്തേ ചെന്നു കാത്തിരിക്കുകയും കൂട്ടുകാർ വരാൻ വൈകുമ്പോൾ കലമ്പുകയും ചെയ്യുമ്പോൾ അവരെന്നോടുപറയും, "നിനക്കു വീട്ടിൽ ഉത്തരവാദിത്തമൊന്നുമില്ലാഞ്ഞിട്ടാ. ഞങ്ങൾക്കേ നൂറു പണിയുണ്ട്."

അതു കേൾക്കുമ്പോഴൊക്കെ ഞാൻ ഖേദിച്ചു. അച്ഛൻ മരിച്ചിരുന്നെങ്കിൽ എനിക്കും ഇതുപോലെ ഉത്തരവാദിത്വങ്ങളുടെ ഭാരവുമായി തിരക്കിട്ടുനടക്കാമായിരുന്നു. 'പ്രഭേ ഒരു സാരി വാങ്ങിത്താടാ', 'എനിക്കൊരു ബാഗ് വേണമെടാ' എന്നൊക്കെ ചേച്ചിമാർ എന്നോടും കെഞ്ചുമായിരുന്നു. 'നാളെ അത്താഴത്തിന് അരി വാങ്ങിയെങ്കിലേ ഉള്ളൂ' എന്ന് അമ്മയും 'പടിഞ്ഞാറേത്തൊടിയിൽ കപ്പയിടണോ അതോ ഏത്തവാഴ മതിയോ' എന്നു ചിറ്റപ്പന്മാരും എന്നോടു കൂടിയാലോചിച്ചേനേ...

ഇളയ കുഞ്ഞമ്മയുടെ വീടിനപ്പുറത്തുള്ള എന്റെ കൂട്ടുകാരൻ പ്രസാദിന്റെ അച്ഛൻ മരിച്ചപ്പോൾ പോണ്ടിച്ചേരിയിൽ പഠിക്കുന്ന അവൻ വരാനായി ജഡം കാത്തുവച്ചതും എല്ലാവരും വഴിക്കണ്ണേറിഞ്ഞ് അവനെ നോക്കിയിരുന്നതും ഞാൻ അസൂയയോടെ കൺപാർത്തു. എന്റച്ഛന്റെ ജഡവും ഇതുപോലെ എന്റെ വരവിനായി വെള്ളപുതച്ചു പൂമുഖക്കോലായിൽ കാത്തു കിടക്കുന്നതും മുഖംനിറയെ ദുഃഖം വാരിപ്പൂശി ഞാൻ വീട്ടുമുറ്റത്തു കാറിൽ വന്നിറങ്ങുന്നതും പലവട്ടം ദിവാസ്വപ്നം കണ്ടു.

ഉത്തരവാദിത്വങ്ങളുടെ ഭാരം സ്വന്തം ചുമലുകളെ കാവടിപോലെ വളച്ചത് ആസ്വദിച്ചെങ്കിലുംകോട്ടയം മെഡിക്കൽ കോളജ് ആശുപത്രിയിലെ ജനറൽ വാർഡിൽ അച്ഛൻ മരണത്തിലേക്കു തുഴഞ്ഞടുക്കുമ്പോൾ പക്ഷേ, കടപ്പാടിന്റെ കണക്കുപുസ്തകത്തിൽ കുഞ്ഞമ്മമാരും ചിറ്റപ്പന്മാരും പൂജ്യമാണു വരച്ചിട്ടത്.

"എന്റെ ഭാരതിച്ചേച്ചീ... ചികിൽസിച്ചാൽ മാറാത്ത രോഗത്തിനുവേണ്ടി ഇങ്ങനെ കണക്കില്ലാതെ കാശുതുലച്ചാ കൊച്ചുങ്ങടെ കാര്യം ആരു നോക്കും?", അമ്മയുടെ കണ്ണീരുണങ്ങാത്ത മുഖത്തേക്കു നോക്കി ആശുപത്രിവരാന്തയുടെ മറവിൽനിന്ന് ഇളയ കുഞ്ഞമ്മ ചോദിക്കുന്നതു ഞാൻ കേട്ടു, "വീട്ടിൽ കൊണ്ടുവന്നു കിടത്തുന്നതല്ലേ നല്ലത്? "

അമ്മ ചുവരോരം തിരിഞ്ഞു തേങ്ങി.

വീടുംതൊടിയുമൊന്നാകെ പച്ചമറന്നു. അച്ഛൻ നട്ട നേന്ത്രവാഴകളെല്ലാം വാടിക്കരിഞ്ഞു. പയർ വള്ളികൾ പടർന്നു കയറാൻ കൈത്താങ്ങില്ലാതെ ഒടിഞ്ഞുവീണു.

"അന്നേ ചേട്ടനോടു പറഞ്ഞതാ ഒന്നും വേണ്ടെന്ന്... കണ്ടില്ലേ പറമ്പ് നാശകോശമായത്... ആൾക്കാരെക്കൊണ്ട് ഓരോന്നു പറയിക്കാൻ..."

മൂത്തകുഞ്ഞമ്മ ശ്രീധരൻമാഷിന്റെ ഭാര്യ സുലോചനച്ചേച്ചിയോടു പറഞ്ഞത് അവർ ചൂടാറാതെ അമ്മയുടെ കാതിലെത്തിച്ചപ്പോൾ ഇരുകൈകളും തലയിൽവച്ച് അമ്മ ശപിച്ചു: "അവടെയൊക്കെ തലേൽ ഇടിത്തീ വീഴും..."

ഉത്തരവാദിത്വങ്ങളുടെ ഭാരങ്ങളൊന്നുമറിയാതെ, അച്ഛൻ, ജനാലയ്ക്കപ്പുറം, നരച്ച വെള്ളപ്പുതച്ച ആകാശത്തേക്കു നോക്കിക്കിടന്നു. ഒടുവിൽ, മരുന്നുകൾ പരാജയപ്പെട്ട അവസ്ഥയിൽ അച്ഛനെ വീട്ടിലേക്കു തിരിച്ചു കൊണ്ടുപോകാൻ ഞാനുറച്ചു.

"കൊണ്ടുനടന്നവരും താലോലിച്ചവരുമൊന്നും ഇത്തരം സന്ദർഭങ്ങളിൽ കൂടെക്കാണില്ല. ഇങ്ങനൊക്കെയാ മക്കളേ, ജീവിതം", ശ്രീധരൻ മാഷ് എന്റെ ചുമലിൽ കൈയിട്ടു സമാധാനിപ്പിച്ചു, "ആർത്തലച്ചുനടക്കുമ്പോ പുഴയറിയില്ല, അപ്പുറത്ത് ഒരു തിരിവുകഴിഞ്ഞാ കൂലം കുത്തി താഴ്ചയിലേക്കു വീഴുമെന്ന്... അല്ലെങ്കിൽ തടയണകെട്ടി മനുഷ്യൻ ചങ്ങലയ്ക്കിടുമെന്ന്. ചിലർക്കിതു മനസ്സിലാക്കാൻ വളരെക്കാലം കഴിയും. നിന്റെ ജീവിതത്തിൽ ആ സന്ദർഭം നേരത്തേ വന്നു എന്നു കൂട്ടിയാൽ മതി. വിഷമിക്കരുത്. ഉത്തരവാദിത്വങ്ങൾ തന്റേടത്തോടെ ഏറ്റെടുക്കുക."

അച്ഛനെ വീട്ടിൽ കൊണ്ടുവന്നതോടെ പതിയെപ്പതിയെ കുഞ്ഞമ്മമാരുടെ വരവു നിലച്ചു. ഇത്തിരി മല്ലിക്കോ മുളകിനോ വേണ്ടി കുഞ്ഞമ്മമാരുടെ വീട്ടിലേക്കു പോയപ്പോഴെല്ലാം അമ്മ കണ്ണീർ തുടച്ചുകൊണ്ടു മടങ്ങിയെത്തുന്നതുംഞാൻകണ്ടു. അപ്പോഴെല്ലാം ബന്ധങ്ങളുടെ അർത്ഥരാഹിത്യം തിരിച്ചറിഞ്ഞ ഞാൻ ശരിപുത്രന്റെ മലമുകളിലെ കാഴ്ചകളെക്കുറിച്ചോർത്തു.

പതിനാല്

നാടും നഗരവും

വൃത്തത്തിൽ ചലിക്കാൻ മറന്ന്, സമയസൂചി നേർരേഖയിലൂടെ ഓടുന്ന കാലം...

അതിരില്ലാത്ത ആകാശങ്ങളുടെ നീലച്ചേലിലൂടെ ചിറകുകുഴയാതെ എത്രദൂരവും പറക്കാനാവുന്ന കാലം...

വരുംവരായ്കകളുടെ കേവുഭാരമില്ലാതെ സ്വപ്നങ്ങളുടെ കരകാണാക്കടലിൽ നീന്തിത്തുടിക്കാനാവുന്ന കാലം...

കൗമാരം അങ്ങനെയൊക്കെയാണ്. അതു കഴിഞ്ഞുപോകുന്നതു നമ്മളറിയുകയേ ഇല്ല. പിന്നീടു ജീവിതത്തിന്റെ ഏതു തിരിവിലും ഇലയും പൂവുമായി വിരിയുന്നതു കൗമാരം പണ്ട് എവിടെ നിന്നൊക്കെയോ വലിച്ചെടുത്ത വളമായിരുന്നു എന്നു തിരിച്ചറിയുമ്പോൾ ആ കാലത്തിന്റെ സ്പന്ദനങ്ങളെ ഇടനെഞ്ചു പിന്നെയും കൊതിക്കും. എന്റെ മകൾ ശാന്തിയുടെ കൗമാരത്തെ അതുകൊണ്ടുതന്നെ ഞാൻ കൗതുകത്തോടെ നോക്കിക്കണ്ടിരുന്നു. പക്ഷേ, എനിക്കദ്ഭുതം തോന്നി... എന്നെ വിസ്മയിപ്പിച്ച ഒരാകാശവും അവളെ വിസ്മയിപ്പിക്കുന്നില്ല... ഞാൻ കണ്ട കൊടുമുടികളുടെ ഉയരങ്ങളൊന്നും അവൾ ഉയരമായി കണക്കാക്കുന്നില്ല... എന്നെ നടുക്കിയ ആഴങ്ങളൊന്നും അവൾക്ക് ആഴമായി തോന്നുന്നില്ല... എന്റെ മനസ്സിൽ കടുംചായം കോരിയൊഴിച്ചതിനു സമാനമായ സന്ദർഭങ്ങളൊന്നും അവളെ തൊടുന്നുപോലുമില്ല... അപ്പോഴൊക്കെ ഞാൻ മാറുന്ന കാലത്തെ സംശയദൃഷ്ടിയോടെ നോക്കി.

നഗരത്തിലേക്കു ജീവിതം പറിച്ചുനട്ടതോടെ, കൊച്ചിയുടെ വൈകുന്നേരക്കാറ്റിനു നടുവിലൂടെ ഇത്തിരിദൂരം നടക്കുകയെന്ന ശീലം ഞാൻ സ്വന്തമാക്കിയിരുന്നു. ഭാര്യാഭർത്താക്കന്മാർ കൈകോർത്തുനടക്കുന്ന വൈകുന്നേരങ്ങളെ ജലജ താൽപര്യത്തോടെ നോക്കിക്കൊതിച്ചിരുന്നെങ്കിലും നാട്ടിൻപുറം മനസ്സിനുചുറ്റും വളച്ചുവച്ച വേലിക്കെട്ട് ഒരിക്കലും എനിക്കു തുണയായി വരാൻ അവളെ അനുവദിച്ചില്ല. അപ്പോളൊക്കെ, മറുപടി അനുകൂലമാവില്ലെന്നുറപ്പായിട്ടും ഞാൻ ശാന്തിയെ വിളിക്കും.

"വരുന്നോ, ഒന്നു നടന്നിട്ടുവരാം..."

മൊബൈൽഫോണിൽ തൊട്ടും തടവിയുമിരിക്കുന്ന അവൾ വിരുദ്ധാർത്ഥത്തിൽ ചുമൽ ചലിപ്പിക്കുകയേ ഉള്ളൂ. ഒരുദിവസം ഞാൻ വാശിയോടെ ചോദിച്ചു:

"എന്താ നിനക്കു വൈകുന്നേരം ഇത്തിരി നടന്നാൽ?"

"എന്തിന്? വിയർത്തുനാറാനോ?"

അവൾ കരയുന്ന കുഞ്ഞിനെയെന്നപോലെ മൊബൈലിനെ കൊഞ്ചിച്ചു തലയുയർത്താതെ ചോദിച്ചു.

"ഫ്രഷ് എയർ മനസ്സിനും ശരീരത്തിനും നല്ലതല്ലേ?"

"ആണോ? എനിക്കതിലും മനസ്സിനു സുഖമായിതോന്നുന്നത്, ഈ ഫോണാണ്."

"ഫെയ്സ്ബുക്ക്? വാട്സ് അപ്?"

"ഉം..."

"ഫ്രണ്ട്സിനെ വലവീശിപ്പിടിക്കൽ... അല്ലേ?"

"അങ്ങനെയെങ്കിൽ അങ്ങനെ. ബട്ട് ഐ ലൈക്ക് ഇറ്റ്..."

"പക്ഷേ, മോളേ....," വൈകുന്നേരനടത്തത്തെ ഇത്തിരി വൈകിക്കാമെന്നുറപ്പിച്ച്, ഞാൻ അവൾക്കെതിരേ ഇരുന്നു," ഫെയ്സ്ബുക്കിൽ കാണുന്നതല്ല, ജീവിതം... ഇതൊന്നുമല്ല ശരിയായ സൗഹൃദവും..."

"പിന്നെ?"

പുഴക്കരയിലെ കാറ്റിനു നടുവിലൂടെ, കണ്ണാടിക്കരയുടെ വൈകുന്നേരവെയിൽ വീണ ആൽത്തറയുടെ ചോട്ടിലൂടെ ഞാൻ വിശദീകരണത്തിനു വാക്കുകൾ തേടി അലയുമ്പോൾ അവൾ അസഹിഷ്ണുതയോടെ ഫോൺ താഴെവച്ച് എനിക്കെതിരേ തിരിഞ്ഞിരുന്നു.

"അച്ഛാ, ഇത് അച്ഛന്റെ കാലമല്ല... പഴയ കാലത്തിന്റെ സ്കെയിൽ വച്ച് ഇപ്പളത്തെ കാലത്തെ അളക്കരുത്... പ്ലീസ്... ഞാനിതു പലതവണ പറഞ്ഞതാണ്..."

അവൾ വീണ്ടും ഫോൺ കൈയിലെടുത്തപ്പോൾ ഞാൻ വിഡ്ഢിച്ചിരിയോടെ എഴുന്നേറ്റു. ശരിയായിരിക്കാം. എന്റെ കൈയിൽ ഇപ്പോഴും കണ്ണാടിക്കര സമ്മാനിച്ച പഴയ അളവുകോലേയുള്ളൂ. ഈ പുതിയ കാലത്തെ, നഗരത്തെ, അതുകൊണ്ട് അളന്നാൽ ശരിയായേക്കില്ല.

"പിണങ്ങിപ്പോവല്ലേ...അച്ഛൻ ഇതൊന്നുവായിച്ചുനോക്കൂ..."

ശാന്തി പിന്നിൽനിന്നു കള്ളച്ചിരിയോടെ എന്നെ കൊളുത്തിവലിച്ചു. തിരിഞ്ഞുനോക്കുമ്പോൾ അവൾ മൊബൈൽഫോൺ എനിക്കു നീട്ടി. വാട്സ് അപ്പിലൂടെ ആരോ അവൾക്കയച്ച ഇംഗ്ലീഷിലുള്ള ദീർഘമായ ഒരു സന്ദേശമായിരുന്നു അത്. അതുവായിച്ച് വിളറി ഒരക്ഷരം മറുപടി പറയാതെ ഞാൻ തിരിഞ്ഞുനടന്നു. വാതിൽചാരി വെയിൽവട്ടത്തിലേക്കിറങ്ങുമ്പോൾ പിന്നിൽ ഫോൺ ബെല്ലിനോടൊപ്പം അവളുടെ ചിരിയും എന്നെ പരിഹസിക്കുന്നതു ഞാനറിഞ്ഞു.

ടാർറോഡിന്റെ ഇളംചൂടിനു കാലുകളെ കൊടുത്തു കൈകൾ ആഞ്ഞു വീശി നടക്കുമ്പോൾ ഞാൻ ആ സന്ദേശത്തെക്കുറിച്ചുതന്നെ ആലോചിക്കുകയായിരുന്നു.

എഴുപതുകളിലേയും എൺപതുകളിലേയും ചില തമാശകൾ പറയട്ടേ എന്നു ചോദിച്ചാണ് ആ സന്ദേശം തുടങ്ങിയത്.

-സീറ്റ് ബെൽറ്റും എയർബാഗുമില്ലാതെ യാത്ര ചെയ്ത മനുഷ്യരുടെ കാലം

-കുപ്പിയിൽനിന്നല്ലാതെ പൈപ്പിൽനിന്നു നേരിട്ടു വെള്ളം മൊത്തിക്കുടിച്ച മനുഷ്യരുടെ കാലം.

-രാവിലെ വീടുവിട്ടിറങ്ങുകയും ഹോംവർക്കിന്റെ ഭയമില്ലാതെ സന്ധ്യ വരെ ഓടിക്കളിക്കുകയും ചെയ്ത അവസാനത്തെ കുട്ടികളുടെ കാലം

-നൂറുചാനലുകളും വീഡിയോ ഗെയിമും ഫ്ളാറ്റ് സ്ക്രീനും സറൗണ്ട് സൗണ്ടും മൊബൈൽഫോണും കംപ്യൂട്ടറും ഇന്റർനെറ്റും ഇല്ലാതെ സംസാരവും വായനയും കൊണ്ടുമാത്രം ജീവിതം തുലച്ച അപരിഷ്കൃതരുടെ കാലം.

-സുഹൃത്തുക്കളോട് ഒരു വാക്കുപറയണമെങ്കിൽ വീടുവിട്ട് അവനെ തേടിപ്പോവേണ്ടിവന്ന ഗതികെട്ട ചങ്ങാത്തങ്ങളുടെ കാലം.

പുതിയകാലം പഴയ കാലത്തെ നോക്കുന്ന നോട്ടം എന്നെ ലജ്ജിപ്പിച്ചു. വരാനിരിക്കുന്ന ലോകത്തിന് ഈ കാലത്തെ പരിഹസിക്കാനും ഇതുപോലെ ഒരുപാടുകാര്യങ്ങൾ ഉണ്ടാകുമെന്ന കാര്യം എന്തുകൊണ്ടു കുട്ടികൾ മനസ്സിലാക്കുന്നില്ല? പരിഷ്കാരം എന്നതു പഴയകാലത്തെ കളിയാക്കാനുള്ള ചുണ്ടുകോട്ടിച്ചിരിയാണോ? ഇതൊക്കെ ചോദിക്കണമെന്നുണ്ട്. പക്ഷേ, കൺമുമ്പിൽ വലിച്ചടയ്ക്കപ്പെടുന്ന വാതിലിന്റെ നിലവിളിയോർത്തു ഞാൻ മിണ്ടാറില്ല.

പതിവിലേറെ നടന്നു വിയർത്തു മടങ്ങിയെത്തിയിട്ടും അന്നു രാത്രി കിടക്കയിൽ ഉറക്കം എനിക്കു കൂട്ടു വന്നില്ല.

"എന്തുപറ്റി?"

തിരിഞ്ഞുംമറിഞ്ഞും കിടന്ന എന്റെ നെഞ്ചിൽ കൈവച്ചു ജലജ ചോദിച്ചു.

"എന്തോ ആലോചിച്ചു കിടക്കുകയാണ്. അതാ ഉറക്കം വരാത്തത്... സത്യമല്ലേ?"

"ഉം."

"എന്താ വിഷമം? ശാന്തിയുമായി മുഷിഞ്ഞോ?"

"ഹേയ്...," ഞാൻ ജലജയുടെ കൈ നെഞ്ചത്തുനിന്നു പറിച്ചുമാറ്റി എഴുന്നേറ്റു, "ഞാനിത്തിരി കഴിഞ്ഞു കിടന്നോളാം. നീയുറങ്ങിക്കോ..."

ഉറക്കം കബളിപ്പിക്കുന്ന ചില രാത്രികളിലേപ്പോലെ റീഡിങ് റൂമിന്റെ ചതുരത്തിൽ അഭയംതേടി ഞാൻ നടക്കുമ്പോൾ ജലജ ദീർഘനിശ്വാസത്തെ കൂട്ടുപിടിച്ചു.

അച്ഛന്റെ പഴയ ചാരുകസേരയാണ് ഇത്തരം സന്ദർഭങ്ങളിൽ എനിക്ക് ആശ്രയം. അമ്പാഴത്തേലെ വിറകുപുരയുടെ തിണ്ണയിൽ പൊടി പിടിച്ചുകിടന്ന അതു തൂത്തുതുടച്ചു കാറിന്റെ ഡിക്കിയിൽ കയറ്റുമ്പോൾ, സിറ്റിയിലെ വീട്ടിൽ എന്തിനാണ് ഈ പഴഞ്ചൻ കസേരയെന്നു ചോദിച്ചു റാണിച്ചേച്ചി കളിയാക്കി. അവൾക്കറിയില്ലല്ലോ, ഈ കസേരയിൽ തല ചായ്ച്ചുകിടക്കുമ്പോൾ ഞാനനുഭവിക്കുന്ന സമാധാനമെന്തെന്ന്.

പങ്കയുടെ ഇളം തണുപ്പുള്ള കാറ്റ് എന്നെ കണ്ണാടിക്കരയുടെ പുഴക്കര യിലൂടെ കൈപിടിച്ചോടി... പുഴവെള്ളത്തിനുമേലേ തെന്നിപ്പറന്ന പൊന്മാൻ എന്നെക്കണ്ടു തലവെട്ടിച്ചു... പുഴയ്ക്കക്കരെ നിന്നു കരിമ്പിൻപൂക്കളുടെ വെള്ളക്കിരീടത്തിനുമേലേ ചുവപ്പു പുരട്ടി സന്ധ്യ വരുന്നതുകണ്ട് അമ്പല മുറ്റത്തെ ആൽത്തറയിൽനിന്ന് എന്നെ ചങ്ങാതിമാർ ചൂളമടിച്ചു വിളിച്ചു.

കണ്ണാടിക്കരയിലെ ആൽത്തറത്തിണ്ണയിൽ ആത്മബന്ധംകൊണ്ടു ചങ്ങലക്കണ്ണികൾ തീർത്തതു ഞങ്ങൾ ഏഴു പേരായിരുന്നു. ഞങ്ങൾ ക്കിടയിലെ പ്രായത്തിന്റെ അടരുകളെ ചങ്ങാത്തം കൊഴിച്ചുകളഞ്ഞി രുന്നു. കുറച്ചുകൂടി മുതിർന്നപ്പോൾ അലക്സുമായി കുറേക്കാലം സൗഹൃദച്ചരടു മുറുക്കിയെങ്കിലും ജീവിതത്തിൽ എന്തിനെപ്പറ്റിയും മുതിർന്നവർക്കുമാത്രമറിയാവുന്ന രഹസ്യങ്ങൾ ആദ്യമായി ഞാനറി ഞ്ഞത് ആൽത്തറയിലെ ചങ്ങാതിമാരിൽ നിന്നായിരുന്നു. അറിയാവു ന്നതും അറിയാത്തതുമായ പ്രപഞ്ചത്തിലെ നാനാവിധങ്ങളെപ്പറ്റിയും ഞങ്ങൾ അർത്ഥമില്ലാതെയും ആശങ്കകളില്ലാതെയും ചർച്ചചെയ്തു. പരലോകജീവിതം മുതൽ വിധവയുടെ സങ്കടം വരെ....യക്ഷിയും മാടനും മുതൽ ത്രീഡീ സിനിമവരെ...പൊക്കിൾക്കൊടി മുതൽ മുലക്കണ്ണുവരെ...

വിദ്യാഭ്യാസത്തിന്റെ വലിയ ഭാരങ്ങൾ പേറിയിരുന്നില്ലെങ്കിലും ജീവിതാനുഭവങ്ങളുടെ തട്ടകങ്ങളിൽനിന്നു പകർന്നെടുത്ത സവിശേഷ ബിരുദങ്ങൾ എന്റെ കൂട്ടുകാർക്കുണ്ടായിരുന്നു. ഒരിക്കലും ചെറുതെന്നു വിചാരിക്കാത്ത തങ്ങളുടെ ജീവിതത്തിന്റെ ത്രാസിൽ തൂക്കിയാണ് അവർ ഓരോ വാക്കും പങ്കുവച്ചത്. അതിരുവഴക്കിന്റെ പേരിൽ വീട്ടിലെ സമാധാനം നഷ്ടപ്പെട്ട ചങ്ങാതിമാരിലൊരാൾ പെണ്ണും മണ്ണും പൊന്നും ചതിക്കുമെന്നു പറഞ്ഞപ്പോൾ ഞാനതു നെഞ്ചിൽ കുറിച്ചിട്ടു.

സ്വന്തം സഹോദരൻ അച്ഛനെ തല്ലി നാടുവിട്ടപ്പോൾ രക്തബന്ധമെ ന്നതു പതിരായിപ്പോയ പ്രയോഗമാണെന്നു മറ്റൊരു ചങ്ങാതി പറഞ്ഞ പ്പോൾ ഞാനതിനെ എന്റെ ജീവിതത്തോടു ചേർത്തുവച്ചു. പെണ്ണ് ഒരി ക്കലും പുരുഷന്റെ മുന്നിൽ തന്റെ ഉള്ളിന്റെ എല്ലാ മൂലയും വെളുപ്പെടു ത്തില്ലെന്നു പ്രണയം നാടുകടത്തിയ ചങ്ങാതിമാരിലൊരാൾ ഉപദേശിച്ച പ്പോൾ ഞാൻ പെണ്ണിനെ ചുവന്ന മഷികൊണ്ടുവരച്ചു. ഭക്ഷണവും ലൈംഗികതയും അതനുഭവിക്കുന്ന സമയത്തുമാത്രമുള്ള രുചിയും രുചികേടുമാണെന്നു വേറൊരാൾ പറഞ്ഞപ്പോൾ ഞാനാ വാക്കുകൾ ഉപ്പിലിട്ടു സൂക്ഷിച്ചു. ഈശ്വരവിശ്വാസത്തേക്കാൾ സുരക്ഷിതം നിരീശ്വര വാദമാണെന്ന് ഇനിയൊരാൾ തറപ്പിച്ചു പറഞ്ഞപ്പോൾ ഞാനതിനെ

നെഞ്ചിലൊട്ടിച്ചുവച്ചു. വിവാഹം എന്നതു കൃത്രിമശ്വാസോച്ഛ്വാസയന്ത്രം പോലെ മാത്രമാണെന്നും അതു സത്യത്തിൽ ജീവിതത്തെ കെണിവച്ചു പിടിക്കുകയും അഴികൾക്കിടയിലൂടെ പുറംലോകത്തെ കാണിച്ചു കൊതിപ്പിക്കുകയും മാത്രമാണു ചെയ്യുന്നതെന്നും എക്കാലവും അവിവാഹിതനായി കഴിയാൻ തീരുമാനിച്ച ചങ്ങാതി പറഞ്ഞപ്പോൾ എനിക്കതു ബോധിച്ചു.

തുടയോടൊട്ടിക്കിടക്കുകയും നടക്കുമ്പോൾ തുടവെണ്മ മുഴുവൻ പുറംലോകത്തിനു കാട്ടിക്കൊടുത്ത് അന്തസ്സില്ലാതെ മേലേക്കു ചുരുങ്ങുകയും ചെയ്യുന്ന നിക്കറിനോടു വിടപറഞ്ഞ് എട്ടാംക്ലാസ്സിൽ മുണ്ടുടുത്തുതുടങ്ങിയ നിമിഷംമുതൽ മുതിർന്ന പുരുഷനായി എന്ന തോന്നൽ എന്റെയുള്ളിൽ ചിറകുവിടർത്തിയിരുന്നു. മുതിർന്നവർ വെടിപറഞ്ഞിരിക്കുന്ന ആൽത്തറത്തണുപ്പിലേക്കു പരുങ്ങിച്ചെന്നുതുടങ്ങിയതും അന്നായിരുന്നു. ആദ്യമൊക്കെ, "പിള്ളേരെണീറ്റുപോയേ...ഒരു കാര്യം പറയട്ടെ..." എന്നു പറഞ്ഞ് അവർ എന്നെ ഒളിഞ്ഞുനോക്കി ഒച്ചവയ്ക്കുമ്പോൾ ഞാൻ മെഴുകായി ഉരുകിയിരുന്നു. പക്ഷേ, ക്രമേണ അതുമാറി.

"പ്രഭേ... ഞങ്ങളൊക്കെ എന്നും ഈ ആൽത്തറേല് ഇരിക്കാൻ വിധിക്കപ്പെട്ടവരാ. നീ അങ്ങനല്ല... പഠിച്ചു ജോലി നേടേണ്ടവനാ... അതുകൊണ്ട് എപ്പഴും ഞങ്ങടെ കൂടിരുന്നു ചീത്തയാകരുത്..."

കുറ്റബോധത്തോടെ അവർ ഇടയ്ക്കിടെ ഓർമിപ്പിച്ചു.

ആ കുറ്റബോധത്തെയും ഞാൻ പതിയെ ഉടച്ചെറിഞ്ഞു. അതോടെ ഞങ്ങൾ ഏഴുപേരും ഒന്നായി. എപ്പോഴും ഒരുമിച്ചായിരുന്നു ഞങ്ങൾ. ഒരുമിച്ചു സിനിമയ്ക്കുപോയി...ഒരുമിച്ച് ഉൽസവപ്പറമ്പിൽ ചുറ്റി. ഒരുമിച്ചു പുഴയിൽ മുങ്ങി. വർഷത്തിലൊരിക്കൽ ശബരിമല യാത്ര...പിന്നൊരിക്കൽ കാടിനപ്പുറമുള്ള ക്ഷേത്രത്തിലേക്കു പദയാത്ര...

വൈകുന്നേരം സ്കൂൾവിട്ടാൽ ആൽത്തറയിലേക്കോടും...അവധിദിവസങ്ങളാണെങ്കിൽ ഉച്ചവരെ പുഴക്കടവിൽത്തന്നെ. 'ഞങ്ങളിതാ ഇവിടെ നിന്നെ കാത്തിരിക്കുന്നു' എന്നു മൃദുവായി ഓർമിപ്പിക്കുന്ന ഒരു ചൂളം വിളി ഏതു നിമിഷവും എന്നെത്തേടി വീട്ടുമുറ്റത്തേക്കോടിയെത്തി. അവരെപ്പോലെ എന്നെ ജീവിതത്തിലേക്ക് ഇത്രയും ചേർത്തുപിടിച്ചവർ ആരുമുണ്ടായിരുന്നില്ല. പത്താംക്ലാസ് പരീക്ഷത്തലേന്നും ഞാൻ ആശങ്കപ്പെട്ടത് എന്റെ ചങ്ങാതിമാരുടെ പ്രശ്നങ്ങളെക്കുറിച്ചോർത്താണ്.

ദൂരെയുള്ള കോളേജിൽ പ്രീഡിഗ്രിക്കു ചേർന്നതോടെ എന്റെയുള്ളിലെ പുരുഷൻ പിന്നെയും മുതിർന്നു. ഭാഗ്യം കൊണ്ടുമാത്രം ആദ്യതവണ പരീക്ഷയ്ക്ക് കഷ്ടിച്ചു രക്ഷപ്പെട്ടപ്പോൾ അമ്മ അടുക്കളയിൽ ചെമ്പുകലത്തിന് ഒരു തള്ളുകൊടുത്തുകൊണ്ടു പറഞ്ഞു: "സെക്കൻഡ് ക്ലാസു പോലുമില്ല. ആൽത്തറേലിരിക്കുന്നവമ്മാരടെ ചന്തീം കടിച്ചുനടക്കട്ടെ, അവൻ."

അതുകേട്ടപ്പോൾ ഞാൻ ഉള്ളിൽ ചിരിച്ചു. ആൽമരങ്ങളുടെ വലുപ്പം അടുക്കളയ്ക്കറിയില്ലല്ലോ.

തിരുവനന്തപുരത്തു പോയപ്പോൾ നാട്ടിലെ ചങ്ങാതിമാർക്കു കത്തെഴുതാൻ എനിക്ക് ഇൻലൻഡ് മതിയാവില്ലായിരുന്നു. കുനുകുനാ എഴുതിയ നാലും അഞ്ചും താളുകളിൽ ഓരോ ആഴ്ചയും നഗരജീവിതത്തിന്റെ പൊടിപ്പും തൊങ്ങലും ആൽത്തറയിലെ കൂട്ടുകാരെ തേടിപ്പോയി.

ഞാൻ തിരുവനന്തപുരത്തു പോകുന്നതിനു തലേന്ന് ആൽത്തറ മൂകമായിരുന്നു. കാറ്റ് ചുംബനങ്ങൾകൊണ്ടു കൊതിപ്പിച്ചിട്ടും ആലിലകൾ സന്തോഷത്തെ ഉടലനക്കത്തിലൂടെ വെളിപ്പെടുത്താൻ മടിച്ചു. വരുംകാലസന്ധ്യകളിലേക്കു കണ്ണെറിഞ്ഞു പടിഞ്ഞാറ് ആകാശം മുഖം ചുവപ്പിച്ചു.

ഞങ്ങക്കൊന്നും ഈ ഭാഗ്യമുണ്ടായില്ല. നീ പഠിക്കണം...ജോലി കിട്ടിയിട്ട് ഇതുപോലെ ഇവിടെവന്നിരുന്നു കഥപറയണം. അതു ഞങ്ങൾക്കും അഭിമാനമാ...

ചങ്ങാതിമാർ എന്നെ നെഞ്ചോടു ചേർത്തു. തിരുവനന്തപുരത്തെ പഠനം എന്റെ സ്വപ്നമല്ലെന്നും ചേച്ചിമാരുടെ നിർബന്ധത്തിനുവഴങ്ങി എനിക്കൊരിക്കലും താത്പര്യമില്ലാത്ത കോഴ്സിനു ചേർത്തിരിക്കയാണെന്നും പറഞ്ഞിട്ടും അവർ വിശ്വസിച്ചില്ല. രാത്രി എന്റെ സാധനങ്ങൾ പായ്ക്കു ചെയ്യാനും പുലർച്ചെ ബസ്സ്റ്റാൻഡിൽ കൊണ്ടാക്കാനും എനിക്കും അച്ഛനുമൊപ്പം അവർ ആറുപേരുമുണ്ടായിരുന്നു. തിരുവനന്തപുരത്തെ ആദ്യത്തെ രാത്രി, അമ്മയ്ക്കു കത്തെഴുതുംമുമ്പേ എന്നെക്കൊണ്ടു ചങ്ങാതിമാർക്കു കത്തെഴുതിച്ചു. പ്രണയത്തിന്റെ ആദ്യാക്ഷരങ്ങൾ പരിചയിച്ചുതുടങ്ങിയതോടെ കത്തുകൾക്കു നീളം കൂടി. അവളെന്നെ ആദ്യമായി നോക്കിയപ്പോൾ ഞാനതിനെ കവിതയാക്കി. അവളെന്നോടു ചിരിക്കാതെ ചിരിച്ചപ്പോൾ ഞാനാ നിമിഷത്തിൽ സുഗന്ധം കലർത്തി.

ജനാലയിലൂടെ തെളിഞ്ഞുകിട്ടിയ കണ്ണാടിവട്ടത്തിൽ ആദ്യമായി അവളെ അടുത്തുകണ്ടപ്പോൾ, ബൈനോക്കുലേഴ്സിന് ഒപ്പിയെടുക്കാനാവാത്ത സൗന്ദര്യമാണ് എന്റെ പ്രണയിനിക്ക് എന്നു ഞാനവർക്കെഴുതി. അപ്പോൾ അവളെ കാണാനായി എന്റെ ചങ്ങാതിമാർ കൊതിച്ചു. അവളുടെ പേര് സ്വാതി എന്നാണെന്നറിഞ്ഞനിമിഷം ഞാനനുഭവിച്ച ആനന്ദം അമേരിക്ക കണ്ടുപിടിച്ച കൊളംബസിനും പിന്നെ എന്റെ ചങ്ങാതിമാർക്കും മാത്രമേ ഒരുപക്ഷേ, മനസ്സിലാവൂ. ആയുർവേദ കോളേജിനു മുന്നിലുള്ള പാരലൽകോളേജ് വരെയും തിരിച്ചു വീട്ടിലേക്കും എല്ലാദിവസവും എന്റെ കണ്ണുകൾ അവളെ കൊണ്ടാക്കി. പക്ഷേ, തോഴിമാരുടെ നടുവിലായിരുന്നതിനാൽ ഒരിക്കൽപ്പോലും എനിക്കവളോടു സംസാരിക്കാൻ കഴിഞ്ഞില്ല. പക്ഷേ, എപ്പോഴും അവളെന്നെ ഒളിഞ്ഞുനോക്കി. വളവുകൾ തിരിയുമ്പോൾ ഞാൻ പിന്നിൽത്തന്നെയുണ്ടോ എന്നുറപ്പുവരുത്തി. അവൾക്കു നൽകാനായി രണ്ടുതരം കത്തുകൾ ഞാൻ തയ്യാറാക്കിവച്ചിരുന്നു. വരയിട്ട കടലാസിൽ പച്ചമഷികൊണ്ട്, എന്റെ ഏറ്റവും മികച്ച കൈപ്പടയിലായിരുന്നു അവ. പ്രണയാഭ്യർഥന സ്വീകരിച്ചാൽ കൊടുക്കാനുള്ളതായിരുന്നു ഒരു കത്ത്. തള്ളിക്കളഞ്ഞാൽ കൊടുക്കാൻ മറ്റൊന്ന്. പക്ഷേ, മൂന്നു

വർഷത്തെ കൂലംകുത്തിയൊഴുകിയ ജീവിതത്തിനൊടുവിൽ തിരുവനന്തപുരം വിടുമ്പോഴും ആ കത്തുകൾ അതേപടി എന്റെ ബാഗിലുണ്ടായിരുന്നു.

ലോഡ്ജിൽ എന്റെ മുറിക്കെതിരെയുള്ള നിരയിൽ അഞ്ചാമത്തെ മുറിയുടെ ജനാലയിൽ നിന്നാൽ അവളുടെ വീടിന്റെ നടുമുറ്റംകാണാമെന്നു ലോഡ്ജിന്റെ ക്ഷേത്രഗണിതം കൃത്യമായി പഠിച്ച എന്റെ സഹമുറിയൻ രാഘവൻ കണ്ടെത്തിയപ്പോൾ ഞാനവനെ കെട്ടിപ്പിടിച്ചു. ആ മുറിയിലേക്കു താമസം മാറാനുള്ള ഞങ്ങളുടെ ശ്രമം വിഫലമായപ്പോൾ എങ്ങനെയും അതിലെ താമസക്കാരനെ സുഹൃത്താക്കാനായി ആലോചന. മൂന്നുവർഷമായി ആ മുറിയിൽ താമസിച്ചിരുന്നതു വട്ടിയൂർക്കാവുകാരനായ ഒരു ശശാങ്കനായിരുന്നു. രഹസ്യങ്ങളുടെ താഴിട്ടുപൂട്ടിയ പെട്ടിയായിരുന്നു അയാൾ. പഠിക്കുകയാണോ ജോലിയാണോ എന്നൊന്നും ആർക്കുമറിയില്ല. പോയിവരാവുന്ന ദൂരത്തിലാണു വീടെങ്കിലും എന്തിനു ലോഡ്ജിൽ തങ്ങുന്നു എന്ന് ആരും അന്വേഷിച്ചില്ല. രാവിലെ എല്ലാവരുമുണരുമ്പോഴും അയാൾ ഉറക്കമായിരിക്കും. രാത്രി എല്ലാവരും കിടക്കുംമുമ്പേ അയാൾ കിടക്കുകയും ചെയ്യും. അയാൾ പുറത്തേക്കു പോകുമ്പോൾ കുശലം ചോദിക്കാനും പരിചയപ്പെടാനുമായി പലവട്ടം ഞാൻ ഊഴമിട്ടു നടന്നു. ഒടുവിൽ കണ്ടുകിട്ടിയപ്പോൾ, കണ്ണാടിക്കരക്കാരനുമാത്രം സാധ്യമാവുന്നവിധം, ഉള്ളുകാണാവുന്ന ചില്ലുഭരണിപോലെ ഞാനെന്റെ ഹൃദയം അയാൾക്കുമുന്നിൽ വെളിപ്പെടുത്തി. അതു ഫലിച്ചു. ചില നിബന്ധനകളോടെ, തന്റെ മുറിയിലെ ജനാലയിലൂടെ പടിഞ്ഞാറുദിക്കുന്ന എന്റെ ചോതിനക്ഷത്രത്തെ കാണാൻ അയാൾ അനുവദിക്കുകതന്നെ ചെയ്തു.

ശശാങ്കൻ ചേട്ടനാണ് എന്നെ പാളയത്തെ സൗഹൃദസദസ്സിലേക്കു കൈപിടിച്ചുകൊണ്ടുപോയത്. അവിടത്തെ ഒരു കോൾഡ്സ്റ്റോറേജിനെ കേന്ദ്രീകരിച്ചുള്ള കൗമാരസംഘത്തിന്റെ കൂട്ടായ്മയായിരുന്നു അത്. സർക്കാർ ജോലികിട്ടി കൂട്ടത്തിൽനിന്നു രക്ഷപ്പെട്ടുപോയ ഒന്നുരണ്ടു പേരുടെ നേതൃത്വത്തിലായിരുന്നു ഞങ്ങളുടെ വൈകുന്നേര വെടിവട്ടങ്ങൾ. അവർക്കു ശമ്പളം കിട്ടുന്ന ദിവസങ്ങളിൽ മസാലദോശയുടെ ധാരാളിത്തമുണ്ടായി. ജോലിയില്ലാഞ്ഞിട്ടും പക്ഷേ, എല്ലാവരുടെയും കൈയിൽ ആവശ്യത്തിനു പണമുണ്ടായിരുന്നു. കണ്ണാടിക്കരയിലെ ആൽത്തറ സൗഹൃദങ്ങളിൽ പണം ഒരിക്കലും ഒരു ഘടകമല്ലാഞ്ഞതിനാൽ എന്റെ കീശ പാളയത്തു പലപ്പോഴും കാലിയായിരുന്നു.

“എന്നും ഇങ്ങനെ ഓസിനു ചായകുടിച്ചുപോയാ മതിയോ? വല്ലപ്പോഴുമൊക്കെ നീയും കാശിറക്ക്... ഞങ്ങളെ സന്തോഷിപ്പിക്ക്...”

ആകാശത്തു നീളൻ പുകക്കുറി വരച്ച് ശംഖുമുഖത്തുനിന്നു പറന്നുയർന്ന വിമാനത്തിന്റെ പോക്കുനോക്കി നിൽക്കെ അവരിലൊരാൾ പറഞ്ഞു. പിറ്റേന്നു ഞാനവരെ പാളയത്തെ ഏറ്റവും നല്ല ഹോട്ടലിലേക്കു കൂട്ടിക്കൊണ്ടുപോയി.എന്റെ ജീവിതം അട്ടിമറിഞ്ഞത് അന്നുമുതലായിരുന്നു.

ഒന്നും ചെയ്യാതെ, ഒന്നിനും തോന്നാതെ, പാളയത്തിന്റെ തെരുവുകളിൽ നഗര ജീവിതം തെന്നിയൊഴുകുന്നതു നോക്കി വെറുതേ ഞാനവരോടൊപ്പം കോൾഡ് സ്റ്റോറേജിന്റെ വരാന്തയിലിരുന്നു. അത്തവണ അവധിക്കു നാട്ടിൽ വന്നപ്പോൾ, ചങ്ങാതിമാരോടു ബീഡി ചോദിച്ചുവാങ്ങുമ്പോൾ അവർ വിസ്മയത്തോടെ ചോദിച്ചു.

"പ്രഭേ...നീയെപ്പളാ വലി തുടങ്ങിയത്?"

"കുറെയായി."

കാറ്റു കള്ളത്തരം കാട്ടി എന്നെ കബളിപ്പിച്ചു പലതവണ തീ അണച്ചപ്പോൾ അവർ പറഞ്ഞു:

"ഹേയ്...ചുമ്മാ. ഇപ്പോഴും നിനക്കു ബീഡി കത്തിക്കാൻപോലുമറിയില്ലല്ലോ..."

ഞാൻ വിളറിയ ചിരി ചിരിച്ചു.

പാളയത്തെ തെരുവിലിരുന്നു പിന്നീടു സിഗരറ്റിന്റെ വട്ടപ്പുക ആകാശത്തേക്കു പറത്തിയപ്പോഴെല്ലാം ഞാൻ സ്വയം പറഞ്ഞു, 'ലോകമേ നോക്കൂ.. ഇതാ...ഞാൻ അന്തസ്സായി പുകവലിക്കുന്നു...'

"നീ ചുമ്മാ, പുകയൂതി വിടുകയാണ്..." പാളയം ചങ്ങാതിമാരിലൊരാൾ ഉപദേശിച്ചു, "പുകവലിക്കുമ്പോൾ അതാസ്വദിച്ചു വലിക്കണം. ഓരോ പുകയും നെഞ്ചിലേക്ക് ഏറ്റുവാങ്ങണം. നമ്മടെ ആയുസ്സുപകരം കൊടുത്തിട്ടാണ് ഓരോ പുകയും ഉൾക്കൊള്ളുന്നതെന്നു മറക്കരുത്..."

ഞാനവരെ കൗതുകപൂർവം കേട്ടു. പിന്നീട് അവരോടൊപ്പം ആദ്യമായി മദ്യം രുചിച്ചപ്പോഴും ആദ്യമായി കാബറേ കണ്ടപ്പോഴുമൊക്കെ ഞാനാ നിമിഷങ്ങളെ നെഞ്ചിലേക്ക് ഏറ്റുവാങ്ങാൻ മറന്നില്ല. പതിയെപ്പതിയെ നാട്ടിലേക്കുള്ള കത്തുകൾ വിരളമായി. അവധിക്കു നാട്ടിൽ ചെല്ലുമ്പോൾ ആൽത്തറയുടെ തണുപ്പ് എനിക്കു തണുപ്പായി തോന്നിയില്ല. വൈകുന്നേരക്കാറ്റിൽ പുഴച്ചേറു നാറി.

അവർ ചോദിച്ചു.

"എന്താ നിനക്കിപ്പോൾ ഇത്ര തിരക്ക്?"

"എന്തായി സ്വാതീടെ കാര്യം? "

"എന്താ അവളെപ്പറ്റി ഇപ്പോ ഒന്നുമെഴുതാത്തേ?"

"അവളക്കിട്ടിയപ്പോ ഞങ്ങളെ വേണ്ടാതായോ?"

ഞാനൊന്നും പറഞ്ഞില്ല. ആൽത്തറവട്ടത്തിൽ പുഴക്കാറ്റേറ്റു വിഡ്ഢിത്തം പറഞ്ഞിരിക്കുന്ന സൗഹൃദങ്ങളോട് എനിക്കു പുച്ഛം തോന്നിത്തുടങ്ങിയിരുന്നു. ഇവർക്കറിയുമോ നഗരത്തിന്റെ സ്പന്ദനം...സൗഹൃദങ്ങളുടെ ആഘോഷം? ഞാൻ സ്വയം ചോദിച്ചു.

"ഇവനെ കണ്ണുമടച്ചു വിശ്വസിക്കരുത്...കേട്ടോ..."

സ്വാതിയോടുള്ള ഭ്രാന്തുപിടിച്ച പ്രണയത്തിന്റെ ആദ്യനാളുകളിൽ ഞാൻ നാട്ടിലെ ചങ്ങാതിമാർക്കയച്ച കത്തുകളുടെ കെട്ടുകൾ മുമ്പിലേക്കു

നീക്കിവച്ച് പിൽക്കാലത്ത്, അവർ എന്റെ ഭാര്യ ജലജയോടു പറഞ്ഞു. ജലജ എന്നെ പാളിനോക്കി ചിരിച്ചു. വിവാഹശേഷം ചങ്ങാതിമാരുടെ വീടുകളിൽ അപ്രതീക്ഷിത സന്ദർശനത്തിനെത്തിയതായിരുന്നു ഞങ്ങൾ. പോരുമ്പോൾ ജലജ അവരോടു ചോദിച്ചു, "ഇനി ഞാനെടുത്തോട്ടേ, ഈ കത്തുകൾ?"

മറുപടി പറയുംമുമ്പേ എന്റെ ആദ്യ പ്രണയത്തിന്റെ ഓർമകളെ ചിതാഭസ്മംപോലെ ജലജ നെഞ്ചോടുചേർത്തുവച്ചു.

"എടാ... കാശുവേണം... കാശില്ലാത്തവൻ തിരുവനന്തപുരത്തേക്കു വരരുത്... കൂട്ടുകൂടരുത്..."

എന്റെ സഹമുറിയൻ രാഘവൻ ഇടയ്ക്കിടെ എന്നെ ഓർമിപ്പിച്ചു. കൈനിറയെ കാശുള്ളപ്പോഴെല്ലാം അവനെന്നെ ബീഫും ചിക്കനും മട്ടനും വാങ്ങിത്തന്നു പോഷിപ്പിക്കുകയും കാശു തീരുമ്പോൾ കുത്തുവാക്കുകൾ പറഞ്ഞു നോവിക്കുകയും ചെയ്തു. പണമാണു ജീവിതത്തിൽ പ്രധാനമെന്നു ഞാനറിഞ്ഞുതുടങ്ങുകയായിരുന്നു. ക്രമേണ ഞാൻ കടം വാങ്ങാത്ത സുഹൃത്തുക്കളില്ലെന്നായി, തിരുവനന്തപുരത്ത്. എന്നെ കാണുമ്പോൾ പലരും മുഖം വെട്ടിത്തിരിക്കുന്ന നിലയായി. രാഘവന്റെ അവസ്ഥയും ഒട്ടും ഭദ്രമല്ലായിരുന്നു. നാട്ടിൽ പുതിയ ഒന്നിലേറെ പല ചരക്കുകടകൾ തുറന്നതോടെ പരാധീനതകളും പഠിത്തത്തെക്കുറിച്ചുള്ള ഓർമപ്പെടുത്തലുകളുമായി അവന്റെ അച്ഛന്റെ കത്തുകൾ തുടരെ വന്നു തുടങ്ങി. ചോദിക്കുമ്പോഴൊക്കെ കൈനിറയെ കാശുകൊടുത്തിരുന്ന ചാലയിലെവ്യാപാരസ്ഥാപനം ഒരുദിവസം അവനെ വെറുംകൈയോടെ മടക്കിയയച്ചു. അന്നു രാത്രി രാഘവൻ ആടുന്ന കാലുകളിലാണു വന്നത്. പട്ടച്ചാരായത്തിന്റെ കുപ്പി മുന്നിലേക്കു നീക്കിവച്ച് അവൻ ആജ്ഞാപിച്ചു.

"കുടിയെടാ..."

വക്കുപൊട്ടിയ ഗ്ലാസിലേക്കു പട്ട പകർന്ന്, അവൻ കൊണ്ടുവന്ന വില കുറഞ്ഞ മധുരപാനീയം അതിലേക്കൊഴിച്ച് ഞാൻ ശ്വാസം ഉള്ളിലേക്കു വലിച്ചു ചുണ്ടോടമർത്തി.

"കുടി... ശരിക്കുകുടി.... എന്നിട്ടു ഞാൻ പറയുന്നത് ശ്രദ്ധിച്ചു കേൾക്ക്...."

രാഘവൻ പറഞ്ഞു, ഞാൻ ഗ്ലാസ് താഴെവച്ച് അവനെ തുറിച്ചുനോക്കി.

"തന്തമാരെ നമ്പരുത്... മനസ്സിലായോ?"

"ഉം."

"എന്തോന്നു മനസ്സിലായി? എന്റെ തന്ത എന്നെ പറ്റിച്ചു. ഞാൻ ചോദിച്ചാൽ കാശുകൊടുക്കേണ്ടെന്നു ചാലേലെ കടേൽ വിളിച്ചുപറഞ്ഞു. എടാ.... നമുക്കു തനിയെ ഇത്തിരി കാശൊണ്ടാക്കിയാലോ?"

ഞാൻ മിണ്ടിയില്ല.

"നീയെന്താടാ മിണ്ടാത്തേ? എന്തായാലും നീ പഠിച്ച് ജോലിയൊന്നും വാങ്ങാൻ പോകുന്നില്ലെന്നുറപ്പ്...."

"എന്തു ബിസിനസാ നീയുദ്ദേശിക്കുന്നേ?"

ഞാൻവീണ്ടും തൊണ്ട നനച്ചു.

"കരിക്കട?"

"എന്നുവച്ചാൽ?"

"എടാ, കരി വിൽക്കുന്ന ബിസിനസ്സ്.... ഇവിടത്തെ വീടുകളിലും ഹോട്ടലുകളിലുമൊക്കെ പാചകത്തിനു കരിയാണുപയോഗിക്കുന്നത്. തുണിതേക്കുന്നവർക്കും വേണം. ചാലയ്ക്കടുത്ത് കരിക്കടയെന്നു പറയുന്ന തെരുവിൽ നീ പോയിട്ടില്ലേ? കരി ഇവിടെ സ്വർണംപോലെ വിലപ്പെട്ടതാ..."

"അതെങ്ങനാ കിട്ടുക?"

"അതൊക്കെ ഞാൻ സംഘടിപ്പിക്കാം. എന്റെ ഒരു ബന്ധു മുമ്പിവിടെ കരിക്കട നടത്തിയിരുന്നു."

"കാശൊത്തിരിയാവില്ലേ?"

"ഓ... ഒരുപാടൊന്നും വേണ്ട. ഒരു കടമുറിയും കരി സൂക്ഷിക്കാൻ ഇത്തിരി സ്ഥലോം മതി. മറ്റു ഷോറൂമുകളുടെ കൂട്ട് ഡിസ്പ്ലേയ്ക്കൊന്നും കാശുമുടക്ക..."

രാഘവൻ കരിക്കടയുടെ നേട്ടങ്ങളെപ്പറ്റി ഓരോദിവസവും വാചാലനായപ്പോൾ ഞാനും പതിയെ സ്വപ്നം കണ്ടുതുടങ്ങി. ഓരോ തവണയും വീട്ടിൽ പോകുമ്പോൾ കരിക്കടതുടങ്ങാൻ പണവുമായല്ലാതെ വന്നു പോകരുതെന്ന് അവൻ താക്കീതുതരാൻ മറന്നില്ല. പക്ഷേ, എല്ലാത്തവണയും ഞാൻ വെറുംകൈയോടെ മടങ്ങി.

"നീ വെറും വിഡ്ഢിയാണ്..," രാഘവൻ പരിഹസിച്ചു, "ഒരു പെണ്ണിനെ വളയ്ക്കാൻ പോലുമറിയാത്ത നിന്നോടു ബിസിനസ് തുടങ്ങാൻ പറഞ്ഞ എന്നെ തല്ലണം..."

രാഘവൻ പറയുന്നതിൽ കാര്യമുണ്ടെന്നറിയാവുന്നതിനാൽ ഞാൻ നിശ്ശബ്ദനായി. മാസങ്ങൾ ഓടിയകന്നിട്ടും സ്വാതിയോട് ഒരുവാക്കു സംസാരിക്കാൻ എനിക്കു കഴിഞ്ഞിരുന്നില്ല. ഓരോ ദിവസവും ഞാനവളെ ആദ്യമായിട്ടെന്നപോലെ കണ്ടു... അപ്പോഴെല്ലാം എന്റെ ഹൃദയം വലിഞ്ഞുമുറുകുകയും ഉടൽ വൈദ്യുതാഘാതത്തിൽ വിറയ്ക്കുകയും ചെയ്തു.

"ആ പെണ്ണിന്റെ മനസ്സിലെന്താണെന്നു നിനക്കറിയാമോ?" രാഘവൻ എന്നെ ചൊടിപ്പിക്കും, "അറിയാത്തതാ നല്ലത്... എടാ, ഒരു പെണ്ണിനോടു മിണ്ടാൻപോലും ധൈര്യമില്ലാത്ത നീ എന്തു പോഴനാണെന്നായിരിക്കും അവളു വിചാരിക്കുക..."

"ഞാൻ സഹിച്ചു." ഒരു ദിവസം, രാഘവൻ പാതിരാത്രിയിലും കുറ്റപ്പെടുത്തൽ തുടർന്നപ്പോൾ ഞാൻ പറഞ്ഞു.

“പക്ഷേ, ഞാൻ സഹിക്കില്ല... എന്നെ ഓാസി നീ തിന്നതൊന്നും ഞാൻ സഹിക്കില്ല...”

അവന്റെ കണ്ണുകൾ വല്ലാത്ത മൂർച്ചയോടെ തിളങ്ങുന്നതു ഞാൻ കണ്ടു. വാക്കുകളിൽ മദ്യം നുരയ്ക്കുന്നതു ഞാനറിഞ്ഞു.

“എന്താടാ നോക്കുന്നത്? നിന്നെ തീറ്റാൻ ഞാനെത്ര കാശു മുടക്കിയെന്നു നിനക്കറിയാമോ? അതെല്ലാം എനിക്കു തിരിച്ചുതരണം...”

“ഞാൻ ചോദിച്ചിട്ടല്ലല്ലോ നീ വാങ്ങിത്തന്നത്.”

“പക്ഷേ, ഒന്നുമറിയാതെ നീ വാങ്ങിച്ചു നക്കിയല്ലോ...”

ഞാൻ തലകുനിച്ചു.

“കരിക്കടതുടങ്ങാൻ ഞാൻ കരുതിവച്ച കാശൊക്കെയാ നീ വെട്ടിവിഴുങ്ങിയത്...ഞാനിപ്പോൾ കുത്തുപാളയെടുത്തിരിക്കയാ...കാശൊള്ളപ്പോ ഞാൻ നിന്നെ ഊട്ടിയെങ്കിൽ കാശില്ലാത്തപ്പോൾ എന്നെ ഊട്ടാൻ നിനക്കു കടമയുണ്ട്. ഇല്ലേ? കരിക്കട തുടങ്ങിയാ നമ്മടെ പ്രശ്നങ്ങളെല്ലാം തീരും. എന്റെ കൈയിൽ പണമില്ല. വീട്ടിൽ ചോദിക്കാനൊക്കാത്ത അവസ്ഥയാണ്. മുറി ഞാൻ സംഘടിപ്പിച്ചോളാം. തുടക്കത്തിൽ കരിയും കടം കിട്ടും. പക്ഷേ, പണം നീ തരണം.”

ഞാൻ മിണ്ടിയില്ല.

“പോയി നിന്റെ മൂപ്പീന്നിനോടു ചോദിക്ക്...കടമായിട്ടായാലും മതി.. വീട്ടീന്നു പണവുമായിട്ടല്ലാതെ ഇനി ഈ മൂറീല് കാലുചവിട്ടിപ്പോകരുത്.”

രാഘവൻ മുന്നറിയിപ്പു നൽകി. ഞാൻ തലകുനിച്ചിരുന്നതേയുള്ളൂ.

പതിനഞ്ച്

കവിതക്കൊലക്കേസ്

ഭർത്താവിനെയും മൂന്നുവയസ്സുള്ള പെൺകുഞ്ഞിനെയും ഉപേക്ഷിച്ച്, ജയശങ്കറിനോടൊപ്പം ഒളിച്ചോടിപ്പോവുമ്പോൾ ടിവി സീരിയലിലെ കഥാനായിക സുനന്ദിനി വാതിൽ വലിച്ചടച്ച ശബ്ദം എന്റെ വീട്ടിൽ ദിവസങ്ങളോളം മുഴങ്ങി. രണ്ടുവർഷമായി സുനന്ദിനിയുടെ ജീവിതത്തിന്റെ ആവേഗങ്ങളെ നെഞ്ചിൽ നെരിപ്പോടായി കൊണ്ടുനടന്ന എന്റെ അമ്മ രാത്രിമുഴുവൻ കിടക്കയിൽ തിരിഞ്ഞും മറിഞ്ഞും കിടന്നു. അത്താഴമുണ്ണാൻ പലതവണ ജലജ വിളിച്ചിട്ടും അമ്മ കേട്ടഭാവം നടിച്ചില്ല.

"ഓരോരുത്തര് കണ്ണീർക്കഥയെഴുതിയും സീരിയലിൽ അഭിനയിച്ചും കാശൊണ്ടാക്കും. വീട്ടിലിരിക്കുന്ന പാവം പെണ്ണുങ്ങള് അതുകണ്ടു സങ്കടപ്പെട്ട് ആഹാരംപോലും വേണ്ടാന്നുവച്ച് നെലവിളിക്കും."

തീൻമേശയിലെ പാത്രങ്ങളോടു ജലജ പിറുപിറുക്കുന്നതു പൂമുഖത്തിരുന്നു കേട്ടു ചിരിയടക്കുമ്പോൾ ഞാൻ കണ്ണാടിക്കരയിലെ കൊട്ടകകളിൽനിന്നു മടങ്ങിയ രാത്രികളെ ഓർമയുടെ തിരശ്ശീലയിൽ കണ്ടു. സിനിമയിലെ കഥാപാത്രങ്ങളുടെ ശരിതെറ്റുകളെപ്പറ്റി വഴക്കടിച്ച അച്ഛനും ചേച്ചിമാർക്കുമിടയിൽ അനുനയത്തിന്റെ തൂവാലയുയർത്തി അന്നു പാവം അമ്മൂമ്മ പറഞ്ഞ വാക്കുകൾതന്നെയായിരുന്നു കാലങ്ങൾക്കിപ്പുറം ജലജയും കടമെടുത്തത്.

കൊച്ചിയിലെ വീട്ടിൽ ടിവി സീരിയൽ എന്നുമൊരു പ്രശ്നമായിരുന്നു. ആ സമയം അതിഥികൾ വന്നാൽപ്പോലും അമ്മ ടിവിയിൽനിന്നു കണ്ണെടുക്കുമായിരുന്നില്ല. അതുകൊണ്ടുതന്നെ എട്ടുമണിയുടെ ടിവി സീരിയൽ കഴിയുംവരെ സ്കൂൾവിട്ടു വീട്ടിൽ വരാതിരിക്കാൻ ഞാൻ കഴിവതും ശ്രമിച്ചു. അമ്മയെ കളിയാക്കുമെങ്കിലും ജലജയും ശാന്തിയും കഥയുടെ നിർണായകഘട്ടങ്ങളിൽ വിരുദ്ധനിലപാടുകൾകൊണ്ട് അമ്മയെ ചൊടിപ്പിച്ച് സീരിയലിന്റെ ഇടവും വലവും ഇരിക്കുമായിരുന്നു. എന്റെ വീട്ടിലെ മാത്രം സ്ഥിതിയായിരുന്നില്ല ഇത്. കേരളമാകെ സന്ധ്യാനാമം മറന്നു പെണ്ണിന്റെ നിലവിളിയിലേക്കു കാതുകൂർപ്പിച്ച കാലമായിരുന്നു അത്.

"കേട്ടില്ലേ...അമ്മയ്ക്ക് അത്താഴം വേണ്ടാന്ന്..."

പത്രത്തിൽ മുഖം പൂഴ്ത്തിയ എനിക്കരികെ, സാരിത്തുമ്പിൽ കൈ തുടച്ചു ജലജ വന്നിരുന്നു. ഞാനതു കേട്ടതായി നടിച്ചില്ല.

"ഞാൻ വിളിച്ചോണ്ടുവരാം അമ്മൂമ്മയെ."

സൺടിവിയിലെ തമിഴ് ഡപ്പാംകുത്ത് കാണുകയായിരുന്ന ശാന്തി, ടിവിയുടെ റിമോട്ട് കസേരയിലേക്കു വലിച്ചെറിഞ്ഞ് എഴുന്നേറ്റു.

"എന്നാ ചെല്ല്...കാണട്ടെ, മിടുക്ക്..."

ജലജ വെല്ലുവിളിയുടെ വിസിലൂതി ശാന്തി ചൊടിയോടെ അകത്തെ മുറിയിലേക്കോടി.

"അമ്മൂമ്മേ? എന്താ പ്രശ്നം? സീരിയലു തീർന്നുപോയതാണോ? അതോ സുനന്ദിനി അവൾക്കിഷ്ടമുള്ളവന്റെ കൂടെ പോയതാണോ?"

കിടക്കയിലിരുന്ന്, വാൽസല്യത്തോടെ അമ്മയെ കെട്ടിപ്പിടിച്ചു ശാന്തി ചോദിക്കുന്നതു വാതിലിന്റെ വിടവിലൂടെ കണ്ടു ഞാൻ ചിരിയമർത്തി. അമ്മയാകട്ടെ, ശാന്തിയുടെ സാമീപ്യമറിയാത്തവണ്ണം കണ്ണടച്ചു കിടന്നു.

"അമ്മൂമ്മേ... ഇതു ടിവിയിലെ കഥയല്ലേ... അടുത്ത ദിവസം പുതിയ സീരിയലു തുടങ്ങും. അപ്പോ ഇതിലും മിടുക്കിയായ വേറൊരു സുനന്ദിനി വരില്ലേ? എഴുന്നേൽക്ക്...വന്നു കഞ്ഞികുടിക്ക്."

ശാന്തി അമ്മൂമ്മയെ പിടിച്ചുവലിച്ചു.

"എനിക്കു വേണ്ട ."

"അതെന്താ?"

"വേണ്ടാത്തതുകൊണ്ടുതന്നെ."

"അതെന്താന്നാ ചോദിച്ചേ..."

"കഴിക്കാൻ തോന്നണ്ടേ?"

"എന്താ തോന്നാത്തേ..."

"അമ്മയെറങ്ങിപ്പോയപ്പോ ആ കൊച്ചു കരഞ്ഞ കരച്ചിലു നീ കേട്ടതല്ലേ? അതുകേട്ടിട്ട് മനഃസാക്ഷിയൊള്ളവർക്ക് വല്ലോം കഴിക്കാൻ തോന്നുമോ?"

" എന്റമ്മൂമ്മേ... അതു ടീവിലല്ലേ. കഥയല്ലേ?"

"അതൊക്കെ ശരിതന്നെ. പക്ഷേ, മനുഷ്യമ്മാരുടെ ജീവിതത്തീന്നല്ല്യോ കഥേം സീരിയലുമൊക്കെയൊണ്ടാക്കുന്നേ..."

അമ്മ കിടക്കയിൽ എഴുന്നേറ്റിരുന്നു. ശാന്തി ചിരിച്ചു.

"ഞാൻ ചോദിക്കട്ടെ അമ്മൂമ്മേ... സുനന്ദിനി വീട്ടീന്നിറങ്ങിപ്പോയതിൽ എന്താ തെറ്റ്?"

"കണ്ടോ... നിന്റെയൊക്കെ ഇനമാ അവളും...,"അമ്മയുടെ കണ്ണിൽ തീപാറി. "എടീ കൊച്ചേ, കാമുകന്റെ കൂടെ പോകണമെങ്കിൽ അവളു പിന്നെന്തിനാ കല്യാണം കഴിച്ചേ? അയാളെക്കൂടെ കണ്ണീരുകുടിപ്പിച്ചേ? കൊച്ചിനെയൊണ്ടാക്കിയേ?"

"ജയശങ്കറിനെ വീണ്ടുംകാണുമെന്നു സുനന്ദിനിക്കറിയില്ലാരുന്നല്ലോ."

“എന്നുവച്ച്? കണ്ടപ്പോ അങ്ങെറങ്ങിപ്പോവോ? വീടും കുടുംബോം എല്ലാമങ്ങു മറക്കുമോ? ”

“ചെലപ്പോ...”

“കണ്ടോ... മനസ്സിലിരിപ്പു കണ്ടോ... നീയും അതു ചെയ്യും... നിന്റെയൊക്കെ കഥയാ ഈ സീരിയലിൽ പറേന്നേ..”

കൊഞ്ചൽക്കിലുക്കത്തോടെ നീണ്ടുവന്ന ശാന്തിയുടെ കൈകൾ പിന്നെയും തട്ടിക്കളഞ്ഞ് അമ്മ കയർത്തു.

“എന്റമ്മൂമ്മേ, ഇയാളു വല്യ ന്യൂജനറേഷനാന്നൊക്കെ പറഞ്ഞിട്ട്... അയ്യേ... സ്നേഹംന്നുപറേന്നേ ഇങ്ങനൊക്കെയാ...”

അമ്മൂമ്മയെ ശാന്തി ഇക്കിളിയിട്ടു. അമ്മ വീണ്ടും കുതറി.

“പിന്നേ... എനിക്കിതൊന്നും അറിയാൻമേലേ? ഈ സ്നേഹോം പ്രേമോമൊക്കെ നിന്റെ കാലത്തുമാത്രമേ ഒള്ളോ?”

“അല്ല. അമ്മൂമ്മേടെ കാലത്തുമുണ്ട്. സമ്മതിച്ചു. പക്ഷേ, വേലിക്കപ്പുറത്തൂന്നൊള്ള ഒളിഞ്ഞുനോട്ടമല്ലേ? സത്യന്റേം പ്രേംനസീറിന്റേമൊക്കെ സിനിമേല് ഞാൻ കണ്ടിട്ടുണ്ട്...”

“അങ്ങനൊക്കെയാ അന്തസ്സുള്ളവരു പ്രേമിക്കുന്നേ... അല്ലാതെ കണ്ടവന്റെ കൂടെ തോന്നുമ്പോ എറങ്ങിപ്പോകുന്നതല്ല പ്രണയം...”

“അങ്ങനെ പോകുന്നതു ശരിയെന്നു സുനന്ദിനിക്കു തോന്നി. ആ സ്ഥാനത്തു ഞാനാന്നെങ്കിലും അങ്ങനൊക്കത്തന്നെ ചെയ്തേനേ...”

“നീ ചെയ്യുമായിരുന്നു അല്ല്യോ? നിന്റെ കാലു ഞാൻ തല്ലിയൊടിച്ചേനേ...”

“അതൊക്കെ അമ്മൂമ്മയ്ക്ക് ഇപ്പോ തോന്നുന്നതാ... ഇഷ്ടപ്പെടുന്ന ഒരാളുടെ കൂടെ ഇറങ്ങിപ്പോകുന്നതില് ഞാനൊരു തെറ്റും കാണുന്നില്ല.”

“നിനക്കിതൊക്കെ ഇപ്പോ തോന്നും. പക്ഷേ, ഒരു കൊച്ചിന്റെ തള്ളയായിക്കഴിഞ്ഞാൽ ഇങ്ങനൊക്കെ തോന്നുമോ എന്നൊന്നറിയണം. ഭഗവാനേ... അതു കാണാനായുസ്സു തരണേ...”

അമ്മ നെഞ്ചത്തു കൈവച്ചു മേലയ്ക്കു നോക്കി പ്രാർഥിച്ചു. ശാന്തി അതുകണ്ടു ചിരിച്ചു.

“അമ്മൂമ്മേ... നിങ്ങടെ കാലത്തുള്ളവർക്കു പ്രേമിക്കാനും സ്നേഹിക്കാനുമൊന്നും അറിയില്ലായിരുന്നു. ക്ലാസിപ്പഠിക്കുന്ന പെൺകൊച്ചിന്റെ നോട്ടുബുക്ക് വാങ്ങി അതിന്റകത്ത് അവളറിയാതെ പ്രേമലേഖനം കൊടുക്കുന്നതല്ലായിരുന്നോ അന്നത്തെ ലവ്... വീട്ടിവന്നു പാവം അവള് തല്ലു വാങ്ങും...”

“അങ്ങനാടീ... അത്ര അച്ചടക്കത്തോടാ അന്നു പെണ്ണുങ്ങളെ വളർത്തിയത്... അല്ലാതെ നിന്നെയൊക്കെപ്പോലെ കണ്ടടം നെരങ്ങിനടക്കുവല്ലായിരുന്നു. അടുക്കളയ്ക്കു പുറത്തേക്ക് ഇറങ്ങണമെങ്കിൽ അച്ഛന്റെ സമ്മതം വേണം. ഇന്നങ്ങനാന്നോ? തോന്നുന്നവന്റെ കൂടെ കറങ്ങി നടക്കാം... തോന്നുമ്പോ വീട്ടിവരാം... നിന്റെ കാര്യംതന്നെ നോക്കിക്കേ... ഇന്നലെ നീ എത്രമണിക്കാ വീട്ടിവന്നേ?”

"എട്ടരയ്ക്ക്..."

"മൂന്നുമണിക്കു കോളേജുവിട്ടിട്ട് എട്ടരവരെ എവിടാരുന്നു നീ?"

"ഷോപ്പിങ്ങിനുപോയി... ഐസ്ക്രീം പാർലറിൽ പോയി... റെയ്ച്ചലിന്റെ വീട്ടിൽ പോയി..."

"നിനക്കു തോന്നിയിടത്തൊക്കെ പോയി... അല്ലേ?"

"അതേ... എനിക്കു തോന്നിയിടത്തൊക്കെ പോയി... അതിനെന്താ..."

ശാന്തിയുടെ സ്വരം കനക്കുന്നതു കേട്ടു ഞാൻ ഭയത്തോടെ ജലജയെ നോക്കി.

"നീ വേറെയെവിടെങ്കിലും പോയതാണെങ്കിലോ? ഞങ്ങളെങ്ങനെയറിയും?"

"എവിടെപ്പോകാൻ?"

"എവിടെല്ലാംപോകാം, നിന്നെയൊക്കെ എങ്ങനാ വീട്ടിലിരിക്കുന്നവരു വിശ്വസിക്കുന്നേ..."

"വിശ്വസിക്കണ്ടാ.....,"ശാന്തി ചാടിയെഴുന്നേറ്റു..."ജയിലിലൊന്നും പിടിച്ചിട്ടിരിക്കുവല്ലല്ലോ...എനിക്കിഷ്ടമുള്ളിടത്തുപോകും..."

"കണ്ടോ...അഹങ്കാരിയുടെ വർത്തമാനം കേട്ടോ ജലജേ...."

അമ്മ പൂമുഖത്തേക്കു നോക്കി ശബ്ദമുയർത്തി.

"ശാന്തീ... മിണ്ടാതിരീ... അയൽപ്പക്കക്കാരു കേൾക്കും"എന്നു പറഞ്ഞ് ജലജ അകത്തേക്കുനടന്നു.

"കേൾക്കട്ടെ...എല്ലാരും കേൾക്കട്ടെ."

ശാന്തി അലറി.

"കണ്ടോ...ഇവളുമാർക്കൊക്കെ വച്ചുവിളമ്പുന്നതു ചുമ്മാതാ...."

അമ്മ പരിഹാസത്തോടെ പറഞ്ഞു.

"വച്ചുവിളമ്പാൻ ഞാൻ പറഞ്ഞോ? എന്നെ പ്രസവിക്കാൻ ഞാൻ പറഞ്ഞോ?"

ശാന്തിയുടെ ഉടൽ കോപംകൊണ്ടു വിറച്ചു.

"പെണ്ണിന്റെ മട്ടുമാറിയതുകണ്ടോ... പ്രീഡിഗ്രിക്കു പഠിക്കുന്ന കൊച്ചു പെൺപിള്ളേർക്കു ചേരുന്ന സ്വഭാവമാണോ ഇത്? എടാ പ്രഭേ...നീയിതു കാണുന്നില്ലേ?"

അമ്മ എന്റെ നേരേ തിരിഞ്ഞു. പത്രം ടീപ്പോയിലിട്ടു ഞാനെഴുന്നേറ്റു.

"ശാന്തീ...നീ അകത്തുപോയി വല്ലതും പഠിക്കാൻ നോക്ക്..."

ഞാൻ അവളെ പിടിച്ചുവലിച്ചു.

"ഇതെന്താ അച്ഛാ അമ്മൂമ്മയ്ക്ക്? ടീവീ സീരിയലില് ആരാണ്ടോടിപ്പോയതിന് എന്നോടെന്തിനാ മെക്കിട്ടുകേറുന്നത്?"

ശാന്തി കരച്ചിലിന്റെ ടാപ്പ് തുറന്നു. എത്രവേഗം രാത്രിയുടെ മട്ടുമാറി എന്നു ഞാനാലോചിച്ചു. എത്രപെട്ടെന്നാണു കളിതമാശയുടെ മുഖംമൂടി

അഴിഞ്ഞുവീണത്... എത്ര യാദൃച്ഛികമായാണു കോപം കൈയും കാലും മുളച്ച് ചിലന്തിയെപ്പോലെ വീട്ടിനുള്ളിൽ ഇഴഞ്ഞുതുടങ്ങുന്നത്...

"എന്തൊരു കഷ്ടമാ ഇത്... ഒരമ്മൂമ്മേം മോളും...," ജലജയുടെ ശബ്ദമിടറി, "എന്തെങ്കിലും കാര്യമുണ്ടായിരുന്നെങ്കിൽ വേണ്ടീരുന്നില്ല..."

"കാര്യമുണ്ടായിട്ടുതന്നാ ഞാൻ പറേന്നേ..."

വാർധക്യത്തിന്റെ ക്ഷീണം മറന്ന്, വാക്കുകൾ ഭാരത്തോടെ അമ്മ വലിച്ചെറിഞ്ഞു.

"എന്തു കാര്യം?"

ജലജ കണ്ണുവിടർത്തി.

"നിനക്കൊന്നുമറീകേല...."

"അമ്മൂമ്മേ..."

ശാന്തി അലറി...

"നീയെന്നോടു മിണ്ടണ്ടാ..."

അമ്മ പൊടുന്നനെ കതകു വലിച്ചടച്ചു. ശാന്തി കരഞ്ഞുകൊണ്ട് അവളുടെ മുറിയിലേക്കു പോയി. ജലജ തലയിൽ കൈവച്ചു സോഫയിലേക്കുവീണു. എനിക്കാകട്ടെ, ഒന്നും മനസ്സിലായില്ല. ഇതിനുമാത്രം ക്ഷോഭിക്കാനും പരുഷവാക്കുകൾ എറിഞ്ഞു പരിക്കേല്പിക്കാനുംവേണ്ടി എന്താണിവിടെ ഉണ്ടായത്? ഇത്രവേഗം വലിഞ്ഞുപൊട്ടുന്നതാണോ ബന്ധങ്ങൾ.... ഞാൻ ജലജയ്ക്കരികിൽ ചെന്നിരുന്നു. അവൾ സങ്കടങ്ങളെ എന്റെ ചുമലിലേക്കു ചാരി. ഞാനവളെ ചേർത്തുപിടിച്ചു.

"ഇത്രേം ദേഷ്യം ഈ കുട്ടിക്കെവിടുന്നു കിട്ടി?"

ഞാൻ ചോദിച്ചു. ജലജ എന്റെ ചുമലിൽനിന്നു സ്വന്തം തലയടർത്തിമാറ്റി എന്നെ രൂക്ഷമായി നോക്കി.

"എവിടുന്നാണെന്നു മനസ്സിലായില്ലേ?"

"ഉം?"

"പ്രഭേടെ രക്തത്തീന്നുതന്നെ."

"എനിക്കിത്രേം കോപമുണ്ടോ?"

"ഉണ്ടോന്നോ? ആദ്യംകണ്ട ദിവസംതന്നെ കയർത്തതു മറന്നോ? ഞാനിപ്പഴും അതോർത്തു നടുങ്ങാറുണ്ട്..."

അവളുടെ കൺകോണിൽ ഓർമയുടെ നക്ഷത്രം തിളങ്ങി.

വർഷങ്ങൾക്കപ്പുറത്തുനിന്നു കാറ്റാടിമരങ്ങളുടെ കലമ്പൽ എന്റെയുള്ളിലേക്കിരമ്പി...

നനച്ചുണങ്ങാനിട്ടപ്പോൾ
കാറ്റു പറത്തിക്കൊണ്ടുപോയ
തൂവാലയാണച്ഛൻ-
പൊടി കൊണ്ടു മുഖംതുടച്ച്

ചിലപ്പോൾ അതു മുൾമുരിക്കിൽ
കുരുങ്ങിക്കിടപ്പുണ്ടാകാം...
കുടിച്ചു പാതിയാക്കിയ ചായക്കപ്പിന്റെ
പ്രതീക്ഷയാണ് അച്ഛൻ-
ചിലപ്പോൾ വീണ്ടും ചുണ്ടുകൾ
അതിനെ ഉമ്മവച്ചേക്കാം...
വരച്ചുമടുത്തപ്പോൾ വലിച്ചെറിഞ്ഞ
ചായപ്പെൻസിലാണ് അച്ഛൻ-
ചിലപ്പോൾ അതു തനിയെ
ഒരു ചിത്രം പൂർത്തിയാക്കിയേക്കാം...

ബിരുദാനന്തര ബിരുദ ക്ലാസിലേക്ക് കാൽകുത്തിയദിവസം കാറ്റു പറത്തി എന്റെ കാൽക്കീഴിൽ വലിച്ചെറിഞ്ഞ കടലാസിലെ വരികൾ ഇങ്ങനെയായിരുന്നു. വയലറ്റ് മഷിയിൽ തുളുമ്പിനിന്ന അക്ഷരവടിവിലെ 'അച്ഛൻ' എന്ന വാക്ക് കണ്ണുകളെ കുരുക്കിയതുകൊണ്ടുമാത്രമാണു ഞാൻ കുനിഞ്ഞ് ആ കടലാസെടുത്തത്. അച്ഛന്റെ മരണശേഷം കുറ്റബോധവും സങ്കടവും നേർവഴിയിലൂടെയുള്ള സഞ്ചാരത്തിന് എന്നെ പ്രേരിപ്പിച്ചു കൊണ്ടിരിക്കയായിരുന്നു, അക്കാലത്ത്.

ബിരുദത്തിനു മാർക്ക് വളരെക്കുറഞ്ഞതിനാൽ എം.എ ഹിസ്റ്ററിക്കു ക്ലാസ് തുടങ്ങി ഏറെ ദിവസം കഴിഞ്ഞായിരുന്നു എന്റെ രംഗപ്രവേശം. ഉച്ചയുടെ ഇടവേളയിൽ കുട്ടികൾ കാന്റീനിലേക്കും ഹോസ്റ്റലിലേക്കും പോയ സമയമായിരുന്നു അത്. ക്ലാസിൽ കൂടുതലും പെൺകുട്ടികളാണെന്നും, മിക്കവരും പുറത്തെ കോളേജുകളിൽനിന്നു വന്നവരാണെന്നും മുൻകൂട്ടിയറിഞ്ഞതിനാലാവണം, അപരിചിതത്വത്തിന്റെ അകൽച്ച ക്ലാസ്മുറിയിൽ കയറിയപ്പോഴേ എനിക്ക് അനുഭവപ്പെട്ടു. പിൻബഞ്ചിന്റെ മൂലയിലെ ഇരിപ്പിടത്തിലിരുന്നു വിയർപ്പുതിയാറ്റുമ്പോളാണ് കുപ്പിച്ചില്ലു പോലെ ഉടഞ്ഞുചിതറുന്ന ചിരിയുടെ കൂട്ടോടെ ഒരു സംഘം പെൺകുട്ടികൾ ക്ലാസിലേക്കുവന്നത്. അപരിചിതമായ മുഖം കണ്ടപ്പോൾ പൊടുന്നനെ ചിരി നിലച്ചു. ആരെന്ന ചോദ്യം പരസ്പരം പുരികക്കൊടികൾ കൈമാറുന്നതു കണ്ടില്ലെന്നു നടിച്ച് കണ്ണുകളിൽ കവിതപുരട്ടി കടലാസിലേക്കു നോക്കി ഞാൻ കുനിഞ്ഞിരുന്നു. പെട്ടെന്നൊരു കൈ നീണ്ടുവന്ന് 'അയ്യോ കവിത' എന്ന നിലവിളിയോടെ എന്റെ കൈയിൽനിന്നു കടലാസ് തട്ടിപ്പറിച്ചു. ഒരു പെണ്ണിന്റെ അഹങ്കാരം എന്റെ കോപത്തെ കുലുക്കിയുണർത്തി. ചാടിയെഴുന്നേറ്റു ഞാൻ അലറി:

"തെമ്മാടിത്തരം കാണിക്കുന്നോ?"

ക്ലാസ്മുറിയെ ഭീതിദമായൊരു മൗനം വിഴുങ്ങി. ഒരുപാടുകണ്ണുകൾ ഞെട്ടിപ്പിടഞ്ഞുണർന്നു.

എനിക്കെതിരെ നിന്ന വെളുത്തുമെലിഞ്ഞ പെൺകുട്ടിയുടെ കൈയിലെ കടലാസിൽ കവിത കൈകാലിട്ടടിച്ചു വിറച്ചു.

"ഇത്... കവിത...."

വിയർപ്പു നനച്ച ചുണ്ടുകൾ പതിയെ ചലിച്ചു.

"ഞാനാരാന്നു തനിക്കറിയാമോ? " അടുത്തേക്കു ചെന്നപ്പോൾ തീച്ചൂടേറ്റെന്നപോലെ പിന്നിലേക്കു ചുവടുവയ്ക്കുന്ന അവളുടെ കണ്ണുകളിലേക്കു ഞാൻ ചോദ്യമുനകൾകൊണ്ടു കുത്തി, "എനിക്കിതെവിടന്നാ കിട്ടിയേന്നു തനിക്കറിയാമോ? ഇതു തന്റെയാണെന്നുള്ളതിനു തെളിവുണ്ടോ?"

തൊണ്ടക്കുഴിയെ വിറപ്പിച്ച് അവൾ ഉമിനീരിറക്കി.

"വല്യ കോളേജിൽ പഠിച്ചിറങ്ങിയതിന്റെ നെഗളിപ്പു കൈയിൽ വച്ചാമതി... ഇതുപോലെ കുറെയെണ്ണത്തിനെ കണ്ടതാ ഞാൻ... ആണുങ്ങളോടു മര്യാദയ്ക്കു പെരുമാറാൻ പഠിക്ക്.."

കടലാസ് മടക്കി കീശയിൽവച്ചു തിടുക്കത്തിൽ ഞാൻ ക്ലാസിൽ നിന്നിറങ്ങി. പിന്നിൽ പച്ചമുളചീന്തുംപോലെ കരച്ചിൽ പൊട്ടുന്ന ശബ്ദം കേട്ടിട്ടും തിരിഞ്ഞുനോക്കിയില്ല.

പിന്നെ എനിക്കുതോന്നി, ഇത്രയും ക്ഷോഭിക്കേണ്ടിയിരുന്നില്ല. ഇത്രയും പ്രകടനം വേണ്ടിയിരുന്നില്ല. സ്വന്തം കോളേജിൽ പഠിച്ചവന്റെ അവസരം നഷ്ടപ്പെടുത്തി പുറത്തുനിന്നു വലിഞ്ഞെത്തിയവരോടുള്ള അമർഷമാകാം അതിരുവിട്ട കോപത്തെ ഉള്ളിൽനിന്നു തുറന്നുവിട്ടതെന്നു ഞാൻ സ്വയം തിരിച്ചറിഞ്ഞു. എന്റെ പൊട്ടിത്തെറി ക്ലാസിൽ ചർച്ചാവിഷയമായിക്കാണുമെന്നും എല്ലാവരും എന്നെ വെറുപ്പോടെ നോക്കുമെന്നും ഉറപ്പായിരുന്നതിനാൽ പിറ്റേന്നു ക്ലാസിൽ പോയില്ല. ശനിയും ഞായറും കഴിഞ്ഞു തിങ്കളാഴ്ച ചെല്ലുമ്പോൾ പെട്ടെന്നു വലിഞ്ഞുമുറുകിയ റബ്ബർ നൂലു പോലെയായി ക്ലാസ്മുറി. പെൺകുട്ടികൾ തിടുക്കത്തിൽ നോട്ടുബുക്ക് തുറന്നു മുഖം അതിലൊളിപ്പിച്ചു. മുൻബഞ്ചിലിരുന്ന ആൺകുട്ടികളിലൊരാൾ വശത്തേക്കു നീങ്ങിയിരുന്നു വിനയം ഭാവിച്ചു. ഞാൻ ചുറ്റുംനോക്കി. അവളെ ക്ലാസിൽ കണ്ടതേയില്ല. ചോദിക്കണമെന്നുണ്ട്. പക്ഷേ, അവളുടെ പേരറിയില്ല. അല്ലെങ്കിൽത്തന്നെ ആ ചോദ്യം തെറ്റിദ്ധാരണ പരത്തിയേക്കും. ബിരുദത്തിന് എന്നോടൊപ്പം പഠിച്ച ഒരാൾ പോലും ക്ലാസിലില്ല. അഞ്ചോ ആറോ ആൺകുട്ടികളുള്ളവർക്ക് ഒരു ചിരികൊണ്ടുപോലും സൗഹൃദം കൂട്ടിക്കെട്ടാൻ തോന്നിക്കാത്തത്ര ബുദ്ധിജീവിജാട. ഞാൻ ക്ലാസിൽനിന്നിറങ്ങിപ്പോരുമ്പോളാണ്, ചന്ദനനിറമുള്ള ജൂബയും കറുത്ത ജീൻസുമണിഞ്ഞു മുറുക്കിച്ചുവപ്പിച്ച ചുണ്ടുമായി ഒരാൾ എതിരേ വന്നത്...

"പ്രഭ...അല്ലേ?," അയാൾ സ്വാതന്ത്ര്യത്തോടെ ചുമലിൽ കൈവച്ചു, "ഞാൻ ആൻഡ്രേഴ്സൺ...

ഞാൻ ചിരിച്ചു.

"നമ്മളൊരു ക്ലാസിലാടോ... എങ്ങനെ തന്നെ മനസ്സിലായീന്നാണോ? അതാണ് ആൻഡ്രേഴ്സൻ... അല്ല... താൻ ക്ലാസിൽ കേറാതെ പോവാണോ? എന്നാൽ ഞാനും വരാം... സത്യം പറഞ്ഞാൽ എനിക്കീ ചരിത്രമൊന്നും ദഹിക്കില്ല..."

ആൻഡ്രേഴ്സൻ എന്റെ ചുമലിൽ കൈവളച്ചിട്ട് ഒപ്പം നടന്നു.

ആവിപൊന്തുന്ന ചായയ്ക്കുപിന്നിൽ കാന്റീനിലിരിക്കുമ്പോൾ അവൻ പറഞ്ഞു:

"ഞാൻ ഹോസ്റ്റലിലാ... ഭയങ്കര ബോറ്... ആദ്യമായിട്ടാ വീട്ടീന്നു മാറിത്താമസിക്കുന്നേ... എനിക്കിത്തിരി വാട്ടക്കപ്പേം പോത്തെറച്ചീമൊക്കെ വേണം എന്നും. അവിടെ ഒരു പുല്ലുമില്ല ...താനെന്താ നുള്ളിക്കീറി നോക്കുന്നേ... എടോ ഞാനൊരു പാവമാ...."

ആൻഡേഴ്സന്റെ വാക്കുകളിലെ തമാശ എന്നെ ചിരിപ്പിച്ചു. എന്റെ മനസ്സ് പെട്ടെന്നുതന്നെ അവന്റെ ചില്ലയിൽ ചേക്കേറി.

"മാനേജ്മെന്റ് ക്വോട്ടായിൽ സീറ്റൊപ്പിച്ചതാടോ ഞാൻ... അപ്പനു നിർബന്ധം ഹിസ്റ്ററി പഠിക്കണമെന്ന്. പഠിച്ചിറങ്ങിയാ സഭേടെ കോളേജിൽ വാധ്യാരുദ്യോഗം ഉറപ്പാണെന്നു ബിഷപ്പ് വാക്കുകൊടുത്തിട്ടുണ്ടത്രേ... റബ്ബറു വിറ്റ പൂത്തകാശൊണ്ട് അപ്പന്റെ കൈയിൽ... കൊറെയെറങ്ങട്ടേന്നു ഞാനും വിചാരിച്ചു."

ആൻഡേഴ്സൻ വാ തോരാതെ സംസാരിച്ചുകൊണ്ടേയിരുന്നു. വീടിനെപ്പറ്റിയും നാടിനെപ്പറ്റിയും മാത്രമല്ല, സഭയെപ്പറ്റിയും ബൈബിളിനെപ്പറ്റിയുമൊക്കെ; പഠിത്തത്തേപ്പറ്റിയൊഴികെ.

"താൻ ഹോസ്റ്റലിലേക്കു വരുന്നോ? നാട്ടുകാരനൊരുത്തൻ കൂട്ടൊള്ളത് എനിക്കൊരന്തസ്സാ... താനിവിടെ പ്രീഡിഗ്രി പഠിച്ചിട്ട് മൂന്നുവർഷം തിരുവനന്തപുരത്തു തുലച്ചേച്ചാ ഡിഗ്രിക്കുചേർന്നതെന്നല്ലേ പറഞ്ഞത്? ഇപ്പോ പിജിയുമായി. അപ്പോ ഏതുവിധത്തിലും ഇപ്പോ ഈ കോളേജിലെ സീനിയറു താനാ... തന്നെവച്ചു ഹോസ്റ്റലിൽ ഞാനൊരു കളി കളിക്കും... കൂടെ നിന്നോണം..."

ആൻഡേഴ്സൻ എന്നെ കെട്ടിപ്പിടിച്ചു. ഞാൻ ചിരിച്ചു.

"ഒരു ദിവസം ഞാൻ ക്ലാസിൽ വന്നിരുന്നു."

ഹോസ്റ്റൽ മുറിയിലേക്കു കയറുമ്പോൾ ഞാൻ പറഞ്ഞു.

"ഞാനറിഞ്ഞു. താൻ വന്നതും എന്തോ പ്രശ്നമുണ്ടായതുമൊക്കെ ...എന്തായിരുന്നു കാര്യം? പെൺപിള്ളേർക്കൊന്നും സംഗതി മനസിലായില്ല. ആ പെണ്ണാണെങ്കിൽ ആരോടും പറയാതെ മുങ്ങുകേം ചെയ്തു."

"എന്താ അവടെ പേര്?"

"ആൻസി"

"കരണക്കുറ്റിക്കൊന്നു കൊടുക്കേണ്ടതായിരുന്നു..."

"ഉം?"

"അവടെ അഹങ്കാരം... അല്ലാതെന്ത്?"

"അവളാകെ പേടിച്ചൂന്നാ പറേന്നേ കേട്ടേ. ആ നിമിഷം ക്ലാസീന്നു പോയതാ... പിറ്റേന്നുമുതൽ കാണുന്നേയില്ല. ഇനി ഇന്നു വന്നെങ്കിലേ ഉള്ളൂ..."

"ഇന്നും ക്ലാസിൽ കണ്ടില്ല... അവളുപോയി തുലയട്ടെ..."

"ഇപ്പോ ഇതു പറേം... ഇനി മാപ്പുപറച്ചിലായി... സമാധാനിപ്പിക്കലായി...

എന്തായാലും ഒരു പ്രേമം തുടങ്ങാനൊള്ള സിറ്റ്വേഷനായി... താനൊന്നു തയ്യാറെടുത്തുനിന്നോ..."

"പിന്നേ... ആ ശവത്തെ പ്രേമിക്കാൻ ഞാൻ വീണ്ടും ജനിക്കണം.."

ആൻഡ്രേഴ്സന്റെ ചിരി ഹോസ്റ്റലിന്റെ മേൽക്കൂരയിൽനിന്നു പ്രാവുകളെ പറത്തിയോടിച്ചു.

"അവടെ വീടെവിടാ?"

"എന്തിനാ? പോയി തിരക്കാനാണോ?"

ആൻഡ്രേഴ്സൻ എന്റെ കൈത്തണ്ടയിൽ നുള്ളി.

"വീടും കൂടുമൊന്നുമെനിക്കറിയില്ല. ഹോസ്റ്റലിലാണു താമസമെന്നറിയാം. അവടെ ഒരു കൂട്ടുകാരിയുണ്ട്... അവളോടു സ്വകാര്യത്തിലൊന്നു ചോദിച്ചുനോക്കാം."

ഞാൻ തല കുലുക്കി. 'ആൻസി... അഹങ്കാരത്തിന്റെ വിളിപ്പേര്..." ഞാൻ മനസ്സിൽ പറഞ്ഞു.

'**അ**ച്ഛാ, ജീവിതം ഇങ്ങനെതന്നെയായിരിക്കണമെന്നു ശാഠ്യം പിടിക്കുന്നതെന്തിനാണ്? അത് അതിന്റെ വഴിയേ പോകുന്നതല്ലേ നല്ലത്? ഞാൻ എന്റെ ജീവിതം നയിക്കുന്നു. അച്ഛൻ അച്ഛന്റെയും. അച്ഛന്റെ ജീവിതം എനിക്കു ജീവിക്കാനാവില്ല എന്നതുപോലെ എന്റെ ജീവിതം അച്ഛനും നയിക്കാനാവില്ലെന്നു മനസിലാക്കുക... ഞങ്ങളെ ഞങ്ങളുടെ വഴിക്കു വിടുക... അനുഗ്രഹിക്കുക.'

മുജീബിനോടൊപ്പമുള്ള ജീവിതം സന്തോഷകരമായിരിക്കുമോ എന്നു വിവാഹത്തിനു മുമ്പ്, ശാന്തിയോടു ഞാൻ സംശയം ഉന്നയിച്ചതിനു മറുപടി, കടലാസിലെഴുതി ജനാലയിലൂടെ അകത്തേക്കു വലിച്ചെറിഞ്ഞ ഈ വാക്കുകളായിരുന്നു.

"രണ്ടുമതം, രണ്ടു സംസ്കാരം, പ്രാർഥന പോലും നിനക്കറിയാത്ത ഭാഷയിൽ... പൊരുത്തപ്പെടാനാവാതെ വന്നാൽ എന്തു ചെയ്യും മോളേ?"

ഞാൻ ചോദിച്ചപ്പോൾ ശാന്തി ഒന്നും മിണ്ടിയില്ല. കാറ്റു പറത്തിത്തന്ന കുറിപ്പിലൂടെ, തന്റെ കാര്യത്തിൽ അച്ഛൻ എന്ന നിലയിൽ ഞാൻ ഇടപെടേണ്ടതില്ല എന്ന ആശയത്തെ വേറൊരുവിധത്തിൽ അവതരിപ്പിച്ചിരിക്കുകയാണ് അവൾ ചെയ്തിരിക്കുന്നതെന്ന് എനിക്കുമനസ്സിലായി. സത്യത്തിൽ ആർക്കും ആരുടെയും ജീവിതം നയിക്കാനാവില്ലെന്നോ നാമൊക്കെ ആരാലോ നയിക്കപ്പെടുകയാണെന്നോ ഒക്കെ എനിക്കവളോടു പറയണമെന്നുണ്ടായിരുന്നു. എല്ലാവരും അവനവന്റെ ജീവിതം ജീവിക്കുന്നതല്ല ശരിയായ ജീവിതമെന്നും മറ്റൊരാൾ നമുക്കുവേണ്ടി ജീവിക്കാൻ തയ്യാറാകുന്നതിലാണ് അതിന്റെ സന്തോഷകരമായ ശുഭാന്ത്യം എന്നു സൂചിപ്പിക്കണമെന്നും ഞാനാഗ്രഹിച്ചിരുന്നു. പക്ഷേ, മാതൃകയായി ഉയർത്തിക്കാട്ടാൻ എന്നിൽ ഒന്നുമില്ലല്ലോ എന്നു ഞാൻ സങ്കടപ്പെട്ടു.

സത്യത്തിൽ എന്റെ അച്ഛൻ ആർക്കുവേണ്ടിയാണു ജീവിച്ചത്? ആരുടെയെല്ലാം ജീവിതങ്ങളാണ് അച്ഛനാൽ നയിക്കപ്പെട്ടത്? വൈദ്യുതി ബോർഡിലെ കൈക്കൂലി വാങ്ങാത്ത ഒരുദ്യോഗസ്ഥനു കിട്ടാവുന്ന ശമ്പളം

വച്ചുനോക്കിയാൽ ആ ജീവിതം എനിക്ക് അദ്ഭുതമാണ്. എനിക്കും ജലജയ്ക്കും ജോലിയുണ്ടായിട്ടും പ്രാരബ്ധങ്ങളൊന്നുമില്ലാഞ്ഞിട്ടും ചിലമാസങ്ങളിൽ ഞങ്ങൾ ഞെരുങ്ങുന്നു. അപ്പോൾ സ്വന്തം ശമ്പളം മാത്രം കൊണ്ട് എങ്ങനെ അച്ഛൻ ആറംഗകുടുംബത്തെ തീറ്റിപ്പോറ്റി? പഠിപ്പിച്ചു? നഗരത്തിലെ കോളേജിലയച്ചു? ഒന്നിനും ബുദ്ധിമുട്ടറിയിക്കാതെ വളർത്തി? വേനൽ വാട്ടിക്കളഞ്ഞ നേന്ത്രവാഴകളും ഞാനും മാത്രമേ, അച്ഛന്റെ കണക്കുകൂട്ടലുകളെ ചതിച്ചിട്ടുണ്ടാവൂ.

ആലോചിക്കുമ്പോഴൊക്കെ ഞാൻ എങ്ങും ചെന്നുമുട്ടാതെ പാതി വഴിയിൽ നിലച്ചു. ജീവിതം നമ്മെ ചിലപ്പോൾ കൈപിടിച്ചു നടത്തിക്കൊണ്ടുപോവുകയാണെന്ന ആശയത്തിൽ ഒടുവിൽ ഞാനെത്തിയത് അങ്ങനെയാണ്. ജലജയുടെ കാര്യത്തിലെങ്കിലും അതങ്ങനെതന്നെയായിരുന്നു എന്ന് എനിക്കുറപ്പാണ്. ക്ലാസ് മുറിയിൽ ഒരിക്കലും ഞാൻ ശ്രദ്ധിക്കാത്ത മുഖം പെട്ടെന്നൊരുദിവസം എന്റെ എല്ലാ ശ്രദ്ധകളേയും ആവാഹിച്ചെടുക്കുകയായിരുന്നു. ചന്ദ്രനെ തന്നിലേക്കു ചേർത്തുപിടിക്കുന്ന ഭൂമിയെപ്പോലെ വല്ലാത്തൊരു കാന്തശക്തികൊണ്ട് അവളെന്നെ തന്നിലേക്കു വലിച്ചടുപ്പിച്ചു. സത്യത്തിൽ, മുറുക്കാന്റെ രസാനുഭൂതി പച്ചിലപ്പടർപ്പിലേക്കു നീട്ടിത്തുപ്പി വെറുതേ ഒരിക്കൽ ആൻഡേഴ്സൺ പറഞ്ഞ വാക്കുകളായിരുന്നു എന്നെ ജലജയിലേക്കു ചേർത്തുവച്ചത്. പിന്നീട്, ഓർത്തുനോക്കിയപ്പോഴൊക്കെ, ആ ദിവസങ്ങൾ യുക്തമായ വാക്കിനുവേണ്ടി കാത്തിരുന്ന പദപ്രശ്നങ്ങളെപ്പോലെയായിരുന്നു എന്നു ഞാൻ തിരിച്ചറിഞ്ഞു.

“ഹോ... നമ്മളിതുവരെ ശ്രദ്ധിക്കാതെ പോയല്ലോടാ ആ പെണ്ണിനെ... നീ അവളെ കെട്ട്... വീടിനു വിളക്കായിരിക്കും അവൾ... നിനക്കു ചേരും...”

കാറ്റാടിമരങ്ങൾ മണ്ണിൽ വരച്ചിട്ട നീണ്ട നിഴലുകൾക്കിടയിലൂടെ, സന്ധ്യയുടെ ചുവന്ന വെളിച്ചത്തിനെതിരേ നടന്നകലുന്ന ജലജയെ നോക്കി ആൻഡേഴ്സൺ അങ്ങനെ പറഞ്ഞ നിമിഷം പ്രണയത്തിന്റെ സന്ധ്യ എന്റെ നെഞ്ചിൽ കൈയൊപ്പിട്ടു. വയലറ്റ് മഷിയുടെ കടൽ എന്റെയുള്ളിൽ ഇരമ്പി...ആ നിമിഷം മുതൽ എനിക്കു ജീവിതം കാറ്റു പറത്തിക്കൊണ്ടുവന്ന കർപ്പൂരഗന്ധമായി... നെടുകേ മുറിച്ചുവച്ച മധുരനാരങ്ങയായി... എല്ലാം ഇന്നലത്തെപ്പോലെ ഞാനോർക്കുന്നു...

ക്ലാസിൽ പതിവായി പോയിത്തുടങ്ങിയിട്ടും ആൻഡേഴ്സണല്ലാതെ ഒരാളുമായിട്ടും എനിക്കു ചങ്ങാത്തം സ്ഥാപിക്കാൻ കഴിഞ്ഞില്ല. ഞങ്ങളാകട്ടെ, ക്ലാസിലേതിനേക്കാൾ കൂടുതൽ സമയം കോളേജിൽനിന്നു മൂന്നുമൈലകലെയുള്ള കള്ളുഷാപ്പിനും ഹോസ്റ്റൽമുറിയുടെ തണുപ്പിനുമാണു വീതിച്ചുനൽകിയത്. ആൻസിയോടുള്ള ആദ്യദിവസത്തെ പെരുമാറ്റമൊന്നുകൊണ്ടുമാത്രം പെൺകുട്ടികളെല്ലാം എന്നെ പകയോടെ നോക്കി. ചുണ്ടിൻകോണിലൊളിപ്പിച്ച പരിഹാസത്തിന്റെ ഒരു ചീളുകൊണ്ട് ഞാനുമവരെ അവഗണിച്ചു.

ഒരേ ക്ലാസിൽ അടുത്തടുത്ത ബഞ്ചുകളിൽ ഇരുന്നിട്ടും ഒരിക്കലും ഞാനും ആൻസിയും മുഖത്തോടുമുഖം നോക്കിയില്ല. ചിരിച്ചില്ല.

സംസാരിച്ചില്ല. വയലറ്റ് കടലാസുപൂക്കൾ നിരയിട്ട, നട്ടുച്ചയിലും തണൽ വിരിഞ്ഞുനിൽക്കുന്ന, കോളേജ് ഹോസ്റ്റലിൽനിന്നു വരുമ്പോൾ എതിരെയുള്ള കലുങ്കിൽ ഞാനും ആൻഡേഴ്സണും പുകവലിച്ചിരുന്നപ്പോഴൊക്കെ അവൾ പെട്ടെന്നു മുഖംവെട്ടിച്ചു നീലാകാശത്തേക്കു കാഴ്ചയെ തൊടുത്തുവിട്ടു. മനഃപൂർവം അവഗണിക്കുകയാണെന്ന് എന്നെ ബോധ്യപ്പെടുത്താനായി അവൾ ആൻഡേഴ്സണുമായി അടുപ്പം ഭാവിക്കുകയും തമാശകൾ പങ്കുവയ്ക്കുകയും ചെയ്യുന്നതു പലപ്പോഴും ഞാൻ ശ്രദ്ധിച്ചു.

"കവിതയെഴുതുന്നതിന്റെ അഹങ്കാരമാ...

കട്ടിപ്പുകയുടെ വട്ടങ്ങളെ തുരുതുരാ പുറത്തേക്കു തുപ്പി, ഹോസ്റ്റൽ മുറിയിലെ കരിമ്പൻ മണമുള്ള കിടക്കയിൽ മലർന്നുകിടന്നു ഞാൻ ആൻഡേഴ്സണോടു പറഞ്ഞു.

"അവളു കവിതയെഴുതുമെന്നാരാ തന്നോടു പറഞ്ഞേ?"

"ഞാൻ കണ്ടതാ അവളെഴുതിയ കവിത..."

"എപ്പോ?"

"വന്ന ദിവസം തന്നെ..."

"അതുശരി... അപ്പോളിതു കവിതയായിരിക്കും...," ആഴക്കടലിൽ മീൻ തിരയുന്ന അവധാനതയോടെ ആൻഡേഴ്സൺ മേശയുടെ മുകളിലെ പുസ്തകക്കൂട്ടങ്ങൾക്കിടയിൽ പരതി ഒരു കട്ടിക്കവർ കൈയിലെടുത്തു, "ടൗണിൽ പോവുമ്പോ റജിസ്റ്റർ ചെയ്തയക്കാമോന്നു ചോദിച്ച് എനിക്കു തന്നതാ... കവിതാ മൽസരത്തിനുള്ളതായിരിക്കും..."

ദുബായിലെ മലയാളി സമാജത്തിന്റെ വിലാസമെഴുതിയ ആ കവർ കിടക്കയിൽനിന്നു ചാടിയെഴുന്നേറ്റു ഞാൻ പിടിച്ചുവാങ്ങി.

"അവടെ കവിതാമൽസരം... ഞാൻ കൊടുക്കാം അവൾക്കു സമ്മാനം..."

സിഗരറ്റ് ജനാലപ്പടിയിൽ വച്ച് ഞാൻ ആ കവർ പൊട്ടിച്ചു. എനിക്കു പരിചയമുള്ള അതേ വയലറ്റ് മഷി...അതേ ചരിഞ്ഞ കൈപ്പട. ഞാനുറക്കെ വായിച്ചു:

"അകലങ്ങളുടെ അളവെടുത്ത്
രണ്ടിരിപ്പിടങ്ങൾ...
അവയ്ക്കിടയിൽ
ചരിത്രം കെട്ടിയുയർത്തിയ കോട്ട
യുദ്ധങ്ങളറിയുന്നില്ല,
മനസ്സിലെ കലാപം.
ശാസനങ്ങളറിയുന്നില്ല,
നോവിന്റെ അകംവേവ്.
പക്ഷേ, അതറിയാതെ വയ്യ
അറിയിക്കാതെ വയ്യ...

"എന്താടാ, ഇത്? "ഞാൻ ആൻഡേഴ്സണുനേരേ കണ്ണുകളുയർത്തി. "എന്തൊക്കെയാ ഈ എഴുതിപ്പിടിപ്പിച്ചേക്കുന്നേ?"

"മനസ്സിലായില്ലേ?"

ആൻഡേഴ്സൻ കൈനീട്ടി ജനാലപ്പടിയിൽനിന്നു പുകയുന്ന സിഗരറ്റിനെ സ്വന്തമാക്കി ചിരിച്ചു.

"നിനക്കു മനസ്സിലായോ?"

ഞാൻ അദ്ഭുതത്തോടെ ചോദിച്ചു.

"അവൾക്കു നിന്നോടു പ്രണയമാണെന്നു മനസിലായി."

"ആർക്ക്? ആൻസിക്കോ?"

"ഉം.. നമ്മടെ ക്ലാസിലെ കാര്യമാടാ അവളെഴുതിയേക്കുന്നേ..."

"ഈ കവിതേലോ? ഞാൻ കണ്ടില്ലല്ലോ..."

"നിനക്കതു കാണാൻ കണ്ണില്ലെന്നുതന്നാ അവളും പറഞ്ഞിരിക്കുന്നേ... ചരിത്രോം ഇരിപ്പിടങ്ങളുടെ അകലോമൊക്കെ കേട്ടിട്ട് എനിക്കു തോന്നുന്നത് അവളു നിന്നെ ഭയങ്കരമായി പ്രണയിക്കുവാണെന്നുതന്നെയാ..."

"അവടമ്മേടെ പ്രണയം...

ഞാനാ കത്തു പലതായി കീറി. 'അയ്യോ...'എന്നു പറഞ്ഞ് ആൻഡേഴ്സൺ കൈ നീട്ടുംമുമ്പേ ഞാനതു ജനാലച്ചതുരത്തിലൂടെ കാറ്റിനു വിട്ടുകൊടുത്തു. കടലാസുമഴയായി കവിത താഴേക്കുപൊഴിയുന്നതു കൗതുകത്തോടെ നോക്കിയിരിക്കെ ആൻഡേഴ്സൺ കയർത്തു:

"ഇതു പോക്രിത്തരമായിപ്പോയി...അവളെന്നെ വിശ്വസിച്ചു പോസ്റ്റു ചെയ്യാൻ തന്നതാ..."

"പോടാ...അയച്ചൂന്നു പറഞ്ഞാമതി...അവളങ്ങനെ കവിതയെഴുതണ്ടാ..."

"പാവം ആൻസി...ഒരു കവിഹൃദയം പിടയുന്നതു ഞാനറിയുന്നുണ്ടെടാ...നമുക്കു ശാപം കിട്ടും.."

നവരസങ്ങൾ കടമെടുത്തു നെഞ്ചുതടവി ആൻഡേഴ്സൺ കിടക്കയിലേക്കു വീണു. പിന്നെ ഞങ്ങൾ പൊട്ടിച്ചിരിച്ചു. കാറ്റാടിമരച്ചില്ലയിൽ തങ്ങിയിരുന്ന കവിതയുടെ ഒരു കടലാസ് തുണ്ടുകൂടി കാറ്റു താഴേക്കു പൊഴിച്ചിടുന്നതുനോക്കി ഞാൻ കട്ടിലിൽ ചരിഞ്ഞുകിടന്നു.

പതിനാറ്

ഫ്രെയിമിലെ മരണം

കസ്തൂർബാഗാന്ധിയുടെ മുഖമുള്ള പാവം എന്റെ അമ്മൂമ്മയുടെ ജീവിതത്തെ നിർണായകഘട്ടങ്ങളിൽ നിയന്ത്രിച്ചുകൊണ്ടിരുന്ന 'സത്യവാൻ പല്ലി'യെ ഞാനാദ്യമായി കാണുന്നതു തിരുവനന്തപുരത്തെ പഠനകാലത്തിനിടയിൽ ഒരു ഉച്ചസ്വപ്നത്തിലാണ്. പ്രണയം സിരകളെ തളർത്തുന്ന ദിവാസ്വപ്നങ്ങളായി എന്നിൽ ആവേശിച്ച കാലമായിരുന്നു അത്. ഉച്ചയൂണുപോലും ഒഴിവാക്കി ഞാൻ സ്വപ്നങ്ങളിലേക്കു തലവച്ചു കിടന്ന് അറിയാതെ മയങ്ങിപ്പോയി. എവിടെനിന്നോ പല്ലിയുടെ ശബ്ദം എന്നെ ചിലച്ചുണർത്തി. തലയുയർത്തുമ്പോൾ വീട്ടിലെ ഊണുമുറിയിലെ ഇരുണ്ട മൂലയിൽനിന്ന് അതെന്നെ തുറിച്ചുനോക്കുകയായിരുന്നു.

"ഇന്നിവിടൊരു സംഭവം നടക്കും. വേഗം വാ..."

അതെന്നോടു പറയുംപോലെ തോന്നി. ഞാൻ ഞെട്ടിയുണർന്നു. ദുഃസ്വപ്നം കണ്ടിട്ടെന്നപോലെ ഉടലാകെ വിയർത്തിരുന്നു.

അമ്മൂമ്മ ഏതാനും മാസങ്ങളായി കിടപ്പിലായിരുന്നു. പെട്ടെന്നൊരു ദിവസമുണ്ടായ വയറിളക്കം അമ്മൂമ്മയെ കിടക്കയിലേക്ക് എന്നന്നേക്കുമായി തള്ളിയിട്ടു. തനിയെ എഴുന്നേറ്റിരിക്കാൻപോലും വയ്യാത്ത അവസ്ഥ. പിടിച്ചെഴുന്നേല്പിച്ചാലും തല ആടിക്കൊണ്ടിരിക്കും. ആദ്യദിവസങ്ങളിൽ ശുശ്രൂഷയുമായി അടുത്തുകൂടിയ കുഞ്ഞമ്മമാരൊക്കെ പതിയെപ്പതിയെ തിരക്കുകൾ ഭാവിച്ച് അകന്നു. എല്ലാ ചുമതലയും അമ്മയുടെ മുകളിലായതോടെ വെടിമരുന്നുനിറച്ച തോക്കുപോലായി അമ്മ. വെറുതേ ഒന്നു ചിരിച്ചാൽ മതി, അടുത്ത നിമിഷം ആ തോക്കു പൊട്ടാം. അമ്മൂമ്മയുടെമൂത്രവും മലവും പുരണ്ട തുണികൾ വിറകുപുരത്തിണ്ണയിൽ കൂനകൂടി.

"ഇതൊക്കെക്കൂടെ കൊണ്ടുപോയി അവളുമാരുടെ കട്ടിലേലോട്ട് എറിയുകയാ വേണ്ടത്..."കുഞ്ഞമ്മമാരുടെ നേരേ മനസ്സുകൊണ്ടു തോക്കു ചൂണ്ടി അമ്മ പിറുപിറുത്തു..."മക്കളായിട്ടു ഞാൻ മാത്രമല്ലല്ലോ... എന്താ അവർക്കുകൂടി നോക്കിയാൽ...."

അടുക്കളയോടും അരിക്കലത്തിനോടും അലമാരക്കീഴിൽനിന്നു വല്ലപ്പോഴും തലനീട്ടുന്ന ചുണ്ടെലിയോടും അമ്മ പരാതിപ്പെട്ടു.

"ഇങ്ങനെ ചീത്തപറഞ്ഞോണ്ടു ചെയ്യുന്നതു കഷ്ടമാ..."

ഞാനൊരിക്കൽ ഉപദേശിച്ചപ്പോൾ അമ്മ എന്നെ ചാടിക്കടിച്ചു.

"എന്നാ നീ നോക്ക്.... അയ്യോടാ... വയ്യാ അല്ലേ? ഇവിടെ ഞാനല്ലാതെ വേറെ മൂന്നു പെണ്ണുങ്ങളുകൂടൊണ്ടല്ലോ... അവരാരെങ്കിലും ഒരുദിവസ മെങ്കിലും ഈ മൂത്രത്തുണി നനച്ചുതരുന്നുണ്ടോന്ന് നീ ഒന്നന്വേഷിച്ചു നോക്ക്."

"സ്വന്തം മക്കൾക്കുവയ്യാല്ലോ... പിന്നാന്നോ ഞങ്ങൾ?"

കണ്ണാടിയുടെ മുന്നിൽനിന്നു സുമതിച്ചേച്ചി തിരിച്ചടിക്കും.

"അതേയതേ... എന്നെ പറഞ്ഞാൽ മതിയല്ലോ...നീ മൂത്രം കോരണ്ട.... പകരം അടുക്കളേലെ കാര്യം നോക്ക്... അതെങ്കിലും ചെയ്യാമല്ലോ..."

അമ്മ കണ്ണുനിറയ്ക്കുന്നതിനിടെ അമ്മൂമ്മയുടെ മുറിയിൽനിന്നു കടും മൂത്രച്ചൂരിന്റെ ആവി പുറത്തേക്കു പൊന്തും.

"ദേണ്ട്... വീണ്ടും കെടന്നുപെടുത്തൂന്നു തോന്നുന്നു. എന്റമ്മേ... ഇതു മാത്രമുള്ളോ പണി...മനുഷ്യരെക്കൊണ്ടിങ്ങനെ വെറുപ്പിക്കരുത്..."

അമ്മ വിതുമ്പി.

അച്ഛൻ വീട്ടിലുള്ളപ്പോൾ പക്ഷേ, അമ്മ നിശ്ശബ്ദയായിരുന്നു. അതു കൊണ്ടുതന്നെ അമ്മയുടെ പുലയാട്ടുകൾ അച്ഛൻ കേൾക്കാതെപോയി. എന്നിട്ടും ഒരുദിവസം ഒടിഞ്ഞുവീണ നേന്ത്രവാഴക്കുലയുമായി അപ്രതീ ക്ഷിതമായി കടന്നുവന്ന അച്ഛൻ ഇതുകേട്ടു.

"നിർത്തെടീ..." അച്ഛൻ അലറി..."അമ്മയെ നോക്കാൻ നിനക്കുവയ്യെ ങ്കിൽ വേണ്ട...ഞാൻ നോക്കിക്കോളാം..."

ആ നിമിഷം മുതൽ അമ്മൂമ്മ അച്ഛന്റെ സംരക്ഷണയിലായി. പറമ്പിലെ കൃഷിപ്പണിക്കൊപ്പം പെൻഷൻകാല ജീവിതത്തിന് ദിശാബോധം നൽകാൻ അച്ഛന് അമ്മൂമ്മ കൂടിയുണ്ടായി. വല്ലപ്പോഴുമൊരിക്കൽ അച്ഛനറിയാതെ അമ്മ അമ്മൂമ്മയുടെ മൂത്രത്തുണി മാറ്റാൻ ചെല്ലുന്നതു കണ്ടപ്പോളൊക്കെ അച്ഛൻ അലറി.

"തൊട്ടുപോകരുത് എന്റമ്മയെ...."

അച്ഛന്റെ കൈത്തണ്ടിലെ തൊട്ടിലിൽ അരുമക്കുഞ്ഞായി അമ്മൂമ്മ കിടക്കുമ്പോൾ കിടക്കത്തുണി മാറ്റിവിരിക്കാൻ അച്ഛൻ റാണിച്ചേച്ചിയുടെ തുണതേടി...മുറിയുടെ ഇരുട്ടിനെ സദാ ചന്ദനത്തിരിയും കുട്ടിക്കൂറാ പൗഡറും കൊണ്ട് അച്ഛൻ സുഗന്ധപൂരിതമാക്കി. വല്ലപ്പോഴും അമ്മൂമ്മയെ കാണാൻവന്ന സന്ദർശകർ പോകുമ്പോൾ പറഞ്ഞു, "ഭാരതിയെ സമ്മതി ക്കണം... എത്ര വൃത്തിയായിട്ടാ അമ്മയേ നോക്കുന്നത്... തൂറീം പെടുത്തും കെടക്കുന്നയാളാന്ന് ആ മുറീ നിന്നാൽ തോന്നുകയേ ഇല്ല."

അപ്പോഴൊക്കെ അമ്മൂമ്മയുടെ സത്യവാൻ പല്ലി കാണാക്കോണിലി രുന്നു ചിലച്ചു. അതോ ചിരിച്ചോ? ഏതുനിമിഷവും അമ്മൂമ്മയുടെ മരണ മറിയിച്ച് ഒരു ഫോൺകോൾ ഞാൻ പ്രതീക്ഷിച്ചിരുന്നു. അതിനാൽ സത്യ വാൻ പല്ലി സ്വപ്നത്തിലേക്കു തലനീട്ടി ചിലച്ച നിമിഷംതന്നെ ഓർമയുടെ

വെയിൽത്തിരശ്ശീലയ്ക്കപ്പുറം, വീട് കൈമാടി വിളിക്കുംപോലെ എനിക്കു തോന്നി.. ഞാൻ പോകാൻതന്നെ തീരുമാനിച്ചു.

രാത്രിവണ്ടിയിൽ വീട്ടിലെത്തുമ്പോൾ മുറ്റത്തു വെളിച്ചമുണ്ടായിരുന്നു. പല കോണുകളിലായി ആരൊക്കെയോ കൂട്ടംകൂടിയിരുന്നു സംസാരിക്കുന്നു. എന്നെ കണ്ടതോടെ വീടു പെട്ടെന്നു വായപൊത്തി. ബാഗ് താഴെ വച്ചു ഞാൻ മുറിയിലേക്കോടിക്കയറുമ്പോൾ പെണ്ണുങ്ങളുടെ ഒരുസംഘം പെട്ടെന്നു വശങ്ങളിലേക്കു മാറി. മുറിയ്ക്കുനടുവിലെകിടക്കയിൽ അമ്മൂമ്മ മച്ചിലേക്കുനോക്കി മലർന്നുകിടക്കുന്നുണ്ടായിരുന്നു. നരിച്ചീറിന്റെ കരച്ചിൽ പോലെ തൊണ്ടയിൽ കഫനൂൽക്കെട്ടിനിടയിലൂടെ ശ്വാസം കുറുകുന്ന ശബ്ദം മുഴങ്ങിക്കേട്ടു.

"രാവിലെ മുതൽ ഈ കിടപ്പാ..." ബാഗ് ഏറ്റുവാങ്ങി അച്ഛൻ എന്നോടു പറഞ്ഞു, "ഇന്നത്തെ രാത്രികൂടി നോക്കീട്ട് നാളെ രാവിലെ നിന്നെ വിളിച്ചു വിവരം പറയാമെന്നു കരുതി..."

അച്ഛന്റെ മുഖം വല്ലാതെ ചുവന്നിരുന്നു. ഏതുനിമിഷവും പടികടന്നെത്താനിരിക്കുന്ന അതിഥിക്കായി കിടക്കയ്ക്കുതാഴെ ചമ്രം പടിഞ്ഞിരിക്കുന്ന കുഞ്ഞമ്മമാർ എന്നെ സങ്കടക്കണ്ണുകൾകൊണ്ടുഴിഞ്ഞു. കരിന്തിരി കത്തുന്ന അമ്മൂമ്മയെത്തന്നെ ഞാൻ നോക്കി. കൺകോണിൽനിന്നിറ്റിയ ഒരുതുള്ളി നീര് ചുണ്ടുകളുടെ തുമ്പിലെ ചുളിവുകളിലേക്ക് ചാലിട്ടിരുന്നു. മൂക്കിനുള്ളിൽനിന്നു പുറത്തേക്കു നീണ്ട നരച്ച രോമം വല്ലാതെ വിറച്ചു. മരണത്തിന്റെ പൂതലിച്ച മണം എന്നെ വന്നു തൊട്ടു. ഞാൻ പിന്നോട്ടുമാറി.

"നീയെങ്ങനറിഞ്ഞു വിവരം?"

പിന്നിൽനിന്നു റാണിച്ചേച്ചി എന്റെ ചുമലിൽ തോണ്ടി ചോദിച്ചു. ഒന്നും പറയാതെ ഞാൻ എന്റെ മുറിയിലേക്കുപോയി.

"അമ്മൂമ്മ മരിക്കും... ഈ രാത്രിതന്നെ..."

ഒപ്പംവന്ന റാണിച്ചേച്ചിയോടു ഞാൻ പറഞ്ഞുതീരുംമുമ്പേ സത്യവാൻ പല്ലി കാണാക്കോണിൽനിന്നു നീട്ടിച്ചിലച്ചു. റാണിച്ചേച്ചി ഭീതിയോടെ എന്നെ നോക്കി. ഞാൻ പാന്റ്സ് ഊരി അയയിലിട്ട് മുണ്ടുടുത്തു തോർത്തുമായി പുറത്തിറങ്ങി.

"ജാതസ്യ ഹി ധ്രുവോ മൃത്യുർധ്രുവം ജന്മ മൃതസ്യ ച
തസ്മാദപരിഹാര്യേ/ർത്ഥേ ന ത്വം ശോചിതുമർഹസി..." തിണ്ണയുടെ കോണിലെ ഇരുളിൽനിന്നു പൊടുന്നനെ വെളിച്ചത്തിലേക്കുവന്ന ശ്രീധരൻ മാഷ് എന്നെ ചേർത്തുപിടിച്ചു സമാശ്വസിപ്പിച്ചു, "ജനിച്ചാൽ ഒരിക്കൽ മരിച്ചേ പറ്റൂ... പരിഹാരമില്ലാത്ത കാര്യത്തെ ഓർത്തു ദുഃഖിക്കരുത്..."

ഞാൻ പരിഹാസത്തോടെ ശ്രീധരൻമാഷിനെ നോക്കി. ഓരോ സന്ദർഭത്തിലും ഓർത്തെടുക്കാൻ പരുവത്തിൽ ഭഗവദ്ഗീതയെ കഷണങ്ങളാക്കി ഇയാൾ ഉള്ളിൽ ഉപ്പിലിട്ടുവച്ചിരിക്കുകയാണോ എന്ന് അദ്ഭുതം കൂറി. ഗീതാപ്രഭാഷണത്തിനു നിന്നു കൊടുക്കാതെ ഞാൻ തിടുക്കത്തിൽ കിണറ്റുകരയിലേക്കു നടന്നു. ഒരുതൊട്ടിവെള്ളം കോരി തലയിലൊഴിച്ചതേയുള്ളൂ, അടുത്തനിമിഷം മുറിക്കുള്ളിൽനിന്ന് ഒരു കൂട്ടക്കരച്ചിൽ ഓടിയിറങ്ങി പടികടന്നുപോയി.

അമ്മൂമ്മ മരിക്കുംമുമ്പുതന്നെ ആ മരണം ഞാൻ പലവട്ടം കൽപന ചെയ്തിട്ടുണ്ട്. അമ്മൂമ്മയുടേതു മാത്രമല്ല, അച്ഛന്റേതും അമ്മയുടേതും ചിലപ്പോൾ എന്റേതുപോലും! കുളിപ്പിച്ചുകിടത്തിയ മൃതദേഹത്തെ പല കോണിൽനിന്നു ഞാൻ നോക്കിയിട്ടുണ്ട്. കരച്ചിലിന്റെ പല സാധ്യതകളെ മുറിയുടെ പല കാഴ്ചകളിൽനിന്നു പരീക്ഷിച്ചിട്ടുണ്ട്. ഉത്തരവാദിത്തങ്ങളുടെ ഭാരം പേറി, ഒളിച്ചുപിടിച്ച അഭിമാനത്തോടെ മുറ്റത്തു തലങ്ങും വിലങ്ങും നടന്നിട്ടുണ്ട്. പട്ടടയ്ക്കു തീ കൊളുത്താൻ നിൽക്കുന്ന എന്നെ വീട്ടുമുറ്റത്തു കൂടിയവർ അനുകമ്പയോടെ നോക്കുന്നതു കണ്ടിട്ടുണ്ട്. പക്ഷേ, ഇരട്ട ച്ചേച്ചിമാരുടെയോ റാണിച്ചേച്ചിയുടെയോ മരണം ഒരിക്കലും കൽപന ചെയ്യാൻ തോന്നിയിട്ടില്ല. മരണം എന്നും പ്രായമായവരെയാവും പിടികൂടുക എന്ന് എന്റെ മനസ്സ് ധരിച്ചിരുന്നുവോ? എന്തായാലും മരണം ഒരിക്കൽ എന്നെ വിഡ്ഢിയാക്കി. എന്നെ മാത്രമല്ല, ഞങ്ങളുടെ വീടിനെയൊന്നാകെ.

സുമിത്രച്ചേച്ചിക്കു നഗരത്തിൽ ജോലികിട്ടിയതോടെ വീട് തലകുട ഞ്ഞുണർന്നു കരുത്തു നേടിത്തുടങ്ങിയ കാലമായിരുന്നു അത്. തിരുവനന്ത പുരത്തെ പഠനത്തിനായി, 'പാഴാക്കിക്കളയരുത്' എന്ന മുന്നറിയിപ്പോടെ സുമിത്രച്ചേച്ചി എനിക്കു വല്ലപ്പോഴുമൊക്കെ പണമയച്ചു തുടങ്ങിയിരുന്നു. പതിവില്ലാത്ത സ്നേഹപ്രകടനത്തിൽ ഞാൻ പൂത്തുലയുമ്പോഴാണ് ഒരി ക്കൽ എന്നെത്തേടി സുമിത്രച്ചേച്ചിയുടെ കത്തുവന്നത്. 'പ്രഭേ, നിന്നെ കാണാൻ ഒരാൾ വരും. അന്തസ്സായി പെരുമാറുക.'

ആരെന്നോ എന്തെന്നോ കത്തിലുണ്ടായിരുന്നില്ല. വരുന്നത് ആണോ പെണ്ണോ എന്നും സൂചിപ്പിച്ചിരുന്നില്ല. ചേച്ചിക്കു പ്രിയപ്പെട്ട ആരോ എന്നു മാത്രം ഞാൻ ധരിച്ചു.

താഴത്തെ നിലയിൽനിന്ന് ആടുന്ന കാലടികളുമായി മുകളിലേക്കു വന്ന രാഘവനാണ് ഒരു വൈകുന്നേരം എന്നോടു പറഞ്ഞത്, എന്ന തിരക്കി ആരോ താഴെ നിൽപ്പുണ്ടെന്ന്. തിടുക്കത്തിൽ വേഷംമാറി, ഏറ്റവും നല്ല കുപ്പായം ധരിച്ച് ഞാൻ താഴേക്കോടി. കുറ്റിത്താടിയും ചുരുണ്ട തലമുടി യുമായി ഒരു ചെറുപ്പക്കാരൻ ദൂരെനിന്നേ എന്നെ നോക്കി കൈനീട്ടി.

"പ്രഭേ, ഞാൻ മഹാദേവൻ..."

അയാൾ ചുണ്ടുകളെ പരമാവധി വിടർത്തി ചിരിയെ വലുതാക്കി. ആറടി യോളം ഉയരമുള്ള ഉടലിനു മഞ്ഞയിൽ കറുപ്പുവരകളുള്ള കുപ്പായം എന്തെന്നില്ലാത്ത അന്തസ്സ് സമ്മാനിച്ചിരുന്നു. അരയിൽ കെട്ടിയ വെളുത്ത ബെൽറ്റ് പരിഷ്കാരത്തിന്റെ മുദ്രകാട്ടി ചിരിച്ചു.

"പുറത്തേക്കിറങ്ങിയാലോ?"

അയാൾ ചോദിച്ചു. ഞാൻ സമ്മതം മൂളി. ഞങ്ങൾ കിഴക്കേക്കോട്ടയി ലേക്കുള്ള വഴിയിലൂടെ നടന്നു.

"എങ്ങനുണ്ട് പഠിത്തമൊക്കെ?"

"കുഴപ്പമില്ല."

"ഉം... സുമിത്രയ്ക്കു വലിയ പ്രതീക്ഷയാ തന്നേപ്പറ്റി."

പാന്റ്സിന്റെ കീശയിലേക്കു കൈനീട്ടി അയാൾ സിഗരറ്റ് പായ്ക്ക റ്റെടുത്തു.

"വലിക്കുമോ?"

ഞാൻ മിണ്ടിയില്ല.

"വലിച്ചോടോ... ചേച്ചിയോടൊന്നും പറയില്ല."

അയാൾ സിഗരറ്റ് നീട്ടി. പുകച്ചുരുളുകളെ തുരുതുരാ ആകാശത്തേക്കു പറത്തിവിട്ടു ഞങ്ങൾ നടന്നു.

"ഞാൻ തന്റെ ചേച്ചീടെ കൂടെയാ ജോലി ചെയ്യുന്നത്. ഒരേ ഓഫീസ്... ഒരേ മുറി... എന്റെ വീട് ഇവിടെയടുത്താ...നേമം..ഒരുദിവസം അങ്ങോട്ടു വരണം."

"ഉവ്വ്."

"ഞാൻ വല്ലപ്പോഴുമൊക്കെയേ വീട്ടിലേക്കു വരാറുള്ളു. വന്നാൽ പിറ്റേന്നു തന്നങ്ങുപോകും."

ഞാൻ മൂളി.

"സന്ധ്യയായിട്ടും നല്ല ചൂട്. നമുക്കൊരു ബിയർ കാച്ചിയാലോ?"

അയാളെന്നെ ചുഴിഞ്ഞുനോക്കി. ഞാൻ തലകുലുക്കി.

ബാറിലെ അരണ്ട വെളിച്ചത്തിൽ പതഞ്ഞൊഴുകുന്ന ഗ്ലാസിനെ ചൊൽപ്പടിക്കുനിർത്താൻ കിണഞ്ഞുകൊണ്ട് അയാൾ എന്നോടു ചോദിച്ചു:

"പ്രഭയ്ക്കെന്നെ ഇഷ്ടപ്പെട്ടോ?"

"എന്നു ചോദിച്ചാൽ..."

"അപ്പോ ഇഷ്ടമല്ല?"

അയാൾ കപടമായി മുഖം കൂർപ്പിച്ചു.

"എന്തിനാ ഇഷ്ടപ്പെടുന്നേ?"

"എന്നെപ്പറ്റി സുമിത്ര ഒന്നും തന്നോടു പറഞ്ഞിട്ടില്ലേ?"

ഞാൻ ഇല്ലെന്നു ചുമലനക്കി. അയാൾ താടിതടവി.

"എനിക്കൊരു ബിയർകൂടി വേണം..."

ഞാൻ അയാളുടെ മുഖത്തുനോക്കാതെ ഉത്തരവിട്ടു. അയാൾ എന്നെ വല്ലാത്തൊരു നോട്ടംനോക്കി.

ഞങ്ങൾ പിരിഞ്ഞ് ഒരാഴ്ച കഴിഞ്ഞ് ഞാൻ വീട്ടിൽ ചെന്നപ്പോൾ പടിക്കൽവച്ചേ അമ്മ ഓടിവന്നു.

"എങ്ങനുണ്ടെടാ ആൾ?"

"ആര്?"

"നിന്റമ്മേടെ നായര്..."അമ്മ ചൊടിച്ചു, "എടാ ആ മഹാദേവൻ എങ്ങനുണ്ടെന്ന്..."

കാര്യങ്ങൾ എനിക്കു വ്യക്തമായത് അപ്പോഴാണ്. രാത്രി, ഊണുമേശയുടെ മുന്നിലിരിക്കെ അമ്മ പതിവില്ലാത്ത സ്നേഹം കോരിയൊഴിച്ച് കറി വിളമ്പുമ്പോൾ അച്ഛൻ തലയുയർത്താതെ പറഞ്ഞു:

"എല്ലാം എടുപീടീന്നു വേണംന്നൊക്കെ പറഞ്ഞാൽ..."

"നടത്തണം,"അമ്മ കൂസലില്ലാതെ തിരിച്ചടിച്ചു, "പൊന്നും പണോ മൊന്നും അവരു ചോദിക്കുന്നില്ലല്ലോ. ഇപ്പളത്തെ കാലത്ത് അതുതന്നെ വലിയ കാര്യമല്ലേ?"

"പക്ഷേ, ഒരേ സമയത്ത് അവടെ കൂടെ ഭൂമീലോട്ടുവന്ന ഒരുത്തി കൂടി നിൽപ്പുണ്ടല്ലോ."

അച്ഛൻ ചോറുരുള വായിലേക്കെറിഞ്ഞു.

"സർക്കാർ ജോലിയൊള്ള പെണ്ണിനു സംബന്ധമാലോചിച്ച് ഇങ്ങോട്ടു വരുന്നതുപോലെയാണോ പത്തും ഗുസ്തീംകഴിഞ്ഞ് മുറിക്കകത്തു മോന്തേം വീർപ്പിച്ചിരിക്കുന്നവൾക്ക് ചെക്കനെ കിട്ടുന്നത്?"

"പതുക്കെപ്പറ."

അച്ഛൻ ശാസിച്ചു.

"എന്താ ഉറക്കെ പറഞ്ഞാല്? സത്യമല്ലേ? ടൈപ്പു പഠിക്കാൻ വിട്ടു. തയ്യൽ പഠിക്കാൻ വിട്ടു. എന്നിട്ടെന്താ... എല്ലാം പകുതിക്കുവച്ച് ഇട്ടേച്ചു പോയി... ആരുടെ കുറ്റം?"

ചോറ് ഉരുട്ടിയെറിഞ്ഞ അച്ഛൻ അടുത്ത നിമിഷം അതു മേശയിലേക്കു തുപ്പി. ചിതറിയ ചോറുകൾക്കിടയിൽ കുരുങ്ങിക്കിടന്ന തലമുടി തോണ്ടി യെടുത്ത് അച്ഛൻ അമ്മയ്ക്കു നേരേ ഉയർത്തി.

"എന്തെങ്കിലും ചെയ്യുമ്പോ അതു വൃത്തിയായിട്ടു ചെയ്യണം. വച്ചൊണ്ടാക്കിത്തന്നാ മാത്രം പോരാ... കന്നാലിക്കല്ല, മനുഷ്യനാ കൊ ടുക്കുന്നേന്ന് ഓർമവേണം..."

കസേര തള്ളിനീക്കി, കൈ കുടഞ്ഞ് അച്ഛൻ രോഷത്തോടെ എഴു ന്നേറ്റുപോയപ്പോൾ അമ്മ കണ്ണുനിറച്ചു.

"ഇന്ന് ഈ നിമിഷം വരെ എന്റെ മുടിയേൽ ഞാൻ കൈകൊണ്ടു തൊട്ടിട്ടില്ല... ഈശ്വരൻ സത്യം..." മേശപ്പുറം തുടച്ചുകൊണ്ട് അമ്മ പൂമുഖ ത്തേക്കു നോക്കിപ്പറഞ്ഞു. പിന്നെ സ്വരം താഴ്ത്തി പിറുപിറുത്തു, "അ തെങ്ങനാ, കഴിക്കാനും വേണം ഒരു യോഗം..."

രാത്രി, ഒരു സിഗരറ്റുപുകയ്ക്കാൻ പഴുതുതേടി ഞാൻ മുറ്റത്തെ ഇരു ളിൽ തപ്പിത്തടയുമ്പോൾ സുമതിച്ചേച്ചി മുറിയുടെ ജനാലയിലൂടെ എന്നെ കൈകാട്ടി വിളിച്ചു.

"എന്താ?"

തിടുക്കത്തിൽ സിഗരറ്റ് കീശയിലൊളിപ്പിച്ച് ഞാനവിടേക്കുചെന്നു.

"നീ കണ്ടോ മഹാദേവനെ?"

"ഉം."

"എങ്ങനുണ്ട്? സുന്ദരനാ?"

"ഉം."

"വെളുത്തിട്ടാ?"

"ഉം."

"ഉയരമുണ്ടോ?"

"ഉം."

"എന്തുചോദിച്ചാലും നീയിങ്ങനെ കുംകുംന്നു മൂളീട്ടെന്താ?"

സുമതിച്ചേച്ചി ദേഷ്യപ്പെട്ടു.

"ചേച്ചിക്കെന്താ അറിയണ്ടേ? സുമിത്രച്ചേച്ചിക്കു ചേരുമോന്നാണോ? നന്നായി ചേരും."

ഞാൻ തിരിഞ്ഞുനടന്നു.

"എടാ നിന്നേ..."

"എന്താ?"

"വേണുനാഗവള്ളിയെപ്പോലാണോ അയാൾ?"

മഹാദേവനു വേണുനാഗവള്ളിയുമായി വിദൂരച്ഛായപോലുമില്ലെങ്കിലും ജനാലച്ചതുരത്തിലൂടെ നീണ്ടുവന്നുതൊട്ട സുമതിച്ചേച്ചിയുടെനോട്ടത്തിലെ ആശങ്ക കണ്ടു വെറുപ്പോടെ ഞാൻ പറഞ്ഞു.

"ഉം. അതുപോലിരിക്കും. ശരിക്കും വേണുനാഗവള്ളിയെപ്പോലെ തന്നെ."

അടുത്ത നിമിഷം ജനാല ആഞ്ഞടഞ്ഞു. എനിക്കു ചിരിവന്നു.

നവംബർ പതിനേഴിന്റെ പ്രഭാതം രണ്ടുതവണ എന്റെ ജീവിതത്തെ അപ്രതീക്ഷിതമായി നോവിക്കുകയും കരയിക്കുകയും ചെയ്തിട്ടുണ്ട്. ആദ്യത്തേത് എട്ടാംക്ലാസിൽ പഠിക്കുമ്പാഴായിരുന്നു. 1980 നവംബർ 17ന്. അന്നു രാവിലെ അയൽപക്കത്തെ ശ്രീധരൻമാഷിന്റെ മകനും എന്റെ സഹപാഠിയുമായ ചന്ദ്രമോഹനാണ് ജനാലയിൽ തട്ടി എന്നെ വിളിച്ചുണർത്തിയത്.

"എടാ... എഴുന്നേൽക്ക്... നമ്മടെ ജയൻ മരിച്ചു."

"ആര്?"

"ജയൻ. സിനിമേലെ ജയൻ."

'അയ്യോ' എന്നു നിലവിളിച്ച് ഞാൻ കിടക്കയിൽനിന്നു ഞെട്ടിയെഴുന്നേറ്റു.

"പത്രത്തിലൊണ്ടെടാ.... ഇന്നലെ രാത്രീല് മദ്രാസീ വച്ച് ഹെലിക്കോപ്റ്ററിൽ തൂങ്ങി ബാലൻകെനായരെ ഇടിക്കുമ്പഴായിരുന്നു. അയാളു തള്ളിയിട്ടതാന്നോന്നാ എന്റെ സംശയം..."

എന്റെ മനസ്സിൽ പെട്ടെന്നിരുട്ടുകയറി. നെഞ്ചിനുള്ളിലേക്കാരെയോ പുതപ്പിച്ചുകിടത്തിയപോലൊരു മൂകത വന്നു മൂടി. ഞാൻ പൂമുഖത്തേക്കോടി. അവിടെ പത്രത്തിനുള്ളിലേക്കു കണ്ണുകളെ നാട്ടിനിർത്തി സുമതിച്ചേച്ചിയും എത്തിവലിഞ്ഞുനോക്കി തൊട്ടടുത്തു റാണിച്ചേച്ചിയുമുണ്ട്. എന്നെക്കണ്ട് സുമതിച്ചേച്ചി തലയുയർത്തി.

"എടാ അറിഞ്ഞോ? നിന്റെ ജയൻ മരിച്ചു..."

ഞാൻപത്രം തട്ടിപ്പറിച്ചോടി. പൗരുഷത്തിന്റെ തുറിച്ചുനോക്കുന്ന നോട്ടവുമായി ജയൻ പത്രത്തിൽനിന്ന് എന്നെ നോക്കി നിഷ്കളങ്കമായി ചിരിച്ചു.

"ഇന്നു സ്കൂളു കാണുമോ?"

ഞാൻ മടിച്ചുമടിച്ചു ചോദിച്ചു.

"പിന്നേ... ജയൻ മരിച്ചാൽ സ്കൂളിനവധിയോ? പോടാ പൊട്ടാ... ശ്രീദേവി മരിച്ചാപ്പോലും സ്കൂളിന് അവധി കിട്ടത്തില്ല. പിന്നാ..."

സുമതിച്ചേച്ചി ബലമായി പത്രം തിരിച്ചുവാങ്ങി വീണ്ടും ഉമ്മറത്തിണ്ണയിലിരുന്നു.

"എടാ നിന്റെ ജയന്റെ ശരിയായ പേരെന്താന്നറിയാമോ?"

സുമതിച്ചേച്ചി പരിഹാസച്ചിരിയോടെ ചോദിച്ചു.

"ജയൻന്ന്..."

"പോടാ.. അതു കള്ളപ്പേരാ... കൃഷ്ണൻനായർന്നാ ശരിക്കും പേര്..."

"അയ്യേ.. കൃഷ്ണൻനായർ..." റാണിച്ചേച്ചി മൂക്കത്തു വിരൽവച്ചു ചിരിച്ചു, "നമ്മടെ പലചരക്കുകടേലെ കൃഷ്ണൻനായരുടെ പേരാന്നല്ലോടാ?"

എനിക്കു കരച്ചിൽ വന്നു. 'പോടീ' എന്ന് അവളെ ആട്ടി, ഞാൻ മുറിയിലേക്കോടി. കിടക്കയ്ക്കുതാഴെ പെട്ടിയിൽ വച്ചിരുന്ന ജയന്റെ ചിത്രങ്ങളൊട്ടിച്ച തടിച്ച പുസ്തകത്തിന്റെ താളുകൾ തുറന്ന് ഞാനൊരിക്കൽക്കൂടി ആ മുഖം കണ്ണുനിറയെ കണ്ടു. ഞാനാദ്യമായി വീട്ടുകാരുടെകൂടെയല്ലാതെ കാണുന്ന സിനിമ ജയന്റെ 'ദീപ'മായിരുന്നു. കുതിരപ്പുറത്തിരുന്നു പോളോ കളിക്കുന്ന ജയന്റെ പോസ്റ്റർ കണ്ട നിമിഷംമുതൽ ഞാനാ സിനിമകാണാൻ കൊതിച്ചിരുന്നു. ഞാനും ചന്ദ്രമോഹനുംകൂടിയാണ് ആ സിനിമ കണ്ടത്. ചന്ദ്രമോഹൻ കൂട്ടിനുള്ളതുകൊണ്ടുമാത്രം എന്നെയും, ഞാൻ ഒപ്പമുള്ളതുകൊണ്ടുമാത്രം ചന്ദ്രമോഹനെയും സിനിമയ്ക്കു വിട്ടതാണ്. എല്ലാക്കാര്യങ്ങളിലും വിരുദ്ധധ്രുവങ്ങളിലായിരുന്നു ഞങ്ങളെങ്കിലും ജയന്റെ കാര്യത്തിൽമാത്രം ഒരേ തട്ടിലായിരുന്നു. ജയനോട് എന്നേക്കാൾ ആരാധന അവനാണോ എന്നു സംശയം തോന്നിയപ്പോഴെല്ലാം ഞാനെന്റെ ചിത്രപ്പുസ്തകം തുറക്കുകയും ജയന്റെ പേശികളെ തൊട്ടുഴിയുകയും ചെയ്തു.

'ശരപഞ്ജരം' ദേവി തിയറ്ററിൽ വന്നപ്പോൾ കാണാൻ ഞാൻ വാശിപിടിച്ചിട്ടും സമ്മതിച്ചില്ല. കുട്ടികൾക്കു കാണാൻപറ്റിയ സിനിമയല്ലെന്നു പറഞ്ഞു വിലക്കിയതിനുപിന്നിൽ സുമിത്രച്ചേച്ചിയുടെയും സുമതിച്ചേച്ചിയുടെയും കൈകളായിരുന്നു. ഒരിക്കലും കുട്ടികൾക്കു കാണാൻ പറ്റാത്ത സിനിമയിൽ ജയൻ അഭിനയിക്കില്ലെന്നു ഞാൻ തർക്കിച്ചപ്പോൾ ഇരട്ടച്ചേച്ചിമാർ സുലോചനച്ചേച്ചിയെ നോക്കി പൊട്ടിച്ചിരിച്ചു പറഞ്ഞു:

"ഇങ്ങനെയൊരു പൊട്ടൻ...!!"

'ശരപഞ്ജര'ത്തിന്റെ കടം വീട്ടാനാണ് ഞാൻ 'ദീപ'ത്തിനുവേണ്ടി ശഠിച്ചത്. പിന്നീട് 'മൂർഖനും' 'മനുഷ്യമൃഗ'വും 'മീനും' 'കോളിളക്കവു'മെല്ലാം ഞാനും ചന്ദ്രമോഹനും ഒരുമിച്ചിരുന്നു കണ്ടു.

ജയന്റെ മരണത്തിൽ ദുരൂഹതയുണ്ടെന്നും ജയൻ മരിച്ചിട്ടില്ലെന്നു മൊക്കെ ഓരോ വാർത്തകൾ പിന്നീടുകേട്ടപ്പോഴെല്ലാം വിടർത്തിപ്പിടിച്ച കൈകളുമായി തിരശ്ശീല കീറി എന്റെ ധീരനായകൻ മുന്നിലെത്തുന്നതു ഞാൻ സ്വപ്നംകണ്ടു. പിന്നീടൊരിക്കൽ 'ജയൻ അമേരിക്കയിൽ' എന്ന പുസ്തകമിറങ്ങിയപ്പോൾ അതു സ്വന്തമാക്കാൻ ജീവിതത്തിലാദ്യമായി അച്ഛന്റെ കീശയിൽനിന്നു ഞാൻ ഒരുരൂപാമോഷ്ടിച്ചു.

വർഷങ്ങൾക്കുശേഷം, മഞ്ഞിൻ തണുപ്പുവീണു നനഞ്ഞ മറ്റൊരു നവംബർ പതിനേഴിന്റെ സങ്കടപ്പുലരിയിലേക്കു ചന്ദ്രമോഹൻതന്നെ എന്നെ വിളിച്ചുണർത്തിയത് വിധിയുടെ കടുംകൈ.

പഠനത്തിനായി രണ്ടുപേരും രണ്ടുവഴിക്കു തിരിഞ്ഞതിൽപ്പിന്നെ കൂടിക്കാഴ്ച അപൂർവമായതിനാൽ ജനാലച്ചില്ലിനപ്പുറം വന്നുനിന്ന ചന്ദ്രമോഹനെ ഞാൻ അപൂർവജീവിയെപ്പോലെ നോക്കി. അവനെന്നെ ഗൗരവത്തോടെ കൈമാടി വിളിച്ചു. കൈലിമുണ്ടു മടക്കിക്കുത്തി ഞാൻ പുറത്തു ചെല്ലുമ്പോൾ അവൻ എന്റെ കൈയിൽപിടിച്ചു മാറ്റിനിർത്തി പതിയെ പറഞ്ഞു:

"എടാ... നീ ബഹളമുണ്ടാക്കരുത്... കുളിക്കടവിൽ ഒരു ശവം... നമ്മടെ സുമതിച്ചേച്ചിയാണോന്നു സംശയം..."

ഞാൻ കടവിലേക്കോടി...

ഇല്ലിക്കാടിന്റെ പച്ചമതിലിനു ചാരെ ആൾക്കാർ തടിച്ചുകൂടിയിരുന്നു. ഞാൻ ചെല്ലുമ്പോൾ ഇരുവശത്തേക്കുമായി ഒഴിഞ്ഞുമാറി അവർ കാഴ്ചയ്ക്കു വഴിയൊരുക്കി.

"ഒരാൾ വെള്ളത്തിൽ കെടക്കുന്നൂന്നു പറഞ്ഞു മേലേപ്രത്തെ ജാനു കുളിക്കാതെ തിരിച്ചുപോകുന്നതുകണ്ടപ്പഴാ ഞങ്ങളുവന്നുനോക്കിയേ... അപ്പഴേക്കും ശവം കുളിക്കടവീന്നിങ്ങു കയത്തിലേക്കൊഴുകി പോന്നു."

ആരോ പറഞ്ഞു.

ഇല്ലിക്കാടിനെ വകഞ്ഞുമാറ്റി, ഞാൻ കയത്തിലേക്കു നോക്കി. താഴെ, കരിനീല ജലപ്പരപ്പിനു മേലേ ഇല്ലിമുള്ളിൽ കുടുങ്ങി ആരോ കിടപ്പുണ്ട്. നീലയിൽ കറുത്ത പൂക്കൾ തുന്നിയ പാവാട വെള്ളത്തിനുമുകളിലേക്കു ബലൂൺപോലെ വീർത്തിരിക്കുന്നു. കറുത്തമുടി ജലപ്പരപ്പിനുമേലേ പരന്നിരിക്കുന്നു... ഈശ്വരാ... അതു സുമതിച്ചേച്ചിതന്നെ...

ഞാൻ നിലത്തു കുന്തിച്ചിരുന്നു. ചന്ദ്രമോഹൻ എന്റെ തോളിൽ വിരലമർത്തി. ഇത്തരമൊരു രംഗം മുമ്പെന്റെ കൽപനയിലെങ്ങും കടന്നുവന്നിട്ടില്ലാത്തതിനാൽ എങ്ങനെ പെരുമാറണമെന്നറിയാതെ ഞാൻ വല്ലാതുലഞ്ഞു.

തലേന്നു രാത്രി പതിവില്ലാതെ സുമതിച്ചേച്ചിയുടെ മുറിയിൽ ശബ്ദം കേട്ടപ്പോൾ ഞാൻ ജനാലയിലൂടെ എത്തിവലിഞ്ഞുനോക്കിയതാണ്. പൊട്ടിക്കരയുന്ന സുമതിച്ചേച്ചിയെ അച്ഛൻനെഞ്ചത്തു ചേർത്തുനിർത്തി ആശ്വസിപ്പിക്കുകയായിരുന്നു. സുമതിച്ചേച്ചിയുടെ കല്യാണംകൂടി സുമിത്രച്ചേച്ചിയുടേതിനൊപ്പം നടത്താനുള്ള അച്ഛന്റെ എല്ലാ ശ്രമങ്ങളും പരാജയപ്പെട്ട ദിവസമായിരുന്നു അന്ന്.

"മോളു വിഷമിക്കരുത്... അച്ഛനു നിങ്ങൾ രണ്ടുപേരും ഒരുപോലെയാ.... മോടെ കല്യാണം അച്ഛൻ നടത്തും. അന്തസ്സായി... ഒട്ടും വൈകാതെ..."

കരച്ചിൽ അടക്കാനാവാതെ സുമതിച്ചേച്ചി അച്ഛന്റെ നെഞ്ചിനെ ഉപ്പു നീരിൽ മുക്കി.

"സുമിത്രേടെ കല്യാണത്തിനു മഹാദേവന്റെ വീട്ടുകാര് തിരക്കു കൂട്ടുന്നു. അടുത്തയാഴ്ചതന്നെ നിശ്ചയം നടത്തണമെന്നാണ് അവരുടെ വാശി... വേറെ വഴിയില്ല. അതുകൊണ്ട് അച്ഛൻ വാക്കുകൊടുക്കാൻ പോവു കയാണ്.... കൊടുക്കട്ടേ?"

"ഉം..."

സുമതിച്ചേച്ചി ദുർബലമായി മൂളി.

"നീ സങ്കടപ്പെടരുത്.?"

"ഉം."

"രണ്ടുപേരുടേം കല്യാണം ഒരുമിച്ച്, ഒരേ മുഹൂർത്തത്തിൽ, ഒരേ പന്തലിൽവച്ചു വേണമെന്നായിരുന്നു അച്ഛന്റെ മോഹം..."

അടക്കിനിർത്തിയ കരച്ചിൽ വീണ്ടും കനം വച്ചപ്പോൾ ഞാൻ ജനാല ചാരി കിടക്കയിൽ വന്നുവീണു. രാത്രിമുഴുവൻ സുമതിച്ചേച്ചി ഉറങ്ങിയി ട്ടുണ്ടാവില്ല. എനിക്ക് ഊഹിക്കാം.

പിന്നീടറിഞ്ഞു, പിറ്റേന്നുകാലത്ത് ബക്കറ്റു നിറയെ തുണിയുമായി കുളിക്കടവിലേക്കു പോകാനിറങ്ങിയ സുമതിച്ചേച്ചിയോട് അമ്മ ചോദി ച്ചത്രേ

"ഇന്നെന്താ തമ്പുരാട്ടി നേരത്തേ എഴുന്നേറ്റേ?"

സുമതിച്ചേച്ചി ചിരിച്ചു.

"റാണിയേക്കൂടെ വിളിച്ചോണ്ടുപോടീ... ഇപ്പോ കടവിലാരും വന്നി ട്ടുണ്ടാവില്ല."

"ഓ... ആരും വേണ്ട. പെട്ടെന്നു മുങ്ങിക്കുളിച്ചേച്ചുപോരാം."

"ഇതെന്താ ഇതിനുമ്മാത്രം തുണി? നീ കെടന്നു പെടുത്തോ?"

അമ്മ പരിഹസിച്ചു. സുമതിച്ചേച്ചി മറുപടിയൊന്നും പറയാതെ അമ്മയെ തുറിച്ചുനോക്കി.

"എന്റെ സുലോചനേ... ആ നോട്ടം കണ്ടപ്പോൾ ഞാനറിഞ്ഞില്ല, എന്റെ കൊച്ച് വെള്ളത്തിച്ചാടി ചാവാനൊള്ള പോക്കാണെന്ന്...."

വെള്ളം കുടിച്ചു ചീർത്തുപൊട്ടാറായ കറുത്ത ഉടലിനുമേലേക്കു വീണ അമ്മ പിന്നീടു പൊട്ടിക്കരഞ്ഞു. എല്ലാ ബഹളങ്ങൾക്കുമപ്പുറം ഉമ്മറപ്പടി യിൽ കണ്ണാടിനോക്കി നിശ്ശബ്ദമിരിക്കുന്നതുപോലെ എല്ലാക്കരച്ചിലിനു മപ്പുറം എന്റെ സുമതിച്ചേച്ചി മരണം കണ്ണാടിനോക്കി നിശ്ചലം കിടന്നു.

കാലങ്ങൾക്കുശേഷം, പിന്നൊരിക്കൽ, സുമിത്രച്ചേച്ചിയുടെ മകൻ പത്തിൽ മാർക്കുകുറഞ്ഞതിനു നാടുവിടുകയും കോയമ്പത്തൂരിൽനിന്നു പോലീസ് സഹായത്തോടെ പൊക്കുകയും ചെയ്തതറിഞ്ഞു സമശ്വാസ

ദൗത്യവുമായി പോയ റാണിച്ചേച്ചി മടങ്ങിവന്നപ്പോൾ ആരും കാണാതെ എന്റെ കൈയിലൊരു നിറം മങ്ങിയ കവർ തന്നു.

"വായിച്ചുനോക്കിയേ..."

അവൾ നിർദേശിച്ചു.

തൊട്ടാൽ കടലാസ് പൊടിയുന്ന പഴക്കത്തിനെതിരെ കരുതലോടെ ഞാൻ ആ കത്തു തുറന്നു. ഒട്ടും വടിവില്ലാത്ത അക്ഷരത്തിൽ കോണോടു കോണായി കറുത്തമഷിയിലെഴുതിയ വടിവു നഷ്ടപ്പെട്ട അക്ഷരങ്ങളി ലേക്കു ഞാൻ സൂക്ഷിച്ചു നോക്കി:

"സൗന്ദര്യവും ഭാഗ്യവും പ്രേമവും കല്യാണവുമെല്ലാം നിനക്ക്.

വൈരൂപ്യവും പൊണ്ണത്തടിയും നിർഭാഗ്യങ്ങളും സങ്കടങ്ങളുമെല്ലാം എനിക്ക്.

നിന്നേക്കാൾ നേരത്തേ ഭൂമിയിൽ വന്നിട്ടും ദൈവം എനിക്കു നല്ല തൊന്നും തന്നില്ല. ഇനിയൊന്നും പ്രതീക്ഷിക്കാനുമില്ല. അതുകൊണ്ടു ഞാൻ പോകുന്നു.

നീയിതു വായിക്കുമ്പോൾ ഞാൻ എത്തേണ്ടിടത്ത് എത്തിയിരിക്കും.

-സുമതി"

"ഇതെവിടുന്നു കിട്ടി ഇപ്പോൾ?"

"സുമിത്രച്ചേച്ചീടെ ചെക്കനെ കാണാതെ പോയപ്പോ കത്തുവല്ലതും എഴുതിവച്ചിട്ടുണ്ടോന്നറിയാൻ വീടുമുഴുവൻ തപ്പി. അപ്പോ ചേച്ചീടെ മേ ശേന്നു കിട്ടിയതാ.."

"നീയിതെടുത്തത് അവളറിഞ്ഞോ?"

"ഇല്ല."

"എങ്കിൽ നീയെതെടുത്തിട്ടില്ല. ഞാനിതു കണ്ടിട്ടുമില്ല."

ഞാനാ കടലാസ് തലങ്ങും വിലങ്ങും കീറി, കാറ്റിൽ പറത്തി.

കാറ്റ് ഒരു തേങ്ങലിന്റെ ഈണം മൂളി.

പതിനേഴ്

ഇടർച്ച

വേനലിൽ പൊടുന്നനെ വറ്റിയ പുഴപോലെയായി ഒരു ദിവസം പാവം എന്റെയച്ഛൻ. തുലാമഴയുടെ കരുത്തും വൃശ്ചികക്കുളിരിന്റെ കുപ്പിച്ചിൽ കൂർപ്പുകളും അറിയാതെ ആ പുഴ നിശ്ചലമായി. കടലാസ് കീറും പോലെയാണ് ഏതാനും നിമിഷം കൊണ്ട് ആ ജീവിതം നെടുകേ കീറിപ്പോയത്. നടക്കുമ്പോൾ റബ്ബർപോലെ വലിയുന്ന വലംകാൽ ഞരമ്പുകൾ പോലെ അച്ഛന്റെ ഓർമകൾ കെട്ടുപിണഞ്ഞു. പക്ഷേ, ആരുമറിഞ്ഞില്ല, ആ മനസ്സിലെ കരിമ്പുകപ്പടർപ്പുകൾ.

പെൻഷൻകാല ജീവിതത്തിന്റെ പകൽ തൊടിയിലെ കപ്പയ്ക്കും ചേമ്പിനും ഏത്തവാഴയ്ക്കും വീതിച്ചുകൊടുത്ത ക്ഷീണം രാത്രി തീൻമേശയിൽ ചൂടുകഞ്ഞിയിലാറ്റിക്കളയുമ്പോൾ ഞാൻ അന്ന് അച്ഛനരികിലുണ്ടായിരുന്നു. നേന്ത്രവാഴകൾ വെട്ടുമ്പോൾ പകരം കദളിവാഴ നട്ടാലുണ്ടാകുന്ന നേട്ടങ്ങളുടെ സാധ്യതകളെപ്പറ്റി പതിവില്ലാതെ അച്ഛൻ ദീർഘമായി സംസാരിച്ചു കേട്ടപ്പോൾ എനിക്ക് അദ്ഭുതം തോന്നി. പണത്തെപ്പറ്റിയും പരാധീനതകളെപ്പറ്റിയും ഒരിക്കൽപ്പോലും അച്ഛൻ സംസാരിക്കുകയോ മലർപ്പൊടിക്കാരന്റെ ദിവാസ്വപ്നംകൊണ്ട് സംഭാഷണത്തെ ചങ്ങലയ്ക്കിടുകയോ ഇന്നുവരെ ഉണ്ടായിട്ടില്ല. അതുകൊണ്ടു ഞാൻ പരിഹസിച്ചു:

“കദളിവാഴത്തോട്ടം വച്ചു പണക്കാരനാകാനാണോ പരിപാടി? ഇപ്പം എന്താ ഇങ്ങനൊക്കെ ആലോചന?”

“പൊന്നുമോന്റെ കൊണം കൊണ്ട്,” ചുട്ടരച്ച ചമ്മന്തിയുമായി അടുക്കളയിൽനിന്നു വന്ന അമ്മ അരിശത്തോടെ പറഞ്ഞു, “നീആവശ്യത്തിനു സമ്പാദിച്ചുകൊണ്ടുവരുന്നതുകൊണ്ട് അച്ഛനു വിശ്രമിക്കാമല്ലോ.”

ചമ്മന്തിപ്പാത്രം അമ്മയുടെ കൈവേഗം കടമെടുത്തു മേശയുടെ ഒരറ്റത്തുനിന്ന് അങ്ങേയറ്റത്തേക്കു നീന്തിപ്പോയത്, അച്ഛൻ കൈയെത്തി തടഞ്ഞു.

“എന്താടീ ഇത്? ഇങ്ങനെയാണോ ഭക്ഷണം വിളമ്പുന്നേ?”

അമ്മ തലവെട്ടിച്ചു. തിരുവനന്തപുരത്തെ എന്റെ പഠിത്തത്തിന്റെ വിശേഷങ്ങൾ അമ്മയെ ആകെ താളം തെറ്റിച്ചിരുന്നു. മൂന്നുവർഷത്തിനിടയിൽ വിരലിലെണ്ണാവുന്ന ദിവസങ്ങളിലേ എന്നെ കോളേജിൽ കണ്ടിട്ടുള്ളൂ എന്നു കാണിച്ച് കോളജ് ഓഫീസിൽനിന്നയച്ച കത്തു വീട്ടിൽ തീ കോരിയിട്ടിരുന്നു. അച്ഛനൊഴികെ എല്ലാവരും എന്നെ കൊത്തിക്കീറിപ്പറിച്ചു. അതുമനസ്സിൽ വച്ചായിരുന്നുകുറേ ദിവസമായി അമ്മയുടെ പെരുമാറ്റം.

"അല്ല... പിന്നെങ്ങനാ പറയാതിരിക്കുക. ആണൊരുത്തനല്ലേയുള്ളൂ, വല്ലതും പഠിച്ചോട്ടേന്നു വിചാരിച്ച് ഇല്ലാത്ത കാശുമൊടക്കി, ദൂരെ പഠിക്കാൻ വിട്ടപ്പോ..."

സങ്കടം മൂക്കിൻതുമ്പിൽ തുടച്ച് അമ്മ മുഖം തിരിച്ചു.

"അതിനിപ്പോ എന്തുപറ്റി? അവൻ ഇത്തിരിയുഴപ്പി. നാട്ടിൻപുറത്തൂന്ന് നഗരത്തിച്ചെല്ലുന്ന ഈ പ്രായത്തിലുള്ള ഏതു പിള്ളാർക്കും ഇതൊക്കെപ്പറ്റും. ആമ്പിള്ളേരല്ലേ... അവൻ ഇനി പഠിച്ചോളും."

കരിക്കട്ടനിറമുള്ള ചുട്ടരച്ച ചമ്മന്തി പ്ലാവിലക്കുമ്പിൾ കൊണ്ടു വിദഗ്ധമായി കോരി കഞ്ഞിപ്പാത്രത്തിലേക്കിടുന്നതിൽ ശ്രദ്ധിച്ച് അച്ഛൻ പറഞ്ഞു.

"പിന്നേ.. ഒരില്ലാക്കുഞ്ഞ്... മടീൽ വച്ചോ... കരക്കാരോടു ചോദിക്കണം പൊടിക്കുഞ്ഞിന്റെ വിശേഷങ്ങളറിയണമെങ്കിൽ... സിഗരറ്റ് വലി, കള്ളുകുടി..പെഴച്ചപിള്ളാരുടെ എല്ലാ സ്വഭാവോം ഇവനു കിട്ടീട്ടൊണ്ട്."

ചമ്മന്തി കറുപ്പുകലക്കിയ കഞ്ഞിയിൽ പ്ലാവില തലങ്ങും വിലങ്ങും ചലിപ്പിച്ച് അച്ഛൻ ബോധപൂർവം കുനിഞ്ഞിരുന്നു. അമ്മ സംഭാഷണം നീട്ടാനുള്ള പുറപ്പാടാണെന്നു മനസ്സിലാക്കി, ഞാൻ തിടുക്കത്തിൽ പാത്രം കാലിയാക്കി എഴുന്നേറ്റു.

"കണ്ടോ... അവൻ കഴിക്കാതെണീറ്റുപോയതുകണ്ടോ...," മുറ്റത്തുനിന്നു കൈകഴുകുമ്പോൾ ഉള്ളിൽ അച്ഛൻ അമ്മയോടു കയർക്കുന്നതു കേട്ടു, "എന്തെങ്കിലും കഴിക്കാനിരിക്കുമ്പോ ഇത്തരം കാര്യങ്ങളു പറയരുതെന്ന് ഞാൻ നിന്നോടു നൂറുവട്ടം പറഞ്ഞിട്ടുണ്ട്. "

"അതിനു കഴിക്കാനിരിക്കുമ്പളല്ലാതെ അവന്റെ തിരുമോന്ത ഇവിടെ കാണാൻ കിട്ടാറില്ലല്ലോ."

പാത്രങ്ങൾ കൈയിലെടുത്ത്, മേശപ്പുറം തുടച്ചുകൊണ്ട് അമ്മ പറഞ്ഞു.

"തർക്കുത്തരം പറയാതെ. അവനെ വിളിച്ച് വല്ലതും കഴിക്കാൻ പറ."

അച്ഛൻ നിർദേശിച്ചു.

"ഒന്നു ചുമ്മാതിരി. വയറുനിറയെ ചെലുത്തീട്ടാ അവനെണീറ്റുപോയേ... നിങ്ങളുവല്ലതും കഴിക്കാൻ നോക്ക്."

അച്ഛൻ നിശ്ശബ്ദനായിരുന്നു കഞ്ഞികുടിക്കുമ്പോൾ ഞാൻ തെക്കേമുറ്റത്തെ ചാമ്പച്ചോട്ടിൽ ചെന്നുനിന്നു തെറുപ്പുബീഡി കൊളുത്തി. ഇരുട്ടിൽ പതുങ്ങിവന്നെത്തുന്ന കാറ്റ് ബീഡിപ്പുകയെ ഊണുമുറിയിലേക്കു

കൂട്ടിക്കൊണ്ടുപോകാതെ, ശ്രദ്ധിക്കുമ്പോൾ പിന്നിൽ നിന്നു റാണിച്ചേച്ചി വന്നു.

"എന്തൊരു വാടയാ ഈ വൃത്തികെട്ട സാധനത്തിന്..."

"നീയല്ലേ പറയാറുള്ളത് ആണുങ്ങളായാൽ സിഗരറ്റു വലിയ്ക്കണമെന്ന്."

"അത് ആണുങ്ങളായാലല്ലേ? നിനക്കു മീശപോലും മുളച്ചില്ലല്ലോ.. അല്ലെങ്കിലും സിഗരറ്റു വലിയ്ക്കാനല്ലേ ഞാൻ പറഞ്ഞത്? ബീഡി വലിക്കാനല്ലല്ലോ."

"സിഗരറ്റിനു കാശ് നീ തരുമോ?

ഞാൻ ചൊടിച്ചു.

"കാശൊള്ളപ്പോ വലിച്ചാമതീന്നു വയ്ക്കണം. ഏതാ നിന്റെ ബ്രാൻഡ്?"

"അങ്ങനൊന്നുമില്ല.

"പോടാ പൊട്ടാ. ഇതാ നീ ആണായിട്ടില്ലാന്നു പറഞ്ഞത്."

റാണിച്ചേച്ചി കിലുകിലെ ചിരിച്ചു.

"പതുക്കെപ്പറ. അച്ഛൻ കേട്ടോണ്ടുവരും."

ഞാൻ വിലക്കി.

"വരട്ടെ. കാണട്ടെ."

അവൾ പിന്നെയും ചിരിച്ചു.

"നിന്റെ കാമുകന്റെ ബ്രാന്റേതാ..."

കെട്ടുപോയ ബീഡി വീണ്ടും തീപിടിപ്പിച്ചുകൊണ്ട് ഞാൻ ചോദിച്ചു.

"അയാൾക്കു വലിയില്ല..."

"ആരാ പുതിയ വിഡ്ഢി?"

തിരുവനന്തപുരത്തുനിന്നു വന്നിട്ടു രണ്ടുദിവസമായെങ്കിലും വിശേഷങ്ങളറിയാൻ റാണിച്ചേച്ചിയെ ഇതുവരെ കിട്ടിയിരുന്നില്ല.

"ഓ.. ഒരു പോങ്ങനാ... ഒരു കവി.."

"ആരാ ആൾ?"

"നിനക്കറിയത്തില്ല. മഞ്ചാടിക്കരേലൊള്ളതാ..."

"നിന്നെ വല്യ കാര്യമാണോ?" "ആണോന്ന്... എന്റെ നുണക്കുഴിയെപ്പറ്റിവരെ കവിതയെഴുതി കക്ഷി.."

ചാമ്പച്ചില്ലയിലെ വാവലുകളെ പറത്തി വീണ്ടുംചിരി മുഴങ്ങി.

"ഈ പെണ്ണെന്തിനാ രാത്രീല് യക്ഷിയേപ്പോലെ പൊട്ടിച്ചിരിക്കുന്നേ... അയൽപ്പക്കക്കാരെക്കൊണ്ടു പറയിക്കാൻ..."

അകത്ത് അമ്മ ഒച്ചവച്ചു. സുമതിച്ചേച്ചി മരിച്ചതുമുതൽ വീട്ടിൽ ഒരു കരച്ചിൽ ഏതു സമയവും പൊട്ടിയൊലിക്കാവുന്ന തുലാവർഷമേഘം

പോലെ ഓടിനടപ്പുണ്ട്. കണ്ണിൻകോണിൽ കറുപ്പിന്റെ ഒരുകടൽ വേലി യേറ്റത്തിനു കാത്തുകിടപ്പുണ്ട്. റാണിച്ചേച്ചി പെട്ടെന്നു ചിരിയടക്കി.

“കഷ്ടമില്ലേടീ... ഇങ്ങനെ ആമ്പിള്ളാരെ വഞ്ചിക്കാൻ?”

“അതിനു ഞാൻ വഞ്ചിക്കുന്നില്ലല്ലോ.. പ്രേമിക്കുവല്ലേ..”

“പോടീ... ഓരോ സമയം ഓരോരുത്തരുടെ പിന്നാലെ നടക്കുന്ന താന്നോ പ്രേമം?”

ഞാൻ ചൊടിച്ചു. അവൾ ഊറിച്ചിരിച്ചു.

“തിരുവനന്തപുരത്തൊക്കെ ഒരുപാടു സുന്ദരന്മാരുണ്ടാവും അല്ലേടാ?”

“ഉം.”

“അവിടെങ്ങാനും പഠിക്കാൻ പോയാൽ മതിയാരുന്നു. നീ പെമ്പി ള്ളാരെ വല്ലതും കണ്ടുവച്ചിട്ടൊണ്ടോ?”

റാണിച്ചേച്ചി എന്റെ കവിളിൽ കുത്തി. ഞാൻ ഇരുട്ടിന്റെ കാക്ക കറു പ്പിലേക്കു മുഖം തിരിച്ചു. കറുത്തൊരു സൂര്യൻ എന്റെയുള്ളിൽ പൊടു ന്നനെ മിന്നിയണഞ്ഞു. വർഷം തോറും കാമുകരെ മാറി പരീക്ഷിക്കുന്ന ഇവളോട്, ഒരിക്കൽപോലും ഒരുവാക്കുരിയാടിയിട്ടില്ലാത്ത, കണ്ണുകൾ കൊണ്ടുമാത്രം പ്രണയാക്ഷരങ്ങൾ പൂരിപ്പിക്കുന്ന ഒരു ബന്ധത്തെപ്പറ്റി പറഞ്ഞാൽ മനസ്സിലാവുമോ? ഞാനാലോചിച്ചു.

“സത്യം പറയെടാ... ക്ലാസിൽ പോകാതെ പിന്നെ നീയെവിടെയാ കറങ്ങിനടക്കുന്നേ...”

ഉത്തരം പറയാനില്ലാതെ ഞാൻ തല കുനിച്ചു.

“അച്ഛൻ വല്ലതും പറഞ്ഞോ?”

ഞാൻ ആകാംക്ഷയോടെ ചോദിച്ചു.

“അച്ഛനൊന്നും പറയില്ലെന്നറിയില്ലേ.പക്ഷേ, ഒത്തിരി സങ്കടമുണ്ട്. കാശുമൊത്തം കടലിൽ കലക്കിക്കളേവാന്നുപറഞ്ഞ് അമ്മ ബഹളം വയ്ക്കുന്നു.”

“സുമിത്രച്ചേച്ചി...?”

“ഇനി പഠിക്കാൻ വിടണ്ടാന്നാ ചേച്ചി അച്ഛനോടു പറഞ്ഞേ...പകരം ഇവിടുത്തെ കോളേജിൽ ചേർക്കാമെന്നു പറഞ്ഞു.”

ഞാൻ നടുങ്ങി. സുമിത്രച്ചേച്ചി പറഞ്ഞാൽ അച്ഛൻ അതു തട്ടി ക്കളയില്ല.

“എടാ... മൂന്നുവർഷമാ നീ പാഴാക്കിക്കളഞ്ഞേ... അതു മറക്കരുത്... പിന്നെ ഇതോർത്തു കരയേണ്ടിവരരുത്... നിന്റെകൂടെ പഠിച്ച ചന്ദ്ര മോഹൻ എൻജിനീയറിങ്ങ് കഴിഞ്ഞു... നീ ഇപ്പഴും വെറും പ്രീഡിഗ്രി ക്കാരൻ...”

കുടമുല്ലപ്പൂച്ചിരിയുടെ അകമ്പടിയില്ലാതെ ഇതാദ്യമായി റാണിച്ചേച്ചി എന്നെ ഗൗരവത്തോടെ നോക്കി. എന്നെക്കുറിച്ചുള്ള ആശങ്ക അവളുടെ ഉള്ളിൽ വിങ്ങുന്നതു ഞാനറിഞ്ഞു. അവളുടെ നോട്ടം എന്നെ കൊത്തി

വലിച്ചപ്പോൾ ഞാൻ വീണ്ടും ഇരുട്ടിലേക്കു മുഖം തിരിച്ചു. മൂന്നുവർഷം... ആയിരത്തിലേറെ ദിവസം... ഈശ്വരാ... പാഴായിപ്പോവുകയാണോ എന്റെ ജന്മം?

"സത്യത്തിൽ എന്താ നീ അവിടെ ചെയ്യുന്നേ? എന്നോടെങ്കിലും പറേടാ..."

റാണിച്ചേച്ചി എന്റെ കൈയിൽ പിടിച്ചു.

"എന്താണു പറയുക?"

ഒരുപെണ്ണിന്റെ ചിരിയിലും നോട്ടത്തിലും സൂര്യോദയവും അസ്തമയവും ചാലിച്ചെടുത്തു പ്രണയജീവിതം സ്വപ്നംകാണുകയാണെന്നോ?

പാളയത്തെ സൗഹൃദക്കൂട്ടായ്മയിൽ ചൂടുചായ പോലെ ജീവിതം ഊതിക്കുടിച്ചവസാനിപ്പിക്കുകയാണെന്നോ?

ഇനി എവിടേക്കു തിരിയണമെന്നറിയാതെ, തമ്പാനൂരിന്റെ പാട്ടുമൂളുന്ന തെരുവുകളിൽ, കിഴക്കേക്കോട്ടയിലെ തിരക്കിന്റെ ബസ്റ്റോപ്പുകളിൽ, ചാലയിലെ ജമന്തിപ്പൂമണക്കുന്ന കടത്തിണ്ണയിൽ ഉഴറി നിൽക്കുകയാണെന്നോ?... പണത്തിന്റെ കാര്യം റാണിച്ചേച്ചിയോടു ചോദിച്ചാലോ? ഞാനാലോചിച്ചു.

"എടീ... ആരോടും പറയരുത്... ഞാനവിടൊരു ബിസിനസ് ആലോചിക്കുകയാണ്..."

"ബിസിനസോ..? നീയോ?"

റാണിച്ചേച്ചി രാത്രിമറന്ന് ഉറക്കെച്ചിരിച്ചുതുടങ്ങിയെങ്കിലും അമ്മയെ ഭയന്നു പെട്ടെന്നു വായപൊത്തി.

"സത്യം."

"എന്തു ബിസിനസാടാ..."

ചിരി തൂത്തുകളഞ്ഞെന്നു നടിച്ച് അവൾ ചോദിച്ചു.

"കരിക്കട..."

"എന്ത്?"

"കരി വിൽക്കുന്ന കട..."

ഒതുക്കാൻ ശ്രമിച്ച ചിരി റാണിച്ചേച്ചിയുടെ വിരൽച്ചങ്ങല പൊട്ടിച്ചു ചുണ്ടിൽനിന്ന് അടർന്നു ചാടി.

"അയ്യോ... നല്ല ബിസിനസ്.... ആരോടും പറയണ്ട."

"ഞാൻ സീരിയസായിട്ടാ പറേന്നേ. കടേലൊക്കെ കരി സപ്ലൈ ചെയ്യുന്ന ബിസിനസാ. തിരുവനന്തപുരത്തൊക്കെ മിക്കകടകളിലും കരിയാ ഉപയോഗിക്കുന്നേ... ഈ ബിസിനസിൽ പരിചയമുള്ള എന്റെയൊരു കൂട്ടുകാരനും ഉണ്ട്."

"കരിക്കട....?!!!"

റാണിച്ചേച്ചി ചിരിയെ വയറുപൊത്തി അടക്കി.

"എടീ... എനിക്കിത്തിരി കാശുവേണം... അച്ഛനോടു ചോദിക്കാൻ വയ്യ..."

"ആ അതുശരി... ഇതുവരെ തുലച്ചതു പോരാഞ്ഞ് ഇനി അതും വേണോ? കൂട്ടുകാരനോടു പറ കാശുതരാൻ... അവൻ നിന്നെ പറ്റിക്കുവാടാ പൊട്ടാ..."

റാണിച്ചേച്ചി എന്റെ കവിളിൽ കുത്തി വീണ്ടും ചിരിച്ചു. വരാന്തയ്ക്കപ്പുറം വാതിൽകരയുന്ന ശബ്ദം കേട്ട് ഞാൻ തിടുക്കത്തിൽ ബീഡി ചാമ്പച്ചില്ലയിൽ കുത്തിക്കെടുത്തി ദൂരെയെറിഞ്ഞു.

"ആരാ അത്? സുമതിയാ?"

അച്ഛൻ ചോദിച്ചു. ഞാനും റാണിച്ചേച്ചിയും തമ്മിൽത്തമ്മിൽ നോക്കി. സുമതിച്ചേച്ചിയുടെ മരണം ഇനിയും അച്ഛന്റെ മനസ്സ് അംഗീകരിച്ചിട്ടില്ലെന്നറിഞ്ഞു ഞാൻ സങ്കടപ്പെട്ടു.

"ഞാനാച്ഛാ..റാണി" എന്നു പറഞ്ഞ്, പരിഹാസച്ചിരിയുടെ ഒരു തുണ്ട് എനിക്കുനേരേ വലിച്ചെറിഞ്ഞ്, റാണിച്ചേച്ചി അകത്തേക്കോടിക്കയറുമ്പോൾ ബീഡിമണം കളയാൻ ചാമ്പയില കടിച്ചുചവച്ചു ഞാനും പിന്നാലെ നടന്നു.

"ഒന്നും പഠിക്കണ്ടാ. ഇങ്ങനെ വെറുതേ സമയം കളഞ്ഞോ.."

അച്ഛൻ വാൽസല്യത്തോടെ റാണിച്ചേച്ചിയുടെ കവിളിൽതട്ടി.

ഞാൻ തെക്കേമുറിയിൽ പോയിക്കിടന്നു. തട്ടിൻപുറത്തിന്റെ നരച്ച ഇരുട്ടു പുറത്തേക്കൊളിച്ചു നോക്കുന്ന ചെറിയ സുഷിരത്തിലൂടെ അമ്മൂമ്മയുടെ സത്യവാൻ പല്ലി എന്റെ തലയ്ക്കുമുകളിൽ വന്ന് അപ്രതീക്ഷിതമായി ചിലച്ചപ്പോൾ ശരിക്കും ഞാൻ ഭയന്നു. മനസ്സിലെ ചിന്തകളുടെ ശരിതെറ്റുകളും പല്ലിക്കു വായിച്ചെടുക്കാനാവുമോ എന്നമ്പരന്നു. അമ്മയുടെ ആഭരണപ്പെട്ടി തുറന്ന്, ഇടയ്ക്കിടെ അമ്മ അഹങ്കാരത്തോടെ താലോലിക്കാറുള്ള പവിത്രക്കെട്ടു മാല മോഷ്ടിച്ചാലോ എന്നു ചുമ്മാതെ ആലോചിച്ചുനോക്കുകയായിരുന്നു ഞാനന്നേരം. മോഷ്ടിക്കാൻ ധൈര്യമുണ്ടായിട്ടല്ല, ചെയ്യാൻ മനസ്സുമില്ല... എങ്കിലും ആ സാധ്യതയെ വെറുതെ ഒന്നു താലോലിച്ചപ്പോൾ വാതിലിനപ്പുറം അമ്മയുടെ പൊട്ടിക്കരച്ചിലും പൊലീസിന്റെ കാക്കിത്തൊപ്പിയുമൊക്കെ കണ്ടു ഞാൻ വൃശ്ചികത്തണുപ്പിലെന്നപോലെ വിറച്ചുതുടങ്ങിയപ്പോഴായിരുന്ന സത്യവാന്റെ രംഗപ്രവേശം. മച്ചിനെ മാത്രമല്ല, ഈ ലോകത്തെയൊന്നാകെ നാലുകൈകളിൽ താങ്ങിപ്പിടിച്ചിരിക്കുകയാണെന്ന അഹംഭാവത്തോടെ അത് എന്റെ നേരേ കണ്ണുചിമ്മാതെ നോക്കി. പല്ലി എവിടെയിരുന്നു ചിലയ്ക്കുന്നു എന്നതു പ്രധാനമാണെന്ന് അമ്മൂമ്മ പണ്ടു പറയാറുണ്ടായിരുന്നു. പക്ഷേ, അന്നൊന്നും മഷിയിട്ടുനോക്കിയാലും സത്യവാന്റെ നിഴൽപോലും കണ്ടിരുന്നില്ലല്ലോ.

എന്നെ ഒറ്റിക്കൊടുത്തു സമയസൂചി തിടുക്കത്തിലോടി. രാത്രിയുടെ ഇരുട്ടു കൊഴുക്കുമ്പോൾ, മുറിക്കുള്ളിലിരുന്നു ഞാൻ നെഞ്ചിലെ നെരിപ്പോടിന്റെ ചൂടറിഞ്ഞു. അമ്മയറിയാതെ അച്ഛനോടെങ്ങനെ പണം

ചോദിക്കും? അച്ഛന്റെ പ്രതികരണം എങ്ങനെയാവും? പക്ഷേ, പണമില്ലാതെ എങ്ങനെ തിരുവനന്തപുരത്തേക്കു ചെല്ലും? രാഘവനെ നേരിടും? ഏതുവിധവും കുറച്ചു പണംസംഘടിപ്പിക്കാതെ എങ്ങനെ തിരുവനന്തപുരത്തുനിന്നു തലയൂരാനാവും? വാടകയ്ക്കും ഭക്ഷണത്തിനുമുള്ള പണം അച്ഛൻ പതിവുപോലെ മാസത്തിന്റെ തുടക്കത്തിൽത്തന്നെ തന്നുകഴിഞ്ഞു. പുസ്തകം വാങ്ങണമെന്നും ഗൈഡു വാങ്ങണമെന്നും പറഞ്ഞ്, ഇടയ്ക്കു സംഘടിപ്പിച്ചെടുക്കാറുള്ള അധികത്തുക കോളേജിൽ നിന്നയച്ച കത്തു തകർത്തെറിഞ്ഞു. ഇനി?

പഠിക്കാത്തതിനു സുമതിച്ചേച്ചിയെ അമ്മ പൊതിരെ വഴക്കുപറഞ്ഞ ഒരു രാത്രി, അമ്മൂമ്മ പണ്ട് എന്നോടു പറഞ്ഞു, "കേട്ടല്ലോ... അവളു ചീത്തപറേന്നത്... എന്താ കാര്യം?..." അരിഞ്ഞുകൂട്ടിയ പുകയില, പല്ലില്ലാത്ത മോണയുടെ അടിയിലേക്കു തള്ളിവച്ച് അമ്മൂമ്മ ചോദിച്ചു.

"മക്കളെപ്പറ്റി അമ്മമാർക്കുള്ള സൊപ്നം തകർന്നതു കൊണ്ട്... എന്റെ കുട്ടനങ്ങനെ അവളെ സങ്കടപ്പെടുത്തല്ലേ..."

വെളുത്ത ഡപ്പിയിലെ പുകയിലക്കൂട്ടിൽതൊട്ടു ശർക്കരമധുരം നുണയാൻ ശ്രമിക്കുന്ന എന്റെ വിരലുകളെ സമർഥമായി തട്ടിക്കളഞ്ഞ് അമ്മൂമ്മ കാലുനീട്ടിവച്ച് ഓർമകളുടെ ചുവരിലേക്കു ചാരിയിരുന്നു.

" മക്കളേ, കൊച്ചുന്നാളില് തലേവച്ചോണ്ടു നടന്ന അച്ഛനും അമ്മേമൊന്നും മുതിരുമ്പോ കൂടെക്കാണത്തില്ല.... അതെപ്പഴും ഓർത്തോണം. എന്റെ ജീവിതം അതാ പഠിപ്പിച്ചേ... അച്ഛമ്മമാർക്കൊക്കെ മക്കളെപ്പറ്റി ഓരോരോ സൊപ്നമുണ്ട്. അതു പൊടിഞ്ഞുപോയാൽപ്പിന്നെ അവരു തീർന്നു.... മനസ്സിലായോ?"

അമ്മൂമ്മ അരുമയായി എന്റെ താടിക്കുതട്ടി.

അമ്മയുടെ കണ്ണിൽ ഒരു സ്വപ്നം പൊടിഞ്ഞുകിടക്കുന്നത് ഇപ്പോൾ അമ്മൂമ്മ കാണുന്നുണ്ടാവുമോ?

അച്ഛന്റെ നെഞ്ചിൽ ഒരു സ്വപ്നം പാതിവെന്തുമലർന്നുപോയത് അറിഞ്ഞിരിക്കുമോ?

ആലോചന എന്നെ കിടക്കയിൽത്തന്നെ ചങ്ങലപ്പൂട്ടിട്ടു കിടത്തി. പുറത്ത്, കുടുംബബന്ധങ്ങളുടെ അടുപ്പിലെ വേവും ചൂടും പങ്കുവച്ച് ഡൽഹി ദൂരദർശൻ ആവശ്യത്തിലേറെ ഉച്ചത്തിൽ ചിലമ്പുന്നുണ്ട്. പുതുതായിത്തുടങ്ങിയ ഏതോ ഹിന്ദിസീരിയൽ കണ്ടിരിക്കുകയാണ് അച്ഛൻ. സിഗരറ്റു പുകയുടെ കൊതിപ്പിക്കുന്ന മണം ജനാലച്ചതുരത്തിലൂടെ എന്റെമുറിയിലേക്കു തെന്നിയെത്തുന്നു. ഞാൻ മൂക്കുവിടർത്തി. ഒരു തണുത്തമഴയുടെ വരവറിയിച്ച് പുറത്തു കാറ്റു പാറുന്നുണ്ടായിരുന്നു. മച്ചിന്റെ വരമ്പിൽനിന്ന് എന്നെത്തന്നെ ചുഴിഞ്ഞുനോക്കിയ സത്യവാൻ, കിഴക്കേ ജനാലയുടെ മുകളിലൊരു ഈച്ചയനക്കം തിരിച്ചറിഞ്ഞു ചുവരിലൂടെ പാഞ്ഞുപോയപ്പോൾ ബാഗ് പായ്ക്ക് ചെയ്യാനായി ഞാനെഴുന്നേറ്റ് കുപ്പായങ്ങളെ ദയവില്ലാതെ അയയിൽനിന്നു പറിച്ചെടുത്തു. തിരുവനന്തപുരത്തു പഠിക്കാൻ പോയതിൽപ്പിന്നെ അച്ഛന്റെ തടിയലമാരയുടെ

ആഡംബരം ഞാനും കൂടി പങ്കുവയ്ക്കുന്നുണ്ടായിരുന്നതിനാൽ നഗരത്തിന്റെ വർണപ്പകിട്ടുള്ള എന്റെ പുതിയതരം കുപ്പായങ്ങളും പാന്റും അതിന്റെ താഴത്തെ തട്ടിലാണ് അടുക്കിവച്ചിരുന്നത്. അവയെടുക്കാൻ ഞാൻ കൈനീട്ടുമ്പോൾ എന്തോ കൈയിൽ തടഞ്ഞു. നോക്കുമ്പോൾ കട്ടമണ്ണു കെട്ടിയ അച്ഛന്റെ ചെരുപ്പുകൾ. രോഷത്തോടെ ഞാനതു മുറിയുടെ മൂലയിലേക്കു വലിച്ചെറിഞ്ഞു. എന്റെ കുപ്പായങ്ങൾക്കുമേലേ പുതുമണ്ണ് ചെരുപ്പിന്റെ ചിത്രം വരച്ചതുകണ്ടു സങ്കടം വന്നു. തേച്ചുവച്ച കുപ്പായമാണ്.

"ഇതെന്താച്ഛാ, ചെരുപ്പുവയ്ക്കുന്നത് എന്റെ ഡ്രസിനു മേലേയാണോ?"

ഞാൻ കുപ്പായവും പിടിച്ചു പൂമുഖത്തേക്കു ചെന്നു.

"ചെരുപ്പോ? അലമാരയിലോ?"

അച്ഛൻ ടിവിയിൽനിന്നു കണ്ണുകളെ പറിച്ചെടുത്തു കസേരയിൽ നിവർന്നിരുന്നു.

"ദാ.. അലമാരേല്.... ദേ എന്റെ ഷർട്ടെല്ലാം കോലം കെട്ടു."

ഞാൻ കുപ്പായം കുടഞ്ഞു നിലത്തേക്കെറിഞ്ഞു.

"അതാരുവച്ചു അലമാരേല്?"

വിസ്മയം അച്ഛന്റെ കണ്ണുകളെ വിടർത്തി.

"അച്ഛൻ. അല്ലാതാരാ?"

എന്റെ ശബ്ദം എനിക്കുപോലും നിയന്ത്രിക്കാനാവാത്ത തരംഗദൈർഘ്യത്തിലേക്കുയർന്നു.

"പോടാ.. എനിക്കെന്താ ഭ്രാന്തുണ്ടോ ചെരുപ്പ് അലമാരയ്ക്കകത്തു വയ്ക്കാൻ... നിന്റമ്മേടെ വേലയായിരിക്കും."

അച്ഛൻ എഴുന്നേറ്റു.

"ആരായാലും ഇതു നല്ല ചതിയായിപ്പോയി...."

ഞാൻ പിറുപിറുത്തു. കുപ്പായം നനയ്ക്കാനായി ഞാൻ കിണറ്റുകരയിലേക്കോടുമ്പോൾ അച്ഛൻ അമ്മയോടു കയർക്കുന്നതു കേട്ടു.

വെള്ളമിറ്റുന്ന കുപ്പായവുമായിഞാൻ വരാന്തയിലേക്കു കയറുമ്പോൾ അമ്മ സങ്കടത്തോടു ചോദിച്ചു.

"ഞാനാന്നോടാ അലമാരേല് ചെരുപ്പു കൊണ്ടുവച്ചേ?"

"പിന്നല്ലാതാരാ?"

"നീതന്നാരിക്കും. കള്ളുകുടിച്ചു വെളിവില്ലാതെ ചെയ്തതായിരിക്കും. ഇന്നലെ നീ മൂക്കറ്റം മോന്തിയേച്ചല്ല്യോ വന്നേ...," അമ്മ എനിക്കരികിലേക്കു വന്നു ശബ്ദമടക്കി, ചോദിച്ചു, "അച്ഛനറിയണ്ടാന്നു വിചാരിച്ചു മിണ്ടാതിരിക്കുമ്പോ തലേക്കേറാൻ വരുന്നോ?"

സോഡാക്കുപ്പിയിൽനിന്നു നുരയ്ക്കുന്ന വാതകം പോലെ അടക്കിപ്പിടിച്ച ശബ്ദത്തിൽ രോഷം പുളയ്ക്കുന്നതു ഞാനറിഞ്ഞു. എന്തു

പറഞ്ഞാലും ബൂമറാങ് പോലെ തിരിച്ച് എന്നിലേക്കു വരും എന്നതു കൊണ്ട് ഞാൻ മൗനം കടിച്ചു മുറിയിലേക്കു പോയി.

"ആ ടീവീടെ ശബ്ദം ഇത്തിരി കുറയ്ക്കരുതോ" എന്നു ചോദിച്ച അമ്മയ്ക്കു നേരേ രോഷത്തോടെ കണ്ണുകളെറിഞ്ഞ അച്ഛൻ പുരിക ക്കൊടികൊണ്ട് അമ്മയെ ഉന്നി എന്നോടു കള്ളച്ചിരിചിരിച്ചു. അതുകണ്ട പ്പോൾ എന്റെ ദേഷ്യം ഇരട്ടിച്ചു.

കുപ്പായം ഇറയത്തു വിരിച്ച് ഞാൻ കിടക്കയിലേക്കു വീണില്ല, അപ്പോഴാണ് നട്ടുച്ചയിലെ വെള്ളിടിപോലെ അച്ഛൻ പൊട്ടിത്തെറിച്ചത്.

"ഭാരതീ... ഈ വീട്ടിൽ എല്ലാരേം പട്ടിണിക്കിട്ടു കൊല്ലാനാന്നോ നിന്റെ ഭാവം?"

"ആരെയാ പട്ടിണിക്കിട്ടേ? "

അമ്മ പകുതി തമാശയോടെ ചോദിക്കുന്നതു കേട്ടു ഞാൻ കാതു കൂർപ്പിച്ചു.

"സമയം ഇത്രമായിട്ട് അത്താഴം വിളമ്പാത്തതെന്താ?"

അച്ഛൻ ആവശ്യത്തിലേറെ ശബ്ദമുയർത്തി.

"ഇതെന്തുവാ പറേന്നേ... അരിക്കലത്തില് വെള്ളമൊഴിച്ച് അടുക്കളേം തൊടച്ചിട്ടു ഞാനിങ്ങോട്ടു പോന്നതല്ലേയുള്ളൂ."

ചിരി മാഞ്ഞ്, അമ്മയുടെ ശബ്ദം കുറച്ചുകൂടി മുറുകി.

"അരിക്കലത്തിൽ വെള്ളമൊഴിച്ചുകാണും. അടുക്കളേം തൊടച്ചു കാണും. പക്ഷേ, അത്താഴം വിളമ്പിയിട്ടില്ല. നിനക്കെന്താ ഓർമക്കുറ വുണ്ടോ?"

"നിങ്ങളു കാര്യമായിട്ടു പറേവാന്നോ, പ്രഭേ.. നീയിതു കേട്ടോ അച്ഛൻ പറേന്നേ..."

കളിയാണോ കാര്യമാണോ അരങ്ങത്തു പകർന്നാടുന്നത് എന്നുറ പ്പില്ലാത്തതിനാൽ ഞാൻ പാതിച്ചിരിയോടെ വാതിൽ തുറന്നു പൂമുഖ ത്തേക്കു തല നീട്ടി.

"എടാ.. പ്രഭേ... നിനക്കു വിശപ്പായില്ലേ? എന്താ അത്താഴം വിള മ്പാത്തേന്നു ചോദിക്ക്.."

ഞാൻ അച്ഛനെ ചുഴിഞ്ഞുനോക്കി. കളിതമാശ പറയുമ്പോൾ വിറ യ്ക്കുന്ന പുരികക്കസർത്തിന്റെ ലക്ഷണമേയില്ല.

"റാണിമോളേ, നീ പറ... അത്താഴം വിളമ്പാൻ"

ശബ്ദംകേട്ട് ഓടിയെത്തിയ റാണിച്ചേച്ചിയുടെ നേരേ അച്ഛൻ തിരിഞ്ഞു.

"നിങ്ങക്കെന്താ ഭ്രാന്തുപിടിച്ചോ? ചുട്ടരച്ച ചമ്മന്തീം കൂട്ടി ഇത്തിരി മുമ്പല്ല്യോ കഞ്ഞികുടിച്ചേ..."

"ആര്? ഞാനോ? അച്ഛൻ കസേരയിൽനിന്നു ചാടിയെഴുന്നേറ്റു, വെറുതേ മനുഷ്യനെ കള്ളനാക്കുന്നോടീ..."

അച്ഛന്റെ ഭാവമാറ്റം അമ്മയുടെ കരച്ചിലിനെ കെട്ടഴിച്ചുവിട്ടു. 'ഇതെന്താന്റെ ഭഗവാനേ' എന്ന് അലറിക്കരഞ്ഞ് അമ്മ അകത്തേക്കോടി. അമ്മയെ സമാധാനിപ്പിക്കാനായി പിന്നാലെ റാണിച്ചേച്ചിയും. അച്ഛൻ വീണ്ടും സിഗരറ്റിനു തീകൊളുത്തി മുറിക്കുള്ളിൽ രണ്ടുചാൽ നടന്നു.

“നീ കേട്ടില്ലേ പ്രഭേ... പെൻഷനായപ്പോ ആർക്കും എന്നെ വിലയില്ലാതായി.... അല്ലെങ്കിൽ വെറുതേ കള്ളനാക്കില്ലല്ലോ... അത്താഴം കഴിച്ചെങ്കിൽ കഴിച്ചൂന്നു പറേന്നതിനെന്താ... അവളുടെ അഭിനയം കണ്ടില്ലേ...”

ഞാൻ അച്ഛനെ ഭയത്തോടെ നോക്കി. ക്ഷോഭം അച്ഛന്റെ ഇടത്തേ കാതിനുപിന്നിൽ ഒരു ഞരമ്പിനെ വിറപ്പിച്ചു. കൈയിലിരുന്ന സിഗരറ്റ് ഉൾച്ചൂടേറ്റുവാങ്ങി വല്ലാതെ പുകയുന്നുണ്ടായിരുന്നു. ഇത്തിരികഴിഞ്ഞപ്പോൾ അച്ഛൻ പിന്നെയും ശാന്തനായി, ടിവി സീരിയലിലേക്കു കണ്ണുനട്ടു. ഞാൻ പതിയെ അകത്തെ മുറിയിൽ അമ്മയ്ക്കരികിലേക്കു ചെന്നു. കട്ടിലിൽ കമിഴ്ന്നുകിടന്നു പൊട്ടിക്കരയുകയായിരുന്നു അമ്മ. അരികിലിരുന്നു റാണിച്ചേച്ചി ചുമൽ തലോടുന്നു.

“എന്താടാ അച്ഛനുപറ്റിയത്....,” എന്നെക്കണ്ട് അമ്മ എഴുന്നേറ്റിരുന്നു, “എന്തോ തകരാറുണ്ട്.... ചെരുപ്പെടുത്ത് അലമാരീൽ വച്ചതും നിന്റച്ഛൻ തന്നാ... എന്റെ ദൈവമേ... പേടിതോന്നുന്നു...”

അമ്മ നെഞ്ചുതടവി. അമ്മയുടെ കരച്ചിലല്ല, രാഘവന്റെ വാക്കുകളുടെ മുനയായിരുന്നു എന്റെയുള്ളിൽ പുകഞ്ഞുകൊണ്ടിരുന്നത്... പണവുമായി ഞാൻ മടങ്ങിച്ചെല്ലാൻ കാത്തിരിക്കുകയാവും അവൻ... പക്ഷേ, ഇന്നിനി അച്ഛനോടു പണംചോദിക്കാൻ പറ്റിയ അവസരമല്ല. ഞാൻ അമർഷം കാൽക്കീഴിൽ ചവിട്ടിയുടച്ചു.

രാത്രി, അച്ഛൻ കിടന്നുകഴിഞ്ഞാണ് എല്ലാവരും കിടന്നത്. അതുവരെ വാതിലിനിടയിലൂടെയും ജനാലക്കോണിലൂടെയും ഓരോരുത്തരും ഊഴമിട്ട് അച്ഛനെ ഒളിഞ്ഞുനോക്കിക്കൊണ്ടിരുന്നു. അരുതാത്തതെന്തോ വരാനിരിക്കുന്നു എന്ന ഭീതി വലംകണ്ണിനെ പിടപ്പിച്ചതു ഞാൻ ബോധപൂർവം അറിയാത്തഭാവം നടിച്ചു.

പിറ്റേന്നു രാവിലെ ഒന്നുംസംഭവിക്കാത്തതുപോലെ അച്ഛനുണർന്നു. എന്നത്തേയുംപോലെ സോപ്പുപതയിൽ മുങ്ങിക്കുളിച്ചു. അടുക്കളവാതിൽക്കൽ ചെന്നു തമാശപറഞ്ഞു. പക്ഷേ, അടുക്കളയിലെ ആകാശം മൂടിക്കെട്ടി നിൽക്കുകയായിരുന്നു. അടുപ്പിനുമുകളിൽ തിളയ്ക്കുന്ന അരിക്കലത്തിൽ അമ്മയുടെ മനസ്സും വേവുന്നുണ്ടായിരുന്നു. 'പോ കോഴീ' എന്ന് ആവശ്യത്തിലേറെ ഒച്ചവച്ചു കോഴിക്കൂട്ടത്തിനുനേരേ പാത്രം കഴുകിയ വെള്ളം ചെപ്പിയും കിണറ്റുകരയിൽ കപ്പിയെ വല്ലാതെകരയിച്ചു വെള്ളം കോരിയും അമ്മ അസ്വസ്ഥതയെ വെളിപ്പെടുത്തി.

ഞാൻ കുളിക്കടവിലേക്കിറങ്ങുമ്പോൾ പതിവില്ലാതെ അച്ഛൻ ഉടുത്തൊരുങ്ങുകയായിരുന്നു.

“ഇതെങ്ങോട്ടാ?”

അമ്മ അദ്ഭുതത്തോടെ ചോദിച്ചു.

“എന്നുമെങ്ങോട്ടാ? അങ്ങോട്ടുതന്നെ...”

അച്ഛൻ കടുപ്പിച്ചു പറഞ്ഞു.

“പറമ്പിൽ പണിക്കാരടെകൂടെ ഇറങ്ങാനാണോ അലക്കിത്തേച്ച മുണ്ടെടുത്തുടുക്കുന്നേ?”

“പറമ്പിലോ? ഞാൻ ഓഫീസിൽ പോവാടീ...”

“പെൻഷന്റെ പേപ്പറു ശരിയായില്ലേ? പിന്നെന്തിനാ..”

“പെൻഷനോ? നീ പോ...”

അച്ഛൻ കോപത്തോടെ കുപ്പായം വലിച്ചുകുടഞ്ഞ് അകത്തേമുറിയിലെ അലമാരയിലെ കണ്ണാടിക്കുമുന്നിലേക്കു മാറി. രാവിലെ പോകുംമുമ്പ് അച്ഛനോടു കാര്യങ്ങൾ പറയാമെന്ന അവസാനത്തെ പ്രതീക്ഷയും ചിറകടിച്ചു പറന്നകലുന്നതു ഞാൻ സങ്കടത്തോടെ അറിഞ്ഞു.

“വന്നു കാപ്പികുടിച്ചേച്ച് എവിടാന്നുവച്ചാ പോ...,” അമ്മ കരിക്കലത്തിന്റെ കറുപ്പു മുഖത്തിനു കടം കൊടുത്ത് അച്ഛനരികിലേക്കു ചെന്നു, “പിന്നെ, കാപ്പികിട്ടിയില്ല, ചോറുകിട്ടിയില്ലാന്നു പരാതി പറയരുത്...”

അമ്മയെ തിരിഞ്ഞുപോലും നോക്കാതെ കണ്ണാടിക്കുമുമ്പിൽനിന്ന് അച്ഛൻ കഷണ്ടിത്തല ചീകി.

“അച്ഛനെന്തിനാടാ ഇപ്പോൾ ഓഫീസിൽ പോകുന്നേ... നീയൊന്നു ചോദിച്ചേ..”

കുളിക്കടവിലേക്കു പോകാൻ തിരക്കിടുന്ന എന്നെ അടുക്കളത്തിണ്ണയിലേക്കു മാടിവിളിച്ച് അമ്മ രഹസ്യത്തിൽ പറഞ്ഞു.

“എന്തെങ്കിലും കാര്യമുണ്ടായിരിക്കും.”

ഞാൻ അലക്ഷ്യമായി തല വെട്ടിച്ചു.

“എന്തോ കുഴപ്പമുണ്ടെന്നാ എനിക്കു തോന്നുന്നേ... പെരുമാറ്റത്തിലൊക്കെ ഒരു വല്ലായ്മ... നീയൊന്നു ശ്രദ്ധിച്ചോ പ്രഭേ...”

അമ്മയുടെ വിരലുകൾ വിറയലോടെ എന്റെ ചുമലിൽ ഇഴഞ്ഞു.

ഞാൻ കിഴക്കേ മുറ്റത്തേക്കു മടങ്ങുമ്പോൾ അച്ഛൻ ഉടുത്തൊരുങ്ങി കാലൻകുടയും ഒരു കൈയിൽ ചെരുപ്പുമായി വരാന്തയിൽനിന്നു പരുങ്ങുന്നുണ്ടായിരുന്നു. കൈയിലിരുന്ന ചെരുപ്പ് ഒരുതവണ കക്ഷത്തിലും പിന്നൊരിക്കൽ തലയിലും വയ്ക്കാൻ മുതിരുന്നതുകണ്ടപ്പോൾ ഞാൻ അമ്പരന്നു. പിന്നീട് ചുറ്റും നോക്കി അച്ഛൻ അത് ജനാലയ്ക്കു മുകളിലെ വെന്റിലേറ്ററിലേക്കു തള്ളിക്കയറ്റി.

“ചെരിപ്പിടാതാണോ അച്ഛൻ പോകുന്നേ?”

എന്റെ ശബ്ദം കേട്ട് അച്ഛൻ ഞെട്ടിത്തിരിഞ്ഞു.

“ചെരുപ്പ്... ഉം.. വേണം...”

“പിന്നെന്തിനാ അതു ജനലിനുമുകളിൽ വച്ചേ?”

അച്ഛന്റെ പരുങ്ങലും ഇനി പണം ചോദിക്കാനാവില്ലെന്ന തിരിച്ചറിവും എന്റെ ശബ്ദത്തെ പരുക്കനാക്കി.

"അത്..."

അച്ഛൻ വീണ്ടും കൈയെത്തി ചെരുപ്പു തിരിച്ചെടുത്തു. ഇത്തിരി നേരം അതിൽത്തന്നെ നോക്കിനിന്നശേഷം നെഞ്ചിനോടു ചേർത്തു പിടിച്ചു. ഇതെന്തുപറ്റീ അച്ഛനെന്നു ഞാൻ അന്ധാളിച്ചു.

"അച്ഛാ... ചെരുപ്പു കാലിലിടൂ..."

ഞാൻ ബലമായി ചെരുപ്പുവാങ്ങി പാദങ്ങൾക്കു മുന്നിലേക്കു നീക്കി വച്ചു. അച്ഛൻ എന്നെയും ചെരുപ്പിനെയും മാറിമാറി നോക്കി പരുങ്ങി നിന്നു. ഒരിക്കൽപ്പോലും കാലിൽനിന്നു ചെരിപ്പ് ഊരാത്തയാളാണ്. എന്നിട്ടിപ്പോ...

"എന്താ ഇടാത്തത്?"

ഞാൻ ചോദിച്ചു.

"ചെരുപ്പ്.... ചെരുപ്പ്..."

അച്ഛൻ പിറുപിറുത്തു. ചെരിപ്പിടീക്കാൻ ഞാൻ ബലമായി കാലുയർത്താൻ ശ്രമിച്ചപ്പോൾ അച്ഛൻ ചുവരിൽ പിടിച്ചുനിന്നു കാലുയർത്തിത്തന്നു. ചെരുപ്പണിഞ്ഞു കഴിഞ്ഞപ്പോൾ അച്ഛന്റെ മുഖത്ത് എന്തെന്നില്ലാത്ത ആശ്വാസം നിഴലിച്ചു. ഒന്നും സംഭവിച്ചിട്ടില്ലാത്ത പോലെ അച്ഛൻ പതിയെ വെട്ടുവഴിയിലേക്കു നടക്കുമ്പോൾ റാണിച്ചേച്ചി എന്താണു സംഭവമെന്നറിയാൻ ഓടിയെത്തി.

"എന്താടാ?"

"ഓ... ഒന്നുമില്ല"

"അച്ഛനെങ്ങോട്ടാ പോയേ?"

"ഓഫീസിലോട്ട്."

"എന്തിന്?"

"അതച്ഛനല്ലേ അറിയാവൂ..."

"ഒന്നു ചെല്ലടാ കൂടെ.."

"പോടീ... എനിക്കിന്നുപോകണം," ഞാനവളോടു ക്ഷോഭിച്ചു. "ഇപ്പത്തന്നെ താമസിച്ചു... രാവിലെ ഓരോ പുലിവാല്"

ഞാൻ പുഴക്കടവിലേക്കോടി.

പതിനെട്ട്

പൊഴിയുന്ന പാരിജാതങ്ങൾ

കാലത്തിന്റെ തിരശ്ശീലയിലോടുന്ന സിനിമയാണു ചരിത്രം. സംഭവങ്ങളിൽനിന്നു സംഭവങ്ങളിലേക്കും കഥകളിൽനിന്നു കഥകളിലേക്കുമുള്ള ഒരിക്കലും തീരാത്ത പ്രവാഹമാണത്. അപ്രതീക്ഷിതമായ തിരിവുകളും ഉദ്വേഗത്തിന്റെ നൂൽപ്പിരിവുകളും ഒരുക്കിവയ്ക്കുന്ന അജ്ഞാതനായ ഒരു സംവിധായകന്റെ കൈയൊപ്പ് ആ ചലച്ചിത്രത്തിലെവിടെയും പ്രകടം. ചരിത്രം പഠിപ്പിക്കുമ്പോഴെല്ലാം, മച്ചിൽ പ്രാവുകൾ കുറുകുന്ന ക്ലാസ് മുറി ഞാൻ കൊട്ടകയാക്കിമാറ്റി. മുഗൾ സാമ്രാജ്യത്തിലെയും മഗധ സാമ്രാജ്യത്തിലെയും മൗര്യ സാമ്രാജ്യത്തിലെയും ചരിത്രപുരുഷന്മാരെ ഞാൻ തിരശ്ശീലയിലേക്ക് ആവാഹിക്കുകയും ആട്ടവും പാട്ടും ആഭിചാരവുമായി ചരിത്രം കുട്ടികൾക്കുമുന്നിൽ കുടഞ്ഞിടുകയും ചെയ്തു. ഷാജഹാൻ അപ്പോൾ വെണ്ണക്കൽപ്പടവിലിരുന്നു മുംതാസിനെ നോക്കി 'ഹൃദയസരസിലേ' പാടി. കലിംഗഭൂവിന്റെ ചോരമണക്കുന്ന കാറ്റിനെതിരേ മുഖം തിരിച്ച് അശോകൻ 'മനുഷ്യൻ മതങ്ങളെ സൃഷ്ടിച്ചു' മൂളി. ചതികൊണ്ടും വാൾമുനകൊണ്ടും വെട്ടിമുറിച്ചിടപ്പെട്ട കാലത്തിന്റെ അടരുകളെ സിനിമയുടെ ഇടവേളകളായി ഞാൻ പ്രഖ്യാപിച്ചു. ചിലപ്പോൾ കുട്ടികൾ എന്റെ കസർത്തുകണ്ട് തലതല്ലിച്ചിരിക്കുകയും മറ്റുചിലപ്പോൾ കണ്ണീരടക്കാൻ പെടാപ്പാടുപെടുകയും ചെയ്തു.

എല്ലാക്കഥകളെയും സിനിമയുടെ ചതുരത്തിലേക്കൊതുക്കാൻ മികവു കാട്ടുന്ന ഞാൻ പക്ഷേ, മഗധയുടെ മണ്ണിലൂടെ നടക്കുമ്പോൾ എപ്പോഴും നെഞ്ചിടിപ്പിന്റെ ഇടർച്ചയറിഞ്ഞു. കുന്തിരിക്കം മണക്കുന്ന കാറ്റിൽ ഒരച്ഛന്റെ നിലവിളി സൂചിമുനകളായി എന്നിൽ ചോരയിറ്റിച്ചു. പകയുടെ കണ്ണുകൾ കൊണ്ട് ഒരു മകൻ എന്നെ പൊള്ളിച്ചു. അതെ. അതവരായിരുന്നു: ബിംബിസാരനും അജാതശത്രുവും. അച്ഛനും മകനും എന്റെ ഇടനെഞ്ചിനെ ഭാരം ചുമപ്പിക്കുകയും വേദനയുടെ കാണാക്കയത്തിലേക്കു കൈപിടിച്ചു വലിച്ചുകൊണ്ടുപോവുകയും ചെയ്തു. തടങ്കലിന്റെ വേദന കൊടിപ്പട മുയർത്തിയ ഹതാശമായ കണ്ണുകളിലൂടെ ബിംബിസാരൻ എന്നെ ഇമവെട്ടാതെ നോക്കി. വെട്ടിപ്പിടിച്ച സാമ്രാജ്യത്തിന്റെ അതിരുകളെ ഓമനിച്ച് അജാതശത്രു എന്റെ മനസ്സിലേക്ക് സങ്കടങ്ങളുടെ ചാവേർപ്പട നയിച്ചു.

മഗധയുടെ അധിപതി ബിംബിസാരനു ഭാര്യമാർ മൂന്നായിരുന്നു. മറ്റേതു രാജാക്കന്മാരുടേതും പോലെ സാമ്രാജ്യത്തിന്റെ അതിരുകളെ വിപുലപ്പെടുത്തുന്നതിന്റെ ഭാഗമായുള്ള സഖ്യങ്ങളുടെ ഭാഗമായിരുന്നു ബിംബിസാരന്റെ പല വിവാഹവും. കോസലരാജ്യത്തെ കുമാരിയായ കോസലാദേവിയായിരുന്നു ആദ്യഭാര്യ. രണ്ടാംഭാര്യയാകട്ടെ, വൈശാലി യിലെ ചേതകന്റെ മകൾ ചെൽന. മാദ്രയിലെ രാജകുമാരി ക്ഷേമയായി രുന്നു മൂന്നാമത് അദ്ദേഹത്തിന്റെ കൈ പിടിച്ചത്. ചെൽനയോടായിരുന്നു ബിംബിസാരനു കൂടുതലടുപ്പം. കൊട്ടാരസദസ്സുകൾ മുഷിപ്പിച്ചപ്പോ ഴെല്ലാം ചെൽനയുടെ സാമീപ്യംതേടി രാജാവ് അന്തപ്പുരത്തിലേക്കോടി. ചെൽനയിൽ ബിംബിസാരനുണ്ടായ മകനായിരുന്നു പിൽക്കാലത്ത് അ ജാതശത്രു എന്നുപേരുകേട്ട അശോകചന്ദ്രൻ. ഹല്ല, വിഹല്ല എന്നീ രണ്ടു പെൺമക്കൾകൂടി അദ്ദേഹത്തിന് ചെൽനയിലുണ്ടായിരുന്നെങ്കിലും രാജ്യത്തിന്റെ ഭാവി പേറേണ്ടമകനിലായിരുന്നു കൂടുതൽ ശ്രദ്ധ. വാൽ സല്യത്തിന്റെ പുതപ്പുകൊണ്ട് ബിംബിസാരൻ മകനെ പുതപ്പിച്ചു. സാമ്രാജ്യത്തിന്റെ അതിരുകൾ മകന്റെ പടയോട്ടത്തിലൂടെ വിപുലമാകു ന്നത് അദ്ദേഹം സ്വപ്നംകണ്ടു. മകന് ഏറ്റവും നല്ല വിദ്യാഭ്യാസം നൽ കാൻ അയൽ രാജ്യങ്ങളിൽനിന്നും ആളെ വരുത്തി. അറുപത്തിനാലു കലകളും പകർന്നുനൽകാൻ ഗുരുക്കൾ കൊട്ടാരത്തിൽ തമ്പടിച്ചു. ഇരു പതാം വയസിൽ പുത്രനു പത്മാവതി രാജകുമാരിയെ വിവാഹം കഴിച്ചു കൊടുത്തതോടെ ബിംബിസാരൻ മുത്തച്ഛന്റെ സ്വപ്നങ്ങളെ താലോലിച്ച് സിംഹാസനത്തിൽ ചാഞ്ഞു. പക്ഷേ, ചരിത്രത്തെ ഉദ്വേഗ ഭരിതമായ ചലച്ചിത്രമാക്കുന്ന സംവിധായകൻ ഇടവേളയ്ക്കുശേഷം അപ്രതീക്ഷിതമായൊരു തിരിവ് ബിംബിസാരന്റെ ജീവിതത്തിനു കാത്തു വച്ചിരുന്നു.

വാർധക്യത്തിന്റെ സുഖകരമായൊരു സ്വപ്നത്തിനു തുടർച്ചയായി ഒരിക്കൽ ബിംബിസാരൻ തന്റെ മക്കളെ സമ്മാനങ്ങൾ നൽകി അദ്ഭുത പ്പെടുത്താൻ തീരുമാനിച്ചു. ഹല്ലകുമാരിക്ക് കൊത്തുപണികളുടെ കൈ വഴക്കം വിളിച്ചുപറയുന്ന പതിനെട്ടു മടക്ക് നെക്ലേസ്. വിഹല്ലകുമാരിക്ക് മഗധയുടെ അഭിമാനമായ വെള്ളാന. മഗധയുടെ മൊത്തം ആസ്തി യുടെ പകുതിയോളം വരുമായിരുന്നു ഇവ. ഭാവിയിൽ തനിക്കു സ്വന്ത മാകേണ്ട വസ്തുവകകളെല്ലാം സഹോദരിമാർക്കു വീതംവച്ചുകൊടു ക്കുന്ന അച്ഛന്റെ ചെയ്തികളെ അശോകചന്ദ്രൻ സംശയത്തോടെ നോക്കി. കാത്തിരുന്നിട്ടും തനിക്കായി ഒന്നും കിട്ടാഞ്ഞപ്പോൾ അയാൾക്കു ക്ഷമയറ്റു. സത്യത്തിൽ, താൻ പടുത്തുയർത്തിയ മഗധയെ സമ്പൂർണ മായി മകനു സമ്മാനിക്കാൻ നല്ല മുഹൂർത്തം കാത്തിരിക്കുകയായിരുന്നു ബിംബിസാരൻ. പക്ഷേ, അശോകചന്ദ്രൻ അതറിഞ്ഞില്ല. അച്ഛൻ തന്നെ ചതിക്കുകയാണെന്ന് അയാൾ തെറ്റിദ്ധരിച്ചു. ഇനി മറ്റുരണ്ടു ഭാര്യമാ രുടെയും മക്കൾക്കുകൂടി അച്ഛൻ പൊന്നും പണവും വീതംവച്ചുനൽകി യാൽ പിന്നെ തനിക്കൊന്നുമുണ്ടാവില്ലെന്ന് അയാൾ ഭയന്നു. ആ നിമിഷം മുതൽ അശോകചന്ദ്രൻ അച്ഛനെ വെറുത്തു. വെറുപ്പു പകയായി ആളി. രാജപദത്തിന്റെ ആഡംബരങ്ങളും അധികാരഭാരങ്ങളും പുലരി

സ്വപ്നങ്ങളിൽപ്പോലും വന്നുനിറഞ്ഞതോടെ ഇനി കാത്തിരിപ്പിന് ഒരു നിമിഷംപോലും അനുവദിക്കാനാവില്ലെന്ന് അയാളുറപ്പിച്ചു. കൊട്ടാരത്തിന്റെ ഇടനാഴിയിലെ തണുത്ത ഇരുട്ടിനെ മാത്രം സാക്ഷിനിർത്തി ഒരു നാൾ, അശോകചന്ദ്രൻ അച്ഛനെ തടങ്കലിലാക്കി. ബിംബിസാരന്റെ മനസ്സിലിരിപ്പ് അറിയാമായിരുന്ന ചെൽനരാജ്ഞി, വാൽസല്യനിധിയായ അച്ഛനെ ചങ്ങലയ്ക്കിട്ട മകനെ ശപിച്ചു. അങ്ങനെ അയാൾ അജാതശത്രുവായി മാറി.

തടവറയിലെ അച്ഛന്റെ ഓരോ നിമിഷവും അജാതശത്രു ഒളിച്ചുകണ്ട് ആസ്വദിച്ചു. ആയുധവിദ്യയിൽ അഗ്രഗണ്യനായ ബിംബിസാരനെ ഒരിക്കലും ആയുധംകൊണ്ടു വധിക്കാവില്ലെന്നറിയാവുന്നതിനാൽ പട്ടിണിക്കിട്ടുകൊല്ലുകയെന്നതായിരുന്നു അജാതശത്രുവിന്റെ ഗൂഢപദ്ധതി. രാജ്ഞിമാർ തടവറയിലേക്കു ഭക്ഷണമെത്തിക്കാതിരിക്കാൻ അയാൾ പ്രത്യേകം ശ്രദ്ധിച്ചു. വളർത്തമ്മകൂടിയായ കോസലാ ദേവിക്കുമാത്രമായിരുന്നു വല്ലപ്പോഴുമെങ്കിലും ഭർത്താവിനെ കാണാൻ അവസരം ലഭിച്ചത്. അവർ മകനറിയാതെ, ഭർത്താവിനുവേണ്ടി രഹസ്യമായി, തന്റെ വസ്ത്രത്തിനുള്ളിൽ ഭക്ഷണം കടത്തി. പക്ഷേ, കാവൽക്കാർ അതു കൈയോടെ കണ്ടുപിടിച്ചു.

കൊട്ടാരത്തിലെ തീൻമേശയിൽ രുചിയുടെ കാലഭേദങ്ങളെ ഓരോ നിമിഷവും ആസ്വദിച്ചു ജീവിച്ച ഭർത്താവ് ഒരുപിടി അന്നത്തിനായി കെഞ്ചുന്നതുകണ്ടു കോസലാദേവിയുടെ ഉള്ളുതേങ്ങി. ഏതുവിധവും ഭർത്താവിനു ഭക്ഷണമെത്തിക്കണമെന്ന് അവർ ഉറപ്പിച്ചു. ഒരിക്കൽ മുട്ടോളമെത്തുന്ന തലമുടിക്കുള്ളിലും മറ്റൊരിക്കൽ സ്വർണച്ചെരുപ്പിനുള്ളിലും ഭക്ഷണം ഒളിപ്പിച്ച് അവർ തടവറയിൽ ചെല്ലാൻ ശ്രമിച്ചെങ്കിലും വിധി അവരെ ഒറ്റിക്കൊടുത്തു. അവസാനവട്ടമായി അവർ വേറിട്ടൊരു സാഹസത്തിനു തയ്യാറായി. തന്റെ വസ്ത്രങ്ങളെല്ലാം ഊരിമാറ്റി ഉടൽമുഴുവൻ തേൻപുരട്ടി. അതുണങ്ങിയപ്പോൾ വീണ്ടും. അങ്ങനെ നാലുതവണ. ത്വക്കിനുമേൽ മറ്റൊരു ത്വക്കായി തേൻ കട്ടിപിടിച്ചപ്പോൾ ഇരുട്ടിന്റെ മറപറ്റി അവർ തടവറയിലേക്കു പോയി. അടിവയറ്റിനെ ആളിക്കത്തിക്കുന്ന വിശപ്പിൽ രാജാവ് അവരെ ആർത്തിയോടെ നക്കിത്തുടച്ചു. കിടക്കയിൽ ഉടുതുണിയില്ലാതെ മലർന്നുകിടക്കുന്ന പെണ്ണിനുമേൽ രാജാവ് നാവുമാത്രമായി വളർന്നു. പക്ഷേ, എല്ലാം ഒളിച്ചുകണ്ട ദ്വാരപാലകർ വിവരം അപ്പോൾത്തന്നെ അജാതശത്രുവിനെ അറിയിച്ചു. അച്ഛന്റെ കാലുകൾ മുറിച്ചുമാറ്റി ഉപ്പിടാനും തിളച്ച എണ്ണയൊഴിക്കാനും മകൻ വിധിച്ചു.

കഥയുടെ ഈ ഭാഗത്തെത്തുന്നതോടെ എന്റെ ആത്മാവിൽ ഞാൻ ഉപ്പിന്റെ നീറ്റലറിയും. കാലുകളിൽ എണ്ണയുടെ തിളച്ചൂടറിയും. മഗധയും കൊട്ടാരവും ആവിയായി മറയും. പകരം ഞാനും അച്ഛനും മാത്രമാവും.

"മാഷു കരയുന്നു... മാഷു കരയുന്നു.."

മുൻബഞ്ചിലിരിക്കുന്ന കുട്ടികൾ വിളിച്ചുപറയും...

"അതേ കുട്ടികളേ," ഞാൻ കണ്ണുതുടച്ച് ചോദിക്കും, "ഇക്കഥ കേട്ടാൽ ആരാണു കരയാത്തത്?"

കുട്ടികൾ കലങ്ങിയ കണ്ണുകളോടെ പരസ്പരം നോക്കും.

“നിങ്ങളാരെങ്കിലും നിങ്ങടെ അച്ഛനോടിങ്ങനെ പെരുമാറുമോ?”

“ഇല്ല.. ഇല്ല...”

കുട്ടികൾ ഒറ്റ വായായി ശബ്ദിക്കും.

“ഇങ്ങനൊന്നും ആർക്കും ചെയ്യാനൊക്കില്ല മാഷേ... ഒരു മക്കളും ചെയ്യത്തില്ല.”

മുൻ ബഞ്ചിലിരിക്കുന്ന പെൺകുട്ടികൾ പറയും. ഞാൻ കണ്ണുതുടച്ച് തിടുക്കത്തിൽ പുസ്തകം മടക്കി ക്ലാസിൽ നിന്നിറങ്ങും.

ആരും ചെയ്യാത്തതൊക്കെ ചെയ്ത മകനാണു ഞാൻ എന്ന് അവരോടെങ്ങനെ പറയും?

അജാതശത്രുവാണു ഞാൻ... അച്ഛന്റെ ആത്മാവിനുമേൽ തീ കോരിയിട്ട മകൻ....

ഞാൻ കുമ്പസാരിക്കും.

“**ശി**വരാജൻസാറിന്റെ മോനായതുകൊണ്ട് ഞാനൊന്നും പറയുന്നില്ല.”

“തന്തേടെ പേരു ചീത്തയാക്കാനിറങ്ങിയേക്കുവാണോടാചെക്കാ നീ?”

“അമ്പാഴത്തേലെ ശിവരാജൻസാറിന്റെ സന്തതിതന്നെയല്ലേടാ നീ?”

- കൗമാരത്തെ കണ്ണാടിക്കരയിലെ വെട്ടുവഴികളിൽ ആഘോഷമാക്കിയ ദിനങ്ങളിൽ നിത്യവും ഒരുനേരമെങ്കിലും ഇത്തരം വാക്കുകൾ ഒളിവിൽനിന്ന് എന്റെ നേരേ ചാട്ടുളിയെറിയപ്പെട്ടു. അപ്പോഴൊക്കെ ഞാൻ അച്ഛനെ ശപിച്ചു. വെറുത്തു. കണ്ണാടിക്കരയിൽ തുടരുന്നിടത്തോളം കാലം അച്ഛൻ എന്ന അളവുകോൽകൊണ്ട് മറ്റുള്ളവർ എന്റെ ജീവിതത്തിന്റെ നീളവും വീതിയും അളക്കുമെന്ന് എനിക്കുറപ്പായിരുന്നു. തമ്പാനൂരിലും പാളയത്തും പഴയങ്ങാടിയിലും തുലച്ചുകളഞ്ഞ മൂന്നുവർഷത്തിന്റെ കയ്പുകളുമായി നാട്ടിൽ മടങ്ങിയെത്തിയ ദിവസം മുതൽ തന്നെ കണ്ണാടിക്കര എന്നെ ചാഞ്ഞുംചരിഞ്ഞും വേറിട്ട നോട്ടംകൊണ്ടു കീറിമുറിച്ചു. പാതിചത്ത മനസ്സുമായാണ്, ചന്നം പിന്നം പെയ്ത മഴ വഴിയായ വഴിയെല്ലാം ചള്ളകെട്ടിക്കളിച്ച രാത്രി ഞാൻ കണ്ണാടിക്കരയിൽ മടങ്ങിയെത്തിയത്. കിടക്കയും പുസ്തകങ്ങളുമുൾപ്പെടെ തിരുവനന്തപുരത്തുനിന്നു വാങ്ങിയതെല്ലാം അവിടെത്തന്നെ ഉപേക്ഷിച്ചാണു ബസ് കയറിയത്. മനസ്സ് പഴുത്തുപൊട്ടാറായ പരു പോലെ വിങ്ങുകയായിരുന്നു.

തിരുവനന്തപുരത്തെ അവസാനരാത്രി എന്നെ ഭ്രാന്തനാക്കി. തലയ്ക്കു മുകളിൽ ആകാശം എന്റെ നേരേ തീതുപ്പി. കൊത്തിനുറുക്കപ്പെട്ട എന്റെ ആത്മാവ് കടൽക്കാറ്റിന്റെ ഉപ്പിൽ നീറി. കിതച്ചും തളർന്നും ഞാൻ നഗരത്തിന്റെ ഓരത്തുകൂടി ഇഴഞ്ഞു. ഒറ്റ നിമിഷംകൊണ്ടു ജീവിതം അസ്തമിക്കപ്പെട്ടതായി എനിക്കു തോന്നി. എന്റെ ആകാശം... എന്റെ സൂര്യൻ എല്ലാം മറഞ്ഞിരിക്കുന്നു...

ഏറ്റവുമൊടുവിൽ നാട്ടിൽനിന്നു തിരുവനന്തപുരത്തു മടങ്ങിച്ചെന്നതു പണംകിട്ടാതെ നിരാശനായിട്ടായിരുന്നു. ചെന്നയുടനെ ഞാൻ ബാഗു പോലും താഴെവയ്ക്കാതെ ശശാങ്കൻചേട്ടന്റെ മുറിയിലേക്കോടി. പക്ഷേ, മുറി പൂട്ടിയിരുന്നു. എന്റെ മുറിയുടെ വാതിൽ തുറന്ന് ബൈനോക്കുലേഴ്സുമായി ഞാൻ ലോഡ്ജിന്റെ ടെറസ്സിലേക്കു പാഞ്ഞു. അവിടെ വാട്ടർ ടാങ്കിനപ്പുറത്തെ പടവുകളിൽ കയറിനിന്നാൽ സ്വാതിയുടെ വീട്ടുമുറ്റം വ്യക്തമായിക്കാണാം.

പോക്കുവെയിൽ ടെറസ്സിൽ മഞ്ഞ പരവതാനി വിരിച്ചിരുന്നു. എന്നത്തെയോ മദ്യസൽക്കാരത്തിന്റെ ബാക്കി കുപ്പിച്ചില്ലുകളായി അവിടവിടെ ചിതറിക്കിടന്നു. അഞ്ചാംനിലയുടെ ഉയരത്തിൽനിന്നു താഴേക്കു നോക്കുമ്പോൾ നഗരം കലാപഭൂമിപോലെ തോന്നി. എന്തിനൊക്കെയോ വേണ്ടി ആർത്തിപിടിച്ചു തിരക്കിട്ടോടുന്ന മനുഷ്യരും വാഹനങ്ങളും.

പായൽപിടിച്ച ജലസംഭരണിയുടെ മതിലിലൂടെ അള്ളിപ്പിടിച്ചുകയറി ഞാൻ പടവുകളുടെ മുകളിൽ ചവിട്ടി. രണ്ടുകാലുകളും ഒരുമിച്ചുകുത്തി നിൽക്കാൻ പടവിനു വീതിയില്ല. മതിലിൽ പിടിപ്പിച്ച ഇരുമ്പുകൊളുത്തിൽ ഒരുകൈകൊണ്ട് അള്ളിപ്പിടിച്ചുനിന്ന് ഞാൻ ദൂരദർശിനി എന്റെ സൗരയൂഥത്തിനുനേരേ നീട്ടി. അനന്തകോടി നക്ഷത്രങ്ങളെയും ഗ്രഹങ്ങളെയും പിന്നിട്ടു നീങ്ങുന്ന ബഹിരാകാശപേടകം പോലെ, പവിഴമല്ലിപ്പൂക്കളെയും പഴുത്തടരാറായ പേരയ്ക്കാകളെയും അവഗണിച്ച് എന്റെ ദൂരദർശിനിക്കുഴൽ അവളെ തേടി സഞ്ചരിച്ചു. മുറ്റത്തിന്റെ കോണിൽ വലിച്ചുകെട്ടിയ അയയിൽ നനച്ചുവിരിച്ച വസ്ത്രങ്ങളുടെ മുകളിലിരുന്നൊരു കാക്ക എന്റെ ദൂരദർശിനിക്കുഴലിലേക്ക് കള്ളക്കണ്ണെറിഞ്ഞു. അതിന്റെ കൊക്കിൽ പറ്റിയിരുന്ന പുതു മണ്ണിന്റെ ബാക്കിയും കണ്ണുകളുടെ തിളക്കവും ഞാൻ കൈനീട്ടിത്തൊടാവുന്ന ദൂരത്തുകണ്ടു. പവിഴമല്ലിപ്പൂക്കളെ തല്ലിക്കൊഴിച്ചു വികൃതികാട്ടിയോടിയ കാറ്റ് അയയിലെ തുണികളെ ഊഞ്ഞാലയാട്ടി. മുറ്റത്തിന്റെ മറ്റൊരു മൂലയിൽ തിണ്ണയിലേക്കു കാലുയർത്തിവച്ച് ഒരു പൂച്ച തലകുടഞ്ഞു. ഇല്ല... അവളെ മാത്രം കാണാനില്ല...

കാലുകൾക്കു ഭാരം മാറിമാറി സമ്മാനിച്ച് എത്രനേരം ഞാനാ നിൽപ്പുനിന്നു എന്നറിയില്ല. സന്ധ്യയുടെ ആകാശത്തു ചുവന്ന ചന്ദനത്തിരികളെരിഞ്ഞുതുടങ്ങുമ്പോൾ പെട്ടെന്നു വടക്കേ ചുവരിലെ ജനാല, കുപ്പിവളയിട്ടൊരു കൈ തള്ളിത്തുറന്നു. അതേ... അതവൾ തന്നെ... ഞാനുറപ്പിച്ചു. ഇത്തിരികഴിഞ്ഞപ്പോൾ, കടുംമഞ്ഞയിൽ കറുപ്പു വരയിട്ട പട്ടുപാവാടയുടെ ഒരു തുമ്പു ഞാൻ തിണ്ണയിൽ കണ്ടു. കാറ്റിനെതിരേ തിരമാലതുള്ളി അത് എന്നെ കൊതിപ്പിച്ചു. വീട്ടിൽ അതിഥികളാരൊക്കെയോ ഉണ്ടെന്നു തോന്നുന്നു. കിഴക്കേ മുറ്റത്തു രണ്ടു സ്കൂട്ടറുകളിരിപ്പുണ്ട്. മുടി നീട്ടിവളർത്തിയൊരു ചെറുപ്പക്കാരൻ ഇടയ്ക്കു മുറ്റത്തേക്കു ചാടിയിറങ്ങി, സ്കൂട്ടർ ഇരപ്പിച്ചുപോകുന്നതും അതേവേഗത്തിൽ മടങ്ങിവരുന്നതും കണ്ടു. കാലുകൾ മഞ്ഞുപോലെ മരവിക്കുന്നതും ഉടലിന്റെ ശക്തി 'ക്ഷയിക്കുന്നതും ഞാനറിഞ്ഞു. കണ്ണിനുചുറ്റും പൊടിയീച്ചകൾ

ഇരമ്പിപ്പറക്കുന്നതറിഞ്ഞു. ഇരുമ്പുകൊളുത്തിന്മേൽ കൈപ്പടം വിയർക്കുന്നതറിഞ്ഞു. എന്നിട്ടും അവളെ ഒരുനോക്കു കാണാനായി ഞാൻ അവിടെത്തന്നെ തുടർന്നു.

കാത്തിരിപ്പിന്റെ കരകാണാക്കടലിനുമേലേ, അതാ ഒടുവിൽ കറുത്ത സൂര്യോദയം...

പട്ടുപാവാടയുടെ മഞ്ഞ സ്വർണക്കടലായുലഞ്ഞു മുറ്റത്തേക്കു തുളുമ്പി.

ഒരു നിമിഷം... ഒരേയൊരു നിമിഷം... അവളെ ഞാൻ കണ്ടു. ആയിരം തിരികൊളുത്തി സന്ധ്യ എന്റെ മനസ്സിന്റെ ആകാശത്തു കടുംചുവപ്പു പരത്തി. അയയിലെ വസ്ത്രങ്ങൾ ഒന്നൊന്നായി പെറുക്കിയെടുത്തു വലത്തു കൈത്തണ്ടയിൽ തൊങ്ങൽ തൂക്കിയിടുന്നതിനിടെ, തികച്ചും സ്വാഭാവികമായെന്നവണ്ണം അവൾ എന്റെ ലോഡ്ജിലേക്കു പാളി നോക്കി. അവളെ കൊതിക്കുന്ന എന്റെ കണ്ണുകൾ അവിടെ ജനാലയ്ക്കപ്പുറം തിളങ്ങുന്നുണ്ടോ എന്നു തിരയുകയാവുമോ?

ഒരിക്കൽപ്പോലും കണ്ട ഭാവം നടിച്ചിട്ടില്ലെങ്കിലും എന്റെ മുഖം എന്നും അവിടെ അവൾ കണ്ടിട്ടുണ്ട്. നോട്ടത്തിലെ ചുരുക്കെഴുത്തുകൾ വായിച്ചിട്ടുണ്ട്. നാലുദിവസമായി എന്നെ കാണാതെ അവൾ വേദനിച്ചിരിക്കുമോ?

“എന്റെ പെണ്ണേ, ഇതാ, ഞാനിവിടെ”, ബൈനോക്കുലേഴ്സിന്റെ പിരിവുകളിലൂടെ അവളെ പിന്നെയും എനിക്കരികിലേക്കു വലിച്ചടുപ്പിച്ച് ഞാൻ കാറ്റിനോടും സന്ധ്യയോടും പറഞ്ഞു...

നീയറിയുന്നോ, ഞാനവിടെ, ഒരു മെഴുതിരിയായി ഉരുകിത്തീരുന്നത്...

നീയറിയുന്നോ, ഞാനൊരു സന്ധ്യയിലേക്ക് നിറമായലിഞ്ഞുചേരുന്നത്?

ഇതാ, ഇവിടേക്കു നോക്കൂ...

മനസ്സ് എനിക്കുമാത്രം കേൾക്കാവുന്ന ശബ്ദത്തിൽ അലറിപ്പറഞ്ഞു.

നാലു നാളിന്റെ നഷ്ടപ്പെടലിന്റെ സങ്കടങ്ങൾ എന്റെ നെഞ്ചിലേക്കിരമ്പിക്കയറി. അവ എന്റെ ചോരക്കുഴലുകളിൽ ലാവാപ്രവാഹമായി. ഞാനറിയാതെ എന്റെ തലച്ചോറും പേശികളും വികാരങ്ങളുടെ സന്ദേശങ്ങൾ കൈമാറി. എല്ലാവരും ചേർന്ന് എന്നെ ഒറ്റിക്കൊടുക്കാൻ പദ്ധതിയിടുന്നതു ഞാനറിഞ്ഞില്ല. അടുത്ത നിമിഷം അവ എന്റെ കൈകളെ ആവേശത്തിന്റെ തൂവാലപോലെ ചലിപ്പിച്ചു; വീണ്ടും വീണ്ടും... എവറസ്റ്റിനുമുകളിൽ നിന്ന് ഹിലാരിയെന്നപോലെ...

അവൾ വിടർന്ന കണ്ണുകളോടെ എന്റെ നേരേ നോക്കി. ഞാൻ തിടുക്കത്തിൽ ബൈനോക്കുലേഴ്സ് ജലസംഭരണിയുടെ മതിലിനു പിന്നിൽ ഒളിച്ചുപിടിച്ചു. അവൾ എന്നെത്തന്നെ നോക്കിനിൽക്കുകയാണോ? എന്നെ നോക്കി ചിരിക്കുകയാണോ? കൈ വീശുകയാണോ? അതോ ഞാൻ സ്വപ്നം കാണുകയാണോ?

അടുത്തനിമിഷം നേരത്തേ കണ്ട നീളൻ തലമുടിയുള്ള ചെറുപ്പക്കാരൻ അവളെ തള്ളിനീക്കി മുറ്റത്തേക്കുചാടിയിറങ്ങി എന്റെ നേരേ നോക്കുകയും വിരൽ ചൂണ്ടി ഉച്ചത്തിൽ എന്തോ പുലമ്പുകയും ചെയ്തു. ഇറുകിയ ടീഷർട്ടിൽ പേശികളെ ഒതുക്കാൻ വിമ്മിട്ടപ്പെടുന്ന രണ്ടു യുവത്വങ്ങൾകൂടി മുറിക്കുള്ളിൽനിന്നു പുറത്തേക്കോടിയിറങ്ങി, നെറ്റിക്കു മുകളിൽ കൈപ്പടം കുടയാക്കി എന്നെ സൂക്ഷിച്ചുനോക്കി. എന്റെ സ്വാതിനക്ഷത്രം പെട്ടെന്ന് ഇരുട്ടിനെ ബാക്കിവച്ച് മേഘക്കറുപ്പിൽ മറഞ്ഞു.

അപകടം മണത്തു ഞാൻ തിടുക്കത്തിൽ ടെറസ്സിലേക്കു നിരങ്ങിയിറങ്ങി, താഴേക്കോടി മുറിയിൽക്കയറി വാതിൽ തഴുതിട്ടു ശ്വാസത്തെ തുറന്നുവിട്ടു. ദൈവമേ... ഇനിയെന്താകും? അവളുടെ നോട്ടം പിൻതുടർന്നിട്ടാവുമോ അവന്മാർ എന്റെ സാന്നിധ്യം തിരിച്ചറിഞ്ഞത്? അതോ അവൾ എന്നെ ചൂണ്ടിക്കാണിച്ചുകൊടുത്തതാവുമോ? ഇല്ല. ഒരിക്കലും അവൾ അങ്ങനെ ചെയ്യില്ല. ചെയ്യാനാവില്ല. അവൾ എന്നെ നോക്കി ശരിക്കും കൈവീശിയോ? അതോ എനിക്കു തോന്നിയതായിരുന്നോ? ഇനി, അവൾ കൈവീശിയപ്പോൾ അവന്മാർ എന്നെ കണ്ടതായിരിക്കുമോ? എന്നെപ്പറ്റി അവൾ എല്ലാം വെളിപ്പെടുത്തിയിരിക്കുമോ? പ്രണയം തുറന്നുപറഞ്ഞിരിക്കുമോ?

ബൈനോക്കുലേഴ്സ് പെട്ടിക്കുള്ളിൽ വച്ചു ഞാൻ കട്ടിലിൽ ചെന്നു വീണു. മുറിയിൽനിന്നു മാറിനിൽക്കുന്നതാണു നല്ലത്. എത്രയും വേഗം പാളയത്തേക്കുപോകാം. അവിടെ എന്റെ ചങ്ങാതിമാർക്കരികിലെത്തിയാൽ ആശ്വാസമാകും.

ഞാൻ വാതിൽ തഴുതിട്ടു താഴേക്കോടി. പടവുകൾ ചാടിയിറങ്ങി, നിരത്തിലേക്കു തുറക്കുന്ന ഇടനാഴിയുടെ ഇരുട്ടിലേക്കു കടന്നപ്പോൾ, അതാ പുറത്തു നീളൻ മുടിക്കാരൻ സ്കൂട്ടറുമായി നിൽക്കുന്നു. ഞാൻ മുകളിലേക്കോടി. അവൻ ഒറ്റയ്ക്കായിരിക്കുമോ? അതോ കൂട്ടുകാരും ഉണ്ടാവുമോ? പാളയത്തെ സുഹൃത്തുക്കളെയാരെയെങ്കിലും ഫോൺ ചെയ്തു വിവരംപറയണമെന്നുണ്ട്. ഫോൺ ഓഫീസ് മുറിയിലെ മേശപ്പുറത്താണ്. അവർ കാണാതെ ഇടനാഴിയുടെ അങ്ങേയറ്റത്തെ ഓഫീസ് മുറിയിലേക്കു പോകാനാവില്ല. ഞാൻ നെഞ്ചിടിപ്പിന്റെ ഇരമ്പം സഹിക്കാനാവാതെ മുറിയിലേക്കു മടങ്ങി, കതകടച്ചു വീണ്ടും കിടക്കയിലേക്കു വീണു. കനം വച്ച നിമിഷങ്ങൾ ഇഴഞ്ഞുനീങ്ങി. ശ്വാസമിടിപ്പുകൾ എന്നെപ്പോലും ഭയപ്പെടുത്തി. മുറിക്കുവെളിയിൽ കാൽപ്പെരുമാറ്റമറിഞ്ഞപ്പോഴെല്ലാം എന്റെ ഉടൽ വിറച്ചു. വിയർപ്പിന്റെ പെരുവെള്ളപ്പാച്ചിലിനെ ആറ്റാൻ പങ്കയുടെ ഇതളുകൾക്കു കഴിഞ്ഞില്ല.

പൊടുന്നനെ വാതിലിൽ ആരോ തട്ടി.

ഞാൻ ചാടിയെഴുന്നേറ്റു. രണ്ടാമതു തട്ടൽ കുറെക്കൂടി ശക്തിയിലായി. എത്രനേരം തുറക്കാതിരിക്കാനാവും? അങ്ങനെയിരുന്നിട്ടെന്ത്...

'തുറക്കെടാ കോപ്പേ' എന്നു പറഞ്ഞു വാതിൽ വീണ്ടും കുലുങ്ങി. ദൈവമേ, അതു രാഘവനാണ്. ഞാൻ തിടുക്കത്തിൽ വാതിൽ തുറന്നു.

"വാതിലടച്ചിരുന്ന് എന്തോ ഒണ്ടാക്കുവാടാ?"

മദ്യത്തിന്റെ മണമുള്ള വാക്കുകൾ എനിക്കുനേരേ വലിച്ചെറിഞ്ഞ് രാഘവൻ സംശയത്തിന്റെ കണ്ണുകൾ മുറിയിലികെ ഉരുട്ടിവിട്ടു.

അവൻ കയറിയതിനു തൊട്ടുപിന്നാലെ വാതിൽ വലിച്ചടച്ചു കുറ്റിയിട്ടപ്പോൾ രാഘവൻ വീണ്ടും എന്നെ ചുഴിഞ്ഞുനോക്കി.

"നീ എപ്പളാ വന്നേ?"

"ഇത്തിരിനേരമായി."

"കാശു റെഡിയായോ?"

ഞാൻ തലകുനിച്ചു.

"എനിക്കപ്പഴേ അറിയാം. നടക്കാൻ പോകുന്നില്ലെന്ന്. നിന്നെയൊന്നും നമ്പാൻ കൊള്ളത്തില്ല."

ചെരുപ്പു കട്ടിലിനുകീഴിലേക്കു കോപത്തോടെ തൊഴിച്ചെറിഞ്ഞു രാഘവൻ കിടക്കയിലേക്കു വീണു.

"അതെന്തിനാ? എന്നെപ്പറഞ്ഞാമതിയല്ലോ. നിന്നെയൊക്കെ ഊട്ടാൻ ഞാൻ തൊലച്ച കാശുണ്ടായിരുന്നേല് ഇപ്പോ കരിക്കട തൊറക്കാമായിരുന്നു. എല്ലാം എന്റെ തെറ്റാണ്. എനിക്കൊരാവശ്യം വരുമ്പോ സുഹൃത്തുക്കൾ എന്നെയും സഹായിക്കുമെന്നു ഞാൻ വിചാരിച്ചു. മണ്ടത്തരമായിപ്പോയി."

രാഘവൻ പിന്നെയും എന്തൊക്കെയോ പുലമ്പിക്കൊണ്ടിരുന്നു. മിക്ക ദിവസവും അവനിപ്പോൾ മദ്യലഹരിയിലാണെത്തുന്നത്. തിരിച്ചൊന്നും പറയാൻ അവസരം തരാതെ, കേൾക്കാൻ താത്പര്യമില്ലാതെ ശാപവാക്കുകൾ ഉരുവിട്ടുകൊണ്ടേയിരിക്കും. എനിക്കു ശരിക്കും മടുത്തിരുന്നു.

ഇടയ്ക്കു രണ്ടുതവണ അവൻ നീട്ടി ഏമ്പക്കംവിട്ടു. മൂന്നാമത്തെ ഏമ്പക്കത്തിനൊപ്പം ഓക്കാനിച്ചുകൊണ്ട് രാഘവൻ കുളിമുറിയിലേക്കോടുമ്പോഴാണു വീണ്ടും വാതിലിൽ മുട്ടുകേട്ടത്. എന്റെ നെഞ്ചുപിടച്ചു. ഞാൻ കിടക്കയിൽ തിരിഞ്ഞുകിടന്നു. രണ്ടാമതും വാതിൽ കരഞ്ഞപ്പോൾ വായ കുലുക്കുഴിഞ്ഞു നീട്ടിത്തുപ്പി രാഘവൻ കുളിമുറിയിൽനിന്ന് ഒച്ചവച്ചു.

"കതകു തൊറക്കാൻ പ്രത്യേകിച്ചു പറേണോടാ പുല്ലേ?"

ഞാൻ അനങ്ങിയില്ല.

രാഘവൻ തിടുക്കത്തിൽ വന്നു കതകുവലിച്ചുതുറന്നതും, തെറിച്ചു വീണതും ഒരുമിച്ചായിരുന്നു. കരുത്തരായ നാലുപേർ അകത്തേക്ക് ഇരമ്പിക്കയറി. മുടിനീട്ടിവളർത്തിയ ഒരു മുഖം എനിക്കുനേരേ കുനിഞ്ഞുവരുന്നതും എന്റെ കുപ്പായത്തിൽ പിടിച്ചുയർത്തുന്നതും ഓർമയുണ്ട്. ഒരു ക്രിക്കറ്റ് ബാറ്റ് വായുവിൽ ഉയരുന്നതും ഉടലിൽ എവിടെയൊക്കെയോ വന്നുപതിക്കുന്നതും പാതിബോധത്തിലാണറിഞ്ഞത്. ചോര പൂക്കുറ്റിപോലെ ചിതറിത്തെറിച്ചു. നിലത്തേക്കു വലിച്ചിട്ട എന്റെ ഉടലിനെ ഷൂസിട്ട കാലുകൾ ചവിട്ടിക്കുഴച്ചു. ഇടറുന്ന ചുവടുകളുമായി രാഘവൻ ഇടയ്ക്ക്

ഓടിയടുക്കുന്നതും അടുത്തനിമിഷം ചുവരിലേക്കു തലയിടിച്ചുവീഴുന്നതും കണ്ടു.

"പട്ടീ... ഞങ്ങടെ കൊച്ചിനെ ടെലിസ്കോപ്പിക്കൂടെ നോക്കും അല്ലേടാ? എവിടെടാ നിന്റെ കോപ്പ്..?

ഒരുത്തൻ അലറി. കട്ടിലിനുകീഴിലെ പെട്ടിവലിച്ചുതുറന്ന് അവൻ എന്റെ ബൈനോക്കുലേഴ്സ് വലിച്ചെടുത്തു ചുവരിലേക്കെറിഞ്ഞു. മായക്കാഴ്ചകളുടെ അനന്തമായ ആകാശങ്ങൾ എനിക്കു സമ്മാനിച്ച ചില്ലുപേടകം ഉപ്പുചിന്നമായി.

"നിന്നെ ഇനി ഇവിടെ കണ്ടുപോകരുത്... കേട്ടോടാ പട്ടീ...? "

നെഞ്ചിനുമുകളിൽ കയറ്റിവച്ച കാൽപ്പാദം നിർദയം താഴേക്കമർത്തി മുടി നീട്ടിവളർത്തിയവൻ എന്റെ മുഖത്തേക്കു നീട്ടിത്തുപ്പി.

"ഇനി അവടെ പൊറകെ നടന്നെന്നു ഞങ്ങളറിഞ്ഞാൽ നിന്റെ ശവം കടലിപ്പൊങ്ങും. ഓർത്തോ. ഇന്നുതന്നെ കെട്ടുകെട്ടിക്കോണം. തിരോന്തോരത്തിനി കാലു ചവിട്ടിപ്പോകരുത്. "

തേരട്ടയെപ്പോലെ നിലത്തു ചുരുണ്ട്, ചുടുചോരയിലേക്കു മുഖം പൂഴ്ത്തിയ എന്നെ മലർത്തിക്കിടത്തി അടിവയറ്റിന് ഒരു ചവിട്ടുകൂടി തന്ന്, വാതിൽ വലിച്ചടച്ച് സംഘം നടന്നുനീങ്ങിയതേയുള്ളൂ, അടിവയറ്റിൽ വീണ്ടുമൊരു ചവിട്ടുകിട്ടി ഞാൻ പുളഞ്ഞു. അതു രാഘവനായിരുന്നു.

"പുല്ലേ...ഇപ്പോ എറങ്ങിക്കോണം ഇവിടുന്ന്. ജീവിതത്തിലിന്നുവരെ ഒരുത്തന്റേം തല്ലുകൊണ്ടിട്ടില്ലെടാ ഞാൻ..."

ചുവരിലിടിച്ചു മുഴച്ച തല തടവി അവൻ പിന്നെയും എന്നെ തൊഴിക്കാനാഞ്ഞു.

ശ്വാസമെടുക്കാനാവാതെ പിടച്ച് ചോരപ്പുഴയിൽ കിടക്കുമ്പോഴും മുറിയിൽ ചിതറിയ കുപ്പിച്ചില്ലുകളിൽ ഞാൻ കണ്ടത് സ്വർണച്ചേലുള്ള ഒരു പട്ടുപാവാടയുടെ ഞൊറിയായിരുന്നു. അതു മാത്രമായിരുന്നു.

"**നി**ന്നെ പ്രേമിക്കാൻ കൊള്ളത്തില്ല. പൊട്ടൻ."

തിരുവനന്തപുരത്തെ പ്രണയനാടകത്തിന്റെ അന്ത്യരംഗം പങ്കുവച്ചപ്പോൾ റാണിച്ചേച്ചി നുണക്കുഴിച്ചിരിയുടെ തുമ്പത്തു പരിഹാസം ചാലിച്ച് എന്നെ നോക്കി. ഞാൻ തലകുനിച്ചു.

"എനിക്കാലോചിക്കാൻ വയ്യ. മൂന്നുവർഷം ഒരു പെണ്ണിന്റെ പിന്നാലെ നടന്നിട്ടും ഒരു ദിവസംപോലും അതിനോടൊന്നു മിണ്ടാൻ കഴിയാത്ത നീ എന്തൊരു മണ്ടനാടാ."

"മിണ്ടാൻ അവള് അവസരം തരാത്തതുകൊണ്ടല്ലേ?"

"പിന്നേ... അവളാണോ? നീയല്ലേ അങ്ങോട്ടുകേറി മിണ്ടേണ്ടിയിരുന്നത്? ഈ പ്രേമം ആദ്യമേ പറഞ്ഞാരുന്നെങ്കിൽ ഞാൻ പറഞ്ഞുതരുമായിരുന്നല്ലോ വഴികള്."

"എന്തുവഴി?"

"എന്തെല്ലാം വഴികളൊണ്ടാരുന്നു. ഇനി പറഞ്ഞിട്ടെന്താ? ഒരു പെണ്ണിന്റെ മനസ്സിൽ കേറിപ്പറ്റാൻ ഇങ്ങനെ കൊടിച്ചിപ്പട്ടിയേപ്പോലെ പിന്നാലെ നടക്കുവായിരുന്നില്ല വേണ്ടത്. അവൾക്കിപ്പോ നിന്നോടു പുച്ഛമായിരിക്കും."

റാണിച്ചേച്ചി കോപത്തോടെ എന്റെ വയറ്റിൽ കുത്തി.

"ഇനിയെങ്കിലും പ്രേമിക്കാൻ പോകുന്നതിനുമുമ്പ് എന്നോടു പറയണം."

"ഇനി ഞാനാരേം പ്രേമിക്കത്തില്ല."

ഞാൻ കടുത്ത സ്വരത്തിൽ പറഞ്ഞു.

"അതാ നല്ലത്", റാണിച്ചേച്ചി പൊട്ടിച്ചിരിച്ചു, "അല്ലേലും നീ കല്യാണം കഴിക്കത്തില്ലാന്നൊക്കെ പറഞ്ഞു നടന്നവനല്ലാരുന്നോ? പിന്നെന്തിനാ പെണ്ണിന്റെ പൊറകേ പോയേ?"

ഞാൻ തലകുനിച്ചു.

"അവളത്ര സുന്ദരിയാരുന്നോ?"

ഞാൻ മിണ്ടിയില്ല.. റാണിച്ചേച്ചി എന്റെ വയറ്റിൽ തോണ്ടി ഇക്കിളിയാക്കി.

"പറേടാ...അവളു സുന്ദരിയാരുന്നോ?"

"ഉം."

"ശ്രീദേവിയേക്കാളും?"

"ഉം."

"ശോഭയേക്കാളും?"

"ഉം."

"എന്നേക്കാളും?"

ഞാൻ മുഖം വീർപ്പിച്ചുനിന്നു. റാണിച്ചേച്ചി ചിരിയമർത്തി എന്നെ ദൈന്യത്തോടെ നോക്കി.

"എടാ പ്രഭേ, സത്യത്തിൽ നീ പ്രേമിക്കുന്ന കാര്യം അവൾക്കറിയാമായിരുന്നോ?"

"ഉം."

"അതു നിനക്കെങ്ങനറിയാം? അവളു പറഞ്ഞിട്ടില്ലല്ലോ."

"എനിക്കറിയാം."

"ഉം. "

റാണിച്ചേച്ചി തെല്ലുനേരം നിശ്ശബ്ദയായി. പിന്നെ വാൽസല്യത്തോടെ എന്റെ കൈവിരലുകൾ സ്വന്തം കൈയിലെടുത്ത് അവൾ ചോദിച്ചു:

"അവളെ പിരിഞ്ഞതു നിനക്കൊത്തിരി വിഷമമായോ?"

എന്റെ കണ്ണുനിറഞ്ഞു.

“പ്രേമത്തിന്റെ പേരിൽ ആണുങ്ങൾക്ക് ഇത്രം സങ്കടമൊക്കെയൊണ്ടാവുമോടാ?”

ഞാൻ മിണ്ടിയില്ല.

“പാവം വിവേക്... പാവം അലക്സ്...”

റാണിച്ചേച്ചി പിറുപിറുത്തു.

“എടാ, നീ ഇനിയും പ്രേമിക്കണം. ഇതിനേക്കാൾ നല്ലൊരു പെണ്ണിനെ. വാശിയോടെ പ്രേമിക്കണം. കേട്ടോ?”

അവൾ എന്റെ കൈപിടിച്ചു കുലുക്കി. പറയുന്നതു കളിയോ കാര്യമോ എന്നറിയാതെ ഞാനവളെ സൂക്ഷിച്ചുനോക്കി. മുഖത്തു ഗൗരവത്തിന്റെ കടുംചായം തന്നെയാണെന്നു കണ്ടപ്പോൾ ഞാൻ ആശ്വസിച്ചു. പക്ഷേ, ഞാനപ്പോഴും സ്വാതിയെപ്പറ്റിത്തന്നെ ആലോചിക്കുകയായിരുന്നു. അവളിപ്പോൾ എന്തുചെയ്യുകയാവും? എന്നെപ്പറ്റി ഓർക്കുന്നുണ്ടാവുമോ? ഒരിക്കലെങ്കിലും അഞ്ചാംനിലയുടെ മട്ടുപ്പാവിലേക്ക് അറിയാതെയെങ്കിലും നോക്കാതിരിക്കാനാവുമോ? അവൾക്കുവേണ്ടി തല്ലുകൂടാൻ വന്നവർ ആരായിരിക്കും? അവളെ രഹസ്യമായി പ്രണയിക്കുന്നവൻ അക്കൂട്ടത്തിലുണ്ടാവുമോ? ഒരുപക്ഷേ, അവൾ പ്രണയിക്കുന്നവൻ? ആർക്കറിയാം.

“എടാ പ്രഭേ,” റാണിച്ചേച്ചി എന്നെ നുള്ളി, “നീ ഈ പൊട്ടിപ്പെണ്ണിനേം ഓർത്തു നിരാശാകാമുകനെപ്പോലെ നടക്കരുത്. അതൊന്നും ആമ്പിള്ളാർക്കു ചേർന്നതല്ല. കേൾക്കുന്നുണ്ടോ നീ?”

“ഉണ്ട്.”

“നീ... പ്രേമിച്ചോ... പക്ഷേ, പ്രേമത്തിന്റെ പേരിൽ തല്ലുകൊള്ളരുത്...”

പൊട്ടിത്തെറിച്ച കുപ്പിച്ചിൽച്ചിരിയെ സമർഥമായി തൊണ്ടയിലൊതുക്കി റാണിച്ചേച്ചി ഉപദേശിച്ചു. ഞാനവളെ കടുപ്പിച്ചു നോക്കി.

“പിന്നെ, ഒരു കണ്ടീഷൻ കൂടി.”

“ഉം?”

“നീ വാക്കു താ.”

അവൾ കള്ളച്ചിരിയോടെ കൈ എനിക്കുനേരേ മലർത്തി.

“കാര്യം പറ.”

“ഇനി നീ പ്രേമിക്കാൻ പോവുമ്പോ ആദ്യം എന്നോടു പറയണം. സമ്മതിച്ചോ?”

ഞാൻ മിണ്ടിയില്ല.

“സമ്മതിച്ചു. ഓകേ?”

എന്റെ കൈ ബലമായി പിടിച്ച് അവളുടെ കൈവെള്ളയിൽ വച്ചു റാണിച്ചേച്ചി ചിരിച്ചു.

ഈ സംഭവത്തിനുശേഷം നാലുവർഷം കഴിഞ്ഞ്, ഒരു നട്ടുച്ചയിൽ, പിഎസ്സി പരീക്ഷയെഴുതി മടങ്ങിവരുന്ന റാണിച്ചേച്ചിയെ വഴിയിൽവച്ചേ പിടികൂടി, ബലമായി ഞാൻ കൂൾബാറിലേക്കു കൂട്ടിക്കൊണ്ടുപോയി.

"എനിക്കൊരു കാര്യം പറയാനുണ്ട്."

മാമ്പഴച്ചാറിന്റെ മഞ്ഞ റാണിച്ചേച്ചിക്കു മുന്നിലേക്കു നീക്കിവച്ച്, ഞാൻ അടക്കാനാവാത്ത ആവേശത്തോടെ പറഞ്ഞു.

"ഉം?"

"ഒരു രഹസ്യം."

"എന്താ?"

കടലാസിന്റെ നീലക്കുഴലിൽനിന്നു ചുണ്ടുകളെ അടർത്തിയെടുത്ത് റാണിച്ചേച്ചി എന്നെ ഉറ്റുനോക്കി.

"ഞാനൊരാളെ പ്രണയിക്കുന്നു."

റാണിച്ചേച്ചിയുടെ മുഖത്ത് ഒരു പ്രതികരണവും കണ്ടില്ല.

"ശരിക്കും സീരിയസായി. "

ഞാൻ വീണ്ടും പറഞ്ഞു.

തിടുക്കത്തിൽ പഴച്ചാർ വലിച്ചുകുടിച്ച്, ചുണ്ടിലെ മാമ്പഴമഞ്ഞ, ചുവന്ന പൂക്കൾ തുന്നിയ തൂവാലയിൽ തുടച്ചെടുത്തു റാണിച്ചേച്ചി എഴുന്നേറ്റു.

"എനിക്കു പോണം."

"ഇതു കേട്ടിട്ട്. ആരാ എന്താന്നൊന്നും നീ ചോദിച്ചില്ലല്ലോ."

റാണിച്ചേച്ചി വാക്കുകൾക്കു കാതുകൊടുക്കാതെ എനിക്കെതിരേ ധൃതിയിൽ നിരത്തുമുറിച്ചുകടന്നു.

രാത്രി വൈകി വീട്ടിൽ വന്നുകയറുമ്പോൾ അമ്മ അടുക്കളത്തിണ്ണയിലിരുന്നു പാത്രം മോറിക്കൊണ്ടു ചോദിച്ചു:

"എന്തിനാ ഇത്ര നേരത്തേ വന്നേ? കുറച്ചൂടെ ഊരുചുറ്റീട്ടു വന്നാ മതിയാരുന്നല്ലോ."

ഞാൻ ഒന്നും മിണ്ടാതെ, ചവിട്ടുമെത്തയിൽ കാലുകളെ അമർത്തിയുരച്ചു കോപം ഞെരിച്ചുകളഞ്ഞ് മുറിക്കുള്ളിലേക്കുകയറുമ്പോൾ പുറത്തുനിന്നു തണുത്ത കാറ്റിന്റെ സൂചിമുനകൾക്കൊപ്പം അമ്മയുടെ വാക്കുകളും എന്നെ വന്നു കുത്തി:

"തന്തേടെ കണ്ണടയുമ്പോ വീട്ടിലൊള്ള ആമ്പിള്ളേരാ കാര്യങ്ങളു നോക്കി നടത്തണ്ടേ. കെട്ടുപ്രായം തെകഞ്ഞൊരുത്തി അകത്തിരിക്കുന്നു. അതവൻ കാണുന്നില്ല. അതിന്റെ കാര്യങ്ങള് അന്വേഷിക്കാൻ അവനു നേരമില്ല. എങ്ങാണ്ടുകെടന്ന പെഴച്ച പെണ്ണുങ്ങടെ പിന്നാലെ വായും പിളർന്നു നടക്കാൻ സമയമുണ്ടുതാനും. ഇവനൊരിക്കലും നന്നാവില്ല."

അകത്തേ മുറിയിലെവിടെയോ കരച്ചിലിന്റെ ഒരു ചില്ലുവീണുടഞ്ഞോ?

കരഞ്ഞതു കാറ്റോ റാണിച്ചേച്ചിയോ അതോ എന്റെ ഇടനെഞ്ചോ?

പത്തൊമ്പത്

പ്രണയം മറക്കുന്ന കവിത

'നനച്ചുണങ്ങാനിട്ടപ്പോൾ
കാറ്റു പറത്തിക്കൊണ്ടുപോയ
തൂവാലയാണച്ഛൻ-
പൊടി കൊണ്ടു മുഖംതുടച്ച്
ചിലപ്പോൾ അതു മുൾമുരിക്കിൽ
കുരുങ്ങിക്കിടപ്പുണ്ടാകാം...'

കോളേജ് ഹോസ്റ്റലിലെ അതിഥിമുറിയിൽ, പൊടിപിടിച്ച വട്ടമേശയിൽ കുപ്പായം പൊട്ടിക്കാതെ കിടന്ന ആഴ്ചപ്പതിപ്പിലെ ഈ കവിത കണ്ടിരുന്നില്ലെങ്കിൽ ഞാൻ ഒന്നും അറിയാതെ പോവുമായിരുന്നു. തുറക്കാത്ത മനസ്സിന്റെ മായക്കണ്ണാടികൾ കാണാതെ പോവുമായിരുന്നു. ഒറ്റയിതൾപ്പൂവിനെ തൊടാതെ പോവുമായിരുന്നു.

എംഎ ഹിസ്റ്ററി ആദ്യവർഷ പരീക്ഷയുടെ തിരക്കുപിടിച്ച തയ്യാറെടുപ്പിനിടയിൽ, സഹപാഠിനികളിൽനിന്ന് ആൻഡ്രേഴ്സൺ കെഞ്ചിവാങ്ങിയ നോട്ട് സംഘടിപ്പിക്കാൻ എത്തിയതായിരുന്നു ഞാൻ. മുറിപൂട്ടി അവൻ പുറത്തു പോയിരുന്നതിനാൽ കാത്തിരിപ്പിന്റെ അക്ഷമയോടെ അതിഥിമുറിയിൽ ഇരിക്കുമ്പോൾ വെറുതേ, വാരികകളിലേക്കു കണ്ണോടിച്ചതാണ്. തുറന്നുമലർന്ന ഏറെ വാരികകളുണ്ടായിരുന്നിട്ടും അതൊന്നും നോക്കാതെ, അവയ്ക്കിടയിൽ പൊട്ടിക്കപ്പെടാതെ കിടന്ന കവറിലേക്കു ശ്രദ്ധിച്ചത് എന്തുകൊണ്ടെന്നു പിന്നീടു പലപ്പോഴും ഞാൻ ആലോചിച്ചിട്ടുണ്ട്. കവിതയുടെ വരികൾ കണ്ണിലുടക്കിയപ്പോഴേ ഇനി ആൻസിയുടെ അഹന്തയ്ക്ക് ഒരു മുളകൂടി പൊട്ടുമല്ലോ എന്നു ഞാൻ നടുങ്ങി. ഞങ്ങൾ തമ്മിലുള്ള അകൽച്ച യുദ്ധമുഖത്തെ ശത്രുതയുടെ നിലയിലേക്ക് വളർന്നിരുന്നു. തപാലിൽ അയക്കാനായി ആൻഡ്രേഴ്സനെ ഏൽപ്പിക്കാറുണ്ടായിരുന്ന കവിതകളെല്ലാം, അവന്റെ വിലക്കുന്ന കണ്ണുകളെ അവഗണിച്ച് കീറിച്ചുരുട്ടി പെരുവഴിയിലെറിയാൻ ഞാൻ ശ്രദ്ധിച്ചിരുന്നു. ഒരിക്കൽപ്പോലും എവിടെയും കവിത അച്ചടിച്ചുവന്നിട്ടില്ലാത്തതിന്റെ പേരിൽ

'തപാൽക്കവി' എന്നു രഹസ്യമായി ചിലരോട് ഞാനവളെ കളിയാക്കുക പോലും ചെയ്തിരുന്നു. എന്നിട്ടാണ് ഇപ്പോഴിതാ... കവിത അച്ചടിച്ചു വന്നിരിക്കുന്നത്. ആൻഡേഴ്സൺ കണ്ടുകാണില്ലേ ഇത്? അതോ അറിഞ്ഞിട്ടും എന്നെ അറിയിക്കാതിരിക്കുകയായിരുന്നോ.

ഞാൻ രോഷത്തോടെ കവിതയിലേക്കു നോക്കി പല്ലിറുമ്മുമ്പോൾ തൊട്ടടുത്തപേജിൽ കവിതയുടെ അവസാനം നൽകിയിരുന്ന ഫോട്ടോ എന്നെ പിടിച്ചുവലിച്ചു- പി.എസ്.ജലജ.

ക്ലാസ് മുറിയിലെ പിൻബഞ്ചിലിരിക്കുന്ന വിടർന്ന കണ്ണുകളുള്ള നിശ്ശബ്ദയായ പെൺകുട്ടി. ദൈവമേ, അപ്പോഴിത് ആൻസിയുടെ കവിതയായിരുന്നില്ലേ? അതോ അവളുടെ കവിത മോഷ്ടിച്ച് ജലജ വാരികയ്ക്ക് അയച്ചുകൊടുത്തതായിരിക്കുമോ? ആശയക്കുഴപ്പം എന്നെ ഇരിപ്പിടത്തിൽ നിന്നെഴുന്നേല്പിച്ചു. ആൻഡേഴ്സണെ കണ്ടേ മതിയാവൂ. ഞാൻ പുറത്തേക്കോടി.

നട്ടുച്ചയെ സൂര്യൻ പർപ്പടകംപോലെ പൊള്ളിക്കുന്നുണ്ടായിരുന്നു. ചൂടിനു നടുവിലൂടെ വിയർത്തുലഞ്ഞ് ഞാനോടി. വിയർപ്പു വലിച്ചുകുടിച്ച് എന്റെ കൈയിലിരുന്ന വാരിക കാറ്റിനോടു കവിത മൂളി. കോളേജ് ഹോസ്റ്റലിന് അടുത്തുള്ള കള്ളുഷാപ്പിലേക്കായിരിക്കും ആൻഡേഴ്സൺ പോയതെന്ന് ഉറപ്പായിരുന്നു. ചെമ്പരത്തിക്കാടു നിറഞ്ഞ ഒറ്റവഴിത്താരയിലൂടെ കുറുക്കുകയറി ഞാൻ അടുത്ത തെരുവിലേക്കോടി. പ്രതീക്ഷിച്ചതുപോലെ ഷാപ്പിന്റെ പിൻമുറിയിലെ തടിബെഞ്ചിൽ പാതിയൊഴിഞ്ഞ കുപ്പിക്കും അസംഖ്യം വെള്ളപ്പിഞ്ഞാണികൾക്കും നടുവിൽ അവനുണ്ടായിരുന്നു. വേവിച്ചുകുഴച്ച കപ്പയുടെ ഒരുതുണ്ട് നാവിലേക്കുതള്ളി കുപ്പി വായിലേക്കു ചരിക്കുമ്പോഴാണ് ഞാനവിടേക്കു ചെന്നത്. എന്നെ കണ്ട് അവൻ അദ്ഭുതത്തോടെ കണ്ണുകളെ പുറത്തേക്കു തള്ളിയിട്ടു. പിന്നെ ബെഞ്ചിൽ ഒതുങ്ങിയിരുന്ന് എനിക്ക് ഇരിപ്പിടമൊരുക്കി.

അപ്പുറത്തെ മുറിയിൽ നിന്നൊരു നാടൻപാട്ടിന്റെ ഈരടികൾ ഞങ്ങൾക്കിടയിലൂടെ വേച്ചുവേച്ചു നടന്നുപോകുന്നത് അവന്റെ ചുണ്ടുകൾ ഏറ്റുപിടിക്കുന്നുണ്ടായിരുന്നു.

"നീയിവിടെ വന്നിരിക്കുകയാണോടാ പുല്ലേ? എത്ര നേരമായി നിന്നെ നോക്കി ഞാനവിടിരിക്കുന്നു."

ഞാൻ ചൊടിച്ചു. ആൻഡേഴ്സൺ ചിരിച്ചുകൊണ്ട് എന്നെ നോക്കി നാടൻപാട്ടുമൂളി. പിന്നെ കുപ്പി നീട്ടി. ഞാനതെടുത്തു തൊണ്ടയിലേക്കൊഴിച്ചു.

"നീയിതുകണ്ടോ?"

കവിതയച്ചടിച്ചുവന്ന വാരിക ഞാൻ അവന്റെ നേർക്കു നീട്ടി. പക്ഷേ, അവനതു തുറന്നുപോലും നോക്കിയില്ല.

"എടാ നീ ഇതൊന്നു നോക്ക്."

ഞാൻ കെഞ്ചി.

"എന്താ ഇതിൽ?"

"കവിത."

"ആരുടെ?"

"ആൻസീടെ."

"ആൻസീടെയോ അതോ ജലജയുടെയോ?"

കള്ളുകുപ്പിയെ സ്നേഹത്തോടെ കൈയിലെടുത്തു ലാളിച്ച് ആൻഡേഴ്സൺ എന്നെ പാളിനോക്കി. കാര്യങ്ങളെല്ലാം അവനറിഞ്ഞു എന്ന് എനിക്കുറപ്പായി. ഞാനവനെ രോഷത്തോടെ നോക്കി. ഒറ്റവലിയ്ക്ക് കുപ്പിയുടെ പാതിയും വിഴുങ്ങി, തലകുടഞ്ഞ് അവൻ എന്റെ കൈയിൽ പിടിച്ചു.

"പതിവില്ലാതെ നട്ടുച്ചയ്ക്ക് ഞാനിവിടെ വന്നിരുന്ന് ഇതുവിഴുങ്ങുന്നതെന്തുകൊണ്ടാണെന്നാ നിന്റെ വിചാരം?" വെന്തുമലർന്ന കപ്പയുടെ മേലേക്കു മീൻചാറൊഴിച്ചു വിരൽകൊണ്ടു തോണ്ടിയെടുത്ത് അവൻ എന്നെ നോക്കി, "കുറ്റബോധം... അല്ലാതെന്ത്?"

"എന്തിന്?"

"അതുശരി. ഇപ്പഴും നിനക്കു കാര്യങ്ങളൊന്നും വ്യക്തമായില്ല അല്ലേ?"

ആൻഡേഴ്സൺ മേശയുടെ അടിയിൽ കൈവിരലുരസി, കപ്പയുടെ അവശിഷ്ടത്തെ അവിടെ പതിപ്പിച്ചു. ജനാലയിലൂടെ പാറിയെത്തിയ ഒരു മണിയനീച്ച അതിലേക്കുവന്നൊട്ടി.

"എടാ, ഞാനിന്നലെയാ കാര്യങ്ങളൊക്കെയറിഞ്ഞത്. അപ്പോൾ മുതൽ നെഞ്ചിൽ ആരോ കുത്തുംപോലെ.. നീ ചെയ്തതു മഹാ പാതകമായിപ്പോയി..."

"എന്ത്?"

"എടാ... കവിതയെഴുതിയതെല്ലാം ആ പാവം ജലജയാ. അവൾക്കത് അച്ചടിച്ചുവരണമെന്നൊന്നും ആഗ്രഹമില്ലാരുന്നു. പക്ഷേ, ആൻസി മുൻകൈയെടുത്ത് അതിനു ശ്രമിക്കുവായിരുന്നു. ആ കവിതകളാ നീ കീറിയെറിഞ്ഞു പണ്ടാറടക്കിയത്."

വധശിക്ഷ വിധിച്ച ജഡ്ജിയെ നോക്കുംപോലെ ആൻഡേഴ്സൻ എന്നെ ചുഴിഞ്ഞുനോക്കി.

"പിന്നെന്താ ആൻസി ഇതു നേരത്തേ പറയാഞ്ഞത്?"

ഞാൻ ആൻഡേഴ്സന്റെ കൈയിൽനിന്നു കുപ്പി പിടിച്ചുവാങ്ങി.

"എന്തിന്? എന്തിനുപറയണം? അല്ലെങ്കിൽത്തന്നെ നമ്മളു ചോദിച്ചോ? അയച്ചുകൊടുത്ത കവിതകളൊന്നും അച്ചടിച്ചുവരാതിരുന്നപ്പോ അവൾക്കു സംശയം തോന്നി തനിയെ അയച്ചുകൊടുത്തതാ ഇപ്പോൾ... ഞാൻ സത്യമെല്ലാം പറഞ്ഞു."

"കോപ്പേ... എന്തിന്? ഞാനിപ്പോ കള്ളനായില്ലേ?"

ഞാനവന്റെ കവിളത്തൊരു തേമ്പുകൊടുത്തു.

"കള്ളത്തരം കാണിച്ചിട്ടല്ലേ... നീ ആ കൊച്ചിനോടു മാപ്പുപറയണം."

"ആരോട്? ആൻസിയോടോ? എന്റെ പട്ടി പറേം."

"ആൻസിയോടല്ല, ആ പാവം ജലജയോട്..."

ഞാൻ തലകുനിച്ചു.

"ഒന്നും രണ്ടുമല്ല, പതിനെട്ടു കവിതകളാ നീ കീറിയെറിഞ്ഞത്. ഞാൻ എണ്ണം വച്ചിട്ടുണ്ട്."

"എങ്കിൽ എനിക്കിപ്പോ അവളെ കാണണം."മേശയെ കുലുക്കിയുണർത്തി ഞാൻ കുപ്പി താഴെവച്ചു."ഒരുപക്ഷേ, ഈ കവിത എത്രയോ നാൾ മുമ്പേ അച്ചടിച്ചുവരേണ്ടതായിരുന്നു.. ഞാൻ കാരണമല്ലേ..."

എന്റെ തൊണ്ടയിടറി.

"പ്രഭേ.. നീ ഫിറ്റായി. ഇപ്പോ അവളെ കാണാൻ പോകണ്ടാ."

"എന്താ പോയാൽ?"

"അവളു പറയുന്നതെല്ലാം മിണ്ടാതെ കേൾക്കേണ്ടിവരും."

"ഞാൻ കേട്ടോളാം. നീ വരുമോ എന്റെ കൂടെ?"

"എവിടെ? ലേഡീസ് ഹോസ്റ്റലിലേക്കോ?

"ഉം."

"കള്ളുകുടിച്ചേച്ചോ? ഞാനില്ല. നീ പോ..."

പാതികുടിച്ചുവച്ച കള്ളുകുപ്പിയേയും വെറുതേ തലയാട്ടുന്ന ആൻഡേഴ്സണെയും ഒരുകൂട്ടം മണിയനീച്ചകളെയും ഉപേക്ഷിച്ചു ഞാൻ പുറത്തേക്കു നടന്നു.

'**ആ**രുമറിയുന്നില്ല:
എഴുതാത്ത കവിതയുടെ
ചമൽക്കാരങ്ങൾ,
വാഴാത്ത വാഴ്വിന്റെ
ഗൂഢാർഥങ്ങൾ,
തുറക്കാത്ത മനസ്സിന്റെ
മായക്കണ്ണാടികൾ...
ആരുമോർക്കുന്നില്ല:
ആകാശം രാത്രിയിലും
പകലിലും ഒറ്റയ്ക്കു
കരയുകയാണെന്ന്,
മരങ്ങൾ വസന്തത്തിന്റെ
ഒറ്റയിതൾപ്പൂവിനായി
കാത്തിരിക്കയാണെന്ന്...'

പി.എസ്.ജലജ എഴുതിയ കവിത എനിക്കുമുമ്പിലേക്കു നീക്കിവച്ച് ആൻസി ചോദിച്ചു:

"വായിച്ചോ കവിത?"

"ഉം."

"എന്നിട്ട് എന്തുമനസ്സിലായി?"

"ഒന്നും മനസ്സിലായില്ല."

"പക്ഷേ, ഞങ്ങൾക്കെല്ലാം മനസ്സിലായി," കോഫി കെയുടെ നീല വെളിച്ചമുള്ള തണുത്ത ഇരുട്ടിൽ ആൻഡേഴ്സൻ ചായ പിഞ്ഞാണിയി ലൊഴിച്ചു ചൂടാറ്റിക്കൊണ്ടു പറഞ്ഞു, "അവൾ കാത്തിരിക്കുന്ന ഒറ്റ യിതൾപ്പൂ നീയാണ്."

ഞാൻ മിണ്ടിയില്ല. ലേഡീസ് ഹോസ്റ്റലിന്റെ ആയിരം ഒളിക്കണ്ണു കളുള്ള മുറിയിൽ ആദ്യമായി ജലജയെ തേടിച്ചെന്നപ്പോൾ അന്നവൾ പറഞ്ഞ വാക്കുകൾ എന്റെയുള്ളിൽ ചെടിച്ചു.

" കുമ്പസാരം.. മാപ്പു പറയൽ ഒന്നും വേണ്ട. പ്രഭ ആരെന്ന് എനിക്ക റിയാം. വാക്കുകൾ കൊണ്ടുള്ള ഒരു കളി വേണ്ട ഇനി."

ചില്ലിലൊതുങ്ങിയ മഗ്ദലനമറിയത്തിന്റെ ചിത്രത്തിലേക്കു നോക്കി ഞാൻ മിണ്ടാതിരുന്നു.

"മാപ്പു പറയാനല്ല വന്നത്. മാപ്പിൽ തീരാവുന്ന തെറ്റല്ല എന്റേത്."

"പിന്നെ?"

"എന്തു പറയണമെന്നറിയില്ല. എന്നും ജലജ എന്റെ കൂടെ വേണ മെന്നുണ്ട്. അല്ലെങ്കിൽ ജലജയ്ക്കൊപ്പം ഇനിയെന്നും ഞാനുണ്ടാകണ മെന്ന് ആഗ്രഹമുണ്ട്."

"പ്രണയം? അതാണെങ്കിൽ വേണ്ടേ വേണ്ട ."

ഞാൻ പുരികം ചുളിച്ചു.

"പ്രഭയോടുള്ള ദേഷ്യംകൊണ്ടല്ല. അതങ്ങനെയാണ്. പിന്നെ, പെട്ടെ ന്നൊരു നിമിഷം തോന്നുന്ന വികാരമാകരുത് പ്രണയം. "

മിണ്ടാതെ, ചരൽമുള്ളിനു മുകളിലൂടെ ഞാനിറങ്ങിപ്പോന്നു. പക്ഷേ, അവളെ അഗാധമായി പ്രണയിച്ചുതുടങ്ങിയതിന്റെ വിങ്ങൽ ഞാൻ ഇട നെഞ്ചിലറിയുന്നുണ്ടായിരുന്നു.

ശത്രുത അലിഞ്ഞുതീർന്ന നിമിഷങ്ങളുടെ ആനുകൂല്യംപറ്റി പിന്നീട് ആൻസി ചോദിച്ചു:

"പ്രഭ ശരിക്കും സീരിയസാണോ?"

"ഇതിൽക്കൂടുതൽ സീരിയസാകാൻ എനിക്കാവില്ല."

"പക്ഷേ, ഒരു കോളേജ് പ്രണയത്തിൽ ജലജയ്ക്കു താത്പര്യമില്ല."

"എനിക്കും."

"അവളുടെ ചേച്ചി പ്രണയിച്ചു വീടുവിട്ടതാണ്. അത് ഒരുപാടു പ്രശ്നങ്ങളുണ്ടാക്കി അവളുടെ ജീവിതത്തിൽ. അറിയുമോ?"

"ചുമ്മാതല്ല, അച്ഛൻ തൂവാലയാണെന്നും ചായപ്പെൻസിലാണെന്നു മൊക്ക കവിതയെഴുതിവച്ചത്"

ആൻഡേഴ്സൺ ചിരിച്ചു.

"എന്തായാലും ജലജ ഒരിക്കലും ഒരു പ്രണയവിവാഹത്തിനു തയാറാവില്ല." ആൻസി എന്റെ കൈപ്പടത്തിൽ കൈ ചേർത്തു വച്ചു ചോദിച്ചു, "ശരിക്കും അവളെ വിവാഹം കഴിക്കാൻ പ്രഭ ആഗ്രഹിക്കുന്നുണ്ടോ?"

"ഉവ്വ്."

"എങ്കിൽ നമുക്കിതു സീരിയസായിത്തന്നെ മുന്നോട്ടുകൊണ്ടു പോകാം. പക്ഷേ, അവളെ വേദനിപ്പിക്കരുത്. അത്രയ്ക്കു പാവമാണവൾ."

ഇത്രനാൾ ആൻസിയോടു കലഹിച്ചതിൽ എനിക്കു കുറ്റബോധം തോന്നി.

"ഒരു കാര്യം പറഞ്ഞാൽ ഞെട്ടുമോ?"

ആൻസി എന്റെ കൈയിൽ മൃദുവായി നുള്ളി.

"എന്താ?"

"ഞെട്ടുമോന്നു പറ."

"ഇല്ല. എന്താ?"

"ജലജയ്ക്കു പണ്ടേ പ്രഭയെ ഇഷ്ടമായിരുന്നു."

ശരിക്കും ഞാൻ ഞെട്ടി.

"സത്യം പറയാമല്ലോ, നിരുൽസാഹപ്പെടുത്താൻ ഞാൻ കുറെ ശ്രമിച്ചതാ. പെട്ടെന്നു കോപിക്കുന്നവരെല്ലാം നല്ല മനസ്സുള്ളവരാണെന്നാണ് അവളുടെ വാദം. അ വളുടെ അച്ഛൻ അങ്ങനായിരുന്നുവത്രേ.. അച്ഛനുമായി അവൾക്കു വല്ലാത്തൊരു ബന്ധമാണ്. അവളേറ്റവും ഇഷ്ടപ്പെടുന്നതും അച്ഛനെയാണ്.."

"ഇത്രയ്ക്ക് അടുപ്പവും സ്നേഹവുമാണെങ്കിൽ പിന്നെന്താ, മകൾ ഒരാളെ പ്രണയിച്ചാൽ അച്ഛന് നടത്തിക്കൊടുത്താൽ? എനിക്കു മനസ്സിലാവുന്നില്ല. അച്ഛനേം മകളേം."

ഞാൻ പുറത്തെ വെയിലിന്റെ ചില്ലിലേക്കു മുഖം തിരിച്ചു.

"പ്രഭയ്ക്കു മനസിലാവില്ല. ഒരച്ഛന്റെ മനസ് മനസ്സിലാവാൻ അച്ഛനാവണം."

ആൻസി എന്റെ മുഖത്തുനോക്കാതെ പറഞ്ഞു.

ഒരുപാടുകാലങ്ങൾക്കുശേഷം, ഞാനൊരച്ഛനായപ്പോൾ, എനിക്കൊരു മകളുണ്ടായപ്പോൾ, അവൾ എന്നോടു പറഞ്ഞു:

"അച്ഛന്റെ മനസ്സ് എനിക്കു മനസിലാവുന്നതേയില്ല. ചിലപ്പോൾ പുരോഗമനം പറയും. അതേസമയം പ്രാകൃതമായി പ്രവർത്തിക്കുകയും ചെയ്യും."

"ഉവ്വോ?"

ഞാനവളുടെ കവിളിൽത്തട്ടി ചിരിച്ചു.

"ചിരിക്കണ്ട. ഞാൻ തമാശ പറഞ്ഞതല്ല. ഒരുപാട് കോൺട്രഡിക്ഷൻസുണ്ട് അച്ഛന്റെ ജീവിതത്തിൽ. സത്യത്തിൽ അച്ഛൻ ഈശ്വരവിശ്വാസിയാണോ നിരീശ്വരവാദിയാണോ? അച്ഛൻ കമ്യൂണിസ്റ്റാണോ പെറ്റിബൂർഷ്വായാണോ?"

"കേട്ടോടീ, നമ്മളുടെ മകളുടെ സംശയങ്ങൾ"

ഞാൻ ജലജയുടെ ശ്രദ്ധ ക്ഷണിച്ചു.

"സത്യമാ അച്ഛാ. ഞാനെപ്പഴും ആലോചിക്കാറുണ്ട്, പാവം എന്റമ്മ എന്തുകൊണ്ട് അച്ഛനെ പ്രണയിച്ചൂന്ന്."

"അത്രയ്ക്കും ബോറനാണോടീ ഞാൻ?"

"എന്താ സംശയം? നൂറു ശതമാനവും ബോറൻ."

"പക്ഷേ, നിന്റമ്മ പറയട്ടെ ഉത്തരം," തീൻമേശയിലിരുന്നു പച്ചക്കറിയരിയുന്ന ജലജയുടെ നേരേ ഞാൻ കണ്ണെറിഞ്ഞു, "പറയെടീ...അവൾക്കൊരുത്തരം കൊടുക്ക്."

"അമ്മയൊന്നും പറയില്ല. പക്ഷേ, അമ്മേടെ കവിതയെഴുത്തുപോലും അച്ഛൻ കൊന്നുകളഞ്ഞില്ലേ?"

"ഞാനോ?"

"പിന്നല്ലാതാര്? അമ്മയൊരു കവിതയെഴുതിയിട്ട് എത്ര കാലമായീന്ന് അച്ഛൻ ആലോചിച്ചിട്ടുണ്ടോ? അമ്മയുടെ കവിതയെല്ലാം അടുക്കളയിൽ ആവിയായിപ്പോയത് അറിയുന്നുണ്ടോ?"

"പക്ഷേ, ഞാൻ..."

"അച്ഛനായി ഒന്നും ചെയ്തില്ലാന്നായിരിക്കും. പക്ഷേ, അച്ഛൻ പ്രോത്സാഹിപ്പിച്ചോ? ഒരു കവിതയെഴുതൂ എന്ന് എന്നെങ്കിലും അമ്മയോടു പറഞ്ഞോ? ഇതേസമയം അച്ഛനായിരുന്നു കവിതയെഴുതിയിരുന്നതെങ്കിൽ അമ്മ അച്ഛനെ നിരന്തരം പ്രേരിപ്പിച്ചേനേ... അക്കാര്യത്തിൽ അച്ഛനു സംശയമുണ്ടോ? അതാണു പെണ്ണിന്റെ മനസ്സ്. അച്ഛനല്ല. അച്ഛന്റെയുള്ളിലെ വൃത്തികെട്ട ആണിന്റെ ഈഗോ ആണു പ്രശ്നക്കാരൻ."

ഞാൻ ഒളികണ്ണിട്ടു ജലജയെ നോക്കി. അവൾ എനിക്കുവേണ്ടി പ്രതിരോധത്തിന്റെ പടച്ചട്ടയെടുത്തണിയുമെന്നോ പഞ്ചാഗ്നിമധ്യത്തിൽനിന്ന് എന്നെ കൈ പിടിച്ചു കയറ്റുമെന്നോ ഒക്കെ ഞാൻ പ്രതീക്ഷിച്ചു. പക്ഷേ, പച്ചക്കറിയുടെ നീളത്തിലും വീതിയിലും മാത്രം കണ്ണുകളെ ഉറപ്പിച്ച് അവൾ നിരാസക്തയായി ഇരുന്നതേയുള്ളൂ.

എന്റെയുടൽ ആകെയുരുകി. ചോരഞരമ്പുകൾ മാംസത്തിലേക്കു വളഞ്ഞുകുത്തി. ഞാൻ എഴുന്നേറ്റു പുറത്തേക്കു നടന്നു.

നഗരത്തിന്റെ രാത്രി ആയിരം കണ്ണുകളിലൂടെ എന്നെ നോക്കി. ഇരുട്ടിനെ കീറീമുറിച്ചു വെളിച്ചത്തിന്റെ സൂചിമുനകൾ അകക്കണ്ണിലേക്കു തുളച്ചുകയറി. തൊലി പൊളിച്ച്, മുളകുപുരട്ടി ഇരുമ്പുകമ്പിയിൽ കുത്തി

നിർത്തിയ മാംസംപോലെ, വരാനിരിക്കുന്ന എണ്ണച്ചൂടോർത്തു ഞാൻ നടുങ്ങി.

നിശ്ശബ്ദതയുടെ പുതപ്പുകൊണ്ടുമൂടി രാത്രിയിൽ ഞാൻ കിടക്കയുടെ കോണിൽ തിരിഞ്ഞു കിടക്കുമ്പോൾ ജലജയുടെ കൈകൾ എന്നെ തേടിവന്നു.

"വിഷമമായോ?"

അവൾ ചോദിച്ചു. ഞാൻ മറുപടി പറഞ്ഞില്ല.

"ചില കാര്യങ്ങൾ മക്കളോടു പറഞ്ഞാൽ മനസ്സിലാവില്ല. അതാ ഞാൻ മിണ്ടാഞ്ഞത്."

ഞാൻ സങ്കടക്കടലിൽനിന്നു തോണിതിടുക്കത്തിൽ കരയിലടുപ്പിച്ച് മണലിലൂടെ ഓടി.

"ജീവിതമെന്താണെന്നറിയണമെങ്കിൽ ജീവിതത്തിന്റെ പകുതി പിന്നിടണമെന്നാരോ പറഞ്ഞിട്ടില്ലേ, അവൾ കുട്ടിയാണ്. എല്ലാം വികാരപരമായാണു കാണുന്നത്. ജീവിതം വികാരം മാത്രമല്ല. വികാരരാഹിത്യം കൂടെയാണ് എന്ന് അവൾ അറിഞ്ഞുവരാൻ കാലം പിടിക്കും."

"ഞാൻ പ്രോത്സാഹിപ്പിക്കാത്തതുകൊണ്ടാണോ നീ കവിതയെഴുതാത്തത്?"

ശബ്ദത്തിന്റെ ഇടർച്ചയെ തൊണ്ടക്കുഴിയിലൊളിപ്പിച്ച് ഞാൻ ചോദിച്ചു. നിറകണ്ണിലും പൂത്തിരികൊളുത്തി അവളെന്നെ നോക്കി.

"പ്രഭേ,... നമ്മുടെ ജീവിതമല്ലേ, ഞാനെഴുതുന്ന കവിത? നമ്മളൊരുമിച്ചെഴുതുന്ന കവിത? അതല്ലേ പ്രധാനം?"

എന്റെ കണ്ണുനിറഞ്ഞു. ഞാനവളെ നെഞ്ചോടു ചേർത്തു.

"അച്ഛനും മോളും ഇങ്ങനെ വഴക്കിടുമ്പോളെല്ലാം ഞാൻ എന്റച്ഛനെ ഓർത്തുപോവുന്നു..."

ജലജ എന്റെ നെഞ്ചിന്റെ ചൂടിലേക്കു വാക്കുകളെ ചേർത്തുവച്ചു വിതുമ്പി...

"പ്രഭയ്ക്കറിയാമോ? ഒരുപാടിഷ്ടമായിരുന്നു അച്ഛന് എന്നോട്... ചേച്ചി വീടുവിട്ടു പോയപ്പോൾ തകർന്നുപോയ അച്ഛനെ ഞാനാണു ജീവിതത്തിലേക്കു തിരിച്ചുപിടിച്ചത്. എന്നിട്ടൊടുവിൽ ഞാനും...."

"എന്തിനാണ് ഇപ്പോൾ അതൊക്കെയാലോചിക്കുന്നത്?"

ഞാനവളുടെ മുടിയിഴകളിൽ വിരലോടിച്ചു.

"പറഞ്ഞാൽ പ്രഭ വിശ്വസിക്കുമോ? ഞാനിന്നലെയും അച്ഛനെ കണ്ടു. അച്ഛൻ എന്നോടു സംസാരിച്ചു. എന്നെ തൊട്ടു."

"വിശ്വസിക്കില്ല അല്ലേ?"

അവൾ മുഖമുയർത്തി എന്നെ നോക്കി. ആ കണ്ണുകളിൽ തിളങ്ങുന്ന നിഷ്കളങ്കതയുടെ ചില്ല് ഞാൻ കണ്ടു.

"വിശ്വസിക്കുന്നു."

ഞാൻ പറഞ്ഞു.

അച്ഛനെ നിഴലായും നിലാവായും അറിയുന്ന ഒരാളെ ഞാനപ്പോൾ ഓർത്തു-റാണിച്ചേച്ചിയുടെ ഭർത്താവു സതീശൻ ചേട്ടനെ.

"നഗരത്തിലെ ജീവിതവും നാട്ടിൻപുറത്തെ ജീവിതവും തമ്മിലുള്ള വ്യത്യാസമെന്താണെന്നറിയാമോ?"

സുമിത്രച്ചേച്ചിയുടെ ഭർത്താവ് മഹാദേവൻ ചേട്ടൻ ഒരു ഗ്ലാസ് മദ്യത്തെ നടുവിലിരുത്തി ഒരിക്കൽ എന്നോടു ചോദിച്ചു. ചോദ്യങ്ങൾ വെറുതേ വലിച്ചെറിയുകയും മറ്റുള്ളവർ തലപുകച്ച് ഏതുത്തരത്തിലേക്കു ചെന്നെത്തിയാലും പരിഹാസച്ചിരിയോടെ അതിനെ തട്ടിക്കളഞ്ഞു സ്വയം ഉത്തരം നൽകുകയും ചെയ്യുന്നതാണ് അദ്ദേഹത്തിന്റെ രീതിയെന്ന് അറിയാവുന്നതിനാൽ ഗ്ലാസിൽ പതഞ്ഞുയരുന്ന സോഡയോടു കിന്നാരം പറഞ്ഞു ഞാൻ മിണ്ടാതിരുന്നതേയുള്ളൂ. റാണിച്ചേച്ചിയും സതീശൻചേട്ടനും കല്യാണം കഴിഞ്ഞ് ആദ്യത്തെ വിരുന്നിനെത്തിയ രാത്രിയായിരുന്നു അത്. സതീശൻ ചേട്ടൻ ഉത്തരം പറയണോ വേണ്ടയോ എന്നു സംശയിച്ച് എന്നെ നോക്കി. ഞാൻ കണ്ണടച്ചുകാട്ടി.

"എന്താടാ മിണ്ടാത്തേ? നീ പറ."

മഹാദേവൻ ചേട്ടൻ എന്നെ നുള്ളി.

"സത്യമായും പറയണോ?"

ഞാൻ പുരികക്കൊടിയുയർത്തി

"പറ. കേൾക്കട്ടെ."

മഹാദേവൻ ചേട്ടൻ ഗ്ലാസ് ഒന്നു മൊത്തി കസേരയിലേക്കു ചാഞ്ഞിരുന്നു. സതീശൻ ചേട്ടൻ എന്നെ നോക്കി വെളുക്കെ ചിരിച്ചു.

"നഗരം കരയിക്കും. ഗ്രാമം നോവിക്കുകയേ ഉള്ളൂ. കരയിക്കില്ല. "

ദൂരദർശിനിയിലൂടെ മിന്നിമാഞ്ഞ കറുത്ത സൂര്യനെയോർത്തു ഞാൻ പറഞ്ഞു.

"കറക്ട്..."എന്നെ അദ്ഭുതപ്പെടുത്തി മഹാദേവൻ ചേട്ടൻ കൈയടിച്ചു. "മൂന്നരവർഷം മുംബൈയിൽ കിടന്നു കഷ്ടപ്പെട്ടിട്ടു തിരിച്ചു പോരുമ്പോൾ ഞാനും കരഞ്ഞുകൊണ്ടുതന്നെയാ പോന്നത്. നഗരത്തിനു ഞാൻ കണ്ട വേറൊരു പ്രത്യേകതയുണ്ട്. അതെന്താന്നറിയാമോ?"

"എന്താ?"

"നാട്ടിൻപുറത്തിന് ആയിരം കണ്ണുകളുണ്ട്. അവ നമ്മളെ ചാഞ്ഞും ചരിഞ്ഞും കീറിമുറിച്ചും പരിശോധിക്കും. പക്ഷേ, നഗരത്തിനു കണ്ണുകളില്ല. നഗരം ഒരിക്കലും നമ്മെ കാണുന്നതേയില്ല. അതുകൊണ്ടെന്താ, മൂന്നരവർഷം കഴിഞ്ഞ് ഞാൻ സലാം പറഞ്ഞപ്പോളും ബോംബെ നഗരം ഒരു വികാരപ്രകടനോം നടത്തിയില്ല. കൂടെത്താമസിച്ച പോങ്ങന്മാർ പോലും..."

ജോലിക്കുവേണ്ടി അലഞ്ഞ നാളുകളിലെ മുംബൈയുടെ കയ്ക്കുന്ന

ഓർമയെ മദ്യത്തിലലിയിച്ചു മഹാദേവൻ ചേട്ടൻ പുറംകൈകൊണ്ടു ചുണ്ടുതുടച്ചു.

"ഇനീമുണ്ട് ഒരു നിരീക്ഷണം, പറയട്ടേ?" മഹാദേവൻ ചേട്ടൻ വീണ്ടും ഗ്ലാസ് നിറച്ചു സതീശൻചേട്ടനെ നോക്കി ഊറിച്ചിരിച്ചു, "ബോറാവുന്നെങ്കിൽ പറയണം കേട്ടോ..."

സതീശൻചേട്ടൻ കണ്ണടച്ചു ചിരിച്ചതേയുള്ളു.

"നഗരം അച്ഛനെപ്പോലെയാണ്. നാട്ടിൻപുറം അമ്മയെപ്പോലെയും. നമുക്ക് എപ്പോ വേണമെങ്കിലും ആ മടിയിലേക്കു തലചായ്ക്കാം. നമ്മുടെ ഏതുവേദനയും ആ അമ്മ തലോടി സുഖപ്പെടുത്തും. പക്ഷേ, നഗരം കൈ നീട്ടിത്തരികയേ ഉള്ളൂ. പിടിച്ചു നടക്കേണ്ട ഉത്തരവാദിത്വം നമുക്കാണ്. എത്ര അടുക്കാൻ ശ്രമിച്ചാലും ആ കൈകൾ നമ്മളെ ചേർത്തു പിടിക്കില്ല. എന്താ കറക്ടല്ലേ?"

മഹാദേവൻ ചേട്ടൻ എന്നെ വീണ്ടും നുള്ളി.

"കറക്ട്. സമ്മതിച്ചു. ചേട്ടൻ വലിയ സാഹിത്യകാരനാവേണ്ടവനായിരുന്നു."

"പോടാ.."

കട്ടിമീശതടവി മഹാദേവൻ ചേട്ടൻ അഭിമാനത്തിന്റെ ചിരി ചിരിച്ചു.

"സതീശൻ എന്തു പറയുന്നു?" മഹാദേവൻ ചേട്ടൻ കസേര തിരിച്ചിട്ട് സതീശൻചേട്ടനെ നോക്കി, "കള്ളുകുടിയന്മാരുടെ എടേല് നല്ല പിള്ള ചമഞ്ഞിരിക്കാതെ എന്തെങ്കിലുമൊക്കെ പറ..."

"പറയട്ടേ?"

"ധൈര്യമായിട്ടു പറയണം."

മഹാദേവൻ ചേട്ടൻ നുള്ളാനായി കൈ നീട്ടിയെങ്കിലും സതീശൻ ചേട്ടൻ സമർഥമായി പിന്നോട്ടു വലിഞ്ഞു.

"രണ്ടാമത്തെ നിരീക്ഷണത്തോട് എനിക്കെതിർപ്പുണ്ട്?"

സതീശൻ ചേട്ടൻ ഉറച്ച ശബ്ദത്തിൽ പറഞ്ഞു.

"ഏത്? നഗരം അച്ഛനെപ്പോലാണെന്നു പറഞ്ഞതിലോ? എന്താ അതിൽ ഇത്ര തെറ്റ്?"

"അത്.. ഓരോരുത്തരും അച്ഛനെ എങ്ങനെ കാണുന്നു എന്നതിനെ ആശ്രയിച്ചിരിക്കും."

"എന്നുവച്ചാൽ, ഞാൻ കണ്ട കാഴ്ച തെറ്റാണെന്ന്."

"എന്നല്ല. ഞാനൊരു തർക്കത്തിനുമില്ല. എന്റച്ഛൻ ഈ പറയുംപോലെ അകലം സൂക്ഷിച്ചു നടന്നൊരാളല്ല. എന്നെ തോളിലേറ്റി നടന്നൊരാളാണ്."

"കുട്ടിക്കാലത്ത് അങ്ങനൊക്കെ ചെയ്തുകാണും. പക്ഷേ, വലുതായപ്പോ കൂടെവന്നു കൈ പിടിച്ചോ...? മോനേ ഞാനുണ്ടു കൂടേ.. ധൈര്യമായിട്ടു മുന്നോട്ടു പൊയ്ക്കോ എന്നു പറഞ്ഞോ?"

“അതൊന്നും പറഞ്ഞാൽ നിങ്ങൾക്കു മനസ്സിലാവില്ല. നിങ്ങളു മിണ്ടീം പറഞ്ഞുമിരിക്ക്. ഞാനകത്തോട്ടു ചെല്ലട്ടെ.”

സതീശൻ ചേട്ടൻ എഴുന്നേറ്റു.

“ഹേയ്.. അങ്ങനെ പോയാലെങ്ങനാ...” മഹാദേവൻ ചേട്ടൻ പിന്നിൽ നിന്നു കൈപിടിച്ചുവലിച്ചു. സതീശൻ ചേട്ടൻ നിസഹായതയോടെ എന്നെ നോക്കി.

“എല്ലാ തന്തമാരും ഒരേ അച്ചിലിട്ടു വാർത്തവരാ... സ്വത്തു വീതം വയ്ക്കുമ്പോൾ അല്ലെങ്കിൽ മക്കളുടെ കല്യാണം വരുമ്പോൾ ഒക്കെ അവർക്കെല്ലാം ഒരേ മുഖോം ഒരേ ശബ്ദോമാ... എന്റച്ഛന്റെ കാര്യംതന്നെയെടുത്തോ...,” മഹാദേവൻ ചേട്ടൻ ഞൊടിയിടയിൽ ഗ്ലാസ് മോന്തി, കൈയിൽ ചുണ്ടുരച്ചു. “വീടേ വീടേന്നു പറഞ്ഞു നടന്നവനാണു ഞാൻ. എന്റെ വീട്ടിലൊള്ള സകല സാധനങ്ങളും എനിക്കു ജോലികിട്ടിക്കഴിഞ്ഞു വാങ്ങിയതാ. അന്നൊക്കെ എന്നെ വല്യ കാര്യോമാരുന്നു. പക്ഷേ, എന്റെ കല്യാണം വന്നപ്പോ കഥ മാറി. എനിക്കിഷ്ടപ്പെട്ട പെണ്ണിനെയാ കെട്ടുന്നേന്നു പറഞ്ഞപ്പോ മുഖം കറുത്തു. പഠിപ്പിച്ചതിന്റെ കണക്കു നിരത്തി. ഇതുവരെ കാണാത്തപോലെ എന്നോടു സംസാരിച്ചു. പക്ഷേ, അമ്മ, എന്റെ കൂടെ നിന്നു.”

“മഹാദേവൻ ചേട്ടാ... എല്ലാ അച്ഛന്മാരും അങ്ങനല്ല. എന്തായാലും എന്റച്ഛൻ അങ്ങനല്ലേയല്ല.”

സതീശൻ ചേട്ടന്റെ ശബ്ദമിടറി. മഹാദേവൻ ചേട്ടൻ അദ്ഭുതത്തോടെ സതീശൻചേട്ടനെ നോക്കി രഹസ്യമായി എന്നെ നുള്ളി. സതീശൻചേട്ടൻ കണ്ണുകളെ ഭൂമിക്കു സമ്മാനിച്ചു കുറേനേരം കുനിഞ്ഞിരുന്നു. പിന്നെ എഴുന്നേറ്റ് അകത്തേക്കുപോയി.

“ഛെ.. ആകെ ബോറായി...,” മഹാദേവൻ ചേട്ടൻ കട്ടിമീശയുടെ തുമ്പു ചുണ്ടിനിടയിൽ തിരുകി തലകുടഞ്ഞു, “അതിനു നമ്മളൊന്നും പറഞ്ഞില്ലല്ലോ... അല്ലേ? നമ്മളു നമ്മടെ അനുഭവം വച്ചൊരു കാച്ചുകാച്ചി. അയാൾക്കതു സുഖിച്ചില്ല. അത്രയല്ലേയുള്ളൂ? എന്തായാലും നീ ഒന്നൂടൊഴി...”

ഒഴിഞ്ഞ ഗ്ലാസ് എനിക്കു മുന്നിലേക്കോടിവന്നു. ഞാൻ കുപ്പിയുടെ കഴുത്തിനുപിടിച്ചു ചരിച്ചതേയുള്ളൂ. അപ്പോഴേക്കും റാണിച്ചേച്ചി അവിടേക്കുവന്നു.

“എന്തിനാ കള്ളുകുടിയന്മാരു രണ്ടുംകൂടി പുതുമണവാളനെ വിഷമിപ്പിച്ചേ?”

“അയ്യോടീ.. ഞങ്ങളേതാണ്ടു തമാശ പറഞ്ഞു... പുള്ളിയങ്ങു സീരിയസായി..”

മദ്യം മഹാദേവൻ ചേട്ടന്റെ വാക്കിൽ സങ്കടം നുരയിളക്കിവിട്ടു.

“നിങ്ങള് സതീശൻ ചേട്ടന്റെ അച്ഛനേപ്പറ്റി വല്ലോം പറഞ്ഞോ? സത്യം പറ.”

"ഇല്ലെടീ. എന്റച്ഛനെ പ്പറ്റി ഞാൻ ചിലതു പറഞ്ഞു."

"അതുപറ. അപ്പളേ ഞാനൂഹിച്ചു. അച്ഛനെപ്പറ്റി എന്തെങ്കിലും അരുതാത്തതു കേട്ടാൽ അപ്പോൾ സതീശനുചേട്ടൻ ഫീലാവും."

"അതെന്താടീ? "

"അതങ്ങനാ. കല്യാണാലോചനയ്ക്കു പോയവര് എന്താ ഇതൊന്നും തിരക്കാഞ്ഞേ?"

റാണിച്ചേച്ചി കള്ളച്ചിരി ചിരിച്ച് എന്നെ ചുഴിഞ്ഞുനോക്കി. ഞാൻ തല വെട്ടിച്ചു.

"ഹേയ്. നീ വിഷമിക്കണ്ടെടാ പ്രഭേ... ഞാൻ തമാശ പറഞ്ഞതാ... സത്യത്തിൽ നാട്ടുകാർക്കുപോലും ഒന്നും അറിയില്ല."

"എന്തോന്നറിയില്ലെന്നാ നീ പറേന്നേ?"

റാണിച്ചേച്ചി ഇടംവലം നോക്കി, പതിയെ എനിക്കരികിലിരുന്ന് ആ രഹസ്യം പങ്കുവച്ചു.

"നാലുവയസ്സിൽ കൊച്ചിനെയുപേക്ഷിച്ചു വേറെ വഴിക്കു പോയതാ സതീശൻചേട്ടന്റെ അമ്മ. പിന്നെല്ലാം അച്ഛനാരുന്നു. കുളിപ്പിക്കുന്നതും പൊട്ടുതൊടീക്കുന്നതും എല്ലാം. "

"സത്യം?"

"എന്തിനാ കള്ളം പറേന്നേ. നല്ലപ്രായത്തില് ഭാര്യ വിട്ടുപോയിട്ട് ഒരു കല്യാണത്തെക്കുറിച്ചുപോലും ആലോചിച്ചില്ല അച്ഛൻ. മക്കളെന്നുവച്ചാ ജീവനാ. എന്നുവച്ചു മക്കൾക്കിഷ്ടമില്ലാത്തതൊന്നും പറയുകയോ ചെയ്യുകയോ ഇല്ല. മകന് അച്ഛന്റെ സ്വഭാവം നന്നായറിയാവുന്നതിനാൽ വിഷമിപ്പിക്കുന്നതൊന്നും ചെയ്യുകയുമില്ലെന്നു കരുതിക്കോ. എന്റെ പ്രഭേ, പ്രീഡിഗ്രിക്കു പഠിക്കുമ്പോൾപോലും സതീശൻചേട്ടൻ കിടക്കുന്നേ അച്ഛന്റെ കൂടാരുന്നൂന്നു പറഞ്ഞാൽ നീ വിശ്വസിക്കുമോ? "റാണിച്ചേച്ചി നീണ്ട നഖംകൊണ്ട് എന്നെ മാന്തി, "പ്രീഡിഗ്രീന്നു പറഞ്ഞാൽ, നീയൊക്കെ കള്ളുംകുടിച്ച് സിഗരറ്റുംവലിച്ചു നടന്ന പ്രായം."

ഞാൻ തല കുനിച്ചു.

"കല്യാണം കഴിഞ്ഞു വീട്ടിച്ചെന്നപ്പോ സതീശൻചേട്ടൻ എന്നോടാദ്യം പറഞ്ഞതെന്താന്നറിയാമോ?"

"ഉം?"

മഹാദേവൻ ചേട്ടൻ നെറ്റി ചുളിച്ചു.

"സതീശൻ ചേട്ടനെ വിഷമിപ്പിച്ചാലും ഒരിക്കലും അച്ഛനെ വിഷമിപ്പിക്കരുതെന്ന്."

"അതിന് സതീശൻചേട്ടന്റച്ഛൻ മരിച്ചുപോയില്ലേ? പിന്നെങ്ങനാ വിഷമിപ്പിക്കുന്നേ?"

ഞാൻ ചോദിച്ചു.

"ഹാഹാ... അതാ രസം. പറഞ്ഞാൽ നീ വിശ്വസിക്കില്ല."

"എന്നാലും പറ."

"എടാ, അച്ഛൻ ഇപ്പോഴും ആ വീട്ടിലുണ്ട്. ശ്വാസം വലിക്കുന്ന ശബ്ദം പോലും നമുക്കു കേൾക്കാം."

"പോടീ... പിച്ചുംപേയും പറയാതെ."

മഹാദേവൻ ചേട്ടൻ ഒഴിഞ്ഞ സിഗരറ്റ്കൂടു ചുരുട്ടി റാണിച്ചേച്ചിയെ എറിഞ്ഞു.

"സത്യമാ ചേട്ടാ. അച്ഛനും മകനും സംസാരിക്കും. കളിതമാശ പറേം. സതീശൻ ചേട്ടന് അച്ഛനെ കാണാമെന്നാ പറേന്നേ. ആദ്യമൊക്കെ എനിക്കു പേടിയാരുന്നു. പിന്നെ, അതങ്ങുമാറി. "

"നീ പോ കൊച്ചേ... രാത്രീല് മനുഷ്യരെ പേടിപ്പിക്കാതെ.."

മഹാദേവൻ ചേട്ടൻ ചിരിച്ചു.

ഞാൻ ഇരുട്ടിലേക്കു തുറിച്ചുനോക്കി. ദൂരെ പട്ടടത്തെങ്ങിൽ ചാരി നിന്ന് എന്റച്ഛൻ എന്നെ നോക്കുന്നുണ്ടാവുമോ? എന്നോടൊരു വാക്കുരിയാടാൻ കൊതിക്കുന്നുണ്ടാവുമോ? എവിടെനിന്നോ ചാർമിനാർ സിഗരറ്റിന്റെ പുകമണം പൊങ്ങിപ്പരക്കുന്നതുപോലെ തോന്നി. ഞാനെഴുന്നേറ്റു. പിന്നിൽ വീണ്ടും കുപ്പിയും ഗ്ലാസും കൊച്ചുവർത്തമാനം പറയുന്നതറിഞ്ഞിട്ടും, റാണിച്ചേച്ചിയെ തിരക്കി സുമിത്രചേച്ചി മുറിക്കുള്ളിലേക്കു വരുന്നതറിഞ്ഞിട്ടും ഞാൻ മുഖം കൊടുക്കാതെ, പിൻവാതിലിലൂടെ പടിഞ്ഞാറേ മുറ്റത്തേക്കിറങ്ങുമ്പോൾ, കുലുങ്ങിച്ചിരിയുടെ അകമ്പടിയോടെ മഹാദേവൻ ചേട്ടൻ സുമിത്രച്ചേച്ചിയോടു ചോദിക്കുന്നതുകേട്ടു:

"ഈ കൊച്ചിനെ ഭ്രാന്തമ്മാരുടെ വീട്ടിലേക്കാണോടീ നമ്മളു കെട്ടിച്ചയച്ചേ?"

ഇരുപത്

പ്രസവത്തിന്റെ രഹസ്യം

"നിങ്ങൾ ഇപ്പോൾ എന്റെ ശബ്ദം കേൾക്കുന്നുണ്ടോ?"

"ഉവ്വ്."

"വ്യക്തമായിത്തന്നെയാണോ കേൾക്കുന്നത്?"

"അതെ."

"എങ്കിൽ, പ്രഭാകരൻ മാഷേ, താങ്കൾ ഭാഗ്യവാനാണ്. മഹാഭാഗ്യവാൻ..."

ഇഎൻടി സ്പെഷലിസ്റ്റ് ഡോക്ടർ ജേക്കബ് ജോൺ, ആവശ്യത്തിലേറെ ബലം പ്രയോഗിച്ച് എന്റെ വിരലുകളെ ഞെരിച്ചു വേദനിപ്പിച്ചു കൊണ്ടു പറഞ്ഞു. വലത്തേക്കാതിനു താഴെയുള്ള പരുക്കിൽ വിരലോടിച്ചു കാത് അവിടെത്തന്നെയുണ്ടെന്ന് ഞാൻ ഒരിക്കൽക്കൂടി ഉറപ്പുവരുത്തി. വിരൽത്തുമ്പിൽ കൂടിക്കുഴഞ്ഞ മരുന്നും ചോരയും ഡോക്ടർ കാണാതെ തൂവാലയിൽ തുടച്ചു.

"എന്തുപറ്റിയതാ? കമ്പുകൊണ്ടതാണോ? അതോ വീണതോ?"

ആശുപത്രിവരാന്തയിൽ കൈക്കുഞ്ഞുമായി ഡോക്ടറെ കാത്തു നിന്ന വൃദ്ധൻ, ഇറങ്ങുമ്പോൾ എന്നോടു ചോദിച്ചു. പേരക്കിടാവ് സ്റ്റീൽത്തവി കൊണ്ട് അടിച്ചുതകർത്തതാണ് എന്നു പറയാൻ മടിച്ചു കേൾക്കാത്ത ഭാവത്തിൽ ഞാൻ നടന്നു. അയാൾ എന്നെ കരുണയോടെ നോക്കി.

ഇഷ്ടിക വലിച്ചെറിഞ്ഞു കാൽമുട്ടിന്റെ ചിരട്ടപൊട്ടിച്ച് മാധവൻ എന്നെരണ്ടരമാസം കിടത്തിയതിന്റെ സങ്കടം തീരുംമുമ്പായിരുന്നു ഈ സംഭവം. ശാന്തിയുടെ പിറന്നാൾ, പാൽപ്പായസമധുരത്തിലൂടെ പങ്കുവയ്ക്കുന്ന പ്രഭാതമായിരുന്നു അത്. കുഞ്ഞുങ്ങളെ തീൻമേശപ്പുറത്തിരുത്തരുതെന്നു ഞാൻ കർശനമായി വിലക്കാറുണ്ടെങ്കിലും മാധവൻ നിരത്തിവച്ച പാത്രങ്ങൾക്കു നടുവിൽ മേശപ്പുറത്തുതന്നെയുണ്ടായിരുന്നു. എല്ലാവർക്കും ഗ്ലാസിൽ പായസം നൽകിയപ്പോൾ അവനും ഗ്ലാസിൽത്തന്നെ വേണം. 'ഗ്ലാസു പൊട്ടിക്കും. സ്റ്റീൽപ്പാത്രത്തിൽ കുടിച്ചാൽ മതി' എന്നു ജലജ ശാസിച്ചപ്പോൾ അവൻ കരച്ചിലിന്റെ കൂടു പൊട്ടിച്ചു. മേശപ്പുറത്തു കാലിട്ടടിച്ചു സ്ഫടികപ്പാത്രങ്ങളെ കലമ്പിച്ചു.

“വെറുതേ കരയിക്കാതെ അവനും ഗ്ലാസിൽ കൊടുത്തുകൂടേ?”

ഞാൻ ജലജയോടു ചോദിച്ചു.

“എന്നിട്ടുവേണം അതു നിലത്തെറിഞ്ഞ് ഉപ്പുചിന്നമാക്കാൻ.”

ശാന്തി ക്ഷോഭിച്ചു.

“എങ്കിൽ എല്ലാവർക്കും സ്റ്റീൽപ്പാത്രത്തിൽ പായസമെടുക്ക്.”

“അതെന്തിനാ?”

“അതങ്ങനെ വേണം. പണ്ടു വിനോബാഭാവേ പറഞ്ഞ കഥയറിയില്ലേ നിനക്ക്? ”

ഞാൻ കസേരവലിച്ചിരുന്നു കഥയിലേക്കു ചാഞ്ഞു. കഥയെന്നു കേട്ടപ്പോൾ മാധവൻ കരച്ചിൽ നിർത്തി എന്നെ സൂക്ഷിച്ചുനോക്കി.

“പണ്ട്. ഒരമ്മ തീൻമേശപ്പുറത്തു ലഡുവിളമ്പി. അച്ഛന് ഒരു ലഡു. അമ്മയ്ക്ക് ഒരു ലഡു. ചേച്ചിക്ക് ഒരു ലഡു. കുഞ്ഞനുജന് ഒരു മുറി ലഡു. അവൻ കരച്ചിലോടു കരച്ചിൽ... എന്താ കാര്യം? അവന്റെ ലഡു മാത്രം മുറിഞ്ഞത്. അവനു സങ്കടം വരാതിരിക്കുമോ? കുഞ്ഞാണെങ്കിലും അവൻ പൂർണമനുഷ്യനാണ്. കുഞ്ഞായതുകൊണ്ട് അവനൊരു കുഞ്ഞുലഡു കൊടുത്തോളൂ. പക്ഷേ,പാതി ലഡു പാടില്ല എന്നാണു വിനോബാജി പറയുന്നത്. അതുപോലെ എല്ലാവർക്കും ചില്ലുപാത്രത്തിൽ കൊടുക്കുമ്പോൾ മാധവനുമാത്രം എന്തിനാ സ്റ്റീൽപ്പാത്രത്തിൽ? അവൻ കരയുന്നതിൽ തെറ്റുണ്ടോ?”

“ഇന്നാ... കുടിക്ക്...”. ശാന്തി പായസം ചില്ലുപാത്രത്തിലൊഴിച്ചു മാധവനുമുമ്പിലേക്കു നീക്കിവച്ച് എനിക്കുനേരേ തിരിഞ്ഞു, “ദേ...ഗ്ലാസ് വലിച്ചെറിഞ്ഞുപൊട്ടിച്ചാൽ വിനോബാജി സമാധാനം പറഞ്ഞോണം കേട്ടല്ലോ...”

“മാധവൻ നല്ല കുഞ്ഞല്ലേ... അവൻ പൊട്ടിക്കില്ല... അല്ലേടാ?”

ഞാൻ അരികിലേക്കു നീങ്ങിയിരുന്ന് അവനെ തലോടി. മാധവൻ എന്നെ നോക്കി തലകുലുക്കി.

“കണ്ടോ... അവനു മനസ്സിലായി.”

ഞാൻ അഭിമാനത്തോടെ പറഞ്ഞു.

“ഉം... മനസ്സിലായി. ഇത്തിരി കഴീമ്പോ കണ്ടോണം...”

ജലജ ചിരിച്ചുകൊണ്ടു പറഞ്ഞു.

ഞാൻ മാധവനെത്തന്നെ നോക്കിയിരുന്നു. മുതിർന്നവരെപ്പോലെ ഗ്ലാസ് മൊത്തിക്കുടിക്കാനുള്ള ശ്രമം പാളിയപ്പോൾ സ്പൂണെടുത്തു ഗ്ലാസിലിളക്കി അവൻ നാവിൽ വച്ചു. പിന്നെ, മേശയിലേക്കു പായസം ചരിച്ചൊഴിച്ച് അതിൽ സ്പൂണോടിച്ചു.

“ദേ... ഇതുകണ്ടോ... കുടിക്കാനൊന്നുമല്ല... നാശം കാണിക്കാൻ വേണ്ടിയാണ്.”

ശാന്തി കൈനീട്ടി ബലമായി ഗ്ലാസ് പിടിച്ചുവാങ്ങാൻ തുടങ്ങിയപ്പോൾ അവൻ ചുണ്ടുപിളർത്തി.

“നല്ലോരു ദിവസമായിട്ട് അവനെ കരയിക്കണ്ട...”

ഞാൻ ശാന്തിയെ വിലക്കി.

“അച്ഛൻ തന്നെയാ കുരുത്തക്കേടിനു വളംവച്ചുകൊടുക്കുന്നേ... എന്നിട്ടു പഴിയെല്ലാം എനിക്കും...”

ശാന്തി ചൊടിച്ചു.

“നിന്റെ കുരുത്തക്കേടുകളും ഞങ്ങളിതുപോലെ സഹിച്ചതല്ലേടീ...”

ജലജ ശാന്തിയുടെ കാതിനുപിടിച്ചു തിരിച്ചു.

“എല്ലാ വീട്ടിലും അപ്പൂപ്പനും അമ്മൂമ്മയുമാ കൊച്ചുമക്കളെ ലാളിച്ചു വഷളാക്കുന്നത്.”

പായസം കുടിച്ചു തീർത്തു ഗ്ലാസ് ഏറ്റുവാങ്ങി ശാന്തി പറഞ്ഞു.

“അതെന്തുകൊണ്ടാന്നു വയസ്സാകുമ്പോ നീ മനസ്സിലാക്കും. അല്ലേ ജലജേ?”

ഞാൻ ചിരിച്ചു.

മാധവൻ സ്പൂൺ ഉപേക്ഷിച്ച്. പായസപ്പാത്രത്തിലെ വലിയ സ്റ്റീൽ തവി കൈയിലെടുത്തുകഴിഞ്ഞിരുന്നു. കൂജയിൽനിന്നു വെള്ളം മേശപ്പുറത്തേക്കു ചരിച്ചൊഴിച്ച് അതിൽ പായസം കലർത്തി അവൻ തവി കൊണ്ടിളക്കി. മേശയുടെ മിനുസത്തിലൂടെ പാൽനിറമുള്ള വെള്ളം പുറത്തേക്കു പാമ്പായിഴഞ്ഞു.

“എന്തൊക്കെ കുരുത്തക്കേടാ മാധവാ നീ ഈ കാണിക്കുന്നേ?”

മേശയുടെ കോണിൽക്കിടന്ന തുണി കൈനീട്ടിയെടുത്ത് ഞാൻ വെള്ളം തുടയ്ക്കാനാഞ്ഞതേയുള്ളു, അടുത്ത നിമിഷം എന്റെ വലംകാത് ഊതിയടച്ചു. എന്തെന്നു മനസ്സിലാവുംമുമ്പേ, ചോരയുടെ ഒരു ചീളു മേശപ്പുറത്തേക്കു തെറിച്ചു. ‘അയ്യോ’എന്നലറി ജലജയും ശാന്തിയും ഓടിയടുക്കുമ്പോൾ ഞാൻ കാതുപൊത്തി കസേരയിലേക്കിരുന്നു. ‘എടാ തെമ്മാടീ” എന്നു വിളിച്ച് ശാന്തി മാധവനുനേരേ കൈയുയർത്തുമ്പോൾ വേദനയുടെ നടുവിലും ഞാനവളെ തടഞ്ഞു.

“ഒരു കുഞ്ഞിന്റെ തല്ലിന് ഇത്രയും ശക്തിയോ?”

ഡോക്ടർ കുനുകുനാ കുറിച്ച മരുന്നുകളുടെ നീണ്ട പട്ടികയുമായി പിന്നീടു മെഡിക്കൽ സ്റ്റോറിൽ നിൽക്കുമ്പോൾ, കാതിലൂടെ ഇറ്റുന്ന ചോരപ്പൊടിപ്പുകൾ തൂവാലകൊണ്ടു തുടച്ചു ജലജ പതിയെ ചോദിച്ചു.

“മൂക്കും കാതും കണ്ണുമൊക്കെ മർമ്മങ്ങളല്ലേ ചേച്ചീ... ചെറിയൊരു സമ്മർദ്ദം മതി ചോര പൊടിയാൻ,”ചെറിയ പീഠത്തിൽ കയറിനിന്നു മരുന്നു പരതുന്ന കടക്കാരൻ പറഞ്ഞു, “ഇയർഡ്രം തകരാതിരുന്നതു ഭാഗ്യമെന്നു കൂട്ടിക്കോ...”

വീട്ടിൽ മടങ്ങിയെത്തുമ്പോൾ മാധവൻ ഉറക്കമായിരുന്നു. ശാന്തി എന്നെ ചേർത്തുപിടിച്ചു കരഞ്ഞു.

“ച്ഛെ. എന്താ മോളേ ഇത്...”

“ഇതിപ്പോൾ രണ്ടാം തവണയല്ലേ അച്ഛാ...”

"അതുകൊണ്ട്? അവൻ കുഞ്ഞല്ലേ? അറിഞ്ഞുകൊണ്ടു ചെയ്യുന്നതൊന്നുമല്ലല്ലോ...," ഞാനവളെ സമാധാനിപ്പിച്ചു, "അല്ലെങ്കിലും കുട്ടിക്കാലത്തു വികൃതിയുള്ള കുട്ടികളൊക്കെ വലുതാവുമ്പോൾ ശാന്തസ്വഭാവക്കാരായിരിക്കും."

ശാന്തി കണ്ണുതുടച്ചു ചിരിയെ ക്ഷണിച്ചുവരുത്താൻ ശ്രമിച്ചു.

"നീയവനെ തല്ലിയോ?"

ഞാൻ ചോദിച്ചു.

"പിന്നെ തല്ലാതെ.... ആ മേശമുഴുവൻ ചോരയാരുന്നു... അതുകണ്ടിട്ടും അവനൊരു കൂസലുമില്ല..."

"ചോരയെന്താ, വെള്ളമെന്താന്നറിയാവുന്ന പ്രായമൊന്നുമായിട്ടില്ലല്ലോ, അവന്...

ഞാൻ ശാന്തിയുടെ മുറിയിലേക്കു നടന്നു. കട്ടിലിന്റെ കോണിൽ ചുരുട്ടിക്കൂട്ടിയ പുതപ്പിനുനടുവിൽ, കൈവിരൽ വായിലേക്കു തിരുകി മാധവൻ കമിഴ്ന്നുകിടക്കുന്നതുകണ്ട് എനിക്കു സങ്കടം തോന്നി. തുടയുടെ കോണിലെ ചുവന്ന പാടുകൾ ശാന്തിയുടെ കോപത്തിന്റെ തീവ്രത വിളിച്ചുപറഞ്ഞു. ഞാനവന്റെ ശിരസ്സിൽ അരുമയായി തലോടി.

"അവനെ കളിപ്പിച്ചോണ്ടുനിൽക്കാതെ അച്ഛൻ ഇത്തിരിനേരം കിടക്ക്.."

ശാന്തി എന്നെ ശാസിച്ചു.

തീക്കടലിന്റെ നടുവിലായിരുന്നു ഞാൻ.
നാലുപാടും തീ.
ഞരമ്പുകളിലൂടെ ഒഴുകിയതു തീ.
രോമകൂപങ്ങളിലൂടെ ഇറ്റിയതു തീ.
പ്രാണവായുവിനൊപ്പം ഉള്ളിലേക്കു
വലിച്ചെടുത്തതും തീ...

പനിച്ചൂടിന്റെ പൊള്ളുന്ന പകലുറക്കത്തിനു നടുവിൽനിന്നു വികൃതരൂപികളായ കുറെപ്പേർ എന്നെ കൈപിടിച്ചു തീക്കടലിലേക്കു വലിച്ചെറിഞ്ഞു.

"എന്നെ വിടൂ... ആരാണു നിങ്ങൾ?"

ചൂടു വാട്ടിയെടുത്ത വാക്കുകളാൽ ദുർബലമായി ഞാൻ പ്രതിരോധിച്ചു.

പരിഹാസത്തിന്റെ കൂർത്ത ചിരികൾ എവിടെനിന്നൊക്കെയോ മുഴങ്ങി.

അതുകേട്ട് എന്റെ തല പെരുത്തു.

ഉള്ളിൽ കൂലംകുത്തിയൊഴുകുന്ന കൊടുംചൂടിന്റെ ലാവാപ്രവാഹത്തിൽ തലച്ചോർ പൊട്ടിയൊഴുകുകയാണെന്നു ഞാനറിഞ്ഞു.

തലയിൽ കവചവും കാതിൽ ആഭരണങ്ങളുമണിഞ്ഞ രണ്ടുപേർ എന്നെ ഇരുകൈകളിലും തൂക്കിയെടുത്ത് ആയംപിടിച്ചു തീക്കടലിൽ മുക്കിയെടുത്തു വീണ്ടും ദൂരേക്കെറിഞ്ഞു. ചുട്ടുപഴുത്ത മനസ്സുമായി ഞാൻ നിലവിളിച്ചു.

"മിണ്ടരുത്... ഇത് കാലസൂത്രത്തിന്റെ നിയമം. ആറാം നരകത്തിന്റെ പ്രമാണം. അച്ഛനെ നിന്ദിച്ച മക്കൾക്കുള്ള യമപുരിയുടെ സമ്മാനം."

അവർ നീണ്ട വടികൊണ്ട് എന്നെ വീണ്ടും ആഴത്തിലേക്കു കുത്തി നീക്കി...

തീക്കടലിൽ പുളയുന്ന എന്നെ പൂവിതൾപോലെ മൃദുവായ ഒരു കൈ തൊട്ടുവിളിച്ചപ്പോൾ ഞാൻ ചന്ദനക്കുളിരറിഞ്ഞു.

"എന്തൊരു ഉറക്കമാണിത്? എഴുന്നേൽക്കൂ..."

തീത്തുള്ളികളെ വകഞ്ഞുമാറ്റി കണ്ണുതുറക്കുമ്പോൾ മുമ്പിൽ ജലജ.

"ആകെ വിയർക്കുന്നുണ്ടല്ലോ...," അവൾ നെറ്റിയിൽ വിരൽ തൊട്ടു, "അയ്യോ തീപോലെ പൊള്ളുന്നു. മുറിവു പഴുക്കാനായിരിക്കുമോ? ആന്റിബയോട്ടിക് കഴിച്ചതാണല്ലോ..."

തീച്ചൂടിന്റെ ആവി ഊതിക്കളഞ്ഞ്, കിടക്കയുടെ കോണിൽനിന്നു ടർക്കി കൈയെത്തിപ്പിടിച്ചു ഞാൻ മുഖത്തെ വിയർപ്പൊപ്പി.

"ദാഹിക്കുന്നോ? വെള്ളം വേണോ?"

ഞാൻ തലകുലുക്കി. മരുഭൂമിയിലെ വിള്ളലുകളുടെ ആഴമേറ്റുവാങ്ങി ചുണ്ടുകൾ വിറങ്ങലിച്ചിരുന്നു. ടാറിൽ പുതഞ്ഞ പാമ്പുപോലെ കുഴഞ്ഞുകിടന്ന നാവ് ഒരു വാക്കുപോലും ഉരിയാടാനാവാതെ വെറുതേ വിറച്ചു. ജലജ കൊണ്ടുവന്ന വെള്ളം ഒറ്റവലിക്കു കുടിച്ചു ഞാൻ ചുണ്ടു തുടച്ചു.

"ഇനീം വേണോ?"

"ഉം."

"എന്റീശ്വരാ... ഇതെന്തൊരു ദാഹമാ..."

ജലജ വലിയ പാത്രം നിറയെ വെള്ളവുമായി വന്നു. കാലസൂത്രത്തിന്റെ പൊള്ളുന്ന തീ ഇപ്പോഴും ആളുന്ന ഉടലിലേക്കു പതിക്കെ അത്രയും ആവിയായി.

"തലവേദനയുണ്ടോ?"

"ഉം."

"വിക്സ് പുരട്ടട്ടേ?"

"ഉം."

"എന്താ ഒന്നും മിണ്ടാത്തേ? സംസാരിക്കാൻ പ്രയാസമുണ്ടോ?"

ഞാൻ തലകുടഞ്ഞു.

"പിന്നെന്താ? ദുഃസ്വപ്നം വല്ലതും കണ്ടോ? വീണ്ടും വിയർക്കുന്നല്ലോ. ശാന്തിയെ വിളിക്കട്ടെ?"

ജലജ എന്റെ കൈയിൽനിന്നു ടർക്കി പിടിച്ചുവാങ്ങി ഉടലിലെ വിയർപ്പൊപ്പി. നിമിഷനേരം കൊണ്ട് അതു നനഞ്ഞുകുതിർന്നു. ഞാൻ അവളുടെ കൈ തട്ടിമാറ്റി ഫാനിലേക്കു വിരൽ ചൂണ്ടി.

"സ്പീഡ് കൂട്ടണോ?"

"ഉം. പൊയ്ക്കോ. ഞാനിത്തിരികൂടി കിടക്കട്ടെ. നല്ല തലവേദന."

ചൂടു വരട്ടിയെടുത്ത ചുണ്ടുകൾ ബലമായി അടർത്തിയെടുത്തു ഞാൻ ഒരുവിധത്തിൽ പറഞ്ഞൊപ്പിച്ചു.

"എന്നാൽ കുറച്ചുകൂടി കിടക്ക്. കതകു ചാരിയേക്കാം."

ജലജ മനസ്സില്ലാ മനസ്സോടെ പുറത്തിറങ്ങിയപ്പോൾ പിന്നെയും ഞാൻ മയക്കത്തിന്റെ ഊഞ്ഞാലിലാടി. ഇപ്പോൾ തീച്ചൂടില്ല. പകരം വെളിച്ചങ്ങൾ.. പലനിറത്തിലുള്ള വെളിച്ചങ്ങൾ... ചുവപ്പ്, വയലറ്റ്, കടും നീല, മഞ്ഞ...

കഥയറിയാതെ കണ്ണുമിഴിക്കുമ്പോൾ പതുങ്ങിവന്നൊരു കാറ്റ് എന്നെ കരിയിലപോലെ എവിടേക്കോ പറത്തി. വെളിച്ചങ്ങളുടെ നടുവിലൂടെ ഉയരവും ദൂരവും ദിശയുമറിയാതെ ഞാൻ പറന്നു. ചെന്നുവീണതു വെണ്ണക്കല്ലുകൾ പാകിയൊരു മുറിയുടെ നടുവിൽ. കസ്തൂരിമണമുള്ള കാറ്റ്. തുടുശോഭ തൂകി ചുവരിൽ നിരന്ന മാണിക്യങ്ങൾ. കാൽപ്പെരുമാറ്റമറിഞ്ഞു ഞാൻ മുറിയുടെ കോണിലേക്കു നീങ്ങി. ഇതൊരു കൊട്ടാരമാണെന്നും തൊട്ടപ്പുറത്തു മഗധയുടെ രാജാവ് അജാതശത്രുവിന്റെ തീൻമുറിയാണെന്നും ചുരുങ്ങിയ നേരംകൊണ്ടു ഞാൻ മനസ്സിലാക്കി. എട്ടാമത്തെ ഭാര്യയിലുണ്ടായ കുഞ്ഞിനെ മടിയിലിരുത്തി മാമൂട്ടുകയായിരുന്നു രാജാവ്. തിരുവമൃതേത്തു കാണാൻ എട്ടുഭാര്യമാരിൽ നാലുപേരും തീൻമേശയ്ക്കു ചുറ്റുമുണ്ടായിരുന്നു. അവരുടെ മുഖത്തെ പൂർണചന്ദ്രപ്രഭയെ വീണ്ടും ജ്വലിപ്പിച്ചുകൊണ്ട് അജാതശത്രു കുഞ്ഞിനെ പുന്നാരിച്ചു.

"മഗധയുടെ മുത്തേ, വാ തുറക്ക്..."

കണ്ണിണകൾ തെരുതെരെ അടച്ചുതുറന്നു കുഞ്ഞു ചിരിച്ചു. അതു കണ്ട് അമ്മമാർ കൈകൊട്ടി.

വിശിഷ്ടഭോജ്യങ്ങൾ വിളമ്പാൻ പരിചാരകർ പിന്നെയും സ്വർണത്തളികകൾ നിരത്തുമ്പോൾ രാജ്ഞിമാർ കുഞ്ഞിനെ തിരികെ വാങ്ങാൻ രാജാവിനു നേരേ കൈനീട്ടി.

"വേണ്ട. ഇവൻ നമ്മുടെ മടിയിലിരിക്കട്ടെ."

കുഞ്ഞിനെ മടിയിലിരുത്തി രാജാവ് ഭക്ഷണം നുകരുന്നതിനിടയിലാണ്, ഉത്തരീയത്തെ നനച്ചുകൊണ്ട് കുഞ്ഞു പുണ്യാഹം തളിച്ചത്. 'അയ്യയ്യോ കുഞ്ഞു മൂത്രമൊഴിച്ചല്ലോ' എന്നു രാജ്ഞിമാർ ഒന്നടങ്കം വായപൊത്തി. അവർ കുഞ്ഞിനെ വാങ്ങാൻ വീണ്ടും കൈനീട്ടി. പക്ഷേ, രാജാവു വഴങ്ങിയില്ല.

"നമ്മുടെ മുത്ത് നമ്മുടെ മടിയിൽത്തന്നെയിരിക്കും."

അദ്ദേഹം പറഞ്ഞു.

ഉത്തരീയത്തിൽനിന്നൂറിയ മൂത്രത്തുള്ളികൾ രാജാവിന്റെ ഭക്ഷണപ്പാത്രത്തിലേക്കിറ്റി. പക്ഷേ, രാജാവു നറുപുഞ്ചിരിയോടെ, ഒട്ടും

അറപ്പില്ലാതെ, തെല്ലും മടിക്കാതെ മൂത്രച്ചൂടുപുരണ്ട ഭോജ്യം ചുണ്ടിൽ വച്ചു. ഭക്ഷണം കഴിഞ്ഞു കുഞ്ഞിനെ രാജ്ഞിക്കു കൈമാറി കൈകഴുകിത്തുടയ്ക്കുമ്പോൾ അജാതശത്രു അഭിമാനത്തോടെ അവരോടു ചോദിച്ചു:

"നമ്മേപ്പോലെ സ്വന്തം കുഞ്ഞുങ്ങളെ സ്നേഹിക്കുന്ന ഏതെങ്കിലും പിതാവ് ഈ ഭൂമിയിലുണ്ടോ?"

"ഇല്ലേയില്ല."

ഒന്നാം രാജ്ഞി പറഞ്ഞു.

"ഒരിക്കലുമില്ല."

രണ്ടാം രാജ്ഞി തലകുലുക്കി.

"എവിടെയുമില്ല."

മൂന്നാമത്തെയും നാലാമത്തെയും രാജ്ഞിമാർ ഒരുമിച്ചു പറഞ്ഞു.

"അമ്മ പറയൂ," തീൻമുറിയുടെ അങ്ങേമൂലയിൽ തലകുനിച്ചു ചിത്രത്തുന്നലിൽ മുഴുകിയിരുന്ന തന്റെ അമ്മ ചെൽനാറാണിക്കരികിലേക്കു ചെന്നു രാജാവു ചോദിച്ചു, "നമ്മേപ്പോലെ സ്വന്തം മക്കളെ ഇത്രയ്ക്കു സ്നേഹിക്കുന്ന ഏതെങ്കിലും പിതാവ് ഈ ലോകത്തുണ്ടോ? "

"ഉണ്ട്," പാതി തുന്നിയ ചിത്രശലഭത്തിന്റെ ചിറകിൽനിന്നു സൂചിയും കണ്ണുമെടുക്കാതെ ചെൽനാറാണി പറഞ്ഞു, "ഉണ്ട്. നിന്റെയച്ഛൻ..."

അജാതശത്രു നടുങ്ങി. തടവറയിൽ ഇരുട്ടിന്റെ ചങ്ങലയിൽ പൂട്ടിയിട്ടിരുന്ന ബിംബിസാരൻ ദയനീയമായി മകനെ നോക്കി. അജാതശത്രുവിന്റെ നെഞ്ചിനുള്ളിൽ കുറ്റബോധം പടയോട്ടം നടത്തി. അടുത്ത നിമിഷം ഊരിപ്പിടിച്ച വാളുമായി ബിംബിസാരനെ മോചിപ്പിക്കാൻ അജാതശത്രു തടവറയിലേക്കു പാഞ്ഞു. കൊട്ടാരത്തിന്റെ ഇടനാഴിയിലൂടെ വാളുമായി ആർത്തലച്ചുവരുന്ന മകനെ ദുരെനിന്നേ ബിംബിസാരൻ ജാലകക്കീറിലൂടെ കണ്ടു.

"അച്ഛനെ തടവിലടച്ചിട്ടും പട്ടിണിക്കിട്ടിട്ടും ഉടൽവെട്ടിപ്പൊളിച്ചിട്ടും മതിയാകാഞ്ഞ്, ഇതാ എന്റെ മകൻ എന്നെ വെട്ടിയരിഞ്ഞുകൊല്ലാൻ പാഞ്ഞുവരുന്നു"-ബിംബിസാരൻ സ്വയം പറഞ്ഞു.

"മകന്റെ കൈകൊണ്ടു മരിക്കുന്ന പിതാവിന്റെ ചരിത്രം മഗധയ്ക്കാവശ്യമില്ല," രാജാവുറപ്പിച്ചു. അടുത്ത നിമിഷം ബിംബിസാരൻ തന്റെ വലംകൈയിലെ മോതിരം കടിച്ചുപൊട്ടിച്ച്, രാജപദവിയുടെ അന്തസ്സുകാത്തുസൂക്ഷിക്കാൻ കരുതിവച്ചിരുന്ന 'താലപുത്ത' വിഷം വിഴുങ്ങി. 'അരുതേ' എന്ന് അജാതശത്രു അലറുംമുമ്പേ അച്ഛൻ നിലംപതിച്ചു.

കൊട്ടാരമൊന്നാകെ നിലവിളിച്ചു. മാണിക്യച്ചുമരുകളുടെ ശോഭ പൊടുന്നനെ അണഞ്ഞു. കസ്തൂരിഗന്ധത്തെ തോല്പിച്ച് മരണത്തിന്റെ ചുടുമണം പൊങ്ങി. എനിക്ക് ഓക്കാനം വന്നു. അടിവയറ്റിൽനിന്നു കുരവപ്പൂപോലെ കുതിച്ചുപൊങ്ങിയ തിരത്തള്ളൽ തടയാനാവാതെ ഞാൻ ഛർദിച്ചു.

"അയ്യോ... ഛർദിച്ചല്ലോ... ശാന്തീ ഓടിവാ.."

ജലജ അലമുറയിട്ട് എനിക്കരികിലേക്കോടിവന്നു.

ഞാൻ പിന്നെയും ഛർദ്ദിച്ചുകൊണ്ടേയിരുന്നു.

"ഹോസ്പിറ്റലിൽ പോണോ അച്ഛാ?"

ശാന്തി ഓടിയെത്തി എന്റെ പുറം തിരുമ്മി.

"വേണ്ട. ഛർദ്ദിച്ചപ്പോൾ ഇത്തിരി ആശ്വാസമായി. കുഞ്ഞെവിടെ?"

അവൻ ഉറങ്ങുന്നു.

"ഉം. ഞാനിത്തിരികൂടി കിടക്കട്ടെ. "

"ഉം. കിടന്നോ. ഉറങ്ങിയെണീറ്റാൽ എല്ലാം നേരെയാകും."

നിലത്തൊഴുകിപ്പരന്ന ഛർദ്ദിലിന്റെ മഞ്ഞവെള്ളം തുടച്ചുകൊണ്ട് ജലജ പറഞ്ഞു.

"ഇപ്പോൾ ചൂടു വിട്ടു."

ശാന്തി എന്റെ നെറ്റിയിൽ വച്ച കൈ പിൻവലിച്ചു.

ഞാൻ വീണ്ടും കണ്ണടച്ചുകിടന്നു. മഗധയുടെ ഇരുണ്ട ഇടനാഴിയിലെ നിലവിളി അപ്പോഴും ഞാൻ ഉൾക്കാതിലറിഞ്ഞു.

വെയിൽമങ്ങിയപ്പോൾ ജലജ തട്ടിയുണർത്തിയാണു ഞാൻ കണ്ണു തുറന്നത്.

"സന്ധ്യയാകുന്നു. എഴുന്നേറ്റാട്ടെ."

നാരങ്ങാപിഴിഞ്ഞ കടുംചായയുമായി ജലജ കിടക്കയിലിരുന്നു.

ഞാൻ പതിയെ എഴുന്നേറ്റു. മുഖം കഴുകി, ചായയുമായി പൂമുഖത്തേക്കു നടന്നു. അവിടെ ടിവിക്കുമുന്നിൽ മാധവനെ മടിയിലിരുത്തി ശാന്തി പുന്നാരിക്കുന്നുണ്ടായിരുന്നു.

"ദേ.. അപ്പൂപ്പൻ. ഉവ്വാവു പോയോന്നു മോൻ ചോദിച്ചാട്ടെ."

ശാന്തി മാധവനെ എന്റെ നേരേ തിരിച്ചിരുത്തി. അവൻ പെട്ടെന്നു തലവെട്ടിച്ചു ടിവിയിലെ അദ്ഭുതക്കാഴ്ചകളിലേക്കു മടങ്ങി.

"എന്റെ കുഞ്ഞേ, ഈ പാപ്പം കഴിച്ചിട്ട്..."

ശാന്തി അവനെ ബലമായി പിടിച്ചു മടിയിലിരുത്തി.

"അച്ഛനിപ്പോൾ സുഖം തോന്നുന്നുണ്ടോ?"

മാധവനു പാത്രത്തിൽനിന്നു പലഹാരം മുറിച്ചുകൊടുത്തുകൊണ്ടു ശാന്തി ചോദിച്ചു. ഞാൻ തലകുലുക്കി.

"ഞാൻ ഡോക്ടറെ വിളിച്ചിരുന്നു. കാതിന്റെ ബാലൻസ് പെട്ടെന്നു തകിടം മറിഞ്ഞാൽ ഛർദ്ദിലുണ്ടാവുമെന്നാ പറഞ്ഞേ."

പാത്രം തള്ളിമാറ്റി, കൈച്ചങ്ങല പൊട്ടിച്ചു ടിവിക്കടുത്തേക്ക് ഓടാൻ മുതിരുന്ന മാധവവനെ ശാന്തി പിന്നാക്കം വലിച്ചു.

"ഇച്ചെക്കന്റെ കുരുത്തക്കേടിനു വല്ല കുറവുമുണ്ടോന്നു നോക്കിക്കേ...," ശാന്തി മാധവനെ ബലമായി മടിയിലേക്കു പിടിച്ചുവച്ച് മുഖത്തു മൂക്കുരസി, "എന്റെ മുത്തേ, നീയൊന്നടങ്ങിയിരുന്നേ... അമ്മയുടെ പൊന്നല്ലേ..."

മാധവൻ അവളുടെ കൈയിലിരുന്നു കുതറുമ്പോൾ, ഛർദ്ദിലിന്റെ അടുത്ത തിരത്തള്ളലറിഞ്ഞ്, ഞാൻ കുളിമുറിയിലേക്കോടി.

മോഹൻലാലിന്റെ അജയനെ അച്ഛനായി പ്രഖ്യാപിച്ചു രാഹുൽപിള്ളയുടെ കാർത്തിക് മലഞ്ചെരുവിന്റെ താഴ്‌വരയിലൂടെ 'ആവണിത്തുമ്പീ, താമരത്തുമ്പീ' കേട്ടു ലയിച്ചു നടക്കുമ്പോഴായിരുന്നു ശാന്തിയുടെ അടിവയറ്റിൽ മാധവൻ ആദ്യത്തെ തൊഴി തൊഴിച്ചത്. നിറവയറുമായി സിനിമയ്ക്കുപോകണ്ട എന്നു ഞാനും ജലജയും പലതവണ ഉപദേശിച്ചിട്ടും ചെവിക്കൊള്ളാതെ ഇറങ്ങിത്തിരിച്ചതായിരുന്നു അവൾ.

"നിങ്ങൾ പറയുന്നതുകേട്ടാത്തോന്നും ലോകത്ത് ആദ്യയിട്ടാണു പ്രസവമെന്ന്... ഇതത്രവലിയ കാര്യമൊന്നുമല്ല."

ആയാസപ്പെട്ടു ചുരിദാർ വലിച്ചുകയറ്റുന്നതിനിടയിൽ അകത്തെ മുറിയിൽനിന്നു ശാന്തി വിളിച്ചുപറഞ്ഞു.

"മോഹൻലാലിന്റെ മുന്നൂറാമത്തെ പടമാ 'സ്നേഹവീട്'. കണ്ടേ പറ്റൂ. ഞാൻ പ്രസവം കഴിഞ്ഞെണീക്കുമ്പോ ഇതു തീയേറ്ററിൽ കാണില്ല. അതെന്താ ഓർക്കാത്തേ?"

ഒന്നും മിണ്ടണ്ടാന്നു ജലജ ചുണ്ടത്തു വിരൽ കുറുകെവച്ച് എനിക്കു താക്കീതു തന്നു. ശാന്തിയോടു തർക്കിച്ചിട്ടു കാര്യമില്ലെന്ന് അവൾക്കു നന്നായറിയാം. രണ്ടാഴ്ചമുമ്പ് ഇതുപോലെ നിർബന്ധം പിടിച്ച് 'പ്രണയം' കാണാൻ ഞങ്ങളെ കൂട്ടിക്കൊണ്ടുപോയി അവൾ. സിനിമ തീരുന്നതുവരെ ഞാനും ജലജയും അവളെത്തന്നെ നോക്കിയിരുന്നു. വീണ്ടും അതേ ഉൽക്കണ്ഠകൾ ആവർത്തിക്കുമെന്നോർത്തപ്പോൾ എനിക്കു നെഞ്ചു നൊന്തു

"എന്റമ്മേ, നിന്നു പ്രസവിക്കുന്നവരേപ്പറ്റിയും വെള്ളത്തിൽ പ്രസവിക്കുന്നവരേപ്പറ്റിയുമൊക്കെ ഈയിടെ പത്രത്തിൽ വായിച്ചില്ലേ? പണ്ടത്തെപ്പോലെ പ്രസവം വലിയൊരു സംഭവമൊന്നുമല്ല, ഇപ്പോൾ. നമ്മൾക്കു വേണ്ടനാളു പറഞ്ഞാൽ ആ ദിവസം നോക്കി ഡോക്ടർമാരു പ്രസവിപ്പിക്കും. അപ്പഴാ, ഒരു സിനിമയ്ക്കു പോകുന്നതിനു തടസ്സം പറയുന്നേ... നിങ്ങളുവേഗമൊരുങ്ങ്."

ഒട്ടും ഭയമില്ലാതെ ഏതുപ്രശ്നത്തെയും നേരിടുന്ന ശാന്തിയുടെ സ്വഭാവത്തെ ഞാനപ്പോൾ മനസ്സിൽ ചെടിപ്പോടെ കണ്ടു. ജലജയുടെ ആദ്യപ്രസവത്തിന്റെ ഉത്കണ്ഠകൾ ഞാനോർത്തുപോയി. അന്നത്തെ ആശങ്കയുടെ പിടപ്പ് ഇപ്പോഴും അനുഭവിക്കാം. ഡോക്ടർ പറഞ്ഞതിനു നാലു നാൾ മുമ്പേ വേദനതുടങ്ങി. പാതിരാത്രി, കോരിയെടുത്ത് ആശുപത്രിയിലേക്കു കുതിക്കുമ്പോൾ ആരുമുണ്ടായിരുന്നില്ല സഹായത്തിന്.

"പ്രഭേ, പ്രാർഥിക്കണേ... നല്ല മനസ്സുള്ളൊരു കുഞ്ഞുണ്ടാവാൻ. നമ്മളെ ഒരിക്കലും വേദനിപ്പിക്കാത്തൊരു കുഞ്ഞ്..."

പ്രസവമുറിയിലേക്കു കയറ്റുംമുമ്പ്, വിറയ്ക്കുന്ന സ്വന്തം കൈവിരലുകളെ എന്റെ വിരലുകളിലേക്ക് നിമിഷനേരം വള്ളിപോലെ ചുറ്റി

പ്പിണച്ചു ജലജ അപേക്ഷിച്ചു. തലകുലുക്കലിന്റെ നിരർഥകതയെപ്പറ്റിയോർത്തു ഞാൻ വെറുതേ അവളെ നോക്കിനിന്നതേയുള്ളൂ. അരണ്ട വെളിച്ചമുള്ള മുറിയിലെ, അനേകം അച്ഛന്മാരുടെ നെഞ്ചിടിപ്പിന്റെ വേഗമറിഞ്ഞ പഴയ ഇരുമ്പു കസേരയിലിരിക്കെ ഞാനാലോചിച്ചത്, ആ പഴയ ചോദ്യം തന്നെയായിരുന്നു, ദൈവം ആണോ പെണ്ണോ? ഒരു പിറവിക്കുവേണ്ടി പെണ്ണിനെ ഉടൽകീറി നോവിക്കുന്ന ദൈവത്തെ ഞാൻ സംശയത്തോടെ കണ്ടു.

എന്റെ പഴയ ചങ്ങാതി അലക്സ് അവന്റെ സഹോദരി സിസിലിയുടെ പ്രസവവേദനയ്ക്കു വീടുമുഴുവൻ കാവലിരിക്കുമ്പോൾ പണ്ട് എന്നോടു ചോദിച്ചു, "എന്തിനാണു സ്ത്രീകൾക്കു പ്രസവം ഇത്ര വേദന നിറഞ്ഞതായത്? എല്ലാ പെണ്ണും പ്രസവിക്കാനുള്ളവരാണ്. മനുഷ്യനുണ്ടായകാലം മുതലേ പ്രസവം ഉണ്ടുതാനും. പിന്നെന്തുകൊണ്ടാണ് ഇതിനെ വേദനയില്ലാത്തതാക്കി ദൈവം മാറ്റാഞ്ഞത്? "

"ആ..."

ഞാൻ നിരുന്മേഷത്തെ കൂട്ടുപിടിച്ച് അറിവില്ലായ്മയുടെ വായ പിളർന്നു.

"നീയാലോചിക്ക്."

അലക്സിന്റെ ചോദ്യങ്ങൾക്കുപിന്നാലെ ആലോചനയുമായി ഓടിയിട്ടു കാര്യമില്ലെന്നു നന്നായറിയാവുന്നതിനാൽ ഞാൻ മെനക്കെട്ടില്ല. എപ്പോഴും എനിക്ക് ഊഹിച്ചെടുക്കാൻപോലുമാവാത്തൊരു യുക്തി കൊണ്ടു തുന്നിയെടുത്തതാവും അവന്റെ ഉത്തരങ്ങൾ.

"എന്താടാ മിണ്ടാത്തേ?"

അലക്സ് എന്റെ ചുമലിലൊരു തട്ടുതന്നു.

"ഇത്രയും വലിയ കുഞ്ഞിനെ അമ്മയുടെ ഉള്ളിൽ നിന്നു പുറത്തേക്കു കൊണ്ടുവരാൻ ദൈവം എന്തിനാണ് ഇത്രയും ചെറിയൊരു സുഷിരം സൃഷ്ടിച്ചത്? കുറേക്കൂടി വലിയൊരു വിടവായിരുന്നെങ്കിൽ വേദനയറിയുകയേ ഇല്ലായിരുന്നല്ലോ. എന്താ ശരിയല്ലേ?"

അലക്സ് കുറെക്കൂടി ശക്തിയായി ചുമലിൽ തട്ടി എന്നെ ചൂഴ്ന്നു നോക്കി. ഒരുത്തരവും കിട്ടാൻ പോകുന്നില്ലെന്നുറപ്പിച്ച്, പിന്നെ പതിയെ എന്നെ മുഖം തിരിച്ചു നിർത്തി, ആ രഹസ്യം കൈമാറി.

"എടാ, കുഞ്ഞ് അമ്മയുടെ വയറ്റിൽ കിടക്കുമ്പോൾ അതിന്റെ ശ്വാസകോശം നിറയെ ദ്രാവകങ്ങളാ. ചെറിയ വിടവിലൂടെ ഞെങ്ങിഞെരുങ്ങി വന്നാലേ ഇതൊക്കെ പുറത്തേക്കുപോകൂ. അതുകൊണ്ടാണു പ്രസവവേദന. മനസിലായോ?"

അലക്സ് ആധികാരികതയോടെ പറഞ്ഞു.

"അപ്പോൾ സിസേറിയനോ?"

ഞാൻ ചോദിച്ചു.

"മിടുക്കൻ. നല്ല ചോദ്യം. എടാ, വയറുകീറി ഡോക്ടർമാർ കുഞ്ഞിനെ പുറത്തെടുത്താൽ ആദ്യം ചെയ്യുന്നതെന്താണെന്നറിയുമോ? തല

കീഴാക്കി കുടയുക. അപ്പോൾ നെഞ്ചിനുള്ളിലെ വെള്ളമെല്ലാം പുറത്തേക്കൊഴുകും."

"പ്രസവ വേദന ഒഴിവാക്കി അമ്മമാരെക്കൊണ്ടും ദൈവം അങ്ങനെ ചെയ്യിച്ചാൽ മതിയായിരുന്നല്ലോ."

"പോടാ. ഏതെങ്കിലും അമ്മ സ്വന്തം കൈക്കുഞ്ഞിനെയെടുത്ത് തല കീഴായിക്കുടയുമോ?"

അലക്സ് ചൂടായി. അവന്റെ വാദത്തിൽ കഴമ്പുണ്ടെന്ന് എനിക്കും തോന്നി.

"അമ്മയുടെ വയറ്റിൽ കിടക്കുമ്പോൾ കഴിഞ്ഞജന്മങ്ങളിലെ തെറ്റുകളെക്കുറിച്ചോർത്തു ജീവൻ പശ്ചാത്തപിച്ചുകൊണ്ടിരിക്കും എന്നാണു പറേന്നത്."

ഞാൻ പറഞ്ഞു.

"ആരുപറഞ്ഞു നിന്നോട്?"

അവൻ നെറ്റി ചുളിച്ചു.

"പണ്ട് അമ്മൂമ്മ പറഞ്ഞതാ. ഞങ്ങടെ പുരാണത്തിലൊണ്ട്."

"പോടാ."

"സത്യം. കുഞ്ഞു ജനിച്ചുവീഴുന്ന നിമിഷം 'ശഠം' എന്നൊരു വായു വന്നുമൂടും. അതോടെ പഴയ കാര്യങ്ങളെല്ലാം മറക്കും"

ഞാൻ ഗൗരവത്തിന്റെ കൂട്ടുപിടിച്ചപ്പോൾ അലക്സ് പരിഹാസത്തോടെ ചുമൽ വെട്ടിച്ചു.

"ചുമ്മാ പറേന്നതാ... നിന്റമ്മൂമ്മയ്ക്കു കോപ്പറിയാം."

"അങ്ങനാടാ പുരാണത്തിൽ പറേന്നേ. അങ്ങനെ ശഠം വന്നുമൂടാതെ ഒരേയൊരു കുഞ്ഞേ പിറന്നിട്ടുള്ളൂ. അതു നമ്മാഴ്വാരായിരുന്നു."

"അതാരാ?"

"തമിഴ്നാട്ടിലൊള്ള വല്യ കവിയാ..."

"എന്റച്ഛൻ ചിലപ്പോ കഴിഞ്ഞ ജന്മം വല്ല പേപ്പട്ടീമാരുന്നാരിക്കും," പരിഹാസത്തോടെ ചിരിച്ച് അലക്സ് പറഞ്ഞു, "നിന്റച്ഛൻ മിന്നാമിനുങ്ങാരുന്നിരിക്കും."

"അതെന്താ?

"ഇപ്പോ അങ്ങേര് ബൾബു കത്തിക്കാൻ നടക്കുവല്ലേ..."

ഞാൻ ചിരിച്ചുപോയി.

അമ്മയുടെ വയറ്റിൽക്കിടന്ന്, കഴിഞ്ഞ ജന്മത്തിന്റെ ഏതു പാപങ്ങളെപ്പറ്റിയോർത്താവും ഞാൻ പശ്ചാത്തപിച്ചത്? കഴിഞ്ഞജന്മവും ഇതേ അമ്മ തന്നെയായിരുന്നിരിക്കുമോ എന്റെ അമ്മ? -ഞാൻ ആലോചിച്ചു.

സത്യത്തിൽ പ്രസവത്തെക്കുറിച്ച് ആലോചിക്കാൻതന്നെ എനിക്കു പേടിയായിരുന്നു. ഗർഭിണികളായ സ്ത്രീകളെ കാണുമ്പോഴെല്ലാം എനിക്കു ശ്വാസം മുട്ടി. നിറവയർ തൊട്ടടുത്ത ചുവരിലിടിച്ചു പൊട്ടുമെന്നോ

അല്ലെങ്കിൽ അതു നെടുകെ പിളർന്ന് അടുത്ത നിമിഷം ഉള്ളിൽനിന്നു കുഞ്ഞു പുറത്തേക്കു ചാടുമെന്നോ ഒക്കെ എപ്പോഴും ഞാൻ ഭയന്നു. പണ്ട്, സുമിത്രച്ചേച്ചി നിറവയറിനെ താലോലിച്ച് അരമതിലിലിരിക്കുമ്പോഴെല്ലാം ഞാൻ കണ്ണടച്ചുകൊണ്ടു പൂമുഖം കടക്കാൻ ശ്രദ്ധിച്ചിരുന്നു. പക്ഷേ, ജലജയുടെ വയർ ഓരോ ദിവസവും വീർത്തുവരുന്നതു കൗതുകത്തോടെയാണു നോക്കിയത്. അത് ഒരിക്കലും എന്നെ പേടിപ്പിച്ചില്ല. രാത്രികളിൽ എന്റെ കൈവിരലുകളെ സ്നേഹപൂർവം സ്വന്തം വയറിനു മുകളിൽ എടുത്തുവച്ച് ജലജ ചോദിക്കും:

"കണ്ടോ? അഹമ്മതി കണ്ടോ? കിടന്നു മറിയുകയല്ലേ? ഇതാണു തന്നെ."

"വേണ്ട. പെണ്ണുമതി."

ഞാൻ ശഠിക്കും.

"ആൺപിള്ളാരായാൽ വയസ്സുകാലത്തു നമ്മളെ നോക്കും. പെണ്ണായാൽ കല്യാണോം കഴിച്ച് അവളങ്ങുപോകും."

ആയാസപ്പെട്ട് ജലജ പറഞ്ഞു.

"അച്ഛനമ്മമാരോട് സ്നേഹമുള്ള പെണ്ണ് അങ്ങനെ നമ്മളെ ഉപേക്ഷിച്ച് ഓടിപ്പോവില്ല."

ഞാൻ പറയും. ജലജ എന്റെ കൈവിരലുകൾ വീണ്ടും അവളുടെ അടിവയറിനോടു ചേർക്കും. വിരൽത്തുമ്പിനടിയിൽ പിടയ്ക്കുന്ന ജീവന്റെ ചലനം എന്നെ കൗതുകം കൊള്ളിക്കും. ജലജയുടെ നീണ്ട മുടിയും തിളങ്ങുന്ന കണ്ണുകളുമുള്ള ഒരു പെൺകുഞ്ഞ് വയറിന്റെ മതിലിനപ്പുറം നിന്ന് എന്റെ വിരലുകളെ ഉമ്മവയ്ക്കുന്നതു ഞാൻ സങ്കല്പിക്കും.

ശാന്തി മുതിർന്നപ്പോൾ, അവളുടെ ലക്കുകെട്ട പ്രണയത്തെ ഞങ്ങൾ എതിർത്തപ്പോൾ, ഒരിക്കൽ അവൾ ജലജയ്ക്കുമുമ്പിൽ പൊട്ടിത്തെറിച്ചു:

"എന്തിനാ എന്നെ ജനിപ്പിച്ചത്? ഞാൻ പറഞ്ഞോ ജനിപ്പിക്കാൻ? നിങ്ങളുടെ ഇഷ്ടത്തിനു ജനിപ്പിച്ചു. നിങ്ങളുടെ ഇഷ്ടത്തിനു വളർത്തി. പക്ഷേ, ജീവിതകാലം മുഴുവൻ അങ്ങനെ നിങ്ങളുടെ ഇഷ്ടത്തിനൊത്തു മാത്രം ജീവിക്കാൻ എന്നെ കിട്ടില്ല."

ശാന്തി രോഷത്തോടെ നിലത്തേക്കു വലിച്ചെറിഞ്ഞ സ്റ്റീൽ ഗ്ലാസ് നിലവിട്ടു മലക്കംമറിഞ്ഞു ചുവരിലേക്കുരുണ്ടുചെല്ലും മുമ്പു സമർത്ഥമായി കുനിഞ്ഞെടുത്ത് എന്റമ്മ പറഞ്ഞു:

"കൊഞ്ചിച്ചുവളർത്തിയ അച്ഛനുമമ്മേം ഇതുതന്നെ കേൾക്കണം."

ഇരുപത്തിയൊന്ന്

തിരിച്ചറിവ്

"മക്കളുടെ നിലപാടുകൾ അച്ഛനമ്മമാരെ തകർത്തുകളയുമെന്നൊക്കെ പറയുന്നുണ്ടല്ലോ, അതുപോലെ അച്ഛനമ്മമാരുടെ നിലപാട് മക്കളെയും ഞെട്ടിക്കും. അതെന്താ മനസ്സിലാകാത്തത്?"

മുജീബിനെ നേടിയെടുക്കാൻവേണ്ടി ജീവിതം വീട്ടിലെ പോരാട്ടമാക്കിയ കാലത്ത് ശാന്തി ഒരിക്കൽ എന്നോടു പറഞ്ഞു. കിടക്കയിൽ കമിഴ്ന്നുകിടന്നു കണ്ണീരിനു ചിറകെട്ടുകയായിരുന്ന ജലജ എന്നെ ദയനീയമായി നോക്കി.

"മക്കളുടെ ജീവിതത്തിലെ വളരെ പ്രധാനപ്പെട്ട ഒരു കാര്യം വരുമ്പോ അച്ഛനമ്മമാരുടെ സപ്പോർട്ട് അവരാഗ്രഹിക്കുന്നതിൽ എന്താ തെറ്റ്? ഞാനെന്തോ മഹാ പാതകം ചെയ്തമട്ടിലാണു നിങ്ങളൊക്കെ പെരുമാറുന്നത്. അതാ എനിക്കു മനസിലാവാത്തത്. അച്ഛൻ അമ്മയെ പ്രേമിച്ചു കെട്ടിയതല്ലേ? അമ്മയുടെ അച്ഛൻ അന്നതിനെ എതിർത്തതു ശരിയാണെന്ന് അമ്മയ്ക്കിപ്പോൾ തോന്നുന്നുണ്ടോ? ജീവിതം തുറന്ന പുസ്തകമാണെന്നൊക്കെ അമ്മ വീരവാദം മുഴക്കാറുണ്ടല്ലോ... ഇപ്പോ ഇതു തുറന്നു പറ."

ശാന്തി ജലജയെ ചാട്ടുളിനോട്ടംകൊണ്ട് എറിഞ്ഞു. ജലജ വീണ്ടും കിടക്കയിലേക്കു കമിഴ്ന്നു കിടന്നു. ജീവിതം തുറന്ന പുസ്തകമാണെന്നൊക്കെ ഭംഗിവാക്കുപറയുമ്പോൾ മക്കളും അതുവായിക്കും എന്നും അഥവാ അവർക്കുകൂടി വായിക്കാനുള്ളതാണ് ആ പുസ്തകമെന്നും ഓർക്കണമെന്ന് ഞാൻ മനസ്സിൽ അടിവരയിട്ടു.

"അച്ഛനെന്താ മിണ്ടാത്തത്?" ശാന്തി എനിക്കെതിരേ തിരിഞ്ഞു, "പണ്ട് അമ്മയുടെ വിവാഹാലോചനയുമായി അപ്പൂപ്പനെ ചെന്നുകണ്ടപ്പോൾ എന്താ, ആ അച്ഛന്റെ മനസ്സു മനസ്സിലാക്കാഞ്ഞത്? മറ്റുള്ളവരുടെ കാര്യത്തിൽ ആദർശം പറയുമ്പോൾ സ്വന്തംകാര്യത്തിൽ അതുണ്ടായോ എന്നുകൂടി ആലോചിക്കണം..."

നെഞ്ചിൽ തറയ്ക്കുന്ന കൂരമ്പുകളിൽനിന്നു രക്ഷപ്പെടാൻ എന്നത്തെയുംപോലെ ഞാൻ പുറത്തേക്കു നടന്നു. സന്ധ്യയുടെ അവസാനത്തെ വെളിച്ചം നിരത്തിനെ തിളക്കുന്നുണ്ടായിരുന്നു. തുരുതുരാ മണി

മുഴക്കി കുട്ടികളുടെ സംഘം സൈക്കിളിൽ നീങ്ങിക്കടന്നു. ജീവിതം അനിവാര്യമായ ചില സന്ദർഭങ്ങളിലേക്കു മനുഷ്യരെ കൈപിടിച്ചു നടത്തുമെന്നു ഞാനറിയുന്നു. വർഷങ്ങൾക്കുമുമ്പുള്ള ഒരു വൈകുന്നേരത്തിന്റെ ഓർമകൾ എന്റെയുള്ളിൽ തികട്ടി.

ബിരുദാനന്തരബിരുദക്ലാസുകഴിഞ്ഞിട്ടും നാട്ടിൽ പോകാൻ മടിച്ചു കോളേജ് ഹോസ്റ്റലിൽ തങ്ങുന്ന ആൻഡേഴ്സന്റെ മുറിയിൽ ഞാൻ ചുരുണ്ടുകൂടിയ ദിവസങ്ങളായിരുന്നു അത്. ജലജയുമായുള്ള പ്രണയം എന്റെ ജീവിതത്തെ പുതിയ തുറസ്സിലേക്കു കൈപിടിച്ചു നടത്തുന്ന കാലം. വിവരം അവളുടെ വീട്ടിലറിഞ്ഞു. ഏതു നിമിഷവും ഒരു ഭൂകമ്പം പ്രതീക്ഷിച്ച് ഞാൻ ജാഗരൂകനായി. വിവാഹത്തെപ്പറ്റി പറഞ്ഞപ്പോൾ എന്റെ വീട്ടിൽ കാര്യമായ എതിർപ്പുണ്ടായില്ല. പക്ഷേ, ഒരു ജോലിയില്ലാതെ ഞാൻ എങ്ങനെ കുടുംബം പോറ്റുമെന്ന് അവർ ആശങ്കപ്പെട്ടു.

"പ്രേമം, തേങ്ങാക്കൊലാന്നൊക്കെ പറയുമ്പോ കേൾക്കാൻ സുഖമാ... പക്ഷേ, ജീവിതത്തിലേക്കു കടക്കുമ്പോൾ കാര്യം മാറും."

മഹാദേവൻ ചേട്ടൻ സിഗരറ്റ് പുകയ്ക്കു നടുവിലിരുന്ന് എന്നെ ഉപദേശിച്ചു.

"പെണ്ണുങ്ങളെ സംബന്ധിച്ചിടത്തോളം വിവാഹം ഒരഭയമാണ്. ആണിനു പക്ഷേ, അതൊരു വലിയ ഉത്തരവാദിത്വവും. അതു നീ മറക്കരുത്. റാണീടെ കല്യാണം കഴിഞ്ഞ സ്ഥിതിക്ക് നിനക്കിനി പ്രാരബ്ധമൊന്നുമില്ല. അതു പ്രധാനം തന്നെ. പക്ഷേ, വിവാഹം കഴിച്ചാൽ നീ എങ്ങനെ പോറ്റും അവളെ? അതാലോചിക്കണം."

"അവൾക്കു ജോലി കിട്ടിയല്ലോ."

ഞാൻ പറഞ്ഞു. മഹാദേവൻ ചേട്ടൻ പരിഹാസത്തോടെ പുകയൂതിച്ചിരിച്ചു.

"അതു ഭാഗ്യമെന്നു കൂട്ടിക്കോ. പക്ഷേ, പെണ്ണിന്റെ ചെലവിലാണോ നീ കഴിയാൻ പോകുന്നേ? അങ്ങനെ എത്രനാൾ കഴിയും?"

"ഞാൻ ബിഎഡിനുചേരും."

"എന്നിട്ട്? ജോലിക്ക് കാശെണ്ണിക്കൊടുക്കണ്ടേ?"

"പിഎസ്സി ടെസ്റ്റെഴുതും."

"അതു ലോട്ടറിയെടുക്കുന്നതുപോലെയല്ലേടാ? "

മഹാദേവൻ ചേട്ടൻ സിഗരറ്റ് വലിച്ചെറിഞ്ഞു.

"നീ നന്നായി ആലോചിക്ക്."

മഹാദേവൻ ചേട്ടനെ ഉച്ചവെയിലിൽ ഉപേക്ഷിച്ച് ഞാൻ വീട്ടിൽ നിന്നിറങ്ങി നേരേ പോയത് കോളേജ് ഹോസ്റ്റലിലേക്കായിരുന്നു. പോകാൻ വേറൊരിടമില്ല. ജലജയുടെ കത്തു വന്നിട്ടു ദിവസങ്ങളായി. അവളുടെ വീട്ടിലെ അവസ്ഥ എന്തെന്നറിയാതെ എനിക്കു ഭ്രാന്തുപിടിച്ചു. കട്ടിലിലേക്കു വീണു തിരിഞ്ഞുംമറിഞ്ഞും കിടക്കുമ്പോഴാണ് ആൻഡേഴ്സൺ ഓടിയെത്തിയത്.

"നിനക്കൊരു സന്ദർശകനുണ്ട്."

അവൻ പരിഭ്രമത്തോടെ പറഞ്ഞു. ഞാൻ ചാടിയെഴുന്നേറ്റു.

"ആര്?"

"ജലജയുടെ അച്ഛൻ."

"അയ്യോ... ഞാനിവിടുണ്ടെന്ന് ആരു പറഞ്ഞു?"

"ജലജയ്ക്കറിയാമല്ലോ. അവൾ പറഞ്ഞതായിരിക്കും. നീ ചെല്ല്... താഴെയിരിപ്പുണ്ട്..."

എന്റെ നെഞ്ചുപിടച്ചു. ഞാൻ മുഖംകഴുകി പുറത്തിറങ്ങുമ്പോൾ ആൻഡേഴ്സൺ പിന്നിൽ നിന്നു പറഞ്ഞു:

"നിന്റെ അച്ഛനെപ്പോലെ കാണണം. മാന്യമായി സംസാരിക്കണം. സിനിമാസ്റ്റൈൽ വെല്ലുവിളികളൊന്നുംവേണ്ട. ഇത്തിരി താണുകൊടുക്കുന്നതാണു നല്ലത്."

സന്ദർശകമുറിയുടെ കോണിൽ, ക്രിസ്തുവിന്റെ വലിയ ചിത്രത്തിനു താഴെ, കുരിശിലേറ്റപ്പെട്ടവന്റെ ദൈന്യം മുഴുവൻ മുഖത്തേക്കൊപ്പിയെടുത്ത്, പെൻഷനായ അധ്യാപകന്റെ നിരാശ്രയത്വം കുനിപ്പിച്ച ചുമലുമായി സോമനാഥൻ സാർ നില്പുണ്ടായിരുന്നു. കസേരയ്ക്ക് ഉടലിനെ വിട്ടുകൊടുക്കാൻ മടിച്ച്, മുറിയിൽ അങ്ങോട്ടുമിങ്ങോട്ടും നടക്കുന്നതിനിടയിലാണ്, പാതിവഴിയിൽ എന്നെ കണ്ടത്. കൂട്ടക്കൊലപാതകം നടത്തിയ കുറ്റവാളിയെ നോക്കുംപോലെ അദ്ദേഹമെന്നെ തുറിച്ചുനോക്കി. അടിമുടി അളന്നുതൂക്കിയെടുത്തു. പിന്നെ, ക്രമേണ കണ്ണുകളിലെ ചുവപ്പലിഞ്ഞു. കൺപീലിത്തുമ്പിലൊരു നനവു പടർന്നു.

"പ്രഭ?"

"അതെ."

"ഇത്തിരി സംസാരിച്ചോട്ടെ?"

"ഇരിക്കൂ."

നരകയറിയ മുടിയിഴകളിൽ ആലംബത്തിനായി വെറുതേ തലോടി അദ്ദേഹം, കസേരപോലുമറിയാതെ, അതിലേക്കു സ്വയം സമർപ്പിച്ചു.

"പ്രഭയെ ഞാൻ കുറ്റം പറയില്ല. പക്ഷേ, എന്റെ അവസ്ഥ അറിയണം. രണ്ടു പെൺമക്കളായിരുന്നു എനിക്ക്. "

"അറിയാം."

"ഇല്ല. അറിയില്ല. അറിയാത്ത കാര്യങ്ങളാണു പറഞ്ഞുവരുന്നത്."

സോമനാഥൻ സാറിന്റെ ശബ്ദം കനത്തു.

"ഒരു സർക്കാർ സ്കൂൾ അധ്യാപകന്റെ പണ്ടത്തെ വരുമാനത്തെപ്പറ്റി ഊഹിക്കാമല്ലോ. മക്കളുരണ്ടും പെണ്ണായപ്പോൾ ജീവിതം ഒരുപാടു ഞെരുങ്ങി. അവരുടെ പഠിപ്പ്, വിവാഹം... ഓരോന്നും കണക്കുകൂട്ടിയാണു ജീവിച്ചത്. മൂത്തവൾ അവൾക്കിഷ്ടപ്പെട്ട ഒരാളുടെകൂടെ ഇറങ്ങിപ്പോയപ്പോൾ ഞങ്ങൾ ആകെത്തകർന്നു. പിന്നെല്ലാം ഇവളായിരുന്നു. ജലജയെ ചേർത്തുപിടിച്ചാണു ജീവിച്ചത്. ഞങ്ങളാഗ്രഹിക്കുന്നപോലൊരു ജീവിതം അവൾക്കെങ്കിലും ഉണ്ടാവണം."

സോമനാഥൻ സാർ വിറയ്ക്കുന്ന കൈപ്പടം നീട്ടി എന്നെ തൊട്ടു. വൈദ്യുതിയേറ്റിട്ടെന്നവണ്ണം ഞാൻ നടുങ്ങി.

“ആറുവയസ്സുവരെ അവൾക്ക് അസുഖങ്ങളായിരുന്നു. രാത്രി എന്നും പനി. എന്റെ നെഞ്ചത്തു കിടന്നാലേ ഉറങ്ങൂ. അവളാണിപ്പോൾ... പെട്ടെന്നൊരാളെക്കാണുമ്പോൾ വീടും ചുറ്റുപാടുമൊക്കെ മറക്കാൻ എങ്ങനെ ഈ കുട്ടിക്കു കഴിയുന്നൂ എന്ന് എനിക്കറിയില്ല. ആദ്യത്തവൾ പോയപ്പോൾത്തന്നെ കുടുംബത്തിലെല്ലാവരും ഞങ്ങളെ പഴിപറഞ്ഞു. മക്കളെ വളർത്താനറിയാത്ത അച്ഛനമ്മമാരെന്നു പരിഹസിച്ചു. ഇതുകൂടി താങ്ങാൻ വയ്യ. ദയവായി ഞങ്ങളുടെ ജീവിതം തകർക്കരുത്. പ്രഭയ്ക്കും രണ്ടു സഹോദരിമാരുള്ളതല്ലേ? ഞാൻ പറയുന്നതു മനസ്സിലാക്കാൻ കഴിയില്ലേ? അതുകൊണ്ട്....”

സോമനാഥൻസാറിന്റെ വിരലുകൾ എന്റെ കൈപ്പടത്തിൽ മുറുകി.

“പ്രഭ ഇതിൽനിന്നു പിന്മാറണം. എന്റെ മോളെ കാര്യങ്ങൾ പറഞ്ഞു മനസ്സിലാക്കണം.”

ഞാൻ ചിരിച്ചു.

“അച്ഛൻ ജലജയോടു പറയൂ, മാറാൻ. അവൾക്ക് എന്നെ വേണ്ടെങ്കിൽ ഞാൻ പിന്നാലെ വരില്ല.”

സോമനാഥൻസാർ എന്നെത്തന്നെ ഉറ്റുനോക്കി. ആ കണ്ണുകളിലെ കടലാഴത്തിൽ ചുഴിയും മലരിയും തിരിഞ്ഞു.

“കൂടുതലൊന്നും പറയുന്നില്ല...,” നിരാശയോടെ ചുമൽ കുടഞ്ഞ് അദ്ദേഹം എഴുന്നേറ്റു, “ജീവിതം ഇതേ അവസ്ഥയിൽ ഒരിക്കൽ നിങ്ങളേയും കൊണ്ടുനിർത്തും. ഇന്നു ഞാനനുഭവിച്ച വേദന കുഞ്ഞേ, അന്നു നീയുമറിയും. അച്ഛനമ്മമാരുടെ ചങ്കുപറിച്ചെടുത്ത് ഒരാൾക്കും ജീവിതത്തിൽ സന്തോഷിക്കാനാവില്ല. അതുറപ്പ്.”

വൈകുന്നേരവെയിലിനു നീണ്ട നിഴലിനെ പകുത്തുകൊടുത്ത് നടന്നകലുന്ന സോമനാഥൻസാറിനെ ഞാൻ കണ്ണിമവെട്ടാതെ നോക്കിനിന്നു. ആദ്യമായും അവസാനമായും അന്നാണ് അദ്ദേഹത്തെ ഞാൻ കണ്ടത്. ഒരുമാസത്തിനുശേഷം, റജിസ്ട്രാർ ഓഫീസിലൊതുങ്ങിയ ഞങ്ങളുടെ ലളിതമായ വിവാഹത്തിനു പിറ്റേന്നുപുലർച്ചെ ആൻസിയുടെ ഫോൺ അടക്കിപ്പിടിച്ച വിതുമ്പലുമായി എന്നെ തേടിയെത്തി:

“സോമനാഥൻസാറിനെ കാണുന്നില്ല. വീടുവിട്ടുപോയതാണെന്നു കേൾക്കുന്നു. പെട്ടിയുമായി റയിൽവേസ്റ്റേഷനിൽ കണ്ടവരുണ്ട്.”

എനിക്കു മറുവാക്കു കിട്ടിയില്ല. നെഞ്ചിലേക്കൊരു കറുത്തുനീണ്ട നിഴൽ വീണതുപോലെ.

ശാന്തിയുടെ വാക്കുകൾ വിധിയുടെ കൂട്ടുപിടിച്ച് അനിവാര്യമായ ദശാസന്ധിക്കുമുന്നിൽ എന്നെയും കൈപിടിച്ചുനിർത്തിയ നിമിഷം നഗരത്തിന്റെ സന്ധ്യയിൽ, നിരത്തിൽ വീണുകിടക്കുന്നൊരു നീണ്ട നിഴൽ എവിടെനിന്നോ എന്നെ വന്നു തൊട്ടു.

“കേട്ടില്ലേ അവൾ പറഞ്ഞത്?”

പിന്നിൽ വന്നു തോളിൽ ചാഞ്ഞ് ജലജ ചോദിച്ചു.

"അച്ഛനമ്മമാരുടെ നിലപാട് മക്കളെയും ഞെട്ടിക്കുമെന്ന്. സത്യം. അല്ലേ?"

ഞാനൊന്നും മിണ്ടിയില്ല.

"ബുദ്ധമതം സ്വീകരിച്ച ആദ്യത്തെ രാജാവാര്?"

മച്ചിലെ വിടവിൽനിന്നു വെയിൽ കുത്തിവീണു പൊള്ളിക്കുന്ന മേശയിലേക്കു ചരിത്രപുസ്തകം വലിയ ശബ്ദത്തോടെ നിക്ഷേപിച്ചു ശ്രീധരൻമാഷ് ഒരിക്കൽ ചോദിച്ചു. ചോക്കുപൊടിയും മച്ചിലെ പ്രാവിൻ കൂട്ടവും ഒന്നിച്ചു പറന്നു.

"അശോകൻ"

ഒന്നാം നിര ബെഞ്ചിൽനിന്നു പി.കെ. സുഷമ ഉറക്കെ വിളിച്ചു പറഞ്ഞു.

"നിന്റെ മടീവച്ചിട്ട പേരാണോടീ?"

മാഷ് ക്ഷോഭിച്ചു.

"അശോക ചക്രവർത്തി. മഹാനായ അശോക ചക്രവർത്തി."

സുഷമ തിരുത്തി.

"തെറ്റ്."

സുഷമ തിടുക്കത്തിൽ പാഠപുസ്തകത്തിന്റെ താളു മറിച്ചു.

"പുസ്തകത്തിൽ ഇല്ലാത്ത കാര്യമാ ചോദിക്കുന്നേ. ആർക്കെങ്കിലും പറയാമോ ഉത്തരം?"

6 എയിലെ നാല്പത്തിരണ്ടുജോഡി കണ്ണുകളിലേക്കും മാഷ് സൂക്ഷിച്ചുനോക്കി.

"നിങ്ങൾ പറയില്ല. അയാളുടെ കഥയാ പറയാൻ പോകുന്നേ. എല്ലാരും ശ്രദ്ധിച്ചു കേൾക്കണം. അച്ഛനെ കൊല്ലാൻ നടന്ന മകന്റെ കഥയാ ഇത്. നിങ്ങളിൽ ചിലർക്കെങ്കിലും ഇത് ഇഷ്ടപ്പെടും."

ശ്രീധരൻമാഷ് എന്നെ ഒളികണ്ണിട്ടുനോക്കി. ആ നോട്ടത്തിൽ ഞാൻ പുല്ലുനിരത്തിയ ഒരു ചതിക്കുഴിയുടെ പച്ചകണ്ടു. ചതിയുടെ പൂവരശിൻ നിഴൽ കണ്ടു. തലേന്നു വൈകുന്നേരം അച്ഛൻ വരുന്നവഴിയിൽ ചന്ദ്ര മോഹൻ എന്നെക്കൊണ്ടൊരു ചതിക്കുഴികുത്തിച്ചിരുന്നു.

"പേടിക്കണ്ടാ. ഒന്നും പറ്റില്ല. പക്ഷേ, ചടാപടാന്നു വീഴും.നല്ല രസ മായിരിക്കും. നീ കണ്ടോ."

അവൻ എന്നെ പ്രോത്സാഹിപ്പിച്ചു. അരയടി താഴ്ചയുള്ള കുഴിക്കു മേലേ ഞാൻ ചുള്ളിക്കമ്പുകളും. അതിനുമേൽ പച്ചപ്പുല്ലിന്റെ ഒരട്ടിയും നിരത്തി.

"ഇപ്പോ കണ്ടോ തമാശ."

കാൽപ്പെരുമാറ്റമറിഞ്ഞ് ചന്ദ്രമോഹൻ തിടുക്കത്തിൽ എന്റെ കൈ പിടിച്ചു പൂവരശിന്റെ നിഴലിലേക്കു മറഞ്ഞു. പാവം എന്റെയച്ഛൻ മൂക്കും

കുത്തി കുഴിയിലേക്കു തന്നെ വീണു. മൂക്കിൻതുമ്പിലൊട്ടിയ തളിരിലകൾ വലിച്ചെറിഞ്ഞു നാലുപാടും നോക്കി, ആരും കണ്ടില്ലെന്ന് ഉറപ്പു വരുത്തി ഉറക്കെ ചിരിച്ചുകൊണ്ട് അച്ഛൻ സ്വയം പറഞ്ഞു:

"പിള്ളേരുടെ ഓരോ തമാശ നോക്കണേ..."

പൂവരശിൻ തണലിലിരുന്നു ചന്ദ്രമോഹൻ എന്റെ കൈത്തണ്ടയിൽ നുള്ളി.

"ആരുംകണ്ടില്ലെന്നാ നിന്റച്ഛന്റെ വിചാരം.പാവം"

അവൻ അമർത്തിച്ചിരിച്ച് ഓടിപ്പോയി... മുട്ടിൻതുമ്പിലെ ചോര കാലൻ കുടയുടെ കറുപ്പിൽ തുടച്ചുകൊണ്ടു നടന്നു നീങ്ങുന്ന അച്ഛനെക്കണ്ട് എനിക്കു സങ്കടം വന്നു. അപ്പോഴാണു പിന്നിൽ നിന്നു ശ്രീധരൻമാഷ് ചെവിക്കുപിടിച്ചുയർത്തിയത്.

"തെമ്മാടിത്തരം കാണിക്കുന്നോടാ? നിന്റച്ഛന്റെ കാലൊടിഞ്ഞാലും നീ ഇതുപോലെ സന്തോഷിക്കുമായിരുന്നോ?"

വേദനയെ അമർത്തിത്തിരുമ്മി ഞാൻ തിരിഞ്ഞുനോക്കുമ്പോൾ 'തന്റെ പേരു പറഞ്ഞാൽ കൊന്നുകളയും' എന്നാംഗ്യം കാട്ടി ചന്ദ്രമോഹൻ തിണ്ണയിൽ നിന്ന് എന്റെ നേരേ ഭീഷണിയുയർത്തി. ഞാൻ തലകുനിച്ചുനിന്നു.

"ചെല്ല്. നിന്റച്ഛനോടു മാപ്പു പറ."

കാറ്റിനും പൂവരിശിൻചില്ലയിലെ അണ്ണാനും കാതുകൊടുത്തു ഞാൻ മടിച്ചുനിന്നു.

തലേന്നത്തെ പോക്കു വെയിലിൽ വാടിനിന്ന കുറ്റബോധത്തെ 6 എയുടെ ഉച്ചവെയിൽച്ചൂടിലേക്കു വലിച്ചിഴച്ച് മാഷ് വീണ്ടും ചോദിച്ചു:

"നിനക്കറിയാമോടാ രാഹുലന്റെ കഥ?"

ചോക്കിന്റെ തുമ്പുകൊണ്ടു മാഷ് എന്റെ താടിപിടിച്ചുയുർത്തി. ഞാൻ പിന്നെയും തല താഴേക്കൊടിച്ചിട്ടു.

"അറിയുമോ ഇല്ലയോ? തെളിച്ചുപറ."

"ഇല്ല."

"എങ്കിൽ ഞാൻ പറയാം. കേട്ടോളൂ..."

മാഷ് എന്നിൽത്തന്നെ കണ്ണുകൾ കുരുക്കി, കപിലവസ്തുവിലെ കൊട്ടാരമുറ്റത്തേക്കോടി.ഞാൻ ആഴങ്ങളിലേക്കു കണ്ണുകളെ ഒളിപ്പിക്കാൻ പാഴ്‌വേല നടത്തി. കിണറിനുള്ളിൽനിന്നെന്നവണ്ണം മുഴക്കത്തോടെ മാഷ് കഥയിലേക്കു വാക്കുകളെ എറിഞ്ഞു പിടിപ്പിച്ചു:

ശുദ്ധോദനമഹാരാജാവിന്റെ മരണശേഷം പേരക്കിടാവ് രാഹുലൻ കപിലവസ്തുവിന്റെ ഭരണമേറ്റു. ഇരുപത്തൊൻപതാംവയസിൽ ബന്ധങ്ങളെല്ലാം അറുത്തുമുറിച്ചെറിഞ്ഞു കൊട്ടാരം വിട്ട അച്ഛനോട് രാഹുലനു പുച്ഛവും വെറുപ്പുമായിരുന്നു. സിദ്ധാർഥ രാജകുമാരൻ പിന്നെ ശ്രീബുദ്ധനായി വളർന്നു ലോകമെങ്ങും നിറയുന്നത് അവൻ അമർഷത്തോടെ അറിഞ്ഞു. പുറംരാജ്യങ്ങളിലെല്ലാം ശ്രീബുദ്ധന്റെ മകനെന്ന നിലയിലാവും കാലം തന്നെ അടയാളപ്പെടുത്തുന്നതെന്നോർത്തപ്പോൾ രാഹുലനു

പൊള്ളി. രാജഭരണമേറ്റപ്പോൾ അതുകൊണ്ടുതന്നെ രാഹുലൻ ആദ്യം ചെയ്തത്, ശ്രീബുദ്ധനെ കൈയോടെ പിടികൂടി തന്റെ മുമ്പിലെത്തിക്കാൻ ഉത്തരവിടുകയായിരുന്നു. ബുദ്ധനെത്തേടി ദൂതർ നാടുതോറും അലഞ്ഞു. ഒടുവിൽ ഒരു ദൂതൻ മറ്റൊരു രാജ്യത്ത്, അദ്ദേഹത്തെ കണ്ടെത്തി. അസംഖ്യം ശിഷ്യന്മാരുടെയിടയിൽ തേജപ്രഭയോടെ ഇരിക്കുന്ന ശ്രീ ബുദ്ധനെ വണങ്ങി, ദൂതൻ പറഞ്ഞു:

"പ്രഭോ... ഞാൻ കപിലവസ്തുവിൽനിന്നു മകന്റെ സന്ദേശവുമായെ ത്തിയതാണ്."

"സ്വാഗതം. ആദ്യം എന്തെങ്കിലും കുടിക്കുകയും ഭക്ഷിക്കുകയും ചെയ്തു ക്ഷീണമകറ്റൂ."

ബുദ്ധൻ ശാന്തനായി പ്രതിവചിച്ചു. ഭക്ഷണശേഷം ദൂതൻ രാഹു ലന്റെ കത്ത് അച്ഛനു കൈമാറി. ശ്രീബുദ്ധൻ ചെറുപുഞ്ചിരിയോടെ അതു വായിച്ചു. രാജാവ്, ഭർത്താവ്, പിതാവ് എന്നീ മൂന്നു ചുമതലകളിലും വീഴ്ചവരുത്തിയ ആളാണു ബുദ്ധനെന്നും അതിനാൽ എത്രയുംവേഗം കപിലവസ്തുവിലെ കൊട്ടാരത്തിൽ രാജാവിനുമുന്നിലെത്തി ശിക്ഷ ഏറ്റുവാങ്ങണമെന്നുമുള്ള നിർദേശമായിരുന്നു കത്തിൽ.

ചിരിയുടെ തെളിമ വിടാതെ ബുദ്ധൻ, ദൂതനോടു പറഞ്ഞു;

"രാജാവിന്റെ നിർദേശം എനിക്കു സ്വീകാര്യമല്ലെന്നു പറയൂ. എന്നെ കാണണമെങ്കിൽ ഇവിടെ വരാവുന്നതേയുള്ളൂ എന്നറിയിക്കൂ. പക്ഷേ, വരുമ്പോൾ അത് ബുദ്ധഭിക്ഷുവിന്റെ വേഷത്തിലായിരിക്കണമെന്നു മാത്രം."

ദൂതൻ വണങ്ങി യാത്രയായി. ബുദ്ധന്റെ സന്ദേശം കേട്ട രാഹുലൻ പൊട്ടിത്തെറിച്ചു. അച്ഛൻ തന്നെ പരിഹസിച്ചതായി രാഹുലനു തോന്നി. അടുത്തനിമിഷം മന്ത്രിയെ വിളിച്ചുവരുത്തി രാഹുലൻ നിർദേശിച്ചു:

"അച്ഛന്റെ ശിരസ് എന്റെ കാൽക്കീഴിൽ കൊണ്ടുവരണം. ഉടൻ. അതിന് എത്ര ഭടന്മാരെ വേണമോ അത്രയുംപേരെ അടിയന്തരമായി അയയ്ക്കൂ."

അനുദിനം അനുയായികൾ പെരുകിവരുന്ന ശ്രീബുദ്ധനെ വധിച്ചാ ലുണ്ടാകാവുന്ന ഭവിഷ്യത്തുകളെപ്പറ്റി ബോധ്യമുണ്ടായിരുന്ന മന്ത്രി രാജാവിനെ അനുനയിപ്പിച്ചു:

"പ്രഭോ, അങ്ങനെ ചെയ്താൽ അച്ഛനെ കൊന്ന മകനെന്ന പേരി ലാവും ചരിത്രം അങ്ങയെ എക്കാലവും രേഖപ്പെടുത്തുക. പകരം അങ്ങു ചെയ്യേണ്ടത് അദ്ദേഹത്തിനുമേൽ ഏതെങ്കിലും കുറ്റത്തിന്റെ പേരിൽ ശിക്ഷ ചുമത്തുകയെന്നതാണ്," ഉപജാപത്തിന്റെ കുടുക്കുകൾ കൺകോണി ലൊളിപ്പിച്ചു ദൂതനെ ഒളിഞ്ഞുനോക്കി, മന്ത്രി പറഞ്ഞു, "കൊലപാതക ക്കുറ്റം തന്നെ ആയിക്കോട്ടെ."

മന്ത്രിയുടെ വ്യംഗ്യം തിരിച്ചറിഞ്ഞ രാജാവ് ഉത്തരവിട്ടു:

"ബുദ്ധന്റെ പരിഹാസസന്ദേശവുമായി എന്റെ മുമ്പിലെത്താൻ

ധൈര്യംകാട്ടിയ ഈ ദൂതനെത്തന്നെ വധിക്കൂ. എന്നിട്ട് അവന്റെ ശിരസ് എന്റെയച്ഛനുമുന്നിലെത്തിക്കൂ."

അടുത്തനിമിഷം ദൂതന്റെ തലയരിയപ്പെട്ടു. മുറിച്ചെടുത്ത ശിരസ്സും പുതിയ സന്ദേശവുമായി മറ്റൊരു ദൂതൻ ശ്രീബുദ്ധന്റെയരികിലെത്തി. പെട്ടിതുറന്ന ശ്രീബുദ്ധൻ നടുങ്ങിപ്പോയി. ചോര ചുവപ്പിച്ച സന്ദേശം അദ്ദേഹം വേദനയോടെ വായിച്ചു:

"ഏറ്റവും ആവശ്യമുണ്ടായിരുന്ന സമയത്ത് ഉറ്റവരെയും ബന്ധുക്കളെയും ഉപേക്ഷിച്ചുപോയി എന്നതുമാത്രമല്ല, തന്നെ അനുകരിക്കാൻ ഒരുപാടു ചെറുപ്പക്കാരെ ആഹ്വാനം ചെയ്യുന്ന പ്രസംഗങ്ങൾ നടത്തിയെന്ന കുറ്റവും താങ്കളുടെ പേരിൽ കപിലവസ്തു ചുമത്തുന്നു. ശിക്ഷയേറ്റുവാങ്ങാൻ ഈ ദൂതനോടൊപ്പം രാജാവിനുമുന്നിൽ നേരിട്ടെത്തുക. താങ്കളെക്കൂടാതെയാണ് ദൂതനെത്തുന്നതെങ്കിൽ നിശ്ചയമായും അയാളുടെ തലയും അരിയപ്പെടും. അതുമായി മറ്റൊരു ദൂതൻ ഒട്ടും വൈകാതെ താങ്കളെ തേടിയെത്തുകയും ചെയ്യും."

ബുദ്ധൻ അലിവിന്റെ കണ്ണുകൾ ദൂതനുനേരേയുയർത്തി.

"താങ്കൾ ഈ കത്തുവായിച്ചിരുന്നോ?"

"ഇല്ല പ്രഭോ."

"താങ്കളുടെ രാജാവ് ഇതിലെന്താണ് എഴുതിയിരിക്കുന്നതെന്ന് അറിയാമോ?"

"ഇല്ല പ്രഭോ."

"താങ്കൾ കൊണ്ടുവന്നിരിക്കുന്ന ഈ ശിരസ്സ് ആരുടേതെന്ന് അറിയാമോ?"

"ഇല്ല പ്രഭോ."

"താങ്കൾക്കുമുമ്പ് ഇതേ ആവശ്യവുമായി എന്നെ കാണാനെത്തിയ കപിലവസ്തുവിന്റെ ദൂതന്റേതാണ്. ഞാനില്ലാതെ മടങ്ങിച്ചെന്നാൽ താങ്കളുടെ ശിരസ്സും ഛേദിക്കപ്പെടും. അതിനാൽ കപിലവസ്തുവിലേക്കു മടങ്ങാതിരിക്കുന്നതാണു ബുദ്ധി.

"എന്റെ കുടുംബത്തെ ഉപേക്ഷിച്ചു ജീവിക്കാൻ വയ്യ പ്രഭോ."

ദൂതൻ പറഞ്ഞു. ബുദ്ധൻ സൗമ്യമായി ചിരിച്ചു.

"സുഹൃത്തേ, താങ്കൾ കൊല്ലപ്പെടുമ്പോഴും കുടുംബം ഉപേക്ഷിക്കപ്പെടില്ലേ? അതിനാൽ ഞാൻ പറയുന്നതനുസരിച്ചു ജീവൻ രക്ഷിക്കൂ."

"പ്രഭോ. ക്ഷമിക്കണം. മടങ്ങിച്ചെന്നില്ലെങ്കിൽ ഞാൻ ഒരേസമയം കുടുംബത്തേയും രാജാവിനെയും ഉപേക്ഷിക്കുകയല്ലേ ചെയ്യുക? രാജാവിനെ ധിക്കരിച്ച ദൂതനെന്ന ചീത്തപ്പേര് എന്റെ കുടുംബത്തിന് എന്നും അപകീർത്തിയുണ്ടാക്കും. അതിനാൽ എന്നെ പോകാൻ അനുവദിക്കണം. മരണത്തെ എനിക്കു ഭയമില്ല."

ബുദ്ധൻ ശ്രദ്ധയോടെ ദൂതനെ കേട്ടു. പിന്നെ കാരുണ്യത്തോടെ പറഞ്ഞു:

“താങ്കൾ പറയുന്നതു ശരിയാണ്. ഓരോരുത്തർക്കും അവരവരുടേതായ ശരികളുണ്ട്; എനിക്കും. പ്രബോധനങ്ങൾ അവസാനിപ്പിക്കാൻ ഞാൻ ഉദ്ദേശിക്കുന്നില്ല. ഉപേക്ഷിച്ചുപോന്ന കൊട്ടാരത്തിലേക്കു മടങ്ങിവരികയും എന്നെ തടവിൽ പാർപ്പിക്കുകയും ചെയ്യണമെന്നതാണ് എന്റെ മകൻ ആഗ്രഹിക്കുന്നത്. അതു നടപ്പില്ല. അതേസമയം, എന്റെ പേരിൽ താങ്കൾ ശിക്ഷിക്കപ്പെടുകയും ചെയ്യരുത്. അതിനാൽ ഞാൻ എന്റെ മകനുമായി ഒരു കളി കളിക്കാൻ തീരുമാനിച്ചിരിക്കുന്നു. ചെറുപ്പത്തിലേ ഒളിച്ചുകളി എന്റെ മകനു വളരെയിഷ്ടമായിരുന്നു.”

ദൂതൻ കപിലവസ്തുവിലേക്കു മടങ്ങിയതു രാജാവിനുള്ള ബുദ്ധന്റെ സമ്മാനവുമായിട്ടായിരുന്നു. സന്ദേശവാഹകൻ കൈമാറിയ ചെറിയ പെട്ടി പൊട്ടിച്ച രാഹുലൻ കണ്ടത്, മുറിച്ചെടുത്ത ഒരു തള്ളവിരലായിരുന്നു.

“എന്താണിത്? ഇതുകൊണ്ട് എന്താണ് അർഥമാക്കുന്നത്?”

രാഹുലൻ ഈർഷ്യയോടെ ചോദിച്ചു.

“ഇതു ശ്രീബുദ്ധന്റെ തള്ളവിരലാണ്. ഒപ്പം ഒരുകത്തും തന്നിട്ടുണ്ട്.”

ദൂതൻ വിനയപൂർവം കത്തു കൈമാറി. രാഹുലൻ ആ കത്തുവായിച്ചു.

‘ആദരണീയനായ രാജാവേ, പ്രിയപ്പെട്ട മകനേ,

എന്റെ ചോരയും മാംസവുമല്ലേ അങ്ങേക്കു വേണ്ടത്. ഇത് അതിന്റെ ചെറിയൊരു തുടക്കമായിക്കരുതിയാൽ മതി. കുട്ടിക്കാലത്ത് ഒളിച്ചുകളി നീ ഒരുപാടിഷ്ടപ്പെട്ടിരുന്നതും ഓരോ തവണയും എന്നെ കണ്ടുപിടിച്ചു കഴിയുമ്പോൾ സമ്മാനം ആവശ്യപ്പെട്ടിരുന്നതും ഞാനോർക്കുന്നു. ഇതും അത്തരമൊരു ഒളിച്ചുകളിയായി കരുതുക. ഞാൻ വീണ്ടും ഒളിക്കാം. നിന്റെ ദൂതൻ എന്നെ കണ്ടുപിടിക്കുമ്പോൾ സമ്മാനമായി മറ്റൊരു വിരൽ കൊടുത്തയക്കാം. അതുകഴിഞ്ഞു മറ്റൊന്ന്. വിരലുകളെല്ലാം തീരുമ്പോൾ എന്റെ നാവ്...അവയവങ്ങൾ ഛേദിക്കപ്പെട്ടു മരിക്കുമ്പോൾ ഒടുവിൽ എന്റെ ശേഷിക്കുന്ന ഉടലും നിനക്കെടുക്കാം. നന്നായിരിക്കില്ലേ കളി? പക്ഷേ, എന്നെ കണ്ടുപിടിക്കുക എന്നത് അത്ര എളുപ്പമാണെന്നു വിചാരിക്കേണ്ട. എന്തായാലും ഞാൻ കാരണം നിന്റെ ഭടന്മാരുടെ ജീവൻ ഇനിയെങ്കിലും നഷ്ടപ്പെടരുത്. അതെന്റെ അപേക്ഷയാണ്.

താങ്കളുടെ വിശ്വസ്തനായ സേവകൻ.’

കത്തുവായിച്ച രാഹുലൻ കോപം കൊണ്ടു തുടുത്തു. ‘ഒരു സേവകൻ...!!!’

അയാൾ ആ കത്തുചുരുട്ടി ദൂതന്റെ മുഖത്തേക്കൊരേറുകൊടുത്തു.

“ഒളിച്ചുകളിക്കാൻ, നാമെന്താ, കൊച്ചുകുട്ടിയോ?”

രാഹുലൻ അലറി. കൊട്ടാരം നടുങ്ങി.

പെട്ടിതുറന്നു തള്ളവിരൽ പുറത്തെടുത്ത രാഹുലൻ അതു പിതാവിന്റേതുതന്നെയെന്ന് ഉറപ്പുവരുത്തി. ബാല്യത്തിൽ ഈ വിരലുപിടിച്ച് താൻ നടന്നതും കിടന്നതുമൊക്കെ ഓർത്തുപോയ രാഹുലൻ പെട്ടെന്നു ശാന്തനായി. അച്ഛന്റെ വെല്ലുവിളി സ്വീകരിക്കാൻതന്നെ ഉറച്ചു. ബുദ്ധനെ

കണ്ടെത്താൻ സമർഥരായ പത്തു ഭടന്മാരെ അദ്ദേഹം ചുമതലപ്പെടുത്തി. പക്ഷേ, ഒരുവർഷം പിന്നിട്ടിട്ടും ഫലമുണ്ടായില്ല. ബുദ്ധന്റെ വിരലുമായെത്തുന്നവന് ആ വിരലിന്റെ പത്തിരട്ടി തൂക്കത്തിൽ സ്വർണം സമ്മാനമായി നൽകുമെന്നു രാജാവു പ്രഖ്യാപിച്ചു. അവസാനം ഒരു ഭടൻ വിരലുമായെത്തിയപ്പോൾ രാഹുലൻ സന്തോഷം കൊണ്ടു തുള്ളിച്ചാടി. മാസങ്ങൾ കഴിഞ്ഞപ്പോൾ മറ്റൊരാളും വിരലുമായെത്തി. അങ്ങനെയങ്ങനെ ആറുവിരലുകളായി. രാഹുലൻ അവ ഭദ്രമായി പെട്ടിയിൽ സൂക്ഷിച്ചു. എല്ലാദിവസവും അതെടുത്തുനോക്കി സന്തോഷിച്ചു. അപ്പോഴാണു ശ്രദ്ധിച്ചത്, ആറു വിരലുകളിൽ മൂന്നു തള്ളവിരലുകൾ. താൻ വിഡ്ഢിയാക്കപ്പെടുകയാണെന്നറിഞ്ഞു കലികയറി രാജാവ് അടിയന്തരമായി ഭടന്മാരെ വിളിച്ചുവരുത്തി.

"സത്യം പറയൂ. ഇത് എന്റെ പിതാവിന്റെതന്നെ വിരലുകളാണോ?"

"അല്ല പ്രഭോ."

ഭടന്മാർ വിറച്ചുകൊണ്ടു കുറ്റം സമ്മതിച്ചു.

"അപ്പോൾ നിങ്ങളെന്നെ കബളിപ്പിക്കുകയായിരുന്നു അല്ലേ?"

രാജാവ് വാൾ വലിച്ചൂരി.

"അല്ല പ്രഭോ. അങ്ങു കേൾക്കണം, ബുദ്ധനാണെന്ന് അവകാശപ്പെടുന്ന ഒരുപാടുപേർ ഇപ്പോഴുണ്ട്. ഞങ്ങൾ ചോദിക്കുമ്പോൾ താൻ ബുദ്ധനാണ് എന്നു സമ്മതിച്ചവരുടെ വിരലുകളാണിത്. ഞങ്ങൾ തെറ്റു ചെയ്തിട്ടില്ല."

രാഹുലൻ നിശ്ശബ്ദനായി. അടുത്തനിമിഷം അയാളുടെ ഉള്ളിലെ ബോധിവൃക്ഷത്തിലൊരു കാറ്റിരമ്പി. കാലത്തിന്റെ അടരുകൾക്കപ്പുറത്തു നിന്ന്,സനാതനമായൊരീണം അയാളിലേക്കൊഴുകി-'ബുദ്ധം ശരണം ഗച്ഛാമി...' അടുത്ത നിമിഷം രാഹുലൻ പൊട്ടിച്ചിരിച്ചു.

"നിങ്ങൾ നന്നായി സംസാരിക്കുന്നു. എത്രയുംവേഗം എല്ലാ ബുദ്ധഭിക്ഷുക്കളെയും അറിയിക്കൂ, രാഹുലൻ തോറ്റിരിക്കുന്നുവെന്ന്. പിതാവിനു മാപ്പു നൽകിയിരിക്കുന്നെന്ന്. ലോകത്തിനുനൽകുന്ന മഹത്തായ സന്ദേശം രാഹുലനുകൂടി പകർന്നു നൽകണമെന്നുകൂടി അവരോട് അപേക്ഷിക്കൂ..."

അങ്ങനെ രാഹുലനും ആ നിമിഷംമുതൽ ബുദ്ധമതാനുയായി ആയി മാറി.

-കഥയവസനാനിപ്പിച്ച് ശ്രീധരൻമാഷ് എന്നെത്തന്നെ ചൂഴ്ന്നു നോക്കി പറഞ്ഞു:

"അച്ഛനെ കൊല്ലാൻ നടന്ന മകൻ അവസാനം അച്ഛന്റെ പ്രിയപ്പെട്ട ശിഷ്യനായതുകണ്ടോ. നന്നാവാൻ എപ്പോഴും അവസരം മുന്നിലുണ്ട്. വൈകിക്കരുത് ഒന്നും. "

ഒരുപാടു വർഷങ്ങൾക്കുശേഷം, ശ്രീധരൻമാഷ് ഓർമയിലേക്ക് ഒരു പിടി ചോക്കുപൊടി പറപ്പിച്ച് കാലത്തിന്റെ നാൽക്കാലി മേശയിൽ ചാരി

നിന്ന് വീണ്ടും ഈ കഥ എന്നെ ചൂഴ്ന്നുനോക്കി ഉരുവിട്ടപ്പോൾ ഞാനും സ്വയം പറഞ്ഞു:

അതെ. വൈകിക്കരുത് ഒന്നും.

"ശാന്തിയുടെ വിവാഹം നടത്തിക്കൊടുക്കാൻ ഞാൻ തീരുമാനിച്ചു."

ടിവി സീരിയലിൽ കണ്ണുനട്ട് സ്റ്റീൽ പാത്രത്തിൽ അച്ചിങ്ങാപ്പയർ അരിയുന്ന അമ്മയോടു ഞാൻ പറഞ്ഞു.

"നന്നായി. വേറെ വഴിയില്ലല്ലോ..."

പരിഹാസത്തിന്റെ ഈണം ഒളിപ്പിച്ച് അമ്മ മുഖം നോക്കാതെ പറഞ്ഞു. സംഭാഷണം എവിടേക്കു വലിച്ചുകെട്ടണമെന്നറിയാതെ ഉച്ച ച്ചൂടിൽ ഞാൻ വിയർക്കുമ്പോൾ അമ്മ, ടിവിയിലെ കാഴ്ചയിൽ രസിച്ചു തലയാട്ടിച്ചിരിച്ചു. അവഗണനയുടെ അടയാളമായി അതു വായിച്ചെടുത്തു ഞാൻ തിരിച്ചു നടക്കുമ്പോൾ അമ്മ പിൻവിളി വിളിച്ചു.

"മക്കളെ വളർത്തുന്നതിന്റെ പ്രയാസം മനസ്സിലാവുന്നുണ്ടല്ലോ പ്രഭ യ്ക്ക് അല്ലേ?"

ഞാൻ തല കുനിച്ചു.

"ഇവിടംകൊണ്ടു തീർന്നില്ല. നീ അനുഭവിക്കാനിരിക്കുന്നതേയുള്ളൂ... നോക്കിക്കോളൂ..."

അച്ഛന്റെ മരണശേഷം അമ്മ എന്നോടു കഴിയുന്നതും സംസാരി ക്കാറേ ഉണ്ടായിരുന്നില്ല. ഊണുമേശയ്ക്കിരുപുറമിരുന്നാലും അമ്മ പാത്ര ത്തിലേക്കു മുഖം പൂഴ്ത്തും. മുറിയിലേക്ക് അറിയാതെയെങ്ങാനും ഞാൻ കടന്നുചെന്നാൽ, സംഭാഷണത്തിനുള്ള സാധ്യത പൊട്ടിച്ചുകളഞ്ഞ്, ടി വിയുടെ ശബ്ദം കൂട്ടും.

"എന്താ അമ്മയ്ക്ക് ഇത്ര ദേഷ്യം?"

വിവാഹം കഴിഞ്ഞ നാളുകളിൽ ജലജ എന്നോടു ചോദിക്കുമായി രുന്നു. തൊട്ടടുത്തമുറിയിൽ ഒരുപാട് അകലം സൂക്ഷിച്ചുകഴിഞ്ഞപ്പോഴും അമ്മ ചേച്ചിമാരോടൊപ്പം പോവാൻ മടിക്കുന്നതു പക്ഷേ, ജലജയ്ക്ക് അദ്ഭുതമായിരുന്നു. ഓണാവധിക്കു ചേച്ചിമാർ നിർബന്ധിച്ചുകൂട്ടിക്കൊണ്ടു പോയാലും മൂന്നാംനാൾ അമ്മ തിരിച്ചെത്തി ടിവിയ്ക്കുമുന്നിൽ ഇടം പിടിച്ചു.

"എന്താ അമ്മയ്ക്ക്... ഈ മുറീലെന്താ നിധി കുഴിച്ചിട്ടിട്ടുണ്ടോ?"

റാണിച്ചേച്ചിയും സുമിത്രച്ചേച്ചിയും പരിഭവിക്കും. അമ്മ ചിരിച്ചു കൊണ്ടുപറയും:

"മക്കളേ, നിങ്ങൾക്കു രണ്ടും ആമ്പിള്ളേരാ...പ്രഭയ്ക്ക് പെണ്ണും. അവനും അവളും ജോലിക്കുപോയാൽ അതിനു മിണ്ടീം പറഞ്ഞുമിരി ക്കാൻ ഒരാളു വേണ്ടേ? ആമ്പിള്ളാരാവുമ്പോ അതുങ്ങളു കൂട്ടുകൂടി ചുറ്റി ക്കറങ്ങി നടന്നോളും. വീട്ടിലിരിക്കില്ല. പെൺപിള്ളാരങ്ങനല്ല..."

“ഇതൊന്നുമല്ല കാര്യം... ഞങ്ങൾക്കറിയാം. മോനെ വിട്ടു താമസിക്കാൻ വയ്യ. അത്ര തന്നെ.”

സുമിത്രച്ചേച്ചി പറയും.”

“അതേന്നു കൂട്ടിക്കോ. അവസാനകാലത്ത് അച്ഛനെ നോക്കിയതു പോലെ, അവൻ തന്നെ വേണം എന്നെയും നോക്കാൻ....”

എന്റെ നേരേ ഒളികണ്ണേറിഞ്ഞ് അമ്മ പറയും. അപ്പോഴെല്ലാം ഞാൻ ചുട്ടുനീറും.

അമ്മ പലപ്പോഴും എന്നെ അമ്പരപ്പിച്ചു. ചിലപ്പോൾ നിരാശപ്പെടുത്തി. മറ്റുചിലപ്പോൾ ഒരമ്മയും ചെയ്യാത്തവണ്ണം മുറിവുകളിൽകുത്തി വേദനിപ്പിച്ചു.

പക്ഷേ, പണ്ടു ജലജയെ വിവാഹം കഴിക്കുന്ന കാര്യം അവതരിപ്പിച്ചപ്പോൾ അമ്മ എതിർത്തില്ല. പകരം മുഖത്തുനോക്കാതെ പറഞ്ഞു:

“എനിക്കാ കുട്ടിയെ ഒന്നുകാണണം. നിന്നെയൊക്കെ പ്രേമിക്കാൻ തോന്നുന്നവളെ ഒന്നു കാണണമല്ലോ.”

ആശങ്കകളുടെ നിലയില്ലാക്കയത്തിലൂടെ നീന്തിയാണ് അമ്മയെ ഹോസ്റ്റലിലേക്കു കൂട്ടിക്കൊണ്ടുപോയി ജലജയ്ക്കുമുന്നിൽ നിർത്തിയത്. പക്ഷേ, അമ്മ എന്നെ അമ്പരപ്പിച്ച് നല്ലമ്മയായി അവളെ ആശ്ലേഷിച്ചു.

“എല്ലാം നല്ലതിനാകട്ടെ. പക്ഷേ, അച്ഛനമ്മമാരെ വേദനിപ്പിച്ചു കൊണ്ട് ഒന്നും അരുത്. കേട്ടല്ലോ?”

അമ്മയുടെ കൈവലയത്തിൽ വിനയാന്വിതയായി ജലജ തല കുലുക്കി. തന്റെ വിവാഹത്തെച്ചൊല്ലി അച്ഛൻ വേദനിച്ചു വീടുവിട്ടു പോകുമെന്ന് അന്ന് അവൾക്കറിയില്ലായിരുന്നല്ലോ. അതറിഞ്ഞപ്പോൾ അമ്മ പറഞ്ഞു:

“അന്നേ ഞാൻ പറഞ്ഞതാണ്, ആരേയും വേദനിപ്പിക്കരുതെന്ന്. ഒരുപാടുപേരെ സങ്കടപ്പെടുത്തിയിട്ട്, നിങ്ങളെങ്ങനെ ജീവിക്കും പിള്ളേരെ? എങ്ങനെ സന്തോഷിക്കും? വല്ലാത്ത മനസാ നിങ്ങടെയൊക്കെ. ”

എന്നെ ഇടംകണ്ണിട്ടുനോക്കി അമ്മ അടുക്കളത്തിണ്ണയിലെ ഉരലിനു മേലേക്കു കയറിയിരുന്നു മുടിമാടിക്കെട്ടി.

“രണ്ടു കൊച്ചുങ്ങടെ തന്തേം തള്ളേമാകുമ്പഴേ ഇതൊക്കെ തിരിച്ചറിയൂ. കുടുംബജീവിതം പിള്ളേരുകളിയല്ല.”

അതെ. കുടുംബജീവിതം പിള്ളേരുകളിയല്ല.

ഒരുപാടുകാലങ്ങൾക്കുശേഷം എന്റെ മകളോടു പറയാൻ അമ്മ എനിക്കു സമ്മാനിച്ച മഹത്വചനമായിരുന്നു അത്.

ഇരുപത്തിരണ്ട്

പിരിഞ്ഞും അഴിഞ്ഞും

ഉൽക്കണ്ഠകളെ മുറിയിലെമ്പാടും മുടിച്ചുരുളുകളായി ഉപേക്ഷിക്കുന്നതായിരുന്നു പണ്ടുമുതലേ ശാന്തിയുടെ രീതി. പരീക്ഷക്കാലത്ത് മുറിയിൽ കരിസർപ്പങ്ങൾ നിറയും. എത്ര തൂത്താലും തീരാതെ പിന്നെയും അവ മുറിയിലിഴഞ്ഞുനടക്കും. കാറ്റത്തു സ്പ്രിങ്ങ്പോലെ ചുരുൾ നിവരും.

"എന്താ ന്റെ കുട്ടിക്ക് ഇത്ര ടെൻഷൻ?" മുറി തൂത്തുതുടയ്ക്കുമ്പോളൊക്കെ ജലജ സങ്കടപ്പെടും. "ഇങ്ങനെപോയാൽ വലുതാവുമ്പോ ഇവളു കഷണ്ടിയാവുംന്നാണല്ലോ തോന്നുന്നേ ഭഗവാനേ."

"പണ്ട് എന്റമ്മേടമ്മയ്ക്കും ഇതുപോലെ മുടി കൊഴിയുമായിരുന്നൂന്നു കേട്ടിട്ടൊണ്ട്."

എന്റെ അമ്മ പറയും.

"അച്ഛൻ വീട്ടുകാരുടെ പാരമ്പര്യം."

ജലജ ചിരിക്കും.

"സന്തോഷം മറ്റുള്ളോരോടു പറയാതെ ഉള്ളിലൊതുക്കുമ്പോ മുഖക്കുരു മുളയ്ക്കുകേം സങ്കടം ഉള്ളിലൊതുക്കുമ്പോ മുടി കൊഴിയുകേം ചെയ്യുമെന്നാ പണ്ടൊള്ളോരു പറേന്നേ."

അമ്മ പറഞ്ഞു.

"എൽപി സ്കൂളിപ്പഠിക്കുന്ന കുഞ്ഞിനെന്തു മനഃപ്രയാസമാ അമ്മേ?"

ജലജ ചിരിച്ചുകൊണ്ടു ചോദിച്ചു.

"ഉണ്ടാകാമല്ലോ. പരീക്ഷ വരുന്നതും കേട്ടെഴുത്തിടുന്നതും ചോദ്യം ചോദിക്കുമെന്നു തലേന്നു മാഷുമാരു പറഞ്ഞുവിടുന്നതുമൊക്കെ അവളുടെ പ്രായത്തിൽ മനഃപ്രയാസം തന്നെയാ."

"അതുശരിയാ... ഇത്ര ചെറിയ കാര്യങ്ങളുപോലും നേരിടാൻ വയ്യാത്ത ഇവളു വലുതാവുമ്പോ എങ്ങനെ ജീവിക്കും? അതാ ഞാനാലോചിക്കുന്നേ..."

ജലജ സങ്കടപ്പെട്ടു. പക്ഷേ, നഗരത്തിലേക്കു താമസം മാറിയതോടെ കഥ മാറി. ശാന്തിയുടെ മുടികൊഴിച്ചിൽ പെട്ടെന്നു നിലച്ചു.

"പൈപ്പുവെള്ളത്തിക്കുളിച്ചാൽ എല്ലാരടേം മുടികൊഴിയുവാ ചെയ്യുന്നത്. ഇവിടൊരുത്തിക്കു മാത്രം നേരേ തിരിച്ചാ..."

അമ്മ പറയും.

"പണ്ടേ നാട്ടീന്നിങ്ങു പോരണ്ടതായിരുന്നു."

ജലജ എന്നോടു പറഞ്ഞു.

"ഉം? എന്തേ?"

"കണ്ടില്ലേ അമ്മേടേം ശാന്തീടെമൊക്കെസന്തോഷം? ശാന്തി ഇത്രയും സന്തോഷത്തോടെ നടന്ന കാലമില്ല."

ജലജ ചിരിച്ചു. ബാല്യത്തെയും വാർധക്യത്തെയും ഒരേപോലെ തൃപ്തിപ്പെടുത്തുന്ന നഗരത്തിന്റെ മാന്ത്രികവേലകളെ ഞാൻ സംശയക്കണ്ണോടെ നോക്കി.

"നാട്ടിൻപുറം നന്മകളാൽ സമൃദ്ധം എന്നൊക്കെ കവികളുപാടും. പക്ഷേ, എനിക്കുതോന്നുന്നത് ഇപ്പോ നഗരത്തിലാണു നന്മയുള്ള തെന്നാ."

ജലജ പറയും.

"പഴയ കവയിത്രി"

ഞാൻ കള്ളച്ചിരിയോടെ പരിഹസിക്കും.

നാട്ടിൻപുറത്തിനു നഷ്ടമായ നന്മയെപ്പറ്റി ജലജ പറഞ്ഞതു നൂറു ശതമാനം ശരിയെന്നു പിൽക്കാലത്തു ഞാൻ തിരിച്ചറിഞ്ഞു. തെരുവിൽ ഒരു കാക്ക ചത്തുകിടന്നാൽ ചുറ്റും കാക്കകൾ കൂട്ടത്തോടെയെത്തും. ഒരുറുമ്പു ചതഞ്ഞു കിടന്നാൽ ആ വഴി പോകുന്ന മറ്റുറുമ്പുകളെല്ലാം തൊട്ടുതടവി പരിശോധിച്ചിട്ടേ മുന്നോട്ടു നീങ്ങൂ.. പക്ഷേ, ഒരു മനുഷ്യൻ പെരുവഴിയിൽ പിടഞ്ഞുകിടന്നാലോ? എത്രയുംവേഗം രക്ഷപ്പെടാനാകും മറ്റുള്ളവർ ശ്രമിക്കുക. പരിക്കേൽക്കണമെന്നില്ല, ജീവിതത്തിൽ ക്ഷീണം പറ്റുമ്പോഴും മറ്റുള്ളവർ ഇങ്ങനെയേ കരുതൂ. കൂർത്തമുനയുള്ള വാക്കുകൾകൊണ്ട് കുത്തിനോവിക്കും... പരിഹാസത്തിന്റെ കണ്ണുകളോടെ തോണ്ടും...

ശാന്തിയുടെ വിവാഹക്കാര്യം ബന്ധുവീട്ടുകളിൽ അറിഞ്ഞപ്പോഴും ഇതുതന്നെ സംഭവിച്ചു. കുഞ്ഞമ്മമാരും ചിറ്റപ്പന്മാരുമെല്ലാം ഇന്നുവരെ പുറത്തെടുത്തിട്ടില്ലാത്ത ദംഷ്ട്രകളോടെ എന്നെ കടിച്ചുകീറി. ചേച്ചിമാരും അളിയന്മാരുമെല്ലാം നീതിസാരകഥകൾ വിളമ്പി ഗുണദോഷിച്ചു. റാണിച്ചേച്ചി മാത്രമായിരുന്നു ഒരേയൊരു പിന്തുണ.

"പതിനെട്ടുവയസായ പെണ്ണു പറേന്ന താളത്തിനു തുള്ളുക... അതും ഒരു മുസ്ലീം ചെക്കൻ. നിനക്കെന്താ പ്രഭേ, തലയ്ക്കു വെളിവില്ലേ?" ബാൽക്കണിയിലേക്ക് എന്നെ വലിച്ചുമാറ്റി നിർത്തി സുമിത്രച്ചേച്ചി ചീറി,

"മഹാദേവൻചേട്ടനറിയണ്ടാ. അവരുടെ വീട്ടുകാരൊക്കെ എന്തു വിചാരിക്കും? എന്തൊരുനാണക്കേടാ ഭഗവാനേ..."

ചേച്ചി നെഞ്ചത്തു കൈവച്ചു പ്രാർഥിച്ചു.

"ഇവിടുന്നുപോകുന്നതുവരെ അവളൊരു പാവം കൊച്ചായിരുന്നു...," വിവരം പറയാൻചെന്ന എന്നെ പടിക്കുപുറത്തേക്കോടിച്ച് അമ്മയുടെ ഇളയ അനിയത്തി പറഞ്ഞു," ടൗണിച്ചെന്നതോടെ പെഴച്ചുപോയി. വളർത്തുദോഷം അല്ലാതെന്താ...അല്ലേലും വേലിചാടിയ തള്ളേടെ മോളു മതിലു ചാടുംന്നല്ലേ പ്രമാണം..."

അമ്പാഴത്തേലെ വീടുപൂട്ടി ഞങ്ങൾ നാടുവിട്ടു നഗരത്തിലേക്കു താമസം മാറ്റിയതു കുഞ്ഞമ്മമാർക്ക് ഒട്ടും ദഹിച്ചിരുന്നില്ലെന്നറിയാമായിരുന്നതുകൊണ്ട് ഞാൻ മുറ്റത്തു പരുങ്ങിനിന്നപ്പോൾ കുഞ്ഞമ്മ വീണ്ടും എന്റെ നേരേ തിരിഞ്ഞു, "നീ പോ പ്രഭേ...കല്യാണത്തിന് എന്നെ പ്രതീക്ഷിക്കുകയേ വേണ്ട...ഇക്കാര്യം ഇനി എന്നോടു പറയുകയും വേണ്ട."

മൂത്ത കുഞ്ഞമ്മയുടെ വീട്ടിലെ പ്രതികരണം കുറച്ചുകൂടി രൂക്ഷമായിരുന്നു. അടുക്കളയിലെ പാത്രങ്ങളെ പരസ്പരം കൂട്ടിമുട്ടിച്ചും നാളികേരത്തെ വെട്ടുകത്തികൊണ്ടു കൂടുതൽ ശക്തിയോടെ വെട്ടിയും കോപം പ്രകടിപ്പിച്ച കുഞ്ഞമ്മ എനിക്കു മുഖംതന്നതേയില്ല. എന്നിട്ടും മടങ്ങാതെ ഞാൻ അടുക്കളച്ചുമരിനോടു സങ്കടം പറഞ്ഞു നിൽക്കുന്നതുകണ്ടപ്പോൾ അവർ മുഖം തിരിച്ചു.

"ചിറ്റപ്പൻ വരുന്നേനുമുമ്പു സ്ഥലം വിട്ടോ... ഒരു കല്യാണം വിളിക്കാരൻ.... പെഴച്ച പെണ്ണിന്റെ കാര്യം എനിക്കു കേക്കണ്ട...."

ഞാൻ തലകുനിച്ചു വണ്ടിയിലേക്കു കയറി.

ശാന്തിയോടുള്ള സ്നേഹാധിക്യമായിരുന്നു കുഞ്ഞമ്മമാരെ കലിതുള്ളിച്ചതെന്ന് എനിക്കറിയാമായിരുന്നു. ആൺമക്കൾ മാത്രമുള്ള കുടുംബത്തിലേക്ക് ആദ്യം പിറന്നുവീണ പെൺകുഞ്ഞായിരുന്നു ശാന്തിയെന്നതിനാൽ എല്ലാവരുടെയും വാൽസല്യം അവൾക്കുനേരേ ഒഴുകി. അമ്മയുമായുള്ള രഹസ്യ ശണ്ഠകൾ മാറ്റിവച്ച്, നിറഞ്ഞചിരിയോടെ കുഞ്ഞമ്മമാർപടികയറിവരികയും കുഞ്ഞിനെ വീട്ടിലേക്കു കൂട്ടിക്കൊണ്ടുപോകാൻ പരസ്പരം മൽസരിക്കുകയും ചെയ്തു. ആ കുഞ്ഞാണ് ഇപ്പോൾ അവരുടെ സ്നേഹത്തെ വെല്ലുവിളിച്ചിരിക്കുന്നത്.

പങ്കെടുക്കില്ലെന്നു കട്ടായം പറഞ്ഞെങ്കിലും ശാന്തിയുടെ വിവാഹത്തിന് റജിസ്റ്റർ ഓഫീസിൽ ചെല്ലുമ്പോൾ രണ്ടുകുഞ്ഞമ്മമാരും കലങ്ങിയ കണ്ണുകളുമായി മുറ്റത്തെ മാവിൻചുവട്ടിൽ നിൽപ്പുണ്ടായിരുന്നു.

"ഞങ്ങടെ കൊച്ചാ....ഈ തോളേലിട്ടു വളർത്തിയതാ...പറഞ്ഞിട്ടെന്താ...ഓമനിച്ചുകൊതിതീരുംമുമ്പേ നിങ്ങളിങ്ങു പറിച്ചെടുത്തോണ്ടു പോന്നില്ലേ?"

ശാന്തിയെ കെട്ടിപ്പിടിച്ച്, മാവിന്റെ നിഴലിലേക്കുമാറി മൂക്കുചീറ്റി കുഞ്ഞമ്മമാർ തേങ്ങി.

"ഇന്നാ... ഇതുവച്ചോ.... ഇതേയുള്ളൂ തരാൻ...സുഖമായിട്ടു കഴിയ്..."

കഴുത്തിൽനിന്നൂരിയ സ്വർണമാല മൂത്ത കുഞ്ഞമ്മയും കൈയിലെ വളകൾ ഇളയകുഞ്ഞമ്മയും ശാന്തിയെ അണിയിച്ചു.

"പ്രഭേ... നിൽക്കുന്നില്ല. ചിറ്റപ്പന്മാരറിയാതാ വന്നത്. അറിയാമല്ലോ അവരടെ സ്വഭാവം. അതുകൊണ്ടു ഞങ്ങൾ അങ്ങോട്ടു ക്ഷണിക്കുന്നുമില്ല."

മടങ്ങുമ്പോൾ അവർ എന്നോടു പറഞ്ഞു.

"ഒരു വിവാഹം മൂലം ഈ വീടു നെടുകേ പിളർന്നു."

രാത്രി ഞാൻ ജലജയോടു സങ്കടപ്പെട്ടു.

"മുമ്പും ഇങ്ങനെ ചില വീടുകൾ പിളർന്നിട്ടുണ്ട് .മറന്നുപോയോ?"

ജലജ എന്നെ നോക്കാതെ പറഞ്ഞു. വൈകുന്നേരവെയിൽ സമ്മാനിച്ച നീണ്ട നിഴൽ വലിച്ചിഴച്ച് ഒരു വൃദ്ധൻ അരണമരങ്ങൾക്കു നടുവിലൂടെ നിരാശ്രയനായി നടന്നുനീങ്ങുന്നതു ഞാൻ വേദനയോടെ ഓർത്തു.

"**അ**യ്യോ... ഈ കൊച്ചിന്റെ മുടി പിന്നേം പൊഴിയാൻ തുടങ്ങിയല്ലോ..."

മുറി അടിച്ചു വാരുമ്പോൾ ചൂലിൻതുമ്പിൽ കുരുങ്ങിയ മുടിച്ചുരുളുകൾ കോരിയെടുത്തു ജലജ ഒരു നട്ടുച്ചയിൽ ഒച്ചവച്ചു.

"പരസ്യത്തിലൊക്കെക്കാണുന്ന കുന്തങ്ങളു വാങ്ങിപ്പൊരട്ടാതെ, ഇത്തിരി കയ്യോന്നിയെണ്ണ കാച്ചിക്കൊടുക്കാൻ ഞാൻ എത്രനാളായിപ്പറേന്നു."

ടിവി സീരിയലിൽ കണ്ണുനട്ടു കസേരയിൽ ചാരിക്കിടന്ന അമ്മ തല തിരിക്കാതെ പറഞ്ഞു.

"എന്നാലും ഇവിടെവന്നിട്ട് ഇതുവരെയില്ലായിരുന്നല്ലോ മുടികൊഴിച്ചിൽ. ദേ ഇതു നോക്ക്..."

തൂത്തുകൂട്ടിയ മുടിച്ചുരുൾ സർപ്പങ്ങളെ കടലാസിൽ നിരത്തി, ജലജ അമ്മയ്ക്കു മുന്നിലേക്കു നീട്ടി.

"കല്യാണം കഴിഞ്ഞു രണ്ടുദിവസം ഇവിടെ വന്നുനിന്നേന്റേടേല് ഇത്രേം മുടികൊഴിഞ്ഞെങ്കിൽ എന്താ കഥ..."

ചവറ്റുകൊട്ടയ്ക്കു മുടിച്ചുരുളുകളെ കൊടുത്തു മടങ്ങിവരുമ്പോൾ ജലജ സ്വയം ചോദിച്ചു.

"അപ്പോ ടെൻഷൻ കാരണമാണു മുടി കൊഴിയുന്നതെന്ന നിന്റെ തിയറി തെറ്റി."

ഞാൻ പത്രത്തിൽനിന്നു കണ്ണെടുക്കാതെ ജലജയെ കളിയാക്കി. ജലജ തിടുക്കത്തിൽ കൈ കഴുകി എന്റെയരികിൽ വന്നിരുന്നു.

"പ്രഭ ശ്രദ്ധിച്ചോ... ഇത്തവണ വന്നപ്പോ അവടെ മുഖത്തു വല്യ സന്തോഷം കണ്ടില്ല. ഞാൻ പലതവണ ചോദിക്കാൻ തുടങ്ങിയതാ. ചാടിക്കടിക്കുമെന്നു പേടിച്ചു മിണ്ടിയില്ല."

"ഹേയ്... എനിക്കു പ്രത്യേകിച്ചൊന്നും തോന്നിയില്ല. അവളു വളരെ ഹാപ്പി തന്നെയാ."

"എനിക്കങ്ങനെ തോന്നുന്നില്ല പ്രഭേ. എന്തോ ചില പ്രശ്നമുണ്ട്."

"ചിലപ്പോൾ എന്തെങ്കിലും സൗന്ദര്യപ്പിണക്കങ്ങളുണ്ടായിരിക്കും. നിന്റെ മോളല്ലേ..."

ഞാൻ തമാശയാക്കി. ജലജ കുറേനേരം നിശബ്ദതയെ ഓമനിച്ചിരുന്ന് അടുക്കളയിലേക്കു മടങ്ങി.

മൂന്നാംദിവസം വൈകുന്നേരം പടിക്കൽ ഓട്ടോറിക്ഷ വന്നുനിന്നപ്പോൾ ഉത്കണ്ഠയുടെ ധൃതിച്ചുവടുകളോടെ ജലജ പുറത്തേക്കോടി.

"എന്താ?"

ഞാൻ കസേരയിൽനിന്നു ചാടിയെഴുന്നേറ്റു.

"ശാന്തിയാണ്...."

ബാഗുമായി മുറിയിലേക്കു കയറിവന്ന ശാന്തിയുടെ മുഖം ഞാൻ സൂക്ഷ്മതയോടെ നോക്കി. വെയിൽച്ചൂടിന്റെ വാട്ടമല്ലാതെ മറ്റൊന്നും എനിക്കു വായിച്ചെടുക്കാനായില്ല.

"നീയെന്താ ഈസമയത്ത്... അതും ഒറ്റയ്ക്ക്..."

ജലജ ബാഗ് പിടിച്ചുവാങ്ങി.

"അതെന്താ ഈ സമയത്തു വന്നാൽ? എന്റെ വീട്ടിലേക്ക് എനിക്കു വരാൻ സമയം നോക്കണോ? അല്ലേ അച്ഛാ..."

അവൾ എന്റെ നേരേ കള്ളച്ചിരിയെറിഞ്ഞു.

"മുജീബെവിടെ?"

ജലജ വീണ്ടും ആശങ്കയുടെ കണ്ണുകളുരുട്ടി.

"തിരക്കിലാണ്."

"വൈകുന്നേരം വരില്ലേ?"

ജലജയുടെ ചോദ്യം ചുമൽകുലുക്കി തട്ടിക്കളഞ്ഞു ശാന്തി തിടുക്കത്തിൽ അവളുടെ മുറിയിലേക്കുപോയപ്പോൾ പോയവഴിയിലെ മുടിച്ചുരുളുകൾ നിലത്തുനിന്നു പെറുക്കിയെടുത്ത് ജലജ എന്നെ പരവേശത്തോടെ നോക്കി. ഞാൻ അവളുടെ ആശങ്കയെ ദുർബലമായൊരു ചിരികൊണ്ടു തൂത്തുകളയാൻ ശ്രമിച്ചു.

രാത്രി ഭക്ഷണത്തിനു പാത്രങ്ങൾ നിരത്തുമ്പോൾ, ഫെയ്സ്ബുക്കിനു സ്വയം സമർപ്പിച്ച് ജനാലയ്ക്കരികിലിരിക്കുന്ന ശാന്തിയെ ഇടംകണ്ണിട്ടു നോക്കി ജലജ പറഞ്ഞു:

"മുജീബിനെ കണ്ടില്ലല്ലോ..."

ശാന്തി തലയുയർത്തിയതേയില്ല.

"മുജീബ് വരില്ലേടീ?"

ജലജ ശാന്തിക്കരികിലേക്കു ചെന്നു. അപ്പോഴും അവൾ ഫെയ്സ്ബുക്കിൽ മുഖം പൂഴ്ത്തി.

"നിന്നോടാ പെണ്ണേ ചോദിച്ചത്... അവൻ വരില്ലേന്ന്..."

"വിളിച്ചുചോദിക്ക്... നമ്പരുണ്ടല്ലോ കൈയിൽ..."

ശാന്തി നിസ്സംഗയായി പറഞ്ഞു.

"ഞാനെന്തിനാ വിളിക്കുന്നേ? നീ വിളിക്ക്. നിന്റെ ഭർത്താവല്ലേ?"

"എനിക്കാവശ്യമുള്ളപ്പോ ഞാൻ വിളിച്ചോളാം."

ശാന്തി തലയുയർത്താതെ, മൊബൈൽഫോണിനെത്തന്നെ താലോലിച്ചിരുന്നപ്പോൾ ജലജ എന്നെ ഒളിഞ്ഞുനോക്കി. പിടികൊടുക്കാതെ പിന്നെയും ഞാൻ ഒളിച്ചുകളിച്ചു. തെല്ലുനേരം കഴിഞ്ഞില്ല, അകത്ത് ശാന്തിയുടെ ഫോൺ ചിലയ്ക്കുന്നതും അടുത്ത നിമിഷം മുറിയുടെ കതകടയുന്നതും ചെയ്തപ്പോൾ ജലജ എനിക്കരികിലേക്കോടിയെത്തി.

"കണ്ടില്ലേ? സത്യമായും എന്തോ കുഴപ്പമുണ്ട്. അവളുടെ മുഖം കണ്ടിട്ട് എനിക്കു പേടിയാകുന്നു."

"നീ ചുമ്മാതിരി. നമുക്കു സമാധാനമായി ചോദിക്കാം. അമ്മയോടു വല്ലതും പറഞ്ഞിട്ടുണ്ടോ?

"ഉണ്ടെങ്കിലും അമ്മ പറയില്ലല്ലോ..."

ജലജ തേങ്ങിത്തുടങ്ങി.

സിനിമ തുടങ്ങുംമുമ്പ് തിരശ്ശീലയുടെ വെളുപ്പിലേക്ക് അർഥമില്ലാതെ നോക്കിയിരിക്കുന്ന കാണികളെപ്പോലെ ഞങ്ങൾ ശാന്തിയുടെ മുറിയുടെ വാതിൽക്കലേക്കു നോക്കി ഏറെനേരമിരുന്നു. അമ്മയുടെ ടിവിസീരിയലിന്റെ ഒച്ചപ്പാടു കാരണം മുറിക്കുള്ളിലെ ഫോൺ സംഭാഷണം തീരെ കേൾക്കാൻ വയ്യ. ഒരുപാടുകഴിഞ്ഞും വാതിൽ തുറക്കാഞ്ഞപ്പോൾ ജലജ ചോദിച്ചു.

"തട്ടിവിളിച്ചാലോ?"

"ഹേയ്. വേണ്ട."

ഞാൻ വിലക്കി.

എങ്കിൽ മുജീബിനെ ഒന്നു വിളിച്ചു ചോദിച്ചാലോ?"

"അതും വേണ്ട. തൽക്കാലം നീ അത്താഴം വിളമ്പ്."

മനസ്സില്ലാമനസ്സോടെ ജലജ തീൻമേശയ്ക്കരികിലേക്കു നടന്നു.

"ശാന്തീ... ദേ അത്താഴം കഴിച്ചിട്ടുപോ..."

ജലജ വാതിലിനുവെളിയിൽനിന്നു വിളിച്ചുപറഞ്ഞു. ഉദ്വേഗത്തിന്റെ രണ്ടുജോടിക്കണ്ണുകളുടെ മുന്നിലേക്കു വാതിൽ പതിയെ തുറക്കപ്പെട്ടു. മുടി മാടിക്കെട്ടി ശാന്തി തീൻമേശയ്ക്കരികിലേക്കു നടന്നപ്പോൾ ഞങ്ങൾ അവളുടെ മുഖം പഠിച്ചു. കവിളിൽ നനവുണ്ടോ? കണ്ണുകളിൽ കലക്കമുണ്ടോ?

"എന്നെയെന്താ കള്ളിയെപ്പോലെ നോക്കുന്നേ?" ശാന്തി ജലജയുടെ നേരേ നോക്കി ശബ്ദമുയർത്തി, "വന്നു കയറിയപ്പോൾ മുതൽ ഞാൻ ശ്രദ്ധിക്കുന്നു."

"എന്തോ കള്ളത്തരമുണ്ടെന്നു തോന്നിയതുകൊണ്ട്."

ജലജ പിറുപിറുത്തു.

"കണ്ടില്ലേ അച്ഛാ.... വെറുതേ ഓരോന്നു പറഞ്ഞ് ഇറിറ്റേറ്റ് ചെയ്യുന്നത്..."ശാന്തി പെട്ടെന്നുതേങ്ങി..."വീട്ടിൽവന്നാപ്പോലും ഇത്തിരി മനഃസമാധാനം തരരുതെന്നേയുള്ളൂ, എല്ലാർക്കും..."

അവൾ ചവിട്ടിത്തുള്ളി മുറിയിലേക്കു പോയി. അസാധാരണമായൊരു മുഴക്കത്തോടെ വാതിൽ വീണ്ടും അടഞ്ഞു.

"ഈശ്വരാ.... ഞാൻ അപ്പഴേ പറഞ്ഞില്ലേ? അവൾ മുജീബുമായി പിണങ്ങിയാണു വന്നിരിക്കുന്നേ... എനിക്കുറപ്പാ..."

ജലജ എനിക്കരികിലേക്കോടിയെത്തി. അവളുടെ ഊഹം ശരിയെന്ന് എനിക്കും തോന്നിത്തുടങ്ങിയിരുന്നു. എന്തോ കുഴപ്പമുണ്ട്. അവളതു സമർത്ഥമായി ഒളിക്കാൻ ശ്രമിക്കുകയാണ്. ഞങ്ങളോടു പറയാൻ മടിയുണ്ട്. വീട്ടിൽ കലാപമുയർത്തി ഇഷ്ടപ്പെട്ടയാളെ സ്വന്തമാക്കിയവൾക്ക്, ജീവിതത്തിലെ സങ്കടങ്ങൾ ഇറക്കിവയ്ക്കാൻ ഒരിടമില്ലെന്നു ഞാൻ ഭയത്തോടെ ഓർത്തു.

അമ്മയൊഴികെ ആരും അന്ന് അത്താഴം കഴിച്ചില്ല. ജലജ കണ്ണീരിനു കൂച്ചുവിലങ്ങിടാനാവാതെ, തിരിഞ്ഞുംമറിഞ്ഞുംകിടന്നു.

"സ്നേഹം പ്രേമംന്നൊക്കെ പറഞ്ഞ് ഓരോരുത്തരുടെ പിന്നാലെ പോകും. മുതിർന്നവരു പറേമ്പോ മനസ്സിലാക്കത്തില്ല. ഇപ്പോ ജീവിച്ചു തുടങ്ങിയപ്പഴായിരിക്കും സിനിമയല്ല ജീവിതമെന്നു മനസ്സിലായത്..."

"നീ മിണ്ടാതിരി," ഞാൻ ശാസിച്ചു, "ഇങ്ങനൊക്കെ പറയാൻ ഇപ്പോ എന്തെങ്കിലും പറ്റിയോ?"

"പറ്റിയോ ഇല്ലയോ എന്ന് ആർക്കറിയാം? അവളെന്തെങ്കിലും പറഞ്ഞിട്ടുവേണ്ടേ? വലിയ കൂട്ടുകാരല്ലായിരുന്നോ അച്ഛനും മോളും? ഒന്നു ചെന്നു ചോദിക്കരുതോ?"

ജലജ എന്നെ പ്രകോപിപ്പിച്ചു. ഞാൻ അതേ ഇരിപ്പിരുന്നു. പക്ഷേ, നാഴികമണി പത്തടിച്ചപ്പോൾ അറിയാതെ കാലുകൾ ശാന്തിയുടെ മുറിക്കരികിലേക്ക് എന്നെ വലിച്ചുകൊണ്ടുപോയി. കാൽപ്പെരുമാറ്റമറിഞ്ഞ് അപ്പുറത്തെ മുറിയിലെ ടിവി പെട്ടെന്നു ശബ്ദംതാഴ്ത്തി സംസാരിക്കുന്നതും ജലജയുടെ കണ്ണുകൾ എന്നെ പിന്തുടരുന്നതുംഞാനറിഞ്ഞു.

"മോളേ... വാതിൽ തുറക്ക്..."

ഞാൻ രണ്ടുതവണ വിളിച്ചുപറഞ്ഞു. വാതിൽ തുറക്കപ്പെട്ടു. ഞാൻ മുറിക്കുള്ളിൽ കയറി വാതിലടച്ചു.

"എന്തുപറ്റി മോളേ?"

ഞാൻ ശാന്തിയുടെ ചുമലിൽ കൈവച്ചു. അടുത്തനിമിഷം അവൾ പൊട്ടിക്കരഞ്ഞ് എന്റെ ചുമലിലേക്ക് ഒടിഞ്ഞുവീണു.

"വക്കീലിനോടും ഡോക്ടറിനോടും ഒന്നും ഒളിച്ചുവയ്ക്കരുതെന്നാ പ്രമാണം. അറിയാമോ?"

മാധവൻ സമ്മാനിച്ച മുറിവിനുമേൽ നെറ്റിയിൽ പഞ്ഞിയൊട്ടിക്കുമ്പോൾ ആയുരാരോഗ്യ ഹോസ്പിറ്റലിലെ ഡോക്ടർ സുരേന്ദ്രശർമ എന്റെ മുഖത്തുനോക്കാതെ പറഞ്ഞു.

"നിങ്ങൾക്ക് അപ്രധാനമെന്നു തോന്നുന്ന ചില കാര്യങ്ങളാകാം ഞങ്ങൾക്കു പരമപ്രധാനം. അങ്ങനൊരു കാര്യം മിസ്റ്റർ പ്രഭാകരൻ എന്നോടു പറയാതെവിട്ടു."

ഞാൻ ചളിപ്പോടെ തലയുയർത്തി. നെറ്റിയിൽ ബാൻഡ് എയ്ഡിന്റെ നീളൻ ചതുരങ്ങൾ പതിപ്പിച്ച് മുറിക്കുള്ളിലെ വാഷ്ബേസിനിൽ കൈ കഴുകിത്തുടച്ച് ഡോക്ടർ എനിക്കെതിരേ കസേരയിൽ വന്നിരുന്നു. ആയുരാരോഗ്യയിലേക്കുള്ള എന്റെ മൂന്നാമത്തെ വരവായിരുന്നു അത്. മാനസിക പ്രശ്നങ്ങൾക്കും കൗൺസിലിങ്ങിനുമുള്ള സ്പെഷൽ ആശുപത്രിയായിരുന്നെങ്കിലും കുട്ടികളുടെ ഡോക്ടർമാരും ജനറൽ മെഡിസിൻ ഡോക്ടർമാരും രോഗികളുടെ നീണ്ട നിര കാത്ത് പച്ചനിറമുള്ള തിരശ്ശീലയ്ക്കപ്പുറം ഒളിച്ചിരിപ്പുണ്ടായിരുന്നു. എന്നിട്ടും എന്റെ മുറിവു ഡ്രസ് ചെയ്യാൻ ഡോക്ടർ സുരേന്ദ്രശർമ തന്നെ തയ്യാറായത്, പ്രായത്തിന്റെ സമാനത കൊണ്ടും ചുരുങ്ങിയസമയംകൊണ്ടു ഞങ്ങൾക്കിടയിലുണ്ടായ തരംഗദൈർഘ്യത്തിന്റെ കാണാച്ചരടു കൊണ്ടുമാണ്.

"എന്താണു കാര്യമെന്നു മിസ്റ്റർ പ്രഭാകരൻ ചോദിച്ചില്ലല്ലോ..."

കണ്ണാടിമേശയുടെ തിളങ്ങുന്ന പ്രതലത്തിൽ പേനയെ വട്ടംകറക്കി ഡോക്ടർ ചോദിച്ചു. കറുപ്പിലും സ്വർണവർണത്തിലുമുള്ള വൃത്തങ്ങൾ വരച്ച് പങ്കപോലെ കറങ്ങി വീണ്ടും അതു പേനയായി നില വീണ്ടെടുക്കുംവരെ ഞാൻ മിണ്ടാതെ കുനിഞ്ഞിരുന്നു.

"ഡോക്ടർ ചോദിക്കൂ. ഞാൻ പറയാം."

"മാധവന്റെ അച്ഛൻ വിദേശത്താണെന്നല്ലേ പറഞ്ഞത്? സത്യത്തിൽ അയാളെവിടെയാണ്?"

ഞാൻ മിണ്ടിയില്ല.

"പറയൂ."

"സിറ്റിയിൽത്തന്നെയുണ്ട്."

"എന്തുപറ്റി?"

"അവർ പിരിഞ്ഞു."

കണ്ണാടിമേശ പ്രതിഫലിപ്പിക്കുന്ന അവ്യക്തമായ മുഖത്തിലേക്കു നോക്കി ഞാൻ പറഞ്ഞു.

"എത്രനാൾ ഒന്നിച്ചുകഴിഞ്ഞു?"

“കഷ്ടിച്ച് ആറുമാസം”

“പതിനെട്ടാം വയസ്സിൽ എടുത്തുചാടി വിവാഹം കഴിച്ചൊരാൾക്ക് സ്വാഭാവികമായും സംഭവിക്കാവുന്നതുതന്നെ. ശാന്തിയെക്കണ്ടാൽ പക്ഷേ, ഡൈവോർസിയാണെന്നു തോന്നുകയേ ഇല്ലല്ലോ.”

“അവൾ വളരെ ബോൾഡ്ഡാണ്. അതുതന്നെയാണു പ്രശ്നവും.”

“കൂട്ടിച്ചേർക്കാൻ നോക്കിക്കാണുമല്ലോ, നിങ്ങൾ വീട്ടുകാരെല്ലാം. എന്താണ് റീയൽ ഇഷ്യു?”

“അപക്വതതന്നെ. എല്ലാകാര്യങ്ങളെയും സ്വന്തംകാഴ്ചപ്പാടിൽക്കൂടി മാത്രമേ കാണൂ.”

“ശാന്തിയുടെ ഭർത്താവും ആ പ്രകൃതക്കാരനായിരുന്നോ?”

“അയാൾ കുറച്ചുകൂടി ഭേദമാണെന്നാണു തുടക്കത്തിൽ തോന്നിയത്. ആദ്യമൊക്കെ വളരെ ജോളിയായിരുന്നു രണ്ടുപേരും. എന്നും സിനിമ, ചുറ്റിയടിക്കൽ. ഞങ്ങളൊക്കെ അതുകണ്ട് ഒരുപാട് സന്തോഷിച്ചു. പക്ഷേ, എല്ലാം വേഗം നിലച്ചു. വിവാഹജീവിതത്തിന്റെ ത്രില്ലൊക്കെ പെട്ടെന്നു തീർന്നു. ”

“നിയമപരമായി വേർപെട്ടോ? അതോ?”

“രണ്ടുപേരും കോടതിയിൽ മൂവ് ചെയ്യുന്നുണ്ട്. പെറ്റീഷൻ ഫയൽ ചെയ്തു കഴിഞ്ഞു.”

“മാധവന് അവന്റെ അച്ഛനെ ശരിക്കും മിസ് ചെയ്യുന്നുണ്ടാവും. ആ കുഞ്ഞിന്റെ സ്വഭാവം ഇങ്ങനെയായതിൽ അതൊരു പ്രധാനഘടകമാകാം. പാരന്റ്സിനോടൊപ്പം വളരേണ്ട കാലമാണിത്. നമുക്കൊരു കൗൺസിലിങ്ങിനു ശ്രമിച്ചാലോ?”

“എനിക്കു പ്രതീക്ഷയില്ല.”

“കുടുംബക്കോടതി വഴിയായാലോ?”

ഞാൻ ദയനീയമായി ചിരിച്ചു. ജീവിച്ചിരിക്കെ എന്നെ പോസ്റ്റ്മോർട്ടം ചെയ്ത കുടുംബക്കോടതിയുടെ ചോദ്യങ്ങൾ ഉള്ളിൽ നീറി.

‘നിങ്ങൾ ഒരു നല്ല അച്ഛനല്ല എന്നു പറയേണ്ടിവരുന്നതിൽ ഖേദമുണ്ട് ....കട്ടിക്കണ്ണടയുടെ ചതുരം നെറ്റിയിലേക്കു കയറ്റിവച്ചു കുടുംബക്കോടതി ജഡ്ജി എന്റെ നേരേ പുരികം ചുളിച്ചു, ‘നിങ്ങളൊരു അധ്യാപകനല്ലേ? കൗമാരപ്രായക്കാരുടെ മാനസികപ്രശ്നങ്ങൾ തിരിച്ചറിയാൻ ചുമതലപ്പെട്ടൊരാൾ. അവരെ നേർവഴിക്കു നയിക്കേ ആൾ. എന്നിട്ടും സ്വന്തം മകളുടെ കാര്യത്തിൽ ഇങ്ങനെ വീഴ്ച പറ്റിയതെന്തുകൊണ്ട്? സ്വന്തം മകൾക്കു നേർവഴി കാട്ടിക്കൊടുക്കാനാവാത്ത ഒരാൾക്ക് എങ്ങനെ മറ്റു കുട്ടികളെ നല്ലവഴിക്കു നയിക്കാനാവും? അല്ലെങ്കിൽ മറ്റുകുട്ടികളുടെ പാരെന്റ്സ് അങ്ങനെ കരുതിയാൽ തെറ്റുപറയാനാവുമോ?’

ഭൂമിയെ തുളച്ചിറങ്ങി പാതാളത്തിലേക്കുരുട്ടിയിട്ട കണ്ണുകളുമായി ഞാനവർക്കുമുന്നിൽ തലകുനിച്ചു നിന്നു. ഓരോ നിമിഷവും ബ്രഹ്മാവിന്റെ ഓരോ യുഗങ്ങളിലേക്ക് എന്നെ വലിച്ചുനീട്ടി.

"എന്റെ മാഷേ... നിങ്ങൾ വിഷമിക്കുകയൊന്നും വേണ്ട. ആരുടെ കൂടെയെങ്കിലും ഒളിച്ചോടിപ്പോയി വഴിയിൽ ഉപേക്ഷിക്കപ്പെട്ടില്ലല്ലോ മകൾ. അങ്ങനെ സമാധാനിക്ക്."

കോടതിവളപ്പിൽവച്ചു പരിചയം പുതുക്കിയ പഴയ ശിഷ്യൻകൂടിയായ ചെറുകിട പത്രപ്രവർത്തകൻ പ്രതീഷ് കെ. മേനോൻ പിന്നീട് ചൂടുചായ എനിക്കു മുന്നിലേക്കു നീക്കിവച്ചു ഹോട്ടൽമുറിയുടെ നീലച്ച തുരത്തിലിരുന്നു പറഞ്ഞു,

"മാഷിനറിയാമോ? ഇന്നു കേരളത്തിലെ മിക്ക കുടുംബങ്ങളിലും ഏതുനിമിഷവും പൊട്ടാവുന്ന ഒരു ബോംബ് ഒളിച്ചിരിപ്പുണ്ട്. പണ്ടത്തെ കാലമൊന്നുമല്ല. പത്തുമക്കളേം പ്രസവിച്ച് അതിൽ മൂന്നുനാലെണ്ണം പാതിവഴീൽ ചത്ത്, ബാക്കിയുള്ളതിനെ ചേർത്തുപിടിച്ചു ജീവിതം തട്ടിമുട്ടി കൊണ്ടുപോയി ഒടുവിൽ മക്കളും കൊച്ചുമക്കളുമൊക്കയായി വീട്ടുമുറ്റത്തു മുറുക്കിത്തുപ്പിയിരുന്ന പഴയ തലമുറയുടെ കാലം കഴിഞ്ഞു. ശ്രദ്ധിച്ചിട്ടില്ലേ, എല്ലാ വീട്ടിലും ഇപ്പോൾ ഒറ്റമക്കളാണ്. പണ്ടു പത്തുമക്കൾക്കു പങ്കിട്ടുകൊടുത്ത ശ്രദ്ധയും കരുതലും മുഴുവൻ ഏറ്റുവാങ്ങിയാണ് ഈ ഒറ്റമക്കൾ വളരുന്നത്. അതുതന്നെ കുഴപ്പം. ചെറിയകാര്യങ്ങളെ അവർ വലിയ കണ്ണുകൊണ്ടുകാണും. വലിയ കാര്യങ്ങളെ ചെറിയ കണ്ണു കൊണ്ടും. തമ്മിത്തല്ലീം തെറിവിളിച്ചും പത്തുമക്കൾക്കിടയിൽ വളരുന്നവർജീവിതത്തിലെ ഏതു സാഹചര്യത്തെയും നേരിടാൻ പ്രാപ്തരായിരിക്കും. ഒറ്റമക്കൾക്ക് ആ കഴിവില്ല. അതുതന്നെയുമല്ല, പറക്കമുറ്റിയാലും സ്നേഹവാൽസല്യംകൊണ്ട് അച്ഛനമ്മമാർ അവരെ ചിറകിൻ കീഴിൽ ഒളിപ്പിച്ചുവയ്ക്കുകയും ചെയ്യും. പങ്കിട്ടുകൊടുക്കാനും പങ്കിട്ടെടുക്കാനുമൊന്നും ഒറ്റമക്കൾക്കറിയില്ല. അതുതന്നെ പ്രധാന പ്രശ്നം."

പ്രതീഷ് എനിക്കു സാന്ത്വനത്തിന്റെ ചിരി സമ്മാനിച്ചു.

"ശാന്തിയെ എനിക്കറിയാം. അവൾ ബോൾഡാണ്. അങ്ങനെ തോറ്റു കൊടുക്കുന്നവളല്ല. ഞാനവളോട് കഴിഞ്ഞദിവസം സംസാരിച്ചു. വിവാഹ ജീവിതമാണ് എല്ലാമെന്ന് അവൾ കരുതുന്നില്ല. അവൾക്ക് ഇനിയും കാലം കിടപ്പുണ്ട്. പൊരുതി ജീവിക്കട്ടെ. പൊരുതി നേടട്ടെ. അല്ലേ?"

പ്രതീഷ് കൈനീട്ടി എന്റെ കൈപ്പടത്തിൽ തൊട്ടു. കരുതലിന്റെ ഉൾച്ചൂട് ഞാനാ സ്പർശത്തിലറിഞ്ഞു.

"വായുള്ള പിള്ളയ്ക്ക് ദൈവം ഇരയും കൽപ്പിച്ചിട്ടുണ്ട് എന്നു പറഞ്ഞു പ്രസവിച്ചയുടൻ മക്കളെ ഉപേക്ഷിച്ചുപോയ വരരുചിയുടെ കഥ പണ്ടു മാഷ് പറഞ്ഞുതന്നത് കുടുംബക്കോടതീടെ പടി ചവിട്ടുമ്പോഴെല്ലാം ഞാനോർക്കാറുണ്ട്." പ്രതീഷ് പറഞ്ഞു.

മേളത്തോളഗ്നിഹോത്രീ രജകനുളിയന്നൂർ-
ത്തച്ചനും പിന്നെ വള്ളോൻ
വായില്ലാക്കുന്നിലപ്പൻ വടുതല മരുവും
നായർ, കാരയ്ക്കൽ മാതാ..."

ചെറുപുഞ്ചിരിയുടെ കൂട്ടുപിടിച്ച് പ്രതീഷ് ഈണത്തിൽച്ചൊല്ലി.

ഞാൻ ചൂടു ചായ ഊതിക്കുടിച്ചു.

“അച്ഛനിനി ഇക്കാര്യം എന്നോടു സംസാരിക്കരുത്.”

മുജീബുമൊന്നിച്ചു വീണ്ടും ജീവിക്കുന്നതിന്റെ സാധ്യതയെക്കുറിച്ച് ശാന്തിയോട് ആവർത്തിച്ചു ചോദിച്ചപ്പോൾ അവൾ എന്നോടു കയർത്തു.

“മോളേ, നിനക്കു ചെറുപ്പമാണ്. ഇങ്ങനെ എത്രനാൾ?”

അവൾ തലകുനിച്ചു.

“മാധവൻ കുഞ്ഞാണ്. അവനെന്തു തെറ്റുചെയ്തു. അച്ഛന്റെയും അമ്മയുടെയുമൊപ്പം വേണ്ടേ അവൻ വളരാൻ.”

“അച്ഛനു ഞാൻ ഇത്ര ഭാരമായോ?”

അവൾ കണ്ണുനിറച്ചു.

“അച്ഛനും അമ്മയ്ക്കും മക്കൾ ഒരിക്കലും ഭാരമാവില്ല. പക്ഷേ, നിനക്കു തന്നെ നീ ഭാരമാവരുത്. മാധവൻ നിനക്കു ഭാരമാകരുത്. ഞങ്ങൾക്കും പ്രായമായി വരികയാണ്. നാളെ ഞങ്ങളില്ലാതായാൽ നിനക്കു തുണ വേണ്ടേ? അതുകൊണ്ടാണ് അച്ഛൻ പറയുന്നത്. ഞാൻ മുജീബിനെ ഒരിക്കൽക്കൂടി കണ്ടു സംസാരിക്കാം.”

“അതുവേണ്ടച്ഛാ. ”

“മോളേ, ഒരു ചുവടു പിന്നോട്ടുവച്ചാൽ പരിഹരിക്കാനാവാത്ത ഒരു പ്രശ്നവും ജീവിതത്തിലില്ല. പക്ഷേ, ആ ചുവടു വയ്ക്കാൻ പലർക്കും തോന്നില്ല. പൊറുക്കാനും ക്ഷമിക്കാനും കഴിയണം. അതാണു ജീവിതം.”

“പൊറുക്കാനും ക്ഷമിക്കാനും ഒക്കെ എനിക്കുമറിയാമച്ഛാ. പക്ഷേ, ഇനി ഈ ജീവിതം ശരിയാവില്ല. അച്ഛൻ എന്നെ നിർബന്ധിക്കരുത്. പിന്നെ മാധവനെപ്പറ്റി ഓർത്തു വിഷമിക്കണ്ട. ഈ ലോകത്ത് അച്ഛനില്ലാത്ത എത്രയോ കുഞ്ഞുങ്ങൾ വളരുന്നു. അവനും അങ്ങനെ വളരും. എനിക്കു പഠിക്കണം. ഒരു ജോലി നേടിയെടുക്കണം.”

“ഓകെ. അതു നല്ലത്. പക്ഷേ, വാശി കളഞ്ഞ് ഒരുതവണയെങ്കിലും കോംപ്രമൈസിനു ശ്രമിച്ചുകൂടേ? ”

“അതു ശരിയാവില്ല. ശരിയാവില്ല.”

അവൾ വാശിപിടിച്ചു.

“എന്തുകൊണ്ട്? നിങ്ങൾക്കിടയിലെ പ്രശ്നമെന്തെന്ന് ഒരു സൂചനയെങ്കിലും തരൂ. അതറിഞ്ഞാൽ ഞാൻ പോംവഴിയുണ്ടാക്കാം. തീർച്ച.”

“അത് എനിക്ക് അച്ഛനോടു വിശദീകരിക്കാനാവില്ല. പ്ലീസ് ലീവ് മീ...”

കവിളിലേക്കിറ്റിയ കണ്ണീരു തുടച്ചു ശാന്തി വാതിൽ വലിച്ചടച്ചു.

രാത്രി, ജലജയുടെ മടിയിൽക്കിടന്നു കരയുന്ന ശാന്തിയുടെ ചിലമ്പിച്ച സ്വരം കാറ്റ് എന്റെ കാതിലെത്തിച്ചു:

“വിവാഹജീവിതം എനിക്കു പേടിയാണമ്മേ. അത്രയ്ക്കു ഞാൻ സഹിച്ചു. ആണിനെക്കണ്ടാലേ ഇപ്പോൾ എനിക്കറപ്പാണ്.”

ജലജ അവളെ നെഞ്ചോടു ചേർത്തു.

കേൾക്കരുതാത്തവ കേൾപ്പിച്ചകാറ്റിനോട് എനിക്കു കോപം തോന്നി.

പെണ്ണിനെ പെണ്ണായി സൃഷ്ടിച്ച ദൈവത്തോട് എനിക്ക് ഒടുങ്ങാത്ത പകതോന്നി.

പുരാതനമായ എന്റെ ചോദ്യം ഞാനപ്പോൾ ഒരിക്കൽക്കൂടി എന്നോടു ചോദിച്ചു:

ദൈവം ആണോ പെണ്ണോ?

മുറിയുടെ വാതിൽക്കിൽ നിന്ന് അമ്മ പരിഹാസത്തോടെ നോക്കി.

“പണ്ടേ നീ ഒരു നല്ല മകനായിരുന്നില്ല. ഇപ്പോ നല്ല അച്ഛനുമല്ലെന്നു തെളിയിച്ചു. കഷ്ടം....”

അമ്മയുടെ മുഖം പറയാതെ പറഞ്ഞു.

ശരിയാകാം. ഒരുപക്ഷേ, നല്ല മകനേ നല്ല അച്ഛനാകാനും കഴിയുകയുള്ളായിരിക്കാം. ഒരേയൊരു മകൾക്കു വരനെ കണ്ടെത്തുന്നതിൽപ്പോലും പരാജയപ്പെട്ടുപോയ അച്ഛനാണു ഞാൻ.

ഭൂതവും ഭാവിയും മഷി പടർത്തി വികൃതമാക്കിയ പുരുഷൻ.

എനിക്കു തല പെരുത്തു. ഞാൻ കസേരയിലേക്കു ചാഞ്ഞു.

അതീതകാലങ്ങളുടെ സങ്കടപ്പുഴുക്കങ്ങളുമായി രാത്രി പഴയൊരു ഭജനപ്പാട്ട് എന്റെ കാതിൽ വന്നു മൂളി.

ഞാൻ കുടുകുടാ കരഞ്ഞു.

ഇരുപത്തിമൂന്ന്

ഓർമക്കായ്കൾ പൊഴിയുമ്പോൾ

ഇല്ലാത്ത രോഗത്തെ പൊലിപ്പിച്ചെടുത്ത് ആഗ്രാക്കോട്ടയിൽ മകൻ അച്ഛനെ തടവിലടച്ചപ്പോൾ ഷാജഹാൻ ചക്രവർത്തിയുടെ കണ്ണിൽ തെളിഞ്ഞ ഭാവമെന്തെന്ന് ഇന്ന് എനിക്കറിയാം. ചരിത്രത്തിന്റെ ചോര വീണു ചുവന്ന പരവതാനിയിലൂടെ ഷാജഹാനെയും ഔറംഗസീബിനെയും പിൽക്കാലത്ത് ക്ലാസ്മുറിയിലേക്കു കൂട്ടിക്കൊണ്ടുവരാൻ നിർബന്ധിതനായപ്പോഴെല്ലാം എന്റെ ശബ്ദം ഇടറുകയും നെഞ്ചിനുള്ളിലെ വാതിലിൽ ആരോ തട്ടിവിളിക്കുകയും ചെയ്തുകൊണ്ടിരുന്നു. പത്തുലക്ഷം കാലാൾപ്പട സ്വന്തമായുണ്ടായിരുന്ന ഷാജഹാൻ ചക്രവർത്തി, വീട്ടുതടങ്കലിൽ, മകൾ ജഹനാരാ ബീഗത്തിന്റെ മാത്രം കരുണയിൽ എട്ടുവർഷം തള്ളിനീക്കേണ്ടിവന്ന കഥ ശ്രീധരൻമാഷ് പണ്ടു ക്ലാസിൽ പഠിപ്പിച്ചപ്പോഴെല്ലാം എനിക്ക് അദ്ഭുതമായിരുന്നു.

ചരിത്രത്തെയും പുരാണത്തെയും കൂട്ടിക്കെട്ടി ശ്രീധരൻമാഷ് ക്ലാസ്മുറിയിലേക്കു കൈപിടിച്ചുവരുമ്പോഴൊക്കെ ഞാൻ ജനാലയിലൂടെ നോട്ടത്തെ പുറത്തേക്കോടിച്ചുവിട്ടിട്ടേയുള്ളൂ 'പഞ്ചതന്ത്രം' ചൊല്ലിത്തരുന്ന മുഗൾഭരണത്തിന്റെ പെരുമകളുടെ പട്ടിക കുട്ടികൾ ഒന്നൊഴിയാതെ നോട്ടുപുസ്തകത്തിൽ പകർത്തിയെടുക്കുമ്പോൾ ഞാൻ ജനാലയുടെ ചതുരത്തിൽ തെളിയുന്ന പാടത്തിന്റെ നടുവരമ്പിലായിരിക്കും.

"എന്താ, നിനക്കിതൊന്നും വേണ്ടേ?"

മാഷ് എന്റെയരികിൽ വന്നു ശബ്ദമുയർത്തുമ്പോൾ ഞാൻ തിടുക്കത്തിൽ നോട്ടുപുസ്തകം തുറന്നുവയ്ക്കും.

"ജനാലയിലൂടെ പുറത്തേക്കു നോക്കിയിരിക്കാൻ നല്ല രസമാണ് അല്ലേടാ?"

ഒരിക്കൽ മാഷ് ചോദിച്ചപ്പോൾ ഞാൻ മുഖം കുനിച്ചു.

"നല്ല കാറ്റ്... നല്ല ഭംഗി... അല്ലേ?"

"ഉം."

"പക്ഷേ, ഈ ഭംഗീം സുഖോമൊക്കെ നമ്മൾ ഏതു സാഹചര്യത്തി ലാണ് എന്നതിനെ ആശ്രയിച്ചിരിക്കും. അതു നിനക്കറിയാമോ?"

ഏതു കടവിലേക്കാണു തോണി തുഴഞ്ഞുപോകുന്നതെന്നറിയാതെ ഞാൻ കണ്ണുവിടർത്തി.

"നിങ്ങളിപ്പോൾ ഇവിടെ ചങ്ങലയിൽ കിടക്കുകയാണ് എന്നൊന്നു സങ്കൽപ്പിച്ചേ..."

മാഷ് എനിക്കരികിൽനിന്നു പിന്നോക്കം നടന്ന്, പുസ്തകം മടക്കി കൈയിൽ പിടിച്ച്, മേശയ്ക്കു തന്റെ ഭാരം കൈമാറി.

"സങ്കൽപ്പിച്ചോ?"

കുട്ടികൾ തലകുലുക്കി.

"ശരി. ഇപ്പോ പുറത്തേ ജനാലയിലൂടെ ഒന്നു നോക്കിയേ? "

എല്ലാവരും പുറത്തേക്കു മിഴിയെറിഞ്ഞതു നോക്കി കള്ളച്ചിരിയോടെ മാഷ് ചോദിച്ചു, "ഇപ്പോ ആ കാണുന്ന പാടത്തിന് ഇത്ര ഭംഗിയുണ്ടോ? കാറ്റ് വീശുന്ന സുഖം അറിയുന്നുണ്ടോ?"

"ഇല്ല... ഇല്ല...."

മുൻനിരബെഞ്ചുകാർ ഒന്നടങ്കം പറഞ്ഞു.

"അതാ പറഞ്ഞത്, ഏതു സാഹചര്യത്തിൽ ജീവിക്കുന്നു എന്നതിനെ ആശ്രയിച്ചാണ് നമ്മളുടെ മനോവികാരം രൂപപ്പെടുന്നതെന്ന്. മനസ്സി ലായോ?"

വീണ്ടും മുൻനിരബെഞ്ചിലെ ശിരസ്സുകൾ കുലുങ്ങി.

"അപ്പോ, ഇനി നിങ്ങൾ ഷാജഹാൻ ചക്രവർത്തിയെക്കുറിച്ച് ആലോ ചിച്ചേ... നിങ്ങളെ പരീക്ഷയ്ക്കു വലയ്ക്കാൻവേണ്ടി ചരിത്രപ്പുസ്തകത്തി ലൊളിച്ചിരിക്കുന്ന ആളായിട്ടല്ല, മനുഷ്യനായി... എന്താ ഷാജഹാന്റെ പ്രത്യേകത?"

"താജ്മഹൽ പണിതു."

മുൻബെഞ്ച് കൂട്ടായി ശബ്ദിച്ചു.

"ഉവ്വ്. അതൊരു പ്രത്യേകതതന്നെ. അതിലൊക്കെ വലിയൊരു പ്രത്യേകതയുണ്ട്. അതെന്താ?"

കുട്ടികൾ പരസ്പരം നോക്കി.

"എടോ, ലാളിച്ചുവളർത്തിയ സ്വന്തം മകൻ പിടിച്ചു ജയിലിലടച്ചു. മറന്നുപോയോ?"

മാഷ് ക്ഷോഭിച്ചു.

"ബഹാദൂർ എന്നുവിളിച്ച് അച്ഛൻ കൊഞ്ചിച്ച മകൻ... സ്നേഹത്തിനു വേണ്ടി ഭാര്യക്കു കൊട്ടാരം പണിത ഭർത്താവ്... അച്ഛനു സ്നേഹം സഹോദരനോടാണെന്നായിരുന്നു ഔറംഗസീബിന്റെ ധാരണ. അതു കൊണ്ടെന്തു ചെയ്തു? അയാൾ ആദ്യം തന്റെ സഹോദരൻ ദാരാ ഷികോഹിനെ കൊന്നു. പിന്നെ മഹത്തായ മുഗൾ സാമ്രാജ്യത്തിന്റെ

അധിപനായ ഷാജഹാനെ രോഗിയെന്നു മുദ്രകുത്തി വീട്ടുതടങ്കലിലാക്കി. ഒന്നും രണ്ടുമല്ല, എട്ടുവർഷം.”

ശ്രീധരൻമാഷ് ചരിത്രത്തിലൂടെ പൊങ്ങുതടിപോലെ ഒഴുകിയപ്പോൾ, ആഗ്രാക്കോട്ടയുടെ കരിങ്കൽത്തണുപ്പിനു നടുവിൽ, പുറത്തേക്കു തുറക്കുന്ന ചെറിയ വാതായനത്തിലൂടെ, ഷാജഹാൻ തേടിക്കൊണ്ടിരുന്നതെന്തെന്ന് ആലോചി ക്കുകയായിരുന്നു ഞാൻ. അധികാരം മനുഷ്യനെ ഉന്മാദത്തിന്റെ നെറുകയിലെത്തിക്കും എന്നു മാഷ് പറഞ്ഞത് എനിക്കന്നു മനസ്സിലായതേയില്ല, അധികാരം മാത്രമല്ല, ജീവിതത്തിന്റെ അപ്രതീക്ഷിതമായ വെട്ടിത്തിരിയലുകളും മനുഷ്യരെ ഉന്മാദിയാക്കുമെന്ന് പിന്നീടു മനസിലായി. മനുഷ്യർ എന്നും ജീവിതം നേർരേഖയിലൂടെയാവണമെന്ന് ആഗ്രഹിക്കുന്നു. അതിനായി പ്രാർഥനകൾ, വഴിപാടുകൾ... എപ്പോഴെങ്കിലും ആ രേഖ ഇത്തിരി വളഞ്ഞാലോ, സമനില തെറ്റുകയായി.

പഠിത്തം മതിയാക്കി തിരുവനന്തപുരത്തുനിന്നു ഞാൻ മടങ്ങിയെത്തിയത്, പാടേ പൊട്ടിപ്പോയൊരു നേർരേഖയുടെ തുമ്പുപിടിച്ചായിരുന്നു. കണ്ണാടിക്കരയിൽ വന്നിറങ്ങിയ നിമിഷം മുതൽ ഞാൻ എല്ലാവരിൽനിന്നും, എല്ലാറ്റിൽനിന്നും, മുഖം വെട്ടിച്ചുകൊണ്ടേയിരുന്നു. തകർന്നു പൊടിഞ്ഞ സ്വപ്നങ്ങളുടെ കൂമ്പാരവുമായി മഴനനച്ചിട്ട കണ്ണാടിക്കരയുടെ വെട്ടുവഴികളിലൂടെ, ലഹരി നുരപ്പിച്ചെടുത്ത ചോരക്കുഴലുകളുമായി ഇരുട്ടിൽ എവിടെയൊക്കെയോ അലഞ്ഞുതിരിഞ്ഞു. ചങ്ങാതിമാർ എന്നെ വീട്ടിലേക്കു പറഞ്ഞുവിടാൻ ഏറെ കഷ്ടപ്പെട്ടു.

“ഇല്ല... ഞാൻ പോകുന്നില്ല വീട്ടിലേക്ക്...”

നീരുവറ്റിയ പുഴയുടെ കരയിൽ, മണൽവാരിയുണ്ടായ കുഴിയുടെ തിട്ടയിൽ കുന്തിച്ചിരുന്ന് വാറ്റുചാരായത്തിന്റെ അവസാനത്തെ തുള്ളിയും നാവിലേക്കിറ്റിച്ചു ഞാൻ അവരോടു പ്രഖ്യാപിച്ചു. ആടിക്കുഴയുന്ന എന്നെ സ്വന്തം വീട്ടിലേക്കു കൊണ്ടുപോകാനും ഉപേക്ഷിച്ചുപോകാനുമാവാതെ എല്ലാവരും വലഞ്ഞു. ഓരോരുത്തരും മാറിമാറി എന്നെ അനുനയിപ്പിച്ചു.

“ഇല്ല... ഞാൻ പോകുന്നില്ല.... വീട്ടിൽ എല്ലാവരും കൂടി എന്നെ കടിച്ചുകീറും...”

ഞാൻ തേങ്ങി.

“ഇല്ല പ്രഭേ.. നിനക്കു തോന്നുകയാണ്.”

അവർ പറഞ്ഞു.

“ഇല്ല. മൂന്നുവർഷം തുലച്ചുകളഞ്ഞവനാണു ഞാൻ.”

എന്റെ നാവു കുഴഞ്ഞു.

പഠനം മതിയാക്കി പെട്ടിയുമെടുത്തു മടങ്ങിപ്പോരാൻ സുമിത്രച്ചേച്ചി പലവട്ടം ഉത്തരവിട്ടതും അച്ഛന്റെ വിശേഷങ്ങൾ പറഞ്ഞ് റാണിച്ചേച്ചി കണ്ണീരുവീണ കത്തെഴുതിയതും അവഗണിച്ച്, ദൂരദർശിനിക്കുഴലി

നപ്പുറത്തു തെളിയുന്ന എന്റെ കറുത്തസൂര്യനുവേണ്ടി തിരുവനന്തപുരത്തു തമ്പടിക്കുകയായിരുന്നു ഞാൻ എന്നു ചങ്ങാതിമാരോടു പറഞ്ഞില്ല. നഗരത്തിന്റെ അവസാനത്തെ രാത്രി, ചോരകൊണ്ടു കുറിച്ചിട്ട പ്രണയനാടകത്തിന്റെ അന്ത്യരംഗവും ഞാനവരെ അറിയിച്ചില്ല. പകരം ഞാൻ വെറുതേ കരഞ്ഞുകൊണ്ടേയിരുന്നു.

"ആണുങ്ങളിങ്ങനെ കരയരുതെടാ..."

കൂട്ടുകാർ ശാസിച്ചു. ആരൊക്കെയോ ചേർന്ന് എന്നെ ബലമായി പിടിച്ചുനടത്തി വീടിന്റെ പടിക്കലെത്തിച്ചു.

"പ്രഭേ... മറ്റൊരു നിവൃത്തിയുമില്ലാഞ്ഞിട്ടാണ് നിന്നെ ഇപ്പോൾ വീട്ടിലേക്കു പറഞ്ഞയക്കുന്നത്. ഈ കോലത്തിൽ നിന്നെ കണ്ടാൽ എന്താവുമെന്ന് എനിക്കറിയില്ല. അച്ഛൻ വീട്ടിലുണ്ട്.ഓർമവേണം."

ആടിയുലയുന്ന എന്നെ നേരേപിടിച്ചുനിർത്തി അവർ പറഞ്ഞു.

"അച്ഛൻ... അങ്ങേരോടു പോവാൻ പറ..."

അച്ഛനോടുള്ള കോപം, ഞാൻ വഴിയരികിലുള്ള വൈദ്യുതിത്തൂണിലെ ബൾബിലേക്കു കല്ലായി വലിച്ചെറിഞ്ഞു. ഇരുട്ട് കെട്ടഴിഞ്ഞുവീണു.

"പ്രഭേ... സൂക്ഷിച്ച്..."

പിന്നിൽനിന്ന് അവർ വിളിച്ചു പറഞ്ഞു. അതുശ്രദ്ധിക്കാതെ, വഴിയിൽ കെട്ടിനിന്ന ചെളിവെള്ളം തട്ടിത്തെറിപ്പിച്ച് ഞാൻ നടന്നു. വീട് ഇരുട്ടിന്റെ കൂട്ടിലായിരുന്നു. പടിഞ്ഞാറൻ മാനത്ത് ഇടയ്ക്കിടെ വെള്ളിവരയിട്ട മിന്നൽപ്പിണരുകൾ പായൽകറുപ്പിച്ച മേൽക്കൂരയിലേക്കു പൂത്തിരിപോലെ ചിതറിവീഴുന്നു. മുറ്റത്തെത്തിയതോടെ ലഹരി പകർന്നുതന്ന കൃത്രിമ ധൈര്യം പൊടുന്നനെ ചോർന്നു. മുട്ടണോ വേണ്ടയോ എന്നു സംശയിച്ച്, ഞാൻ വാതിൽക്കൽ ഇത്തിരിനേരം നിന്നു. ഒടുവിൽ എന്റെ നിർദ്ദേശം കാത്തുനിൽക്കാതെ, വിരലുകൾ കതകിനെ തേടിച്ചെന്നു തല്ലിനോവിച്ചു. ഉറക്കം പാടകെട്ടിയ കണ്ണുകളോടെ റാണിച്ചേച്ചി വാതിലിനപ്പുറം നിന്ന് അസമയത്തെ വിരുന്നുകാരനെ നോക്കി മൂക്കുപൊത്തി.

"നീ കുടിച്ചിട്ടുണ്ടോ?"

"ഉം..."

"ശ്ശോ.. എന്തൊരു വാടയാ ഇത്... അമ്മയുറങ്ങിയതു ഭാഗ്യം."

ഞാനകത്തേക്കു കയറി. പിന്നിൽ ഇരുട്ടിനെതിരേ വാതിലടഞ്ഞു.

"നീയെന്താ ഈ സമയത്തു വന്നത്? അതോ നേരത്തേ വന്നിട്ടു ചുറ്റിക്കറങ്ങുകയായിരുന്നോ? എന്തൊരു കോലമാ പ്രഭേ ഇത്?"

റാണിച്ചേച്ചി ശബ്ദമടക്കി ശാസിച്ചു. കസേരയിലും മേശയിലും തട്ടാതെ തെക്കേമുറിയിലേക്കു കയറാൻ വഴിതേടിയ എന്നെ അവൾ പിന്നിൽനിന്നു പിടിച്ചുനിർത്തി.

"ഇവിടെവിടെങ്കിലും കെടന്നാമതി."

"അതെന്താ?"

"അതുമതി."

"എന്റെ മുറീക്കെടുക്കുന്നതിന് എനിക്കാരടേം സമ്മതം വേണ്ടാ.."

"നാക്കുകുഴയുന്നല്ലോടാ... അമ്മ കേൾക്കണ്ടാ..."

റാണിച്ചേച്ചി എന്റെ വായപൊത്തി. ഞാൻ ആ കൈ തട്ടിയെറിഞ്ഞു വീണ്ടും നടന്നു. കാൽമുട്ടുകൾ ചെന്നിടിച്ച് സ്റ്റൂൾ നിരങ്ങിച്ചെന്നു കസേരയോടു പരിഭവം പറഞ്ഞു. റാണിച്ചേച്ചി, കസേര നീക്കിയിട്ട് എനിക്കു കിടക്കാൻ നിലത്തു സ്ഥലമുണ്ടാക്കി.

"ഇവിടെക്കിടക്ക്. ഞാൻ പുതപ്പുകൊണ്ടുവരാം."

"എന്താ എന്റെ മുറീക്കെടന്നാൽ?"

"അവിടിപ്പം അച്ഛനാ കെടക്കുന്നത്."

"അതെന്തിനാ? അതെന്റെ മുറിയാ..."

"എന്നാ ചെല്ല്..."

ഞാൻ റാണിച്ചേച്ചിയുടെ പിടിയിൽനിന്നു കുതറി തെക്കേമുറിയുടെ വാതിൽ തള്ളിത്തുറന്നപ്പോൾ പകച്ചുപോയി.

നിലത്തുമുഴുവൻ പത്രക്കടലാസുകൾ... കുപ്പിമുറികൾ... തടിക്കഷണങ്ങൾ... കയർ... പച്ചിലക്കൂമ്പാരങ്ങൾ....

അരണ്ട മഞ്ഞവെളിച്ചംകൊണ്ടു വൈദ്യുതിവിളക്ക് എനിക്കുമുമ്പിൽ വരച്ചിട്ട ചിത്രം കണ്ട് ഞാൻ നടുങ്ങി. വെളിച്ചം വീണനിമിഷം എന്റെ കിടക്കയിൽ ചുരുണ്ടുകിടന്ന പുതപ്പനങ്ങി. അച്ഛൻ!

ചിതറിക്കിടക്കുന്ന എണ്ണമറ്റ പാഴ്‌വസ്തുക്കൾക്കുനടുവിൽ വക്കുപോയൊരു കുപ്പിപോലെ... കീറക്കടലാസുകൾക്കിടയിൽ പാറിപ്പറക്കാൻ കാറ്റുമോഹിക്കുന്നൊരു കടലാസ് തുണ്ടുപോലെ.... ദൈവമേ, ഈ രൂപം തന്നെയാണോ എന്റെ അച്ഛൻ?

"കണ്ടില്ലേ, കോലം?"

കണ്ണീർക്കനത്തോടെ പിന്നിൽനിന്നു റാണിച്ചേച്ചി വിതുമ്പി.

ഞാൻ നിലയുറയ്ക്കാതെ ആടുന്ന കാലുകൾക്കുമുകളിൽ സമനിലയ്ക്കു ക്ലേശിച്ച് റാണിച്ചേച്ചിയെ തിരിഞ്ഞുനോക്കി ചോദിച്ചു:

"ഞാനെവിടെക്കിടക്കും?"

റാണിച്ചേച്ചി എന്നെ നോട്ടംകൊണ്ടു കൊത്തിക്കീറി. ഞാൻ ചൂളി. പൊടുന്നനെയാണ് എന്നെ ഒന്നു നോക്കുകപോലും ചെയ്യാതെ അച്ഛൻ ചാടിയെഴുന്നേറ്റ് കാലിന്മേൽ കാൽകയറ്റിവച്ച് കിടക്കയിലിരുന്നു പാടിയത്.

"അംബ ദേവിസുധേ പാലയമാം
കോമളരൂപേ...
മലയാലപ്പുഴ വാഴുമമ്മേ
സാരസനേത്രേ...
അംബ ദേവിസുധേ പാലയമാം
കോമളരൂപേ..."

ഒരിക്കലും ഒരു മൂളിപ്പാട്ടുപോലും പാടാത്ത അച്ഛൻ കട്ടിലിൽ ചമ്രം പടഞ്ഞിരുന്നു തുടയിൽ താളമിട്ട് ഈണം നഷ്ടപ്പെട്ട ഈരടികളെ തുടലൂരി പുറത്തേക്കു പറഞ്ഞുവിടുമ്പോൾ, ചിരിക്കണോ കരയണോ എന്നറിയാതെ ഞാൻ അച്ഛനെത്തന്നെ ഉറ്റുനോക്കി. കിടക്കയുടെ കീഴിൽ നിറയെ ഉരുളൻകല്ലുകളും ഒഴിഞ്ഞസിഗരറ്റ് കൂടുകളുമായിരുന്നു. ഉള്ളിലുള്ള പാഴിനങ്ങളെ ഒതുക്കാനാവാതെ അലമാര വാതിൽ തുറന്നിട്ടിരുന്നു. കാലങ്ങളായി വിറകുപുരയ്ക്കുപിന്നിൽ കൂനകൂട്ടിയിരുന്ന ചെരുപ്പുകളുടെ നിര കസേരയുടെ മുകളിൽ ഇടം പിടിച്ചിരിക്കുന്നു. ദിവസവും പലതവണ കഴുകിവെടിപ്പാക്കി മിനുസപ്പെടുത്തിവയ്ക്കാറുള്ള അച്ഛന്റെ വെളുത്ത കാൽപ്പാദങ്ങളിൽ ചേറു കട്ടകെട്ടിയിരുന്നു. തുടയിൽ താളംമുറുകിയപ്പോൾ കാൽവിരലുകൾക്കിടയിൽനിന്ന് ഉണങ്ങിയ പൊടിമണ്ണു മുറിയിലേക്കു തൂളി.

ഇരിക്കാനൊരിടം കാണാതെ ഞാൻ നിന്നു തിരിയുമ്പോൾ അച്ഛൻ എന്നെ കൈമാടിവിളിച്ചു.

"വാ... ഇവിടിരിക്ക്..."

അച്ഛൻ കിടക്കയുടെ കോണിലേക്കു നീങ്ങിയിരുന്ന് എനിക്കു സ്ഥലമുണ്ടാക്കി.

"ചൊല്ലിത്തരാം... പാടിക്കോ... ഗുരുവേ... ഹരിസുതനുടെ പദമലർ തൊഴുവതിനടിയനിതാ..."

സിനിമയിൽ അസ്ഥാനത്തു വന്നുപെടുന്ന വിലകുറഞ്ഞ തമാശകൾ കേൾക്കുമ്പോളെന്നപോലെ എന്നിൽ ചെടിപ്പുനിറഞ്ഞു. അച്ഛനു ചേരാത്ത വേഷം... ചേരാത്ത സ്വരം... ചേരാത്ത ഭാവം...

"പാടെടാ മോനേ... ഗുരുവേ... ഹരിസുതനുടെ..."

അച്ഛൻ എന്റെ കൈയിൽ ബലമായി പിടിച്ചുവലിച്ചു. ഞാൻ കൈ തട്ടിയെറിഞ്ഞു പുറത്തേക്കോടി. എനിക്ക് ഉറക്കെയലറണമെന്നുതോന്നി... രാത്രിയെ കീറിമുറിച്ച് കണ്ണാടിക്കരയുടെ നെഞ്ചത്തുകൂടി ഓടണമെന്നു തോന്നി... വീടിനൊരു വലംവച്ച്, കിടക്കാനൊരിടം തേടി ഞാൻ വിറകുപുരയുടെ തിണ്ണയിലേക്കു കയറി. എന്റെയുള്ളിലൊരു പെരുമരം ഉലഞ്ഞു തുടങ്ങിയിരുന്നു. ലഹരിയുടെ പാതിരാക്കാറ്റ് ഉള്ളിലൂടെ ആർത്തലച്ചു. കാറ്റിനെ സ്വയം പ്രതിരോധിക്കാൻ ഞാൻ ഉടൽ വേരുകളിലേക്കു കൂടുതൽ മുറുക്കി. എന്നിട്ടും വെട്ടിയിട്ട വാഴപോലെ അടുത്ത നിമിഷം ഞാൻ നിലത്തേക്കുവീണു.

"അവിടെക്കിട...."

കിണറ്റിനുള്ളിൽനിന്നെന്നപോലെ മുഴങ്ങിയ ശബ്ദം റാണിച്ചേച്ചിയുടേതാണെന്നു ഞാൻ അബോധത്തിലും തിരിച്ചറിഞ്ഞു.

"**എ**ന്റെ കുഞ്ഞേ, എന്തെങ്കിലും അടിയന്തരമായി ചെയ്തേ പറ്റൂ..."

പുറത്തുനിന്നു തഴുതിട്ട മുറിക്കുള്ളിലിരുന്നു ഭജന പാടുന്ന അച്ഛനെ ജനാലയുടെ പാതിയിലൂടെ ഒളിച്ചുനോക്കി ശ്രീധരൻമാഷ് എന്നോടു പറഞ്ഞു.

"ശിവരാജൻനായർ എനിക്കു ചങ്ങാതിയാണ്. നിനക്ക് അച്ഛനാണ്. നാട്ടിൽ പലർക്കും വേണ്ടപ്പെട്ടവനാണ്. അതൊക്കെ ശരി... പക്ഷേ... സഹിക്കാനൊക്കില്ല... രാവിലെ നീ കണ്ടില്ലേ കളി?"

മാഷ് എനിക്കെതിരെ അരമതിലിലിരുന്നു. രാവിലെ അച്ഛനെ കവലയിൽനിന്നു പിടിച്ചുകൊണ്ടുവരാൻ ശ്രീധരൻമാഷും എനിക്കൊപ്പം വിയർത്തതാണ്. എഴുന്നേറ്റപാടേ, കുളികഴിഞ്ഞ്, വേഷം മാറി അച്ഛൻ ഒറ്റപ്പാച്ചിലായിരുന്നു. അടുക്കളയിൽ നിന്നോടിയെത്തിയ അമ്മയോട് 'ഓഫീസിൽ പോകാൻ വൈകി' എന്നു തിരിഞ്ഞുനോക്കാതെ വിളിച്ചുപറഞ്ഞു. തലേന്നത്തെ ലഹരിയുടെ കൂടുപൊട്ടിച്ചു ഞാൻ കണ്ണുകളെ ബലമായി പുലരിയിലേക്കു തുറന്നുപിടിക്കുമ്പോൾ അമ്മ ശ്രീധരൻമാഷിന്റെ വീട്ടുമുറ്റത്തേക്കോടുകയായിരുന്നു.

"എന്റെ മാഷേ, ദേ ഇന്നും ഓഫീസിലേക്കു പോയിട്ടുണ്ട്... ഒന്നു നോക്കണേ..."

അയയിൽ വിരിച്ചിട്ടിരുന്ന മുഷിഞ്ഞ കുപ്പായം വാരിവലിച്ചെടുത്തു തോളിലിട്ട് ശ്രീധരൻമാഷ് ഓടാനായുമ്പോളാണ് കിഴക്കേ മുറ്റത്തേക്കു വന്ന എന്നെ കണ്ടത്.

"പ്രഭേ നീ വന്നോ... ഓടിവാ...."

ശ്രീധരൻമാഷ് എന്നെ കൈമാടിവിളിച്ചു. അപ്പോഴാണ് അമ്മയും എന്നെ കണ്ടത്.

"അയ്യോ... മോനേ നീ എപ്പോ വന്നു? കണ്ടില്ലേ അച്ഛന്റെ രീതികള്... വേഗം ചെല്ല്..."

ഞാനും ശ്രീധരൻമാഷും കൂടി വെട്ടുവഴിയിലേക്കോടി.

"പെൻഷനായത് മറന്നപോലാ. രാവിലെയെഴുന്നേറ്റാ നേരേ ആപ്പീസിലേക്കോടും. അവിടെ ചെന്നു കസേരേലിരിക്കും. ബുക്കിലൊക്കെ ഓരോന്ന് എഴുതിപ്പിടിപ്പിക്കും... എല്ലാവർക്കും സ്നേഹോം ബഹുമാനോമൊക്കെയാ... പക്ഷേ, എപ്പഴും അവരു സഹിക്കുമോ? അവിടുത്തെ ജോലി നടക്കണ്ടേ? രണ്ടുദിവസോം ഞാൻ ഓരോന്നു പറഞ്ഞ് അനുനയിപ്പിച്ചു കൂട്ടിക്കൊണ്ടു വന്നു."

തിടുക്കത്തിൽ കുപ്പായത്തിന്റെ കൈ വലിച്ചുകയറ്റുന്നതിനിടയിൽ ശ്രീധരൻമാഷ് പറഞ്ഞു.

"ഏതെങ്കിലും നല്ല ഡോക്ടറെ കാണിച്ചേ പറ്റൂ... നീ വന്നിട്ടാകട്ടെയെന്നു വിചാരിച്ചിരിക്കയാരുന്നു. ഇല്ലെങ്കിൽ നാട്ടുകാരു ഭ്രാന്തനെന്നു വിളിക്കും. സുമിത്രയെ ഇതുവരെ വിവരമൊന്നും അറിയിച്ചിട്ടില്ല. ഇല്ലേല് ഓടിപ്പാഞ്ഞുവരും. "

ഞാൻ അമ്പരപ്പോടെ ശ്രീധരൻമാഷിനെ നോക്കി.

"ഭ്രാന്തൊന്നുമല്ലെടോ... ഇതു വേറൊരുതരം അസുഖം... ഓർമയുമായി ബന്ധപ്പെട്ട ഏതോ സൂക്കേടുകളെപ്പറ്റി വായിച്ചിട്ടില്ലേ... അതുപോലെതാണ്ട്... പല്ലുതേക്കാൻ ഉമിക്കരിയെടുത്തുകൊടുത്താലും എന്തു

ചെയ്യണമെന്നറിയാതെ വായിലിട്ടു നക്കിക്കോണ്ടിരിക്കും. അതേസമയം, കിടന്നുപെടുക്കുന്ന കാലത്തു കണ്ട സംഭവങ്ങളുപോലും കൃത്യമായിട്ട് ഓർത്തുപറയുകേം ചെയ്യും... കേട്ടില്ലേ ഭജന പാടുന്നത്? കുട്ടിക്കാലത്തെ ഞാണ്ടു പഠിച്ചുവച്ചതാ. വഴീക്കാണുന്ന കല്ലും കുപ്പിച്ചില്ലുമെല്ലാമെടുത്തു മുറീക്കൊണ്ടുവയ്ക്കും. നീ ആ മുറി കണ്ടില്ലേ? അണലി പെറ്റുകിടന്നാൽ അറിയില്ല. അതൊന്നും തൊടാൻ സമ്മതിക്കത്തില്ല. എനിക്കു മനസിലാവുന്നില്ല, ഇതെന്തു സൂക്കേടാന്ന്... പെട്ടെന്നാ ആളുമാറുന്നേ... ഓരോ ദിവസോം സ്ഥിതി മോശമായിട്ടുവരികയാ... "

കവലയിൽനിന്നു രണ്ടാംവളവിലേക്കു തിരിയുമ്പോൾ പോയതിനേക്കാൾ തിടുക്കത്തിൽ അച്ഛൻ മടങ്ങിവരുന്നതുകണ്ടു ഞങ്ങൾ നിന്നു.

"റീഡിങ് ബുക്കെടുക്കാൻ മറന്നു. ഇന്ന് ഇൻസ്പെക്ഷനുള്ളതാ..."

പഴയ വൈദ്യുതിബോർഡ് ഓവർസിയറുടെ വർത്തമാനം കേട്ട്, അപ്പുറത്തെ കടവരാന്തയിൽ നിന്ന ആരോ ചിരിച്ചു.

"ചിരിച്ചോ ചിരിച്ചോ.... കറന്റ് ബില്ല് കിട്ടുമ്പഴും ഈ ചിരി കാണണം..."

അച്ഛൻ തിരിഞ്ഞുനോക്കാതെ പറഞ്ഞു.

"നിങ്ങളെങ്ങോട്ടാ?"

അപ്പോൾ കണ്ടതുപോലെ, കണ്ണുകളിൽ തിളക്കമൊളിപ്പിച്ച് അച്ഛൻ ഞങ്ങളോടു ചോദിച്ചു.

"ചുമ്മാ നടക്കാനിറങ്ങി."

ശ്രീധരൻമാഷ് കൺകോണിലും ചുണ്ടിൻ തുമ്പിലും അനുനയത്തിന്റെ കൊളുത്തുകളൊളിപ്പിച്ച് അച്ഛനരികിലേക്കു ചെന്നു.

"താൻ ഇവനെ കണ്ടില്ലേ?"

മാഷ് ചൂണ്ടിയ വിരലിലൂടെ അച്ഛന്റെ നോട്ടം ഒഴുകിയെത്തി.

"കണ്ടു."

അച്ഛൻ എനിക്കൊരു നിറചിരി സമ്മാനിച്ചു.

"പിന്നെന്താ ഒന്നും പറയാത്തേ?"

"എന്തു പറയാനാ?"

"എപ്പഴാ വന്നേന്നു ചോദിച്ചോ? എന്തുണ്ടു വിശേഷമെന്നു ചോദിച്ചോ?"

അച്ഛൻ മിണ്ടിയില്ല.

"സത്യം പറ... തനിക്കിവനെ മനസ്സിലായില്ലേ? "

"പിന്നെ മനസ്സിലാവാതെ?"

"എന്നാൽ പറ ആരാ?"

അച്ഛൻ തലകുനിച്ചു. വഴിയിലേക്കു ചാഞ്ഞുനിന്ന കമ്യൂണിസ്റ്റ് പച്ചയുടെ ഇല പറിച്ചു ഞെരടി കാൽക്കീഴിലിട്ടു.

"മനസ്സിലായെങ്കിൽ പറേടോ... ആരാ?"

ശ്രീധരൻമാഷ് വെല്ലുവിളിയുടെ ശരീരഭാഷ കടമെടുത്തു.

"അത്... അത്.."

അച്ഛൻ നാവുകൊണ്ടു ചുണ്ടിലൂടെ ഉഴിഞ്ഞു.

"പറ.. കേൾക്കട്ടെ..."

ശ്രീധരൻമാഷ് പ്രോത്സാഹിപ്പിച്ചു. അച്ഛൻ വീണ്ടും എന്നെ ചുഴിഞ്ഞു നോക്കി. പിന്നെ, ദുർബലമായൊരു ചിരിയോടെ പറഞ്ഞു:

"വേണ്ടപ്പെട്ടൊരാളാ"

ഞാൻ നടുങ്ങി. ദൈവമേ, എന്നെ തിരിച്ചറിയാൻ പോലും അച്ഛനു കഴിയുന്നില്ലേ? ഞാൻ സങ്കടത്തോടെ നോക്കുമ്പോൾ, എനിക്കു പിടി തരാതെ, കുറ്റബോധംകൊണ്ടെന്നപോലെ തലകുനിച്ച്, അച്ഛൻ പൂഴി മണ്ണിൽ നോട്ടം കുഴിച്ചിട്ടു. കടലുപോലെ പ്രക്ഷുബ്ധമാണ് അച്ഛന്റെ മനസ്സെന്ന് കണ്ണുകളുടെ ദ്രുതചലനം ഓർമിപ്പിച്ചു. കാറും കോളും നിറഞ്ഞ ചാലിലൂടെ നീങ്ങുന്ന കപ്പലാണ് ഇപ്പോൾ ആ മനസ്സ്. ഏതു തുറമുഖത്താവാം ഇനിയതു നങ്കൂരമിടാൻപോകുന്നത്?

അച്ഛൻ പരുങ്ങലോടെ തലയുയർത്തിനോക്കി. പിന്നെ എനിക്കരികിലേക്കു വന്ന്, വാൽസല്യത്തോടെ ചുമലിൽ ചേർത്തു പിടിച്ചു. വിരൽത്തുമ്പിൽ സ്നേഹത്തിന്റെ പിടപ്പ് ഞാനറിഞ്ഞു.

"അച്ഛാ, എന്നെ മനസിലായില്ലേ? ഞാൻ പ്രഭ..."

"പ്രഭ... പ്രഭ... അച്ഛൻ ഉരുവിട്ടു."

ശ്രീധരൻമാഷ് മുഖം തിരിച്ചു കണ്ണുതുടച്ചു.

വീട്ടിൽ വന്നു കയറിയപ്പോൾ അച്ഛൻ തിടുക്കത്തിൽ മുറിയിലേക്കു നടന്നു. സങ്കടക്കണ്ണുകളോടെ തന്നെ നോക്കുന്ന അമ്മയേയും റാണിച്ചേച്ചിയെയും കണ്ടഭാവം നടിച്ചതേയില്ല.

"പ്രഭേ... ഇനീം ആപ്പീസിപ്പോവാനാ പരിപാടിയെങ്കിൽ സമ്മതിക്കരുത്..."

ശ്രീധരൻമാഷ് പറഞ്ഞു. ഞാൻ എന്തുചെയ്യണമെന്നറിയാതെ കണ്ണുകളെ വട്ടം കറക്കി.

"എടോ, പുറത്തൂന്ന് ആ കതകങ്ങടയ്ക്ക്...."

മാഷ് എന്റെ മുഖത്തുനോക്കാതെ പറഞ്ഞു.

ഞാൻ മടിച്ചുമടിച്ച് അകത്തേക്കു കയറി. മുറിക്കുള്ളിൽ ശബ്ദമൊന്നും കേൾക്കാഞ്ഞു പാളി നോക്കുമ്പോൾ കിടക്കയിലിരുന്ന് അച്ഛൻ ഡയറിയിലെന്തോ തിടുക്കത്തിൽ കുറിക്കുകയായിരുന്നു. പെരുവിരൽത്തുമ്പിൽ ഉടലിനെ ഉയർത്തി, ജനാലപ്പഴുതിലൂടെ തലനീട്ടി ഞാനതു നോക്കി.

"പ്രഭ... പ്രഭ... പ്രഭ.."

വെളുത്തു വിളറിയ കടലാസിന്റെ നെഞ്ചിൽ വടിവില്ലാത്ത അക്ഷരങ്ങളിൽ എന്റെ പേര് ശവംപോലെ വിറങ്ങലിച്ചു കിടന്നു.

ഞാൻ വാതിൽ വലിച്ചടച്ചു തഴുതിട്ടു. അച്ഛൻ തലയുയർത്തി എന്നെ നിസ്സഹായതയോടെയും അമ്പരപ്പോടെയും നോക്കി

"നിങ്ങളൊക്കെ വിദ്യാഭ്യാസമുള്ളവരല്ലേ? അതുകൊണ്ട് ഇതൊരു രോഗമായി കാണരുത്."

വക്കുപൊട്ടിയ പേന കൊണ്ടു കഷണ്ടികയറിയ നെറ്റിയിൽ സ്വയം തട്ടി, ഡോക്ടർ ശ്രീനിവാസറാവു പറഞ്ഞു.

"നമ്മളൊക്കെ വലിയ ആളുകളെന്നു ഭാവിക്കുന്നുണ്ടെങ്കിലും സത്യത്തിൽ വളരെ നിസാരന്മാരാണ്. ഒരു ഞരമ്പു പിടച്ചാൽ മതി, ആകെ താളം തെറ്റാൻ. ഞാൻ പറയുന്നതു മനസ്സിലാവുന്നുണ്ടോ?"

ഞാനും സുമിത്രച്ചേച്ചിയും തലകുലുക്കി. മഹാദേവൻ ചേട്ടൻ വെളുത്ത തൂവാലകൊണ്ടു മുഖത്തെ വിയർപ്പൊപ്പി. ഇത്തിരിമുമ്പു വലിച്ച സിഗരറ്റിന്റെ മണം ചുണ്ടുകൾ തൂവാലയ്ക്കു സമ്മാനിച്ചതു ഞാനറിഞ്ഞു.

അൽസ്ഹൈമേഴ്സ് ബാധിക്കുന്നതു തലച്ചോറിലെ ന്യൂറോണുകളെയാണ്. ഈ കൊച്ചു തലച്ചോറിൽ കോടിക്കണക്കിനു ന്യൂറോണുകളാണുള്ളത്. ചിന്തിക്കുന്നതും കാണുന്നതും കേൾക്കുന്നതുമെല്ലാം ഇവയുടെ മിടുക്കാണ്. ഈ കോശങ്ങളെ രോഗം കാർന്നുതിന്നും. അതുകൊണ്ടാണ് ഓർമ പോകുന്നത്. മനസ്സ് ചരടു പൊട്ടിയൊരു പട്ടംപോലാകും."

"പക്ഷേ, അച്ഛനു പഴയ കാര്യങ്ങളെല്ലാം..."

സുമിത്രച്ചേച്ചിയുടെ വാക്കുകളെ കൈയെടുത്തുവിലക്കി ഡോക്ടർ പാതിവഴിക്കു മുറിച്ചു.

"അതെ. പഴയ കാര്യങ്ങളെല്ലാം ഓർമയുണ്ടാവും തുടക്കത്തിൽ. പക്ഷേ, ഇത്തിരിമുമ്പു കഴിഞ്ഞുപോയൊരു കാര്യം മനസിൽനിന്നു മാഞ്ഞുപോകും. പുതിയ കാര്യങ്ങൾ രേഖപ്പെടുത്തിവയ്ക്കാൻ കോശങ്ങൾക്കു ശേഷിയില്ലാത്തതുകൊണ്ടാണിത്. കുറേക്കൂടി കഴിയുമ്പോൾ, അവസ്ഥ ഇനിയും കഷ്ടമാകും. ചീപ്പു മുടിചീകാനുള്ളതാണെന്നും ടൂത്ത്ബ്രഷ് പല്ലുതേക്കാനുള്ളതാണെന്നും മറന്നുപോകും."

പേന മേശപ്പുറത്തെ സ്ഫടികപ്പാത്രത്തിൽ വച്ച് ഡോക്ടർ ഞങ്ങൾ മൂവരെയും മാറി മാറിനോക്കി.

"ഓരോന്നു പറഞ്ഞു ഭയപ്പെടുത്തുകയാണെന്നു ധരിക്കരുത്. രോഗത്തെപ്പറ്റി നിങ്ങൾക്ക് കൃത്യമായ ധാരണയുണ്ടാകാൻവേണ്ടിയാണു പറയുന്നത്. ഓകെ?"

ഞങ്ങൾ തലകുലുക്കി. മഹാദേവൻ ചേട്ടൻ വീണ്ടും സിഗരറ്റ് മണത്തെ ഒപ്പിയെടുത്തു തൂവാല മടക്കി.

"ഞാൻ പറഞ്ഞുവന്നത്, അൽസ്ഹൈമേഴ്സിന്റെ മൂർധന്യാവസ്ഥയിൽ പഠിച്ചതും ആർജിച്ചതുമായ കഴിവുകളെല്ലാം നഷ്ടപ്പെടും. ഭക്ഷണം കഴിക്കുന്നതെങ്ങനെയെന്നുപോലും മറക്കും. വളരെ മോശമായ ഭാഷയിൽ സംസാരിക്കുകയും മുറിയിൽത്തന്നെ മലമൂത്രവിസർജനം നടത്തുകയുമൊക്കെ ചെയ്തേക്കാം. രോഗിക്കല്ല, പരിചരിക്കുന്നവർക്കാണു പരിശീലനം വേണ്ടത്."

“മരുന്നൊന്നും?”

മഹാദേവൻചേട്ടൻ മുരടനക്കി.

“രോഗം കൂടുതൽ വഷളാകാതെ നോക്കാനേ മരുന്നിനു കഴിയൂ. അതും ഒരു സാധ്യതമാത്രം. നിങ്ങൾ ചെയ്യേണ്ടത്, അച്ഛന്റെ ജീവിതവുമായി കുറേക്കൂടി പൊരുത്തപ്പെടുകയാണ്. ഒരു കുഞ്ഞാണെന്നു വിചാരിച്ചു പെരുമാറണം. ദിവസവും തീയതിയുമൊക്കെ മറന്നുപോയേക്കാം. കിടക്കയുടെ മുന്നിൽത്തന്നെ ഒരു കലണ്ടറും ക്ലോക്കും വയ്ക്കണം. വെറുതേ ഓർമയെ പരീക്ഷിക്കുന്ന ചോദ്യംചോദിച്ച് അദ്ദേഹത്തെ ബുദ്ധിമുട്ടിക്കരുത്. എന്നു വച്ചാൽ, വെറുതെ ഓരോരുത്തരെ മുന്നിൽക്കൊണ്ടു നിർത്തി ആരാ, എന്താന്നു ചോദിച്ചു സങ്കടപ്പെടുത്തരുത്.”

“ഇങ്ങനെ എത്രനാൾ?”

മഹാദേവൻ ചേട്ടൻ അറിയാതെ ചോദിച്ചുപോയി. ഡോക്ടർ പരിഹാസത്തോടെ തലയുയർത്തി.

“എന്താ, ഇപ്പഴേ മടുത്തോ?”

“അതല്ല... ഞാൻ ചോദിച്ചത്...”

മഹാദേവൻ ചേട്ടൻ പരുങ്ങി.

“ആയുസ്സെത്രയുണ്ടോ അത്രയുംനാൾ... നമ്മുടെയൊക്കെ ഫാമിലി സെറ്റപ്പല്ലേ. ഓടിനടക്കുന്നൊരാൾ വീണുപോയാൽ ഭാവം മാറും. തുടക്കത്തിൽ പരിചരിക്കാനാളുണ്ടാകും. പക്ഷേ, ക്രമേണ... എപ്പോഴെങ്കിലും അച്ഛനൊരു ബാധ്യതയായി വന്നാൽ....”

ഡോക്ടർ ഒരിക്കൽക്കൂടി ഞങ്ങളെ മാറിമാറിനോക്കിയശേഷം, പേന കൊണ്ടു കടലാസിൽ എന്തോ കുറിച്ച്, സുമിത്രച്ചേച്ചിക്കുകൊടുത്തു.

“ഇതാ... ഈ വിലാസവുമായി ബന്ധപ്പെടുക. ഇത്തരം ആളുകളെ വളരെ ശ്രദ്ധയോടെ സംരക്ഷിക്കുന്ന ഒരു സ്ഥാപനമാണിത്. ധൈര്യമായി അവിടെ കൊണ്ടാക്കാം.”

സുമിത്രച്ചേച്ചിയുടെ കൈയിലിരുന്നു കടലാസ് തുണ്ടു കരയുന്നതു ഞാനറിഞ്ഞു.

ആശുപത്രിയിൽനിന്നു പുറത്തുവരുമ്പോൾ ഞങ്ങൾ നിശ്ശബ്ദരായിരുന്നു. കാറിന്റെ പിൻസീറ്റിലിരുന്ന് അച്ഛൻ ശ്രീധരൻമാഷിനോടു വാതോരാതെ സംസാരിച്ചു. ജാതിമരത്തോട്ടങ്ങൾക്കിടയിലൂടെ ഓടിക്കളിച്ച ബാല്യത്തെപ്പറ്റി... മദ്യപിച്ചു ലക്കുകെട്ട അച്ഛൻ പൊറുതിമുട്ടിച്ച ജീവിതത്തെപ്പറ്റി.

വീട്ടിലെത്തി അച്ഛനെ മുറിയിലിരുത്തി, പുറത്തുവന്ന സുമിത്രച്ചേച്ചിയുടെ മുഖം ഗൗരവപൂർണമായിരുന്നു. മഹാദേവൻ ചേട്ടനൊപ്പം കസേര വലിച്ചിട്ടിരുന്ന് എന്തൊക്കെയോ കുശുകുശുക്കുന്ന സുമിത്രച്ചേച്ചിക്കരികിലേക്ക് അമ്മയും വന്നിരുന്നു. കുളിക്കാൻ തോർത്തു തിരയുന്ന എന്നെ സുമിത്രച്ചേച്ചി കൈയാട്ടി വിളിച്ചു. തിരുവനന്തപുരത്തെ പഠനത്തിന്റെ

കൂട്ടിക്കിഴിക്കലുകൾ ഏതുനിമിഷവും പൊട്ടിവീഴുമെന്നു ഭയന്നിരുന്ന തിനാൽ ഞാൻ കരുതലോടെയാണു ചെന്നത്.

"പ്രഭേ... നീയിരിക്ക്. ചിലകാര്യങ്ങൾ തീരുമാനിക്കാനുണ്ട്."

ഞാൻ അരമതിലിലിരുന്നു.

"എന്താ ഇനി നിന്റെ പരിപാടി?"

സുമിത്രച്ചേച്ചി എന്നെ തറപ്പിച്ചുനോക്കി.

"അതെന്തു ചോദ്യമാ? അവൻ പഠിക്കും. അല്ലാതെന്താ."

മഹാദേവൻ ചേട്ടൻ ചിരിച്ചുകൊണ്ട് കൈയെത്തി എന്റെ തോളിൽ തട്ടി.

"പഠിക്കാതെ രക്ഷയില്ല വീട്ടിലെ അവസ്ഥ കണ്ടല്ലോ. നീയാ ഇനി ഈ വീടിന്റെ കാരണവർ. അതോർമവേണം. ഇനി വീട്ടിൽത്തന്നെയുണ്ടാ വണം. കേട്ടല്ലോ?"

"എനിക്കു പഠിക്കണം."

ഞാൻ പിറുപിറുത്തു.

"പഠിച്ചതൊക്കെ ഞങ്ങളു കണ്ടു. ഇനി കാശു മുടിക്കാനില്ല."

"ഞാൻ കോളേജിൽ ഡിഗ്രിക്കു ചേർന്നോളാം."

"പിന്നേ... പ്രീഡിഗ്രിക്കു പൊട്ട മാർക്കു കിട്ടിയവനു ഡിഗ്രിക്ക് സീറ്റ് എടുത്തുവച്ചിരിക്കയല്ലേ?"

"സീറ്റു കിട്ടും. ഞാൻ സംഘടിപ്പിച്ചോളാം."

"എന്തു പഠിക്കാനാ പരിപാടി?"

"ഹിസ്റ്ററി."

"എന്നിട്ട്?"

"ആദ്യം അതുകഴിയട്ടെ. "

"അഹങ്കാരത്തിന് ഇപ്പഴും വല്ല കുറവുമുണ്ടോന്നു നോക്കിക്കേ.."

സുമിത്രച്ചേച്ചി കോപത്തോടെ എന്റെ നേരേ കൈയുയർത്തി.

"അച്ഛന്റെ കാര്യം നീ ഏൽക്കണം. അവിടെ മഹാദേവൻ ചേട്ടന്റെ അച്ഛനുമമ്മയും പ്രായമായിരിക്കയാണ്. എനിക്കവരുടെ കാര്യംകൂടി നോ ക്കണം. പിന്നെ ഓഫീസും ജോലിയുമൊക്കെ വേറെ. അതുകൊണ്ട് നീ വേണം..."

"മുഴുവൻ സമയോം വീട്ടിൽ അച്ഛനേം നോക്കി കുത്തിയിരിക്കാൻ എനിക്കുവയ്യ. "

"ഇതുകേട്ടില്ലേ അമ്മേ?, ''സുമിത്രച്ചേച്ചി കയർത്തു,' ആവശ്യം വന്നാൽ ഇരിക്കാതെന്തു ചെയ്യും പ്രഭേ? നീയല്ലാതാരാ? അല്ലെങ്കിലും മൂന്നുവർഷം വീട്ടിലിരിക്കാതെ ലോകം ചുറ്റിയതല്ലേ? "

"അപ്പോൾ കോളേജിൽ പോവുമ്പോൾ..."

“കോളേജിൽ പോവുമ്പോൾ നോക്കാൻ അമ്മയുണ്ടല്ലോ. വീട്ടിലുള്ള പ്പോഴത്തെക്കാര്യമാ പറഞ്ഞത്. റാണിക്കു ഞാൻ ചില ആലോചനകളു നോക്കുന്നുണ്ട്. ഒത്തുവന്നാൽ അതും നടത്തണം. എല്ലാത്തിനും നീ വേണം മുമ്പിൽ. നീയേ ഉള്ളൂ. അറിയാമല്ലോ?”

സുമിത്രച്ചേച്ചിയുടെ ശബ്ദം ചിലമ്പി. ഞാൻ തലകുലുക്കി.

“കഴിഞ്ഞതു കഴിഞ്ഞു. ഇനിയെങ്കിലും അമ്പലപ്പറമ്പിലും പൊഴ ക്കേരേലും കള്ളുകുടിച്ചുനടന്നു ജീവിതം തുലയ്ക്കരുത്. കേട്ടല്ലോ?”

“ഉം.”

ഞാൻ തോർത്തെടുത്തു പുഴക്കരയിലേക്കു നടന്നു.

കുളികഴിഞ്ഞുവന്നപ്പോഴേക്കും സുമിത്രച്ചേച്ചിയും മഹാദേവൻ ചേട്ടനും സ്ഥലം വിട്ടിരുന്നു. അച്ഛന്റെ ഭജനപ്പാട്ടിനുനേരേ ചെവിപൂട്ടി, ഞാൻ നേരേ നടന്നു, ആൽത്തറയിലേക്ക്....

ഇരുപത്തിനാല്

വിമോചനം

കണ്ണാടിക്കരയിലെ കിഴക്കൻമലമുടിയിൽനിന്നു കണ്ണെറിഞ്ഞായിരുന്നു ശരിപുത്രൻ ജന്മരഹസ്യങ്ങളുടെ ഇഴപിരിച്ചെടുത്തതെങ്കിൽ ഉറപ്പായും എന്നെയും അച്ഛനെയും നോക്കി വൈരാഗിയുടെ ചിരിചിരിച്ചേനേ.

പൂർവജന്മ സമസ്യകളുടെ മായക്കാഴ്ചകൾകൊണ്ടു കവിത രചിച്ചേനേ.

കാലപ്രമാണങ്ങളുടെ കണക്കറിയുന്ന തമ്പുരാനേ, കഴിഞ്ഞ ജന്മത്തിൽ ഞാനാരാ യിരുന്നു?

അച്ഛൻ അന്നെനിക്ക് എന്തായിരുന്നു?

ജന്മരഹസ്യങ്ങളുടെ ഏതുൾച്ചേരുവകൊണ്ടാണു നീ ഞങ്ങളെ ഒട്ടിച്ചുവച്ചത്?

ഏത് ഏതിനോടായിരുന്നു തുന്നിച്ചേർത്തത്?

സമസ്യകൾ പൂരിപ്പിക്കാൻ ശരിപുത്രൻ ഒപ്പമില്ലാത്തതുകൊണ്ടു ജീവിതം വിധിയിലേക്കു ചാരിവയ്ക്കാനേ എനിക്കാ വൂ. സ്വന്തം വിധിയെ പഴിക്കാൻ അച്ഛനു തിരിച്ചറിവു നഷ്ടപ്പെട്ടിരുന്നെങ്കിലും ഞാൻ എന്റെ വിധിയെ സദാ ശപിക്കുന്നുണ്ടായിരുന്നു അക്കാലത്ത്. രാത്രിമുഴുവൻ നീളുന്ന ഭജനപ്പാട്ടും, ജീവിതം അടുക്കളപ്പുകയും കരി യും കൊണ്ടു നിറച്ചതിനു ദൈവത്തെ സദാ പഴിപറയുന്ന അമ്മയും എന്റെ ഉറക്കത്തെ ആവിയാക്കി. അച്ഛന്റെ ജീവിതത്തെ ഭൂതകാലത്തിൽനിന്നു താഴ്ത്തിയിറക്കി വർത്തമാനത്തിലേക്കു പിടിച്ചുകെട്ടാൻ ഓരോമണിക്കൂറിലും ഉറക്കെയലറുന്ന നാഴികമണി കൂടി വന്നതോടെ രാത്രി എനിക്കു ശാപമായി. മൂത്രമൊഴിക്കാനും മലശോധനയ്ക്കും അച്ഛൻ പുറത്തു പോകാറുണ്ടായിരുന്നെങ്കിലും ക്രമേണ അതു വഴിതെറ്റി. കക്കൂസാണെന്നു കരുതി വിറകുപുരയുടെ തിണ്ണയിലും ഒരിക്കൽ നടുമുറ്റത്തുപോലും കാര്യം നിർവഹിച്ചതോടെ അക്കാര്യത്തിലും ദ്വാരപാലകനു ജാഗ്രത വേണ്ടിവന്നു.

ആകെയുള്ളൊരു തമാശ കോളേജുജീവിതമായിരുന്നു. ചരിത്രത്തിന്റെ കല്ലറകൾക്കിടയിൽനിന്നു തോണ്ടിയെടുക്കുന്ന അഴുകിയ ശവങ്ങളുടെ

ശേഷിപ്പുകൾ എന്നെ രസം പിടിപ്പിച്ചു. പലരുടെയും കാലുപിടിച്ചാണു ബിരുദത്തിന് സീറ്റു നേടിയെടുത്തത്. ഒരു വിഷയത്തോടും പ്രത്യേകം താത്പര്യമില്ലായിരുന്ന ഞാൻ താരതമ്യേന സീറ്റുകിട്ടാൻ എളുപ്പമെന്നതു കൊണ്ടുമാത്രമാണ് ചരിത്രം തിരഞ്ഞെടുത്തത്. ഒപ്പമുള്ളവരിൽ പലരും നിവൃത്തികേടുകൊണ്ട് ചരിത്രത്തിലേക്കു വഴിതെറ്റിയെത്തിയവരും തരംകിട്ടിയാൽ വേറെ ലാവണത്തിലേക്കു മടങ്ങാൻ ഊഴംകാത്തിരുന്ന വരുമായിരുന്നു. മൂന്നരയ്ക്കു ക്ലാസ് കഴിഞ്ഞാൽ ആദ്യത്തെ ബസ്സിനു തന്നെ വീട്ടിലെത്തണമെന്നതായിരുന്നു സുമിത്രച്ചേച്ചിയുടെ കർശന നിർദേശം. പഠിപ്പിക്കാൻ പണം ചെലവഴിച്ചതു സുമിത്രച്ചേച്ചിയായിരുന്നതിനാൽ മൂന്നുവർഷം വണങ്ങി നിൽക്കുകയല്ലാതെ എനിക്കു വേറെ മാർഗമില്ലായിരുന്നു. എത്രയുംവേഗം എന്തെങ്കിലുമൊരു ജോലി നേടി ഈ ദുരിതത്തിനു നടുവിൽനിന്നു രക്ഷപ്പെടണമെന്നത് എന്റെ സ്വപ്ന മായി.

“മടുത്തെടാ മടുത്തു...” വീണുകിട്ടുന്ന അപൂർവം ഇടവേളകളിൽ ആൽത്തറയിൽ മലർന്നു കിടന്ന് ഞാൻ കണ്ണാടിക്കരയിലെ ചങ്ങാതി മാരോടു പറയും, “ഈ നശിച്ച ജീവിതം മടുത്തു.”

അവർ ചിരിക്കും.

“ഞങ്ങൾക്കൊക്കെ ഞങ്ങടെ ജീവിതം എന്നേ മടുത്തു. നീ ഇപ്പോഴല്ലേ ശരിക്കും ജീവിതത്തിലേക്കു വന്നത്?”

അവർ ചോദിക്കും.

കണ്ണാടിക്കരയിലെ പഴയ സൗഹൃദച്ചുറ്റുകളെ കാലം അഴിച്ചെടുത്തിരുന്നു. ജീവിതത്തിന്റെ ഓരോ തിരിവുകളിൽ ഓരോരുത്തർ വേഷം മാറി അപ്രത്യക്ഷരായി. ഉത്സവപ്പറമ്പുകളിൽ ഭാര്യയുടെ കൈപിടിച്ചും മക്കളെ ഒക്കത്തേന്തിയുമൊക്കെയാണു പിന്നീട് അവരെ കണ്ടത്. പട്ടാളത്തിലേക്കു പോയ രണ്ടുപേർ ആദ്യമൊക്കെ കൃത്യമായ അവധികളിൽ നാട്ടിലെത്തുകയും ചങ്ങാത്തസന്ധ്യയുടെ നടുവിലേക്കു റമ്മിന്റെ കുപ്പി പൊട്ടിച്ചുവയ്ക്കുകയും ചെയ്തു. പക്ഷേ, വിവാഹം കഴിഞ്ഞതോടെ അവരും ചിട്ട തെറ്റിച്ചു. ഒടുവിൽ ഞങ്ങൾ മൂന്നുപേർ മാത്രമായി. അതിൽത്തന്നെ ഒരാൾ പ്ലംബിങ്ങും വയറിങ്ങും ജോലികൾ ഇല്ലാത്തപ്പോൾ മാത്രം ആൽത്തറ ത്തണുപ്പു തേടിയെത്തിയതായിരുന്നു. ഞങ്ങൾക്കുശേഷമുള്ള തലമുറ യാകട്ടെ, ഒരിക്കൽപ്പോലും സൗഹൃദത്തിന് ആൽത്തറ തേടിവന്നതേയില്ല. അവർക്കു കളിക്കാനും സൗഹൃദം പങ്കുവയ്ക്കാനും ക്രിക്കറ്റ് മൈതാന ങ്ങളുണ്ടായിരുന്നു.

വീട്ടുകാരണവരാകാനും ഉത്തരവാദിത്തങ്ങളേറ്റെടുക്കാനും ആഗ്രഹിച്ച പഴയ കാലത്തെക്കുറിച്ചു ഞാൻ പലപ്പോഴുമാലോചിച്ചു. അധികാരം കൈയിലെത്തിയപ്പോൾ പക്ഷേ, എനിക്കതു പെട്ടെന്നു ചെടിച്ചു.

“എനിക്കുവയ്യ... എത്രനാളാ ഇങ്ങനെ?”

ഞാൻ എന്നോടുതന്നെ ചോദിക്കും. ഒരുത്തരം തേടി, സത്യവാൻ പല്ലിയുടെ ചിലപ്പുതേടി പലപ്പോഴും മച്ചിൽ ഞാൻ കണ്ണെറിഞ്ഞെങ്കിലും

താഴേക്കു കൂർപ്പിച്ചനോക്കി അവിടെ അള്ളിപ്പിടിച്ചിരുന്നതല്ലാതെ അതു ശബ്ദിച്ചതേയില്ല.

ഭജനപ്പാട്ടു മടുക്കുമ്പോൾ മുറിയിലെ അസംഖ്യം പാഴ്‌വസ്തുക്കളെ ഉറക്കെച്ചിലപ്പിച്ച്, രാത്രി അച്ഛൻ കോമാളിയെപ്പോലെ എന്തിനെയോ തേടി നടക്കും. അലമാരകൾ വെറുതേ തുറന്നടയ്ക്കും. തുറന്നുവച്ച നോട്ട്ബുക്കിൽ കുത്തിക്കുറിക്കും. പ്രഭയെന്നും സുമതിയെന്നുമുള്ള ചില പേരുകൾമാത്രം അതിൽനിന്നു ഞാൻ വായിച്ചെടുത്തു. മാസത്തിലൊരിക്കൽ അമ്മയുടെ അനിയത്തിമാർ കുത്തുവാക്കുകളുടെ മൊത്തക്കച്ചവടവുമായി സന്ദർശനത്തിനെത്തും.

“ചേട്ടാ... മനസ്സിലായോ?”

ഉറക്കമാണെങ്കിൽ അച്ഛനെ കുത്തിയുണർത്തി ചോദിക്കും. അച്ഛൻ തലകുലുക്കും.

“എന്നാ പറ... ആരാ?”

ആരെന്നും എന്തെന്നും ചോദിച്ച് അച്ഛനെ സങ്കടപ്പെടുത്തരുതെന്നു പലവട്ടം ഞാൻ വിലക്കിയിട്ടും പതിവുമുടങ്ങാതെ ഈ നാടകം അരങ്ങേറി.

“പിന്നേ... ഡോക്ടർമാരങ്ങനെയൊക്കെ പറയും. ഓർക്കുന്നില്ലേൽ നമ്മള് ഓർമിപ്പിച്ചെടുക്കണം. അതാ വേണ്ടേ...”

കുഞ്ഞമ്മമാർ പറയും.

“പഴേകാര്യം മാത്രം ഓർക്കുക, ഇപ്പോഴത്തേതൊക്കെ മറന്നു പോവുക. അങ്ങനൊരസുഖമൊണ്ടോ? എനിക്കറിയാമ്മേലേ എന്റെ മടത്തിക്കാവിലമ്മേ..”

ഒരിക്കൽ അവർ പരസ്പരം രഹസ്യമായി പറയുന്നതു ഞാൻ കേട്ടു.

“പകുതി വേലയായിരിക്കുംന്നാ എനിക്കു തോന്നുന്നേ...”

മൂത്ത കുഞ്ഞമ്മ പറഞ്ഞു.

“എനിക്കും തോന്നുന്നുണ്ട്. ഒന്നുമറിയണ്ടല്ലോ...”

“അതേയതേ... കൊച്ചിന്റെ കല്യാണം നടത്താൻ അഞ്ചുറുപ്പിക കൈയിലുണ്ടാവില്ല. ഇങ്ങനങ്ങു പോയാൽ കാര്യങ്ങളെല്ലാമങ്ങു നടക്കുമല്ലോ.”

“അതുതന്നെ...”

സഹികെട്ടു ഞാൻ മുറ്റത്തേക്കു ചാടിയിറങ്ങി.

“ഇവിടുത്തെ പെങ്കൊച്ചിന്റെ കല്യാണത്തിനു നിങ്ങടെയൊന്നും മുമ്പിൽ വന്നു കൈനീട്ടില്ല. അതിനേപ്പറ്റിയോർത്തു പേടിക്കണ്ടാ.”

“ആഹാ...നീ ഒളിച്ചിരുന്നു കേൾക്കുവാരുന്നോ? കൊള്ളാമല്ലോടാ..”

“എല്ലാം കേട്ടു. രോഗിയെ കാണാനാണെന്നു പറഞ്ഞു മേലാൽ ഈ പടി ചവിട്ടരുത്.”

“കണ്ടില്ലേ... അവന്റെ അഹങ്കാരം കണ്ടില്ലേ...? ചുമ്മാതല്ല, കരിമ്പുരാടക്കാരന്റെ തലവെട്ടം കണ്ടപ്പഴേക്ക് തന്തേടെ ബോധംപോയത്. ”

“എറങ്ങ് വീട്ടീന്ന്...”

ഞാൻ അലറി. 'പ്രഭേ... തെമ്മാടിത്തരം കാണിക്കുന്നോ' എന്നലറി അമ്മ അടുക്കളയിൽനിന്ന് ഓടിയെത്തി.

"അവൻ പറയട്ടേ ചേച്ചീ... ഞാഞ്ഞൂലിനും പത്തിവയ്ക്കുന്ന കാലമല്ല്യോ? എന്തു കണ്ടിട്ടാടാ നീ നെഗളിക്കുന്നേ? "

കുഞ്ഞമ്മമാർ പടിയിറങ്ങിയപ്പോൾ അമ്മ എന്നെ ശപിച്ചു:

"നാശം പിടിച്ചവൻ.... അവരേം പിണക്കി. പെണ്ണൊരുത്തി പുര നെറഞ്ഞു നിൽപ്പൊണ്ടകത്ത്. വല്ലോരടേം കൈയും കാലുംപിടിച്ചുവേണം അവൾക്കിത്തിരി പൊന്നും പണ്ടോമൊണ്ടാക്കാൻ. നിന്റച്ഛൻ ഒന്നും സമ്പാദിച്ചുവച്ചിട്ടില്ല. നീയും ധൂർത്തടിച്ചിട്ടേയുള്ളൂ... കൊണം പിടിക്കാത്തവൻ...."

അമ്മയോടു വഴക്കിനു നിൽക്കാതെ ഞാൻ അച്ഛന്റെ മുറിയിലേക്കു മടങ്ങി.

കുഞ്ഞമ്മമാർ പിണങ്ങിപ്പോയിട്ടും ഇടയ്ക്കിടെ അവരുടെ ഭർത്താക്കന്മാർ വഴിപാടുപോലെ അച്ഛനെ തേടിവന്നു. മദ്യലഹരിയിൽ കാലുറയ്ക്കാതെയാവും ഇളയ ചിറ്റപ്പൻ വരുന്നത്. വന്നാൽ ശ്രീകൃഷ്ണന്റെ കാൽച്ചുവട്ടിൽ അർജുനനെന്നപോലെ അച്ഛന്റെ കിടക്കയുടെ ചോട്ടിൽ ഇരുകൈകളും നെഞ്ചത്തുകെട്ടി ആടിയുലഞ്ഞ് കണ്ണടച്ച് ഒരേ നിൽപു നിൽക്കും. പോകുമ്പോൾ കാലുതൊട്ടുതൊഴും.

അൽസ്ഹൈമേഴ്സ് രോഗത്തെപ്പറ്റി പുതിയ പത്രക്കുറിപ്പുകൾ വല്ലതും ലഭിക്കുമ്പോഴേ മൂത്ത ചിറ്റപ്പൻ വരാറുള്ളൂ. വന്നാലുടൻ അത് എന്റെ കൈയിലേക്കു വലിച്ചെറിയും.

"വായിച്ചുനോക്ക്... വിശദമായി വായിച്ചുനോക്ക്..."

മനഃപൂർവം വരുത്തിവച്ച രോഗമാണെന്ന മട്ടിൽ കൂർത്ത നോട്ടം നോക്കി, ഉറക്കെ കാർക്കിച്ചുതുപ്പി, നിമിഷങ്ങൾക്കകം അയാൾ അരങ്ങൊഴിയും.

കോളേജ് ഹോസ്റ്റലടച്ച് റാണിച്ചേച്ചി വരുമ്പോൾ മാത്രമായിരുന്നു എനിക്കു തെല്ലാശ്വാസം. അച്ഛനു രാത്രിമുഴുവൻ കൂട്ടിരിക്കാൻ അവൾ തയ്യാറായിരുന്നെങ്കിലും ഞാൻ സമ്മതിച്ചില്ല. ഉടുതുണിപോലും ദേഹത്തുണ്ടെന്നു ശ്രദ്ധിക്കാത്ത അച്ഛനെ പരിചരിക്കാൻ ഒരു പെണ്ണിനു പ്രയാസമാണെന്ന് എനിക്കറിയാമായിരുന്നു. പോകുമ്പോൾ അവൾ രഹസ്യമായി എനിക്ക് ഏതാനും നോട്ടുകൾ സമ്മാനിക്കും.

"ഇതെവിടുന്നാ?"

"ഹോസ്റ്റൽഫീസീന്നു മിച്ചം പിടിക്കുന്നതാ."

"വേണ്ട. നീ വച്ചോ."

എന്റെ കണ്ണുനിറയും.

"കുഴപ്പമില്ലെടാ. ക്ലാസു കഴിഞ്ഞാൽ ആഴ്ചയിൽ രണ്ടുദിവസം വൈകുന്നേരം ഒരു കടയിൽ കണക്കെഴുതാൻ പോകുന്നുണ്ട്. നാലു

കുട്ടികൾക്കു ട്യൂഷനെടുക്കുന്നുമുണ്ട്. പിഎസ്‌സി ടെസ്റ്റ് കിട്ടിയാൽ ഞാൻ രക്ഷപ്പെട്ടു."

"കിട്ടുമോ?"

"കിട്ടണം. കിട്ടും."

റാണിച്ചേച്ചി എന്റെ വയറ്റത്തു കുത്തി. അവൾ പെട്ടെന്നു മുതിർന്നതു പോലെ എനിക്കു തോന്നി.

"പുതിയ ലൈനൊന്നുമില്ലേടീ നിനക്ക്?"

ഞാൻ പതിയെ ചോദിച്ചു.

"ഹേയ്..."

നിരുന്മേഷത്തോടെ അവൾ തലവെട്ടിച്ചു.ഞാനവളെ അവിശ്വാസത്തോടെ നോക്കി.

"സത്യമാടാ. "

അവളെന്റെ കൈയിൽ തൊട്ടു. പിന്നെ, അന്നുവരെ ഞാൻ കണ്ടിട്ടില്ലാത്ത നിരാസക്തിയുടെ ചിരി ചിരിച്ചു.

ജീവിതത്തിലാദ്യമായി ഞാൻ അച്ഛനെ തല്ലി.

അച്ഛൻ മരിക്കുന്നതിനു രണ്ടുമാസം മുമ്പായിരുന്നു അത്.

കൃഷ്ണനന്റമ്പലത്തിലെ ഉൽസവത്തിനു തലേന്ന് അച്ഛന്റെ വിലക്കു മറികടന്ന് ഞാൻ തെക്കേ മുറി മുഴുവൻ അടിച്ചുവാരി പാഴ്‌വസ്തുക്കളപ്പാടെ പുറത്തു തട്ടി. കിടക്കയുടെ കീഴിലൊളിച്ച അരണയുടെ വാലു കണ്ടു പാമ്പെന്നു തെറ്റിദ്ധരിച്ച് അമ്മ അലമുറയിട്ടതിനെത്തുടർന്നായിരുന്നു അത്. അച്ഛനെ ശ്രീധരൻമാഷ് അനുനയത്തിൽ കൂട്ടിക്കൊണ്ടുപോയ തക്കത്തിനായിരുന്നു ശുചീകരണം. മടങ്ങിവന്ന അച്ഛൻ, ശൂന്യമായ അലമാരയിലേക്കും നിലത്തേക്കും നോക്കി വിതുമ്പി.

"എല്ലാം ഞാൻ തൂത്തുവാരിക്കളഞ്ഞു."

"എവിടെ?"

കളിപ്പാട്ടം നഷ്ടപ്പെട്ട കുട്ടിയെപ്പോലെ അച്ഛൻ അസ്വസ്ഥനായി.

"പൊന്നച്ഛാ, ഇനി ഈ മുറിയിൽ കല്ലും കുപ്പിച്ചില്ലും കൊണ്ടുവയ്ക്കരുത്. കേട്ടോ?"

ഞാൻ കൈകൂപ്പി അച്ഛനോടപേക്ഷിച്ചു. അച്ഛൻ തലകുലുക്കി. പക്ഷേ, മൂത്രമൊഴിക്കാൻ പുറത്തുപോയ ആദ്യത്തെ അവസരത്തിൽ രണ്ടു വെള്ളാരങ്കല്ലുകളും നീലയും ചുവപ്പും നിറങ്ങൾ ഇഴചേർന്ന ഇലക്ട്രിക് വയറിന്റെ തുണ്ടുമായാണ് അച്ഛൻ മടങ്ങിയെത്തിയത്. അലമാരയിലേക്ക് നിക്ഷേപിക്കുന്നതിനുമുമ്പേ ഞാനതു ബലമായി പിടിച്ചെടുത്തു മുറ്റത്തേക്കെറിഞ്ഞു.

'അയ്യോ' എന്നു കരഞ്ഞ് അച്ഛൻ അതിനുപിന്നാലെ ഓടി നിരാശനായി മടങ്ങി. അന്നുമുഴുവൻ അച്ഛൻ നിശ്ശബ്ദനായിരുന്നു. കൊച്ചുകുട്ടികളെ

പ്പോലെ മുഖം വീർപ്പിച്ചു കിടക്കയിൽ തിരിഞ്ഞും മറിഞ്ഞും കിടന്നു. എനിക്കു പാവം തോന്നി. മുറ്റംമുഴുവൻ പരതി ഞാനവ വീണ്ടെടുത്ത് അച്ഛനു സമ്മാനിച്ചു. അച്ഛൻ ഇലക്ട്രിക് വയറിന്റെ തുണ്ടുമാത്രം എന്റെ കൈയിൽനിന്നു പിടിച്ചെടുത്തു പുതപ്പിനു കീഴിൽ വച്ചു. വെള്ളാരങ്കല്ലുകളെ അവഗണിച്ചു.

"ഇലക്ട്രിക് വയറിനു ന്യൂട്രലും ഫേസുമുണ്ട്. അറിയാമോ?"

രാത്രി ഏറെ വൈകിയും ഇലക്ട്രിക് വയർ തിരിച്ചും മറിച്ചും പരിശോധിച്ചുകൊണ്ടിരുന്ന അച്ഛൻ ഇടയ്ക്കു പറഞ്ഞു.

"ന്യൂട്രലും ഫെയ്സും കൂട്ടിമുട്ടിച്ചാൽ ഠീം... കറന്റുപോകും... കാണണോ?"

കട്ടിലിനപ്പുറത്തു ചുവരിലെ പ്ലഗ്ഗിലേക്കു നോക്കി അച്ഛൻ ചോദിച്ചു.

"വേണ്ട."

ഞാൻ ചിരിച്ചു. രണ്ടടിയോളം നീളം വരുന്ന ഇലക്ട്രിക് വയർ കൈത്തണ്ടയിൽ വളയായി ചുറ്റിയും അഴിച്ചും അച്ഛൻ ഏറെ നേരമിരുന്നു. പിന്നീടെപ്പോഴും ആ നീലച്ചുവപ്പൻ വള അച്ഛന്റെ കൈത്തണ്ടയിലുണ്ടായിരുന്നു.

"എന്താച്ഛാ ഇത്?"

റാണിച്ചേച്ചി അവധിക്കുവന്നപ്പോൾ ചോദിച്ചു.

"ന്യൂട്രലും ഫെയ്സും"

അച്ഛൻ പറഞ്ഞു.

"എന്നു വച്ചാ..."

"ഭൂതോം ഭാവീം..."

ഞാൻ പൂരിപ്പിച്ചു.

റാണിച്ചേച്ചി ചിരിച്ചു. റാണിച്ചേച്ചിയെ ഒരു ചെക്കൻ കണ്ടുപോയ ദിവസമായിരുന്നു അത്. മഹാദേവൻ ചേട്ടൻ പറഞ്ഞുറപ്പിച്ച വിവാഹാലോചനയായിരുന്നു അത്. നഗരത്തിൽ എൽഡി ക്ലാർക്കായി ജോലി ചെയ്യുന്ന അയാൾ എന്തുകൊണ്ടും റാണിച്ചേച്ചിക്കിണങ്ങുന്നതായിരുന്നു.

"നിന്റെ ചെറുക്കനെങ്ങനെയുണ്ട്?"

അച്ഛൻ ചോദിച്ചു.

"കൊള്ളാം."

"ഇഷ്ടപ്പെട്ടോ?"

"ഉം."

റാണിച്ചേച്ചി കള്ളച്ചിരി ചിരിച്ചു.

രാത്രി കിടക്കുമ്പോൾ അച്ഛൻ എന്നോടു ചോദിച്ചു, "റാണീടെ കല്യാണം നടക്കുമോ?"

ഞാൻ അദ്ഭുതത്തോടെ അച്ഛനെ നോക്കി.

"ചിലപ്പോൾ നടന്നേക്കും."

അച്ഛൻ നീട്ടിമൂളി കിടക്കയിലേക്കു ചരിഞ്ഞു.

പക്ഷേ, ഒരാഴ്ച കഴിഞ്ഞ് മഹാദേവൻ ചേട്ടൻ ഫോൺ ചെയ്തറിയിച്ചു:

"പ്രഭേ, അതു നടക്കില്ല."

"എന്താ പ്രശ്നം..."

"പ്രശ്നം അച്ഛൻ തന്നെ."

"അച്ഛനോ?"

"അതേ. വയ്യാതെ കിടക്കുന്നൊരച്ഛനുള്ള വീടുമായി ബന്ധം പറ്റില്ലെന്ന് അവരു പറേന്നു."

"പോകാൻ പറ ചേട്ടാ."

ഞാൻ അമർഷത്തോടെ പറഞ്ഞു.

"എന്നാലും ഇതൊരു നല്ല ബന്ധമായിരുന്നു."

മഹാദേവൻ ചേട്ടൻ സങ്കടപ്പെട്ടു.

അന്നു രാത്രിയിലും കിടക്ക വിരിക്കുമ്പോൾ അച്ഛൻ ചോദിച്ചു:

"റാണീടെ കല്യാണം നടക്കുമോ?"

ഞാനൊന്നും മിണ്ടിയില്ല. അച്ഛൻ ചോദ്യമാവർത്തിച്ചു.

"ഇല്ല. നടക്കത്തില്ല."

അച്ഛന്റെ കഞ്ഞിപ്പാത്രമെടുക്കാൻ വന്ന അമ്മ പരുഷമായി ചോദിച്ചു.

"എന്താ നടക്കാത്തേ?"

"വീടിന്റകത്തു തൂറിവയ്ക്കുന്നവരൊള്ളടത്തേക്ക് അവരു ചെക്കനെ തരത്തില്ലെന്ന്. അസുഖമൊള്ളവരുടെ പെണ്ണിനെ വേണ്ടെന്ന്."

"അമ്മേ... മിണ്ടാതെ പോ..."

ഞാനലറി.

"എന്താടാ സത്യമല്ലേ... നീയെന്തിനാ എന്നോടു ചാടിക്കടിക്കുന്നേ?"

അമ്മ ചീറി.

"ആർക്കാ അസുഖം?"

അച്ഛൻ മൃദുവായി ചോദിച്ചു.

ഉത്തരം പറയാതെ ഞാൻ വിളക്കണച്ചു. രാത്രി നാഴികമണിയുടെ മുഴക്കം എന്നെ വിളിച്ചുണർത്തിയതു ചുവരോരം ചേർന്നു നിൽക്കുന്ന അച്ഛനിലേക്കാണ്. അരണ്ട വെളിച്ചത്തിൽ ഞാൻ കണ്ണുകളെ കൂർപ്പിച്ചെടുക്കുമ്പോൾ കണ്ടു, ഇലക്ട്രിക് വയർ പ്ലഗിന്റെ സുഷിരങ്ങളിലേക്ക് തിരുകിക്കയറ്റുന്ന അച്ഛനെ. 'അച്ഛാ' എന്ന് അലറി വിളിച്ച് ചാടിയെഴുന്നേറ്റ ഞാൻ കൈവീശി. അച്ഛന്റെ കഴുത്തിലാണ് എന്റെ കൈ പതിഞ്ഞത്. വയർ തെറിച്ചു കട്ടിലിനുകീഴിലേക്കു വീണു.

"എന്താ ഈ കാട്ടുന്നേ? ഷോക്കടിച്ചു ചാവാനാണോ ഉദ്ദേശം?"

ഞാൻ ചോദിച്ചു.

"ന്യൂട്രൽ... ഫെയ്സ്..."

അച്ഛൻ പിറുപിറുത്തു.

"മനഃസമാധാനം തരരുത്... അത്രേയുള്ളൂ കാര്യം... എനിക്കറിയാം."

കിടക്കയുടെ താഴെ പാമ്പുപോലെ പിണഞ്ഞുകിടന്ന ഇലക്ട്രിക് വയറെടുത്ത് ഞാൻ ജനാലയിലൂടെ പുറത്തേക്കെറിയുമ്പോൾ അച്ഛൻ നിശ്ശബ്ദനായി കിടക്കയിലിരുന്നു കൺകോണിലെ നനവു പുതപ്പിന്റെ തുമ്പുകൊണ്ടു തുടച്ചു. രാത്രിയുടെ കണ്ണീർപോലെ നിലാവ് മുറിയിലേക്കിറ്റി.

ഏപ്രിൽ മാത്രമല്ല, നവംബറും ക്രൂരമായ മാസം തന്നെയാണ്.

എന്റെ നെഞ്ചിലേക്കു തീ കോരിയിട്ട മാസം.

എന്നെ നീറ്റിയുരുക്കിയ മാസം.

നവംബർ പതിനൊന്നിന് ഉച്ചയ്ക്ക് ഒന്നരയ്ക്കാണ് കൃത്യമായി ഞാൻ ഞാനല്ലാതായത്. എനിക്ക് എന്നെ നഷ്ടപ്പെട്ടത്.

അന്നായിരുന്നു എത്രയോ വർഷങ്ങൾക്കുശേഷം ഞാൻ ചന്ദ്രമോഹനെ കണ്ടത്.

സൂര്യഗ്രഹണത്തിന്റെ കറുത്ത ഇരുട്ട് എന്നെ ചൂഴ്ന്നത്.

അന്നുതന്നെയായിരുന്നു അച്ഛൻ മുറിയിൽ തലയടിച്ചുവീണത്.

അന്നുമുതലായിരുന്നു, എനിക്ക് ഉറക്കം നഷ്ടപ്പെട്ടതും.

അന്ന് ഉച്ചവരെയും സാധാരണപോലെതന്നെയായിരുന്നു. വീട്ടിൽനിന്നു കോളേജിലെത്തുന്നതുവരെയും അതങ്ങനെതന്നെ തുടർന്നു. ഉച്ചയ്ക്ക് ബിരുദക്ലാസിലെ ഒരു സുഹൃത്തിന്റെ സഹോദരന്റെ വിവാഹത്തിനായി ഞങ്ങൾ ക്ലാസ് കട്ട് ചെയ്തു നാലുകിലോമീറ്ററകലെയുള്ള ക്രിസ്ത്യൻ പള്ളിയിൽ പോയി. പള്ളിക്കുള്ളിലെ വിവാഹച്ചടങ്ങുകൾ തീരുന്നതുകാത്ത് പുറത്തെ പുൽപ്പരപ്പിൽ കൂടിനിന്നു സിഗരറ്റ് പുകച്ചുനിൽക്കുന്നതിനിടയിലാണ് ബലിഷ്ഠമായ ഒരു കൈ പിന്നിൽനിന്നെന്റെ കണ്ണുപൊത്തിയത്.

"ഗസ് ഹൂ..."

പരുപരുത്തൊരു ശബ്ദം കടംകഥയെറിഞ്ഞു.

കണ്ണുപൊത്തിക്കളിക്കാൻ പറ്റിയൊരു സൗഹൃദം അക്കാലത്ത് എനിക്കില്ലായിരുന്നതിനാൽ ഉത്തരം കിട്ടാതെ ഞാൻ സുല്ലിട്ടു. സുഗന്ധം മണക്കുന്ന കൈവിരലുകൾ കണ്ണിനുമുന്നിൽനിന്ന് അടർന്നുമാറിയപ്പോൾ ഞാൻ കണ്ടു-ചന്ദ്രമോഹൻ.

എന്റെ ശത്രു.. ചാരൻ.... എന്നെക്കൊണ്ടു ചുടുചോറു വാരിപ്പിച്ചവൻ...

"നീയിവിടെ?"

"എടാ, എന്റെ കൊളീഗിന്റെ കല്യാണമാണിത്."

"നീ രഹസ്യമായിട്ടു കല്യാണം കഴിച്ചതൊക്കെ ഞാനറിഞ്ഞു. വന്നിട്ടുണ്ടോ കക്ഷി?"

"ഉണ്ട്. പരിചയപ്പെടുത്താം."

"നീയിപ്പോ?"

" വിശാഖപട്ടണത്ത്."

"എത്രനാളായി നീ വീട്ടിലേക്കു വന്നിട്ട്..."

"വന്നിട്ടെന്തിനാ? പഞ്ചതന്ത്രവുമായി ചേരില്ല."

ശ്രീധരൻമാഷിനെ മകൻതന്നെ 'പഞ്ചതന്ത്ര'മെന്നു വിളിച്ചതിന്റെ ചമൽക്കാരം ഉള്ളിൽ നുരപ്പിച്ച ചിരി മറച്ചുപിടിച്ച് ഞാൻ ചോദിച്ചു:

"എന്താ മാഷിന്റെ പ്രശ്നം?"

"വയസ്സുകാലമാവുമ്പോ ഓരോരോ മൂശേട്ട. അല്ലാതെന്ത്?"

"എന്നാലും ഇവിടെ വരെവന്നിട്ട്..."

അവൻ മുഖം കുനിച്ചു.

അച്ഛനും മകനുമായുള്ള പോരിനെപ്പറ്റി ഇടയ്ക്ക് സുലോചനച്ചേച്ചി അമ്മയോട് അടുക്കളത്തിണ്ണയിൽ അടക്കം പറഞ്ഞതിന്റെ പൊട്ടും പൊടിയും ഞാൻ ശേഖരിച്ചിരുന്നു. ഞാനവനെ കണ്ണിമയ്ക്കാതെ നോക്കി. ആറടിനീളത്തിൽ കാലം അവനെ പരുവപ്പെടുത്തിയെടുത്തിരിക്കുന്നു. വിരിഞ്ഞ നെഞ്ചിൽനിന്നു ചിറകുകൾ പോലെ, ബലിഷ്ഠമായ കൈകൾ എന്നെ ഒരിക്കൽക്കൂടി കെട്ടിമുറുക്കി.

"പറ... നിന്റെ വിശേഷം പറ..."

നാവിൻതുമ്പുകൊണ്ടു ചുണ്ടുനനച്ച്, അവൻ എന്നെ കുറച്ചപ്പുറത്തേക്കു നീക്കിനിർത്തുമ്പോൾ കണ്ണാടിക്കരയിലെ പുഴക്കടവിൽ പൊത്തിൽനിന്നു തലനീട്ടുന്ന കരിമൂർഖനെ എനിക്ക് ഓർമവന്നു..

"എന്തുവിശേഷം?"

പൂമുഖത്തിരുന്ന് പാഠപുസ്തകം നീട്ടിവായിച്ച് അമ്പാഴത്തേലെ മുറ്റത്തേക്ക് ഒളിച്ചുനോക്കുന്ന ചന്ദ്രമോഹന്റെ കുറുനരിക്കണ്ണുകൾ എന്റെ ഓർമയിൽ തിളങ്ങി.

"നീ വാ.."

അവൻ എന്റെ കൈ പിടിച്ച്, പള്ളിവരാന്തയുടെ മറുവശത്തേക്കു നടന്നു. കുന്തിരിക്കപ്പുകയ്ക്കൊപ്പം പുറത്തേക്കൊഴുകിവരുന്ന പ്രാർഥനയുടെ ശീലുകൾ മുറിച്ചു ഞങ്ങൾ നടന്നുചെന്നത് വട്ടംകൂടിനിന്നു വർത്തമാനം പറയുന്ന പെൺസംഘത്തിനു പിന്നിലേക്കായിരുന്നു.

"സീ... ആ നിൽക്കുന്നതിൽ വലത്തുവശത്തുനിന്നു രണ്ടാമത്തെ ആൾ... അതാണു കക്ഷി..."

ഇളം മഞ്ഞച്ചുരിദാറും കടും ചുവപ്പു ഷാളുമണിഞ്ഞ അവളെ, ഭർത്താവിനു മാത്രം അനുവദിച്ച സ്വാതന്ത്ര്യം ആഘോഷിച്ചു തൊട്ടു പിന്നിൽച്ചെന്നുനിന്ന് അവൻ കൈതട്ടിവിളിച്ചു.

“ദേ... ഞാൻ പറയാറില്ലേ, എന്റെ ഫ്രണ്ട്, പ്രഭ...”

അവൾ തലതിരിച്ചു.

ഒരു നിമിഷം... ഒരൊറ്റനിമിഷം...

എന്റെ ആകാശത്തേക്കൊരു കറുത്തസൂര്യൻ ആളിക്കത്തിക്കയറി...

നാലുദിക്കുകളിൽനിന്നും ആകാശം പൊടിഞ്ഞു ചാമ്പലായി താഴേക്കു പൊഴിഞ്ഞു.

അടിവേരുകളെ അറുത്തെറിഞ്ഞ്, കാൽക്കീഴിൽ, മണ്ണിനടിയിലൂടൊരു പെരുമ്പാമ്പിഴഞ്ഞു.

“ഇതു സ്വാതി... പ്രഭേ. ഇതു സ്വാതി... മൈ സ്വീറ്റ് ബെറ്റർ ഹാഫ്...”

അവളെന്നെ തുറിച്ചുനോക്കി. ലോകത്തെ ഏറ്റവും മനോഹരമായ, ആ ചിരി പാതിവഴിയിൽ നിലച്ചു.

ചന്ദ്രമോഹൻ അലറിച്ചിരിച്ചു.

വിജയിയുടെ ചിരി. ചാരന്റെ ചിരി

ഒരിക്കൽക്കൂടി അവൻ എന്നെ തോൽപ്പിച്ചിരിക്കുന്നു.

തിളങ്ങുന്നൊരു മൂക്കുത്തിയും ചോരച്ചുവപ്പുള്ള പൊട്ടും പാതിവറ്റിയ ചിരിയുമല്ലാതെ പിന്നൊന്നും ഞാൻ കണ്ടില്ല, കേട്ടില്ല, അറിഞ്ഞില്ല.

സമനില വീണ്ടെടുക്കുമ്പോൾ ഞാൻ കോളേജിനടുത്തുള്ള മദ്യ ഷാപ്പിലായിരുന്നു.

“പ്രഭേ... മതി... ഇനി വേണ്ട.”

കൂട്ടുകാരുടെ വിലക്കിന്റെ കൈകൾ തട്ടിയെറിഞ്ഞ് ഞാൻ വീണ്ടും ചില്ലുപാത്രം ചുണ്ടോടു ചേർത്തു.

“ഇതെന്തൊരു കുടിയാ? നീയിനിയെങ്ങനെ വീട്ടിൽപ്പോകും? എന്താ നിനക്കുപറ്റിയത്? എന്തിനാ നീ ഒരുപിടിച്ചോറുപോലുമുണ്ണാതെ പള്ളീന്നു മുങ്ങിയത്?”

ചോദ്യങ്ങൾ എന്നെ മുറിവേൽപ്പിച്ചുമടുത്തു. മറുപടിപറയാൻ എനിക്കറിയില്ലായിരുന്നു. ഞാൻ കുടിച്ചുകൊണ്ടേയിരുന്നു. സ്കൂട്ടറിൽ എന്നെ നടുക്കിരുത്തി രണ്ടു ചങ്ങാതിമാർ വീട്ടുപടിക്കൽ കൊണ്ടാക്കി ആരുമറിയാതെ മടങ്ങി. പാതിശേഷിക്കുന്ന കുപ്പി നെഞ്ചത്തു ചേർത്തുപിടിച്ച്, ആടുന്ന കാലുകളുമായി ഞാൻ കറുത്ത മണ്ണിനുമേലേ ചവിട്ടിക്കുലുങ്ങി നടന്നു. എവിടെയും കറുപ്പ്. പകലിനു കറുപ്പ്... ഇലകൾക്കു കറുപ്പ്.. പൂക്കൾക്കു കറുപ്പ്... ഈശ്വരാ... എന്റെ കറുത്ത ജീവിതം... ലോകത്തോടു മുഴുവൻ എനിക്ക് അമർഷം തോന്നി. എന്റെ വൃത്തികെട്ട ജീവിതത്തോടു പുച്ഛംതോന്നി.

ചെന്നപാടേ, ഞാൻ തെക്കേ മുറിയിൽ കയറി കിടക്കയിൽ വീണു. രണ്ടുദിവസമായി നിർത്തിവച്ച ഭജനപ്പാട്ടുമായി അച്ഛൻ എന്നെ അലോസരപ്പെടുത്തി.

"മൂഷികവാഹനനേ... ഗണേശാ മൂഷികവാഹനനേ..."

"ഒന്നുമിണ്ടാതിരിക്കുന്നുണ്ടോ?"

ഞാനലറി. അച്ഛൻ നിശ്ശബ്ദനായി.

നാവികസേനയിലെ ജോലി... ആറടിയുടലിന്റെ ഗാംഭീര്യം... ചന്ദ്രമോഹന് എല്ലാം നേടിക്കൊടുത്തത് അവന്റെ ജീവിതമാണ്.

എനിക്കെന്തുണ്ട്? പിച്ചുംപേയും പറയുന്നൊരച്ഛൻ... കീറിയ കടലാസുപോലൊരു ജീവിതം...

അച്ഛൻ വീണ്ടും ഭജനപാടാൻ തുടങ്ങിയപ്പോൾ. ഞാൻ ചുണ്ടിനുകുറുകെ വിരൽവച്ച് കർശനമായി വിലക്കി.

"മിണ്ടരുത്... ഇന്നീ മുറിയിൽ ശബ്ദിക്കരുത്... കേട്ടല്ലോ?"

അച്ഛൻ കുഞ്ഞുങ്ങളെപ്പോലെ തലയാട്ടി. അത്താഴം കഴിക്കാതെ, കുപ്പായംപോലും മാറാതെ ഉറങ്ങാൻ കിടക്കുന്ന എന്നെ പുലയാട്ടുനടത്തി ഇടയ്ക്ക് അമ്മ വന്നുപോയതും അച്ഛൻ കഞ്ഞിപ്പാത്രം താഴെയിട്ടു പൊട്ടിച്ചതും ശാപവാക്കുകളോടെ അമ്മ മുറി തൂത്തുതുടയ്ക്കുന്നതുമൊക്കെ ഞാൻ പാതി ബോധത്തിലറിഞ്ഞു.

"നിനക്ക് അത്താഴം വേണോ? അതോ കഞ്ഞീൽ വെള്ളമൊഴിക്കണോ... വേഗം പറ..."

അമ്മ വാതിൽക്കൽ വന്നു കലമ്പി.

"നീ പിന്നേം കുടി തൊടങ്ങിയല്ലേ? എന്റെ മടത്തിക്കാവിലമ്മേ... എന്തുകണ്ടിട്ടാടാ കുരുത്തം കെട്ടവനേ... സുമിത്രയിങ്ങുവരട്ടെ, ഞാൻ പറയുന്നുണ്ട്..."

അമ്മ അടുക്കളയിലേക്കു തിരിച്ചുനടന്നു. അടുക്കളമുറ്റത്തു പാത്രങ്ങൾ കലമ്പുന്നതും പാത്രം കഴുകിയവെള്ളം വാഴച്ചോട്ടിലേക്കു കുത്തി വീഴുന്നതും പിന്നെ വാതിലിന്റെ ഓടാമ്പൽ കരയുന്നതും ഞാൻ നിശ്ശബ്ദം കേട്ടുകിടന്നു. കറുത്തവാവു പ്രസവിച്ച കട്ടപിടിച്ച ഇരുട്ടു മുറിക്കുള്ളിലേക്ക് ഒഴുകിയെത്തി. ഞാൻ ഒരു ബീഡിക്കു തീകൊളുത്തി. അച്ഛന്റെ മുന്നിൽ വച്ച് ആദ്യമായാണ്. മുറിയിലൂടെ പുക വട്ടം തിരിഞ്ഞപ്പോൾ അച്ഛനൊന്നു ചുമച്ചു. ഞാൻ ഒട്ടും മടിക്കാതെ വിളക്കുതെളിച്ചു.

"വേണോ?"

ഞാൻ ബീഡിയും തീപ്പെട്ടിയും അച്ഛനു നീട്ടി. ചിരിയോടെ അച്ഛൻ അതേറ്റുവാങ്ങി. അസുഖം വന്നശേഷം അച്ഛൻ പുകവലി നിർത്തിവച്ചിരിക്കയായിരുന്നു. തീകൊളുത്താൻ രണ്ടുതവണ ശ്രമിച്ചിട്ടും അച്ഛൻ പരാജയപ്പെട്ടപ്പോൾ ഞാൻ എന്റെ ബീഡി ആഞ്ഞുവലിച്ച് പുകയുന്ന തീക്കണ്ണ് അച്ഛനു നീട്ടി. അച്ഛൻ കൊതിയോടെ അതുവാങ്ങി വലിച്ചു.

"ഇതെന്തൊരു ജീവിതമാച്ഛാ... മടുത്തു."

ഞാൻ പറഞ്ഞു.

"ഞാനും."

അച്ഛൻ ചിരി കടമെടുത്തു.

"ചത്താലോന്നു വിചാരിക്കുവാ."

"ഞാനും."

ഇപ്പോൾ ചിരിച്ചതു ഞാനായിരുന്നു.

"സത്യമായിട്ടും?"

ഞാൻ ചോദിച്ചു.

"ഉം."

അച്ഛൻ തലകുലുക്കി.

കിടക്കയുടെ കീഴിൽ, പാതിബോധത്തിലും ഭദ്രമായി കൊണ്ടുവച്ച മദ്യക്കുപ്പിയുടെ കഴുത്തിനു പിടിച്ചു ഞാൻ പുറത്തേക്കെടുത്തു. ഒരു കവിൾ കുടിച്ചു ഞാൻ അച്ഛനോടു ചോദിച്ചു.

"വേണോ?"

"ഉംഉം."

"അതെന്താ?"

"വേണ്ട."

"കുടിച്ചിട്ടില്ലേ ഇതുവരെ?"

"ഉംഉം."

"എന്നാ കുടി. ധൈര്യമായിട്ടുകുടി. നല്ല രസമാ..."

ജീവിതത്തിലിന്നുവരെ മദ്യപിച്ചിട്ടില്ലാത്ത അച്ഛനെ കള്ളുകുടിപ്പിക്കുന്നതിന്റെ ചാരിതാർഥ്യത്തോടെ ഞാൻ കുപ്പി അച്ഛനു നീട്ടി.

"കുടിച്ചോ. സോഡാ മിക്സ് ചെയ്തതാ."

അച്ഛൻ ഒറ്റവലിക്ക് ഒരുകവിൾ കുടിച്ച് മുഖം ചുളിച്ചു.

"ഭയങ്കര മധുരം."

"മധുരമല്ല. കയ്പ്... ചവർപ്പ്," ഞാൻ തിരുത്തി. "ഒന്നൂടെ പിടിച്ചോ..."

ഞാൻ പ്രോത്സാഹിപ്പിച്ചു. അച്ഛൻ വീണ്ടും വായിലേക്കു കുപ്പി ചരിച്ചു.

"നമ്മടെ സുമതിയെങ്ങനാ മരിച്ചേ?"

പെട്ടെന്ന് അച്ഛൻ ചോദിച്ചു.

"ആറ്റിച്ചാടി."

"എന്തിനാ?"

"അവടഹങ്കാരം."

ഞാൻ കുപ്പി വാങ്ങി വായിലേക്കു ചരിച്ച് ഒരുകവിൾ കൂടിയിറക്കി, കെട്ടുപോയ ബീഡിക്കു തീ കൊളുത്തി.

"ഇപ്പോ എന്താ സുമതിച്ചേച്ചീടെ കാര്യം ചോദിച്ചേ?"

"ചുമ്മാ."

അച്ഛൻ താടി തടവി.

"ഒരുവിധത്തിലാലോചിച്ചാൽ ഇങ്ങനെ ജീവിക്കുന്നതിലും നല്ലതു ചാവുന്നതാ. ജീവിക്കുവാന്നേൽ അന്തസ്സായി ജീവിക്കണം. "

ഞാൻ പറഞ്ഞു. അച്ഛൻ മൂളി.

"ഇപ്പോ അച്ഛന്റെ കാര്യം തന്നെയെടുക്ക്. എല്ലാവർക്കും ഒരു ഭാരമല്ല്യോ? എത്രയും നേരത്തേ ചത്തുകിട്ടണേന്നാരിക്കും അമ്മ പോലും പ്രാർത്ഥിക്കുന്നേ... ശരിക്കും ഒരു കോമാളിയെപ്പോലായി അച്ഛൻ. "

അച്ഛൻ വിഷാദത്തോടെ ചിരിച്ചു.

എനിക്കു മൂത്രമൊഴിക്കാൻ മുട്ടി. ഞാൻ കിടക്കയിലൂടെ നിരങ്ങിയെഴുന്നേറ്റു മുറ്റത്തിറങ്ങുമ്പോൾ ഉമ്മറപ്പടിക്കുതാഴെ കാലിൽ എന്തോ കുരുങ്ങി. അച്ഛന്റെ ഇലക്ട്രിക് വയർ.

"പറമ്പിലേക്കു വലിച്ചെറിഞ്ഞതു പിന്നേം അച്ഛൻ തപ്പിയെടുത്തോണ്ടു വന്നോ?"

ഞാൻ ചോദിച്ചു. അച്ഛൻ കുറ്റബോധത്തോടെ തലകുനിച്ചു. അതു കണ്ട് എനിക്കു പാവം തോന്നി.

"വേണോ? ഇന്നാ വച്ചോ... ചുമ്മാതിരുന്നു ന്യൂട്രലും ഫെയ്സും കളിക്ക്."

ചിരിച്ചുകൊണ്ടു ഞാൻ വയർ അച്ഛനു നേരേ എറിഞ്ഞുകൊടുത്തു.

പുറത്തു ചാമ്പച്ചോട്ടിൽനിന്നു നീട്ടി മൂത്രമൊഴിക്കുമ്പോൾ എന്റെയാത്മാവിനെ വീണ്ടും ചന്ദ്രമോഹന്റെ ആറടിയുടൽ കെട്ടിവരിഞ്ഞു മുറുക്കി.

"പോടാ പുല്ലേ..."

ബാക്കിയുണ്ടായിരുന്നതു വലിച്ചുകുടിച്ച് കുപ്പി ചാമ്പച്ചോട്ടിലേക്കെറിയുമ്പോഴാണു തെക്കേ മുറിയിൽ എന്തോ തട്ടിമറിയുന്ന ശബ്ദം കേട്ടത്. 'അച്ഛാ' എന്നു രണ്ടുതവണ നീട്ടിവിളിച്ചെങ്കിലും മറുപടിയുണ്ടായില്ല. കള്ളുകുടിച്ചു പൂസായി അച്ഛൻ ബോധംകെട്ടുറങ്ങിക്കാണുമെന്നോർത്തു ഞാൻ ഉള്ളിൽച്ചിരിച്ചു. തെക്കേത്തിണ്ണയിൽ ചുവർ ചാരിയിരുന്ന് ഒരു ബീഡിക്കുകൂടി തീ പിടിപ്പിച്ചു. ആ ഇരിപ്പിൽ എപ്പോഴോ ഉറങ്ങിപ്പോയി.

നിലവിളികൊണ്ടു പ്രഭാതത്തെ മുറിച്ചിട്ടത് അമ്മയായിരുന്നു.

"പ്രഭേ... ഓടി വാ... അച്ഛൻ..."

ലഹരി കുടഞ്ഞെറിഞ്ഞു ഞാനോടിച്ചെല്ലുമ്പോൾ അച്ഛൻ കിടക്കയിൽ കോണോടുകോൺ കിടക്കുന്നുണ്ടായിരുന്നു. തലയുടെ പിന്നിൽനിന്നൊലിച്ചിറങ്ങിയ ചോര നിലത്തു കട്ട പിടിച്ചിരുന്നു.

“അയ്യോ... എന്തുപറ്റി?”

“തലയടിച്ചു വീണൂന്നു തോന്നുന്നു.”

ഞാൻ അച്ഛനെ താങ്ങിയെടുത്തു. ഉടലിലെ ചൂടു വിട്ടിട്ടില്ല. നെഞ്ച് ഇപ്പോഴും മിടിക്കുന്നുണ്ട്. ഞാൻ ആശ്വസിച്ചു. താങ്ങി ചുവരോടു ചേർത്തിരുത്തുമ്പോഴാണു കണ്ടത്, അച്ഛന്റെ പൊള്ളിക്കരിഞ്ഞ കൈത്തണ്ടയിൽ ഉരുകിയ ഇലക്ട്രിക് വയറിന്റെ നീലയും ചുവപ്പും നാവുകൾ... ചേറുപുരണ്ട അച്ഛന്റെ കാൽപ്പാടുകൾ സ്വിച്ച് ബോർഡിനരികിലേക്കു നീണ്ടുകിടക്കുന്നതറിഞ്ഞു ഞാൻ നടുങ്ങി.

“എന്നാലും അച്ഛൻ വീണുകിടന്നതു രാവിലെവരെ നീയറിഞ്ഞില്ലേ കുഞ്ഞേ?”

ശ്രീധരൻമാഷ് പിന്നീട് ആശുപത്രിമുറിയിൽവച്ച് എന്നോടു ചോദിച്ചു.

അമ്മ അതുകേട്ട് എന്നെ തീക്കനൽകൊണ്ടു തുടുപ്പിച്ചൊരു നോട്ടം നോക്കി.

ആ നോട്ടത്തിൽ ശരിപുത്രന്റെ ആറാംകണ്ണ് ഞാൻ കണ്ടു.

എന്റെ ശിരസ്സ് കുനിഞ്ഞു.

ഇരുപത്തിയഞ്ച്

സർപ്പങ്ങൾ

പാന്ഥർ പെരുവഴിയമ്പലം തന്നിലേ,
താന്തരായ് വന്നുകൂടുന്നിതു.... കേട്ടിട്ടില്ലേ?"

വാർധക്യത്തിന്റെ തീരാ വേദനകൾ മുഖത്തെ ചുളിവുകളിലും നിരാശ്രയത്വത്തിന്റെ വിറയലുകൾ ഉടലിലും അടയാളപ്പെടുത്തി, എത്രയോ വർഷങ്ങൾക്കുശേഷം ശ്രീധരൻമാഷ് എന്നോടു ചോദിച്ചു. നരച്ചുനീണ്ട താടിമീശയിൽ, ജീവിതം പാഠങ്ങൾ ചൊല്ലി പതംവരുത്തിയ ഒരു യോഗി ഒളിച്ചിരുന്നു. കണ്ണുകളിൽ സന്ധ്യയുടെ അവസാനത്തെ വെളിച്ചം ഇറ്റിനിന്നു. കാലത്തിന് ഒരു മനുഷ്യനെ എങ്ങനെയെല്ലാം പരുവപ്പെടുത്തിയെടുക്കാം എന്ന തിരിച്ചറിവിലേക്കു കൺതുറന്നു പിടിക്കുമ്പോൾ ശ്രീധരൻമാഷ് എന്റെ കൈപ്പടത്തിനുമേൽ പൂതലിച്ച വിരലുകൾ തടവി പറഞ്ഞു:

"യാത്രയിലെന്നപോലെ ജീവിതത്തിലും വഴിയമ്പലങ്ങളുണ്ട്. കവലകളുണ്ട്. ആർത്തലച്ച് അട്ടഹസിച്ചു നടക്കുമ്പോൾ മനുഷ്യർ വിചാരിക്കും ജീവിതം എന്നുമിങ്ങനെ നേർവഴിയേ കുത്തിയൊലിച്ചൊഴുകുമെന്ന്... ചുമ്മാതാ... വിചാരിച്ചിരിക്കാത്തിടത്തേക്കൊക്കെയാ അതൊഴുകിപ്പോകുന്നത്. ചിലേടത്തു ചെല്ലുമ്പോ ഇനി എങ്ങോട്ടുതിരിയണം എന്നു നമ്മളു സംശയിക്കും. ദേ, കണ്ടില്ലേ, ഇപ്പോ ഈ കിളവനെ ഈ പെരുവഴിവച്ചു കണ്ടുമുട്ടിയില്ലേ? ആരുമില്ലാത്തവനു ദൈവം തുണ... അതാ പറഞ്ഞത്..."

താടിതടവി, വെയിൽച്ചൂടിനെതിരേ, തോർത്തുകൊണ്ടു പ്രതിരോധിച്ച് ശ്രീധരൻമാഷ് വിളറിയ ചിരി ചിരിച്ചപ്പോൾ ഞാനോർത്തു, എത്ര യാദൃച്ഛികമായാണ് എന്റെ വഴിയമ്പലത്തിലേക്കു മാഷ് വന്നുപെട്ടതെന്ന്. അതോ അദ്ദേഹത്തിന്റെ വഴിയമ്പലത്തിലേക്കു ഞാൻ ചെന്നുകയറിയതോ?

ആയുരാരോഗ്യ ഹോസ്പിറ്റലിൽനിന്നു കാറിൽ മടങ്ങുമ്പോൾ ഞാൻ ഡ്രൈവറോടുപറഞ്ഞു:

“ഏതെങ്കിലും ബേക്കറീടെ അടുത്തു നിർത്തണം. മാധവന് എന്തെങ്കിലും വാങ്ങണം.”

നെറ്റിയെ നെടുകേ പിളർത്തുന്ന വേദനയെ കണ്ണടച്ചു പ്രതിരോധിച്ച് ഞാൻ പിൻസീറ്റിൽ ചാരിക്കിടക്കുമ്പോൾ വണ്ടി പതിയെ വഴിയോരത്തു ചെന്നുനിന്നു.

“സാറിറങ്ങണ്ടാ. എന്താന്നുവച്ചാൽ ഞാൻ വാങ്ങാം.”

മൂന്നുനാളത്തെ ആശുപത്രിയാത്രയുടെ സ്വാതന്ത്ര്യം കടമെടുത്ത് ഡ്രൈവർ പറഞ്ഞു. പണമെടുത്തുനീട്ടി ഞാൻ വീണ്ടും ഇരിപ്പിടത്തിലേക്കു ചായുമ്പോഴാണ്, തൊട്ടപ്പുറത്തുവന്നു നിന്ന ബസ്, ഒരു വൃദ്ധനെ നിരത്തിലുപേക്ഷിച്ച് ഇരമ്പിനീങ്ങിയത്. കൈയിലെ വടിയ്ക്ക് മുഴുവൻ ശരീരഭാരവും പങ്കുവച്ചുകൊടുത്തു വിറച്ചുനീങ്ങുന്ന അയാളെ ഞാൻ വേദനയോടെ നോക്കി. ഈയിടെയായി വാർധക്യത്തിന്റെ ഏതു മുഖവും എന്നെ വേദനിപ്പിക്കുന്നു. ജരയും നരയും കാലത്തിന്റെ ഏതൊക്കെയോ അടരുകളിലേക്ക് എന്നെ കൈ പിടിച്ചുകൊണ്ടോടുന്നു. ഒടുവിൽ ആ യാത്ര, ഒരു ഭജനപ്പാട്ടിന്റെ പിഞ്ഞിക്കീറിയ ഈണത്തിൽചെന്നു മുട്ടുകയും അച്ഛൻ എന്റെ നെഞ്ചിലേക്കു തലചാരി തേങ്ങിക്കരയുകയും ചെയ്യുന്നു.

വെയിലിന്റെ വഴിയോരത്ത് നിരന്നുകിടക്കുന്ന ഓട്ടോറിക്ഷകൾക്കരികിലേക്കു കൂനിക്കൂടി നടന്നുചെല്ലുന്ന വൃദ്ധനെ നോക്കിയിരിക്കെ, ഞാൻ പിന്നെയും അച്ഛനെ ഓർത്തു. അച്ഛനുണ്ടെങ്കിൽ ഏകദേശം ഇതേ പ്രായമുണ്ടായിരുന്നേനേ... ഇതേ ഉയരം... ഇതേ വണ്ണം... ഇത്രയും അവശതയുണ്ടായിരുന്നിരിക്കുമോ?

ഉടലിനെ പുതപ്പിച്ചിരുന്ന വലിയ തോർത്തു കുടഞ്ഞു വിരിച്ചു തല വെട്ടിക്കുന്നതിനിടയിലാണ്, മുന്നിൽ കണ്ട വൃദ്ധനു ശ്രീധരൻമാഷിന്റെ മുഖസാദൃശ്യം പെട്ടെന്നു പാതി മനസ്സ് ചാർത്തിക്കൊടുത്തത്. ഈ നഗരത്തിൽ മാഷ് വന്നുപെടാനുള്ള വിദൂരസാധ്യത പോലുമില്ലാത്തതിനാൽ അടുത്ത നിമിഷം തന്നെ മനസ്സിന്റെ മറുപാതി അതു തള്ളിക്കളഞ്ഞ് എന്നെ കാറിന്റെ സീറ്റിലേക്കു തല ചേർത്തുവച്ചു. പക്ഷേ, വീണ്ടും സംശയം എന്നെ നുള്ളിയുണർത്തി. കാറിന്റെ ചില്ലുതാഴ്ത്തി പുറത്തേക്കു തലനീട്ടി. മുന്നിൽ കാണുന്നതു മാഷിനെത്തന്നെയാണെന്നു മനസ്സ് ഉറപ്പിച്ചെടുക്കുന്നതിനുമുമ്പേ അദ്ദേഹം ഓട്ടോറിക്ഷകൾക്കിടയിലേക്കു നീങ്ങി. വേദനമറന്ന്, ഞാൻ മാഷിനരികിലേക്കോടി. അതേ... അതു ശ്രീധരൻമാഷ് തന്നെ.... അപ്രതീക്ഷിതമായി ഞാൻ ചെന്നു കൈപിടിക്കുമ്പോൾ, വിസ്മയത്തിന്റെ കടലായി ആ കണ്ണുകൾ മുന്നിൽ ഇരമ്പിയാർത്തു.

“മാഷിവിടെ?”

“വിധി...”മാഷ് ചിരിച്ചു, “ഞാൻ പ്രഭയെത്തന്നെ തേടിയിറങ്ങിയതാണ്. ദേ... കണ്ടില്ലേ?”

കൈയിലിരുന്ന ചെറിയ കടലാസുതുണ്ട് അദ്ദേഹം എനിക്കു നീട്ടി. എന്റെ പേരും വിലാസവുമെഴുതിയ കടലാസ് കാറ്റിൽ വിറച്ചു.

“അദ്ഭുതമായിരിക്കുന്നു. കെളവനെ വെറുതേ അലയാൻ വിടാതെ, തേടിയ ആൾ കൺമുന്നിൽതന്നെ വന്നുപെട്ടല്ലോ...”

മാഷ് എന്റെ കൈയിൽ പിടിച്ചു.

“വരൂ...”

ഞാനദ്ദേഹത്തെ കാറിനരികിലേക്കു നടത്തി.

“മറ്റൊന്നും വിചാരിക്കരുത്. വീട്ടിലേക്കാണെങ്കിൽ ഞാനില്ല,” മാഷ് മുഖത്തു നോക്കാതെ പറഞ്ഞു. അദ്ദേഹത്തിന്റെ ഉടലിലെ എന്റെ പിടി പൊടുന്നനെ അയഞ്ഞു. “മറ്റൊന്നുംകൊണ്ടല്ല... ഞാനൊരു യാത്ര പുറപ്പെട്ടതാ...”

“എവിടേക്കാ യാത്ര?”

“അങ്ങനെ പ്രത്യേകിച്ചൊരിടമില്ല. പുണ്യസ്ഥലങ്ങളൊക്കെ ഒന്നു സന്ദർശിക്കണം. സുലോചന പോയപ്പോ ഉറപ്പിച്ചതാ...”

“സുലോചനച്ചേച്ചി...?”

“അതേടോ. അവള് എന്നെ തനിച്ചാക്കി പോയി... പെട്ടെന്നായിരുന്നു... നിങ്ങളെയൊക്കെ അറിയിക്കാമെന്ന് എന്റെ മോള് ആശ പറഞ്ഞപ്പോ ഞാൻ വിലക്കിയതാ. പലേടത്തു കെടക്കുന്നവരെ വെറുതേ ബുദ്ധിമുട്ടിച്ചിട്ടെന്തിനാ? അല്ലെങ്കിലും മക്കൾക്കില്ലാത്ത സ്നേഹോം കടപ്പാടുമൊക്കെ മറ്റുള്ളോർക്കെന്തിനാ...”

“ചന്ദ്രമോഹൻ....”

ചോദിക്കാമോ വേണ്ടയോ എന്നോർത്തു ഞാൻ വാക്കുകളെ പാതിവഴിയിൽ വിഴുങ്ങി.

“ഉം. അക്കാര്യമാ പറഞ്ഞുവന്നത്. അമ്മ മരിച്ചത് അവനെ അറിയിക്കാൻ പറ്റിയില്ല. അറിഞ്ഞാലും വരുകയുമില്ലായിരുന്നു. ആശ കുറേ ശ്രമിച്ചതാ ആളെ കണ്ടുപിടിക്കാൻ. നേവീന്നൊക്കെ പിരിഞ്ഞൂന്നുകേട്ടു. പക്ഷേ, പുതിയ വീടും വിലാസവും ഫോൺനമ്പരുമൊന്നും അറിയില്ല. പ്രഭയെ വിളിക്കാറുണ്ടാവുമല്ലോ അവൻ.. ഇല്ലേ?”

“ഇല്ല.”

ആ മുഖം പെട്ടെന്നു വാടി.

“ആ ഒരു പ്രതീക്ഷയിലാ ഇവിടം വരെ വന്നത്,” മാഷ് തോർത്തിൻ തുമ്പുകൊണ്ടു മുഖത്തെ വിയർപ്പു തുടച്ചു, “തന്തയേം ഉടപ്പിറപ്പിനേം വിളിക്കാത്തവനാണോ, ചങ്ങാതിയെ വിളിക്കുന്നേ... അല്ലേ? എങ്കിലും ഞാൻ വെറുതെ കണക്കുകൂട്ടി, പ്രഭയയുമായിട്ടെങ്കിലും ബന്ധമുണ്ടാവുമെന്ന്... നിങ്ങളങ്ങനെ കഴിഞ്ഞവരല്ലേ?”

എന്റെ കൈവിടുവിച്ച് ശ്രീധരൻമാഷ് കാറിൽ ചാരിനിന്നു കണ്ണു തുടച്ചു.

“നിന്റെ കുഞ്ഞമ്മമാരുടെ വീട്ടീന്നു സംഘടിപ്പിച്ചവിലാസമാ. ഫോൺ നമ്പരും കിട്ടിയതാ. പക്ഷേ, അവസാനത്തെ യാത്രപോകുംമുമ്പ് ഒന്നു കാണണംന്നുതോന്നി. അതു നടന്നു. അപ്പോ ഇനി യാത്ര തുടരുക തന്നെ...”

“എന്റെ വീട് ഇവിടെ അടുത്താ... ഒന്നു കയറീട്ട്...”

“വേണ്ടെടോ... ഇനി ഇടത്താവളങ്ങളും വഴിയമ്പലങ്ങളുമൊന്നും വേണ്ട. ഒരേയൊരു ലക്ഷ്യം മാത്രം.”

“എങ്കിൽ എവിടെയാ ഇറക്കേണ്ടതെന്നു പറഞ്ഞാൽ...”

“ശരി. നിർബന്ധമാണെങ്കിൽ റയിൽവേസ്റ്റേഷനിലേക്കു വിട്ടേക്കൂ.”

ഞാൻ കാറിന്റെ വാതിൽ തുറന്നുപിടിച്ചു. കൈയിലിരുന്ന ചെറിയ തോൽബാഗ് നെഞ്ചോടുചേർത്തു മാഷ് സീറ്റിൽ ചാരിയിരുന്നു.

“ഇതെന്താ തന്റെ നെറ്റീല്? ചോദിക്കാൻ മറന്നു.”

വണ്ടി നീങ്ങിയപ്പോൾ മാഷ് എന്റെ നെറ്റിയിലേക്കു വിരൽചൂണ്ടി. കളവു പറയാൻ തോന്നിയില്ല. മാഷ് ഊറിച്ചിരിച്ചു.

“സത്യം പറയാമല്ലോ, ഞാനൊരു ദൈവവിശ്വാസിയാണ്. വേണമെങ്കിൽ അന്ധവിശ്വാസിയെന്നും പറയാം. കർമത്തിന്റെ ഫലം അനുഭവിക്കാതിരിക്കാൻ ആർക്കും കഴിയില്ലെന്നുതന്നെയാ എന്റെ തോന്നൽ. കണ്ടിട്ടില്ലേ, വമ്പൻ അഴിമതിക്കാരും കൊലപാതകികളുമൊക്കെ പെട്ടെന്നൊരു ദിവസം വലയിൽ കുടുങ്ങുന്നതും ജയിലിൽ കിടക്കേണ്ടിവരുന്നതും. അല്ലെങ്കിൽ ചരിത്രത്തിലേക്കു നോക്കൂ... ഷാജഹാന്റെയും ഔറംഗസീബിന്റെ ജീവിതം തന്നെയെടുക്കൂ.”

നെഞ്ചുതടവി പുറത്തേ കാഴ്ചകളിലേക്കു കണ്ണെറിഞ്ഞു പഴയ ചരിത്രാധ്യാപകൻ കുറേനേരം നിശ്ശബ്ദനായി. വെയിലിന്റെ ചില്ലുവാതിലിനപ്പുറം നഗരം തിരക്കോടെ പിന്നിലേക്കോടിമറഞ്ഞു. ഉറക്കെ പാട്ടുപാടി സ്കൂൾകുട്ടികളുടെ ഒരു വണ്ടി കടന്നുപോയപ്പോൾ മാഷ് കൗതുകത്തോടെ അതുനോക്കി. പിന്നെ പിറുപിറുത്തു:

“ഞാൻ തനിയെ വന്നു. അപരിചിതനായി സഞ്ചരിച്ചു. സത്യത്തിൽ ആരാണു ഞാനെന്ന് എനിക്കുതന്നെ അറിയില്ല. എന്താണു ചെയ്തതെന്നും അറിയില്ല, താൻ കേട്ടിട്ടുണ്ടോ, ഈ വാചകം.”

ഞാൻ ഇല്ലെന്നു തലകുടഞ്ഞു. മാഷ് ചിരിച്ചു. പിന്നെ പഴയ ക്ലാസ്മുറിയുടെ ഓർമയിലേക്കു ചാരിനിന്നു ചരിത്രത്തിന്റെ കൈപ്പുസ്തകം തുറന്നു:

“ അച്ഛനെ തടവിലിട്ട മകൻ വയസ്സുകാലത്തു തന്റെ മകനോടു പറഞ്ഞ വാക്കുകളാണിത്. മനസ്സിലായില്ലേ?”

മാഷ് എന്നെ ചുഴിഞ്ഞുനോക്കി.

“ ഔറംഗസീബ്?”

ദുർബലമായ ശബ്ദത്തിൽ ഞാൻ ചോദിച്ചു.

"അതെ. ഔറംഗസീബ് തന്നെ. മുപ്പത്തിരണ്ടു ലക്ഷം ചതുരശ്രകിലോമീറ്റർ വിസ്തൃതിയുള്ള മുഗൾസാമ്രാജ്യത്തിന്റെ വിധി അരനൂറ്റാണ്ടോളം നിർണയിച്ച ചക്രവർത്തി ഔറംഗസീബ് എൺപത്തെട്ടാം വയസിൽ മരിക്കുന്നതിനു തൊട്ടുമുമ്പ് തന്റെ മകനോട് കുമ്പസാരം നടത്തിയ വാക്കുകളാണിത്. ചരിത്രം പഠിച്ചതും പഠിപ്പിക്കുന്നവനുമല്ലേ താൻ? ഓർത്തുനോക്ക് ആ മനുഷ്യന്റെ ജീവിതയാത്ര..."

ചരിത്രത്തിന്റെ ഇടനാഴിയിലേക്കു മാഷ് എന്നെ തല്ലിയോടിച്ചു. അധികാരം പൂർണമായും മയൂരസിംഹാസനത്തിലേക്കു കേന്ദ്രീകരിച്ച ചക്രവർത്തിയായിരുന്ന ഔറംഗസീബിന്റെ ജീവിതം ഞാനോർത്തു. ഏറക്കുറെ വടക്കേ ഇന്ത്യയെ മുഴുവൻ വിഴുങ്ങിയ മുഗൾ സാമ്രാജ്യം സാമ്പത്തികമായി ഏറ്റവും നേട്ടമുണ്ടാക്കിയത് അദ്ദേഹത്തിന്റെ കാലത്തായിരുന്നു. അരലക്ഷം കാലാൾപ്പട, അരലക്ഷം ഒട്ടകങ്ങൾ, മുപ്പതിനായിരം ആനകൾ, അദൃശ്യനായ ശത്രുവിനുനേരേ മൂർച്ചപ്പെടുത്തിവച്ചിരിക്കുന്ന അസംഖ്യം ആയുധങ്ങൾ... പക്ഷേ, ഇതൊന്നും എൺപത്തെട്ടാം വയസ്സിലെ മനസിന്റെ അശാന്തിക്കു തണുപ്പായില്ല. സ്വന്തം കൂടപ്പിറപ്പിനെ വധിച്ചും അച്ഛനെ തടവിലടച്ചും നേടിയതൊന്നും നേട്ടമായിരുന്നില്ലെന്ന തിരിച്ചറിവ് മരണത്തിനു തൊട്ടുമുമ്പ് മഹാനായ ചക്രവർത്തിയെ കണ്ണീരണിയിച്ചു.

"അച്ഛനെ തടവിലിട്ട മകനെന്നു ചരിത്രം എക്കാലവും ഔറംഗസീബിനെ അടയാളപ്പെടുത്തുമെങ്കിലും പണ്ടു ഷാജഹാൻ ചെയ്ത കർമങ്ങളുടെ ഫലമായിരുന്നുജയിൽവാസം. അങ്ങനെയാ ഞാൻ കരുതുന്നേ...." ശ്രീധരൻ മാഷ് എന്നെ തൊട്ടുവിളിച്ചു പറഞ്ഞു, "മുഴുവൻ സമയവും വീഞ്ഞിലും കഞ്ചാവിലും മുങ്ങിനടന്ന മകൻ ജഹാംഗീറിനു രാജ്യാവകാശം നൽകാതെ, അക്ബർ ചക്രവർത്തി, ഖുസ്രുവിനെ പിന്തുടർച്ചാവകാശിയായി പ്രഖ്യാപിച്ചു. അപ്പോ എന്താപറ്റിയേ? എട്ടാംദിവസം ജഹാംഗീർ അധികാരം പിടിച്ചെടുത്തു. ഖുസ്രുവിനെ കണ്ണുപൊട്ടിച്ച് തടവിലാക്കി. പിന്നീട് ആഗ്രാക്കോട്ടയിലേക്കു കൊണ്ടുവന്ന ഖുസ്രു ചികിൽസയിലൂടെ ഭാഗികമായി കാഴ്ച വീണ്ടെടുക്കുകയും ജഹാംഗീറിന്റെ രണ്ടാനമ്മേടെ സഹായത്തോടെ കൊട്ടാരത്തിൽ സ്വതന്ത്രമായി സഞ്ചരിക്കുകയും ചെയ്തു. അതുകണ്ടപ്പോ സഹിക്കാനാവാതെ ജഹാംഗീറിന്റെ മൂന്നാമത്തെ മകൻ ഷാജഹാൻ എന്താ ചെയ്തത്? ഭാര്യ മുംതാസിന്റെ അച്ഛന്റെ സഹായത്തോടെ ഇയാളെ കൊന്നു. പിന്നെ , ഖുസ്രുവിനു കൊട്ടാരത്തിൽ തുണചെയ്തുകൊടുത്ത തന്റെ രണ്ടാനമ്മയെ മരണം വരെ തടവിലടച്ചു. അപ്പോ ചുമ്മാതാണോ പിൽക്കാലത്ത് സ്വന്തം മോൻ ഔറംഗസീബ് അങ്ങേരേം തടവിലിട്ടത്? സത്യത്തിൽ തടവറയിൽക്കിടന്നു ഷാജഹാൻ നീറിയതു മകനെയോർത്തായിരിക്കില്ല, സഹോദരന്റെ കണ്ണുകുത്തിപ്പൊട്ടിച്ച തന്നെയോർത്തായിരിക്കും. അതുറപ്പ്. കേട്ടിട്ടില്ലേ, ചരിത്രം അനിവാര്യമായ തുടർച്ചകൾ മാത്രമായിരിക്കും എന്നു പറയുന്നത്? കണ്ണീരിനു പകരം അതു കണ്ണീരുതന്നെ കാത്തുവയ്ക്കുന്നു; ചോരയ്ക്കു പകരം ചോരയും."

ശ്രീധരൻ മാഷ് സംസാരിച്ചുകൊണ്ടേയിരുന്നു. അദ്ദേഹം ഓർത്തെടുത്തു വിളമ്പിയ ചരിത്രത്തിന്റെ പാഠങ്ങൾ എനിക്ക് ഉമിത്തീയായി. അല്ലെങ്കിൽത്തന്നെ ക്ലാസ്മുറിയിൽ എന്റെ പാപബോധത്തിലേക്കു തുറന്നു വച്ച ചരിത്രപ്പുസ്തകങ്ങൾ ഓരോ ദിവസവും ഓരോ സംഭവത്തിലൂടെ എന്നെ കുത്തിനോവിക്കുന്നുണ്ടായിരുന്നു. ചരിത്രാധ്യാപകന്റെ വേഷത്തിലൂടെ, നിർണായകമായ മുഹൂർത്തങ്ങളുടെ മുന്നിൽ എന്നെ കൊണ്ടു നിർത്തി വിധി കള്ളക്കളി കളിക്കുന്നതു ഞാനറിഞ്ഞു. അപ്പോഴൊക്കെ ചരിത്രത്തിന്റെ ദുഃഖം എന്റെ തേങ്ങലായി. നെഞ്ചിടിപ്പായി.

വണ്ടിയിൽനിന്ന് ഇറങ്ങും മുമ്പ് മാഷ് ഒരിക്കൽക്കൂടി എന്റെ കൈ പിടിച്ചു.

"താനിറങ്ങണ്ടാ... വിശ്രമിച്ചോളൂ... യാത്രയാക്കാനും യാത്രപറയാനും ഇനി ആരുമുണ്ടാവരുത്...അങ്ങനാ തീരുമാനം..."

പുറത്തേക്കുവച്ച കാൽ ഞാൻ പെട്ടെന്നു വലിച്ചു.

"ഇപ്പോ ഏതു ട്രെയിൻ? എങ്ങോട്ടാണ്?"

"തീരുമാനിച്ചില്ല."

ശ്രീധരൻമാഷ് പിടി തരാതെ കുതറി.

"എന്നാലും ഒറ്റയ്ക്ക്...."

ഞാൻ സങ്കടപ്പെട്ടു.

"ആരു പറഞ്ഞു ഒറ്റയ്ക്കാന്ന്? ദേ... കണ്ടില്ലേ...," നെഞ്ചോടു ചേർത്തുവച്ചിരുന്ന ബാഗ് തൊട്ടുകാട്ടി മാഷ് വേദന വാട്ടിയ ചിരി ചിരിച്ചു, "ഇതില് സുലോചനേടെ അസ്ഥിയുണ്ട്. വയസ്സുകാലത്ത് ഹരിദ്വാരിലും ഋഷികേശിലും ഒക്കെ ഒരുമിച്ചു തീർഥയാത്ര പോകുന്നതു ഒരുപാടു സ്വപ്നം കണ്ടിട്ടുണ്ട് അവള്. അവളൊണ്ടു കൂടെ... അതാ എനിക്കിത്ര ധൈര്യം.."

മാഷ് കാറിന്റെ വാതിൽ പുറത്തുനിന്നു വലിച്ചടച്ചു. സ്നേഹം കൂട്ടിക്കെട്ടിയ ചരടിനപ്പുറം നിന്ന് കുസൃതിയോടെ സുലോചനച്ചേച്ചി കണ്ണടച്ചുചിരിക്കുന്നതു ഞാൻ കണ്ടു.

"ഇനി ചിലപ്പോൾ നമ്മൾ കണ്ടൂന്നു വരില്ല. മക്കളേക്കണ്ടും മാമ്പൂ കണ്ടും മനക്കോട്ട കെട്ടരുതെന്നാ ചൊല്ല്. മക്കളില്ലാത്തവർക്ക് അതിന്റെ വേദന. ഉള്ളവർക്ക് അതിന്റെ സങ്കടം... പിന്നെ... എന്നെങ്കിലും എന്റെ ചന്ദ്രമോഹനെക്കണ്ടാൽ താനൊരു ഉപകാരം ചെയ്യണം."

ഞാൻ തലയുയർത്തി.

"ബിംബിസാരന്റേം അജാതശത്രൂന്റേം കഥ തനിക്കറിയില്ലേ? അതവനെ ഒന്നോർമിപ്പിക്കണം. അച്ഛനെ വേദനിപ്പിച്ച എല്ലാ മക്കളും അറിഞ്ഞിരിക്കേണ്ട കഥയാ അത്..."

തഥാഗതന്റെ ചിരി ചിരിച്ച് ശ്രീധരൻമാഷ് പതിയെ പിന്നോക്കം നടന്നു.

ബിംബിസാരൻ തടവറയിൽ സ്വയം വിഷംകഴിച്ചുമരിച്ച കഥ അറിയാമെങ്കിലും അതിനുശേഷം അജാതശത്രുവിന് എന്തുസംഭവിച്ചു എന്ന് എനിക്കറിയില്ലായിരുന്നു. വീട്ടിലെത്തിയപാടേ ചുവരലമാരയിൽ, ചരിത്രത്തിന്റെ ഇടവഴികൾ തിരയാതെ ഉറങ്ങാനാവില്ലല്ലോ എന്നു ഞാനോർത്തു.

"അപ്പോ യാത്രയില്ല.."

ഏഴ് എയിലെ നാൽപ്പത്തിരണ്ടു ജോഡി നമസ്തേകൾക്കു മുന്നിൽ കൈകൂപ്പലുംപോലെ മാഷ് നമ്രശിരസ്കനായി. പിന്നെ സ്വന്തം നിഴൽ വലിച്ചിഴച്ച് നടന്നുമറഞ്ഞു. ദൂരെ അറിയാത്ത ദൂരത്തിലേക്കു കുതിക്കുന്ന ഏതോ തീവണ്ടി നീട്ടി ചൂളം വിളിച്ചു.

ഒറ്റവെട്ടിനു വാളിന്റെ മൂർച്ച അച്ഛന്റെ കഴുത്തിൽ പരിശോധിച്ച അജാതശത്രു പിൽക്കാലത്തു കുറ്റബോധത്തിന്റെ തീയിൽ ഉരുകി. ചമ്പയിൽ ബുദ്ധമതക്കാർക്കും ജൈനമതക്കാർക്കുമായി വലിയ സ്തൂപങ്ങൾ തീർത്തു. ബുദ്ധന്റെ എല്ലും ചാരവും കൊണ്ടു കുടീരം തീർത്തു. എന്നിട്ടും മനഃസമാധാനം കിട്ടാതെ അദ്ദേഹം തന്റെ ഭാവിയറിയാൻ പ്രസിദ്ധനായൊരു ബുദ്ധഭിക്ഷുവിനെസന്ദർശിച്ചു. വരും വരായ്കകളുടെ ശരിയും തെറ്റുമറിയുന്ന ബുദ്ധഭിക്ഷു പറഞ്ഞു:

"അങ്ങ് അച്ഛനെ ചതിച്ചുകൊന്ന മകനാണ്. ഭാവി തിരക്കുന്നതിൽ അർത്ഥമില്ല."

"ഇല്ല. എനിക്കതറിയണം."

അജാതശത്രു വാശിപിടിച്ചു.

"വേണ്ട. അറിഞ്ഞാൽ വേദനിക്കും."

"ഇല്ല. ചക്രവർത്തിക്കു വേദനയില്ല."

"എങ്കിൽ കേട്ടോളൂ. മനുഷ്യരുടെ പ്രവൃത്തിയാണു ഭാവിയെ നിർണയിക്കുന്നത്. അതു മനസിലാക്കുക. മക്കളിലൂടെ, അല്ലെങ്കിൽ മക്കളുടെ മക്കളിലൂടെ അതു നിശ്ചയമായും നിന്നിലേക്കു തിരിച്ചെത്തിയിരിക്കും."

"എന്റെ കാര്യത്തിലും?"

അജാതശത്രു അദ്ഭുതപ്പെട്ടു.

"തീർച്ചയായും. അങ്ങയുടെ കാര്യം പറഞ്ഞാൽ, നിങ്ങൾ അച്ഛനെന്തു നൽകിയോ, അതു നിങ്ങൾക്കു മകൻ തിരിച്ചുതരും."

"എന്റെ മകനോ? അസംഭാവ്യം."

വിഷച്ചൂടേറ്റിട്ടെന്നവണ്ണം അജാതശത്രുവിന്റെ നാവു പൊള്ളി.

"ഇല്ല. സത്യം. നിങ്ങളുടെ അച്ഛനും നിങ്ങളെപ്പറ്റി ഇതുതന്നെ വിചാരിച്ചിരുന്നു."

അജാതശത്രു നിശ്ശബ്ദനായി.

"നിങ്ങളുടെ മകൻ ഉദയഭദ്രൻ നിങ്ങൾക്കായി വാൾ മൂർച്ചപ്പെടുത്തി വച്ചിരിക്കുന്നു. അതിൽനിന്നു നിങ്ങൾക്കു മോചനമില്ല. മരണശേഷം നിങ്ങൾ നരകത്തിൽ പതിക്കും. പിന്നീട് പല ജന്മങ്ങൾക്കുശേഷം നിർവാണം പ്രാപിക്കും."

അജാതശത്രു തലകുടഞ്ഞു.

"ഇല്ല... ഇല്ല. മഗധയുടെ ചക്രവർത്തിക്കു നരകം വിധിച്ചിട്ടില്ല."

ഉച്ചച്ചൂടിന്റെ ആവിക്കു നടുവിലേക്ക് ചരിത്രപ്പുസ്തകം മടക്കിവച്ച നിമിഷം ഉദയഭദ്രൻ വെട്ടിത്തിളങ്ങുന്ന വാളുമായി എന്റെയുള്ളിലേക്കു പാഞ്ഞുകയറി. അറ്റുപോകുന്ന ശിരസ്സിനെ അവിടെത്തന്നെ പിടിച്ചുനിർത്താൻ എന്റെ ആത്മാവ് കിണഞ്ഞു. നരകത്തിന്റെ ചൂട് എന്നെ ഉരുക്കി. ഇരിപ്പുറയ്ക്കാതെ ഞാൻ മുറിയിൽ അങ്ങോളമിങ്ങോളം നടന്നു മനോവിചാരങ്ങളുടെ നീളമളന്നു. പിന്നെ കിടന്നു.

നെറ്റിയിൽ വേദനയുടെ ഞരമ്പു പിടയ്ക്കുന്നുണ്ട്.

സിരകളെ തരത്തി ആന്റിബയോട്ടിക്കിന്റെ തേരുരുളുന്നുണ്ട്.

ഉച്ചച്ചൂടിന്റെ പുഴുക്കം കോശങ്ങളെ തളർത്തുന്നുണ്ട്.

ചുവരലമാരയിലെ കണ്ണാടി എന്നെത്തന്നെ ഉറ്റുനോക്കി.

ചുവരുകൾ, തുരങ്കംതീർത്ത് എനിക്കരികിലേക്കു നിരങ്ങിവരുന്ന പോലെ.

പങ്കയുടെ താളത്തിലേക്കലിഞ്ഞ് ഭീതിയോടെ ഞാൻ കണ്ണടച്ചതു സന്ധ്യവെളിച്ചം പിച്ചവയ്ക്കുന്ന കണ്ണാടിക്കരയിലെ പുഴക്കരയിലേക്കായിരുന്നു. പുഴവെള്ളം എന്റെ കുഞ്ഞിക്കാലുകളെ നനച്ചു. തണുപ്പ് ഓളം തുള്ളി വന്നുതൊട്ടു.

"പതിയെ... ഇനി വെള്ളത്തിലിറങ്ങണ്ട."

അച്ഛൻ എന്നെ കോരിയെടുത്തു.

"ഇനീം ഇനീം...."

ഞാൻ ശാഠ്യം പിടിച്ചു.

"പൊന്നല്ലേ.... പറയുന്നതു കേൾക്ക്."

അച്ഛൻ എന്നെ നെഞ്ചോടു ചേർത്തു കൊഞ്ചിച്ചു.

"എന്താ ഇറങ്ങിയാൽ?"

"വെള്ളത്തിന്റകത്ത് ഒരു ഭൂതമൊണ്ട്... അതു തട്ടിക്കോണ്ടങ്ങു പോകും."

"എന്നിട്ട്?"

"എന്നിട്ടെന്താ? അങ്ങു വെള്ളത്തിനുതാഴെ കൊട്ടാരത്തിനകത്തു കൊണ്ടുപോയിപൂട്ടിയിടും."

"അപ്പോ അച്ഛനോ?"

"കുഞ്ഞിനെക്കാണാതെ അച്ഛനുമമ്മേം ഒരുപാടൊരുപാടു വിഷമിക്കും."

"കരേമോ?"

"കരയുമോന്നോ? കരഞ്ഞുകരഞ്ഞുകരഞ്ഞു തളരും... എന്റെ മോനേ താ യോന്നു പറഞ്ഞ് ഭൂതത്തിനോടു കെഞ്ചും."

അച്ഛന്റെ കണ്ണുകളിലെ നനവുകണ്ടു ഞാൻ പൊട്ടിക്കരഞ്ഞു.

'അയ്യേ.. എന്റെ കുഞ്ഞിനെ ഞാനാർക്കും വിട്ടുകൊടുക്കില്ലേ" എന്നു പറഞ്ഞ് അച്ഛൻ എന്നെ കെട്ടിപ്പിടിച്ചു. വിയർപ്പിന്റെ മുത്തണിഞ്ഞ നെഞ്ചിലെ രോമങ്ങൾ എന്റ കവിളിൽ ഇക്കിളിയിട്ടു.

"ഭൂതമല്ല... ദൈവംവന്നു ചോദിച്ചാപ്പോലും എന്റെ കുഞ്ഞിനെ അച്ഛൻ വിട്ടുകൊടുക്കില്ല..."

കവിളിൽ മൂക്കുരച്ച് അച്ഛൻ തന്ന ഉറപ്പിൽ ഞാൻ തളിർത്തു. കിലുകിലെ ചിരിച്ച എന്നെ പിന്നെയും അച്ഛൻ കൈകളിൽ ഊഞ്ഞാലയാട്ടി.

ഇളംകാറ്റിൽ മയിൽപ്പീലിപോലെ വിടരുന്ന മരച്ചില്ലകൾക്കിടയിലൂടെ സാന്ധ്യവെളിച്ചത്തിന്റെ സൂചിക്കണ്ണുകൾ ഞങ്ങളെ ഒളിച്ചുനോക്കി.

"വലുതാവുമ്പോ ഞാൻ ഭൂതത്തിനെ കൊല്ലും."

"ഉവ്വോ?"

അച്ഛൻ അഭിമാനത്തോടെ ചിരിച്ചു.

"എന്നാ വലുതാവുകാ?"

അച്ഛന്റെ ഒക്കത്തിരുന്നു ഞാൻ ഭാവിയുടെ ആകാശത്തേക്കു കണ്ണെത്തിച്ചുനോക്കി.

"ഓരോ ദിവസോം മോൻ വളരുകല്ലേ?" അച്ഛൻ പറഞ്ഞു. വിശ്വാസം വരാതെ ഞാൻ എന്റെ ഉടലിലേക്കു നോക്കി, "വളർന്നുവളർന്ന് വളർന്ന് ഒരുദിവസം അച്ഛനെപ്പോലെ വലിയൊരാളാവും."

അച്ഛൻ കണ്ണുകളിൽ ഉമ്മവച്ചു.

"അപ്പോ?"

"അപ്പോ... പഠിച്ചു ജോലിയൊക്കെ കിട്ടി അച്ഛനേം അമ്മയേം ഇതുപോലെ കൈപിടിച്ചു നടത്തും. നടത്തില്ലേ?"

"ഉം."

ഞാൻ മൂളി.

"അമ്മയെ കരയിക്കരുത്. അച്ഛനേ വേദനിപ്പിക്കരുത്. ചേച്ചിമാരോടു പിണങ്ങരുത്. കേട്ടോ?"

"ഉം.."

അച്ഛന്റെ മീശത്തുമ്പ് എന്റെ കവിളിൽ ഉരസി. പഞ്ചാരമണമുള്ള വിയർപ്പ് എന്റെ മൂക്കിൻതുമ്പിനെ നനച്ചു.

ആരോ കതകിൽ ശക്തമായി തട്ടുന്നതുകേട്ടു കണ്ണാടിക്കരയിൽ നിന്നു നഗരപ്പകലിലേക്കു മടങ്ങിയെത്തുമ്പോൾ പുറത്തുനിന്നു മാധവന്റെ കലച്ചിലിനുമേലേ ജലജ ശബ്ദമുയർന്നു.

“ഇന്തെന്തൊരുറക്കമാ... ഒന്നു കതകു തുറന്നേ... ഈ കുഞ്ഞു സമ്മതിക്കുന്നില്ല. ”

“എന്തുപറ്റി? ””

കതകുതുറക്കാതെ ഞാൻ ചോദിച്ചു. എന്റെ ശബ്ദം കേട്ടു മാധവന്റെ കരച്ചിൽ നിലച്ചു.

“അപ്പൂപ്പനെ കാണണമെന്നു വല്യ നിർബന്ധം. കരച്ചിലോടു കരച്ചിൽ.”

ഞാൻ കതകുതുറന്നതും മാധവൻ എന്റെ കൈയിലേക്കു ചാടിക്കയറി. പതിവില്ലാത്ത സ്നേഹപ്രകടനം കണ്ടു ഞാൻ അമ്പരന്നു.

“എത്രനേരമായി വിളിക്കുന്നു... ഇതെന്താ ആകെ വിയർത്തിരിക്കുന്നല്ലോ? ”

ജലജ സാരിത്തുമ്പുകൊണ്ട് എന്റെ മുഖത്തെ വിയർപ്പൊപ്പി.

“പനിക്കുന്നുണ്ടോ? ”

അവൾ നെറ്റിയിൽ വിരൽ തൊട്ടു. എന്റെ കൈയിലിരുന്നു വിരൽ കുടിച്ചുകൊണ്ടു മാധവൻ എന്നെത്തന്നെ ഉറ്റുനോക്കി.

“കണ്ടോ? അപ്പൂപ്പന്റെ നെറ്റീലെ ഉവ്വാവു കണ്ടോ?”

ജലജ എന്റെ നെറ്റിയിലെ ചോരപ്പൂവിലേക്കു വിരൽചൂണ്ടി മാധവനോടു ചോദിച്ചു. മാധവൻ വിരൽ വായിൽനിന്നെടുത്തു മുറിവിൽ മെല്ലെ തൊട്ടു.

“തൊടണ്ടാ.അപ്പൂപ്പനു നോവും,” ജലജ ശാസിച്ചു, “ഇങ്ങുപോരൂ... അപ്പൂപ്പൻ കിടക്കട്ടെ. ”

ജലജ നീട്ടിയ കൈകൾ തട്ടിയെറിഞ്ഞ് അവൻ ചിണുങ്ങി.

“നീ പൊയ്ക്കോ. അവനിത്തിരിനേരം എന്റെകൂടെ കളിക്കട്ടെ. ”

ഞാൻ പറഞ്ഞു.

“കളിക്കുന്നതുകൊള്ളാം... അവസാനം കളി കാര്യമാവരുതെന്നേയുള്ളൂ.”

ജലജ കള്ളച്ചിരിയോടെ ഞങ്ങളെ ഉപേക്ഷിച്ച് അടുക്കളയിലേക്കു പോയി. ഞാൻ മാധവനുമായി മുറിയിലേക്കു നടന്നു. ഞാൻ കിടക്കയിലിരുന്നപ്പോൾ അവൻ എന്റെ കൈയിൽനിന്ന് ഊർന്നിറങ്ങി മുറിയിലൂടെ ഓടി. ഞാൻ അവനെത്തന്നെ നോക്കിയിരുന്നു.

എന്റെ ചോര.

എന്റെ മജ്ജ...

പ്രാർഥന...

സാഫല്യം...

തുടർച്ച...

മാധവൻ നിലത്തു കുന്തിച്ചിരുന്നു കളിപ്പാട്ടസഞ്ചി കുടഞ്ഞിട്ടു. കണ്ണുകൾ കുത്തിപ്പൊട്ടിച്ച തത്തകൾ... കാലുകൾ നഷ്ടപ്പെട്ട കുതിരകൾ...

ചതഞ്ഞരഞ്ഞ മനുഷ്യരൂപങ്ങൾ... ഒഴിഞ്ഞ പൗഡർ ടിന്നുകൾ... പല നിറമുള്ള മിഠായിക്കടലാസുകൾ... ഒടുവിൽ... ഒടുവിൽ.. ചുവപ്പും നീലയും നിറങ്ങൾ പിന്നിയ ഒരുതുണ്ട് ഇലക്ട്രിക് വയറും... അതു കൈയിലെ ടുത്ത് അവനെന്നെ വല്ലാത്തൊരു നോട്ടം നോക്കി. എവിടെനിന്നു കിട്ടി ഇവനിത്?

"അപ്പൂപ്പാ..."

വയറിന്റെ തുമ്പു ചത്തപാമ്പിനെപ്പോലെ കൈയിൽ കൊരുത്തിട്ട് അവൻ എന്നെ വിളിച്ചു. കരിനീലവിഷമേറ്റിട്ടെന്നവണ്ണം എന്റെ ഉള്ളു പഴുത്തു. ഉടലിനുള്ളിലെ അസംഖ്യം നാരുകളിലൂടെ വൈദ്യുതി മല വെള്ളംപോലെ ആർത്തിരമ്പി കുതിച്ചു പാഞ്ഞു. കേൾവിക്കും കാഴ്ച യ്ക്കുമപ്പുറത്തൊരു ലോകത്തിലേക്കു തലനീട്ടിവച്ചു ഞാൻ കിടക്ക യിലേക്കു ചാഞ്ഞു. നോക്കി നിൽക്കെ അവൻ ആ നീലച്ചുവപ്പൻ സർ പ്പത്തെ കൈത്തണ്ടയിൽ ചുറ്റി. പിന്നെ പതിയെ എനിക്കരികിലേക്കു നടന്നുവന്നു. സർപ്പങ്ങൾ എനിക്കുനേരേ ഫണം നീട്ടി. ആധിയുടെ അല കടലിനുമേൽ അഭയത്തിന്റെ ആലിലയ്ക്കായി പരതി, വലഞ്ഞ് ഞാൻ കണ്ണടച്ചു.

"എന്റെ പൊന്നച്ഛാ... മാപ്പ്... മാപ്പ്... മാപ്പ്....."

ഞാൻ ഉറക്കെ പറഞ്ഞുകൊണ്ടേയിരുന്നു.

കണ്ണിനുമുന്നിൽ സത്യവാൻ പല്ലി നാവുനീട്ടി.

മലമുകളിൽ നിന്നൊരു ചിരി മുഴങ്ങി.

ഓർമകളിൽ ഭജനപ്പാട്ടിന്റെ ഈണം ചിലമ്പി.

ഊരിപ്പിടിച്ച വാളുമായി കാലം ചാടിക്കുതിച്ചുവരുന്നതുകണ്ട് ഞാൻ കണ്ണുമുറുക്കിയടച്ചു.

പ്രാർഥിക്കാൻ ഇപ്പോഴും എനിക്ക് അച്ഛൻ പണ്ടു പാടിത്തന്ന ഭജന പ്പാട്ടിന്റെ വരികളേ സ്വന്തമായുള്ളല്ലോ.

ഞാൻ ഉറക്കെപ്പാടി:

"യമൻവരുന്ന നേരമങ്ങെനിക്കു പേടി പോക്കുവാൻ
എറിഞ്ഞകണ്ണിലഗ്നിയോടെ യമനെയൊന്നു നോക്കണേ
നമഃശിവായ നമഃശിവായ നമഃശിവായ പാഹിമാം
നമഃശിവായ പാർവതീശ പാപനാശനാ ഹരേ"

■